Noli Me Tángere

CENTURY BOUND

Printed or published to the highest ethical standard.

Noli Me Tángere

By José Rizal

Tagalog Edition

Translated by
Pascual H. Poblete

Published By Century Bound

First Published
1887

CONTENTS

Dr. José Rizal

Sa hañgad na ang mga librong NOLI ME TANGERE at FILIBUSTERISMO, na kinatha ng Dr. Jose Rizal ay maunáwa at málasapang magaling ng catagalugan, ang mga doo'y sinasabing nagpapakilala ng tunay nating calayaan at ng dapat nating gawiin, at nacapagpapaálab, namán ng ningas ng ating puso sa pag-ibig sa kinamulatang lupa, minatapat cong ipalimbag ang isinawikang tagalog na mga librong yaon, sa dahilang sa bilang na sampòng MILLONG (sampong libong libo) filipino, humiguit cumulang, ay walang dalawampong libo ang tunay na nacatatalos ng wicang castila na guinamit sa mga kinathang yaón.

Cung pakinabangan ng aking mga calahi itong wagás cong adhica, walang cahulilip na towa ang aking tatamuhin, sa pagca't cahit babahagya'y nacapaglicod acó sa Inang-Bayan.

Maynila, unang araw ng Junio ng taong isang libo siyam na raan at siyam.

SATURNINA RIZAL NI HIDALGO,
ó
NENENG RIZAL.

Sa Aking Tinubuang Lupa [1]

Nátatalà sa "historia" [2] n͠g m͠ga pagdaralità n͠g sangcataohan ang isáng "cáncer" [3] na lubháng nápacasamâ, na bahagyâ na lámang másalang ay humáhapdi't napupucaw na roon ang lubháng makikirót na sakít. Gayón din naman, cailán mang inibig cong icáw ay tawáguin sa guitnâ n͠g m͠ga bágong "civilización" [4], sa han͠gad co cung minsang caulayawin co ang sa iyo'y pagaalaala, at cung minsan nama'y n͠g isumag co icáw sa m͠ga ibáng lupaín, sa towî na'y napakikita sa akin ang iyong larawang írog na may tagláy n͠g gayón ding cáncer sa pamamayan.

Palibhasa'y nais co ang iyong cagalin͠gang siyáng cagalin͠gan co rin namán, at sa aking paghanap n͠g lalong mabuting paraang sa iyo'y paggamót, gágawin co sa iyo ang guinágawà n͠g m͠ga tao sa úna sa canilang m͠ga may sakít: caniláng itinátanghal ang m͠ga may sakít na iyan sa m͠ga baitang n͠g sambahan, at n͠g bawa't manggaling sa pagtawag sa Dios ay sa canilá'y ihatol ang isáng cagamutan.

At sa ganitóng adhica'y pagsisicapan cong sipîing waláng anó mang pacundan͠gan ang iyong tunay na calagayan, tatalicwasín co ang isáng bahagui n͠g cumot na nacatátakip sa sakít, na anó pa't sa pagsúyò sa catotohanan ay iháhandog co ang lahát, sampô n͠g pagmamahál sa sariling dan͠gál, sa pagcá't palibhasa'y anác mo'y tagláy co rin namán ang iyong m͠ga caculan͠gán at m͠ga carupucán n͠g púsò.

Ang Cumatha.

Europa, 1886.

I.
ISANG PAGCACAPISAN

NAG-ANYAYA ñg pagpapacain nang isáng hapunan, ñg magtátapos ang Octubre, si Guinoong Santiago de los Santos, na lalong nakikilala ñg bayan sa pamagát na Capitang Tiago, anyayang bagá man niyón lamang hapong iyón canyang inihayág, laban sa dati niyang caugalìan, gayón ma'y siyang dahil na ñg lahát ñg mga usap-usapan sa Binundóc, sa iba't ibang mga nayon at hanggang sa loob ñg Maynílà. Ñg panahóng yao'y lumalagay si Capitang Tiagong isáng lalaking siyang lalong maguilas, at talastas ñg ang canyang bahay at ang canyang kinamulatang bayan ay hindî nagsásara ñg pintô canino man, liban na lamang sa mga calacal ó sa anó mang isip na bago ó pañgahás.

Cawañgis ñg kisláp ñg lintíc ang cadalìan ñg pagcalaganap ñg balítà sa daigdigan ñg mga dápò, mga langaw ó mga "colado"[5], na kinapal ñg Dios sa canyang waláng hanggang cabaitan, at canyang pinararami ñg boong pag-irog sa Maynílà. Nañgagsihanap ang ibá nang "betún" sa caniláng zapatos, mga botón at corbata naman ang ibá, ñguni't siláng lahát ay nañgag iisip cung paano cayâ ang mabuting paraang bating lalong waláng cakimìang gagawin sa may bahay, upang papaniwalàin ang macacakitang sila'y malalaon ñg caibigan, ó cung magcatao'y humiñgî pang tawad na hindî nacadalóng maaga.

Guinawâ ang anyaya sa paghapong itó sa isáng bahay sa daang Anloague, at yamang hindî namin natatandâan ang canyang bilang (número), aming sásaysayin ang canyang anyô upang makilala ñgayón, sacali't hindî pa iguiniguibá ñg mga lindól. Hindî camí naniniwalang ipinaguibâ ang bahay na iyon ñg may-arì, sa pagca't sa ganitong gawa'y ang namamahala'y ang Dios ó ang Naturaleza[6], na tumanggap din sa ating Gobierno ñg pakikipagcayarì upang gawín ang maraming bagay.— Ang bahay na iyo'y may calakhan din, tulad sa maraming nakikita sa mga lupaíng itó; natatayô sa pampang ñg ilog na sañgá ñg ilog Pasig, na cung tawaguin ñg iba'y "ría" (ilat) ñg Binundóc, at gumáganap, na gaya rin ñg lahát ñg ilog sa Maynílà, ñg maraming capacanang pagcapaliguan, agusán ñg dumí, labahan, pinañgiñgisdâan, daanan ñg bangcang nagdádala ñg sarisaring bagay, at cung magcabihirà pa'y cucunán ñg tubig na inumín, cung minamagalíng ñg tagaiguib na insíc[7]. Dapat halataíng sa lubháng kinakailañgang gamit na itó ñg nayong ang dami ñg calacal at táong nagpaparoo't parito'y nacatutulig, sa layong halos may sanglibong metro'y bahagyâ na lamang nagcaroon ñg isang tuláy na cahoy, na sa anim na bowa'y sirâ ang cabiláng panig at ang cabilâ nama'y hindî maraanan sa nálalabi ñg taon, na ano pa't ang mga cabayo, cung panahóng tag-init, canilang sinasamantala ang gayong hindî nagbabagong anyô, upang mulà roo'y lumucsó sa tubig, na ikinagugulat nğ nalilibang na táong may camatayang sa loob nğ coche ay nacacatulog ó nagdidilidili nğ mğa paglagô nğ panahón.

May cababâan ang bahay na sinasabi namin, at hindî totoong magaling ang pagcacàanyô; cung hindî napagmasdang mabuti nğ "arquitectong"[8] namatnugot sa paggawâ ó ang bagay na ito'y cagagawán nğ mğa lindól at mğa bagyó, sino ma'y walang macapagsasabi nğ tucoy. Isáng malapad na hagdanang ma'y cacapitáng culay verde, at nalalatagan nğ alfombra sa mumunting panig ang siyang daanan mulâ sa silong ó macapasoc nğ pintuang nalalatagan nğ "azulejos"[9] hanggang sa cabahayán, na ang linalacara'y napapag-itanan nğ mğa maceta[10] at álagaan nğ mğa bulaclac na nacalagay sa "pedestal"[11] na lozang gawâ sa China, na may sarisaring culay at may mğa dibujong hindî mapaglirip.

Yamang walang bantay-pintô ó alilang humingî ó magtanong nğ "billete" ó sulat na anyaya, tayo'y pumanhic, ¡oh icaw na bumabasa sa akin, catoto ó caaway! sacali't naaakit icaw nğ tugtog nğ orquesta, nğ ilaw ó nğ macahulugáng "clin-clan" nğ mğa pingga't cubiertos[12] at ibig mong mapanood cung paano ang mğa piguíng doon sa Perla nğ Casilanğanan. Cung sa aking caibigán lamang at sa aking sariling caguinhawahan, hindî catá pápagalin sa pagsasaysay nğ calagayan nğ bahay; nğuni't lubháng mahalagá ito, palibhasa'y ang caraniwan sa mğa may camatayang gaya natin ay tulad sa pawican: hinahalagahan at hinihirang tayo alinsunod sa ating talucab ó tinatahanang bahay; dahil dito't sa iba pang mğa anyô nğ asal, cawanğis nğa nğ mğa pawican ang mğa may camatayan sa Filipinas.— Cung pumanhic tayo'y agad nating marárating ang isáng malowang na tahanang cung tawaguin doo'y "caida"[13], ayawán cung bakit, na nğ gabing ito'y guinagamit na "comedor"[14] at tuloy salón nğ orquesta. Sa guitna'y may isáng mahabang mesa, na nahihiyasan ng marami at mahahalagang pamuti, na tila mandin cumikindat sa "colado," taglay ang catamistamisang mğa panğacò, at nagbabalà sa matatacuting binibini, sa walang malay na dalaga, nğ dalawang nacaiinip na oras sa casamahán nğ mğa hindî cakilala, na ang pananalita't mğa pakikikiusap ay ang caraniwa'y totoong cacaiba. Namúmucod nğ di ano lamang sa mğa ganitong handang sa mundo'y nauucol, ang sumasapader na mğa cuadrong tungcol sa religión, gaya bagá nğ "Ang Purgatorio," "Ang Infierno," "Ang hulíng Paghuhucom," "Ang pagcamatáy nğ banal," "Ang pagcamatáy nğ macasalanan," at sa duyo'y naliliguid nang isáng maringal at magandañg "marco" na anyong "Renacimiento"[15] na gawâ ni Arévalo, ang isáng mabuting ayos at malapad na "lienzo" na doo'y napapanood ang dalawang matandang babae. Ganitó ang saysay nğ doo'y titic: "Nuestra Señora de la Paz y Buen Viaje, na sinasamba sa Antipolo, sa ilalim nğ anyong babaeng magpapalimos, dinadalaw sa canyang pagcacasakít ang banal at bantog na si Capitana Inés"[16]. Tunay mang ang pagcacapinta'y hindî nagpapakilala nğ "arte" at cabutihang lumikhâ, datapowa't nagsasaysay naman ng̃ caraniwang mamalas: ang babaeng may sakít ay tila na bangcay na nabûbuloc, dahil sa culay dilaw at azul ng̃ canyang mukhâ; ang mg̃a vaso't iba pang mg̃a casangcapan, iyang maraming mg̃a natitipong bagay bagay sa mahabang pagcacasakít ay doo'y lubhang mabuti ang pagcacasipì, na ano pa't napapanood patí ng̃ linálaman. Sa panonood ng̃ mg̃a calagayang iyong umaakit sa pagcacagana sa pagcain at nagúudyoc ng̃ ucol sa paglasáp ng̃ masasaráp na bagay bagay, marahil acalain ng̃ iláng may masamáng isipan ang may-arì ng̃ bahay, na napagkikilalang magalíng ang calooban ng̃ halos lahát ng̃ mg̃a magsisiupô sa mesa, at ng̃ huwag namáng máhalatang totoo ang canyang panucalà, nagsabit sa quízame ng̃ maririkít na lámparang gawâ sa China, mg̃a jaulang waláng ibon, mg̃a bolang cristal na may azogueng may culay pulá, verde at azul, mg̃a halamang pangbíting lantá na, mg̃a tuyóng isdáng botete na hinipa't ng̃ bumintóg, at iba pa, at ang lahát ng̃ ito'y nacúculong sa may dacong ílog ng̃ maiinam na mg̃a arcong cahoy, na ang anyo'y alang̃ang huguis europeo't alang̃ang huguis insíc, at may nátatanaw namáng isáng "azoteang"[17] may mg̃a balag at mg̃a "glorietang"[18] bahagyâ na naliliwanagan ng̃ mg̃a maliliit na farol na papel na may sarisaring culay.

Nasasalas ang mang̃agsisicain, sa guitnâ ng̃ lubháng malalakíng mg̃a salamín at na ng̃agníningning na mg̃a arañá[19]: at doon sa ibabaw ng̃ isáng tarimang[20] pino[21] ay may isáng mainam na "piano de cola"[22], na ang halaga'y camalácmalác, at lalò ng̃ mahalagá ng̃ gabíng itó, sa pagca't sino ma'y walang tumútugtog. Doo'y may isáng larawang "al óleo"[23] ng̃ isáng lalaking makisig, nacafrac, unát, matuwíd, timbáng na tulad sa bastóng may borlas na tagláy sa mg̃a matitigás na daliring puspós ng̃ mg̃a sinsíng: wari'y sinasabi ng̃ larawan:

— ¡Ehem! ¡masdán ninyó cung gaano carami ang suot co at aco'y hindî tumatawa!

Magagandá ang mg̃a casangcapan, baga man marahil ay hindî maguinhawahang gamitin at nacasasamâ pa sa catawan: hindî ng̃â ang icaiilag sa sakít ng̃ canyáng mg̃a inaanyayahan ang naiisip ng̃ may-arì, cung dî ang sariling pagmamarikít.— ¡Tunay at cakilakilabot na bagay ang pag-iilaguín, datapowa't cayó namá'y umuúpô sa mg̃a sillóng gawáng Europa, at hindî palaguing macacátagpò cayó ng̃ ganyán!— itó marahil ang sinasabi niya sa canilá.

Halos punô ng̃ tao ang salas: hiwaláy ang mg̃a lalaki sa mg̃a babae, tulad sa mg̃a sambahang católico at sa mg̃a sinagoga[24]. Ang mg̃a babae ay iláng mg̃a dalagang ang iba'y filipina at ang iba'y española: binúbucsan nila ang bibíg upang piguilin ang isáng hicáb; ng̃uni't pagdaca'y tinátatcpan nilá ng̃ caniláng mg̃a abanico; bahagyâ na nang̃agbubulung̃an ng̃ iláng mg̃a pananalitâ; anó mang pag-uusap na ipinagsúsumalang pasimulán, pagdaca'y naluluoy sa iláng putól-putól na sábi; catulad niyáng m̃ga iñgay na náririñgig cung gabí sa isáng bahay, m̃ga iñgay na gawâ ñg m̃ga dagâ at ñg m̃ga butikî. ¿Bacâ cayâ naman ang m̃ga larawan ñg m̃ga iba't ibang m̃ga "Nuestra Señora" [25] na nagsabit sa m̃ga pader ang siyang ninilit sa m̃ga dalagang iyong huwag umimíc at magpacahinhíng lubós, ó dito'y talagang natatañgì ang m̃ga babae?

Ang tañging sumasalubong sa pagdatíng ñg m̃ga guinoong babae ay isáng babaeng matandang pinsan ni capitán Tiago, mukhang mabait at hindî magaling magwicang castilà. Ang pinacaubod ñg canyáng pagpapakitang loob at pakikipagcapuwa tao'y walâ cung ang dî mag-alay sa m̃ga española ñg tabaco at hitsô, at magpahalíc ñg canyang camáy sa m̃ga filipina, na ano pa't walang pinag-ibhán sa m̃ga fraile. Sa cawacasa'y nayamot ang abáng matandang babae, caya't sinamantala niya ang paglagapác ñg isang pinggang nabasag upang lumabás na dalidalì at nagbububulong:

— ¡Jesus! ¡Hintay cayó, m̃ga indigno [26]!

At hindî na mulíng sumipót.

Tungcol sa m̃ga lalaki'y nañgagcacaiñga'y ñg cauntî. Umaaticabong nañgagsasalitaan ang iláng m̃ga cadete [27]; ñguni't mahihinà ang voces, sa isa sa m̃ga súloc at manacanacang tinitingnan nila at itinuturo ñg dalirî ang iláng m̃ga taong na sa salas, at silasila'y nañgagtatawanang ga inililihim ñg hindi naman; ang bilang capalit nama'y ang dalawang extrangero [28] na capowâ nacaputî ñg pananamit, nañgacatalicod camáy at dî umíimic ay nañgagpaparoo't paritong malalakí ang hacbang sa magcabicabilang dulo ñg salas, tulad sa guinágawâ ñg m̃ga naglalacbay-dagat sa "cubierta" [29] ñg isáng sasacyán. Ang masaya't mahalagáng salitàa'y na sa isang pulutóng na ang bumubuo'y dalawang fraile, dalawang paisano [30] at isáng militar na canilang naliliguid ang isáng maliit na mesang kinalalagyan ñg m̃ga botella ñg alac at m̃ga biscocho inglés [31].

Ang militar ay isang matandang teniente, matangcád, mabalasic ang pagmumukhâ, na ano pa't anaki'y isang Duque de Alba [32] na napag-iwan sa escalafón [33] ñg Guardia Civil [34]. Bahagyâ na siya nagsásalita, datapuwa't matigás at maiclî ang pananalitâ.— Ang isá sa m̃ga fraile'y isang dominicong bata pa, magandá, malinis at maningning, na tulad sa canyang salamín sa matang nacacabit sa tangcáy na guintô, maaga ang pagca ugaling matandâ: siya ang cura sa Binundóc at ñg m̃ga nacaraang tao'y naguing catedrático [35] sa San Juan de Letran [36]. Siya'y balitang "dialéctico" [37], caya ñga't ñg m̃ga panahong iyóng nañgañgahas pa ang m̃ga anac ni Guzmang [38] makipagsumag sa paligsahan ñg catalasan ñg ísip sa m̃ga "seglar" [39], hindî macuhang malitó siya ó mahuli cailan man ñg magalíng na "argumentador" [40] na si B. de Luna [41]; itinutulad siya ñg m̃ga "distingo"[42] ni Fr. Sibyla sa mángĩngĩsdang ibig humuli n͠g igat sa pamamag-itan n͠g sílò. Hindî nagsasálitâ ang dominico at tila mandin pinacatitimbang ang canyang m͠ga pananalità. Baligtád ang isá namáng fraile, na franciscano, totoong masalitâ at lalò n͠g maínam magcucumpás. Bagá man sumusun͠gaw na ang m͠ga uban sa canyang balbás, wari'y nananatili ang lácas n͠g canyang malusóg na pan͠gan͠gatawán. Ang mukhâ niyang magandá ang tabas, ang canyang m͠ga pagtin͠ging nacalálaguim, ang canyáng malalapad na m͠ga pan͠gá at batibot na pan͠gan͠gatawan ay nagbibigay anyô sa canyáng isáng patricio romanong[43] nagbalát cayô, at cahi't hindî sinasadya'y inyóng mágugunitâ yaong tatlong monjeng[44] sinasabi ni Heine[45] sa canyáng "Dioses en el destierro"[46], na nagdaraang namamangcâ pagcahating gabi sa isang dagatan doon sa Tyrol,[47] cung "equinoccio"[48] n͠g Septiembre, at sa tuwing dumaraa'y inilálagay n͠g abang mámamangca ang isáng salapíng pílac, malamíg na cawan͠gis n͠g "hielo," na siyang sa canya'y pumupuspos n͠g panglulumó. Datapuwa't si Fray Dámaso'y hindî mahiwagang gaya nilá; siya'y masayá, at cung pabug-al bug-al ang canyáng voces sa pananalità, tulad sa isang taong cailan ma'y hindi naaalang-alang, palibhasa'y ipinalálagay na banal at walâ n͠g gágaling pa sa canyáng sinasabi, kinacatcat ang saclâp n͠g gayóng ugalî n͠g canyáng táwang masayá at bucás, at hangang sa napipilitan cang sa canya'y ipatawad ang pagpapakita n͠g m͠ga paang waláng calcetín at m͠ga bintíng mabalahíbo, na icakikita n͠g maraming pagcabuhay n͠g isáng Mendicta sa m͠ga feria sa Kiapò.

Ang isa sa m͠ga paisano'y isang taong malingguit, maitím ang balbás at waláng íkinatatán͠gì cung dî ang ilóng, na sa calakhá'y masasabing hindî canyá; ang isá, nama'y isang binatang culay guintô ang buhóc, na tila bagong datíng dito sa Filipinas: itó ang masilacbóng pinakikipagmatuwiranan n͠g franciscano.

— Makikita rin ninyó— ang sabi n͠g franciscano— pagca pô cayó'y nátirang iláng bowan dito, cayó'y maniniwálà sa aking sinasabi: ¡ibá ang mamahala n͠g bayan n͠g Madrid at ibá, ang mátira sa Filipinas!

— N͠guni't....

— Acó, sa halimbáwà— ang patuloy na pananalitâ ni Fr. Dámaso, na lalong itinaas ang voces at n͠g dî na macaimíc ang canyang causap— aco'y mayroon na ritong dalawampô at tatlong taóng saguing at "morisqueta"[49], macapagsasabi aco n͠g mapapaniwâlâan tungcól sa bagay na iyan. Howág cayóng tumutol sa akin n͠g alinsunod sa m͠ga carunun͠gan at sa mabubuting pananalitâ, nakikilala co ang "indio"[50]. Acalain ninyong mulá n͠g aco'y dumatíng sa lupaíng ito'y aco'y iniucol na sa isang bayang maliit n͠ga, n͠guni't totoong dúmog sa pagsasaca. Hindî co pa nauunawang magalíng ang wicang tagalog, gayon ma'y kinúcumpisal co na ang m͠ga babae[51] at nagcacawatasan

camí, at lubháng pinacaíbig nila aco, na ano pa't ng̃ macaraan ang tatlóng taón, ng̃ aco'y ilipat sa ibáng báyang lalong malakí, na waláng namamahálà dahil sa pagcamatáy ng̃ curang "indio" roon, nang̃agsipanang̃is ang lahat ng̃ babae, pinuspos acó ng̃ mg̃a handóg, inihatid nila acong may casamang música....
— Datapowa't iya'y nagpapakilala lamang....
— ¡Hintáy cayó! ¡hintay cayó! ¡howag naman sana cayóng napacaning̃as! Ang humalili sa akin ay hindí totoong nagtagal na gaya co, at ng̃ siya'y umalís ay lalò ng̃ marami ang naghatíd, lalo ng̃ marami ang umiyác at lalo ng̃ mainam ang música, gayóng siya'y lalò ng̃ mainam mamálò at pinataas pa ang mg̃a "derechos ng̃ parroquia"[52], hangang sa halos nag-ibayo ang lakí.
— Ng̃uni't itutulot ninyó sa aking....
— Hindî lamang iyan, nátira aco sa bayang San Diegong dalawampong taón, may iláng bowán lamang ng̃ayong aking.... iniwan (dito'y nagpakitang tila masamâ ang loob). Hindî maicacait sa akin nino mang dalawampong tao'y mahiguít cay sa catatagán upang makilala ang isang bayan. May anim na libo ang dami ng̃ taong namamayan sa San Diego, at bawa't tagaroo'y nakikilala co, na parang siya'y aking ipinang̃anac at pinasuso: nalalaman co cung alín ang mg̃a lisyang caasalan nito, cung anó ang pinang̃angailang̃an niyon, cung sino ang nang̃ing̃ibig sa bawa't dalaga, cung ano anong mg̃a pagcadupilas ang nangyari sa babaeng itó, cung sino ang tunay na amá ng̃ batang inianac, at iba pa; palibhasa'y kinucumpisal co ang calahatlahatang taong-bayan; nang̃ag-iing̃at ng̃ mainam sila sa canicaniláng catungculan. Magsabi cung nagsisinung̃aling aco si Santiagong siyang may arì nitong bahay; doo'y marami siyang mg̃a lupà at doon camí naguíng magcaibigan. Ng̃ayo'y makikita ninyó cung anó ang "indio"; ng̃ aco'y umalís, bahagya na acó inihatid ng̃ ilang mg̃a matatandáng babae at iláng "hermano" tercero[53], ¡gayóng nátira aco roong dalawampong taón!

Ng̃uni't hindî co mapagcúrò cung anó ang cabagayán ng̃ inyong mg̃a sinabi sa pagcacaális ng̃ "estanco ng̃ tabaco"[54]— ang sagot ng̃ may mapuláng buhóc na causap, na canyang sinamantala ang sandaling pagcatiguil dahil sa pag-inom ng̃ franciscano ng̃ isang copita ng̃ Jerez[55].

Sa pangguiguilalas ng̃ dî anó lamang ni Fr. Dámaso ay cauntî nang mabitiwan nito ang copa. Sandalíng tinitigan ang binata at:
— ¿Paano? ¿paano?— ang sinabi pagcatapos ng̃ boong pagtatacá.— Datapowa't ¿mangyayari bagang hindî ninyo mapagwarì iyang casíng liwanag ng̃ ílaw? ¿Hindî ba ninyó nakikita, anác ng̃ Dios, na ang lahat ng̃ ito'y nagpapatibay na totoo, na pawang cahaling̃án ang mg̃a pagbabagong utos na guinágawà ng̃ mg̃a minìstro?

Ng̃ayo'y ang may puláng buhóc naman ang natigagal, lalong ikinunot ng̃ teniente ang canyang mg̃a kilay, iguinagalaw ang ulo ng̃ taong bulilit na parang ipinahahalatâ niyang biníbigyan niyang catuwiran ó hindi si Fray Dámaso. Nagcasiya na lamang ang dominico sa pagtalicód sa canilang lahat halos.

— ¿Inaacalà bagá ninyó ...?— ang sa cawacasa'y nagawang tanóng ng̃ boong catimpian ng̃ binátà, na tinítitigan ng̃ boong pagtatacá ang fraile.

— ¿Na cung inaacalà co? ¡Sinasampalatayanan cong gaya ng̃ pagsampalataya sa Evangelio[56]! ¡Napaca "indolente"[57] ang "indio"!

— ¡Ah! ipatawad po ninyong salabatin co ang inyong pananalitâ— anang binatà, na idinahan ang voces at inilapít ng̃ cauntî ang canyang upuan; sinabi po ninyo ang isang salitâ na totoong nacaakit sa aking magdilidili. ¡Tunay ng̃a cayang catutubò ng̃ mg̃a dalisay na tagarito ang pagca "indolente," ó nangyayari ang sinasabi ng̃ isang maglalacbáy na taga ibang lupain, na tinátacpan natin ng̃ pagca indolenteng ito ang ating sariling pagca indolente, ang pagcáhuli natin sa pagsulong sa mg̃a carunung̃an at ang ating paraan ng̃ pamamahala sa lupaíng nasasacupan? Ang sinabi niya'y ucol sa mg̃a ibang lupaíng sacóp, na ang mg̃a nananahan doo'y pawang sa lahì ring iyan!...

— ¡Ohó! ¡Mg̃a cainguitan! ¡Itanong pô ninyo cay guinoong Laruja na nacakikílala rin sa lupaíng itó; itanong ninyo sa canya cung may mg̃a catulad ang camangmang̃an at ang pagca "indolente" ng̃ indio!

— Tunay ng̃a— ang sagót namán ng̃ bulilít na lalaking siyang binangguit— ¡hindî po cayó macacakita sa alin mang panig ng̃ daigdíg ng̃ híhiguit pa sa pagca indolente ng̃ indio, sa alin mang panig ng̃ daigdíg!

— ¡Ni iba pang lalong napacasama ng̃ asal na pinagcaratihan, ni iba pang lalong hindî marunong cumilala ng̃ utang na loob!

— ¡At ng̃ ibang lalong masamâ ang túrò!

Nagpasimulâ ang binatang mapulá ang buhóc ng̃ pagpapaling̃apling̃ap sa magcabicabilà ng̃ boong pag-aalap-ap.

— Mg̃a guinoo— ang sinabing marahan— tila mandin tayo'y na sa bahay ng̃ isang "indio". Ang mg̃a guinoong dalagang iyan....

— ¡Bah! huwag cayóng napaca magugunigunihin! Hindî ipinalalagay ni Santiagong siya'y "indio," bucód sa roo'y hindî siya naháharap, at.... ¡cahi't náhaharap man siya! Iya'y mg̃a cahaling̃án ng̃ mg̃a bágong dating. Hayaan ninyong macaraan ang ilang bowan; magbabago cayóng isipán pagca cayo'y nacapagmalimít sa maraming mg̃a fiesta at "bailujan"[58], nacatulog sa mg̃a catre at nacacain ng̃ maraming "tinola".

— Tinatawag po ba ninyong tinola ang bung̃ang cahoy na cahawig ng̃ "loto"[59] na ... ganyan ... nacapagmamalimutin sa mg̃a tao?

— ¡Ano bang loto ni loteria!— ang sagot ni párì Dámasong nagtátawa;— nagsasalitâ cayó ng̃ mg̃a cahaling̃án. Ang tinola ay ang pinaghalong inahíng manoc at sacá úpo. ¿Buhat pa cailán dumating cayó?

— Apat na araw— ang sagot ng̃ binatang ga namumuhî na.

— ¿Naparito ba cayong may catungculan?

— Hindi pô; naparito acó sa aking sariling gugol upang mapagkilala co ang lupaíng itó.

— ¡Aba, napacatangì namang ibon!— ang saysay ni Fr. Dámaso, na siya'y minamasdan ng̃ boong pagtatacá— ¡Pumarito sa sariling gugol at sa mg̃a cahaling̃án lamang! ¡Cacaibá namáng totoo! ¡Ganyang caraming mg̃a libro ... sucat na ang magcaroon ng̃ dalawang dáling noo[60].... Sa ganya'y maraming sumulat ng̃ mg̃a dakílang libro! ¡Sucat na ang magcaroon ng̃ dalawang daling noo....

— Sinasabi ng̃ "cagalanggalang po ninyo"[61] ("Vuestra reverencia"), párì Dámaso— ang biglang isinalabat ng̃ dominico na pinutol ang salitaan— na cayo'y nanaháng dalawampong taón sa bayang San Diego at cayo umalis doon.... ¿hindî pô ba kinalúlugdan ng̃ inyong cagalang̃an ang bayang iyon?

Biglang nawalâ ang catowaan ni Fr. Dámaso at tumiguil ng̃ pagtatawá sa tanóng na itong ang anyo'y totoong parang walang anó man at hindî sinásadyâ.

Nagpatuloy ng̃ pananalitâ ang dominico ng̃ anaki'y lalong nagwáwalang bahálà:

— Marahil ng̃a'y nacapagpipighati ang iwan ang isáng bayang kinátahanang dalawampong taón at napagkikilalang tulad sa hábitong suot. Sa ganáng akin lamang naman, dinaramdam cong iwan ang Camilíng, gayóng iilang buwan acóng nátira roon ... ng̃uni't yaó'y guinawâ ng̃ mg̃a púnò sa icagagaling ng̃ Capisanan ... at sa icágagaling co namán.

Noon lamang ng̃ gabíng iyón, tila totoong natilihan si Fr. Dámaso. Di caguinsaguinsa'y pinacabigyanbigyan ng̃ suntóc ang palung̃án ng̃ camáy ng̃ canyáng sillón, huming̃a ng̃ malacás at nagsalitâ:

— ¡O may Religión ó wala! sa macatuid baga'y ¡ó ang mg̃a cura'y may calayâan ó walâ! ¡Napapahamac ang lupang itó, na sa capahamacán!

At sácâ mulíng sumuntóc.

— ¡Hindi!— ang sagót na paang̃il at galit, at saca biglang nagpatinghigâ ng̃ boong lacás sa hiligán ng̃ sillón.

Sa pagcámanghâ ng̃ nang̃asasalas ay nang̃agting̃inan sa pulutóng na iyón: itinungháy ng̃ dominico ang canyáng ulo upang tingnán niya si párì Dámaso sa ilalim ng̃ canyáng salamín sa mata. Tumiguil na sandali ang dalawáng extranjerong nang̃agpapasial, nang̃agting̃inan, ipinakitang saglít ang caniláng mg̃a pang̃il; at pagdaca'y ipinagpatuloy uli ang caniláng pagpaparoo't parito.

— ¡Masamâ ang loob dahiláng hindî ninyó binigyán ng̃ Reverencia (Cagalang-galang)!— ang ibinulóng sa taing̃a ng̃ binatang mapulá ang buhóc ni guinoong Laruja.

— ¿Anó pô bâ, ang ibig sabihin ng̃ "cagalanggalang" ninyó (Vuestra Reverencia)? ¿anó ang sa inyo'y nangyayari?— ang m̃ga tanóng ng̃ dominico at ng̃ teniente, na iba't ibá ang taas ng̃ voces.

— ¡Cayâ dumaráting dito ang lubháng maraming m̃ga sacunâ! ¡Tinatangkílik ng̃ m̃ga pinúnò ang m̃ga "hereje"[62] laban sa m̃ga "ministro" ng̃ Dios[63]! ang ipinagpatuloy ng̃ franciscano na ipinagtutumâas ang canyáng malulusog ó na m̃ga panuntóc.

— ¿Anó pô ba ang ibig ninyóng sabihin?— ang mulíng itinanóng ng̃ abot ng̃ kilay na teniente na anyóng titindig.

— ¿Na cung anó ang íbig cong sabíhin?— ang inulit ni Fr. Dámaso, na lalong inilacás ang voces at humaráp sa teniente.— ¡Sinasabi co ang ibig cong sabihin! Acó, ang ibig cong sabihi'y pagca itinatapon ng̃ cura sa canyáng libiñgan ang bangcáy ng̃ isáng "hereje," sino man, cahi ma't ang hárì ay waláng catuwirang makialám, at lalò ng̃ waláng catuwirang macapagparusa. ¡At ng̃ayo'y ang isáng "generalito"[64], ang isáng generalito Calamidad[65] ...!

— ¡Párì, ang canyáng Carilagán[66] (ang marilág bagáng Gobernador General) ay Vice-Real Patrono[67],— ang sigaw ng̃ teniente na nagtindíg.

— ¡Anó bang Carilagán ó Vice-Real Patrono[68] man!— ang sagót ng̃ franciscanong nagtindíg din.— Cung nangyari itó sa ibáng panaho'y kinaladcád sana siyá ng̃ pababâ sa hagdanan, tulad ng̃ minsa'y guinawâ ng̃ m̃ga Capisanan ng̃ m̃ga fraile sa pusóng na Gobernador Bustamante[69]. ¡Ang m̃ga panahóng iyón ang tunay na panahón ng̃ pananampalataya!

— Ipinauunawà co sa inyó na di co maitutulot ... Ang "Canyang Carilagán," (ó ang marilág na Gobernador General) ang pinacacatawán ng̃ Canyáng Macapangyarihan, ang Hárì[70].

— ¡Anó bang hárì ó cung Roque[71] man! Sa ganáng amin ay waláng ibáng hárì cung dî ang tunay[72]....

— ¡Tiguil!— ang sigáw ng̃ tenienteng nagbabalà at wari'y mandin ay naguutos sa canyáng m̃ga sundalo;— ¡ó inyóng pagsisisihan ang lahát ninyóng sinabi ó búcas din ay magbíbigay sabi acó sa Canyang Carilagán!...

— ¡Lacad na cayó ng̃ayón din, lacad na cayó!— ang sagót ng̃ boong paglibác ni Fr. Dámaso, na lumapít sa tenienteng nacasuntóc ang camáy.— ¿Acalà ba ninyo't may suot acóng hábito'y walâ acóng ...? ¡Lacad na cayo't ipahihíram co pa sa inyó ang aking coche!

Naoowî ang salitaan sa catawatawang anyô. Ang cagaling̃ang palad ay nakialam ang dominico.— ¡M̃ga guinoo!— ang sabi niyáng taglay ang anyóng may capangyarihan at iyáng voces na nagdaraan sa ilóng na totoong nababagay sa m̃ga fraile;— huwag sana ninyóng papagligáwligawín ang m̃ga bagay, at howag namán cayóng humánap ng̃ m̃ga paglapastang̃an sa waláng makikita cayó. Dapat nating ibucód sa m̃ga pananalitâ ni Fr. Dámaso ang m̃ga pananalitâ ng̃ tao sa mg̃a pananalitâ ng̃ sacerdote. Ang mg̃a pananalitâ ng̃ sacerdote, sa canyáng pagcasacerdote, "per se"[73], ay hindî macasasakít ng̃ loob canino man, sa pagca't mulâ sa lubós ng̃ catotohanan. Sa mg̃a pananalitâ ng̃ tao, ay dapat gawín ang isá pa manding pagbabahagui: ang mg̃a sinasabing "ab irato"[74], ang mg̃a sinabing "exore"[75], datapuwa't hindî "in corde"[76], at ang sinasabing "in corde". Ang mg̃a sinasabing "in corde" lamang ang macasasakít ng̃ loob: sacali't dating tinatagláy ng̃ "in meate"[77] sa isáng cadahilanan, ó cung nasabi lamang "per accidens"[78], sa pagcacáinitan ng̃ salitàan, cung mayroong....

— ¡Ng̃uni't aco'y "por accidens" at "por mi"[79] ay nalalaman co ang mg̃a cadahilanan, pári Sibyla!— ang isinalabat ng̃ militar, na nakikita niyáng siya'y nabibilot ng̃ gayóng caraming mg̃a pag tatang̃itang̃i, at nang̃ang̃anib siyáng cung mapapatuloy ay siyá pa ang lalábas na may casalanan.— Nalalaman co ang mg̃a cadahilanan at papagtatang̃iin ng̃ "cagalang̃an pô ninyo" (papagtatang̃itang̃iin pô ninyo). Sa panahóng wala si pári Dámaso sa San Diego ay inilibíng ng̃ coadjutor[80] ang bangcáy ng̃ isáng táong totoong carapatdapat ...; opò, totoong carapatdapat; siya'y macáilan cong nácapanayam, at tumúloy acó sa canyáng bahay. Na siya'y hindi nang̃umpisál cailan man, at iyán bagá'y ¿anó? Acó ma'y hindi rin nang̃ung̃umpisál, ng̃uni't sabihing nagpacamatáy, iya'y isáng casinung̃aling̃an, isáng paratang. Isáng táong gaya niyáng may isáng anác na lalaking kinabubuhusan ng̃ boong pag-irog at mg̃a pag-asa, isáng táong may pananampalataya sa Dios, na nacacaalám ng̃ canyang mg̃a catungculang dapat ganapín sa pamamayan, isáng táong mapagmahál sa capurihán at hindi sumisinsay sa catuwiran, ang ganyáng tao'y hindî nagpápacamatay. Ito'y sinasabi co, at hindî co sinasabi ang mg̃a ibáng aking iniisip, at kilanlíng utang na loob sa akin ng̃ "cagalang̃an" pô ninyó.

At tinalicdán ang franciscano at nagpatuloy ng̃ pananalitâ:

— Ng̃ magcágayo'y ng̃ magbalic ang curang itó sa bayan, pagcatapos na maalipustá ang coadjutor, ang guinawa'y ipinahucay ang bangcáy na iyón, ipinadala sa labás ng̃ libing̃an, upang ibaón hindi co maalaman cung saan. Sa caruwagan nang bayang San Diego'y hindi tumutol; tunay ng̃a't iilan lamang ang nacaalam, walang camag-anac ang nasirà, at na sa Europa ang canyang bugtóng na anác; ng̃uni't nabalitaan ng̃ Gobernador General, at palibhasa'y táong may dalisay na púsò, ay hining̃i ang caparusahán ... at inilipat si pári Dámaso sa lalong magaling na bayan. Itó ng̃â lamang ang nangyari. Ng̃ayo'y gawín ng̃ "inyó pong cagalang̃án" ang pagtatang̃itang̃i.

At pagca sabi nitó'y lumayò sa pulutóng na iyón.

— Dináramdam cong hindî co sinásadya'y nábanguit co ang isáng bagay na totoong mapang̃anib ani párì Sibylang may pighatî.— Datapuwa't cung sa cawacasa'y nakinabang naman cayó sa pagpapalít-bayan....

— ¡Anó bang pakikinabangin! ¿At ang nawáwalâ sa mga paglipat ... at ang mga papel ... at ang mga ... at ang lahát ng mga náliligwín?— ang isinalabat na halos nauutál ni Fr. Dámaso na hindi macapagpiguil ng galit.

Untiunting nanag-úli ang capisanang iyón sa dating catahimican.

Nangagsidatíng ang ibá pang mga tao, caacbáy ang isáng matandáng castilàng piláy, matamís at mabaít ang pagmumukhâ, nacaacay sa bísig ng isáng matandáng babaeng filipinang punô ng culót ang buhóc, may mga pintá ang mukhâ at nacasuot europea.

Sila'y sinalubong ng bating catoto ng naroroong pulutóng, at nangagsiupô sa tabí ng ating mga cakilala ang Doctor De Espadaña at ang guinoong asawa niyang "doctora" na si Doña Victorina. Doo'y napapanood ang iláng mga "periodista"[81] at mga "almacenero"[82] na nangagpaparoo't parito at waláng maalamang gawín.

— Nguni't ¿masasabi pô ba ninyo sa akin, guinoong Laruja, cung anóng tao cayâ ang may arì ng bahay?— ang tanóng ng binatang mapulá ang buhóc.— Aco'y hindî pa naipapakilala sa canyá[83].

— Ang sabihana'y umalís daw, acó ma'y hindi co pa siyá nakikita.

— ¡Dito'y hindî cailanganang mga pagpapakilala!— ang isinabád ni Fr. Dámaso,— Si Santiago'y isáng táong mabaít.

— Isang táong hindi nacátuclas ng pólvorâ— ang idinugtong ni Laruja.

— ¡Cayó pô namán, guinoong Laruja!— ang sinabi sa malambing na pagsisi ni Doña Victorinang nag-aabanico.— ¿Paano pô bang matutuclasan pa ng abang iyón ang pólvora, ay alinsunod sa sabi'y natuclasan na ito ng mga insíc na malaong panahón na?

— ¿Nang mᵍa insíc? ¿Nasisirà bâ ang isip ninyo?— ang sabi ni Fr. Dámaso,— ¡Tumahán nᵍâ cayó! ¡Ang nacátuclas nᵍ paggawâ nᵍ pólvora'y isang franciscano, isá sa aming samahan, Fr. Hindî co maalaman Savalls, nᵍ siglong ... ¡icapitó!

— ¡Isang franciscano! Marahil naguíng misionero sa China, ang párì Savalls na iyan— ang itinutol nᵍ guinoong babae na hindî ipinatatalo nᵍ gayongayon lamang ang canyang mᵍa isipan.

— Marahil Schwartz[84] ang ibig pô ninyong sabihin, guinoong babae— ang itinugón namán ni Fr. Sibyla, na hindî man lamang siya tinítingnan.

— Hindî co maalaman; sinabi ni Fr. Dámasong Savalls: walâ acóng guinawâ cung dî inulit co lamang ang canyang sinalitâ.

— ¡Magalíng! Savalls ó Chevás, ¿eh anó nᵍayon? ¡Hindî dahil sa isáng letra ay siya'y maguiguing insíc!— ang mulíng sinaysay na nayáyamot ang franciscano.

— At nᵍ icalabing-apat na siglo at hindî nᵍ icapitó— ang idinugtóng nᵍ dominico, na ang anyo'y parang sinásala ang camalìan at nᵍ pasakitan ang capalaluan niyong isáng fraile.

— ¡Mabuti, datapuwa't hindî sa paglalabis cumulang nᵍ isáng siglo'y siya'y maguiguing dominico na!

— ¡Abá, howag pô sanang magalit ang cagalanᵍán pô ninyo!— ani párì Sibylang nᵍumíngitî.— Lalong magalíng cung siya ang nacátuclas nᵍ paggawâ nᵍ pólvora, sa pagca't sa gayo'y naibsan na niya sa pagcacapagod sa gayóng bagay ang canyang mᵍa capatíd.

— ¿At sinasabi pô ninyo, párì Sibyla, na nangyari ang bagay na iyón nᵍ icalabíng apat na siglo?— ang tanóng na malakí ang nais na macatalós ni Doña Victorina— ¿nᵍ hindî pa ó nᵍ macapagcatawáng tao na si Cristo?

Pinalad ang tinátanong na pumasoc sa salas ang dalawang guinoo.

II.
CRISOSTOMO IBARRA

Hindî magagandá at mabubuting bíhis na m̃ga dalaga upang pansinín n̄g lahat, sampô ni Fr. Sibyla; hindî ang cárilagdilagang Capitan General na casama ang canyang m̃ga ayudante upang maalís sa pagcatigagal ang teniente at sumalubong n̄g ilang hacbáng, at si Fr. Dámaso'y maguíng tila nawal-an n̄g díwà: sila'y walâ cung dî ang "original" n̄g larawang naca frac, na tañgan sa camáy ang isáng binatang luksâ ang boong pananamit.

— ¡Magandang gabí pô, m̃ga guinoo! ¡Magandang gabí pô "among"[85]!— ang unang sinabi ni Capitang Tiago, at canyáng hinagcan ang m̃ga camáy n̄g m̃ga sacerdote, na pawang nacalimot n̄g pagbebendicion. Inalís n̄g dominico ang canyang salamín sa mata upang mapagmasdan ang bagong datíng na binatà at namumutlâ si Fr. Dámaso at nangdídidilat ang m̃ga matá.

— ¡May capurihan acóng ipakilala pô sa inyó si Don Crisòstomo Ibarra, na anác n̄g nasirà cong caibigan!— ang ipinagpatuloy ni Capitang Tiago.— Bagong galing sa Europa ang guinoong ito, at siya'y aking sinalubong.

Umalin̄gawn̄gaw ang pagtatacá n̄g máriñgig ang pañgalang ito; nalimutan n̄g tenienteng bumatì sa may bahay, lumapit siya sa binatà at pinagmasdan niya ito, mulâ sa paa hanggang ulo. Ito'y nakikipagbatian n̄g m̃ga ugaling salitâ n̄g sandalíng iyon sa boong pulutóng; tila mandin sa canya'y walang bagay na naíiba sa guitnâ n̄g salas na iyon, liban na lamang sa canyang pananamít na itím. Ang canyang taas na higuít sa caraniwan, ang canyang pagmumukhâ, ang canyang m̃ga kílos ay pawang naghahalimuyac niyang cabataang mainam na pinagsabay inaralan ang catawa't cálolowa. Nababasa sa canyang mukháng bucás at masayá ang caunting bacás n̄g dugong castilà na naaaninag sa isang magandáng culay caymanggui, na mapulapulá sa m̃ga pisñgi, marahil sa pagcápatira niya sa m̃ga bayang malalamíg.

— ¡Abá!— ang biglang sinabi sa magalác na pagtatacá— ¡ang cura n̄g aking bayan! ¡Si parì Dámaso: ang matalic na caibigan n̄g aking amá!

Nangagtin̄ginang lahat sa franciscano: ito'y hindi cumilos.

— ¡Acó po'y pagpaumanhinan ninyó, aco'y nagcámali!— ang idinugtong ni Ibarra, na ga nahihiyâ na.

— ¡Hindî ca nagcámali!— ang sa cawacasa'y naisagot ni Fr. Dámaso, na sirâ ang voces.— N̄guni't cailan ma'y hindî co naguíng caibigang matalic ang iyong amá.

Untiunting iniurong ni Ibarra ang canyang camáy na iniacmáng humawac sa camáy ni parì Dámaso, at tiningnan niya itó n̄g boong pangguiguilalas; lumin̄gón at ang nakita niya'y ang mabalasic na anyô n̄g teniente, na nagpapatuloy n̄g pagmamasíd sa canya.

— Bagongtao, ¿cayó po bâ ang anác ni Don Rafael Ibarra?

Yumucód ang binatà.

Ga tumindíg na sa canyang sillón si Fr. Dámaso at tinitigan ang teniente.

— ¡Cahimanawarî dumatíng cayong malualhatì dito sa inyong lupaín, at magtamó nawâ pô cayó nğ lalong magandang palad cay sa inyong ama!— ang sabi nğ militar na nanğinğinig ang voces. Siya'y aking nakilala at nácapanayam, at masasabi cong siya'y isa sa mğa taong lalong carapatdapat at lalong may malinis na capurihán sa Filipinas.

— Guinoo— ang sagót ni Ibarrang nababagbag ang púsò— ang inyo pong pagpuri sa aking amá ay pumapawì nğ aking mğa pag-alap-ap tungcol sa caniyang kinahinatnang palad, na aco, na canyang anác ay di co pa napagtátalos.

Napunô nğ lúhà ang mğa matá nğ matandà, tumalicód at umalís na dalídálì.

Napag-isa ang binata sa guitnâ nğ salas; at sa pagca't nawalâ ang may bahay, walâ siyang makitang sa canya'y magpakilala sa mğa dalaga, na ang caramiha'y tinitingnan siya nğ may paglinğap. Nang macapag-alinlang may iláng minuto, tinunğo niya ang mğa dalagang tagláy ang calugodlugod na catutubong kilos.

— Itulot ninyo sa aking lacdanğan co— anya— ang mğa utos nğ mahigpit na pakikipagcapwa tao. Pitóng taón na nğayong umalís acó rito sa aking bayan, at nğayong aco'y bumalíc ay hindi co mapiguilan ang nasang aco'y bumáti sa lalong mahalagang hiyas niya; sa canyang mğa suplíng na babae.

Napilitan ang binatang lumayò roon, sa pagca't sino man sa mğa dalaga'y waláng nanğahás sumagot. Tinunğo niya ang pulutóng nğ ilang mğa guinoong lalaki, na nğ mámasid na siya'y dumarating ay nanğagcabilog.

Mğa guinoo— anya— may isang caugalían sa Alemaniang pagca pumaparoon sa isang capisanan, at walang masumpunğan sa canya'y magpakilala sa mğa ibá; siya ang nagsasabi nğ canyáng panğalan at napakikilala, at sumasagot naman ang mğa causap nğ sa gayón ding paraan. Itúlot pô ninyó sa akin ang ganitóng ugáli; hindî dahil sa ibig cong dito'y magdalá nğ mğa asal nğ mğa tagá ibáng lupain, sa pagca't totoong magaganda rin naman ang ating mğa caugalian, cung dî sa pagca't napipilitan cong gawín ang gayong bagay. Bumati na acó sa langit at sa mğa babae nğ aking tinubuang lúpà: nğayo'y ibig cong bumati naman sa mğa cababayan cong lalaki. ¡Mğa guinoo, ang panğalan co'y Juan Crisóstomo Ibarra at Magsalin!

Sinabi naman sa canya nğ canyang mğa causap ang canicanilang mğa panğalang humiguit cumulang ang pagca walang cabuluhan, humiguit cumulang ang pagca hindî nakikilala nino man.

— Ang panğalan co'y A— á!— ang sinabi't sucat nğ isang binata at bahagya nğ yumucód.

— ¿Bacâ po cayá may capurihan acong makipagsalitaan sa poetang ang mğa sinulat ay siyáng nacapagpanatili nğ marubdób cong pagsintá sa kinaguisnan cong bayan? Ibinalità sa aking hindî na raw po cayó sumusulat, datapuwa't hindî nila nasabi sa akin ang cadahilanan ...

— ¿Ang cadahilanan? Sa pagcá't hindî tinatawag ang dakílang ningas ng̃ isip upang ipamalingcahod at magsinung̃alíng. Pinag-usig sa haráp ng̃ hucóm ang isang tao dahil sa inilagáy sa tulâ ang isang catotohanang hindi matututulan. Aco'y pinang̃alanang poeta, ng̃uni hindî aco tatawaguing ulól.

— At ¿mangyayari po bagang maipaunawà ninyo cung anó ang catotohanang yaon?

— Sinabi lamang na ang anac ng̃ león ay león din namán; cacaunti na't siya'y ipinatapon sana.

At lumayô sa pulutóng na iyón ang binatang may cacaibang asal.

Halos tamátacbo ang isáng táong masayá ang pagmumukhâ, pananamit filipino ang suot, at may mg̃a botones na brillante sa "pechera." Lumapit cay Ibarra, nakipagcamay sa canyá at nagsalitâ:

— ¡Guinoong Ibarra, hinahang̃ad cong mákilala co pô cayó; caibigan cong matalic si Capitang Tiago, nakilala co ang inyóng guinoong amá ...; ang pang̃alan co'y Capitang Tinong, nanánahan aco sa Tundóng kinálalagyan ng̃ inyóng báhay; inaasahan cóng pauunlacán ninyó acó ng̃ inyóng pagdalaw; doon na pô cayó cumain búcas!

Bihág na bihág si Ibarra sa gayóng calakíng cagandahang loob: ng̃umíng̃itî si Capitang Tinong at kinucuyumos ang mg̃a camay.

— ¡Salamat po!— ang isinagót ng̃ boong lugód.— Ng̃uni't pasasa San Diego po acó búcas ...

— ¡Sáyang! ¡Cung gayo'y sacâ na, cung cayo'y bumalíc!

— ¡Handâ na ang pagcain!— ang bigáy álam ng̃ isáng lingcod ng̃ Café "La Campana." Nagpasimulâ ng̃ pagpasamesa ang panauhín, bagá man nagpapamanhíc na totoo ang mg̃a babae, lalong lalò na ang mg̃a filipina.

III.
ANG HAPUNAN

Jele jele bago quiere,[86]

Tila mandîn totoong lumiligaya si Fr. Sibyla: tahimic na lumalacad at hindî na námamasid sa canyáng nang̃ing̃ilis at manipís na mg̃a labì ang pagpapawaláng halagá; hanggáng sa marapating makipagusap sa pilay na si doctor De Espadaña, na sumásagot ng̃ putól-putól na pananalitâ, sa pagcát siya'y may pagcá utál. Cagulatgulat ang samâ ng̃ loob ng̃ franciscano, sinisicaran ang mg̃a sillang nacahahadláng sa canyáng nilalacaran, at hanggáng sa sinicó ang isáng cadete. Hindî nagkikikibô ang teniente; nagsasalitaán ng̃ masayá ang ibá at caniláng pinupuri ang cabutiha't casaganàan ng̃ haying pagcain. Pinacunot ni Doña Victorina, gayón man, ang canyáng ilóng; ng̃uni't caracaraca'y luming̃óng malakí ang gálit, cawang̃is ng̃ natapacang ahas: mangyari'y natuntung̃an ng̃ teniente ang "cola" ng̃ canyáng pananamít.

— Datapuwa't ¿walâ pô bâ, cayóng mg̃a matá?— anyá.

— Mayroon pô, guinoong babae, at dalawáng lalóng magalíng cay sa mg̃a matá ninyó; datapowa't pinagmámasdan co pô iyang inyóng mg̃a culót ng̃ buhóc— ang itinugón ng̃ militar na iyong hindî totoong mápagparayâ sa babae, at sacâ lumayô.

Bagá man hindî sinasadya'y capuwâ tumung̃o ang dalawáng fraile sa dúyo ó ulunán ng̃ mesa, marahil sa pagca't siyáng pinagcaratihan nilá at nangyari ng̃â ang mahíhintay, na tulad sa nang̃agpapang̃agaw sa isáng cátedra[87]: pinupuri sa mg̃a pananalitâ ang mg̃a carapatán at cataásan ng̃ ísip ng̃ mg̃a capang̃agáw; datapua't pagdaca'y ipinakikilala ang pabaligtad, at nang̃ag-úung̃ol at nang̃ag-uupasalà cung hindî silá ang macapagtamó ng̃ caniláng hang̃ád.

— ¡Ucol pô sa inyó, Fr. Dámaso!

— ¡Ucol pô sa inyó, Fr. Sibyla!

— Cayo ang lalong unang cakilala sa bahay na itó ... confesor ng̃ nasirang may bahay na babae, ang lalong may gulang, may carapatán at may capangyarihan....

— ¡Matandáng matanda'y hindî pa naman!— ng̃uni't cayo pô naman ang cura nitong bayan!— ang sagót na matabang ni Fr. Dámasong gayón ma'y hindî binibitiwan ang silla.

— ¡Sa pagca't ipinag-uutos pô ninyó'y acó'y sumusunod!— ang iniwacás ni Fr. Sibyla.

— ¡Aco'y hindî nag-uutos!— ang itinutol ng̃ franciscano— ¡aco'y hindî nag-uutos!

Umuupô na sana si Fr. Sibylang hindî pinápansin ang mg̃a pagtutol na iyón, ng̃ macasalubong ng̃ canyang mg̃a matá ang mg̃a matá ng̃ teniente. Ang lalong mataas na oficial sa Filipinas, ayon sa caisipán ng̃ mg̃a fraile, ay totoong malakí ang cababaan sa isáng uldog na tagapaglútò ng̃ pagcain. "Cedant arma togæ"[88], ani Cicerón sa Senado; "cedant arma cotae"[89] anang m̃ga fraile sa Filipinas. Datapuwa't mapitagan si Fr. Sibyla, caya't nagsalitâ:

— Guinoong teniente, dito'y na sa mundo[90] po tayo at walâ sa sambahan; nararapat po sa inyo ang umupô rito.

Datapuwa't ayon sa anyô ng̃ canyang pananalita'y sa canya rin nauucol ang upuang iyón, cahi't na sa mundo. Ang teniente, dahil yatà ng̃ siya'y howag magpacagambalà, ó ng̃ huwag siyang umupô sa guitnâ ng̃ dalawáng fraile, sa maiclíng pananalita'y sinabing áyaw siyang umupô roon.

Alín man sa tatlóng iyo'y hindî nacaalaala sa may bahay. Nakita ni Ibarrang nanonood ng̃ boong galác at nacang̃itî sa m̃ga pagpapalamang̃ang iyón sa upuan ang may bahay.

— ¡Bakit pô, Don Santiago! ¿hindi pô bâ cayó makikisalo sa amin?— ani Ibarra.

Ng̃uni't sa lahat ng̃ m̃ga upuan ay may m̃ga tao na. Hindî cumacain si Lúculo[91] sa bahay ni Lúculo.

— ¡Tumahimic pô cayó! howag cayóng tumindîg!— ani Capitang Tiago, casabay ng̃ pagdidíin sa balicat ni Ibarra. Cayâ pa namán gumágawâ ang pagdiriwáng na ito'y sa pagpapasalamat sa mahál na Vírgen sa inyóng pagdatíng. Nagpagawâ acó ng̃ "tinola" dahil sa inyó't marahil malaon ng̃ hindî ninyó nátiticiman.

Dinalá sa mesa ang isáng umáasong malaking "fuente"[92]. Pagcatapos maibulóng ng̃ dominico ang "Benedícte"[93] na halos walâ sino mang natutong sumagot, nagpasimulâ ng̃ pamamahagui ng̃ laman ng̃ fuenteng iyon. Ng̃uni't ayawan cung sa isáng pagcalibáng ó iba cayáng bagay, tumamà cay párì Dámaso ang isáng pinggang sa guitnâ ng̃ maraming úpo at sabáw ay lumálang̃oy ang isáng hubád na líig at isáng matigás na pacpác ng̃ inahíng manóc, samantalang cumacain ang ibá ng̃ m̃ga hità at dibdíb, lalong lalò na si Ibarra, na nagcapalad mapatamà sa canyá ang m̃ga atáy, balonbalonan at ibá, pang masasaráp na lamáng loob ng̃ inahíng manóc. Nakita ng̃ franciscano ang lahát ng̃ itó, dinurog ang m̃ga úpo, humigop ng̃ cauntíng sabáw, pinatunóg ang cuchara sa paglalagáy at biglang itinulac ang pingga't inilayô sa canyáng harapán. Nalílibang namáng totoo ang dominico sa pakikipagsalitàan sa binatang mapulá ang buhóc.

— ¿Gaano pong panahóng nápaalis cayó sa lupaíng ito?— ang tanóng ni Laruja cay Ibarra.

— Pitóng taón halos.

— !Aba! ¿cung gayó'y marahil, nalimutan na ninyó ang lupaíng ito?

— Baligtád pô; bagá man ang kinaguisnan cong lupa'y tila mandin linilimot na acó, siyá'y laguì cong inaalaala.

— ¿Anó po ang íbig ninyóng sabihin?— ang tanóng ng̃ mapuláng buhóc.

— Ibig cong sabíhing may isang taón na ngayóng hindî aco tumátangap ng ano mang balità tungcol sa bayang itó, hanggang sa ang nacacatulad co'y ang isang dî tagaritong hindî man lamang nalalaman cung cailan at cung paano ang pagcamatay ng canyang ama.

— ¡Ah!— ang biglang sinabi, ng teniente.

— At ¿saan naroon pô cayo at hindî cayo tumelegrama?— ang tanong ni Doña Victorina.— Tumelegrama cami sa "Peñinsula"[94] ng cami'y pacasal.

— Guinoong babae; nitong huling dalawang tao'y doroon aco sa dacong ibabâ ng Europa, sa Alemania at sacâ sa Colonia rusa.

Minagaling ng Doctor De Espadaña, na hanggá ngayo'y hindî nangangahás magsalitâ, ang magsabi ng cauntî:

— Na ... na ... nakilala co sa España ang isang polacong tagá, Va ... Varsovia, na ang pangala'y Stadtnitzki, cung hindî masamâ ang aking pagcatandâ; ¿hindî pô bâ ninyó siya nakikita?— ang tanong na totoong kimî at halos namumula sa cahihiyan.

— Marahil pô— ang matamís na sagót ni Ibarra— nguni't sa sandalîng itó'y hindî ko naaalaala siyá.

— ¡Aba, hindî siyá maaring ma ... mapagcamal-an sa iba!— ang idinugtóng ng Doctor na lumacás ang loob.— Mapulá ang canyáng buhóc at totoong masamáng mangastílà.

— Mabubuting mga pagcacakilalanan; nguni't doo'y sa casaliwàang palad ay hindî aco nagsasalitâ ng isa man lamang wicang castílà, liban na lamang sa ilang mga consulado.

— At ¿paano ang inyóng guinágawang pamumuhay?— ang tanong ni Doña Victorinang nagtátaca.

— Guinagamit co pô ang wícà ng lupaíng aking pinaglálacbayán, guinoong babae.

— ¿Marunong po bâ naman cayo ng inglés?— ang tanong ng dominicong natira sa Hongkong at totoong marunong ng "Pidggin-English"[95], iyang halo-halong masamáng pananalitâ ng wicà ni Shakespeare[96] ng anác ng Imperio Celeste[97].

— Natira acóng isang taón sa Inglaterra, sa casamahán ng mga táong inglés lamang ang sinásalitâ.

— At ¿alín ang lupaíng lalong naibigan pô ninyó sa Europa?— ang tanóng ng binatang mapulá ang buhóc.

— Pagcatapos ng España, na siyang pangalawá cong Báyan, alín man sa mga lupaín ng may calayâang Europa.

— At cayó pong totoong maraming nalacbáy ... sabihin ninyó, ¿anó pô bâ ang lalong mahalagáng bagay na inyong nakita?— ang tanóng ni Laruja.

Wari'y nag-isíp-isíp si Ibarra.

— Mahalagáng bagay, ¿sa anóng cauculán?

— Sa halimbawà ... tungcól sa pamumuhay ng̃ mg̃a báyan ... sa búhay ng̃ pakikipanayám, ang lácad ng̃ pamamahalà ng̃ báyan, ang úcol sa religión, ang sa calahatán, ang catás, ang cabooan.... Malaong nagdidilidili si Ibarra.

— Ang catotohanan, bágay na ipangguilalás sa mg̃a báyang iyan, cung ibubucod ang sariling pagmamalakí ng̃ bawa't isá sa canyáng nación.... Bago co paroonan ang isáng lupain, pinagsisicapan cong matalós ang canyáng historia, ang canyáng Exodo[98] cung mangyayaring masabi co itó, at pagcatapos ang nasusunduan co'y ang dapat mangyari: nakikita cong ang iguiniguinhawa ó ipinaghihirap ng̃ isáng baya'y nagmúmulâ sa canyáng mg̃a calayâan ó mg̃a cadilimán ng̃ isip, at yamang gayó'y nanggagaling sa mg̃a pagpapacahirap ng̃ mg̃a namamayan sa icágagalíng ng̃ calahatán, ó ang sa canilang mg̃a magugulang na pagca walang ibáng iniibig at pinagsusumakitan cung dî ang sariling caguinhawahan.

— At ¿walâ ca na bagáng nakita cung dî iyán lámang?— ang itinanóng na nagtátawa ng̃ palibác ng̃ franciscano, na mulâ ng̃ pasimulàan ang paghapon ay hindî nagsásalita ng̃ anó man, marahil sa pagcá't siya'y nalilibang sa pagcain; hindî carapatdapat na iwaldás mo ang iyong cayamanan upang walâ cang maalaman cung dî ang bábahagyang bagay na iyán! ¡Sino mang musmós sa escuelaha'y nalalaman iyán!

Nápating̃ín na lamang sa canyá si Ibarra't hindî maalaman cung anô ang sasabihin; ang mg̃a iba'y nang̃agtiting̃inan sa pagkatacá at nang̃ang̃anib na magcaroon ng̃ caguluhan.— Nagtátapos na ang paghapon, ang "cagalang̃án pô ninyo'y busóg na"— ang isásagot sana ng̃ binatà; ng̃uni't nagpiguil at ang sinabi na lamang ay ang sumúsunod:

— Mg̃a guinoo; huwág cayóng magtátaca ng̃ pagsasalitang casambaháy sa akin ng̃ aming dating cura; ganyán ang pagpapalagáy niyá sa akin ng̃ acó'y musmós pa, sa pagcá't sa canyá'y para ring hindî nagdaraan ang mg̃a taón; datapowa't kinikilala cong utang na loob, sa pagcá't nagpapaalaala sa aking lubós niyóng mg̃a áraw na madalás pumaparoon sa aming báhay ang "canyáng cagalang̃án", at canyáng pinaúunlacan ang pakikisalo sa pagcain sa mesa ng̃ aking amá.

Sinulyáp ng̃ dominico ang franciscano na nang̃ang̃atal. Nagpatuloy ng̃ pananalitâ si Ibarra at nagtindíg:

— Itulot ninyó sa aking acó'y umalís na, sa pagcá't palibhasa'y bago acóng datíng at dahil sa búcas din ay aco'y áalis, marami pang totoong gágawín acóng mg̃a bágay-bágay. Natapos na ang pinacamahalagá ng̃ paghapon, cauntî lamang cung aco'y uminóm ng̃ alac at bahagyâ na tumítikim acó ng̃ mg̃a licor. ¡Mg̃a guinoo, mátungcol nawâ ang lahát sa España at Filipinas!

At ininóm ang isáng copitang alac na hanggáng sa sandalíng iyó'y hindî sinásalang. Tinularan siyá ng̃ Teniente, ng̃uni't hindî nagsasabi ng̃ anó man.

— ¡Howág pô cayóng umalís!— ang ibinulóng sa canyá, ni Capitang Tiago.— Dárating na si María Clara: sinundô siyá ni Isabel. Paririto ang sa báyang bágong cura, na santong tunay.

— ¡Paririto acó búcas bago acó umalís. Ngayo'y may gágawin acóng mahalagáng pagdalaw.

At yumao. Samantala'y nagluluwal ng samâ ng loob ang franciscano.

— ¿Nakita na ninyó?— ang sinasabi niyá sa binatang mapulá ang buhóc na ipinagcucucumpas ang cuchillo ng himagas. ¡Iyá'y sa pagmamataas! ¡Hindî nilá maipagpaumanhíng silá'y mapagwicaan ng cura! ¡Ang acalà nilá'y mga taong may cahulugán na! ¡Iyán ang masamáng nacucuha ng pagpapadalá sa Europa ng mga bátà! Dapat ipagbawal iyán ng gobierno.

— At ¿ang teniente?— ani Doña Victorinang nakikicampí sa franciscano— ¡sa boong gabíng ito'y hindî inalís ang pagcucunót ng pag-itan ng canyáng mga kilay; magalíng at tayo'y iniwan! ¡Matandâ na'y teniente pa hanggá ngayón!

Hindî malimutan ng guinoong babae ang pagcacabangguít sa mga culót ng canyáng buhóc at ang pagcacayapac sa "encañonado" ng canyáng mga "enagua."

Ng gabíng yaó'y casama ng mga ibá't ibáng bagay na isinusulat ng binatang mapulá ang buhóc sa canyáng librong "Estudios Coloniales," ang sumúsunod: "Cung anó't macahihilahil sa casayahan ng isáng piguíng ang isáng liig at isáng pacpác sa pinggán ng tinola." At casama ng mga iba't ibáng paunáwà ang mga ganitó:— "Ang taong lalong waláng cabuluhán sa Filipinas sa isáng hapunan ó casayahan ay ang nagpapahapon ó nagpapafiesta: macapagpapasimulâ sa pagpapalayas sa may bahay at mananatili ang lahát sa boong capanatagán."— "Sa mga calagayan ngayón ng mga bagay bagay, halos ay isáng cagalingang sa canilá'y gágawin ang huwág paalisín sa caniláng lupaín ang mga filipino, at huwág man lamang turúan siláng bumasa".....

IV.
HEREJE AT FILIBUSTERO

Nag-aalinlañgan si Ibarra. Ang hañgin sa gabí, na sa mg̃a buwáng iyó'y caraniwang may calamigán na sa Maynilà, ang siyáng tila mandín pumawì sa canyáng noo ng̃ manipís na úlap na doo'y nagpadilím: nagpugay at humiñgá. Nagdaraan ang mg̃a cocheng tila mg̃a kidlá't, mg̃a calesang páupahang ang lacad ay naghíhiñgalô, mg̃a naglálacad na tagá ibá't ibáng nación. Tagláy iyáng paglacad na hindî nañgagcacawañgis ang hacbáng, na siyáng nagpapakilala sa natitilihan ó sa waláng mágawà, tinuñgo ng̃ binatà ang dacong plaza ng̃ Binundóc, na nagpapaliñgap-liñgap sa magcabicabilà na wari'y ibig niyáng cumilala ng̃ anó man. Yao'y ang mg̃a dating daan at mg̃a dating báhay na may mg̃a pintáng putî at azul at mg̃a pader na pinintahán ng̃ putî ó cung dilî caya'y mg̃a anyóng ibig tularan ang batóng "granito" ay masamâ ang pagcacáhuwad; nananatili sa campanario ng̃ simbahan ang canyáng relós na may carátulang cupás na; iyón ding mg̃a tindahan ng̃ insíc na iyóng may marurumíng tabing na násasampay sa mg̃a varillang bacal, na pinagbalibalicucô niyá isáng gabí ang isá sa mg̃a varillang iyón, sa pakikitulad niyá sa masasama ang pagcaturong mg̃a bátà sa Maynilà: sino ma'y waláng nagtowíd niyón.

— ¡Marahan ang lacad!— ang ibinulóng, at nagtulóy siyá sa daang Sacristía.

Ang mg̃a nagbíbili ng̃ sorbete ay nananatili sa pagsigáw ng̃: ¡Sorbeteee! mg̃a huepe rin ang siyáng pang-ilaw ng̃ mg̃a dating nañgagtítindang insíc at ng̃ mg̃a babaeng nagbíbili ng̃ mg̃a cacanin at mg̃a buñgang cahoy.

— ¡Cahañgahañgà!— ang sinabi niyá— ¡itó rin ang insíc na may pitóng taón na, at ang matandáng babae'y ... siyá rin! Masasabing nanaguinip acó ng̃ gabíng itó sa pitóng taóng pagca pa sa Europa!.. at ¡Santo Dios! nananatili rin ang masamang pagcálagay ng̃ batò, na gaya rin ng̃ aking iwan!

At naroroon pa ng̃a't nacahiwalay ang batò sa "acera" ng̃ linílicuan ng̃ daang San Jacinto at daang Sacristía.

Samantalang pinanonood niyá ang catacatacáng pananatiling itó ng̃ mg̃a báhay at ibá pa sa báyan ng̃ waláng capanatilihán, marahang dumapò sa canyáng balicat ang isáng camáy; tumungháy siyá'y canyáng nakita ang matandáng Teniente na minámasdang siyáng halos nacañgitî: hindî na tagláy ng̃ militar yaóng mabalasic niyáng pagmumukhâ, at walâ na sa canyá yaóng mg̃a kilay na totoong canyáng ikinatatañgì sa ibá.

— ¡Bagongtao, magpacaingat cayó! ¡Mag-aral pô cayó sa inyóng amá— ang sinabi niyá.

— Ipatawad pô ninyó; ng̃uni't sa acalà co'y inyóng pinacamahál ang aking amá; ¿maaarì pô bang sabihin ninyó sa akin cung ano ang canyáng kináhinatnan?— ang tanóng ni Ibarra na siyá'y minámasdan.

— ¿Bakit? ¿hindî pô bâ ninyó nalalaman?— ang tanóng ng̃ militar.

— Itinanóng co cay Capitáng Tiago ay sumagót sa aking hindî niyá sasabihin cung dî búcas na. ¿Nalalaman po bâ ninyó, sacalî?

— ¡Mangyari bagá, na gaya rin namán ng̃ lahát! ¡Namatáy sa bilangguan! Umudlót ng̃ isáng hacbáng ang binatà at tinitigan ang Teniente.

— ¿Sa bilangguan? ¿sinong namatáy sa bilangguan?— ang itinatanóng.

— ¡Abá, ang inyó pong amá, na nábibilanggô!— ang sagót ng̃ militar na may cauntíng pangguiguilalás.

— Ang aking amá ... sa bilangguan ... ¿napipiít sa bilangguan? ¿Anó pô ang wicà ninyó? ¿Nakilala pô bâ ninyó ang aking amá? ¿Cayó pô ba'y ...? ang itinanóng ng̃ binatà at hinawacan sa brazo ang militar.

— Sa acalà co'y hindî acó námamalî; si Don Rafael Ibarra.

— ¡Siyá ng̃a, Don Rafael Ibarra!— ang marahang ùlit ng̃ binatà.

— ¡Ang boong ísip co'y inyó pong nalalaman na!— ang ibinulóng ng̃ militar, na puspós ng̃ habág ang anyô ng̃ pagsasalitâ, sa canyáng pagcahiwatig sa nangyayari sa cálolowa ni Ibarra; ang acalà co'y inyóng ...; ng̃uni't tapang̃an ninyó ang inyóng loob! ¡dito'y hindî mangyayaring magtamóng capurihán cung hindî nabibilanggô!

— ¡Dapat cong acaláing hindî pô cayó nagbíbirô sa akin— ang mulíng sinabi ni Ibarra ng̃ macaraan ang iláng sandalíng hindî siyá umíimic! ¿Masasabi pô bâ ninyó sa akin cung bakit siyá'y nasasabilangguan?

Nag-anyóng nag-iisip-isip ang militar.

— Ang aking ipinagtátacang totoo'y cung bakit hindî ipinagbigay alam sa inyó ang nangyayari sa inyóng familia.

— Sinasabi sa akin sa canyáng hulíng sulat, na may isáng taón na ng̃ayón, na huwág daw acóng maliligalig cung dî niya acó sinusulatan, sa pagcá't marahil ay totoong marami siyang pinakikialamán; ipinagtatagubilin sa aking magpatuloy acó ng̃ pag-aaral ... at ¡benebendicìonan acó!

— Cung gayó'y guinawâ niyá ang sulat na iyán sa inyó, bago mamatay; hindî malalao't mag-iisang taón ng̃ siyá'y aming inilibíng sa inyóng bayan.

— ¿Anóng dadahilana't nábibilanggô ang aking amá?

— Sa cadahilanang totoong nacapagbíbigay puri. Ng̃uni't sumama pô cayó sa aki't acó'y paroroon sa cuartel; sasabihin có hang̃gáng tayo'y lumalacad. Cumapit pô cayó sa aking brazo.

Hindî nang̃ag-imican sa loob ng̃ sandalî; may anyóng nagdidilidili ang matandâ at wari'y hiníhing̃i sa canyáng "perilla,"[99] na hinihimashimas, na magpaalaala sa canyá.

— Cawangis ñg lubós pô ninyóng pagcatalastás— ang ipinasimulâ ñg pagsasalitâ— ang amá pô ninyó'y siyáng pañgulo ñg yaman sa boong lalawigan, at bagá man iniibig siyá't iguinagalang ñg marami, ang mga ibá'y pinagtatamnan namán siyá ñg masamáng loob, ó kinaíinguitán. Sa casaliwàang palad, camíng mga castilang naparito sa Filipinas ay hindî namin inuugalì ang marapat naming ugalíin: sinasabi co itó, dahil sa isá sa inyóng mga nunong lalaki at gayón din sa caaway ñg inyóng amá. Ang waláng licát na paghahalihalilí, ang capañgitan ñg asal ñg mga matataas na púnò, ang mga pagtatangkilic sa di marapat, ang camurahan at ang caiclîan ñg paglalacbay-bayan, ang siyáng may sála ñg lahát; pumaparito ang lalong masasamâ sa Península, at cung may isáng mabaít na máparito, hindî nalalao't pagdaca'y pinasásamâ ñg mga tagarito rin. At inyóng talastasíng maraming totoong caaway ang inyóng amá sa mga cura at sa mga castílà.

Dito'y sandalíng humintô siyá.

— Ñg macaraan ang iláng buwán, búhat ñg cayó po'y umalís, nagpasimulâ na ang samàan ñg loob nilá ni párì Dámaso, na dî co masabi ang tunay na cadahilanan. Biníbigyang casalanan siyá ni párì Dámasong hindî raw siyá nagcucumpisal: ng̃ una'y dating hindî siyá nang̃ung̃umpisal, gayón ma'y magcaìbigan siláng matalic, na marahil natatandaan pa pô ninyó. Bucód sa rito'y totoong dalisay ang capurihán ni Don Rafael, at higuít ang canyáng pagcabanál sa maraming nang̃agcucumpisal at nang̃agpapacumpisal: may tinútunton siyá sa canyáng sariling isáng cahigpithigpitang pagsunód sa atas ng̃ magandáng asal, at madalás sabihin sa akin, pagca násasalitâ niyá ang mg̃a sámàang itó ng̃ loob: "Guinoong Guevara, ¿sinasampalatayanan po bâ ninyóng pinatatawad ng̃ Dios ang isáng mabigát na casalanan, ang isáng cusang pagpatáy sa cápuwâ táo, sa halimbáwà, pagcâ, nasabi na sa isáng sacerdote; na táo rin namáng may catungculang maglihim ng̃ sa canyá'y sinasaysay, at matacot másanag sa infierno, na siyáng tinatawag na pagsisising "atricion"? ¿Bucod sa duwag ay waláng hiyáng pumapanatag? Ibá ang aking sapantahà tungcól sa Dios— ang sinasabi niyá— sa ganáng akin ay hindî nasasawatâ ang isáng casam-an ng̃ casam-an din, at hindî ipinatatawad sa pamamag-itan ng̃ mg̃a waláng cabuluháng pag-iyác at ng̃ mg̃a paglilimós sa Iglesia." At inilálagáy niyá sa akin ang ganitóng halimbáwà:— "Cung aking pinatáy ang isáng amá ng̃ familia, cung dahil sa catampalasanan co'y nabao't nálugamì sa capighatìan ang isáng babae, at ang mg̃a masasayáng musmós ay naguíng mg̃a dukháng ulila, ¿mababayaran co cayâ ang waláng hanggang Catowiran, cung aco'y cusang pabitay, ipagcatiwalà co ang líhim sa isáng mag-iìng̃at na howag máhayag, maglimós sa mg̃a cura na siyáng hindî tunay na nang̃agcacailang̃an, bumilí ng̃ "bula de composición," ó tumang̃istang̃is sa gabí at araw? ¿At ang bao at ang mg̃a ulila? Sinasabi sa akin ng̃ aking "conciencia"[100] na sa loob ng̃ cáya'y dapat acóng humalili sa táong aking pinatáy, ihandóg co ang aking boong lacás at hanggáng aco'y nabubuhay, sa icágagalíng ng̃ familiang itóng acó ang may gawâ ng̃ pagcapahamac, at gayón man, ¿sino ang macapagbibigay ng̃ capalít ng̃ pagsintá ng̃ amá?"— Ganyán ang pang̃ang̃atuwiran ng̃ inyó pong amá, at ang anó mang guinagawa'y isinasangayong láguì sa mahigpit na palatuntunang itó ng̃ wagás na caasalán, at masasabing cailán ma'y hindî nagbigáy pighatî canino man; baligtád, pinagsisicapan niyáng pawîin, sa pamamag-itan ng̃ magagandáng gawâ, ang mg̃a tanging casawìan sa catuwirang, ayon sa canyá'y guinawâ raw ng̃ canyáng mg̃a nunò. Datapuwa't ipanumbalic natin sa canyáng samaan ng̃ loob sa cura, ang mg̃a pagcacaalit na ito'y lumúlubhâ; binábangguit siyá ni párì Dámaso buhat sa púlpito, at cung dî tinutucoy siyá ng̃ boong liwanag ay isáng himalâ, sa pagca't sa caugalian ng̃ paring iyá'y mahihintay ang lahát. Nakikinikinita co nang masamâ ang cahahangganan ng̃ bagay na itó.

Muling humìntóng sandali ang matandáng Teniente.

— Naglílibot ng̃ panahón iyón ang isáng naguíng sundalo sa artillería, na pinaalís sa hucbó dahil sa malabis na cagaspang̃án ng̃ canyáng ásal at dahil sa camangmang̃ang labis. Sa pagca't kinacailang̃an niyáng mabuhay, at hindi pahintulot sa canyá ang magtrabajo n͠g mabigát na macasisirà n͠g aming capurihan[101], nagtamó siyá, hindî co alám cung sino ang sa canyá'y nagbigáy, n͠g catungculang pagca maninin͠gil n͠g buwís n͠g m͠ga carruaje, calesa at ibá pang sasacyán. Hindî tumanggáp ang abâ n͠g anó mang túrò, at pagdaca'y napagkilala n͠g m͠ga "indio" ang bagay na itó: sa ganang canilá'y totoong cahimahimalâ, na ang isang castilà'y hindî marunong bumasa't sumulat. Pinaglilibacan ang culang palad, na pinagbabayaran n͠g cahihiyan ang násisin͠gil na buwís, at nalalaman niyáng siyá ang hantun͠gan n͠g libác, at ang bagay na itó'y lalong nacáraragdag n͠g dating masamâ at magaspáng niyang caugalîan. Sadyang ibinibigay sa canyá ang m͠ga sulat n͠g patumbalíc; nagpapaconwarî siya namáng canyang binabasa, at bago siyá pumifirma cung sáan nakikita niyang waláng sulat, na ang parang kinahig n͠g manóc na canyáng m͠ga letra'y siyáng larawang tunay n͠g canyáng cataohan; linálan͠gap niyá ang masasacláp na cairin͠gang iyón, n͠guni't nacacasin͠gil siyá, at sa ganitóng calagayan n͠g canyang loob ay hindi siyá gumagalang canino man, at sa inyóng ama'y nakipagsagutan n͠g lubhang mabibigat na m͠ga salitâ.

Nangyari isáng araw, na samantalang pinagpipihitpihit niyá ang isáng papel na ibinigáy sa canyá sa isáng tindahan, at ibig niyáng málagay sa tuwíd, nagpasimuláng kinawayán ang canyáng m͠ga casamahan n͠g isáng batang nanasoc sa escuela, magtawá at itúro siya n͠g dalirì. Naririn͠gig n͠g táong iyón ang m͠ga tawanan, at nakikita niyáng nagsásaya ang libác sa m͠ga dî makikibuing mukhâ n͠g nan͠garoroon; naubos ang canyang pagtitiis, bigláng pumihit at pinasimuláang hinagad ang m͠ga batang nan͠gagtacbuhan, at sumísigaw n͠g "ba," "be," "bi," "bo," "bu." Pinagdimlán n͠g galit, at sa pagca't hindî siya mang-abot, sa canilá'y inihalibas ang canyáng bastón, tinamaan ang isá sa úlo at nábulagtâ; n͠g magcagayo'y hinandulong ang nasusubasob at pinagtatadyacán, at alín man sa nan͠gagsisipanood na nanglilibac ay hindî nagcaroon n͠g tapang na mamag-itan. Sa casamaang palad ay nagdaraan doon ang inyóng amá. Napoot sa nangyari, tinacbó ang maninin͠gil na castilà, hinawacan siyá sa brazo at pinagwicaan siyá n͠g mabibigát. Ang castilàng marahil ang tin͠gín sa lahát ay mapulá na, ibinuhat ang camáy, n͠guni't hindî siyá binigyang panahón n͠g inyong amá, at taglày iyáng lacás na nagcácanulô n͠g pagca siyá'y apó n͠g m͠ga vascongado ... anáng ibá'y sinuntóc daw, anáng ibá namá'y nagcasiyá, na lamang sa pagtutulac sa canyá; datapowa't ang nangyari'y ang tao'y umúgà, napalayô n͠g iláng hacbáng at natumbáng tumamà, ang úlo sa bat[ó]. Matiwasay na ibinan͠gon ni Don Rafael ang batang may sugat at canyáng dinalá sa tribunal[102]. Sumuca n͠g dugô ang naguing artillerong iyón at hindî na natauhan, at namatáy pagcaraan n͠g iláng minuto. Nangyari ang caugalian, nakialám ang justicia, piniit ang inyóng amá, at n͠g magcagayo'y nan͠gagsilitáw ang m͠ga lihim na caaway. Umulán ang m͠ga paratang, isinumbóng na siyá'y FILIBUSTERO at HEREJE: ang maguing "hereje" ay isáng casawîang palad sa lahát ng̃ lugar, lalong lalo na ng̃ panahóng iyóng ang "alcalde"[103] sa lalawiga'y isáng taong nagpaparang̃alang siyá'y mapamintacasi, na casama ang canyáng mg̃a alílang nagdárasal ng̃ rosario sa simbahan ng̃ malacás na pananalitâ, marahil ng̃ marinig ng̃ lahat at ng̃ makipagdasal sa canya; datapuwa't ang maguíng FILIBUSTERO ay lalong masamâ cay sa maguíng "hereje," at masamâ pang lalò cay sa pumatáy ng̃ tatlóng mániníng̃il ng̃ buwís na marunong bumasa, sumulat at marunong magtang̃îtangì. Pinabayàan siyá ng̃ lahát, sinamsám ang canyáng mg̃a papel at ang canyáng mg̃a libro. Isinumbóng na siyá'y tumátanggap ng̃ "El Correo de Ultramar" at ng̃ mg̃a periódicong gáling sa Madrid; isinumbóng siya, dahil sa pagpapadalá sa inyó sa Suiza alemana; dahil sa siyá'y násamsaman ng̃ mg̃a sulat at ng̃ larawan ng̃ isáng paring binitay, at ibá pang hindî co maalaman. Kinucunan ng̃ maisumbóng ang lahát ng̃ bágay, sampô ng̃ paggamit ng̃ bárong tagalog, gayóng siyá'y nagmulâ sa dugóng castilà[104]. Cung naguing ibá sana ang inyóng amá, marahil pagdaca'y nacawalâ, sa pagcá't may isáng málicong nagsaysáy, na ang ikinamatáy ng̃ culang palad na mániníng̃il ay mulâ sa isáng "congestión"[105]; ng̃uni't ang canyáng cayamanan, ang canyáng pananalig sa catuwiran at ang canyáng galit sa lahát ng̃ hindî naaayon sa cautusán ó sa catuwiran ang sa canyáng nang̃agpahamac. Acó man, sacali't malakí ang aking casuclamán sa pagluhog sa paggawâ ng̃ magalíng nino man, humaráp acó sa Capitán General, sa hinalinhan ng̃ ating Capitán General ng̃ayón; ipinaliwanag co sa canyáng hindî mangyayaring maguíng "filibustero" ang tumatangkilik sa lahát ng̃ castilang dukhâ ó naglalacbay rito, na pinatutuloy sa canyáng bahay at pinacacain at ang sa canyáng mg̃a ugát ay tumátacbo pa ang mapagcandiling dugóng castílà; ¡nawaláng cabuluháng isagót co ang aking úlo, at ang manumpâ acó sa aking carukhâan at sa aking capuriháng militar, at walâ acó ng̃ nasunduan cung dî magpakita sa akin ng̃ masamáng pagtanggáp, pagpakitâan acó ng̃ lalong masamâ sa aking pagpapaalam at ang pamagatán acó ng̃ "chiĩlado"[106]!

Humintô ang matandâ ng̃ pananalità upang magpahing̃á, at ng̃ canyáng mahiwatigan ang hindî pag-imíc ng̃ canyáng casama, na pinakikinggan siyá'y hindî siyá tinítinguan, ay nagpatuloy:

— Nakialam acó sa usapín sa cahing̃ian ng̃ inyóng amá. Dumulóg acó sa bantóg na abogadong filipino, ang binatang si A— ; ng̃uni't tumangguí sa pagsasanggalang.— "Sa akin ay matatalo"— ang wicà sa akin.— Panggagaling̃an ang pagsasanggaláng co ng̃ isáng bagong sumbong na laban sa canyá at marahil ay laban sa akin. Pumaroon pô cayó cay guinoong M— , na masilacbóng manalumpátì, taga España at lubháng kinaaalang-alang̃anan. "Gayón ng̃a ang aking guinawâ, at ang balitang abogado ang nang̃asiwa sa "causa" na ipinagsanggalang ng̃ boong catalinuhan at caningning̃án.

Datapwa't marami ang mga caaway, at ang ilá'y mga líhim at hindî napagkikilala. Saganà ang mga sacsíng sabuát, at ang caniláng mga paratang, na sa ibang lugar ay mawawal-ang cabuluhán sa isáng salitang palibác ó patuyâ ng nagsásanggalang, dito'y tumitibay at tumítigas. Cung nasusunduan ng abogadong mawaláng cabuluhán ang caniláng mga bintáng, sa pagpapakilala ng pagcacalabán-lában ng canicanilang saysáy at ng mga saysáy niláng sarili, pagdaca'y lumálabas ang mga ibáng sumbóng. Isinusumbóng niláng nangamcám siyá ng maraming lúpà, hiningán siyáng magbayad ng mga casiráan at mga caluguiháng nangyari; sinabi niláng siya'y nakikipagcaibigan sa mga tulisán, upang pagpitaganan nilá ang kanyáng mga pananím at ang canyáng mga hayop. Sa cawacasa'y nagulóng totoo ang usapíng iyón, na anó pa't ng maguíng isáng taòn na'y waláng nagcacawatasáng sino man. Napilitang iwan ng "alcade"[107] ang canyáng catungculan, hinalinhán siyá ng ibang, ayon sa balita'y, masintahin sa catuwiran, nguni't sa casaliwâang palad, ito'y iláng buwán lamang nanatili roon, at ang napahalili sa canyá'y napacalabis naman ang pagca maibiguín sa mabuting cabayo.

Ang mga pagtitiis ng hirap, ang mga samâ ng loob, ang mga pagdarálitâ sa bilangguan, ó ang canyáng pagpipighatî ng canyáng mapanood ang gayóng caraming gumaganti ng catampalasanan sa guinawâ niyá sa caniláng mga cagalingan, ang siyáng sumirà sa catibayan ng canyáng catawang bacal, at dinapúan siyá, niyáng sakít na ang libingan lamang na nacagagamot. At ng matatapos na ang lahát, ng malapit ng tamuhín niyá, ang cahatuláng siyá'y waláng casalanan, at hindî catotohanang siyá'y caaway ng Bayang España, at di siyá, ang may sala ng pagcamatáy ng mániningil, namatáy sa bilanggúang walâ sino man sa canyáng tabí. Dumatíng acó upang mapanood ang pagcalagót ng canyáng hiningá.

Tumiguil ng pananalitâ ang matandâ; hindi nagsalitá si Ibarra ng anó man. Samantala'y dumatíng silá sa pintúan ng cuartel. Humintô ang militar, iniabót sa canyá ang camáy at nagsabi:

— Binatà, ipagtanóng ninyó cay Capitang Tiago ang mga paliwanag. Ngayó'y ¡magandáng gabí pô! Kinacailangan cong tingnán cung may nangyayaring anó man.

Waláng imìc na hinigpît na mairog ni Ibarra ang payat na camáy ng Teniente, at hindî cumikibo'y sinundán ng canyáng mga matá itó, hanggáng sa dî na mátanaw.

Marahang bumalíc at nacakita siyá ng isáng nagdaraang carruaje; kinawayán niya ang cochero:

— ¡Sa Fonda ni Lala!— ang sinabing bahagyâ na mawatasan.

— Marahil nanggaling itó sa calabozo— ang inisip ng cochero sa canyáng sarili, sacá hinaplit ng látigo ang canyáng mga cabayo

V.
ISANG BITUIN SA GABING MADILIM

Nanhíc si Ibarra sa canyáng cuarto, na nasadacong ilog, nagpatihulóg sa isáng sillón, at canyáng pinagmasdán ang boong abót ng̃ ting̃in, na malakí ang natatanaw, salamat sa nacabucás na bintanà.

Totoong maliwanag, sa caramihan ng̃ ilaw, ang catapát na báhay sa cabiláng ibayo, at dumárating hanggáng sa canyáng "cuarto" ang mg̃a masasayáng tínig ng̃ mg̃a instrumentong may cuerdas ang caramihan.— Cung hindî totoong guló ang canyáng isip, at cung siyá sana'y maibiguíng macaalam ng̃ mg̃a guinágawâ ng̃ capowâ táo'y marahil ninais niyáng mapanood, sa pamamagitan ng̃ isáng gemelos[108], ang nangyayari sa kinalalagyán ng̃ gayóng caliwanagan; marahil canyáng hinang̃âan ang isá, riyán sa mg̃a cahimáhimaláng napapanood, isá riyán sa mg̃a talinghagang napakikita, na maminsanminsang nátitingnan sa mg̃a malalakíng teatro sa Europa, na sa marahan at caayaayang tínig ng̃ orquesta ay nakikitang sumisilang sa guitnâ ng̃ isáng ulán ng̃ iláw, ng̃ isáng bumúbugsong agos ng̃ mg̃a diamante at guintô, sa isáng cárikitdikitang mg̃a pamuti, nababalot ng̃ lubháng manipís at nang̃ang̃aninag na gasa ang isáng diosa, ang isáng "silfide"[109] na lumalacad na halos hindî sumasayad ang paa sa tinatapacan, naliliguid at inagaapayanan ng̃ maningning na sinag: sa canyáng pagdatíng ay cusang sumisilang ang mg̃a bulaclác, nagbíbigay galác, ang mg̃a sayáw, nang̃apupucaw ang matimyás na tugtugan, at ang mg̃a pulutóng ng̃ mg̃a díablo, mg̃a ninfa[110], mg̃a sátiro[111], mg̃a génio[112], mg̃a zagala[113], mg̃a ángel mg̃a pastor ay sumásayaw, guinagalaw ang mg̃a pandereta, nang̃agpapaliguidliguid at inihahandog ng̃ bawa't isá sa paanan ng̃ diosa ang canícaniláng alay. Napanood sana ni Ibarra ang cagandagandahang dalagang timbáng at matowíd ang pang̃ang̃atawán, tagláy ang mainam na pananamít ng̃ mg̃a anác na babae ng̃ Filipinas, na nangguíguitnâ sa nacaliliguid na sarisaring táo na masasayáng cumikilos at nang̃agcucumpasan. Diyá'y may mg̃a insíc, mg̃a castilà, mg̃a filipino mg̃a militar, mg̃a cura, mg̃a matatandáng babae, mg̃a dalaga, mg̃a bagongtao, at ibá pa. Na sa tabí ng̃ diosang iyón si párì Dámaso, at si párì Dámaso'y ng̃umíng̃iting catulad ng̃ isáng nasacaluwalhatîan; si Fr. Sibyla ay nakikipagsalitaan sa canyá, at iniaayos ni Doña Victorina sa canyáng pagcagandagandang buhóc ang isáng tuhog na mg̃a perla at mg̃a brillante, na cumíkislap ng̃ sarisaring kináng ng̃ culay ng̃ bahaghárì. Siyá'y maputî, nápacaputî marahil, ang mg̃a matáng halos laguing sa ibabâ ang ting̃ín ay pawang nang̃agpapakilala ng̃ isáng cálolowang cálinislinisan, at pagcâ siyá'y ng̃umíng̃itî at nátatanyag ang canyáng mapuputî at malilìt na mg̃a ng̃ípin, masasabing ang isáng rosa'y bulaclác lamang ng̃ cahoy, at ang garing ay pang̃il ng̃ gadya[114] lamang. Sa pag-itan ng̃ nang̃ang̃aninag na damít na piña at sa paliguid nğ canyáng maputî at linalic na líig ay "nanğagkikisapan," gaya nğ sabi nğ mğa tagalog, ang masasayáng mğa matá, nğ isáng collar na mğa brillante. Isáng lalaki lamang ang tila mandin hindî dumaramdam nğ canyáng maningníng na akit: itó'y isáng batà pang franciscano, payát, naninilaw, putlâin, na tinátanaw na dî cumikilos ang dalaga, buhat sa maláyò, cawánğis nğ isáng estátua[115], na halos hindî humíhinğá.

Datapuwa't hindî nakikita ni Ibarra ang lahát nğitó: napapagmasdan nğ canyáng mğa matá ang ibáng bagay. Nacúculong ang isáng munting luang nğ apat na hubád at maruruming pader; sa isá sa mğa pader, sa dácong itáas ay may isáng "reja"; sa ibabaw nğ maramí at casuclamsuclam na yapacán ay may isáng baníg, at sa ibabaw nğ baníg ay isáng matandáng lalaking naghíhinğalô; ang matandáng lalaking nahihirapan nğ paghinğá ay inililinğap sa magcabicabilà ang mğa mata at umiiyac na ipinanğunğusap ang isáng panğalan; nag-íisa ang matandáng lalaki; manacanacang náririnğig ang calansíng nğ isáng tanicalâ ó isáng buntónghininğáng naglalampasan sa mğa pader ... at pagcatapos, doon sa maláyò'y may isáng masayáng piguíng, hálos ay isáng mahalay na pagcacatowâ; isáng binata'y nagtátawa, ibinubuhos ang álac sa mğa bulaclác, sa guitnâ nğ mğa pagpupuri at sa mğa tanğing tawanan nğ mğa ibá. At ¡ang matandáng lalaki'y catulad nğ pagmumukhà nğa canyáng amá! ¡ang binata'y camukhâ niyá at canyáng panğalan ang panğalang ipinanğunğusap na casabáy ang tanğis!

Itó ang nakikita nğ culang palad sa canyáng harapán.

Nanğamatáy ang mğa ílaw nğ catapát na báhay, humintô ang músìca at ang cainğayan, nğuni't náririnig pa ni Ibarra ang cahapishapis na sigáw nğ canyáng amá, na hinahanap ang canyáng anác sa canyáng catapusáng horas.

Inihihip nğ catahimicán ang canyáng hungcag na hininğa sa Maynilà, at warì mandi'y natutulog ang lahát sa mğa bísig nğ walâ; náririnğig na nakikipaghalínhinan ang talaoc nğ manóc sa mğa relój nğ mğa campanario at sa mapangláw na sigáw na "alerta" nğ nayáyamot na sundalong bantáy; nagpapasimulâ nğ pagsunğaw ang capirasong bowán; wari nğa'y nanğagpapahinğaláy na ang lahát; si Ibarra man ay natutulog na ri't marahil ay napagál sa canyáng malulungcot na mğa caisipán ó sa paglalacbáy.

Nğuni't hindî tumutulog, nagpúpuyat, ang batang franciscanong hindî pa nalalaong nakita nating hindî cumikilos at hindî umíimic. Napapatong ang síco sa palababahan nğ durunğawan nğ canyáng "celda" at saló nğ pálad nğ camáy ang putlai't payát na mukhâ, canyáng pinanonood sa maláyò ang isáng bituing numíningning sa madilím na lanğit. Namutlâ at nawalâ ang bituwin, nawalâ rin ang mğa bahagyáng sínag nang nagpápatay na bowán; nğuni't hindî cumilos ang fraile sa canyáng kinálalagyan: niyao'y minamásdan niyá, ang malayong abót nğ tinğing napapawî sa ulap nğ umaga sa dacong Bagumbayan, sa dacong dagat na nágugulaylay pa.

VI.
CAPITANG TIAGO

Sundin namán ang loob mo dito sa lupa!

Samantalang natutulog ó nag-aagahan ang ating mga guinoo'y si Capitang Tiago ang ating pag-usapan. Cailán ma'y hindî tayo naguíng panauhín niyá, walâ nga tayong catuwiran ó catungculang siyá'y pawaláng halagá at huwág siyáng pansinín, cahi't sa mahalagáng capanahunan.

Palibhasa'y pandác, maliwanag ang culay, bilóg ang catawán, at ang mukhâ, salamat sa saganang tabâ, na alinsunod sa mga nalúlugod sa canyá'y galing daw sa langit, at anáng mga caaway niyá'y galing daw sa mga dukhâ, siyá'y mukháng bátà cay sa tunay niyáng gulang: sino ma'y maniniwalang tatatlompo't limang taón lamang siyá. Táong banál ang laguing anyô ng canyáng pagmumukhâ ng panahóng nangyayari ang sinasaysay namin. Ang báo ng canyáng úlong bilóg, maliit at nalalaganapan ng buhóc na casing itím ng luyong, mahabà sa dacong harapán at totoong maiclî sa licuran; hindî nagbabago cailán man ng anyô ang canyáng mga matang malilíit man ay dî singkít na gaya ng sa insíc, mahayap na hindî sapát ang canyáng ilóng, at cung hindî sana pumangit ang canyáng bibíg, dahil sa napacalabís na pagmamascada niyá at pagngàngà, na sinisimpan ang sapá sa isáng pisngí, na siyáng nacasisirà ng pagcacatimbang ng tabas ng mukhâ, masasabi naming totoong magalíng ang canyáng paniniwalà at pagpapapasampalatayáng siyá'y magandáng lalaki. Gayón mang napapacalabis ang canyáng pananabaco't pagngàngà ay nananatiling mapuputî ang canyáng mga sariling ngipin, at ang dalawang ipinahirám sa canyá ng dentista, sa halagáng tiglalabing dalawang piso ang bawa't isá.

Ipinalalagay na siyá'y isá sa mga lalong mga mayayamang "propietario" 116] sa Binundóc, at isá sa lalong mga pangulong"hacendero"[117], dahil sa canyáng mga lúpà sa Capampangan at sa Laguna ng Bay, lalonglalò na sa bayan ng San Diego, na doo'y itinataas taón taón ang buwis ng lúpà. Ang San Diego ang lalong naiibigan niyáng báyan, dahil sa caligaligayang mga páliguan doon, sa balitang sabungán, ó sa mga hindî niyá nalilimot na canyáng naaalaala: doo'y nátitira siyá ng dalawáng buwán sa bawa't isáng taón, ang cadalian.

Maraming mga báhay si Capitang Tiago sa Santo Cristo, sa daang Anloague at sa Rosario. Siyá't isáng insíc ang may hawác ng "contrata" ng opio at hindî nga cailangang sabíhing silá'y nangagtutubò ng lubháng malakí. Siyá ang nagpapapacain sa mga bilanggô sa Bilibid at nagpapápdala ng damó sa maraming mga pangulong báhay sa Maynilà; dapat unawâing sa pamamag-itan ng "contrata." Casundô niyá ang lahát ng mga pinunò, matalinò, magalíng makibagay at may pagcapangahás, pagcâ nauucol sa pagsasamantalá ng mga pagcâ iláng ng ibá; siyá ang tanging pinangánganibang capangagáw ng isáng nagngángalang Perez, tungcól sa mga "arriendo" at mga "subasta" ng mga sagutin ó pangangatungculang sa towi na'y ipinagcacatiwálâ ng Gobierno ng Filipinas sa mga camáy ng mga "particular"[118]. Cayâ nga't ng panahóng nangyayari ang mga bagay na itó, si Capitang Tiago'y isáng taong sumasaligaya; ang ligaya bagáng macacamtan sa mga lupaíng iyón ng isáng táong maliit ang báo ng úlo: siyá'y mayaman, casundô ng Dios, ng Gobierno at ng mga táo.

Na siyá'y casundô ng Dios, itó'y isáng bagay na hindî mapag-aalinlanganan: halos masasabing marapat sampalatayanan: waláng cadahilanan upang mácagalit ng mabaít na Dios, pagcâ magalíng ang calagayan sa lúpà, pagcâ sa Dios ay hindî nakikipag-abot-usap cailán man, at cailán ma'y hindî nagpapautang sa Dios ng salapî. Cailán ma'y hindî nakipag-usap sa Dios, sa pamamag-itan ng mga pananalangin, cahi't siyá'y na sa lalong malalakíng mga pagcaguipít; siyá'y mayaman at ang canyáng salapî ang sa canyá'y humahalili sa pananalangin. Sa mga misa at sa mga "rogativa'y" lumaláng ang Dios ng mga macapangyarihan at mga palalong mga sacerdote. Lumaláng ang Dios, sa canyáng waláng hanggáng cabaitan, ng mga dukhâ, sa iguiguinhawa ng mga mayayaman, mga dukháng sa halagáng piso'y macapagdarasal ng cahi't labing anim na mga misterio at macababasa ng lahát ng mga santong libro, hanggáng sa "Biblia hebráica" cung daragdagan ang bayad. Cung dahil sa isáng malakíng caguipita'y manacánacáng kinacailangan ang mga saclolo ng calangitan at waláng makita agád cahi't isáng candilang pulá ng insíc, cung magcagayo'y nakikiusap na siyá sa mga santo at sa mga santang canyáng pintacasi, at ipinangangacò sa canilá ang maraming bagay upang silá'y mapilitan at lubós mapapaniwalaang tunay na magalíng ang canyáng mga hangád. Datapuwa't ang totoong lálò niyáng pinangangacuan at guináganapan ng mga pangacò ay ang Virgen sa Antipolong Nuestra Señora de la Paz y Buen Viaje; sapagcá't sa iláng may caliliitang mga santo'y hindî nga lubháng gumáganap at hindî rin totoong nag-uugaling mahál ang táong iyón; ang cadalasa'y pagcâ kinamtán na niyá ang pinipita'y hindî na muling nágugunítà ang mga santong iyón; tunay nga't hindî na namán silá mulíng liniligalig niyá, at cung sacali't napapanaho'y talastás ni Capitáng Tiagong sa calendario'y maraming mga santong waláng guinágawâ sa langit marahil. Bucód sa roo'y sinasapantáhà niyáng malakí ang capangyariha't lacás ng Virgen de Antipolo cay sa mga ibáng Virgeng may dalá mang bastóng pilac, ó mga Niño Jesús na hubó't hubád ó may pananamít, ó mga escapulario, mga cuintás ó pamigkís na cuero ("correa"): marahil ang pinagmumulaàn nitó'y ang pagcâ hindi mápalabirô ang Guinoong Babaeng iyón, mápagmahal sa canyáng pangalan, caaway ng "fotografía"[119], ayon sa sacristán mayor sa Antipolo, at sacâ, pagca siya'y nagagalit daw ay nangíngitim na cawangis ng luyong, at nanggagaling namán sa ang ibáng mga Virgen ay may calambután ang púsò at mapagpaumanhin: talastás ng may mga táong iniibig pa ang isáng haring "absoluto"[120] cay sa isáng haring "constitucional"[121], cung hindî náriyan si Luis Catorce[122] at si Luis Diez y Seis[123], si Felipe Segundo[124] at si Amadeo Primero[125]. Sa cadahilanan ding itó marahil cayâ may nakikitang mg̃a insíc na di binyagan at sampóng mg̃a castilang lumalacad ng̃ paluhód sa balitang sambahan; at ang hindî lamang napag-uusísà pa'y ang cung bakit nang̃agtatanan ang mg̃a curang dalá ang salapî ng̃ casindácsindác na Larawan, napasa sa América at pagdatíng doo'y napacácasal.

Ang pintuang iyán ng̃ salas, na natátacpan ng̃ isáng tabing na sutlâ ay siyáng daang patung̃ó sa isáng maliit na capilla ó pánalang̃inang dî dapat mawalâ sa alin mang báhay ng̃ filipino: naririyan ang mg̃a "dios lar"[126] ni capitan Tiago, at sinasabi naming mg̃a "dios lar," sa pagca't lalong minamágaling ng̃ guinoong ito ang "politeismo"[127] cay sa "monoteismo"[128] na cailan ma'y hindî niyá naabót ng̃ pag-iisip. Doo'y may napapanood na mg̃a larawan ng̃ "Sacra Familia"[129] na pawang garing mulâ, sa ulo hangang dibdib, at gayon din ang mg̃a dacong dulo ng̃ mg̃a camáy at paa, cristal ang mg̃a matá, mahahabà ang mg̃a pilíc matá at culót at culay guintô ang mg̃a buhóc, magagandáng yárì ng̃ escultura sa Santa Cruz. Mg̃a cuadrong pintado ng̃ óleo ng̃ mg̃a artistang taga Pácò at taga Ermita, na ang naroroo'y ang mg̃a pagpapasakít sa mg̃a santo, ang mg̃a himalâ ng̃ Vírgen at iba pa; si Santa Lucíang nacatitig sa lang̃it, at hawác ang ísang pinggáng kinalalagyan ng̃ dalawá pang matáng may mg̃a pilìc-matá at may mg̃a kílay, na catulad ng̃ napapanood na nacapintá sa "triángulo" ng̃ Trinidad ó sa mg̃a "sarcófago egipcio"[130]; si San Pascual Baylon, San Antonio de Padua, na may hábitong guingón at pinagmámasdang tumatang̃is ang isáng Niño Jesús, na may damit Capitan General, may tricornio[131], may sable at may mg̃a botang tulad sa sayáw ng̃ mg̃a musmós na batà sa Madrid: sa ganáng cay Capitan Tiago, ang cahulugan ng̃ gayóng anyó'y cahi't idagdág ng̃ Dios sa canyáng capangyarihan ang capangyarihan ng̃ isáng Capitang General sa Filipinas, ay paglalaruan din siyá ng̃ mg̃a franciscano, na catulad ng̃ paglalarò sa isáng "muñeca" ó larauang taotauhan. Napapanood din doon ang isáng San Antonio Abad, na may isáng baboy sa tabí, at ang ísip ng̃ carapatdapat na Capitan, ang baboy na iyó'y macapaghihimalâng gaya rin ni San Antonio, at sa ganitóng cadahilana'y hindî siyá, nang̃ang̃ahás tumawag sa hayop na iyón ng̃ "baboy" cung dî "alágà ng̃ santo señor San Antonio;" isáng San Francisco de Asís na may pitông pacpác at may hábitong culay café, na nacapatong sa ibabaw ng̃ isáng San Vicente, na walâ cung dî dádalawang pacpac, ng̃uni't may dalá namáng isáng cornetín; isáng San Pedro Mártir na biyác ang ulo, at tang̃an ng̃ isáng dî binyagang nacaluhod ang isàng talibóng ng̃ tulisán, na na sa tabi ng̃ isáng San Pedro na pinuputol ang taing̃a ng̃ isáng moro, na marahil ay si Malco, na nang̃ang̃atlabi at napapahindîc sa sakít, samantalang tumatalaoc at namamayagpag ang sasabuñging nacatuntong sa isáng haliguing "dórico"[132], at sa bagay na ito'y inaacalà ni Capitang Tiago, na nacararating sa paguiguîng santo ang tumagâ at gayon din ang mátagà. ¿Sino ang macabibilang sa hucbóng iyón ñg mg̃a larawan at macapagsasaysay ñg mg̃a canicanyáng túñgo't mg̃a cagaliñgang doo'y natitipon?!Hindî ñga magcacasiyang masabi sa isáng capítulo lamang!

Gayón ma'y sasabihin din namin ang isáng magandang San Miguel, na cahoy na dinorado at pinintahán, halos isáng metro ang táas: nañgañgatábì ang arcángel, nanglilisic ang mg̃a mata, cunót ang noo at culay rosa ang mg̃a pisñg̃í; nacasuot sa caliwáng camay ang isáng calasag griego, at iniyayambâ ñg canan ang isang kris joloano, at handang sumugat sa namimintacasi ó sa lumapit sa canyá, ayon sa nahihiwatigan sa canyáng acmâ at pagtiñg̃íng hindî ang tuñgo'y sa demoniong may buntót at may mg̃a suñg̃ay na ikinacagat ang canyáng mg̃a pañg̃il sa bintíng dalaga ñg arcángel. Hindî lumalapit sa canyá cailán man si Capitang Tiago, sa tacot na bacâ maghimalâ. ¿Mamacailán bagáng gumaláw na parang buháy ang hindî lamang iisáng larawan, cahi't anóng pagcapañg̃itpañg̃it ang pagcacágawang gaya ñg mg̃a nanggagaling sa mg̃a carpintería sa Paete, at ñg mañg̃ahiyâ at magcamít caparusahán ang mg̃a macasalanang hindî nananampalataya? Casabiháng may isáng Cristo raw sa España, na nang siyá'y tawaguing sacsí ñg mg̃a nañgacò sa pagsinta, siyá'y sumang-ayo't nagpatotoo, sa pamamag-itan ñg minsang pagtañgô ñg úlo sa haráp ñg hucóm; may isáng Cristo namáng tinanggál sa pagcapácò ang canang camáy upang yacapin si Santa Lutgarda; at ¿anó? hindî ba nababasa ni Capitang Tiago sa isáng maliit na librong hindî pa nalalaong inilalathalà, tungcol sa isáng pagsesermong guinawâ sa pamamag-itan ñg tinañg̃òtañg̃ô at kinumpáscumpás ñg isáng larawan ni Santo Domingo sa Soriano? Waláng sinabing anó man lamang salitâ ang santo; ñguni't naacalà ó inacalà ñg sumulat ñg librito, na ang sinabi ni Santo Domingo sa canyáng mg̃a tinañg̃òtañg̃ô at kinumpáscumpás ay ipinagbibigay alâm ang pagcatapos ñg santinacpán[133] ¿Hindi ba sinasabi namáng malaki ang pamamagà ñg isáng pisñg̃i cay sa cabilâ ñg Virgen de Luta ñg bayan ñg Lipá at capol ñg putic ang mg̃a laylayan ñg canyáng pananamít? ¿Hindi bâ itó'y lubós na pagpapatotoong ang mg̃a mahál na larawa'y nagpapasial din namá't hindî man lamang itinataas ang caniláng pananamít, at sinásactan din namán silá ñg bagang, na cung magcabihira'y tayo ang dahil? ¿Hindi bâ namasdán ñg canyáng sariling matang maliliit ang lahát ñg mg̃a Cristo sa sermón ñg "Siete Palabra"[134] na gumágalaw ang úlo at tumatañg̃ong macaitló, na siyáng nacaaakit sa pagtañg̃is at sa mg̃a pagsigáw ñg lahát ñg mg̃a babae at ñg mg̃a calolowang mahabaguing talagáng mg̃a taga lañg̃it? ¿Anó pa? Napanood din namán naming ipinakikita ñg pári sa mg̃a nakíkinig ñg sermón sa canyá sa oras ñg pagpapanaog sa Cruz cay Cristo ang isáng panyóng punô ñg dugô, at camí sana'y tatañg̃is na sa malaking pagcaáwà, cung di lamang sinabi sa amin ng̃ sacristan, sa casaliwang palad ng̃ aming cálolowa, na iyón daw ay birò lamang: ang dugóng iyon-anya-ay sa inahíng manóc, na pagdaca'y inihaw at kinain, baga ma't Viernes Santo ... at ang sacristan ay matabâ. Si Capitang Tiago ng̃a, palibhasa'y taong matalinò at banál, ay nag-iing̃at na huwag lumapit sa Krís ni San Miguel.— ¡Lumayô tayo sa mg̃a pang̃anib!— ang sinasabi niyá sa canyáng sarili— nalalaman co ng̃ isáng arcángel; ¡ng̃uni't hindî, walâ acong tiwalà! ¡walâ acong tiwalà!

Hindî dumaráan ang isáng taóng hindî siyá nakikidaló sa pagpasa Antipolong malaki ang nagugugol, na ang dalá'y isáng orquesta: cung nároroon na'y pinagcacagulan niyá ang dalawá sa lubháng maraming mg̃a misa de graciang guinágawâ sa boong tatlóng siyám, at sa mg̃a ibáng araw na hindî guinágawâ ang pagsisiyám, at nalíligò pagcatapos sa bantóg na "batis" ó bucál, na ayon sa pinasasampalatayana'y naligò roon ang mahál na larawan. Nakikita pa ng̃ mg̃a mapamintacasing táo ang mg̃a bacás ng̃ mg̃a páa at ang hilahis ng̃ buhóc ng̃ Vírgen de la Paz sa matigás na batò, ng̃ pigaín niyá ang mg̃a buhóc na iyón, anó pa't waláng pinagibhan sa alín mang babaeng gumagamit ng̃ lang̃is ng̃ niyóg, at para manding patalím ang canyáng mg̃a buhóc, ó cung dili cayá'y diamante at waláng pinag-ibhán sa may sanlibong tonelada ang bigát. Ibig sana naming ihaplít ng̃ cagulatgulat na larawan ang canyáng mahál na buhóc sa mg̃a matá ng̃ mg̃a táong mapamintacasing itó, at canyáng tuntung̃an ang caniláng dilà ó úlo.— Doón sa tabí rin ng̃ bucál na iyón ay dapat cumain si Capitang Tiago ng̃ inihaw na lechón, dalág na sinigáng sa mg̃a dahon ng̃ alibangbang, at ibá pang mg̃a lutong humiguít cumulang ang saráp. Mahiguíthiguít sa apat na raang piso ang nagugugol sa canyá sa dalawáng misang iyón, datapuwa't maipalálagay na múra, cung pag-iisip-isipin ang capuriháng tinatámo ng̃ Iná ng̃ Dios sa mg̃a ruedang apóy, sa mg̃a cohete, sa mg̃a "berso," at cung babalacbalakin ang pakinabang na kinákamtan sa bóong isáng taón dahil sa mg̃a misang itó.

Ng̃uni't hindî lamang sa Antipolo guinagawâ niyá ang canyáng maing̃ay na pamimintacasi. Sa Binundóc, sa Capampang̃an at sa bayan ng̃ San Diego: pagcâ magsasabong ng̃ manóc na may malalakíng pustahan, nagpápadala siyá sa cura ng̃ mg̃a salapíng guintóng úcol sa mg̃a misang sa canyá'y magpapálà, at tulad sa mg̃a romanong nang̃agtátanong muna sa caniláng mg̃a "augur"[135] bago makipaghamoc, na pinacacaing magalíng ang caniláng mg̃a sisiw na iguinagalang; pinagtatanung̃an din ni Capitang Tiago ang canyáng sariling mg̃a "augur"; ng̃uni't taglá̃y ang mg̃a pagbabagong hatol ng̃ mg̃a panahón at ng̃ mg̃a bagong catotohanan. Pinagmámasdan niyá ang ning̃as ng̃ mg̃a candílà, ang úsoc ng̃ incienso, ang voces ng̃ sacerdote at ibá pa, at sa lahát ng̃ bagay pinagsisicapan niyáng mahiwatigan ang canyáng maguiguing palad. Pinaniniwalaang bihirang matalo si Capitáng Tiago sa mg̃a pakikipagpustahan, at ang canyáng manacânacang pagcatalo'y nagmúmulâ sa m̃ga cadahilanang ang nagmisa'y namámalat, cacaunti ang m̃ga ílaw, masebo ang m̃ga "cirio"[136], ó napahalò cayâ ang isáng achoy sa m̃ga salapîng ipinagpamisa, at ibá pa: ipinaaninaw sa canyá ñg celadon ñg isáng Cofradía, na ang gayóng pagcápalihis ñg palad ay m̃ga pagtikím lamang sa canyá ñg Lañgit, at ñg lalong mapapagtibay siyâ sa canyáng pananampalataya at pimimintacasi. Kinalúlugdan ñg m̃ga cura, iguinagalang ñg m̃ga sacristán, sinusúyò ñg magcacandiláng insíc at ñg m̃ga castillero, si Capitang Tiago'y lumiligaya sa religión dito sa lupà, at sinasabi ñg m̃ga matataas at banal na m̃ga táong sa lañgit man daw ay malakí rin ang lacás ñg canyáng capangyarihan.

Na siyá'y cásundò ñg Gobierno, ang baga'y na itó'y hindî dapat pag alinlañganan, bagá man tíla mandín may cahirapang itó'y mangyari. Waláng cáyang umísip ñg anó mang bagong bagay, nagágalac na sa canyáng casalucuyang pamumuhay, cailán ma'y laguing laang tumalima sa catapustapusang Oficial quinto sa lahát ñg m̃ga oficina, maghandóg ñg m̃ga hítang jamón, m̃ga capón, m̃ga pavo, m̃ga buñgang cáhoy at halamang gáling sa Sunsông sa alin mang panahón ñg isáng taón. Cung náririñgig niyáng sinasabing masasamâ ang m̃ga tunay na lahing filipino, siyáng hindî nagpapalagay sa sariling dî siyá dalisay na tagalog, nakikipintas siyá at lálò pa manding masamâ ang canyáng guinagawang pagpulà; sacali't ang pinipintasa'y ang m̃ga mestizong insíc ó mestizong castilà, siyá nama'y nakíkipintas, marahil sa pagca't inaacalà na niyáng siyá'y dalisay na "ibero"[137]: siyá ang unaunang pumupuri sa lahát ñg m̃ga pagpapabuwís, lalo't cung sa licuran nitó'y naáamo'y niyáng may "contrata" ó isáng "arriendo." Lágui ñg may handâ siyáng m̃ga orquesta upang bumatì at tumapát sa canino mang m̃ga gobernador, m̃ga alcalde, m̃ga fiscal, at iba pa, sa caniláng m̃ga caarawán ñg santong calagyô, caarawán ñg capañganacan, pañgañganác ó pagcamatáy ñg isáng camag-anac, sa maiclíng salitá'y ang anó mang pagbabagong lacad ng pamumuhay na caraniwan. Nagpápagawâ ñg m̃ga tuláng pangpuri sa m̃ga táong sinabi na, ñg m̃ga himnong ipinagdíriwang ang "mabait at mairog na Gobernador; matapang at mapagsicap na Alcalde, na pinaghahandaan sa lañgit ñg palma ñg m̃ga banál" (ó palmeta) at iba't iba pang m̃ga bagay.

Naguíng Gobernadorcillo siyá ñg "gremio" ñg m̃ga "mestizong sangley", bagá man maraming nagsitutol, sa pagca't hindî siya nilá ipinalálagay na mestizong insic. Sa dalawáng taóng canyáng pañgañgapita'y nacasirà siyá ñg sampóng frac, sampóng sombrerong de copa at anim na bastón: ang frac at sombrero de copa'y sa Ayuntamiento, sa Malacanyáng at sa cuartel; ang sombrero de copa at ang frac ay sa sabuñgan, sa pamilihan, sa m̃ga procesión, sa m̃ga tindahan ñg m̃ga insíc, at sa ilalim ñg sombrero at sa loob ñg frac ay si Capitang Tiagong nagpapawis at nag-eesgrima ñg bastóng may borlas, na nag uutos, naghuhusay at guinugulo ang lahát, tagláy ang isáng cahang̃ahang̃àng casipagan at isáng pagcamatimtimang lalò pa manding cahang̃ahang̃à. Cayâ ng̃a't ipinalalágay ng̃ mg̃a punong macapangyarihang siyá'y isáng magaling na táo, cagandagandahan ang púso, payápà, mápagpacumbabâ, masunurin, mapagpakitang loob, na hindî bumabasa ng̃ anó mang libro ó periódicong galing sa España, bagá man magalíng mag-wícang castílà; ang ting̃in sa canyá, nilá'y tulad sa pagmamasíd ng̃ isáng abáng estudiante sa gasgás na tacón ng̃ canyáng lumà ng̃ zapato, pakilíng dahil sa anyô ng̃ canyáng paglacad:— Naguiguing catotohanan, sa calagayan niyá, ang casabihán ng̃ mg̃a cristianong "beati pauperis spiritu"[138] at ang caraniwang casabiháng "beati possidentes"[139], at mangyayaring maipatungcol sa canyá yaóng mg̃a sabing griego na anáng ibá'y malî ang pagcacahulog sa wicang castilà: "¡Gloria á Dios en las alturas y paz á los hombres de buena voluntad"[140]! sa pagca't ayon sa makikita natin sa mg̃a susunod dito, hindî casucatáng magcaroon ang táo ng̃ magandáng calooban upang sumapáyapà. Ang mg̃a dî gumagalang sa religió'y ipinalálagay siyáng halíng; ipinalálagay siyá ng̃ mg̃a dukháng waláng awà, tampalasan, mapagsamantala ng̃ cahirapan ng̃ capuwà, at ipinalálagay naman ng̃ mg̃a mabababà sa canyáng siyá'y totoong malabis umalipin at mapagpahirap. At ¿ang mg̃a babae? ¡Ah, ang mg̃a babae! Umaaling̃awng̃aw ng̃ dî cawasà ang mg̃a paratang, na naririnig sa mg̃a mahihirap na mg̃a báhay na pawid, at pinagsasabihang may naririnig daw na mg̃a taghóy, mg̃a hagulhól, na manacànacang may casamang mg̃a uhâ ng̃ isáng bagong caaanác. Hindî lamang íisang dalaga ang itinuturò ng̃ daliring mapagsapantahà ng̃ mg̃a namamayan: malamlám ang matá at looy na ang dibdib ng̃ gayóng dalaga. Ng̃uni't hindî nacabábagabag ng̃ canyáng pagtulog ang lahát ng̃ itó; hindî nacaliligalig ng̃ canyáng catahimican ang sino mang dalaga; isáng matandáng babae ang siyang nacapagpapahirap ng̃ canyáng loob, isáng matandáng babaeng nakikipagtaasan sa canyá ng̃ pamimintacasi na naguíng dapat magtamò sa maraming cura ng̃ lalong malalaking pagpupuri at pagpapaunlác cay sa mg̃a kinamtán niyá ng̃ panahóng siyá'y guinágaling. May banál na pag-uunaháng ikinágagaling ng̃ Iglesia si Capitang Tiago at sacà ang babaeng baong itóng pagmamanahan ng̃ mg̃a capatíd at ng̃ mg̃a pamangkín, tulad namán sa pag-aagawán ng̃ mg̃a vapor sa Capangpang̃ang pinakikinabang̃an ng̃ mg̃a táong báyan. ¿Naghandóg si Capitang Tiago sa isáng Vírgeng alín man ng̃ isang bastóng pílac na may mg̃a esmeralda at mg̃a topacio? Cung gayó'y pagdaca'y nagpapagawâ namán si Doña Patrocinio sa platerong si Gaudinez ng̃ isáng bastóng guintô na may mg̃a brillante. ¿Na nagtayô si Capitang Tiago ng̃ isáng arcong may dalawáng mukhâ, may balot na damít na pinabintógbintóg, may mg̃a salamín, mg̃a globong cristal, mg̃a lámpara at mg̃a araña, handóg sa procesión nang naval? Cung gayó'y magpapatayô namán si Doña Patrocinio ng̃ isáng arcong may apat na mukhâ, matáas ng̃ dalawáng vara sa arco ni Capitang Tiago at lalong marami ang mg̃a bítin at ibá pang sarisaring mg̃a pamuti. Pagcâ nagcágayo'y guinagamit namán ni Capitang Tiago ang canyáng lalong nagágawang magalíng, ang bagay na canyáng ikinatatang̃i: ang mg̃a misang may mg̃a bomba't ibá pang pangpasayáng guinagamitan ng̃ pólvora, at pagnangyari itó'y kinácagat ni Doña Patrocinio ng̃ canyáng mg̃a ng̃idng̃id ang canyáng lábì, sa pagca't palibhasa'y totoong mayamutin ay hindî niyá matiis ang "repique" ng̃ mg̃a campanà, at lalò ng̃ kinalúlupitan niyá ang ugong ng̃ mg̃a putucan. Samantalang si Capitang Tiago'y ng̃uming̃itì ay nag-iisip naman si Doña Patrocinio ng̃ paggantí, at pinagbabayaran niyá ng̃ salapì ng̃ mg̃a ibá ang lalong magagaling na magsermóng hirang sa limáng mg̃a capisanan ng̃ mg̃a fraile sa Maynilà, ang lalong mg̃a balitang mg̃a canónigo sa Catedral, at sampô ng̃ mg̃a Paulista, at ng̃ mang̃ag sermón sa mg̃a dakilang araw tungcól sa mg̃a saysayin sa Teología[141], na lubhang malalalim sa mg̃a macasalanang waláng nalalaman cung dî wicang tindá lamang. Námasid ng̃ mg̃a cacampí ni Capitang Tiago, na si Doña Patrocinio'y nacacatulog samantalang nagsesermon, at sinaságot namán silá ng̃ mg̃a cacampi ni Doña Patrocinio, na ang sermó'y bayád na, at sa ganang canyá'y ang pagbabayad ang siyáng lalong mahalagá. Sa cátapustapusa'y lubós na iguinupò si Capitang Tiago ni Doña Patrocinio, na naghandóg sa isáng simbahan ng̃ tatlóng andas na pilac, na dinorado, na ang bawa't isa'y pinagcagugulan niyá ng̃ mahiguít na tatlóng líbong piso. Hinihintay ni Capitang Tiago na bawa't araw ay titiguil ng̃ paghing̃a ang matandáng babaeng itó, ó matatalo cayâ ang limá ó anim na usapín sa paglilincód lamang sa Dios; ang casamaang palad ay ipinagcásanggalang ang mg̃a usaping iyón ng̃ lalong magagalíng na abogado sa Real Audiencia, at tungcól sa canyáng búhay, waláng sucat na mapanghawacan sa canyá ang sakít, ang cawang̃is niyá'y cawad na patalím, marahil ng̃ may mapanghinularan ang mg̃a cálolowa, at cumacapit dito sa bayan ng̃ luhang gaya ng̃ mahigpit na pagcapit ng̃ galís sa balát ng̃ táo. Umaasa ang mg̃a cacampí ni Doña Patrociniong pagcamatáy nito'y maguiguing "canonizada"[142], at si Capitang Tiago ma'y sásamba sa canyá sa mg̃a altar, bagay na sinasang-ayunan ni Capitang Tiago at canyáng ipinang̃ang̃aco, mamatáy lamang agád.

Gayón ng̃â ang calagayan ni Capitang Tiago ng̃ panahóng iyón. Tungcól sa panahóng nacaraa'y siyá'y bugtóng na anác ng̃ isáng mag-aasucál sa Malabóng mayaman din namán ang pagcabuhay, ng̃uni't nápacaramot, na anó pa't hindî nagcagugol ng̃ isáng cuarta man lamang sa pagpapaaral sa canyáng anác, caya't naguíng alilâ si Santiaguillo ng̃ isang mabaít na dominico na pinagsicapang iturò ang lahát ng̃ maituturò at nalalaman niyá. Ng̃ magtátamo na si Santiago ng̃ caligayaháng siyá'y tawaguing "lógico", sa macatuwíd bagá'y ng̃ siyá'y mag-aaral na ng̃ "Lógica",[143] ang pagcamatáy ng̃ sa canyá'y nagtatangkilíc, na sinundán ng̃ pagcamatáy ng̃ canyáng amá, ang siyáng nagbigáy wacás ng̃ canyáng mg̃a pag-aaral, at ng̃ magcágayo'y napilitang siyáng mang̃asiwà sa paghahanap-buhay. Nag-asawa siyá sa isáng magandáng dalagang taga Santa Cruz, na siyáng tumulong sa canyá sa pagyaman, at siyáng sa canyá'y nagbigáy ng̃ pagcaguinoo. Hindî nagcásiya si Doña Pia Alba sa pamimili ng̃ azúcal, café at tínà: ninais niyáng magtaním at umani, at bumilí ang dalawáng bagong casál ng̃ mg̃a lúpà sa San Diego, at mulâ niyao'y naguíng caibigan na siyá ni párì Dámaso at ni Don Rafael Ibarra, na siyáng lalong mayamang mámumuhunan sa bayan.

Naguiguing isáng gawáng dapat sisihin ang malabis niláng pag-susumakit sa pagpaparami ng̃ cayamanan, dahil sa silá'y hindî nagcacaanác, mulâ ng̃ silá'y mácasal na may anim na taón na, at gayón ma'y matuwid, matabâ at timbáng na timbáng ang pang̃ang̃atawán ni Doña Pia. Nawaláng cabuluhán ang canyáng mg̃a pagsisiyám, ó "novenario," ang canyáng pagdalaw sa Virgeng Caysasay sa Taal, sa hatol ng̃ mg̃a mapamintacasi; ang pagbibigay niyá, ng̃ mg̃a limós, ang pagsasayáw niyá sa procesión ng̃ Virgeng Turumbá, sa Pakil, sa guitnâ ng̃ mainit na araw ng̃ Mayo. Nawal-ang cabuluháng lahát, hanggang sa siyá'y hinatulan ni párì Dámasong pumaroon sa Obando, at pagdatíng doo'y sumayáw sa fiesta ni San Pascual Baylón, at hming̃î ng̃ isáng anác. Talastás na nating sa Obando'y may tatlóng nagcacaloob ng̃ mg̃a anác na lalaki at ng̃ mg̃a anác na babae; ang ibiguin: Nuestra Señora de Salambaw, Santa Clara at San Pascual. Salamat sa hatol na ito'y nagdaláng táo si Doña Pía ... ¡ay! tulad sa máng̃ing̃isdáng sinasabi ni Shakespeare sa Macbeth, na tumiguil ng̃ pag-aawít ng̃ siyá'y macasumpong ng̃ isáng cayamanan; pumanaw cay Doña Pia ang catowaan, namangláw ng̃ dî anó lamang at hindî na nakita nino mang ng̃umitî.— ¡Talagáng ganyán ang mg̃a naglílihi— ang sinasabi ng̃ lahát, sampô ni Capitang Tiago. Isáng lagnát na dumapò sa canyá pagcapang̃anác (fiebre puerperal) ang siyáng nagbigáy wacás sa canyáng mg̃a calungcutan, na anó pa't naiwan niyáng ulila ang isáng magandáng sanggól na babae, na inanác sa binyág ni Fr. Dámaso rin; at sa pagca't hindî ipinagcaloob ni San Pascual ang batang lalaking sa canyá'y hiníhing̃î, pinang̃alanan ang sanggól ng̃ MARIA CLARA, sa pagbibigáy unlác sa Virgen de Salambáw at cay Santa Clara, at pinarusahan ang may dalisay na capuriháng si San Pascual Baylón, sa hindî pagbangguít ng̃ canyáng pang̃alan.

Lumakí ang sanggól na babae sa mg̃a pag-aalagà ni tia Isabel, ang matandáng babaeng iyóng tulad sa fraile ang pakikipagcapuwà táo na nakita natin sa pasimulâ nitó.

Hindî tagláy ni María Clara ang maliliit na mg̃a matá, ng̃ canyáng amá: gaya rin ng̃ canyáng ináng malalakí ang mg̃a matá, maiitím, naliliHman ng̃ mahahabang mg̃a pilíc-matá, masasayá at caayaaya pagcâ naglálarô; malulungcót, hindî mapagcurò at anyóng naggugunamgunam pagcâ hindî ng̃uming̃itî. Nang sanggól pa siyá'y culót ang canyáng buhác at halos culay guintô; ang ilóng niyáng magandá ang hayap ay hindî totong matang̃os at hindî namán sapát; ang bibíg ay nagpapaalaala sa maliliit at calugodlugod na bibíg ng̃ canyáng iná, tagláy ang mg̃a catowatowang bíloy sa mg̃a pisng̃î; ang balát niyá'y casíng nipís ng̃ pang-ibabaw na balát ng̃ sibuyas at maputíng culay búlac, anáng mg̃a nahihibáng na mg̃a camag-anac, na caniláng nakikita ang bacás ng̃ pagcâ si

Capitang Tiago ang amá, sa maliliit at magandáng pagcacaanyô ng̃ mg̃a taing̃a ni María Clara.

Ipinalálagay ni tía Isabél na cayâ may pagca mukháng europeo si María Clara'y dahil sa paglilihí ni Doña Pía; natatandàang madalás nakita niyáng itó'y tumatang̃is sa harapán ni San Antonio, ng̃ mg̃a unang buwán ng̃ canyang pagbubuntís; gayón din ang isipan ng̃ isáng pinsang babae ni Capitang Tiago, ang pinagcacáibhan lamang ay ang paghirang ng̃ santo: sa ganang canyá'y naglihi sa Virgen ó cay San Miguel. Isáng balitang filósofong pinsan ni Capitang Tinong, at nasasaulo ang "Amat" [144], hinahanap ang caliwanagan ng̃ gayóng bagay sa ikinapangyayari sa calagayan ng̃ tao ng̃ mg̃a "planeta"[145].

Lumakí si María Clarang pinacaiirog ng̃ lahát, sa guitnâ ng̃ mg̃a ng̃iti at pagsinta. Ang mg̃a fraile ma'y linalarô siya pagcâ isinasama sa mg̃a procesióng puti ang pananamit, nalalala sa canyang malagô at culót na buhóc ang mg̃a sampaga at mg̃a azucena, may dalawang maliliit na pacpac na pilac at guintóng nacacabit sa licuran ng̃ canyang pananamít, at may tang̃ang dalawang calapating puting may mg̃a taling cintas na azul. At sacâ siya'y totoong masaya, may mg̃a pananalitang musmós na calugodlugod, na si Capitang Tiago, sa cahibang̃an ng̃ pag-ibig, ay walang guinagawà cung di pacapurihin ang mg̃a santo sa Obando at ihatol sa lahat na sila'y umadhicâ ng̃ magagandang escultura nila.

Sa mg̃a lupaing na sa dacong ilaya ng̃ daigdig, pagdating ng̃ batang babae sa labing tatló ó labing apat na taón ay dinaratnan na ng̃ sa panahon, tulad sa buco cung gabi na kinabucasa'y bulaclac na. Sa calagayang iyang pagbabagong anyò, puspós ng̃ mg̃a talinghagà at ng̃ pagcamaramdamin ang puso, pumasoc si Maria Clara, sa pagsunód sa mg̃a hatol ng̃ cura sa Binundóc, sa beaterio ng̃ Santa Catalina[146] upang tumanggap sa mg̃a monja ng̃ mg̃a turong banal. Tumatang̃is si Maria Clarang nag-paalam cáy parì Dámaso at sa tang̃ing catotong canyang calaró-larô buhat sa camusmusan, cay Crisôtomo Ibarra, na pagcatapos ay napa sa Europa naman. Doon sa conventong iyóng sacali't nakikipanayam sa mundo'y sa pamamag-itan ng̃ mg̃a rejang lambal, at sa ilalim pa ng̃ pagbabantay ng̃ "Madre-Escucha", natira si María Clarang pitóng taón. Taglay ng̃ bawa't isa ang canicanicalang inaacalang icagagalíng ng̃ sariling pagcabuhay, at sa canilang pagcahiwatig ng̃ hilig ng̃ isa sa isa ng̃ mg̃a batà, pinagcayarîan ni Don Rafael at ni Capitang Tiago, ang pagpapacasal sa canilang mg̃a anac, at sila'y nang̃agtatad ng̃ samahan. Ang pangyayaring itóng guinawâ ng̃ macaraan ang ilang taón buhat ng̃ umalís si Ibarra'y ipinagdiwang ng̃ dalawang pusong na sa magcabilang dúlo ng̃ daigdíg at na sa iba't ibang calagayang totoo.

VII.
MAIROG NA SALITAAN SA ISANG "AZOTEA"

Maagang nañgagsimbá nğ umagang iyón si tía Isabel at si María Clara: mainam na totoo ang pananamít nitó at may tangang isáng cuintás na azúl ang mğa butil, na inaarì niyáng parang brazalete,[147] at may salamín sa matá si tía Isabel, upang mabasa ang daláng "Ancora de Salvación"[148], samantalang nagmimisa.

Bahagyâ pa lamang nacaaalís sa altar ang sacerdote, nagsabi ang dalagang ibig na niyáng omowî, bagay na totoong ipinangguilalás at isinamâ nğ loob nğ mabaít na tíang waláng boong acalà cung dî ang canyáng pamangking babae'y mápagbanal at madasaling tulad sa isáng monja man lamang. Nagbubulóng, at pagcatapos na macapagcucrûz ay nagtindíg ang mabaít na matandáng babae.— ¡Bah! patatawarin na acó nğ mabaít na Dios na dapat macakilala nğ púso nğ mğa dalaga cay sa inyó pô tía Isabel— Ang sasabihin sana ni María Clara sa canyá upang putlín ang canyáng matitindí, nğuni't sa cawacasa'y mğa pagsesermóng-ná.

Nğayó'y nacapag-agahan na tila at nilílibang ni María Clara ang canyáng pagcainíp sa paggawâ nğ isáng sutláng "bolsillo", samantalang ibig pawiin nğ tía ang mğa bacás nğ nagdaang fiesta sa pagpapasimulâ nğ paggamit nğ isáng plumero. Sinisiyasat at inuusisa ni Capitang Tiago ang mğa iláng casulatan.

Bawa't lagunlóng sa daan, bawa't cocheng dumaraan ay nañgagpápacaba sa dibdib nğ vírgen at siya'y pinanğinğilabot. ¡Ah, nğayó'y ibig niyáng maparoon ulî sa beaterio, sa casamahán nğ canyáng mğa caibigang babae! ¡Doo'y matitingnan niyá "siyáng" hindî manğínğinig, hindî magugulumihanan! Datapowa't ¿hindî bagá, siyá ang iyóng caibigan nğ panahóng musmus ca pa? ¿hindî bâ cayó'y nañgaglálaro nğ laróng halíng at hanggáng sa cayó'y nag-aaway na manacànacâ? Ang dahil nğ mğa bagay na itó'y hindî co sasabihin; cung icáw na bumabasa'y umibig ay mapagkikilala mo, at cung hindî namán ay sayang na sa iyó'y aking sabihin; hindî mapag-uunawa ang mğa talinghagang itó nğ hindî na casisinta cailán man.

— "Sa acalà co María'y may catowiran ang médico— ani Capitang Tiago. Dapat cang pasalalawigan, namumutlâ ca nğ mainam at nagcacailanğan ca nğ mğa mabubuting hangin. Anó bang acalà mo: ¿sa Malabón ... ó sa San Diego?

Namulá si Maríang tulad sa "amapola"[149] pagcárinig niyá nitóng hulíng pangalan, at hindî nacasagót.

— "Nğayó'y páparoon cayó ni Isabel at icáw sa beaterio, at nğ cunin ninyó roon ang iyóng mğa damít, at macapagpaalam ca sa iyóng mğa caibigan; hindî ca na papasoc ulî roon.

Dinamdam ni María Clara iyáng hindî malírip na calungcutang bumabalot sa cálolowa, pagcâ iniiwan ang isáng kinatirahang pinatamuhán natin nğ caligayahán; n̄guni't nagpagaang n̄ canyáng pighatî ang pagcaalaala n̄ isáng bagay.

— At sa loob n̄ apat ó limáng araw, pagcâ may damít ca nang bágo'y paparoon tayo sa Malabón.... Walâ na sa San Diego ang iyóng ináama; ang curang nakita mo rito cagabí, iyóng paring bátà ay siyáng bagong cura natin doón n̄gayón; siyá'y isáng santo.

— ¡Lalong nacagágaling sa canyáng catawán ang San Diego, pinsan!— ang ipinaalaala ni tía Isabel;— bucód sa roo'y lalong mabuti ang bahay natin doón, at sacâ malapit na ang fiesta.

Ibig sanang yacapin ni María Clara ang canyáng tía; n̄guni't narinig niyáng tumiguil ang isáng coche ay siyá'y namutlâ.

— ¡Ah, siyá n̄â!— ang isinagót ni Capitang Tiago, at nagbago n̄ pananalitâ at idinagdág:— ¡Don Crisóstomo!

Nalaglág sa m̄ga camáy ni María Clara ang tan̄gang canyáng guinágawà; nag-acalà siyáng cumilos ay hindî nangyari: isáng pan̄gin̄gilabot ang siyáng tumátacbo sa canyáng catawán. Nárinig ang yabág n̄ paa sa hagdanan at pagcatapos ay ang sariwà at voces lalaki. Tulad sa cung ang voces, na itó'y may capangyarihang hiwágà, iniwacsí n̄ dalaga ang laguím at nagtatacbó at nagtágò sa panalan̄ginang kinálalagyan n̄ m̄ga santo. Nagtawanan ang dalawáng magpinsan, at nárinig ni Ibarra ang in̄gay n̄ sinásarhang pintuan.

Namúmutlà, humíhin̄ga n̄ madalás, tinutóp n̄ dalaga ang cumácabang dibdíb at nag-acalang makiníg. Náriníg ang voces, yaóng voces na pinacasísinta't sa panag-ínip lamang niyá náririnig: ipinagtátanong siyá ni Ibarra. Sa pagcahibáng sa towâ ay hinagcán niyá ang santóng sa canyá'y nálalapit, si San Antonio Abad; santong mapalad n̄ nabubuhay at n̄gayóng siyá'y cahoy; láguì n̄ may magagandáng m̄ga tucsó! Pagcatapos ay humanap n̄ isáng bútas n̄ susîan, upang makita niya si Ibarra; mapagsiyasat ang canyáng anyô; n̄gumín̄gitî si María Clara at n̄ cunin siyá n̄ canyáng tía sa gayóng panonood, sumabit sa líig n̄ matandáng babae at sinisì itó n̄ halíc na paulit-ulit.

— N̄guni't halíng, ¿anó ang nangyayari sa iyó?— ang sa cawacasa'y nasabi n̄ matandáng babae, na pinapahid ang isáng lúhà sa m̄ga matá niyáng lantá na.

Nahiyâ si María Clara at tinacpán ang m̄ga matá, n̄ canyáng mabibilog na m̄ga brazo.

— ¡Halá, maghusay ca, halica!— ang sabi n̄ matandáng babae n̄ boong pag-irog.— Samantalang nakikipag-usap siyá sa iyóng amá n̄ iyóng ... ¡halica at huwag cang magpahintay!

Napadalá ang dalagang tulad sa isáng musmós, at doon silá nagculóng sa canyáng "aposento."

Masayá ang salitaan ni Capitang Tiago at ni Ibarra ñg sumipót si tía Isabel na halos kinacaladcad ang canyáng pamangkíng babae, na nagpapalingàlingà cung saansaan, datapuwa't hindî tumítingin sa canino mang táo....

¿Anóng pinag-usapan ñg dalawáng cálolowang iyón, anó ang canicaniláng sinabi diyán sa salitaan ñg mga matá, na lalong lubós ang galíng cay sa salitaan ñg bibíg, salitaang ipinagcaloob sa cálolowa at ñg huwag macaguló ang ingay sa pagtatamóng timyás ñg damdamin? Sa mga sandalíng yaón, pagca nagcacawatasán ang dalawáng linikháng sumasaligaya sa kilos ñg mga balintataóng natatabingan ñg mga pilíc-matáng pinaglalampasanan ñg pagiísip, ang pananalita'y mabagal, magaspáng, mahinà, wangis sa ugong ñg culóg na nangangalagcag at waláng tuos cung isusumag sa nacasisilaw na liwanag at mabilís ñg kidlát: nagsasaysay ñg isáng damdaming kilala na, isáng isipang napag-uunawà, na, at cayâ lamang guinagamit itó'y sa pagcá't ang mithî ng púsò'y siyáng nacapangyayari sa boong cataohang saganang saganà sa galác, íbig na ang boong catawán niyáng casama ang lahát ñg sancáp na lamán, butó at dugô at ang boong caisipán ay magsaysáy ñg hiwagang mga catowâang inaawit ñg espíritu. Sa tanóng ñg pagsintá sa isáng sulyáp na numíningning ó lumálamlam, waláng mga sagót ang salitâ: tumútugon ang ngitî, ang halíc ó ang buntóng hiningá.

At pagcatapos, sa pagtacas ñg dalawáng nagsisintahan sa "plumero" ñg tía Isabel na nagpapabangon sa alicabóc, silá'y pumaroon sa azotea upang silá'y macapag-usap ñg boong calayâan sa silong ñg mga bálag; ¿anó ang caniláng pinag-usapan ñg marahan at nangíngiginig cayó, mga maliliit na bulaclác ng "cabello-de-ángel"? Cayó ang magsabi't may bangó cayó sa inyóng hiningá at may mga cúlay cayò sa inyóng mga labì; icáw, "cefiro"[150] ang magsabi yamang nag-aral ca ñg di caraniwang mga tínig sa líhim ñg gabíng madilim at sa talinghagà ñg aming mga cagubatang virgen; sabihin ninyó, mga sinag ñg áraw, maningníng na tagapagpakilala sa lúpà ñg Walang Hanggán, tanging hindî nahahawacan sa daîgdig ñg mga natátangnan: cayó ang mangagsabi, sa pagca't walâ acóng nalalamang isaysáy cung dî mga cahalingáng hindî mainam dingguín.

Nguni't yamang áayaw ninyóng sabihin, aking títingnan cung aking maisásaysay.

Ang langit ay azul: nagpápagalaw ñg mga dáhon at ñg mga bulaclac ng halamang gumagapang ang isáng malamig na amihang hindî amóy rosa,— dahil dito'y nangagsisipanginig ang mga cabello— de— ángel— ang mga halamang nacabitin, ang mga tuyúng isdâ at ang mga lámparang galing sa China. Ang ingay ñg sagwáng humahalò ñg malabong tubig ñg ílog, ang dagundong ñg pagdaan ñg mga coche at mga carretón sa tuláy ñg Binundóc ay maliwanag na dumárating hanggang sa canilá; nguni't hindî ang mga ipinagbúbubulong ng tía.

— Lalong magalíng— ang wicà nitó— diyá'y ang boong bayan ang siyáng bábantay sa inyó.

Nang magpasimulá'y walâ siláng pinagsalitaanan cung di pawang mg̃a cahalingan— iyáng mg̃a cahaling̃áng totoong nacacawang̃is niyáng mg̃a cayabang̃an ng̃ mg̃a nación sa Europa: masasarap at lásang pulót sa mg̃a magcacanación, datapuwa't nacapagtátawa ó nacapagpapacunót sa kilay ng̃ mg̃a taga ibang lupaín.

Ang babae, palibhasa'y capatíd ni Cain ay panibughuin, caya't dahil dito'y tumanong sa nang̃ing̃ibig sa canyá:

— ¿Laguì bang isinaisip mo acó? ¿hindi mo ba acó linimot sa gayóng caraming mg̃a paglalacbá'y mo? ¡Pagcaramiraming malalakíng mg̃a ciudad na may pagcaramiraming magagandang mg̃a babae!...

Ang lalaki namán, palibhasa'y isá pa ring capatíd ni Caín ay marunong umiwas sa mg̃a tanóng at may caunting pagca sinung̃aling, cayâ ng̃a:

— ¿Mangyayari bagáng catá'y limutin?— ang sagót na nang̃ang̃aanino ng̃ boong ligaya sa mg̃a maiitím na balíngtatao ng̃ dalaga;— ¿mangyayari bagáng magculang acó sa panunumpâ, sa isáng panunumpang dakila? Natátandaan mo ba ang gabíng yaon, ang gabíng yaóng sumísigwa, na icáw, ng̃ makita mo acóng nag-íisang tumatang̃is sa siping ng̃ bangcáy ng̃ aking iná'y lumapit ca sa akin, ilinagáy mo ang iyong camáy sa aking balícat, ang camáy mong malaon nang ayaw mong ipahintulot na aking mátangnan, at iyong sinabi sa akin: "Nang̃ulila ca sa iyong iná, acó'y hindî nagcainá cailán man.": at dumamay ca sa akin ng̃ pag-iyác. Iniirog mo ang aking iná at icáw ay pinacaibig niyáng tulad sa isáng anác. Sa dacong labás ay umúulan at cumíkidlat; ng̃uni't sa acalà co'y nacárinig acó ng̃ música, at nakita cong ng̃umíng̃itî ang maputláng mukhâ ng̃ bangcáy ... ¡oh, cung buháy sana ang aking mg̃a magulang at mapanood nila icáw! Nang magcagayó'y tinangnán co ang iyóng camáy at ang camáy ng̃ aking iná, nanumpâ acóng sísintahin catá, catá'y paliligayahin, anó man ang capalarang sa aki'y ipagcaloob ng̃ Lang̃it, at sa pagca't hindî nacapagbigáy pighati cailán man sa akin ang sumpáng itó; ng̃ayó'y mulíng inuulit co sa iyó. ¿Mangyayari bagáng limutin co icáw? Laguing casamasama co ang pag-aalaala co sa iyo; iniligtás acó sa mg̃a pang̃anib ng̃ paglalacad maguíng caaliwan co sa pag-iisá ng̃ aking cálolowa sa mg̃a ibáng lupain; ¡ang pag-aalaala sa iyo ang pumawì ng̃ bísà ng̃ "loto" ng̃ Europa na cumacatcat ng̃ mg̃a pag-asa at ng̃ casaliwaang palad ng̃ kinaguisnang lúpà sa caisipán ng̃ maraming mg̃a cababayan! Sa mg̃a panaguimpan co'y nakikita co icáw na nacatindig sa tabíng dagat ng̃ Maynilà, nacatanaw sa malayong abót ng̃ panĩng̃íng nababalot sa malamlam na liwanag ng̃ maagang pagbubucang liwayway; aking náririnig ang isáng aaying-aying at malungcot na awit na sa aki'y pumupucaw ng̃ nagugulaylay ng̃ mg̃a damdamin, at tinatawag co sa alaala ng̃ aking púsò ang mg̃a unang taón ng̃ aking camusmusán, ang ating mg̃a catuwâan, ang ating mg̃a paglalarô, ang boong nacaraang maligayang panahóng binigyán mong casayahan, samantalang doroon ca sa bayan. Sa aking sapantaha'y icáw ang "hada"[151], ang espíritu, ang caaayayang kinácatawan ng̃ aking Bayang kináguisnan, magandá, mahinhín, masintahin, lubós calinisan, anác ng̃ Filipinas, niyáng cagandagandahang lupang bucód sa mg̃a dakilang cagaling̃an ng̃ Inang Españang[152] tagláy rin niyá'y may maririkít pang mg̃a hiyas ng̃ isáng bayang bátà, tulad sa pagcacapisan sa iyong cataohan ng̃ lahát ng̃ cagandahan at carikitang nacapagpapaningning sa dalawang láhì; cayâ ng̃a't nabubuò lamang sa isá ang pagsinta co sa iyo't ang pagsinta co sa aking tinubuang lúpà ... ¿Maaari ba catáng limutin? Macáilang ang boong ísip co'y aking náririnig ang mg̃a tunóg ng̃ iyóng piano at ang mg̃a tínig ng̃ iyong voces, at cailán mang tinatawag co ang iyóng pang̃alan ng̃ acó'y na sa Alemania, sa dacong hápon, pagca naglalacad acó sa mg̃a caparang̃an napúpuspos ng̃ mg̃a talinghagang likhâ ng̃ mg̃a poeta roon at ang mg̃a cahimahimalang salitsaling sabi ng̃ mg̃a táong nang̃áunang nabuhay, nakikinikinita co icáw sa úlap na sumisilang at napaiimbulóg sa dúyo ng̃ capatagan, wárì náriring̃ig co ang iyong voces sa pagaspás ng̃ mg̃a dahon, at pagcâ umuuwî na ang mg̃a tagabukid na galing sa caniláng sinasacang lúpà at caniláng ipinaríringig buhat sa maláyò ang caniláng caraniwang mga awit, sa aking acala'y pawang nakikisaliw silá sa mga voces ng caibuturan ng aking dibdib, na nag-aalay na lahat sa iyo ng awit at siyáng nagbíbigay catotohanan sa aking mga nais at mga panaguimpán.

Cung minsa'y náliligaw acó sa mga landás ng mga cabunducan, at ang gabíng doo'y untîuntì ang pagdatíng ay naráratnan acóng naglácad pa't hinahanap co ang aking daan sa guitnâ ng mga "pino," ng mga "haya" [153] at ang mga "encina" [154]; cung nagcácagayón, cung nacalúlusot ang iláng mga sínag ng buwán sa mga puáng ng masinsíng mga sangá, wari'y nakikinikinita co icáw sa sinapupunan ng gubat, tulad sa isáng nagpapagalagalang aninong gágalawgaláw at nagpapacabicabilâ sa liwanag at sa mga carilimán ng malagóng caparangan, at sacâ ipinaírinig ng "ruiseñor" [155] ang canyáng ibá't ibáng cawiliwiling huni, inaacálà cong dahil sa icáw ay nakikita't icáw ang siyáng sa canyá'y nacaaakit. ¡Cung inalaala co icáw! ¡Hindî lamang pinasásaya sa aking mga matá ng lagabláb ng sa iyó'y pagsinta ang úlap at pinapamúmula ang hielo [156]! Sa Italia, ang magandáng langit ng Italia, sa canyáng cadalisaya't cataasa'y nagsasálitâ sa akin ng iyong mga matá; ang canyáng masayáng pánoorin ay nagsasaysay sa akin ng iyong ngitî, wangis ng mga halamanan sa Andalucíang nalalaganapan ng hanging may kipkíp na bangó, puspós ng mga pangdilidiling casilanganan, saganà sa hiwagà at sa calugodlugód na mga tanghalin, pawang nangagsasalita sa akin ng sa iyó'y pagsintá! Sa mga gabíng may bowán, yaóng bowang wari'y nagtútucà, sa aking sinagwánsagwáng nacalulan acó sa isáng sasakyáng malíit sa ilog Rhin, itinátanong co sa aking sarili cung dî cayâ marayà acó ng aking guníguní upang makita co icáw sa, guitnâ ng mga álamong [157] na sa pampang, sa bató ng Lorelay ó sa guitnâ ng mga alon at icáw ay umaawit sa catahimican ng gabí, tulad sa dalagang hadang mápang-aliw, upang bigyáng casayahan ang pag-iisá at ang calungcutan ng mga guibáng castillong iyón.

— Hindî acó naglacbáy-bayang gaya mo, walâ acóng nakikita cung dî ang iyóng bayan, ang Maynila't Antipolo— ang sagót ni María Clarang ngumíngitî, palibhasa'y naniniwalà sa lahát ng sinasabi ni Ibarra,— nguni't mulâ ng sabihin co sa iyóng ¡paalam! at pumasoc acó sa beaterio, láguì nang naaalaala catá at hindî co icáw nilimot, bagá man ipinag-utos sa akin ng confesor at pinarusahan acó ng maraming mga pahírap. Nagúgunitâ, co ang ating mga paglalarô, ang ating mga pag-aaway ng tayo'y mga musmós pa. Hinihirang mo ang lalong magagandáng sigay at ng tayo'y macapaglarô ng siclót, humahanap ca sa ílog ng lalong mabibilog at makikinis na batóng maliliit na may iba't ibang cúlay at ng macapaglarô tayo ng sintác; icáw ay nápacawaláng tuto, láguì cang natatalo, at ang parusa'y binábantilan catá ng pálad ng aking camáy, nguni't dî co inilálacas, sa pagca't naaawà acó sa iyo. Napacamagdarayà, icáw sa laróng chongca't dináraig mo pa ang pagcamagdarayà co, at caraniwang agawán ang naguiguing catapusán. ¿Natátandaan mo bâ nğ icáw ay magalit nğ totohanan? Niyó'y pinapagpighatî mo acó; nğuni't nğ matapos, pagcâ naaalaala co iyón sa beaterio, acó'y nğumíngtî dinaramdam cong icáw ay walâ, at nğ macapag-away ulî catá ... at nğ pagdaca'y mágawà natin ang pagcacásundô. Niyó'y mğa musmós pa tayo, naparoon tayong naligong casama ang iyóng iná sa batis na iyóng naliliman nğ mğa cawayanan. Sa mğa pampáng ay may mğa sumisibol na mğa bulaclác at mğa halamang sinasabi mo sa akin sa wicang latín at wicang castilà ang canícanilang mğa cacaibáng panğalan, sa pagca't niyó'y nag-aaral ca na sa Ateneo. Hindî catá pinápansin; naglílibang acó sa panghahagad nğ mğa paroparó at nğ mğa tutubí, na sa canyáng catawáng maliit na tulad sa alfiler ay tagláy ang lahát nğ mğa culay nğ bahagharì at ang lahát nğ mğa kintáb nğ gáring, mğa tutubíng gumágalaw at nanğagháhagaran sa magcabicabilang mğa bulaclác; cung minsa'y ibig cong masubucan at hulihin nğ camáy ang maliliit na isdáng matuling nanğagtatacbuhan sa mğa lumot at sa mğa batuhán sa pampáng. Caguinsaguinsa'y nawalâ ca, at nğ icáw ay bumalíc, may dalá cang coronang mğa dahon at mğa bulaclác nğ dalandáng ipinutong mo sa aking úlo, at tinatawag mo acóng "Cloe"[158], at gumawâ ca namán nğ coronang damóng gumagapang. Nğuni't kinuha nğ iyóng nanay ang aking corona, pinucpóc nğ isáng batò at sacâ inihalò sa gugò na ipinaglilinis nğ ating úlo; tumulò ang mğa luhà sa iyóng mğa matá, at sinabi mong hindî nacaaalam ang iyóng iná nğ "mitología"[159].— ¡"Halíng!— ang isinagót nğ nanay mo— makikita mo't mababanğó pagcatapos ang inyóng mğa buhóc."— Nagtawá acó, naghinanakít icáw, at ayaw mo na acóng causapin, at sa boong maghapo'y nagpakita ca nğ poot, na siyang ikìnaibig co namang umiyác.

Nğ bumalíc tayo sa bayan, at sa pagca't mainit na totoo ang araw, nuha acó nğ mğa dahon nğ sambóng nasumísibol sa mğa tabíng daan, ibinigáy co sa iyó't nğ ilagáy mo sa loob nğ iyóng sombrero, at nğ di sumakít ang iyóng ulo. Nğumitî icáw nğ magcágayo'y tinangnán co ang camáy mo at nagcásundô na catá.

Nğumitî nğ boong ligaya si Ibarra, binucsán ang canyang cartera, kinuha sa loob niyón ang isáng papel at sa loob nito'y may nababalot na mğa dahong nanğingitim, tuyô at mababanğó.

— ¡Ang iyóng mğa dahon nğ sambóng!— ang isinagót ni Ibarra sa titig ni María Clara,— itó lamang ang naibigáy mo sa akin.

Dalidalí namáng kinuha ni María Clara sa canyáng dibdíb ang isáng bolsitang rasong maputî.

— ¡Ps!— ani María Clara at tinampál ang camáy ni Ibarra;— hindî ipinahihintulot ang paghípò: ito'y isáng sulat nğ pagpapaalam.

— ¿Iyán bâ ang isinulat co sa iyo bago acó pumanaw?

— ¿At sumulat pó bâ cayó sa akin ng̃ ibá pa, aking guinoo?
— ¿At anó bâ ang sinasabi co sa iyo ng̃ panahóng iyón?
— ¡Maraming cabulastugan! ¡mg̃a dahilan ng̃ masamáng máng̃ung̃utang—ang isinagót ni María Clarang ng̃umíng̃itì, na ipinakikilalang totoong ikinasásaya ng̃ canyáng loob ang gayóng mg̃a cabulaanan.— ¡Howág cang malicot! ¡babasahin co sa iyo ang sulat na ito! ¡ng̃uni't ilíling̃id co ang iyóng mg̃a pagpuri at ng̃ dî ca magdalità!

At itinaás ang papel sa tapát ng̃ canyang mg̃a matá at ng̃ huwag makita ng̃ binatà ang canyáng mukhâ, at nagpasimulâ:

— "Aking ..." ¡hindî co babasahin sa iyo ang sumúsunod, sa pagca't isáng cabulastugán!— at pinaraanan ng̃ mg̃a matá ang iláng talatà.— "Ibig ng̃ aking amá, ang acó'y yumao, bagá man ipinamamanhic cong huwag"— "Icáw ay lalaki— ang sabi sa akin, dapat mong isipin ang panahóng dárating at ang iyong mg̃a lacás. Dapat mong pag-aralan ang dunong sa pamumuhay, ang dî maibibígay sa iyo ng̃ iyong kinamulatang lúpà, at ng̃ balang araw ay makapaglingcod ca sa canyá. Cung mananatili ca sa aking tabí, sa aking lilim, sa impapawíd na ito ng̃ mg̃a hínalâan, hindî ca matututong tumanáw sa malayò, at sa araw na cata'y maiwan sa ibabaw ng̃ lupa'y maitutulad ca sa halamang sinasalitâ ng̃ ating poetang si Baltazar;

"Para ng̃ halamang lumakí sa tubig,
daho'y nalálanta muntíng dî madilig,
ikinalolooy ang sandalíng init...."

— ¡Nakita mo na! binatà ca na halos ay tumatang̃is ca pa!—
"Nacapagpasakit sa aking loob ang ganitóng pag-wiwicà, caya't ipinahayag co sa canyáng icáw ay aking sinísinta. Hindî umimíc ang aking amá, nagliníng-lining, ilinagáy sa aking balicat, ang canyáng camáy at nagsalitâ sa aking nang̃íng̃inig ang voces:— Ang ísip mo ba'y icáw lamang ang marunong umibig at hindî ca iniibig ng̃ iyóng amá at hindî dínáramdam ang sa iyó'y paghiwaláy?" Hindî pa nalalaong nang̃ulila tayo sa iyóng iná; tumutung̃o acó sa catandàan, diyán sa gulang na ang hinahanap ay ang tulong at pagbibigay alíw ng̃ cabatâan, at gayón ma'y tinatanggap co ang pag-iisá at dî co talós cung catá'y makikita pa ulì. Ng̃uni't dapat cong isipin ang mg̃a ibáng bágay na lalong malalakí.... Bumúbucas sa iyo ang panahóng sasapit, samantalang sumásara sa akin; sumisilang sa iyo ang mg̃a pagsinta, ang mg̃a pag-ibig co'y nang̃amámatay; cumúculô ang apóy sa iyóng mg̃a ugát sa aki'y nagsisimulá, ang calamigán, at gayón ma'y icáw ay umíiyac at hindî ca marunong maghandóg ng̃ ng̃ayón, at ng̃ sa búcas ay makinabang ca at pakinabang̃an icáw ng̃ iyóng kinaguisnang lúpà."— Napunô ng̃ lúhà ang mg̃a matá ng̃ aking amá, naluhód acó sa canyáng paanan, siyá'y aking niyacap at sinabi co sa canyáng acó'y nahahandáng yumao".

Napatiguil ang pagbasa, dahil sa pagcaligalig ni Ibarra: namumutlâ ang binatà at naglálacad ñg paroo't parito sa magcabicabilang dúlo ñg azotea.

— ¿Anó ang iyóng damdám? ¿anó ba ang nangyayari sa iyo?— ang tanóng ni María Clara cay Ibarra.

— ¡Dahil sa iyó'y nalimutan co ang aking mãa catungculan; dapat acóng pumaroon ñgayón din sa aking bayan! Búcas ang fiesta ñg mãa namatáy.

Hindî umimíc si María Clara, itinitig niyáng iláng sandalî ang canyáng malalaki't mapupuñgay na mãa matá cay Ibarra, cumuha ñg ilang bulaclác at sinabi sa canyáng nababagbag na loob:

— Lumacad ca, hindî na catá pinipiguil; magkikita ulî tayo sa loob ñg iláng áraw! ¡Ilagáy mo itóng bulaclac sa ibabaw ñg libiñgan ñg iyong mãa magulang!

Nang macarâan ang iláng minuto, ang binata'y nananaog na sa hagdanang casabay si Capitang Tiago at si tía Isabel, samantalang nagcuculong sa pánalañginan si María Clara.

— ¡Ipakisabi ñga pô ninyó cay Andéng na canyáng ihandâ ang bahay at mañgagsisirating si María at si Isabel!— ¡Dumatíng nawâ cayóng maluwalhati!— ani Capitang Tiago, samantalang sumásacay si Ibarra sa coche, na yumaong ang tuñgo'y sa plaza ñg San Gabriel.

At sinabi pagcatapos ni Capitang Tiago cay María Clara na umíiyac sa tabí ñg larawan ñg isáng Vírgen:

— Halá, magsindí ca ñg dalawáng candilang mañgahatì, ang isáy sa Señor San Rafael, pintacasi ñg mãa naglálacbay. Isindi mo ang lámpara ñg Nuestra Señora de la Paz y Buen Viaje. ¡Lalong magalíng ang magcagugol ñg isáng salapî sa pagkít at anim na cuarta sa langís, cay sa magbayad pagcatapos ñg isáng mahalagáng tubós.

VIII.
MANGA ALAALA

Pinagdaraanan ñg coche ni Ibarra ang bahagui ñg lálong masayáng nayon ñg Maynilà; ang nacapagbíbigay pangláw sa canyá ñg gabíng nagdaan, sa liwanag ñg araw ay nacapagpapañgitî sa canyá cahi't sìyá'y áayaw.

Ang casayahang hindî naglílicat sa lahát ñg panig, ang lúbháng maraming cocheng nagpaparoo't paritong sacdal ñg tutulin, ang mga carromata, ang mga calesa, ang mga europeo, ang mga insíc, ang mga dalisay na tagarito, na bawa't isá'y may canícanyang sariling pananamit, ang mga naglalacô ñg mga buñgang-cahoy at halaman, mga corredor[160], hubád na cargador[161], mga tindá ñg mga cacanín, mga fonda[162], mga restaurant[163], mga tindahan, sampô ñg mga carretóng híla ñg mga mápagpaumanhin at waláng damdaming calabáw na tila mandín naglílibang sa paghìla ñg mga "bulto" samantalang naglilíninglining, ang lahát ñg íñgay at calugcóg, pati ñg araw, isáng amó'y na táñgì, ang sarisaring mga culay, pawang pumupucaw sa canyáng alaala ñg isáng daigdig na nagugupiling na mga gunità.

Walâ pang latag na mga batô ang mga daang iyón. Dalawâng araw lamang sunód na uminít, ang mga daa'y naguiguíng alabóc ñg tumátakip sa lahát, nag-papaubò at bumubulag sa mga naglálacad: isáng araw lamang umulán ay naguiguing láwà na, ano pa't cung gabí ay naaanino roon ang mga farol ñg mga coche at tumítilamsic buhát sa limáng metrong layò sa mga naglálacad sa mga makikipot na mga acera. ¡Gaano caraming mga babae ang nañgag-iwan sa mga along putic na iyón ñg caniláng mga chinelas na bordado! Pagcacágayo'y nañgapapanood na pìnípison ang mga daan ñg hanáyhanáy na mga presidiarong ahit ang ulo, na ang mga mangás ñg baro'y maíiclî at tòcong ang salawál na may mga número at may mga letrang azul, sa mga binti'y may mga tanicaláng halos nababalot ñg maruruming mga basahan upang huwag na totoong macasakít ang pagkiskís ó ang lamig marahil ñg bacal; dalawa't dalawá ang pagcacácabit, mga sanág sa araw, mga hapóng-hapô sa init at sa pagod, pinapagmámadalî at silá'y hináhampas ñg pamalò ñg isáng presidiario ring marahil nagcácámit casayahan, sa pagca't sa ganáng canyá nama'y nacapagpapahirap sa mga cawañgis din niyáng presidiario. Matatañgcád silá, madidilím ang pagmumukháng cailán ma'y hindî námasdang lumiliwanag sa pagsilang ñg isáng ñgitî; numíningning, gayón man ang caniláng mga balingtataó, pagccâ dumarapò sa caniláng mga balicat ang humahaguing na pamálò, ó pagcâ hinahaguisan silá ñg isáng naglálácad ñg upós ñg isáng tabacong basâ-basâ at nacácalas na, dinárampot ang upós ñg lalong nálalapit at itinatagò sa canyáng salacót: ang mga ibá'y minámasdan ang mga nagdaraan ñg pagtiñgíng cacaibá. Warî'y náririñgíg pa niyá ang caniláng caiñgayang guinágawâ sa pagduduróg ng̃ batóng itatabon sa mg̃a lubác at ang nacalálaguim na calansíng ng̃ mabibigát na mg̃a tanicalâ sa namámagà na niláng mg̃a bucóng-búcong. Kinikilabutan si Ibarra cung naaalaala niyá ang isáng nangyaring sumugat sa canyáng pag-iisip-musmós; niyó'y catánghalian at ibinábagsac ng̃ araw sa lúpà ang canyáng lalong maiinit na mg̃a sínag. Sa lílim ng̃ isáng carretóng cahoy nacabulagtâ ang isá sa mg̃a táong iyón, waláng malay táo, bucás ng̃ cauntî ang mg̃a matá; pinagbubuti naman ng̃ dalawáng presidiario rin ang isáng hihigáng cawayan, waláng galit, waláng pighatî, waláng yamót, anó pa't waláng pinag-ibhán sa sinasabing caugalia't anyô ng̃ dalisay na mg̃a tagarito. "Ng̃ayó'y icáw, búcas nama'y camí," marahil siyáng sinasabi sa canícanilá. Hindî pinápansin ng̃ mg̃a táong nagdudumaling dumaraan ang bagay na iyón; nagdaraan ang mg̃a babae, tinítingnan silá at nang̃agpapatuloy ng̃ paglacad, caraniwan ng̃ mapanood ang mg̃a bagay na yaón, linipacán na ang mg̃a púsò; nang̃agtatácbuhan ang mg̃a coche, ipinaaanino sa caniláng catawáng may barniz ang mg̃a sínag ng̃ araw na iyóng maningníng sa isáng lang̃it na waláng alapaap; sa canyá lamang, batang may labíng isáng taón at bágong carárating na galing sa canyáng bayan, nacalálaguim ang napapanood na iyón; sa canyá lamang nacapagbigáy bang̃ung̃ot ng̃ kinágabihan.

Walâ na ang mabaít at may wagás na puring "Puente de Barcas," yaóng tuláy filipinong-mabaít na nagsusumakit maglingcód, bagá man tagláy niya ang catutubong mg̃a capintasang tumataas at bumábabâ alinsunod sa maibigan ng̃ ilog Pasig na dî miminsang nagpahirap at gumibâ sa tuláy na iyon.

Hindî lumálagô ang mg̃a talisay sa plaza ng̃ San Gabriel; nananatili silá sa pagcacúyagutin.

Sa ganáng canya'y nagbawas ang gandá ng̃ Escolta, bagá man ng̃ayó'y may isáng malaking bahay na may mg̃a "cariatide"[164] sa dating kinatatayuan ng̃ mg̃a lumang camalig. Tinakhán niyá ang bagong "Puente de España"[165]; nang̃agpaalaala sa canyá ng̃ mg̃a maguiguináw na umaga, cung doo'y dumaraang namamangcâ siláng patung̃ó sa mg̃a paliguan sa Ulì-ulì, ang mg̃a bahay na na sa pangpáng na dacong canan ng̃ ílog, na napapag-itanan ng̃ mg̃a cawayanan at mg̃a punong cahoy, doon sa wacás ng̃ Escolta at pasimulâ ng̃ Isla del Romero.

Nasasalubong niyá ang maraming mg̃a cocheng hinihila ng̃ mg̃a maiinam na mg̃a cabayong maliliít, lulan ng̃ mg̃a coche ang mg̃a empleadong nacacatucatulog pa marahil ay pumapatung̃o na sa caniláng mg̃a oficina; mg̃a militar, mg̃a insíc na may anyóng hambóg at catawatawá ang pagcacaupô; mg̃a fraileng hindî maimikin, mg̃a canónigo at iba pa. Tila mandin canyáng namataan sa isáng marikit na "victoria"[166] si párì Dámasong mabalasíc ang mukhá't cunót ang mg̃a kílay; ng̃uni't siyá'y nacaraan na at ng̃ayo'y masayáng bumabati sa canyá, búhat sa canyáng carretela[167] si Capitan Tinong na casacáy ang canyáng asawâ't dalawáng mg̃a anác na babae.

Ng̃ macababâ na ng̃ tuláy, tumacbó ang mg̃a cabayo't tinung̃o ang paseo ng̃ Sabána[168]. Sa caliwa'y ang fábrica ng̃ tabaco sa Arroceros, na pinanggagaling̃an ng̃ malakíng úgong na guinágawa ng̃ mg̃a cigarrera sa pagpucpóc ng̃ mg̃a dahon ng̃ tabaco. Napang̃itî si Ibarra, sa pagca alaala ng̃ masangsáng na amóy na iyóng sa tuwíng icalimáng oras ng̃ hapo'y lumalaganap sa tuláy ng̃ Barcas at humihilo sa canyá ng̃ panahóng siyá'y musmós pa. Ang masasayáng mg̃a salitâan, ang mg̃a catatawanan ang siyáng cahi't hindî niyá sinasadya'y nacapaghatíd sa canyáng guníguní sa nayon ng̃ Lavapiés, sa Madrid, sampô ng̃ doo'y mg̃a pangliligalig ng̃ mg̃a cigarrera, na totoong nacacapahamac sa sawíng palad na mg̃a "guindilla"[169] at iba pà.

Ipinagtabuyan, ang canyáng caayaayang mg̃a naaalaala ng̃ Jardín Botánico[170]; iniharáp sa canyáng pag-iísip ang demonio ng̃ mg̃a pagsusumagsumag; ang mg̃a Jardín Botánico sa Europa, sa mg̃a lupaing nang̃agcacailang̃an ng̃ malacás na calooban at saganang guintô upang mapasibol ang isáng dahon at mapabucás ang isáng bulaclác; hindî lamang doon, cung dî sa mg̃a "colonia" man ay may mabubuti ang alagà at mg̃a mahahalagáng Jardín Botánicong bucás na lagui sa sino mang ibig manood. Inihiwaláy doón ni Ibarra ang canyáng mg̃a matá at iniling̃ap niyá sa dacong canan, at doo'y canyáng nakita ang matandáng Maynilàng naliliguid ng̃ mg̃a cútà at mg̃a bangbáng, tulad sa isáng dalagang culang sa dugô, na nababalot ng̃ isáng pananamit ng̃ canyáng nunong babae ng̃ panahong itó'y sumasacagarâan.

¡Natanawan niyá ang dagat na hindî maabot ng̃ tanáw ang guilid na lubháng maláyò!...

— ¡Na sa cabiláng ibayo ang Europa!— ang inisip ng̃ binatà! ¡Ang Europang may magagandáng mg̃a nacióng hindî nang̃aglílicat ng̃ pagsusumicap sa paghanap ng̃ caligayahán, nagsisipanaguinip pagcacaumaga at nang̃agdáramdam cabiguan sa towíng lumúlubog ang araw ... lumiligaya sa guitnâ ng̃ canyáng mg̃a capahamacán! ¡Tunay ng̃â, sa cabilang ibayo ng̃ dagat na dî maulata'y nang̃aroroon ang mg̃a nacióng mapagmahal sa espíritu, at bagá man hindî nilá minámasamâ ang catawán, lálò pa mandíng mápagmahal sa espíritu cay sa mg̃a nagpapanggáp na lubháng umiirog sa espíritu.

Ng̃uni't nang̃agsitacas ang canyáng mg̃a pagdidilidiling itó ng̃ canyáng makita ang muntíng bundúc-bunducan sa capatagan ng̃ Bagumbayan. Ang namûmucod na bundúc-bunducan sa isáng tabí ng̃ paseo ng̃ Luneta ang siyá ng̃ yóng umaakit sa canyáng ísip at siyáng canyá'y nagpapagunamgunam.

Canyáng guinugunitâ ang táong nagbucás ng̃ canyáng pag-iísip at nagpakilala sa canyá, ng̃ magalíng at ng̃ nasacatuwiran. Tunay ng̃a't cácauntî ang mğa caisipáng sa canyá'y iniaral, nğuni't hindî ang mğa waláng cabuluháng pag-ulit lamang nğ mğa sinabi nğ ibá; pawang mğa caisipáng galing sa pananalig na hindî nanğagculabô sa liwanag nğ lalong matitindíng ílaw nğ dakilang pagsulong.

Ang táong yaó'y isáng matandáng sacerdote, ang mğa panğunğusap na sa canyá'y sinabi nğ siyá'y pagpaalaman ay umaalinğawnğaw pa sa canyáng mğa tainğa: "Huwág mong calimutang bagá man pag-aarì nğ sangcataohan ang carununğan, "minamana lamang ang carununğang iyán nğ mğa táong may púsò,?— ang paalaala niyá.— "Pinagsicapan cong ilipat sa iyo ang aking tinanggáp sa aking mğa maestro; ang cayamanang iyó'y pinagsicapan co namáng dagdagán sa boong abót nğ aking cáya at inililipat co sa mğa táong humahalili; gayón din ang gágawin mo sa manğagsisihalili sa iyo, at mapagtátatlong ibayo mo, sa pagcá't icáw ay paparoon sa mğa lubháng mayayamang lupaín."— At nğumínğiting idinagdág; "Nanğagaisiparito silá sa paghanap nğ guintô; ¡manğagsiparoon namán cayó sa caniláng łupaí't hanapin ninyó roon ang ibáng guintóng ating kinacailanğan! Alalahanin mo, gayón mang hindî ang lahát nğ cumíkinang ay guintô. Namatáy riyán ang paring iyón."[171]

Sa mğa gunità niyáng itó'y sumásagot siyá:

— ¡Hindî, anó mang caratnan, ang una'y ang kinaguisnang lúpà, ang una'y Filipinas, anác nğ España, ang una'y ang lupaíng castílà. ¡Hindî, ang bagay na iyáng isáng casaliwaang palad ay hindî nacarurunğis sa Bayang kináguisnan, hindî. Hindî nacahahalina sa canyáng paggugunamgunam ang Ermita, iyáng Fénix[172] na pawid, na mulîng sumisilang sa canyáng mğa abó sa anyóng mğa bahay na may mğa pintáng putî at azul at ang bubóng ay zinc na may pintáng pulá. Hindî nacaaakit sa canyáng pagmamalasmalas ang Maalat, ni ang cuartel nğ caballeríang may mğa punong cahoy sa tapát, ni ang mğa tagaroon, ni ang mğa maliliit na bahay na pawid na may matitibong na bubunğáng nanğacúcubli sa mğa púnò nğ saguing at mğa bunga, na guinagawang tulad sa mğa pugad nğ bawa't amá nğ isáng mag-anac.

Tulóy ang paggulong nğ coche: nacasasalubong nğ isáng carromatang híla nğ isá ó dalawang cabayo, na napagkikilalang galing lalawigan, dahil sa guarnición at iba pang cagamitáng pawang abacá. Pinagpipilitang makita nğ carromatero ang naglálacbay na nacasacáy sa maningning na coche at nagdaraang hindî nakikipagpalitan nğ cahi't isáng pananalitâ, nğ cahi't isang pakikipagbatîan. Cung minsa'y isáng carretóng híla nğ isáng calabaw na marahan ang lacad at parang waláng anó man ang siyáng nacawawalâ nğ capanglawan nğ maluluang at maalicabóc na mğa lansanğang napapaliguan ng makináng na araw nğ mğa "trópico"[173]. Nakikisaliw sa malungcót at dî nagbábagong anyô nğ awit nğ namamatnugot na nacasacáy sa calabaw ang matinding calairit nğ tuyóng rueda sa pag-íkit na casama ang kinsékinsé nğ mabigát na carretón; cung minsan nama'y ang malagáslas na tunóg nğ gasgás na m̃ga paa ñg isáng paragos, niyáng trineong[174] sa Filipinas ay hinihilang napacabanayad sa ibabaw ñg alabóc ó ñg m̃ga lubác sa daan. Sa m̃ga capatagan, sa m̃ga malilinis na lupang pinaghahalamanan ay nañgiñginain ang m̃ga hayop na casama ñg m̃ga tagác, na payapang nacadapò sa ibabaw ñg m̃ga vacang capóng ñgumúñguyâ at linalasa ang m̃ga sariwang damó ñg parang, na ipinipikítpikít ang m̃ga matá,; sa dacong malayo'y m̃ga babaeng cabayong nañgagdadambahan, nañgaglulucsuhan at nañgagtatacbuhang hagad ñg isáng masival na potrong mababà ang buntót at malagô ang kilíng: humahalinghíng ang potro at pinasasambulat ang lúpà ñg canyáng malalacás na m̃ga cucó.

Pabayáan nating maglacbáy ang binatang nagdidilidili ó nacacatulog: ang hiwagang malungcót ó masayá ñg catapañgang hindî nacacaakit ñg canyáng gunamgunam: ang araw na iyóng nagpapapakintab sa m̃ga dulo ñg m̃ga cahoy at nagpapatacbò sa m̃ga tagabukid na nañgapapasò ang m̃ga paa sa nagbabagang lúpà, bagá mán silá'y may panyapác na m̃ga lipác; ang araw na iyóng pumipiguil sa isáng babaeng tagabukid sa lilim ñg isáng talisay ó cawayanan, at sa canya'y nagpapaísip ñg m̃ga bagaybagay na walang catuturán at dî mapagwarì, ang isip na iyo'y hindi nacalulugod sa ating binatà.

Bumalíc tayo sa Maynilà samantalang gumugulong ang coche't nagpapaguiray-guiray, túlad sa isáng lasíng, sa buról-bùról na lupà, at samantalang tumátawid sa tuláy na cawayan, pumapanhic sa mataríc na ahunín ó bumábabâ sa totoong malalim na lusuñgín.

IX.
MANGA CAUGALIAN NG BAYANG ITO

Hindî nagcámalî si Ibarra; nalululan nga si "victoriang" iyón si parì Dámaso at tumutungo sa báhay na canyáng bágong caíiwan.

— ¿Saan bâ cayó paroroon?— ang tanóng ng fraile cay María Clara at cay tía Isabel, na mangagsisisacay na sa isáng cocheng may mga pamuting pílac, at tinatampîtampì ni párì Dámaso ang mga pisngî ni María Clara, sa guitnâ ng canyang mga caguluhan ng ísip.

— Cucunin co sa beaterio ang aking mga bagaybagay roon— ang sagót ni María Clara.

¡Aháaá! ¡ahá! tingnán natin cung sino ang mananalo sa amin, tingnan natin!— ang ipinagbububulóng na hindî nápapansin ang sinasabi, na anó pa't nagtacá, ang dalawang babae. Tinúngo ang hagdanan at nanhíc doon si párì Dámasong nacatungo ang úlot't madálang-dalang ang hacbáng.

¡Marahil siya'y magsésermon at canyáng isinasaulo ang canyáng ipangangaral!— aní tía Isabel;— sacáy na María at tatanghalíin tayo ng pagdatíng.

Hindî namin masábi cung magsesermón ngâ ó hindî; datapuwa't inaacala naming mga dakílang bagay ang mga pinag-íisip-ísip niyá, sa pagcá't hindî man lamang naiabot niyá, ang canyáng camáy cay capitang Tiago, cayá't napilitang yumucód pa itó ng cauntî upáng hagcán ang camáy na iyón.

— ¡Santiago!— ang únang sinabi niyá— may pag-uusapan tayong mahahalagang bagay; tayo na sa iyong oficina.

Maligalig ang lóob ni Capitang Tiago, hindî nacaimíc nguni't sumunód sa napacalakíng sacerdote, at sinarhán ang pintô pagcapásóc nilá.

Samantalang nagsasalitaan silá ng líhim, siyasatin nátin cung anó ang kinaratnan ni Fr. Sybila.

Walâ sa canyang convento ang pantás na dominico; maagang maaga, pagcapagmisa, siyá'y napatungo sa convento ng canyáng capisanang na sa macapasoc ng pintuan ni Isabel Segunda, ó ni Magallanes, alinsunod sa naghaharing familia, sa Madrid.

Hindî niya pinansin ang masaráp na amóy-chocolate, at gayón ding dî niya ininó íngay ng mga cajón at ang salapìng náriringig mulâ, sa Procuración, at bahagyâ ng sumagót sa mapitagan at maguíliw na batì ng uldóg na procurador, nanhíc si Fr. Sybila, tinahac ang ilang mga "corredor" at tumuctóc ng butó ng mga dalírì sa isáng pintûan.

— ¡Tulóy!— anang isáng voces na wari'y dumaraing.

— ¡Pagalingin nawâ cayó ng Dios sa inyóng sakít!— ang siyáng batì ng batang dominico pagpasoc.

Nacaupo sa isáng malaking sillón ang isáng matandáng párì, culubót at gá namúmutlâ na ang balát ng mukhâ, cawangis ng isá riyán sa mga santong ipinintá ni Rivera. Nañg̃lálalalim ang m̃ga matáng napuputuñg̃an ñg̃ lubháng málalagong kilay, na palibhasa'y láguing nacacunót ay nacapagdáragdag ng̃ ningníng ñg̃ paghíhiñg̃alô ñg̃ canyang m̃ga matá.

Nabábagbag ang lóob na pinagmasdán siyá ni párì Sibilang nacahalukipkíp ang m̃ga camáy sa ilalim ñg̃ cagalanggalang na escapulario ni Santo Domingo. Inilungayñg̃ay pagcatapos ang úlo, hindî umíimic at wari'y naghíhintay.

— ¡Ah!— ang buntóng hiniñg̃á ñg̃ maysakít— inihahatol sa akin, Hernando; na akin daw ipahíwà! ¡Ipahiwà sa tandâ co ñg̃ itó! ¡Itóng lupaíng ito! ¡Ang cagulatgulat na lupaíng itó! ¡Muhang ulirán ca sa nangyayari sa akin, Hernando!

Dahándáhang itinàas ni Fr. Sybila ang canyáng m̃ga matá at itinitig sa mukhà ñg̃ may sakít:

— At ¿anó pô ang inyóng minagaling?— ang itinanóng.

— ¡Mamatáy! ¡Ay! ¿May nálalabi pa bagá sa aking ibáng bágay? Malábis na totoo ang aking ipinaghihirap; datapuwa't.... pinapaghirap co namán ang marami.... ¡nagbabayad-útang lamang acó! At icáw, ¿cumustá ca? ¿anó ang sadyâ mo?,

— Naparíto pô acó't sasabihin co sa inyó ang ipinagcatiwalang bílin sa akin.

— ¡Ah! ¿at anó ang bagay na iyón?

— ¡Psh!— sumagót na may samâ ang loob, umupô at iliniñg̃ón ang mukhâ, sa ibáng panig,— m̃ga cabulastigan ang sinabi sa atin; ang binatang si Ibarra'y isang matalínong bagongtao; tila mandín hindì halíng; ñg̃uni't sa acálà co'y isáng mabaít na bagongtao.

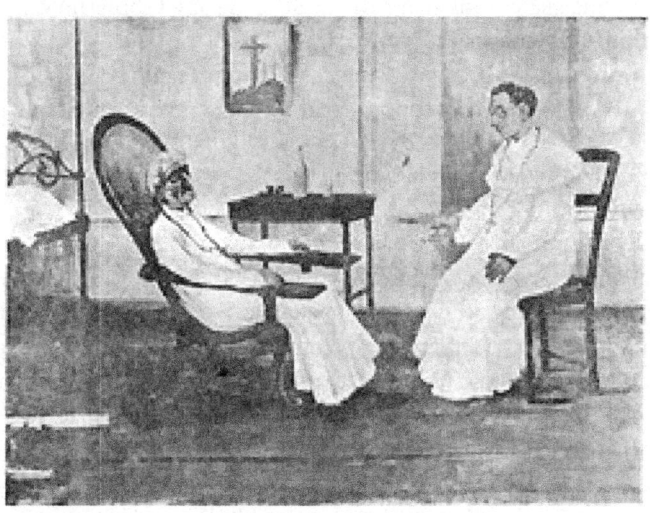

— ¿Sa acálà mo?
— ¡Nagpasimulâ cagabí ang caniláng pagcacáalit!

— ¡Nagpasimulâ na! ¿at bákit?

Sinaysay ni Fr. Sibyla, sa maiclíng pananalitâ, ang nangyari cay párì Dámaso at cay Crisóstomo Ibarra.

— Bucód sa rito— ang idinugtóng na pangwacás— mag-aasawa ang binatà sa anác na babae ni Capitang Tiago, na nag-aral sa colegio ng̃ ating mg̃a capatid na babae; siyá'y mayaman at dî ng̃a niyá iibiguing magcaroon ng̃ mg̃a caaway upang siyá'y mawal-án ng̃ caligayahán at cayamanan.

Itinang̃ô ng̃ may sakít ang canyang úlo, sa pagpapakilalang siyá'y sang-áyon.

— Siyâ ng̃â, gayón din ang áking acálà ... Sa pamamag-itan ng̃ gayóng babae at isáng bianáng lalaking gayón, maguiguing atin ang canyáng catawá't cálolowa. At cung hindî ¡lálong magalíng cung siya'y magpakitang kaaway natin!

Minamasdáng nagtátaca ni Fr. Sibyla ang matandâ.

— Unawàing sa icagagaling ng̃ ating Santong Capisanan— ang idinugtóng na naghíhirap ng̃ paghing̃á.— Minámagaling co pa ang makilaban sa átin, cay sa mg̃a halíng na pagpupuri at paimbabáw na panghihinuyò ng̃ mg̃a caibigan.... tunay at silá'y may mg̃a bayad.

— ¿Inaacalà pô bâ ninyóng gayón?

Tiningnán siyá ng̃ boong lungcót ng̃ matandâ.

— ¡Tandaân mong magalíng!— ang isinagót na nagcácangpapagál— Manacatilî ang ating capangyarihan samantalang sa capangyarihang iya'y nananalig. Cung táyo'y labánan, ang sasabihin ng̃ Gobierno'y: "Nilalabanan silá, sa pagca't ang mg̃a fraile'y isáng hadláng sa calayaan ng̃ mg̃a filipino; at sa pagca't gayo'y papanatilihin natin ang mg̃a fraile."

— At ¿cung silá'y pakinggán? Manacânacang ang Gobierno'y....

— ¡Hindî silá pakíkingan!

— Gayón man, cung sa udyóc ng̃ casakimá'y nasáin ng̃ Gobiernong maowî sa canyá ang ating inaani ... cung magcaroon ng̃ isáng pang̃ahás at walang gúlat na....

— Cung magcágayo'y ¡sa abâ niyá!

Capuwâ hindî umimíc.

— Bucód sa roón— ang ipinatúloy ng̃ may sákít— kinacailang̃an nating tayó'y labánan, táyo'y pucáwin: nagpapakilala sa atin ang mg̃a labanáng ito ng̃ cung saan naroon ang ating cahinaan, at ang gayó'y nacapagpapagalíng sa atin. Nacararayà sa átin at nacapágpapahimbing ang malábis na mg̃a pagpúri: datapowa't sa lábás ay nacapagpapapang̃it ng̃ ating anyô, at sa araw na mahúlog táyo sa capang̃itang anyô, táyo'y mapapahamac, na gáya ng̃ pagcapahamac natin sa Europa. Hindî na papasoc ang salapí sa ating mg̃a simbahan; sino ma'y walâ ng̃ bíbili ng̃ mg̃a escapulario, ng̃ mg̃a correa at ng̃ anó man, at pagcâ hindî na tayo mayaman, hindî na natin mapapapanalig ang mg̃a budhî.

— ¡Psh! Mananatili rin sa atin ang ating mg̃a "hacienda," ang ating mg̃a báhay!

— ¡Mawáwala sa ating lahát, na gaya ng̃ pagcawalâ sa átin sa Europa! At ang lálong masamá'y nagpapagal táyo at ng̃ táyo'y mangguípuspós. Sa halimbáwà: iyáng nápacalabis na pagsusumakit na dagdagan sa taóntaón, ayon sa ating maibigan, ang halagá ng̃ buwís ng̃ ating mg̃a lúpà, ang pagsusumakit na iyáng aking sinalansáng sa lahát ng̃ mg̃a malalaking pulong natin; ¡ang pagsusumakit na iyán ang siyáng macapapahamac sa atin! Napipilitan ang "indiong" bumilí sa ibang daco ng̃ mg̃a lúpang casíng galíng din ng̃ ating mg̃a lupà ó lálò pang magalíng. Nang̃ang̃anib acóng bacâ táyo'y nagpapasimulâ na ng̃ pagbabâ: "Quos vult perdere Jupiter dementat prius."[175] Dahil dito'y huwág ng̃â nating dagdagán ang ating bigát; ang báya'y nagbububulóng na. Mabúti ang inisip mo: pabayâan natin ang ibáng makikipaghusay doón ng̃ canícanilang sagutin; papanatilihin natin ang sa ati'y pagpipitagang nálalabi, at sa pagcá't hindî malalao't makíkiharáp táyo sa Dios, linísin nátin ang ating mg̃a cama'y ... ¡Maawà nawâ sa áting mg̃a kahinàan ang Dios ng̃ mg̃a pagcahabág!

— Sa macatuwíd ay inaaacalà pó bâ ninyóng ang buwís ay ...

— ¡Howág na tayong mag-úsap ng̃ tungcól sa salapî!— ang isinalabat ng̃ may sakít na masamâ ang lóob.— Sinasabi mong ipinang̃acò ng̃ teniente cay párì Dámaso..?

— Opo, amá— ang sagot ni párì Sibylang gá ng̃uming̃itî na. Ng̃uni't nakita co caninang umága ang teniente, at sinábi sa áking dináramdam daw niyá ang lahat ng̃ nangyári cagabí, na umímbulog daw sa canyáng úlo ang Jerez, at sa acálà niya'y gayón din ang nangyári cay párì Dámaso.— At ang pang̃aco?— ang tanóng cong pabirô.— Padre cura ang isinagót:— marunong pô acóng tumupád ng̃ áking wicâ, pagcâ sa pagtupád na iya'y hindî co dinurung̃isan ang aking capurihán; cailan ma'y dî co naguing ugálì ang magcanulô canino man, at dàhil dito'y teniente acó hanggá ng̃ayón.

— Ng̃ macapagsalitaan silá ng̃ mg̃a ibá't ibáng bágay na waláng cabuluhán, nagpaalam si Fr. Sibyla.

Hindî ng̃a namán naparoón ang teniente sa Malacanyáng; ng̃unit naalaman din ng̃ Capitan General ang nangyari.

Nang nakikipagsalitaan siyá sa canyáng mg̃a ayudante tungcól sa mg̃a pagbangguít na sa canya'y guinágawá ng̃ mg̃a páhayagan sa Maynilà, sa ilalim ng̃ mg̃a pamagat na mg̃a "cometa"[176] at iba pang mg̃a napakikita sa lang̃it, sinabí sa canyá ng̃ isá sa mg̃a ayudanteng iyón ang pakikipagcagalit ni párì Dámaso, na pinalubhâ pa ang cabigatán ng̃ mg̃a pananalitâ, bagá man pinakinis ng̃ cauntî ang mg̃a bigcás ng̃ sabi.

— Síno ang sa iyo'y nagsábi— ang tanong ng̃ Capitán General na ng̃uming̃itî.

— Naringig co pô cay Laruja, na siyáng nagbabalità caninang umága sa pásulatan ng pámahayagan.

Mulíng ngumitî ang Capitan General at idinagdág:

— ¡Hindî nacasásakit ang babac't fraile! Ibig cong manahimic sa nátitirang panahón ng pagtirá co sa lupáng itó, at aayaw na acóng makipag-alít sa mga lalaking gumagamit ng sáya. At lálong lálò na ngayóng áking natalastás na pinaglalaruan lamang ng provincial ang aking mga útos; hiningi cong pinacaparusa ang paglilipat sa ibáng bayan ng fraileng iyán; at siyá nga namán, siya'y inilipat, nguni't doon siya inilagay sa lalong magaling na báyan: ¡frailadas![177] na sinásabi natin sa España.

Nguni't humintô ng pagngitì ang Capitan General ng nagíisa na.

— ¡Ah! ¡cung hindî sána nápacatangá ang báyang ito'y pasusucuin co ang aking mga cagalanggalang na iyán!— ang ipinagbuntóng hiningá.— Datapuwa't carapatdapat ang báwa't báyan sa kinasasapitan niyá; gawin nátin ang inuugalì ng lahát.

Samantala'y natápos si Capitang Tiago ng pakikipulong cay pári Dámaso, ó sa lalong magalíng na sabi, ang pakikipulong ni párì Dámaso cay Capitang Tiago.

— ¡Ngayo'y napagsabihan na catá!— ang sabi ng franciscano ng magpaalam. Naílagan sana ang lahát ng itó, cung nagtanóngtanóng ca múna sa akin, cung dî ca sana nagsinungaling ng icáw ay tinatátanong co. ¡Pagsicapan mong howag ca nang gumawâ ng mga cahalingán, at manálig ca sa canyáng ináama!

Lumibot ng macaalawa ó macaatló sa salas si Capitang Tiagong nag-iísip-isip at nagbúbuntóng hiningá; di caguinsaguinsa'y párang may naisip siyáng magalíng, tumacbó sa pánalanginan at pinatáy ang mga candílà at ang lámparang canyáng pinasindihán upang siyáng macapagligtás cay Ibarra.

— May panahón pa, sa pagca't totoong malayò ang linálacbay— ang ibinulóng.

X.
ANG BAYAN

Hálos sa pampáng ñg dagátan ang kinálalagyan ñg báyang San Diego[178], na sumasaguitnâ ñg mǧa capatágang hálamanan at mǧa paláyan. Nagpápadala sa ibáng mǧa báyan ñg asúcal, bigás, café at mǧa búngang haláman, ó ipinagbíbili cayâ ñg múrangmúra sa insíc na nagsasamantalá ñg cawal-áng málay ó ñg pagcahilig sa mǧa masasamang pinagcaratihan ñg magsasacá.

Pagcá áraw na mabúting panahón at umáacyat ang mǧa batà sa caitaasan ñg campanario ñg simbahan, na napapamutihan ñg lúmot at ñg damóng hatíd ñg hángin; pagcacágayo'y masayáng nañgagsisigawan, sa udyóc ñg cagandáhan ñg nátatanaw na humáhandog sa caniláng mǧa matá. Sa guitná ñg caráming mǧa bubunǧáng páwid, tísà, "zinc" at yúnot, na napapaguitnaan ñg mǧa bulaclác natátalastas ñg bawa't isá ang paraan ñg pagcakita sa canícanilang báhay na maliliit, ang canilá bagáng malilingguít na púgad. Nagagamit niláng panandâ ang lahát: isáng cáhóy, isáng sampáloc na may maliliit na dáhon, ang nióg na puspós ñg mǧa búco, tulad sa maanaking si Astarté[179] ó cay Diana[180] sa Efeso[181] na may maraming súso, isáng humáhabyog na cawáyan, isáng búnǧa, isáng cruz. Naroroón, ang ílog, calakilakihang ahas na cristal na natutulog sa verdeng alfombra: pinaaalon ang canyáng ágos ñg mǧa pirápirasong malalakíng batóng nagcacapatlángpatláng sa mabuhanǧing inaagusan ñg túbig; cumikipot ang ílog sa dáco roón, at may mǧa pangpáng na matatáas na kinacapitang nangpapalícò-lícò ñg mǧa cahoy na nacalitáw ang mǧa ugát, at sa dáco rito'y lumálaylay ang mǧa panabí at lumuluang at tumitining ang ágos. May nátatanaw sa dácong maláyong isáng maliit na bahay, na itinayô sa pangpáng na hindî natacot sa cataasan, sa hanǧing malacás at sa pinanununghang banǧíng malálim, at masasabi, dahil sa canyáng malilíit na haligui, na siyá'y isáng cálakilakihang zancuda[182] na nag-aabang ñg ahas upang daluhúngin. Mǧa catawán ñg púnò ñg nióg ò ñg cahoy na may balát pa, na gumágalaw at gumiguiwang ang siyang naghúhugpong ñg magcabilang ibayo, at cahi't sila'y masasamáng tuláy, datapuwa't maiínam namáng cagamitán sa circo sa pagpapatiwatiwáric, bagay na hindî dapat pawal-áng halagá: nanǧagcacatwâ ang mǧa bátà, búhat sa ílog na pinaliliguan, sa mǧa pagcalaguím ñg nagdaraang babaeng may súnong na bacol, ó ñg matandáng lalaking nanǧínǧinig sa paglácad at pinababayâang mahúlog ang canyang tungcód sa túbig.

Nǧuni't ang lálong nacahihicayat ñg pagmamasíd ay ang isáng matatawag nating náiimos na gúbat sa dágat na iyón ñg mǧa lúpang lináng. Diya'y may mǧa cátandâtandàang mǧa cáhoy, na guáng ang catawán, at cayâ lámang namámatay ay pagcâ tinámâan ñg lintíc ang matàas na dúlo at nasusunog: ang sabihana'y hindî lumalakit sa îbá ang apóy na iyón at namámatay doón din; diyá'y may mg̃a pagcálalaking mg̃a batóng dináramtan ng̃ terciopelong lúmot ng̃ panahón at ng̃ "naturaleza": humíhimpil at nagpapatongpatong sa caniláng mg̃a gúang ang alabóc na pinacacapit ng̃ ulán at ang mg̃a íbon ang siyáng nagtátanim ng̃ mg̃a binhî.

Malayang lumalagô ang mg̃a cacahuyan: mg̃a damó, mg̃a dawag, mg̃a tabing na damóng gumagapang na nang̃agsasalasalabat at nagpapapalipatlipat sa isá't isáng cahoy, bumibitin sa mg̃a sang̃á, cumacapit sa mg̃a ugát, sa lupà, at sa pagcá't hindî pa mandin nasisiyahan sa ganitó si Flora[183], ay nagtátanim siyá ng̃ mg̃a damó sa ibábaw ng̃ damó; nabubuhay ang lúmot at ang cábuti sa mg̃a gahác-gahác na balát ng̃ cáhoy, at ang mg̃a damóng dápò, mg̃a cawilíwíling manunuluyan, ay napapagcamal-an sa canilang mg̃a pagcâyacap sa cahoy na mápagpatuloy.

Iguinagalang ang gúbat na iyón: may mg̃a sali't-sáling sabing sinásalitâ tungcól doon; ng̃uni't ang lálong malápit sa catotohanan, at sa pagca't gayó'y siyang hindî lubhang pinaniniwalaan at hindî naman napag-aalaman, ay ang sumusunod:

Nang ang baya'y walâ cung dî isang walang halagang tumpóc ng̃ mg̃a dampâ, at saganang sumísibol pa sa pinacalansang̃an ang damó; ng̃ panahóng yaóng pagcagabi ay nanasoc doón ang mg̃a usá at mg̃a baboy-ramó, dumatíng isáng áraw ang isáng matandáng castilang malalálim ang mg̃a matá at totoong magalíng magwícang tagalog. Pagcatápos na matingnán at malíbot ang mg̃a lúpà sa magcabicabilà, ipinagtanóng niyá cung sinosino ang may arì ng̃ cagubatang inaagusan ng̃ tubig na malacúcò. Nang̃agsiharáp ang iláng nang̃agsabing umanó'y silá raw ang may ári, at ang guinawâ ng̃ matandá'y binilí sa canilá ang gúbat na iyón, sa pamamag-ítan ng̃ mg̃a damít, mg̃a híyas at cauntíng salapî. Nawalâ pagcátapos ang matandâ na hindî maalaman cung paáno. Pinananaligan na ng̃ táong siyá'y "encantado", ng̃ máino ng̃ mg̃a pastól ang isáng caang̃utáng nagbubuhat sa carátig na gúbat; caniláng binacás, at ang násumpung̃an nila'y ang matandáng lalaking bulóc na at nacabítin sa sang̃á ng̃ isáng "balíti". Nacatatacot na siyá ng̃ panahóng buháy pa, dáhil sa canyáng malalim at malagunlóng na voces, dáhil sa malalim niyang mg̃a matá at dáhil sa táwa niyáng waláng íng̃ay; ng̃uni't ng̃ayóng siyá'y magbigtí ay lumiligalig siyá sa pagtulog ng̃ mg̃a babae. Itinapon ng̃ iláng babae sa ílog ang mg̃a híyas at sinunog ang damít na canyáng bigáy, at mulà ng̃ ilibíng ang bangcáy sa púnò ng̃ balíti ring iyón, sino mang táo'y walâ ng̃ mangahás na doo'y lumápit. Isáng pastól na naghághanap ng̃ canyáng mg̃a hayop, ibinalitang nacakita raw siyá roón ng̃ mg̃a ílaw; nang̃agsiparoón ang mg̃a bínatà at nacárinig na silá ng̃ mg̃a daíng. Isáng cúlang pálad na nang̃ing̃ibig, na sa pagmimithî niyáng mápuna ng̃ sa canyá'y nagwáwalang bahálà, nang̃ácong mátitira siyáng magdamág sa lílim ng̃ cáhoy at ipupulupot niyá sa punò nitó ang isáng mahabang yantóc, namatáy dahil sa matindíng lagnát na sa canya'y dumápò kinabucasan ng̃ gabí ng̃ canyáng pakikipagpustahan. May pinagsasalitaanan pang m̃ga catha't sali't saling sabi tungcól sa gubat na iyón.

Hindî nag-iláng buwán at naparoon ang isáng binatang wari'y mestizong castílà, na ang sabi'y anác daw siyá ng̃ nasírà, at nanahán sa súloc na iyón at nang̃asíwà sa pagsasaca, lalonglalò na sa pagtataním ng̃ tínà. Si Don Saturnino'y isáng binatang malungcót ang asal at lubháng magagalitín, at cung minsa'y malupít; datapuwa't totoong masipag at masintahin sa paggawâ: binacuran ng̃ pader ang pinaglibing̃án sa canyáng amá, na manacânacâ lamang dinadalaw. Nang may cagulang̃an na'y nag-asawa sa isáng batang dalagang taga Maynílà, at dito'y naguíng anác niya si Don Rafael, na amá ni Crisóstomo.

Batangbatà pa si Don Rafael ay nagpílit nang siyá'y calugdán ng̃ m̃ga táong bukid: hindî nalao't pagdaca'y lumagô ang pagsasacang dinalá at pinalaganap ng̃ canyáng amá, nanahán doon ang maraming táo, nang̃agsiparoon ang maraming insíc; ang pulô ng̃ m̃ga dampá'y naguíng isáng nayon, at nagcaroon ng̃ isáng curang tagalog; pagcatapos ay naguíng isáng bayan, namatáy ang cura at naparoon si Fr. Dámaso; ng̃uni't ang libing̃a't caratig na lupa'y pawang pinagpitaganan. Nang̃áng̃ahas na maminsanminsan ang m̃ga batang lalaking mang̃agsiparoong may m̃ga daláng panghampás at m̃ga bató, upang lumiguid sa palibot libot at mang̃uha ng̃ bayabas, papaya, dúhat at iba pa, at cung minsa'y nangyayaring sa casalucuyan ng̃ caniláng guinàgawà, ó cung caniláng pinagmámasdang waláng imíc ang lubid na gagalawgalaw buhat sa sang̃á ng̃ cáhoy, lumálagpac ang isá ó dalawáng batóng hindi maalaman cung saán gáling; pagcacagayo'y casabay ng̃ sigáw na:— ¡ang matandâ! ¡ang matanda!— caniláng ipinagtatapunan ang m̃ga bung̃ang cáhoy at ang m̃ga panghampás, lumúlucso silá sa m̃ga cáhoy at nang̃agtatacbuhan sa ibabaw ng̃ malalakíng bató at sa m̃ga cacapalán ng̃ damó, at hindî silá tumitiguil hanggáng sa macalabás sa gubat, na nang̃amúmutlâ, humihing̃al ang ibá, ang iba'y umíiyac, at cácauntî ang nang̃agtátawa.

XI.
ANG MANGA MACAPANGYARIHAN

Mañgaghati-hati cayó at cayó'y mañgaghari.—(Bagong Machiavelo)[184]
¿Sinosino bagá ang mġa nacapangyayari sa bayan?

Cailán ma'y hindî nacapangyari si Don Rafael nġ nabubuhay pa siyá, bagá man siyá ang lalong mayaman doon, malakí ang lúpá at hálos may útang na loob sa canyá ang lahát. Palibhasa'y mahinhíng loob at pinagsisicapang huwág bigyáng cabuluhán ang lahát nġ canyáng mġa guinágawà, hindî nagtatag sa báyan nġ canyáng partido [185], at nakita na natin cung paano ang mġa paglaban sa canyá nġ makita nilang masamâ ang canyáng calagayan.— ¿Si Capitang Tiago caya?— Totoo't cung siyá'y dumárating ay sinasalubong siyá nġ orquesta nġ mġa nagcacautang sa canyá, hináhandugan siyá nġ piguíng at binúbusog siyá sa mġa álay. Inilalatag sa canyáng mesa ang lalong magagalíng na búnġang cáhoy; cung nanġacacahuli sa panġánġaso nġ isáng usá ó baboy-ramó'y sa canyá ang icapat na bahagui; cung nababatì niyá ang cainaman nġ cabayo nġ isáng sa canyá'y may utang, pagdatíng nġ calahating horas ay sumásacanyang cuadra [186] na: ang lahát nġ itó'y catotohanan; nġuni't siyá'y pinagtátawanan at tinatawag siyá sa lihim na Sacristan Tiago.

¿Ang gobernadorcillo bagá cayâ?

Itó'y isáng cúlang palad na hindî nag-uutos, siyá ang sumúsunod; hindî nacapagmúmura canino man, siyá ang minumura; hindî nagágawa niyá ang maibigan, guinágawâ sa canyá ang calooban nġ ibá; ang capalít nitó'y nanánagot siyá sa Alcalde mayor nġ lahát nġ sa canyá'y ipinag-utos, ipinagawâ at ipinatatag sa canyá nġ mġa ibá, na para manding nanggaling sa bunġô nġ canyáng úlo ang lahát nġ iyon; nġuni't dápat sabihin, sa icapupuri niyá, na ang catungculang canyáng háwac ay hindî niyá ninacaw ó kinamcám: upang tamuhi'y nagcagugol siyá nġ limáng libong piso, at maraming cadustâan, nġuni't sa napapakinabang niyá'y canyáng inaacalang murangmura ang mġa gugol na iyón.

¿Cung gayo'y bacâ cayâ ang Dios?

¡Ah! hindî nacatitigatig ang mabait na Dios nġ mġa conciencia at nġ pagcacatulog nġ mġa mámamayan doon: hindî nacapanġinġilabot man lamang sa canila; at sacali't másalitâ sa canilá ang Dios sa alin mang sermón, waláng sálang naiisip niláng casabáy ang pagbubuntóng hiningâ: ¡Cung íisa sana ang Dios!... Bahagyâ na nilá nagugunitâ ang Dios: lalong malakí pa nġa ang capagurang sa canila'y ibiníbigay nġ mġa santo at mġa santa. Nápapalagay ang Dios sa mġa táong iyóng tulad diyán sa mġa haring naglálagay sa canyáng paliguid nġ mġa tinatangì sa pagmamahal na mġa lalaki't babae: ang sinusuyò lamang nġ baya'y itóng canilang mġa tinatangì.

May pagcawañgis ang San Diego sa Roma; ñguni't hindî sa Roma ñg panahóng guinuguhitan ñg araro ñg cuhilang si Rómulo[187] ang canyáng mañga cútà; hindî rin sa Romang nacapaglalagdâ ñg mañga cautusan sa sandaigdíg sa palilígò sa sarili't sa mañga ibáng dugô, hindî: wañgis ang San Diego sa casalucuyang Roma, at ang bilang caibhán lamang ay hindî mañga monumentong mármol at mañga coliseo ang naroon, cung dî sawaling monumento at sabuñgáng pawid. Ang pinaca-papa sa Vaticano'y[188] ang cura; ang pinaca hárì sa Italiang na sa Quirinal[189] ay ang alférez ñg Guardia Civil; datapowa't dapat unawâing ibabagay na lahát sa sawálì at sa sabuñgáng pawid. At dito'y gaya rin doong palibhasa'y ibig macapangyari ang isá't isá, nañgagpapalagayang ang isá sa canila'y labis (sa macatuwid ay dapat mawalâ ang isá sa canila), at dito nanggagaling ang wálang licát na samaan ñg loob. Ipaliliwanag namin ang aming sabi, at sásaysayín namin ang caugalìa't budhî ñg cura at ñg alférez.

Si Fr. Bernardo Salví ay yaong batà at hindî makibuing franciscanong sinaysay na namin sa unahán nitó. Natatañgì siya, dahil sa canyáng mañga ásal at kílos sa canyáng mañga capowâ fraile, at lálonglálò na sa napacabalasic na si párí Dámasong canyáng hinalinhán. Siyá'y payát, masasactín, halos laguì na lamang nag-íisip, mahigpít sa pagtupád ñg canyáng mañga catungculan sa religión, at mapag-iñgat sa carilagán ñg canyáng pañgalan. May isáng buwan lamang na nacararating siyá roón, halos ang lahát ay nakicapatid na sa V.O.T.[190], bagày na totoong ipinamamangláw ñg canyáng capañgagáw na cofradía ñg Santísimo Rosario. Lumúlucso ang cálolowa sa catuwâan pagcakita ñg nacasabit sa bawa't liig na apat ó limáng mañga escapulario, at sa bawa't bayawáng ay isáng cordóng may mañga buhól, at niyóng mañga procesión ñg mañga bangcáy ó mañga fantasma[191] na may mañga hábitong guinggón. Nacatipon ang sacristán mayor ñg isáng mabutíbutí ñg puhunan, sa pagbibilí ó sa pagpapalimós, sa pagca't ganitó ang marapat na pagsasalitâ, ñg mañga casangcapang kinakailañgan upáng mailigtás ang cálolowa at mabáca ang diablo: talastás ñg ang espíritung itó, na ñg una'y nañgáñgahas na sumalansáng ñg pamukhâan sa Dios, at nag-aalinlañgan sa pananampalataya sa mañga wicà nitó, ayon sa sabi sa librong santo ni Job, na nagpailangláng sa aláng-álang sa ating Pañginoong Jesucristo, na gaya ñg guinawâ namán ñg Edad Media[192] sa mañga bruja[193], at nananatili, ang sabihan, hanggá ñgayón sa paggawa ñg gayón din sa mañga asuang[194] sa Filipinas; datapowa't tila mandín ñgayón ay naguíng mahihiyâing totoo na, hanggáng sa hindî macatagál sa pagtiñgín sa capirasong damít na kinalalarawanan ñg dalawáng brazo, at natatacot sa mañga buhól ñg isáng cordón: ñguni't dito'y waláng napagkikilala cung dî sumusulong namán ang dunong sa panig na itó, at ang diablo'y aayaw sa pagsúlong, ó cung dilî caya'y hindî malulugdín sa pagbabagong asal, tulad sa lahát ng̃ namamahay sa mg̃a cadiliman, sacasacali't hindî ibig na sapantahain nating taglây niyá ang mg̃a cahinàan ng̃ loob ng̃ isáng dalagang lálabing-limáng taón lamang.

Alinsunod sa aming sinabi, si párì Salví'y totoong masigasig gumanap ng̃ canyáng mg̃a catungculan; napacasigasig namán, ang sabi ng̃ alfèrez,— Samantalang nagsesermon— totoong siya'y maibiguíng magsermon— pinasasarhan niyá, ang mg̃a pintuan ng̃ simbahan. Sa ganitóng gawá'y natutulad siyá cay Nerón[195] na ayaw magpaalis canino man, samantalang cumacanta sa teatro: ng̃uni't guinagawa iyón ni Nerón sa icágagaling, datapuwa't guinágawà ang mg̃a bagay na iyón ng̃ cura sa icasasamâ ng̃ mg̃a calolowa. Ang lahát ng̃ caculang̃án ng̃ canyáng mg̃a nasásacop, ang cadalasa'y pinarurusahan ng̃ mg̃a "multa"; sa pagcá't bihírang bihirang namamalò siyá,; sa bagay na ito'y náiiba siyáng lubhâ cay párì Dámaso, na pinaghuhusay ang lahát sa pamamag-itan ng̃ mg̃a panununtóc at panghahampás ng̃ bastong nagtátawa pa at taglay ang magandáng hang̃ád. Sa bagay na itó'y hindî siya mapaghihinanactán: lubós ang canyáng paniniwalang sa pamamálò lamang pinakikipanayaman ang "indio"; ganitó ang salitâ ng̃ isáng fraileng marunong sumulat ng̃ mg̃a libro, at canyáng sinasampalatayanan, sa pagcá't hindî niyá, tinututulan ang anó mang nálilimbag: sa hindî pagcámasuwayíng ito'y macaráraing ang maraming tao.

Bihírang bihírang namamalo si Fr. Salví, ng̃uni't gaya na ng̃a ng̃ sabi ng̃ isáng sa baya'y matandáng filosofo[196], na ang naguiguing caculang̃án sa bílang ay pinasasaganà namán sa tindí; datapuwa't hindî rín namán siyá mapaghihinanactan tungcól sa ganitóng gawâ. Nacapang̃íng̃ilis ng̃ canyáng mg̃a ugát ang canyáng mg̃a pag-aayuno[197] at pang̃ing̃ilin ng̃ pagcain ng̃ mg̃a lamáng-cáti na siyáng ikinapaguíguing dukhâ ng̃ canyáng dugô, at, ayon sa sabihan ng̃ táo, pumápanhic daw ang hang̃ín sa canyáng úlo.

Ang alférez, na gaya na ng̃a ng̃ sinabi namin, ang tang̃ing caaway ng̃ capangyarihang ito sa cálolowa, na may pacay na macapangyari namán sa catawán. Siyá lamang ang tang̃ì, sa pagca't sinasabi ng̃ mg̃a babae na tumatacas daw sa cura ang diablo, dahiláng sa ng̃ minsang nang̃ahás ang diablo na tucsuhín ang cura, siyá'y hinuli nitó, iguinapos sa paa ng̃ catre at sacá pinálò ng̃ cordón, at cayâ lamang siyá inalpasán ay ng̃ macaraan na ang siyám na araw.

Yaya mang gayó'y ang táong pagcatapos ng̃ ganitóng nangyari, makipagcagalít pa sa cay párì Salvî ay maipapalagay na masamâ pa sa mg̃a abáng diablong hindî marunong mag-ing̃at, cayâ ng̃a't marapat na magcaroon ng̃ gayóng capalaran ang alférez. Doña Consolación cung tawaguin ang canyáng guinoong asawa, na isáng matandáng filipina, na nagpapahid ng̃ maraming mg̃a "colorete"[198] at mg̃a pintura; ibá ang ipinang̃ang̃alan sa canyá ng̃ canyáng esposo at ng̃ ibá pang mg̃a táo. Nanghihigantí sa sarili catawán ang alférez, sa canyáng pagcawaláng palad sa matrimonio, na nagpapacalasíng hanggang sa dî macamalay-táo; pinag-"eejercicio"[199] ang canyáng mga sundalo sa arawan at siyá'y sumisilong sa lílim, ó cung dilî cayâ, at itó'y siyáng lalong madalás, pinapagpag niyá ng pálò ang licód ng canyáng asawa, na cung dî man isáng "cordero" (tupa) ng Dios na umáalis ng casalanan nino man, datapuwa't nagagamit namán sa pagbabawas sa canyá ng maraming mga cahirapan sa Purgatorio, sacali't siyá'y máparoon, bagay na pinag-aalinlanganan ng mapamintacasing mga babae. Nangaghahampasang magalíng ang alférez at si Doña Consolacióng parang nangagbíbiruan lamang, at nag-aalay siláng waláng bayad sa mga capit-bahay ng mga pánoorin: "concierto vocal" at "instrumental"[200] ng apat na camáy, mahinà, malacás, na may "pedal"[201] at lahát.

Cailán mang dumárating sa tainga ni párì Salví ang mga escándalong[202] itó, siyá'y ngumíngitî at nagcucruz at nagdárasal pagcatapos ng isáng Amá namin; cung tinatawag siyáng "carca"[203], mapagbanalbanalan, "carlistón"[204], masakím, ngumíngitî rin si párì Salvì at lalong nagdárasal. Cailán ma'y ipinagbibigay alám ng alférez sa íilang castilang sa canyá'y dumadalaw ang sumusunod na casabihán:

— ¿Paparoon bâ cayó sa convento upang dalawin ang "curita"[205] "Mosca, muerta[206]? ¡Mag-ingat cayó! Sacali't anyayahan cayóng uminóm ng chocolate, ¡bagay na aking pinag-aalinlanganan!.. nguni't gayón man, cung cayó'y aanyayahan, cayó'y magmasíd. ¿Tinawag ang alila't sinabing: "Fulanito, gumawâ ca ng isáng "jícarang"[207] chocolate; ¿eh?"— Cung gayó'y mátira cayóng waláng anó mang agam-agam; nguni't cung sabihing: "gumawâ ca ng isáng "jícarang" chocolate, ¿"ah"?"— Pagcâ gayó'y damputin ninyó ang inyóng sombrero at yumao cayóng patacbó.

— ¿Bakit?— ang tanóng ng causap na nagugulat— ¿nanglalason pô bâ sa pamamag-itan ng chocolate? ¡Carambas[208]!

— ¡Abá, hindî namán nápacagayón!

— ¿At paano, cung gayón?

— Pagca chocolate ¿eh? ang cahuluga'y malapot, at malabnáw pagca chocolate ¿ah?[209]

Nguni't inaacalà naming ito'y bintáng lamang ng alferez; sapagcá't ang casabiháng ito'y cabalitàang guinagawà rin daw ng maraming mga cura. Ayawán lamang cung ito'y talagáng ugalì na ng boong capisanan ng mga fraile ...

Upang pahirapan ang cura, ipinagbabawal ng militar, sa udyóc ng canyáng asawa, na sino ma'y huwag macagalà pagcatugtóg ng icasiyam na horas ng gabi. Sinasabi ni Doña Consolacióng dî umano'y canyang nakita ang cura, na nacabarong pinya at nacasalacót ng nítò't ng huwag siyang makilala, na naglíbot na malalim na ang gabí. Nanghíhiganti naman nḡ boong cabanalan si Fr. Salví: pagcakita niyang pumapasoc sa simbahan ang alférez, lihim na nag-uutos sa sacristang isará ang lahát nḡ mḡa pintò, at nagpapasimulâ nḡ pagsesermón hanggáng sa nápikit ang mḡa matá nḡ mḡa santo at ibulóng sa canyá nḡ calapating cahoy na na sa tapát nḡ canyáng úlo, ang larawán bagá nḡ Espíritung Dios, na ¡siyá na, alang-alang! Hindî dahil dito'y nagbabagong ugáli ang alférez, na gaya rin nḡ lahát nḡ hindî marurunong magbalíc-lóob: lumálabas sa simbahang nagtútunḡayáw, at pagcásumpong sa isáng sacristan ó alilà nḡ cura'y pinipiit, binúbugbog at pinapagpupunas nḡ sahíg nḡ cuartel at nḡ bahay niyáng sarili, na pagcâ nagcacagayo'y lumilinis. Pagbabayad nḡ sacristan nḡ multang ipinarurusa nḡ cura, dahil sa hindî niyá pagsipót, canyáng ipinauunáwâ, ang cadahilanan. Diníringig siyáng waláng kibô ni Fr. Salví, iliníligpit ang salapî, at ang únang guinágawa'y pinawáwal-an ang canyáng mḡa cambíng at mḡa túpa at nḡ doon silá manḡinain sa halamanan nḡ alférez, samantalang humahanap siyá nḡ isáng bagong palatuntunan sa isáng sermóng lalong mahabâ at nacapagpapabanal. Datapuwa't hindî naguiguing hadláng ang lahát nḡ itó, upang pagcatapos ay manḡagcamá'y at magsalitaan nḡ boong cahinusayan, cung silá'y magkita.

Pagcâ, itinutulog nḡ canyang asawa ang calasinḡán ó humíhilic cung tanghalì, hindî maaway ni Doña Consolación ang alférez, pagcacágayo'y lumálagay sa bintanà't humíhitit nḡ tabaco at nacabarong franelang azul. Palibhasa'y kinasúsusutan niyá ang cabataan, mulâ sa canyáng kinálalagya'y namamanà, siyá nḡ canyáng mḡa matá, sa mḡa dalaga, at silá'y canyáng pinípintasan. Ang mḡa dalagang itóng sa canyá'y nanḡatatacot, dumaraang kimingkimî, na dî man lamang maitungháy ang mḡa matá, nanḡagdudumalî nḡ paglacad at pinipiguil ang paghinḡá. May isáng cabanalan si Doña Consolación: tila mandin hindî siyá nananalamin cailán man.

Ito ang mḡa macapangyarihan sa bayang San Diego.

XII.
ANG LAHAT NANG MANGA SANTO[210]

Marahil ang bugtóng na bagay na hindî matututulang ikinatatañgì n͠g táo sa m͠ga háyop ay ang paggalang na iniháhandog sa m͠ga namamatay.

Sinásaysay n͠g m͠ga historiador[211] na sinasamba at dinídios nilá ang caniláng m͠ga núnò at magugulang; n͠gayó'y tumbalíc ang nangyayari: ang m͠ga patáy ang nagcacailañgang mamintuhô sa m͠ga buháy. Sinasabi rin namáng iniingatan n͠g m͠ga taga Nueva Guinea sa m͠ga caja ang m͠ga but-ó n͠g caniláng m͠ga patáy at nakikipagsalitaan sa canilá; sa pinacamarami sa m͠ga bayan n͠g Asia, Africa at América'y hinahayinan ang caniláng m͠ga patáy n͠g lalong masasaráp niláng m͠ga pagcain, ó ang m͠ga pagcaing minámasarap n͠g m͠ga patáy n͠g panahóng silá'y nabubuhay, at nañgagpípiguing at inaacalà niláng dumádalo sa m͠ga piguíng na itó ang m͠ga patáy. Ipinagtátayô n͠g m͠ga taga Egipto n͠g m͠ga palacio ang m͠ga patáy, ang m͠ga musulmán nama'y ipinagpápagawâ, silá n͠g maliliit na m͠ga capilla, at ibá pa; datapowa't ang bayang maestro sa bagay na itó, at siyáng lalong magalíng ang pagcakilala sa púsò n͠g tao'y ang bayan n͠g Dahomey[212]. Natátalastas n͠g m͠ga maiitím na itó, na ang táo'y mapanghigantí, at sa pagca't gayó'y sinasabi niláng upang mabigyang catowâan ang namatáy, walâ n͠g lalong magalíng cung dî ang patayín sa ibabaw n͠g pinaglibiñgan sa canyá ang lahát n͠g canyáng m͠ga caaway; at sa pagcá't ang táo'y malulugdíng macaalam n͠g m͠ga bagay-bagay, sa taóntao'y pinadadalhán siyá n͠g isáng "correo" sa pamamag-itan n͠g linapláp na balát n͠g isáng alipin.

Tayo'y náiiba sa lahát n͠g iyán. Bagá man sa nababasa sa m͠ga sulat na nauukit sa m͠ga pinaglibiñgan, halos walâ sino mang naniniwalang nagpapahiñgalay ang m͠ga patáy, at lalò n͠g hindî pinaniniwalâang sumasapayápà. Ang lalong pinacamagalíng mag-ísip ay nañgag-aacalang sinásanag pa ang caniláng m͠ga núnò sa túhod sa Purgatorio, at cung di siyá mápacasamâ (mapasainfierno bagá), masasamahan pa niyá, silá roon sa mahábang panahón. At ang sino mang ibig tumutol sa amin, dalawin niyá ang m͠ga simbahan at ang m͠ga libiñgan sa boong maghapong itó, magmasíd at makikita. Datapowa't yamang tayo'y na sa bayan n͠g San Diego, dalawin natin ang libiñgan dito.

Sa dacong calunuran, sa guitnâ n͠g m͠ga palaya'y nároroon, hindî ang ciudad, cung dî ang nayon n͠g m͠ga patáy: ang daan n͠g pagparoo'y isáng makitid na landás, maalabóc cung panahóng tag-ínit, at mapamámangcàan cung panahóng tag-ulán. Isáng pintûang cahoy, at isáng bácod na ang calahati'y batổ at ang calahati'y cawayan ang tila mandin siyáng ikináhihiwalay n͠g libiñgang iyón sa bayan n͠g m͠ga buháy; datapowa't hindî nahihiwalay sa m͠ga cambíng ng̃ cura, at sa iláng baboy ng̃ mg̃a calapít báhay, na pumapasoc at lumálabas doon upang mang̃agsiyasat sa mg̃a libing̃an ó mang̃agcatowâ sa gayóng pag-iisá.

Sa guitnâ ng̃ malúang na bacurang iyón may nacatayóng isáng malaking cruz na cahoy na natitiric sa patung̃ang bató. Inihapay ng̃ unós ang canyáng INRI na hoja de lata, at kinatcát ng̃ ulán ang mg̃a letra. Sa paanan ng̃ cruz, túlad sa túnay na Gólgota[213], samasamang nábubunton ang mg̃a bung̃ô ng̃ úlo at mg̃a but-ó, na ang waláng malasakit na maglilíbing ay itinatapon doon ang canyáng mg̃a nahuhucay sa mg̃a libing̃an. Diyá'y mang̃aghíhintay silá, ang lalong malapit mangyari, hindî ng̃ pagcabúhay na mag-ulî ng̃ mg̃a patáy, cung dî ang pagdatíng doon ng̃ mg̃a háyop at ng̃ silá'y painitin ng̃ caniláng mg̃a tubíg at linisin ang caniláng malalamig na mg̃a cahubdán.— Námamasdan sa paliguidliguid ang mg̃a bagong hûcay: sa dáco rito'y hupyác ang lúpà, sa dáco roo'y anyóng bundúc-bunducan namán. Sumísibol doo't lumálagô ng̃ máinam ang tarambulo't pandacákì; ang tarumbulo'y ng̃ tundûin ang mg̃a bintî ng̃ canyáng matitiníc na mg̃a búng̃a, at ng̃ dagdág namán ng̃ pandacakì ang canyáng amóy sa amóy ng̃ libing̃an, sacali't itó'y waláng casucatáng amoy. Gayón ma'y nasasabúgan ang lúpà ng̃ iláng maliit na mg̃a bulaclac, na gaya rin namán ng̃ mg̃a bung̃óng iyóng ang Lumikhâ lamang sa canilá ang nacacakilala na: ang ng̃itî ng̃ mg̃a bulaclác na iyó'y maputlâ at ang halimúyac nilá'y ang halimúyac ng̃ mg̃a baunan. Ang damó at ang mg̃a gumagapang na damó'y tumátakip sa mg̃a súloc, umuucyabit sa mg̃a pader at sa mg̃a "nicho"[214], na anó pa't dináramtan at pinagáganda ang hubád na capang̃ítan; cung minsa'y pumapasoc sa mg̃a gahác na gawà ng̃ mg̃a lindól, at inililihim sa mg̃a nanonood ang mg̃a cagalanggalang na mg̃a libing̃ang waláng lamán.

Sa horas ng̃ pagpasoc namin ay binúgaw ang mg̃a hayop; ang mang̃isang̃isang baboy lamang, hayop na mahirap papaniwalâin, ang siyáng sumisilip ng̃ canyáng maliliit na mg̃a matá, isinusung̃aw ang úlo sa isáng malakíng gúang ng̃ bacod, itinataás ang ng̃usò sa háng̃in at wari'y sinasabi sa isáng babaeng nagdárasal:

— Howág mo namáng cacanin lahát, tirhán mo acó nang cauntî, ¿ha?

May dalawáng lalaking humuhucay ng̃ isáng baunan sa malapit sa pader na nagbabalang gumúhò: ang isá, na siyáng maglilíbing ay waláng cabahábahálà; iniwawacsi ang mg̃a gulogód at ang mg̃a butó, na gaya na pag-aabsáng ng̃ isáng maghahalamán ng̃ mg̃a bató at mg̃a sang̃áng tuyô; ang isá'y nang̃áng̃aning̃aní, nagpapawis, humíhitit at lumúlurâ mayá't mayâ.

— ¡Pakinggán mo!— anang humíhitit, sa wícang tagalog.— ¿Hindî cayâ magalíng na catá'y humúcay sa ibang lugar? Ito'y bagóng bágo.

— Pawang bágo ang lahát ng̃ libíng.

— Hindî na acó macatagál. Ang but-óng iyáng iyóng pinutol ay dumúrugò pa ... ¡hm! ¿at ang mg̃a buhóc na iyán?

— ¡Nacú, napacamaselang ca naman!— ang ipinagwícà sa canyá nğ isá—
¡Ang icaw ma'y escribiente sa Tribunal! Cung humúcay ca sanang gáya co nğ
isáng bangcáy na dadalawampong araw pa, sa gabí, nğitnğit nğ dilím, umúulan
... namatáy ang farol cong dalá....
Kinilabutan ang casama.
— Naalís ang pagcapacò nğ cabaong, umaalingásaw ... at mapilitan cang
pasanín mo ang cabaong na iyón, at umúulan at camíng dalawá'y cápuwà basâ
at....
— ¡Kjr!....At ¿bákit mo hinúcay?...!
Tiningnan siyá nğ maglilíbing nğ boong pagtatacá.

— ¿Bákit?...¿nalalaman co bâ? ¡Ipinag-útos sa áking hucáyin co!
— ¿Sino ang nag-útos sa iyó?
Napaurong nğ cauntî ang maglilíbing at pinagmasdán ang canyáng casama,
mulâ sa páa hangáng úlo.
— ¡Abá! ¡tila ca namán castilà! ang mğa tanóng díng iyán ang siyáng guinawâ
sa akin pagcatapos nğ isáng castilà, datapuwa't sa lihim. Nğayó'y sásagutín
catá, nğ gaya nğ pagcásagot co sa castilà: ipinag-útos sa akin nğ curang malakí.

— ¡Ah! at ¿anó ang guinawâ mo sa bangcáy pagcatápos?— ang ipinagpatúloy na pagtatanóng ng̃ maselang.

— ¡Diablo! cung dî co lamang icáw nakikilala at natatalastas cung icáw ay "lalaki", sasabihin cung icáw ay túnay ng̃ang castilang civil: cung magtanóng ca'y túlad din sa canyá. Gayón ...ipinag-utos sa akin ng̃ curang malakíng siyá'y ilibíng co sa libiñgan ng̃ mg̃a insíc, ng̃uni't sa pagcá't totoong mabigát ang cabaong at maláyò ang libiñgan ng̃ mg̃a insíc....

— ¡Ayaw! ¡ayaw! ¡ayaw co ng̃ humúcay!— ang isinalabat ng̃ causap na lipós ng̃ pang̃ing̃ilabot, na binitiwan ang pála at umahon sa húcay;— akíng nábaac ang bá-o ng̃ isáng úlo at nang̃ang̃anib acóng bacâ hindî acó patuluguín sa gabíng itó.

Humalakhác ang maglilíbing ng̃ canyáng makitang samantalang umaalis ay nagcucruz.

Unti-unting napúpunô ang libiñgan ng̃ mg̃a lalaki't mg̃a babáeng páwang nang̃acalucsâ. Ang ibá'y nang̃agháhanap na maluat ng̃ baunan; silá-silá'y nang̃agtatatalo, at sa pagca't hindî mandín silá mang̃agcasundò, silá'y nang̃aghíhiwalay at bawa't isá'y lumúluhod cung saán lalong minamagaling niyá,; ang mg̃a ibá, na may mg̃a "nicho" ang caniláng mg̃a camag-anac, nang̃agsísindi ng̃ malalakíng candilà at nang̃agdárasal ng̃ taimtím; naririnig din namán ang mg̃a buntóng hining̃á at mg̃a hagulhól, na pinacalalabis ó pinipiguil. Nárírin̄ig na ang aling̃awng̃aw ng̃ "orápreo, orápresis" at "requiemeternams."

Násoc na nacapugay na ang isáng matandáng lalaki. Marami ang nang̃agtawá pagcakita sa canyá, ikinunót ang mg̃a kílay ng̃ iláng mg̃a babae. Tila mandín hindî pinúpuna ng̃ matandáng lalaki ang gayóng mg̃a ipinakikita sa canyá, sa pagcá't napatung̃o siyá sa buntón ng̃ mg̃a bungô ng̃ úlo, lumuhód at may hinanap sa loob ng̃ iláng sandalî sa mg̃a but-ó; pagcatapos ay maing̃at na inisaisáng ibinucód ang mg̃a bungô ng̃ úlo, at sa pagca't hindî mandín makita niyá ang canyáng hinahanap, umilíng, lumíng̃ap sa magcabicabilà at nagtanóng sa maglilíbing.

— ¡Oy!— ang sinabi sa canyá.

Tumungháy ang maglilíbing.

— ¿Nalalaman mo bâ cung saan naroon ang isáng magandáng bungô ng̃ úlo, maputíng tulad sa lamán ng̃ niyóg, waláng caculangculang ang mg̃a ng̃ípin, na inalagáy co sa paanán ng̃ cruz, sa ilalim ng̃ mg̃a dahong iyón?

Ikinibít ng̃ maglilibing ang canyáng mg̃a balícat.

— ¡Masdán mo!— ang idinugtóng ng̃ matandâ, at ipinakita sa canyá, ang isáng pílac na salapî,— walâ aco cung hindî itó, ng̃uni't ibíbigay co sa iyó cung makita mo ang bungóng iyón.

Pinapagdilidili siyá, ng̃ ningníng ng̃ salapî, tinanáw ang buntunan ng̃ mg̃a, butó, at nagsalitâ:

— ¿Walâ bâ roon? Cung gayó'y hindî co nalalaman. Ñguni't cung ibig ninyó'y bíbigyan co pô cayó n̄g ibá.

— ¡Catulad ca n̄g baunang iyóng hinuhucay!— ang winíca sa canyá n̄g matandáng lalaking nan̄gín̄ginig ang voces;— hindî mo nalalaman ang halagá n̄g nawawalâ sa iyo. ¿Sino ang ililibing sa húcay na iyán?

— ¿Nalalaman co bâ cung sino? Isáng patáy ang ilílibing diyan!— ang sagót na nayáyamot n̄g maglilibing.

— ¡Tulad sa baunan! ¡tulad sa baunan!— ang inulit n̄g matandáng lalaking nagtátawa n̄g malungcot;— hindî mo nalalaman ang iyong hinuhucay at ang iyong nilalamon! ¡Húcay! ¡húcay!

Samantala'y natapos n̄g maglilíbing ang canyáng gawâ; dalawáng nacatimbóng lupang basâ at mapulápulá ang na sa magcabilang tabí n̄g húcay. Cumúha sa canyáng salacót n̄g hichó, n̄guman̄gà at pinagmasídmasíd na may anyóng tañgá ang m̄ga nangyayari sa canyáng paliguid.

XIII.

MGA PAUNANG TANDA NANG UNOS

Nang sandalíng lumálabas ang matandáng lalaki, siyá namáng pagtiguil sa pasimulâ ng̃ bagtás ó landás ng̃ isáng cocheng tila mandín maláyò ang pinanggalingan, punóngpunô ng̃ alabóc at nagpapawis ang mg̃a cabayo.

Umibís si Ibarra sa cocheng casunód ng̃ isáng alílang matandáng lalaki; pinaalis ang coche sa isáng galáw lamang ng̃ úlo at napatung̃o sa libing̃ang waláng kibò at malungcót.

— ¡Hindî itinulot ng̃ aking sakít at ng̃ aking mg̃a pinang̃ang̃asiwâang acó'y macabalíc dito!— ang sinasabi ng̃ matandáng lalaki ng̃ boong cakimîan;— sinabi ni Capitang Tiagong siyá na ang bahalang magpatayô ng̃ isáng "nicho"; datapuwa't tinanimán co ng̃ mg̃a bulaclác at isáng cruz na acó ang gumawâ....

Hindî sumagót sí Ibarra.

— ¡Diyan pô sa licód ng̃ malakíng cruz na iyán— ang ipinagpatuloy ng̃ alilà, na itinuturò ang isáng súloc ng̃ silá'y macapasoc na sa pintûan.

Lubháng natitigagal ng̃â ang caisipán ni Ibarra, cayá't hindî niyá nahiwatigan ang pagtatacá ng̃ iláng táo ng̃ siyá'y caniláng makilala, na tumiguil sa caniláng pagdarasál at sinundán siyá ng̃ ting̃ín, sa lakí ng̃ pangguiguilalas.

Nag-iing̃at ang binatà ng̃ paglacad, pinang̃ing̃ilagan niyáng dumaan sa ibabaw ng̃ mg̃a pinaglibing̃an, na madalíng nakikilala sa cahupyacán ng̃ lúpà. Tinatapacan niyá ng̃ una, ng̃ayó'y iguinagalang niyá; gayón din ang pagcacálibing sa canyang amá. Humintô siyá pagdatíng sa cabiláng daco ng̃ cruz at tuming̃ín sa palibotlibot. Námanghâ at napatigagal ang canyáng casama; hinahanap niyá ang bacás sa lúpa ay walâ siyáng makitang cruz saan man.

— ¿Dito cayâ?— ang ibinúbulong;— hindî doon; ng̃uni't hinúcay ang lúpà.

Tinitingnan siyá ni Ibarra, na totoong masamâ ang lóob.

— ¡Siyá ng̃â!— ang ipinagpatuloy,— natátandaang cong may isáng bató sa tabí; may caiclîan ang húcay niyao'y may sakít ang maglilibing, cayá't isáng casamá ang siyáng napilitang humúcay datapuwa't itátanong natín sa canyá cung anó ang guinawâ sa cruz.

Pinatung̃uhan nilá ang maglilibíng, na nagmámasid sa canilá ng̃ boong pagtatacá.

Yumucód itó sa canilá, pagcapugay ng̃ canyáng salacót.

— Maipakikisabi pô bâ ninyó sa amin cung alín ang húcay na doó'y dating may isáng cruz?— ang tanong ng̃ alílà.

Tiningnan ng̃ tinatanong ang lugar at nag-isíp ísip.

— ¿Isáng cruz bang malakí?

— ¿Opò, malakí,— ang pinapagtibay na sagót ng̃ matandáng lalaki ng̃ boong catuwâan, at tinitingnan niyá ng̃ macahulugán si Ibarra, at sumayá namán ang mukhâ nitó!

— ¿Isáng cruz na may labor at may taling oway?
— ¡Siyá ngâ! ¡siyá ngâ! ¡iyán ngâ! ¡iyán ngâ!— at iguinuhit ng̃ alilà sa lupà ang isáng anyóng cruz bizantina[215].
— ¿At may taním na mg̃a bulaclác sa húcay?
— ¡Mg̃a adelfa, mg̃a sampaga at mg̃a pensamiento! ¡iyán ng̃â!— ang idinugtóng na malakí ang towâ, at inalayan niyá ng̃ isáng tabaco ang maglilíbing.
— Sabihin ng̃a ninyó sa amin cung alín ang húcay at cung saán naroon ang cruz.
Kinamot ng̃ maglilíbing ang taing̃a't sumagót na naghíhicab:
— ¡Abá ang cruz!... ¡akin ng̃ sinúnog!
— ¿Sinúnog? at ¿bákit ninyó sinúnog?
— Sa pagcá't gayón ang ipinag-útos ng̃ curang malakí.
— ¿Síno bâ ang curang malakí?— ang tanóng ni Ibarra.
— ¿Síno? Ang nangháhampas, si parì Garrote.
Hinaplós ni Ibarra ang canyáng nóo.
— Datapuwa't ¿masasabi pô bâ ninyó sa amin man lamang ang kinalalagyan ng̃ húcay? Dapat ninyóng matandaan.
Ng̃umitî ang maglilíbing.
— ¡Walâ na riyán ang patáy!— ang mulíng isinagót ng̃ boong catahimican.
— ¿Anó pô ang sabi ninyó?
— ¡Abá!— ang idinugtóng ng̃ táong iyóng ang anyó'y nagbíbirô;— ang naguing capalít niyá'y isáng babaeng inilibíng co roong may isáng linggó na ng̃ayón.
— ¿Nauulól pô bâ cayó?— ang itinanong sa canyá ng̃ alílà,— diyata't walâ pa namáng isáng taóng siyá'y aming inilílibing.
— ¡Tunay ng̃a iyón! marami ng̃ buwan ang nacaraan mulâ ng̃ siyá'y aking hucayi't cuning ulî sa baunan. Ipinag-utos sa aking siyá'y hucayin co ng̃ curang malakí, upang dalhin sa libing̃an ng̃ mg̃a insíc. Ng̃uni't sa pagká't mabigát at umúulan ng̃ gabíng yaón....
Hindî nacapagpatuloy ng̃ pananalitâ ang táo; umudlót sa pagcáguitlá ng̃ makita ang anyô ni Crisóstomo, na dinaluhóng siyá't sacá siyá tinangnán sa camáy at ipinágwagwagan.
— At guinawâ mo ba?— ang tanóng ng̃ binatang ang anyô ng̃ pananalita'y hindî namin maisaysay.
— Howág po cayóng magalit, guinoo— ang sagót ng̃ maglilíbing na namumutla't nang̃íng̃inig;— hindî co po namán siyá inilíbing sa casamahán ng̃ mg̃a insíc. Mabuti pa ang malúnod cay sa mapasama sa mg̃a insíc— ang wica co— at siyá'y iniabsáng co sa tubig!

Inilagáy ni Ibarra ang canyáng m̃ga camay sa magcabilang balicat n̄g maglilíbing at mahabang oras na siyá'y tinitigan n̄g tin̄ging hindî maisaysay cung anóng íbig sabihin.

— ¡Icáw ay walâ cung dî isáng culang palad!— ang sinabi, at umalís na dalîdaling tinatahac ang m̃ga butó, m̃ga húcay, m̃ga cruz, na paráng ísang sirâ ang ísip.

Hináhaplos n̄g maglilíbing ang canyáng bísig at bumúbulong:

— ¡Ang guinágawang m̃ga caligaligán n̄g m̃ga patáy! Binugbóg acó n̄g bastón n̄g páring malakí, dahiláng ipinahintulot cong ilibíng ang patáy na iyón n̄g aco'y may sakít; n̄gayo'y cauntí n̄g balîin nitó ang aking bísig, dahil sa pagcahucay co n̄g bangcáy. ¡Itó n̄ga namáng m̃ga castilà! ¡Marahil pa'y alisán acó nitó n̄g aking hánap-búhay!

Matúlin ang lacad ni Ibarra na sa maláyò ang tanáw; sumúsunod sa canyáng umíiyac ang alílang matandáng lalaki.

Lúlubog na lamang ang áraw; macacapál na m̃ga dilím ang siyáng lumalatag sa Casilan̄ganan; isáng han̄ging mainit ang siyáng nagpapagalaw sa dúlo n̄g m̃ga cáhoy at nagpaparaíng sa m̃ga cawayanan.

Nacapugay na lumalacad si Ibarra; sa canyáng m̃ga matá'y walang bumabalong na isáng lúhà man lamang, waláng tumatacas sa canyáng dibdib cáhi't isáng buntóng hiningâ. Lumalacad na parang may pinagtatanauan, marahil sa pagtacas sa anino n̄g canyáng amá, ó bacâ namán cayà sa dumádating na unós. Tináhac ang báya't lumabás sa luwál, tinun̄go yaóng lúmang báhay na malaon n̄g panahông hindî tinutungtun̄gan. Naliliguid ang bahay na iyón n̄g pader na sinísibulan n̄g m̃ga damóng macacapál ang dahon, tila mandin siyá'y hinuhudyatán; bucás ang m̃ga bintánà; umúugoy ang iláng-ílang at ipinápagaspas n̄g boong casayahan ang canyáng m̃ga sangáng hític n̄g m̃ga calapati na nagpapaliguidliguid sa matibong na bubóng n̄g caniláng tahanang na sa guitna n̄g halamanan.

N̄guni't hindî pinápansin n̄g binatà ang caligayaháng itóng iníháhandog sa canyáng pagbalíc sa lúmang báhay: nacapácò ang canyáng m̃ga matá sa anyô n̄g isáng sacerdoteng canyáng macacasalubong. Itó'y ang cura sa San Diego, yaong laguing nagdidilidiling franciscano na ating nakita, ang caaway n̄g alférez. Tiniticlop n̄g han̄gin ang canyáng malapad na sombrero; ang canyáng hábitong guinggo'y dumirikit sa canyáng catawán at ipinakikita ang anyo nito; na anó pa't námamasid ang canyáng m̃ga payát na hítang may pagcá sacáng. Sa cána'y may háwac na isáng bastóng palasang may tampóc na gáring. Noón lamang nagcakita siláng dalawá ni Ibarra.

Pagsasalubong nilá'y sandalíng humintô ang binata't siyá'y tinitigan; iniiwas ni Fr. Salví ang canyáng m̃ga matá at nagpaconowaríng nalílibang.

Sandalíngsandali lamang tumagál ang pag-aalinlañgan: malicsíng linapitan siyá ni Ibarra, pinatiguil at idiniín ñg boong lacás ñg canyáng camáy na ipinatong sa balicat ñg párì, at nagsalitáng halos bahagyâ na mawatasan:

— ¿Anó ang guinawâ mo sa aking amá?— ang itinanóng.

Si Fr. Salvíng namutlâ, at nañgatál ñg mabasa niyá ang mḡa damdaming nalalarawan sa mukhâ ñg binátà'y hindi nacasagót; nawalán ñg diwâ.

— ¿Anó ang guinawâ mo sa aking amá?— ang mulíng itinanóng na nalulunod ang voces.

Ang sacerdoteng untîunting nahútoc, dahil sa camáy na sa canyá'y nagdíriin ay nagpumilit at sumagót:

— ¡Cayó po'y nagcacamalî; walâ acóng guinagawang anó man sa inyóng amá.

— ¿Anóng walâ?— ang ipinagpatuloy ñg binátà, at sacâ siyá idiniín hanggáng sa siyá'y mápaluhod.

— ¡Hindî pó, sinasabi co sa inyó ang catotohanan! ang aking hinalinhán, si párì Dámaso ang may cagagawán....

— ¡Ah!— ang sinabi ñg binata't siyá'y binitiwan at bago tumampál sa noo. At iniwan ang abáng si Fr. Salví at dalidáling tinuñgo ang canyáng sariling báhay.

Samantala'y dumatíng ang alilà at tinuluñgan sa pagtindíg ang fraile.

XIV.
ANG ULOL NA SI TASIO Ó ANG FILOSOFO

Naglálacad sa mg̃a lansáng̃ang waláng tinutung̃o't waláng iniisip ang cacaibáng matandáng lalaki.

Nag-aral siyá ng̃ una ng̃ Filosofía, at iníwan niya ang pag-aáral sa pagsunód sa canyáng ináng matandâ na; at hindî niyá ipinagpatuloy ang pag-aaral, hindî sa caculang̃an ng̃ magugugol at hindî rin sa caculang̃an ng̃ cáya ng̃ pag-iísip: tumíguil siyá ng̃ pag-aáral, dahilán ng̃â sa pagcá't mayaman ang canyáng iná, at dahilan sa ayon sa sabiha'y matalas ang canyáng ísip. Natatacot ang mabaít na babaeng maguíng pantás ang canyáng anác at macalimot sa Dios, cayâ ng̃a't siyá'y pinapamilì, sa siyá'y magpárì ó íwan niyá ang colegio ng̃ San José. Nang panahón pa namáng iyó'y siyá'y may naiibigang babae, cayá't pinilì niyá ang íwan ang colegio at nag-asawa siyá. Hindî lumampás ang isáng taón at siyá'y nabáo at naulila; guinawâ niyáng aliwan ang mg̃a libro upang siyá'y macaligtás sa calungcutan, sa sabong at sa pagca waláng guinágawâ. Datapowa't lubháng nawili sa mg̃a pag aaral at sa pamimilí ng̃ mg̃a libro, hanggáng sa mapabayaan niyá ang sariling pamumuhay, cayá't siyá'y unti-unting naghírap.

Tinatawag siyáng Don Anastasio ó filósofo Tasio ng̃ mg̃a táong may pinagaralan, at ang mg̃a masasamâ ang tûrò, na siyáng lalong marami, tinatawag siyáng Tasiong ul-ól, dahil sa hindî caraniwang canyáng mg̃a caisipán at cacaibang pakikipagcapowa-táo.

Ayon sa sinabi na namin, ang hapo'y nagbabalang magca unôs; liniliwanagan ang abó abóng lang̃it ng̃ iláng kidlát; mabigát ang aláng-álang at totoong maalis-ís ang hang̃in.

Wari'y nalimutan na ng̃ filósofo Tasio ang canyáng kinalúlugdang bung̃ô ng̃ ulo; ng̃ayó'y ng̃uming̃iting pinagmámasdan ang maiitim na pang̃anurin.

Sa malapít sa simbaha'y nasalubong niyá ang isáng táong naca chaqueta ng̃ alpaca at daladala sa camáy ang may mahiguít na isáng arrobang candílà at isáng bastóng may borlas, bílang saguísag ng̃ punong may capangyarihan.

— ¿Tila po cayo'y natótowâ?— ang tanóng nitó sa wícang tagalog.

— Siya ng̃a pô, guinoong capitan; natótowâ acó sa pagcá't may isá acóng inaasahan.

— ¿Ha? ¿at alin ang inyóng inaasahang iyán?

— ¡Ang unós!

— ¡Ang unós! ¿Nag-aacálà bâ cayóng maligò?— ang tanóng ng̃ gobernadorcillo ng̃ palibác, na minamasdan ang dukháng pananamít ng̃ matandáng lalaki.

— Malígò acó ... ¡hindî masamâ, lalong lalô na pagcâ nacatitisod ng̃ isáng dumi!— ang sagôt ni Tasio, na palibác din namán ang anyô ng̃ pananalita, bagá man may pagca pagpapawaláng halagá sa canyáng causap— ng̃uni't naghíhintay acó ng̃ lálong magalíng.

XIV.
ANG ULOL NA SI TASIO Ó ANG FILOSOFO

— ¿At anó pô bâ iyón?
— Iláng m̃ga lintíc na pumatáy n̄g m̃ga táo at sumúnog n̄g m̃ga báhay.
— ¡Hin̄gín na ninyóng paminsanan ang gúnaw!
— ¡Nararapat tayong lahát, cayó at acóng gunawin! Dalá pô ninyó riyan, guinoong capitan, ang isáng arrobang candílang gáling sa tindahan n̄g insíc; may mahiguít n̄g sampóng taóng aking ipinakikiusap sa bawa't bágong capitang bumíbili n̄g pararrayos[216], at pinagtatawanan acó n̄g lahát; gayón ma'y bumibili n̄g m̃ga "bomba" at m̃ga "cohete", at nan̄gagbabayad n̄g m̃ga repique n̄g m̃ga campánà. Hindî lamang itó: kinábucasan n̄g pakikiusap co sa inyó, nagbilin pô cayó sa m̃ga magtutunáw na insíc n̄g isáng "esquilang" álay cay Santa Bárbara, gayóng nasiyasat na n̄g carunun̄gang mapan̄ganib ang tumugtóg n̄g m̃ga campanà sa m̃ga araw na may unós. At sabihin pô ninyó sa akin, ¿bakit pô bâ n̄g taóng 70 n̄g mahulog ang isáng lintíc sa Binyáng, doon pa namán nahúlog sa campanario at iguinibâ ang relój sacâ isáng altar? ¿Anó ang guinagawâ n̄g esquilita ni Santa Bárbara?
Nang sandalíng iyo'y cumisláp ang isáng kidlát.
— ¡Jesús, María y José! ¡Santa Bárbarang mahál!— ang ibinulóng n̄g capitang namutlâ at nagcruz.
Humalakhác si Tasio.
— ¡Cayó'y carapatdapat sa pan̄galan n̄g inyóng pintacasi!— aní Tasio sa wicang castilà, tinalicdán ang capitan at tumún̄go sa simbahan.
Nagtátayo ang m̃ga sacristan sa loob n̄g simbahan n̄g isáng "túmulo"[217] na nalilibot n̄g m̃ga malalaking candilang natitiric sa m̃ga candelabrong cáhoy. Ang túmulong yao'y dalawáng mesang malalakíng pinagpatong at natátacpan n̄g damít na maitím, na may m̃ga listóng puti; sa magcabicabila'y may napipintang m̃ga bun̄gô n̄g úlo.
— ¿Iyán ba'y patungcól sa m̃ga cálolowa ó sa m̃ga candilâ?— ang itinanóng.
At n̄g makita niyá ang dalawáng batang lalaking may sampóng taón ang isá at ang isá'y may malapit sa pitô, lumapit sa caniláng hindî na hinantay ang sagót n̄g m̃ga sacristán.
— ¿Sasama ba cayó sa akin, m̃ga báta?— ang itinanóng sa canilá. May handâ sa inyó ang inyóng nanay na isáng hapunang marapat sa m̃ga cura.
— ¡Aayaw po caming paalisin n̄g sacristan mayor hanggang hindî tumutugtog ang icawalóng horas— ang sagót n̄g pinacamatandâ.— Hinihintay co pong másin̄gil ang aking "sueldo" upang maibigay co sa aking iná.
— ¡Ah! at ¿saán bâ cayó paparoon?
— Sa campanario pô upang dumublás sa m̃ga cálolowa.
— ¿Pasasacampanario cayó? ¡cung gayó'y cayó'y mag-in̄gat! ¡howág cayóng lalapit sa m̃ga campanà hanggáng umúunos!

- 79 -

Umalís sa simbahan, pagcatapos na masundán ng̃ isáng titíg na may habág ang dalawáng batang pumapanhic sa mg̃a hagdanang patung̃o sa coro.

Kinuscós ni Tasio ang mg̃a matá, tuming̃ín ulî sa lang̃it at bumulóng: — Ng̃ayó'y dáramdamin cong mahulog ang mg̃a lintíc.

At nacatung̃óng pumaroon sa labás ng̃ báyang nag-iisip-isip.

Dumáan pô muna cayó!— ang sabi sa canyá sa wicang castílà ng̃ isáng matimyás na voces mulâ sa isáng bintanà.

Tumungháy ang filósofo, at canyáng nakita ang isáng lalaking may tatlompô ó tatlompo't limang taóng sa canyá'y ng̃umitî.

— ¿Anó pô bâ ang inyóng binabasa riyán?— ang tanóng ni Tasio, na itinuturò ang isáng librong hawac ng̃ lalaki.

— Isáng librong pangcasalucuyan: ¡"Las penas que sufren las benditas ánimas del Purgatorio!"[218]— ang isinagót ng̃ causap na ng̃uming̃itî.

— ¡Nacú! ¡nacú! ¡nacú!— ang wicâ ng̃ matandáng lalaki sa sarisaring "tono" ng̃ voces, samantalang pumapasoc sa báhay;— totoong matalas ang ísip ng̃ cumathâ niyán.

Pagcapanhíc niyá ng̃ hagdanan ay tinanggáp siyá ng̃ boong pakikipag-ibigan ng̃ may báhay na lalaki at ng̃ canyáng asawa. Don Filipo Lino ang pang̃alan ng̃ lalaki at Doña Teodora Viña namán ang babae. Si Don Filipo ang siyáng teniente mayor at siyáng púnò ng̃ isáng "partidong" halos ay "liberal"[219], sacali't matatawag itó ng̃ gayón, at cung sacaling mangyayaring magcaroon ng̃ mg̃a "partido" sa mg̃a bayan ng̃ Filipinas.

— ¿Nakita pô ba ninyó sa libing̃an ang anác ng̃ nasirang si Don Rafael na bagong carárating na galing sa Europa?

— Opò, nakita co siyá, ng̃ siyá'y lumúlunsad sa coche.

— Ang sabihana'y naparoo't upang hanapin ang pinaglibing̃án sa canyáng amá ... Marahil cakilakilabot ang canyáng pighatî ng̃ maalaman....

Ikinibít ng̃ filósofo ang canyáng mg̃a balicat[220].

— ¿Hindî pô bà dináramdam ninyó ang casaliwâang palad na iyan?— ang tanóng ng̃ guinoong babaeng bátà pa.

— Talastás na pô ninyóng acó'y isá sa anim na nakipaglibing sa bangcáy; acó ang humarap sa Capitan General ng̃ aking makitang ang lahát dito'y hindî umíimic sa gayóng calakilakihang capusung̃án, gayóng cailán ma'y minamagaling co ang paunlacán ang táong mabait cung nabubuhay pa cay sa cung patáy na.

— ¿Cung gayó'y bakit?

— Datapuwa't hindî pô acó sang-ayon sa pagmamanamana ng̃ caharîan. Alang-álang sa caunting dugong insíc na bigáy sa akin ng̃ aking iná, sumasang-ayon acó ng̃ cauntî sa caisipan ng̃ mg̃a insíc: pinaúunlacan co ang amá dahil sa anác, ng̃uni't hindî ang anác dahil sa amá. Na ang bawa't isá'y tumanggáp ng̃ gantíng pálà ó ng̃ caparusahán dahil sa canyáng mg̃a gawâ; datapuwa't hindî dahil sa mg̃a gawà ng̃ ibá.

— ¿Nagpamisa pô bâ cayó ng̃ patungcol sa inyóng nasírang asawa, alinsunod sa hatol co sa inyó cahápon?— ang itinanóng ng̃ babae nagbago ng̃ pinasasalitaanan:

— ¡Hindî!— ang sagót ng̃ matandáng lalaking ng̃uming̃iti.

— ¡Sayang!— ang isinagót ng̃ babaeng tagláy ang túnay na pagpipighatî;— casabiháng hanggang sa icasampong oras ng̃ umaga búcas, ang mg̃a calolowa'y malayang naglilibot at naghihintay ng̃ sa canilá'y pagbibigáy guinhawa ng̃ mg̃a buháy; na ang isáng misa sa mg̃a panahóng itó'y catimbáng ng̃ limá ó anim na misa sa mg̃a ibáng araw ng̃ isáng taón, ayon sa sabi ng̃ cura, caninang umaga.

— ¡Mainam! ¿Sa macatuwíd ay mayroon tayong isáng caaliw-alíw na taning na dapat nating samantalahin?

— ¡Ng̃uni't Doray!— ang isinabad ni Don Filipo;— talastas mo ng̃ hindî naniniwálà si Don Anastasio sa Purgatorio.

— ¿Na hindî acó naniniwalà sa Purgatorio?— ang itinutol ng̃ matandáng lalaking tumitindig na sa canyáng upuan.— ¡Diyata't pati ng̃ "historia" ng̃ Purgatorio'y aking nalalaman!

— ¡Ang historia ng̃ Purgatorio!— ang sinabing puspós ng̃ pagtatacá ng̃ mag-asawa. ¡Tingnán ng̃â natin! ¡Saysayin ninyó sa amin ang historiang iyán!

— ¿Hindî palá ninyó nalalaman ay bakit cayo'y nang̃agpapadalá roon ng̃ mg̃a misa at inyóng sinasabi ang mg̃a pagcacahirap doon? ¡Magaling! yamang nagpapapasimulâ na ng̃ pag-ulán at tíla mandín tátagal, magcacapanahón tayo upang howag tayong mayamót— ang isinagót ni Tasio, at saca nag-isíp-ísip.

Itiniclóp ni Don Filipo ang librong canyáng tang̃an, at umupô sa canyáng tabi si Doray, na náhahandang huwag maniwálà sa lahát ng̃ sasabihin ni Tasio. Nagpasimulâ itó sa paraang sumusunod:

— Malaon pang totoo bago manaog ang ating Pang̃inoong Jesucristo'y may Purgatorio na, at ito'y na sa calaguitnaan ng̃ lúpà, ayon cay párì Astete, ó sa malapit sa Cluny, ayon sa monjang sinasabi ni párì Girard, datapuwa't hindî ang may cahulugan dito'y ang kinalalagyan. Magaling, ¿sinosino ang mg̃a nasásanag sa apoy na iyóng nag-aalab mulâ ng̃ lalang̃ín ang sanglibutan? Pinapagtitibay ang caunaunahang pagcacatatág ng̃ Purgatorio ng̃ Filisofía Cristiana na nagsasabing walâ raw guinágawang bagong anó man ang Dios mulâ ng̃ magpahing̃aláy siyá.

— Mangyayaring nagcaroong "in potentia"[221]; datapuwa't hindî "in actu"[222], ang itinutol ng̃ teniente mayor.

— ¡Magalíng na magalíng! Gayón ma'y sasagutin co cayóng may iláng nacakilala ng̃ Purgatorio na talagang mayroon na "inactu", ang isá sa canilá'y si Zarathustra ò Zoroastro[223], na siyang sumulat ng̃ isáng bahagui ng̃

"Avestra"[224] at nagtatag ng̃ isáng religióng sa mg̃a tang̃ing bagay nacacahawig ng̃ atin at alinsunod sa mg̃a pantas, si Zarathustra'y sumilang na nauna cay Jesucristo ng̃ walóng daang taón ang cauntian. Ang cauntian ang wícà co, sa pagca't pagcatapos na masiyasat ni Platón[225], Xanto de Lidia Plinio[226], Hermipos at Eudoxio,[227] inaacalà niláng nauna si Zarathustra cay Jesucristo ng̃ dalawang libo at limáng daan taón. Sa papaano mang bagay, ang catotohana'y sinasabi na ni Zarathustra ang isáng bagay na nawawang̃is sa Purgatoria, at naghahatol siyá ng̃ mg̃a paraan upang macaligtás doon. Matútubos ng̃ mg̃a buháy ang mg̃a calolowang namatáy sa casalanan, sa pagsasalitâ ng̃ mg̃a nasasaysay sa "Avestra" at gumawâ ng̃ mg̃a cagaling̃an; datapuwa't kinacailang̃ang ang mananalang̃in ay isáng camág-ánac ng̃ nasírà hanggang sa icaapat na salin. Ang panahóng táning sa bágay na itó'y sa taón taón, tumátagal ng̃ limáng áraw. Nang malaon, ng̃ tumibay na sa bayan ang gayóng pananampalataya, napagwárì ng̃ mg̃a sacerdote sa religióng iyóng malakíng dî anó lamang ang pakikinabang̃in sa gayóng pananampalataya, caya't kinalacal nilá yaóng mg̃a "bilangguang ng̃itng̃it ng̃ dilím na pinaghaharìan ng̃ mg̃a pagng̃ang̃alit sa nagawang casalanan", ayon sa sabi ni Zarathustra. Ipinaalam ng̃â niláng sa halagáng isáng "derem", salapíng bahagyâ na ang halagá'y nababawas sa calolowa ang isáng táong pagcacasakit ng̃ dî cawásà; ng̃uni't sa pagca't ayon sa religiong iyó'y may mg̃a casalanang pinarurusahan ng̃ tatlóng daan hanggáng isáng libong taón, gaya ng̃ pagsisinung̃alíng, ng̃ pangdaráyà, at ng̃ hindî pagganáp sa naipang̃acò, at ibá pa, ang nangyari'y tumátanggap ang mg̃a balawîs na sacerdote ng̃ maraming millong "derems." Dito'y mapag-wawari na ninyó ang caunting bagay na nawawang̃is sa Purgatorio natin, bagá man mapagtatantò na ninyóng ang pinagcacaibha'y ang mg̃a religión.

Isáng kidlát na may casunód agád agád na isáng maugong na culóg ang siyáng nagpatindig cay Doray na nagsalitáng nagcucruz:

— ¡Jesús, Maria y José! Maiwan co muna cayó; magsusunog acó ng̃ benditang palaspás at ng̃ mg̃a "candilang perdón".

Nagpasimulâ ng̃ pag-uláng tila ibinubuhos. Nagpatúloy ng̃ pananalitâ ang filósofo Tasio, samantalang sinusundan niyá ng̃ ting̃ín ang paglayô ng̃ may asawang babáeng bátà pa.

— Ng̃ayóng walâ na siyá'y lalong mapag-uusapan na natin ng̃ boong caliwanagan ang dahil ng̃ áting salitaan. Cahi't may caunting pagcamapamahîin si Doray, siyá'y magalíng na católica, at hindî co íbig na pumacnít sa púsò ng̃ pananampalataya: naíiba ang isáng pananampalatayang dalísay at wagás sa halíng na pananampalataya, túlad sa pagcacaiba ng̃ níng̃as at ng̃ úsoc, wáng̃is sa caibhán ng̃ música sa isáng gusót na caing̃ayan: hindî napagkikilala ang ganitong pagcacaiba ng̃ mg̃a halíng, na túlad sa mg̃a bing̃í. Masasabi náting sa ganáng átin ay magalíng, santo at na sa catuwiran ang pagcacahácà ng̃

Purgatorio; nananatili ang pagmamahalan ng̃ mg̃a patáy at ng̃ mg̃a buháy at siyáng nacapipilit sa lálong calinisan ng̃ pamumuhay. Ang casam-a'y na sa tacsil na paggamit ng̃ Purgatoriong iyán. Ng̃uni't tingnán natin ng̃ayón cung bakit pumasoc sa catolicismo ang adhicáng itóng walâ sa Biblia at walâ rin sa mg̃a Santong Evangelio. Hindî binábangguit ni Moisés at ni Jesucristo caunti man lamang ang Purgatorio, at hindî ng̃a casucatán ang tang̃ing saysay na canilang sabing na sa mg̃a Macabeo, sa pagca't bucód sa ipinasiyá sa Concilio ng̃ Laodicea, na hindî catotohanan ang librong ito, ay nitó na lamang huling panahón tinanggap ng̃ Santa Iglesia Católica. Walâ ring nacacatulad ng̃ Purgatorio sa religión pagana. Hindî mangyayaring panggaling̃an ng̃ pananampalatayang itó ang casaysayang "Aliæ panduntor inanies" na totoong madalás bangguitín ni Virgilio[228] na siyáng nagbigáy dahil sa dakilang si San Gregorio[229] na magsalitâ ng̃ tungcól sa mg̃a cálolowang nalunod, at idagdág ni Dante[230] ang bagay na itó sa canyáng "Divina Comedia".

Walâ rin namáng nacacawang̃is ng̃ ganitóng caisipán sa mg̃a "brahman"[231], sa mg̃a "budhista"[232] at sa mg̃a egipcio mang nagbigáy sa Roma ng̃ caniláng "Caronte"[233] at ng̃ caniláng "Averno"[234]. Hindî co sinasaysay ang mg̃a, religión ng̃ mg̃a bayan ng̃ Ibabâ ng̃ Europa: ang mg̃a religióng itó, palibhasa'y religión ng̃ mg̃a "guerrero"[235], ng̃ mg̃a "bardo"[236] at ng̃ mg̃a máng̃ang̃aso[237], datapuwa't hindî religión ng̃ mg̃a filósofo, bagá man nananatili pa ang caniláng mg̃a pananampalataya at patí ng̃ caniláng mg̃a "rito"[238] na pawang nang̃álangcap na sa religión cristiana; gayón ma'y hindî nangyaring sumama silá sa hucbó ng̃ mg̃a tampalasang nangloob sa Roma, at hindî rin silá nangyaring lumuclóc sa Capitolio[239]: palibhasa'y mg̃a religión ng̃ mg̃a úlap, pawang nang̃apápawì sa catanghaliang sícat ng̃ araw.— Hindî ng̃â sumasampalataya sa Purgatorio ang mg̃a cristiano ng̃ mg̃a unang siglo: nang̃amámatay siláng tagláy iyáng masayáng pag-asang hindî na malalao't silá'y háharap sa Dios at makikita nilá ang mukhâ nitó. Si San Clemente na taga Alejandría[240], si Orígenes[241] at si San Irineo[242] ang siyáng mg̃a unang mg̃a párì ng̃ Iglesiang tila bumábangguít ng̃ Purgatorio, marahil sa pagcadalá sa canilá ng̃ akit ng̃ religión ni Zarathustra, na namumulaclac at totoong lumalaganap pa ng̃ panahóng iyón sa boong Casilang̃anan, sa pagca't malimit nating nababasa ang mg̃a pagsisi cay Orígenes, dahil sa canyáng malabis na paghílig sa mg̃a bagay sa Casilang̃anan. Guinagamit ni San Irineong pangpatibay sa pananampalataya sa Purgatorio, ang "pagcátira ni Jesucristong tatlóng araw sa cailaliman ng̃ lúpá," tatlóng araw na pagcapasa Purgatorio, at canyáng inaacála, dahil dito, na bawa't cálolowa'y dapat manatili sa Purgatorio hanggáng sa mabuhay na mag-ulî ang catawán, bagá man tila laban mandin sa bagay na itó ang "Hodie mecum eris in

Paradiso[243]." Nagsasaysay rin namán si San Agustín, tungcól sa Purgatorio; datapowa't sacali't hindî niyá pinagtibay na tunay na mayroon ngâ, gayón ma'y ipinalálagay niyang mangyayari ngang magcaróon, sa pag-aacálà niyáng maipagpapatuloy hanggáng sa cabilang búhay ang tinátanggap nating mga caparusahan sa búhay na itó, dahil sa ating mga casalanan.

— ¡Nacú namán si San Agustin!— ang sinabi ni Don Filipo;— ¡hindî pa siyá magcacásiya sa tinitiis nating mga hirap sa búhay na itó't ibig pa niyá ang magpatuloy hanggáng sa cabiláng-búhay!

— Ganyán nga ang calagayan ng bagay na ito: sumasampalataya ang ibá at ang ibá'y hindî. Bagá ma't sumáng-áyon na si San Gregorio, alinsunod sa canyáng "de quibusdam levibus culpis esse ante judicium purgatorius ignis credendus est," hindî rin nagcaroon ng patuluyang catibayan ang Purgatorio, hanggang sa ng ipasiyá ng Concilio sa Florencia ng taóng 1439, sa macatuwíd ay ng macaraan na ang walóng daang taón, na dápat magcaroon ng isáng apóy na pangdalísay ó panglínis sa mga cálolowang bagá ma't namatáy na sumísinta sa Dios, nguni't hindî pa lubós napagbabayaran ang Justicia ng May Capal. Sa cawacasa'y ang Concilio Tridentino[244], sa ilalim ng pangungulo ni Pio IV ng taóng 1563, sa icalabinglimáng púlong ay ilinagdâ ang cautusán tungcól sa Purgatorio, na ang pasimula'y: "Cum catholica ecclesia Spiritu Sancto edocta etc.," na doo'y sinasabing ang mga patungcól ng mga buháy, ang mga panalangin, ang mga paglilimós at iba pang mga gawáng cabanalan ay siyáng mabibísang paraan upang mailigtás sa Purgatorio ang mga cálolowa, bagá man sinasabing ang paghahayin ng misa'y siyang lalong cagalinggalingan sa lahat. Gayón ma'y hindî sumasampalataya ang mga protestante[245] sa Purgatorio, at gayon dín ang mga páring griego[246], sa pagca't walâ siláng nakikitang pagbibigay catotohanan ng Biblia[247], at sinasabi niláng binibigyáng wacás ng camatayan ang taning upang macagawâ ng mga carapatán ó ng mga laban sa mga carapatán, at ang "Quodcumque ligaberis in terra" hindî ang cahulugá'y "usque ad purgatorium" etc.; nguni't dito'y maisásagot na sa pagcá't na sa calaguitnàan ng lúpa ang Purgatorio, talagáng dapat mapasailalim ng capangyarihan ni San Pedro. Datapuwa't hindî acó matatapos ng pagsasaysay, cung sasalitain co ang lahát ng mga sabi tungcol sa bagay ni itó. Isáng araw na ibiguin pô ninyóng pagmatuwiranan natin ang bagay sa Purgatorio, magsadyâ, cayó sa aking báhay at doo'y babasahin natin ang mga libro at tayo'y maláya at payapang macapagpapalagayan ng canícanyang catuwiran. Ngayó'y yayao na acó: hindî co mapaghúlò cung bakit itinutulot ng cabanalan ng mga crístiano ang pagnanacaw sa gabíng itó.— Cayóng mga punong báyan ay nangagpapabayà sa ganitóng gawâ, at aking ipinanganganib ang aking mga libro. Cung sana'y nanacawin nilá sa akin upang caniláng basahin ay aking ipauubayà, datapuwa't marami ang nangag-iibig na tupukin ang aking mga libro, sa hangád na gumanáp sa akin ng isáng pagcacaawang gawâ, at dapat

ngang catacutan ang ganitóng pagcacaawang gawang carapatdapat sa califa[248] Omar[249]. Dahil sa mga librong itó'y ipinalálagay ng ibáng linagdaan na aco ng parusa ng Dios....
— ¿Nguni't inaacalà cong cayó po'y sumasampalataya sa parusa ng Dios?— ang tanóng ni Doray na ngumíngitî at lumálabas na may dalang lalagyán ng mga bágang pinagsusunugan ng mga tuyóng dahón ng palaspás, na pinagbubuhatan ng nacayáyamot nguni't masaráp na amóy na úsoc.
— ¡Hindî co po alám, guinoong babae, cung anó ang gágawin sa akin ng Dios!— ang isinagót ni matandáng Tasio na nag-iísip-ísip. Pagcâ acó'y naghihingalô na, iháhandog co sa canyá ang aking cataohang waláng camuntî mang tacot; gawín sa akin ang bawa't ibiguin. Nguni't ma'y naiisip aco ...
— At ¿anó po ang naiisip ninyóng iyán?
— Cung ang mga católico lamang ang tanging mapapacagaling, at limá lamang sa bawa't isáng daang católico ang siyáng mápapacagaling, at sa pagca't ang dami ng mga católico'y icalabingdalawang bahagui ng mga nabubuhay na táo sa lúpà, sacali't paniniwalaan natin ang sinasabi sa mga estadística[250], ¿ang mangyayari'y pagcatapos na mapacasamâ ang yuta-yutang mga táong nabuhay sa daigdig sa boong dî mabilang na mga siglong nagdaan, bago nanaog sa lúpà ang Mananacop, at pagcatapos na mamatay dahil sa atin ang Anác ng isáng Dios, ngayó'y lílima lamang ang mapapacagaling sa bawa't isáng libo't dalawáng daang táo? ¡Oh, tunay na tunay na hindî! ¡Minámagaling co pa ang magsaysay at sumampalatayang gaya ni Job: "¿Diyata't magpapacabagsíc icáw sa isáng inilílipad na dahon at pag-uusiguin mo ang isáng tuyóng layác?" ¡Hindî, hindî mangyayari ang gayóng casaliwaang pálad na calakilakihan! ¡Cung sampalatayanan ito'y isáng capusungán; hindî, hindî!
— ¿Anóng inyóng gágawin? Ang Justicia, ang cadalisayan ng Dios ...
— ¡Oh, datapuwa't nakikita ng Justicia at ng Cadalisayan ng Dios ang darating bago guinawâ ang paglikhâ sa Sangsinucob!— ang isinagót ng lalaking matandang nanginginilabot na tumindíg.— Ang boong kinapal, ang táo ay isáng linaláng sa isáng nais lamang ng calooban; nguni't hindî niyá kinacailangan, cayá't hindî ngâ marapat na likhaín niyá, hindî, cung cacailanganing mapacasamâ sa waláng hanggáng casaliwaang palad ang daándaáng táo upang mapaligaya ang isá lamang, at ang lahát ng itó'y dahil sa mga minanang casalanan ó sa sandalíng pagcacasala, ¡Hindî! Cung iyá'y maguiguing catotohanan, sacalín na ninyo't patayin iyáng inyóng anác na lalaking diya'y tumutulog; cung ang ganyáng pananampalataya'y hindî isáng malaking capusungáng lában sa Dios na iyáng dapat na maguíng siyáng Dakilang Cagalingan; pagcacágayó'y ang Molok fenicio na ang kinacai'y ang inihahayin sa canyáng mga pinápatay na táo at ang dugóng waláng-malay-sála, at sinususunog sa canyáng tiyán ang mga sanggól na inagaw sa dibdib ng

caniláng m̃ga iná, ang mamamatay-táong dios na iyán, ang dios na iyáng calaguimlaguím, cung isusumag sa Canyá'y masasabing isáng dalagang mahinà ang loob, isáng caibigang babae, ang iná n̄g Sangcataohan!

At puspós n̄g panghihilacbót, umalís sa báhay na iyón ang ul-ól ó ang filósofo, at tumacbó sa lansan̄gan, bagá man umuulan at madilím.

Isáng nacasisilaw na kidlát na caacbáy n̄g isáng cagutlaguitlang culóg na nagsabog sa impapawid n̄g pangpatáy na m̃ga lintic ang siyáng tumangláw sa matandáang lalaking nacataás ang m̃ga camáy sa lan̄git, at sumísigaw:

— ¡Tumututol icaw! ¡Talastas co nang hindî ca mabangís; talastas co nang ang dapat co lamang itawag sa iyo'y SI MABAIT!

Nag-iibayo ang m̃ga kidlát, lalong lumálacas ang unós....

XV.
ANG MGA SACRISTAN

Bahagyâ na ang patláng ng̃ dagundóng ng̃ mg̃a culóg, at pinang̃ung̃unahan bawa't culóg ng̃ cakilakilabot na namimilipit na lintíc: masasabing isinusulat ng̃ Dios ang canyáng pang̃alan sa pamamag-itan ng̃ isáng súnog at ang waláng hanggáng bubóng ng̃ láng̃it ay nang̃íng̃inig sa tacot. Ang ula'y parang ibinubuhos, at sa pagca't hináhampas ng̃ háng̃ing humahaguing ng̃ lubháng malungcót, báwa't sandali'y nagbabago ng̃ tinutung̃o. Ipinaríring̃ig ng̃ mg̃a campána, ng̃ voces na taglády ang malaking laguím, ang caniláng mapangláw na hibíc, at sa sandasandalíng ínihihimpil ng̃ nang̃agbábang̃is na mg̃a culóg ang caniláng matunóg na atúng̃al, isáng malungcót na tugtóg ng̃ campánà, na daíng ang catúlad, ang siyáng humahagulgól.

Nang̃asaicalawáng sáray ng̃ campanario ang dalawáng bátang nakita náting caúsap ng̃ filósofo. Ang pinacabátà sa canilá, na may malalakíng matáng maitím at matatacutíng mukhâ, pinipilit na idigkít niyá ang canyáng catawán sa catawán ng̃ canyáng capatîd, na totoong nacacawang̃is niyá ang pagmumukhâ, at ang caibhán lamang ay malálim tuming̃ín at may pagcaanyóng matápang. Ang pananamit ng̃ dalawá'y dukháng-dukhâ at puspós ng̃ mg̃a sursi at tagpî. Nang̃a-uupô sa capirásong cáhoy at capuwâ may tang̃ang isáng lubid na ang dúlo'y na sa icatlóng sáray, doon sa itáas, sa guitnâ ng̃ cadilimán. Ang uláng itinutulac ng̃ háng̃in ay dumárating hanggáng sa canilá at pinapamímisic ang isáng upós ng̃ candilang nag-aalab sa ibábaw ng̃ isáng malakíng bató na caniláng pinagugulong sa coro, upang huwarán ang úgong ng̃ culóg, cung Viernes Santo.

— ¡Batakin mo ang iyóng lúbid, Crispin!— anáng capatíd na matandâ sa bátà niyáng capatíd.

Nag-alambitin sa lúbid si Crispin, at nárinig sa itáas ang isáng daíng na mahinà, na pagdáca'y natacpán ng̃ isáng culóg, na ang úgong ay pinarami ng̃ libolibong aling̃awng̃áw.

— ¡Ah! ¡cung na sa báhay sana táyong casáma ng̃ nánay!— ang ibinuntóng hining̃á ng̃ maliit na tinítingnan ang canyáng capatíd;— doo'y hindî acó matatacot.

Hindî sumagót ang matandáng capatíd; minámasdan cung paáno ang pagtúlò ng̃ pagkit at tíla mandin may pinag-iisip.

— ¡Doo'y walà sino mang nagsasabi sa aking acó'y nagnanácàw!— ang idinugtóng ni Crispin;— ¡hindî itutulot ng̃ nánay! ¡Cung maalaman niyáng aco'y pinapalò....!

Inihiwaláy ng̃ matandáng capatíd ang canyáng mg̃a matá sa ning̃as ng̃ ílaw, tuming̃alâ, pinang-guiguílan ng̃ cagát ang malaking lúbid at bago biglá binaltác, at ng̃ magcagayo'y n(á)ring̃ig ang matunóg na tugtóg ng̃ campánà.

— ¿Mananatilî bâ tayo sa ganitóng pamumúhay, cacâ?— ang ipinatúloy ni Crispin. ¡Ibig co sánang magcasakit acó búcas sa báhay, ibig cong magcasakít acó ñg malaón at ñg acó'y alagâan ñg nánay at huwág na acóng pabalikín ulî sa convento! ¡Sa ganitó'y hindî acó pañgañganlang magnanácaw at waláng háhampas sa akin! At icáw man, cacâ, ang mabuti'y magcasakit cang casáma co.

— ¡Howag!— ang sagót ñg matandáng capatíd;— mamámatay táyong lahát: mamámatay sa pighatî ang nánay at cata'y mamámatay ñg gútom.

Hindî na sumagót ulî si Crispin.

— ¿Gaáno bâ ang sasahurin mo sa bowáng ito?— ang tanóng ni Crispin ñg macaraan ang sandalî.

— Dalawáng piso: tatlóng multa ang ipinarusa sa akin.

— Bayaran mo na ang sinasabi niláng ninácaw co, at ñg huwag táyong tawáguing mga magnanacaw; ¡bayáran mo na, cacâ!

— ¿Naúulol ca bâ, Crispín? Waláng macacain ang nánay; ang sabi ñg sacristan mayor ay nagnacaw ca raw ñg dalawáng onza, at ang dalawang onza ay tatlompo't dalawáng piso.

Bumilang ang malíit sa canyáng mga dalírì hanggáng sa dumating sa tatlompo't dalawá.

— ¡Anim na camáy at dalawáng dalírì! At bawa't dalírì ay piso— ang ibinulóng na nag-iisip-iísip.— At bawa't piso ... ¿iláng cuarta?

— Isáng dáan at anim na pô.

— ¿Isáng dáa't ánim na pong cuarta? ¿Macasandaan at ánim na pong isáng cuarta? ¡Nacú! ¿At gaano ang isáng dáa't ánim na pô?

– Tatlompô at dalawáng camáy– ang sagót ng̃ matandáng capatíd.
Sandalíng pinagmasdán ni Crispín ang maliliit niyáng camáy.

– ¡Tatlompô at dalawáng camáy!– ang inuulit úlit– ánim na camáy at dalawang dalírì, at bawa't dalírì ay tatlompô at dalawáng camáy ... at bawa't dalírî ay isáng cuarta ...¡Nacú gaáno caráming cuarta niyán! Hindî mabibilang ng̃ isá sa loob ng̃ tatlông áraw ...at macabíbili ng̃ sinelas na úcol sa mg̃a paa at sombrerong úcol sa úlo, pagcâ umiinit ang áraw, at isáng malakíng páyong pagca umúulan, at pagcain, at mg̃a damít na úcol sa iyo at sa nánay at....
Nag-isíp-ísip si Crispin.

– ¡Ng̃ayó'y dináramdam co ang hindî co pagnanácaw!

– ¡Crispin!– ang ipinagwícà sa canyá ng̃ canyáng capatíd!

– ¡Huwág cang magálit! Sinabi ng̃ curang pápatayin daw acó ng̃ pálò pag hindî sumipót ang salapî; cung ninácaw co ng̃a sána ang salapíng iyó'y aking maisisipot ...¡at cung sacali't mamatáy acó, magcaroon man lamang icáw at ang nánay ng̃ mg̃a damít!...

– ¡Sáyang at hindî co ng̃â ninácaw!
Hindî umimíc ang pinacamatandâ at hiníla ang canyáng lúbid. Pagcatapos ay nagsalitáng casabáy ang buntóng hining̃á.

– ¡Ang ikinatatacot co'y bacâ, cagalitan ca ng̃ nánay cung maalaman!

– ¿Sa acálà mo cayâ?– ang tanóng ng̃ maliit na nagtátaca.– Sabíhin mong maigui ang pagcabugbog sa akin, ipakikita co ang aking mg̃a pasâ at ang punít cong bulsá: hindî acó nagcaroon cailan man cung dî isáng cuarta lámang na ibinigay sa akin niyóng pascó at kinúha sa akin cahapon ng̃ cura ang isáng cuartang iyón. ¡Hindî pa acó nacacakita ng̃ gayón cagandáng isáng cuarta! ¡Hindî maniniwálà ang nánay! ¡hindî maniniwalà!

– Cung ang cura ang magsabi....
Nagpasimulâ, ng̃ pag-iyác si Crispín, at ibinúbulong sa guitnâ ng̃ paghagulhól:

– Cung gayó'y umuwî ca ng̃ mag-isá; aayaw acóng umuwî. Sabihin mo sa nánay na acó'y may sakít; aayaw acóng umuwî.

– ¡Crispín, huwág cang umiyác!– anang matandáng capatíd.– Hindî maniniwalà ang nánay; huwág cang umiyác; sinabi ni matandáng Tasiong may handâ raw sa ating masaráp na hapúnan.
Tuming̃alâ si Crispín at pinagmasdán ang capatíd.

– ¡Isáng masaráp na hapúnan! Hindî pa acó nananananghalîan: áayaw acóng pacanin hanggáng hindî sumísipot ang dalawáng onza ... Datapuwa't ¿cung maniwalà ang nánay? Sabíhin mong nagsisinung̃alíng ang sacristan mayor, at ang curang maniwalà sa canyá'y sinung̃aling din, na silán lahát ay sinung̃aling; na sinasabi niláng magnanacaw daw tayong lahát, sa pagca't ang tátay natin ay "viciosong".

Ñguni't sumúñgaw ang isáng úlo sa maliit na hagdáng patuñgó sa pañgulong aáray ñg campanario, at ang úlong itó, na cawañgis ñg cay Medusa[251], ang siyáng biglád humárang ñg salitá sa mga lábì ñg bátà. Yaó'y isáng úlong habâ, payát, na may mahahabang buhóc na maitím; salamíng azul sa matá ang siyáng cumúcublí ñg pagca bulág ang isáng matá. Yaón ang sacristán mayor, na talagáng gayón cung pakita, waláng íñgay, hindî nagpáparamdam ñg pagdatíng.

Nanglamíg ang magcapatíd.

— ¡Minumultahán catá, Basilio, ñg caháti, dáhil sa hindî mo pagtugtóg ñg maayos!— ang sábi ñg voces na malagunlóng na tíla waláng campanà sa lalaugan.— At icáw, Crispín, mátira ca rito ñgayóng gabí hanggáng sa sumipót ang iyóng ninácaw.

Tiningnán ni Crispín ang canyáng capatíd, na parang siyá'y humihiñging tangkílic.

— Binigyán na camí ñg capahintulutan ... hiníhintay pô camí ñg nánay sa á las ocho— ang ibinulóng ni Basiliong tagláy ang boong cakimîan.

— ¡Icáw man namán ay hindî macaaalís sa icawalóng oras; hanggáng sa icasampô!

— Ñguni't talastás na pô ninyóng hindî nacapaglálacad pagca á las nueve na, at maláyò ang báhay.

— At ¿ibig mo yatang macapangyari pa cay sa ákin?— ang itinanóng na galít ñg táong iyón. At hinawacan si Crispín sa bísig at inacmàang caladcarín.

— ¡Guinoo! ¡may isáng linggó na pô ñgayóng hindî namin nakikita ang aming iná!— ang ipinakiusap ni Basilio, at tinañgnán ang canyáng bátang capatíd na ang anyó'y íbig ipagsanggaláng itó.

Nailayô ang canyáng camáy ñg sacristán mayor sa isáng tampál, at sacâ kinaladcád si Crisping nagpasimulâ ñg pag-iyác, at nagpatinghigâ, samantalang sinasabi sa canyáng capatíd:

— ¡Huwág mo acóng pabayâan, pápatayin acó nilá!

Ñguni't hindî siyá pinansín ñg sacristan, kinaladcád at nawalâ siyá sa guitnâ ñg cadilimán.

Nátira si Basiliong hindî man lamáng macapagsalitâ. Nárinig niyá, ang mga pagcacáhampáshampás ñg catawán ñg canyáng capatíd sa mga baitang ñg maliit na hagdanan, isáng sigáw, iláng tampál, at unti-unting napáwì sa kanyáng taiñga ang gayóng mga pagsigáw na nacaháhambal.

Hindî humíhiñga ang bátà: nacatindíg na nakíkinig, dilát na dilát ang mga matá, at nacasuntóc ang mga camáy.

— ¿Cailán bagá cayâ acó macapag aaráro ñg isáng búkid?— ang maráhang ibinúbulong, at dalîdaling nanáog.

Pagdatíng sa coro'y nakiníg ñg maigui: lumálayô ñg boong catulinan ang voces ñg canyáng capatíd, at ang sigáw na: "¡nánay!" "¡cacâ!" ay nawaláng lubós pagcasará ng̃ pintô. Nang̃áng̃atal, nagpapawis, sandalî siyáng tumiguil; kinácagat niyá ang canyáng camao upang lunúrin ang isáng sigáw na nagtutumácas sa canyáng púsò at pinabayaan niyáng magpaling̃apling̃ap ang canyáng mg̃a matá sa nag-aagaw dilím at liwanag na simbahan. Doo'y malamlám ang ning̃as ng̃ ílaw na lang̃ís sa "lámpara"; na sa guitnâ, ang "catafalco"; sará ang lahát ng̃ mg̃a pintuan, at may mg̃a rejas ang mg̃a bintánà.

Dî caguinsaguinsa'y nanhíc sa maliit na hagdán, linampasán ang pang̃alawang sáray, na kinalalagyan ng̃ nagnining̃as na candílà, nanhíc sa icatlóng sáray. Kinalás ang mg̃a lúbid na nacatálî sa mg̃a "badajo" (pamaltóc ng̃ campánà), at pagcatapós ay mulíng nanáog na namúmutlâ; ng̃úni't cumíkinang ang canyáng mg̃a matá'y hindî sa mg̃a lúhà.

Samantala'y nagpapasimulâ ng̃ pagtílà ang ulán at untiunting lumiliwanag ang láng̃it.

Pinagdugtong ni Basilio ang mg̃a lubid, itinálì ang isáng dúlo sa isáng maliit na pinacahalígui ng̃ "barandilla", at hindî man lámang naalaalang patayín ang ílaw, umus-ós sa lubid sa guitnâ ng̃ cadilimán.

Nang macaraan ang iláng minuto, sa isá sa mg̃a dáan sa báyan, ay nacárinig ng̃ mg̃a voces at tumunóg ang dalawáng putóc; ng̃uni't síno ma'y waláng natigatig, at mulíng tumahimic na lahát.

XVI.
SI SISA

Madilim ang gabí: tahimic na tumutulog ang mg̃a namamayan; ang mg̃a familiang nag-alaala sa mg̃a namatay na'y tumulog na ng̃ boong capanatagán at capayapaan ng̃ loob: nang̃agdasál na silá ng̃ tatlóng bahagui ng̃ rosario na may mg̃a "requiem", ang pagsisiyám sa mg̃a cálolowa at nang̃agpaníng̃as ng̃ maraming candilang pagkít sa haráp ng̃ mg̃a mahál na larawan. Tumupád na ang mg̃a mayayaman at ang mg̃a nacacacaya sa pagcabûhay sa mg̃a nagpamana sa canilá ng̃ caguinhawahan; kinabucasa'y sísimba silá sa tatlóng misang gágawin ng̃ báwa't sacerdote, mang̃agbíbigay silá ng̃ dalawáng piso at ng̃ ipagmisa ng̃ isáng patungcól sa cálolowa ng̃ mg̃a namatáy; bíbili sila, pagcatapos, ng̃ bula sa mg̃a patáy na puspós ng̃ mg̃a indulgencia. Hindî ng̃a totoong nápacahigpit ang Justicia ng̃ Dios na gáya ng̃ justicia ng̃ táo.

Ng̃uni't ang dukhâ, ang mahírap, na bahagyâ nanacacakita upang may maipag-agdóng-búhay, at nang̃angailáng̃ang sumúhol sa mg̃a "directorcillo," mg̃a escribiente at mg̃a sundalo, upang pabayaan siláng mamúhay ng̃ tahimic, ang táong iyá'y hindî tumutulog ng̃ panatag, na gaya ng̃ inaacála ng̃ mg̃a poeta sa mg̃a palacio, palibhasa'y hindî pa silá maráhil nacapagtitiis ng̃ mg̃a hagpós ng̃ carálitâan. Malungcót at nag-iisíp-ísip ang dukhâ. Nang gabíng iyón, cung cácauntí ang canyáng dinasál ay malakíng lubhâ ang canyáng daláng̃in, tagláy ang hírap sa mg̃a matá at ang mg̃a lúha sa púsò. Hindî siyá nagsísiyam, hindî siyá marunong ng̃ mg̃a "jaculatoria", ng̃ mg̃a tulâ at ng̃ mg̃a "oremus," na cathâ ng̃ mg̃a fraile, at iniuucol sa mg̃a táong waláng sariling caisipán, waláng sariling damdámin, at hindî rin namán napag-uunawà ang lahát ng̃ iyón. Nagdárasal siyá ng̃ áyon sa pananalitâ ng̃ canyáng caralitaan; ang cálolowa niyá'y tumatang̃is dáhil sa canyáng sariling calagayan, at dáhil namán sa mg̃a namatáy, na ang pagsintá nilá sa canyá'y siyáng canyáng cagaling̃an. Nangyayaring macapagsaysáy ang mg̃a lábì niyá ng̃ mg̃a pagbátì; ng̃uni't sumísigaw ang canyang ísip ng̃ mg̃a daing at nagsásalitâ ng̃ mg̃a hinanakít. ¿Cayó bagá'y mang̃asísiyahan. Icáw na pumuri sa carukhâan, at cayó namán, mg̃a aninong pinahihirapan, sa waláng pamúting panalang̃in ng̃ dukhâ, na sinasaysay sa haráp ng̃ isáng estampang masamâ ang pagcacágawâ, na liniliwanagan ng̃ ílaw ng̃ isáng timsím, ó bacâ cayâ ang ibig ninyo'y ang may mg̃a candilang malalakí sa haráp ng̃ mg̃a Cristong sugatán, ng̃ mg̃a Virgeng maliliít ang bibíg at may mg̃a matáng cristal, mg̃a misang wícang latíng ipinang̃ung̃usap ng̃ mg̃a sacerdoteng hindî inuunawà ang sinasabi? At icáw, Religióng ilinaganap na talagáng úcol sa sangcataohang nagdaralità, ¿nalimutan mo na cayâ ang catungculan mong umalíw sa naaapi sa canyáng carukhâan, at humiyâ sa macapangyarihan sa canyáng capalalûan, at ng̃ayó'y may laan ca lamang na m̃ga pañgácò sa m̃ga mayayaman, sa m̃ga táong sa iyó'y macapagbabayad?

Ang caawaawang tao'y nagpúpuyat sa guitnâ ñg canyáng m̃ga anác na nang̃atutulog sa canyáng síping; iniisip ang m̃ga bulang dapat bilhín upang mápahiñgaláy ang m̃ga magulang at ang namatáy na esposo.— "Ang píso— anyá— ang píso'y isáng linggóng caguinhawahan ñg aking m̃ga anác; isáng linggóng m̃ga tawanan at m̃ga catuwâan, ang aking inimpóc sa bóong isáng buwan, isáng casuutan ñg aking anác na babaeng nagdádalaga na."— Datapuwa't kinacailang̃ang patayín mo ang m̃ga apóy na itó— ang wícà ñg voces na canyáng nárinig sa sermón— kinacailang̃ang icáw ay magpacahírap. "¡Tunay ñg̃â! ¡kinacailañgan! Hindî ililigtas ñg Iglesia ñg waláng bayad ang m̃ga pinacasisinta mong cálolowa: hindî ipinamímigay na waláng báyad ang m̃ga bula. Dápat mong bilhín ang bula, at hindî ang pagtulog cung gabí ang iyóng gágawin, cung dî ang pagpapagal. Samantala'y mailálantad ñg iyóng anác na babae ang bahágui nang catawáng dapat ilíhim sa nanonood; ¡magpacagútom ca, sa pagca't mahál ang halagá ñg láñgit! ¡Tunay na túnay ñg̃â yátang hindî pumapasoc sa láñgit ang m̃ga dukhâ!

Nañgagliliparan ang m̃ga caisipáng itó sa alang-alang na pag-itang mulâ sa sahíg na kinalalatagan ñg magaspáng na baníg, hanggáng sa palupong kinatatalîan ñg dúyang pinag-úuguyan sa sanggól na laláki. Ang paghiñgá nitó'y maluág at payápà; manacânacang ñginuñg̃uyâ ang láway at may sinasabing dî mawatasan: nananaguinip na cumacain ang sicmurang gutóm na hindî nabusóg sa ibinigáy sa canyá ñg m̃ga capatíd na matatandâ.

Ang m̃ga culiglíg ay humuhuning hindî nagbabago ang tínig at isinasaliw ang caniláng waláng humpáy at patupatuloy na írit sa m̃ga patlángpatláng na tin-ís na húni ñg cagaycáy na nacatagò sa damó ó ang butiking lumálabas sa canyáng bútas upang humánap ñg macacain, samantalang ang tucô, na wala ñg pinañganganibang túbig ay isinusuñgaw ang canyáng ulo sa gúang ñg bulóc na púnò ñg cáhoy. Umaatuñgal ñg lubháng mapanglaw ang m̃ga áso doon sa daan, at sinasampalatayanan ñg mapamahíing nakikinig na silá'y nacacakita ñg m̃ga espíritu at ñg m̃ga anino. Datapuwa't hindi nakikita ñg m̃ga áso at ñg ibá pang m̃ga háyop ang m̃ga pagpipighatî ñg m̃ga tao, at gayón man, ¡gaano carami ang canilang m̃ga cahirapang tinítiis!

Doon sa maláyò sa bayan, sa isáng láyong may isáng horas, nátitira ang iná ni Basilio at ni Crispín, asáwa ñg isáng laláking waláng puso, at samantalang ang babae nagpipilit mabúhay at ñg macapag-arugà sa m̃ga anác, nagpapagalâgala at nagsasabong namán ang lalaki. Madalang na madálang silá cung magkíta, ñguni't lágui ñg kahapishapis ang nangyayari pagkikita. Unti-unting hinubdán ñg lalaki ang canyáng asáwa ñg m̃ga híyas upang may maipagvicio siyá at ñg walâ nang caanoano man si Sisa, upang magugol sa masasamáng mg̃a hingguíl ng̃ canyáng asawa, pinagpasimulâan nitóng siyá'y pahirapan. Mahinà, palibhasà, ang loob, malakí ang cahigtán ng̃ púsò cay sa pag-iísip, walâ siyáng nalalaman cung dî sumintá at tumáng̃is. Sa ganáng canyá'y ang canyáng asawa ang siyáng dios niyá,; ang mg̃a anác niyá'y siyáng canyang mg̃a ángel. Sa pagca't talastás ng̃ lalaki cung hanggáng saan ang sa canya'y pag-íbig at tacot, guinágawa namán niyá ang catulad ng̃ asal ng̃ lahát ng̃ mg̃a diosdiosan: sa aráw-áraw ay lumálalâ ang canyáng calupitan, ang pagca waláng áwà at ang pagcapatupatuloy ng̃ bawa't maibigan.

Ng̃ múhang tanóng sa canyá si Sisa ng̃ minsang siyá'y sumipót sa báhay, na ang mukha'y mahiguít ang pagdidilim cay sa dati, tungcól sa panucalang ipasoc ng̃ sacristan si Basilio, ipinatúloy niyá ang paghahagpós ng̃ manóc, hindî siyá sumagot ng̃ oo ó ayaw. Hindî nang̃ahás si Sisang ulítin ang canyang pagtatanong; datapuwa't ang lubháng mahigpít na casalatán ng̃ caniláng pamumúhay at ang hang̃ád na ang mg̃a báta'y mang̃ag-áral sa escuelahan ng̃ bayan ng̃ pagbasa't pagsúlat, ang siyang sa canya'y pumílit na ipalútoy ang panucalà niya. Ang canyang asawa'y hindî rin nagsabi ng̃ anó man.

Nang gabíng yaon, icasampó't calahatî ó labíng-isá ang horas, ng̃ numiningning na ang mg̃a bituin sa lang̃it na pinaliwanag ng̃ unós, nacaupô si Sisa sa isáng bangcóng cahoy na pinagmamasdan ang ilang mg̃a sang̃á ng̃ cahoy na nagniníng̃asníng̃as sa calang may tatlóng batóng-buhay na may mg̃a dunggót. Nacapatong sa tatlóng batóng itó ó tungcô ang isang palayóc na pinagsasaing̃an, at sa ibabaw ng̃ mg̃a bága'y tatlóng tuyóng lawlaw, na ipinagbíbili sa halagang tatló ang dalawang cuarta.

Nacapang̃alumbabà, minámasdan ang madilawdilaw at mahinang níng̃as ng̃ cawayang pagdaca'y naguiguing abó ang canyang madalíng malugnaw na bága; malungcót na ng̃itî ang tumatanglaw sa canyang mukhâ. Nagugunità niya ang calugodlugód na bugtóng ng̃ palayóc at ng̃ apóy na minsa'y pinaturan sa canya ni Crispin. Ganitó ang sinabi ng̃ batà:

"Naupô si Maitím, sinulót ni Mapula.

Nang malao'y cumaracara."

Batà pa si Sisa, at napagkikilalang ng̃ dacong úna'y siya'y maganda at nacahahalina cung cumílos. Ang canyang mg̃a mata, na gaya rin ng̃ canyang calolowang ibibigay niyang lahat sa canyang mg̃a anac, ay sacdal ng̃ gaganda, mahahabà ang mg̃a pilíc-mata at nacauukit cung tuming̃ín; mainam ang hayap ng̃ ilóng; marikít ang pagcacaanyô ng̃ canyang mg̃a labing namumutlâ. Siya ang tinatawag ng̃ mg̃a tagalog na "cayumanguing caligatan," sa macatuwid baga'y cayumangguí, ng̃uni't isang cúlay na malínis at dalísay. Baga man batà pa siya'y dahil sa pighatî, ó dahil sa gútom, nagpapasimulâ na ng̃ paghupyac ang canyang namumutlang mg̃a pisng̃í; ang malagóng buhóc na ng̃ úna'y gayac at pamuti ng̃ canyang cataóhan, cung cayâ husay hindî sa pagpapaibíig, cung dî sa pagca't kinaugalîang husayin: ang pusód ay caraniwan at walang mg̃a "aguja" at mg̃a "peineta."

May ilang araw nang hindî siya nacacaalis sa bahay at canyang tinatapos tabîin ang isang gawang sa canya'y ipinagbiling yarîin sa lalong madalíng panahóng abót ng̃ caya. Sa pagcaibig niyang macakita ng̃ salapî, hindî nagsimba ng̃ umagang iyón, sa pagca't maaabala siya ng̃ dalawang horas ang cauntian sa pagparoo't parito sa bayan:— ¡namimilit ang carukhâang magcasala!— Ng̃ matapos ang canyang gawa'y dinala niya sa may-arì, datapuwa't pinang̃acuan siya nitó sa pagbabayad.

Walâ siyang inísip sa boong maghapon cung dî ang mg̃a ligayang tatamuhin niya pagdatíng ng̃ gabí: canyang nabalitaang óowî ang canyang mg̃a anac, at canyang inísip na sila'y canyang pacaning magalíng. Bumilí ng̃ mg̃a lawlaw, pinitas sa canyang malíit na halamanan ang lalong magagandang camatis, sa pagca't nalalaman niyang siyang lalong minamasarap ni Crisping pagcain, nanghing̃î sa canyang capit bahay na si filósofo Tasio, na tumitira sa may mg̃a limangdaang metro ang layò sa canyang tahanan, ng̃ tapang baboy-ramó, at isang hità ng̃ patong-gubat, na pagcaing lalong minamasrap ni Basilio. At puspós ng̃ pag-asa'y isinaing ang lalong maputíng bigas, na siya rin ang cumúha sa guiícan. Yaón ng̃a nama'y isang hapúnang carapatdapat sa mg̃a cura, na canyang handâ sa caawawang mg̃a batà.

Datapuwa't sa isang sawîng palad na pagcacatao'y dumatíng ang asawa niya't kinain ang canin, ang tapang baboy ramó, ang hità ng̃ pato, limang lawlaw at ang mg̃a camatis. Hindî umiimic si Sisa, baga man ang damdam niya'y siya ang kinacain. Nang busóg na ang lalaki'y naalaalang itanóng ang canyang mg̃a anac. Napang̃itî si Sisa, at sa canyang catowâa'y ipinang̃acò sa canyang sariling hindî siya maghahapunan ng̃ gabíng iyón; sa pagca't hindî casiya sa tatló ang nalabi. Itinanóng ng̃ ama ang canyang mg̃a anac, at ipinalalagay niya itóng higuít sa siya'y cumain.

Pagcatapos ay dinampót ng̃ lalaki ang manóc at nag-acalang yumao.

— ¿Ayaw ca bang makita mo sila?— ang itinanóng na nang̃ang̃atal;— sinabi ni matandang Tasiong sila'y malalaon ng̃ cauntî; nacababasa na si Crispin ... marahil ay dalhín ni Basilio ang canyang sueldo.

Ng̃ marinig itóng huling cadahilanan ng̃ pagpiguil sa canya'y humintô, nag-alinlang̃an, ng̃uni't nagtagumpay ang canyang mabuting angel.

— ¡Cung gayó'y itira mo sa akin ang piso!— at pagcasabi ay umalis.

Tumang̃is ng̃ bóong capaitan si Sisa; ng̃uni't pagcaalaala sa canyang mg̃a anac ay natuyô ang mg̃a luhà. Mulî siyang nagsaing, at inihandâ ang tatlong lawlaw na natira: bawa't isa'y magcacaroon ng̃ isa't calahatì.

— ¡Darating silang malakí ang pagcaibig na cumain!— ang iniisip niya:— malayò ang pinangagaling̃an at ang mg̃a sicmúrang gutóm ay walang púsò.

Pinakingan niyang magalíng ang lahat ng̃ ing̃ay, masdan natin at hinihiwatigan niya ang lalong mahinang yabag:

— Malacas at maliwanag ang lacad ni Basilio; marahan at hindî nacacawang̃is ang cay Crispin— ang iniisip ng̃ ina.

Macaalawa ó macaatló ng̃ humúni ang calaw sa gúbat, mulâ ng̃ tumilà ang ulan, at gayón ma'y hindî pa dumarating ang canyang mg̃a anac.

Inilagay niya ang mg̃a lawlaw sa loob ng̃ palayóc at ng̃ huwag lumamig, at lumapit sa pintuan ng̃ dampâ upang siya'y malibang ay umawit ng̃ marahan. Mainam ang canyang voces, at pagcâ naririnig nilang siya'y umaawit ng̃ "cundiman", nang̃agsisiiyac, ayawan cung bakit. Ng̃úni't ng̃ gabing iyó'y nang̃ang̃atal ang canyang voces at lumalabas ng̃ pahirapan ang tínig.

Itiniguil ang canyang pag-awit at tinitigan niya ang cadiliman. Sino ma'y walang nanggagaling sa bayan, liban na lamang sa hang̃ing nagpapahulog ng̃ tubig sa malalapad na mg̃a dahon ng̃ mg̃a saguing.

Caracaraca'y biglang nacakita ng̃ isang ásong maitím na sumipót sa harap niya; may inaamoy ang hayop na iyón sa landas. Natacot si Sisa, cumúha ng̃ isang bató at hinaguis. Nagtatacbó ang asong umaatung̃al ng̃ pagcapanglawpanglaw.

Hindî mapamahîin si Sisa, ng̃uni't palibhasa'y maráming totóo ang canyáng nárinig na mg̃a sinasabi tungcol sa mg̃a guníguní at sa mg̃a ásong maiitím' caya ng̃a't nacapangyári sa canyá ang laguím. Dalidaling sinarhán ang pintô at naupô sa tabí ng̃ ílaw. Nagpapatíbay ang gabí ng̃ mg̃a pinaniniwalaan at pinupuspos ng̃ panimdím ang aláng-álang ng̃ mg̃a malicmátang aníno.

Nag-acálang magdasál, tumáwag sa Vírgen, sa Dios, upang caling̃áin nilá ang canyáng mg̃a anác, lálonglalò na ang canyáng bunsóng si Crispín. At hindî niyá sinásadya'y nalimutan niyá ang dasál at napatung̃o ang bóong pag-iisip niyá sa canilá, na anó pa't canyáng naaalaala ang mg̃a pagmumukhâ ng̃ báwa't isá sa canilá, yaóng mg̃a mukháng sa towî na'y ng̃umíng̃itî sa canyá cung natutulog, at gayón din cung nagíguising. Datapuwa't caguinsaguinsa'y naramdaman niyáng naninindíg ang canyáng mg̃a buhóc, nangdidilat ng̃ maínam ang canyáng mg̃a matá, malicmátà ó catotohanan, canyáng nakikitang nacatìndíg si Crispin sa tabí ng̃ calan, doón sa lugar na caraníwang canyáng inúup-an upang makipagsalitaan sa canyá. Ng̃ayó'y hindî nagsasabi ng̃ anó mán; tinititigan siyá niyóng mg̃a matáng malalakí at ng̃umíng̃itî.

— ¡Nánay! ¡bucsán ninyó! ¡bucsán ninyó, nánay!— ang sabi ni Basilio, búhat sa labás.

Kinilabútan si Sisa at nawalâ ang malícmatà.

XVII.
BASILIO

Bahagyâ pa lamang nacapapasoc si Basiliong guiguirayguiray, nagpatínghulóg sa m̃ga bísig n̄g canyáng iná.

Isáng dî masábing panglalamíg ang siyáng bumálot cay Sisa n̄g makita niyáng nag-íisang dumatíng si Basilio. Nagbantáng magsalitâ ay hindî lumabás ang canyáng voces; iníbig niyáng yacápin ang canyáng anác ay nawal-án siyá n̄g lacás; hindî namán mangyaring umiyác siyá.

N̄guni't n̄g makita niyá ang dugóng pumapalígò sa noo n̄g bata'y siyá'y nacasigáw niyáng tínig na wári'y nagpapakilala n̄g pagcalagót n̄g isáng bagtìng n̄g púsò.

— ¡M̃ga anác co!

— ¡Howág pô cayông mag-ala ala n̄g anó man, nánay!— ang isinagót ni Basilio;— nátira pô sa convento pô si Crispin.

— ¿Sa convento? ¿nátira sa convento? ¿Buháy?

Itiningalâ n̄g bátà sa canyáng iná ang canyáng m̃ga matá.

— ¡Ah!— ang isinigaw, na anó pa't ang lubháng malaking pighati'y naguing lubháng malaking catowâan. Si Sisa'y umiyác, niyácap ang canyáng anác at pinuspós n̄g halíc ang may dugóng nôo.

— ¡Buháy si Crispin! Iniwan mo siyá sa convento ... at ¿bákit may súgat ca, anác co? ¿Nahúlog ca bâ?

At siniyasat siyá n̄g boong pag-íingat.

— N̄g dalhín pô si Crispin n̄g sacristan mayor ay sinábi sa áking hindî raw acó macaaalis cung dî sa icasampóng horas, at sa pagcá't malálim na ang gabí, acó'y nagtánan. Sa baya'y sinigawán acó n̄g m̃ga sundalo n̄g "Quien vive," nagtatacbó acó, bumaríl silá at nahilahisan n̄g isáng bála ang áking nóo. Natatacot acóng mahuli at papagpupunásin acó n̄g cuartel, na abóy n̄g pálò, na gaya n̄g guinawâ cay Pablo, na hanggá n̄gayó'y may sakít.

— ¡Dios co! ¡Dios co!— ang ibinulóng n̄g ináng kiníkilig— ¡Siyá'y iyóng iniligtas!

At sacâ idinugtóng, samantalang, humahanap n̄g panaling damit, túbig, súcà, at balahibong maliliit n̄g tagác:

— ¡Isáng dálì pa at nápatay ca sana nilá, pinatáy sana nilá ang aking anác! ¡Hindî guinúgunitâ n̄g m̃ga guardia civil ang m̃ga iná!

— Ang sasabihin ninyó'y nahulog acó sa isáng cáhoy; huwág pô sánang maalaman nino mang acó'y pinaghágad.

— ¿Bákit bâ nátira si Crispin?— ang itinanóng ni Sisa pagcatapos magawâ ang paggamot sa anác.

Minasdán ni Basiliong isáng sandalî ang canyáng iná, niyácap niyá itó at sacâ, untiunting sinaysáy ang úcol sa dalawáng onza, gayón ma'y hindî niyá sinabi ang m̃ga pagpapahirap na guinagawà sa canyáng capatíd.

Pinapaghálò n̄g mag-iná ang caniláng m̃ga lúhà.

— ¡Ang mabaít cong si Crispin! ¡pagbintañgán ang mabaít cong si Crispin! ¡Dahiláng tayó'y dukhâ, at ang m̃ga dukháng gáya natin ay dapat magtiís n̄g lahát!— ang ibinulòng ni Sisa, na tinitingnan n̄g m̃ga matáng punô n̄g lúhà ang tinghóy na nauubusan n̄g lañgís.

Nanatiling malaónlaón ding hindî silá nag-imican.

— ¿Naghapunan ca na bâ?— ¿Hindî? May cánin at may tuyóng lawláw.

— Walâ acóng "ganang" cumain; túbig, túbig lámang ang íbig co.

— ¡Oo!— ang isinagót n̄g iná n̄g boong lungcót;— nalalaman co n̄g hindî mo ibig ang tuyóng lawláw; hinandâan catá n̄g ibáng bágay; n̄guni't naparíto ang iyòng tátay, ¡caawaawang anác co!

— ¿Naparíto ang tátay?— ang itinanòng ni Basilio, at hindî kinucusa'y siniyasat ang mukhâ at ang m̃ga camáy n̄g canyang iná. Nacapagsikíp sa púsò ni Sisa ang tanóng n̄g canyáng anác, na pagdaca'y canyáng napag-abót ang cadahilanan, cayá't nagdumalíng idinugtóng:

— Naparito at ipinagtanóng cayó n̄g mainam, ibig niyáng cayó'y makita; siya'y gutóm na gutóm. Sinabing cung cayó raw ay nananatili sa pagpapacabaít ay mulî siyáng makikisama sa átin.

— ¡Ah!— ang isinalabat ni Basilio, at sa samâ, n̄g canyáng lóob ay iniñgiwî ang canyáng m̃ga labî.

— ¡Anác co!— ang ipínagwícà ni Sisa.

— ¡Ipatáwad pô ninyó, nánay!— ang mulíng isinagót na matigás ang anyô— ¿Hindî bâ cayâ lálong magalíng na táyong tatlò na lámang, cayó, si Crispin at acó?— N̄guni't cayó po'y umíiyac; ipalagáy ninyóng walâ acóng sinabing anó man.

Nagbuntóng-hiniñgá si Sisa.

Sinarhán ni Sisa ang dampâ at tinabunan n̄g abó ang caunting bága sa calán at n̄g huwág mapugnáw, túlad sa guinagawâ n̄g táo sa m̃ga damdámin n̄g cálolowa; tacpán ang m̃ga damdaming iyán n̄g abó n̄g búhay na tinatawag na pag-wawalang-bahálâ, at n̄g huwág mapugnáw sa pakikipanayám sa aráw-áraw sa áting m̃ga capowâ.

Ibinulóng ni Basilio ang canyáng m̃ga dasál, at nahigâ sa tabí n̄g canyáng iná na nananalañgin n̄g paluhód.

Nacacaramdam n̄g ínit at lamíg; pinagpilitang pumíkit at ang iniisip niyá'y ang canyáng capatîd na bunsô, na nag-aacalang tumulog sana n̄g gabíng iyón sa sinapupunan n̄g canyáng iná, at n̄gayó'y marahil umíiyac at nan̄gan̄gatal n̄g tácot sa isáng súloc n̄g convento. Umaalin̄gawn̄gaw sa canyáng m̃ga taínga ang m̃ga sigáw na iyón, túlad sa pagcárinig niyá n̄g siyá'y dóroon pa sa campanario; datapuwa't pinasimulâang pinalábò ang canyáng ísip n͠g pagód na naturaleza at nanáog sa canyáng m͠ga matá ang "espíritu", n͠g panaguimpán.

Nakita niyá ang isáng cuartong tulugán, at doo'y may dalawáng candílang may níng͠as. Pinakíkinggán n͠g curang madilím ang pagmumukhâ at may hawac na yantóc ang sinasabi sa ibáng wicà n͠g sacrístan mayor, na cakilakilabot ang m͠ga kílos. Nang͠áng͠atal si Crispin, at paling͠apling͠ap ang matáng tumatangis sa magcabicabilâ, na párang may hinahanap na táo, ó isáng tagúan. Hinaráp siyá n͠g cura at tinatanong siyáng malakí ang gálit at humaguinît ang yantóc. Ang bata'y tumacbó at nagtagò sa licuran n͠g sacristan; n͠guni't siyá'y tinangnán nitó at inihandâ ang canyáng catawán sa sumusubong gálit n͠g cura; ang caawaawang báta'y nagpupumiglás, nagsísicad, sumísigaw, nagpápatinghigâ, gumugulong, tumitindíg, tumatacas, nadudulas, nasusubasob at sinásangga n͠g m͠ga camáy ang m͠ga hampás na sa pagca't nasusugatan ay bigláng itinatagò at umaatung͠al. Nakikita ni Basiliong namimilipit si Crispin, iniháhampas ang úlo sa tabláng yapacán; nakikita niyá at canyáng náririnig na humáhaguinit ang yantóc! Sa lakíng pagng͠áng͠alit n͠g canyáng bunsóng capatíd ay nagtindíg; sirâ ang isip sa dî maulatang pagcacahirap ay dinaluhong ang canyáng m͠ga verdugo, at kinagat ang cura sa camáy. Sumigáw ang cura't binitiwan ang yantóc; humawac ang sacristan mayor n͠g isáng bastón at pinálò sa úlo si Crispin, natimbuang ang bátà sa pagcatulíg; n͠g makita n͠g curang siyá'y may sugat ay pinagtatadyacán si Crispin; n͠guni't itô'y hindî na nagsásanggalang, hindî na sumísigaw: gumugulong sa tabláng parang isáng bagay na hindî nacacaramdam at nag-iiwan n͠g bacas na basâ ...

Ang voces ni Sisa ang siyáng sa canyá'y gumísing.

— ¿Anó ang nangyayari sa iyo? ¿Bakit ca umíiyac?

— ¡Nanag-ínip acó!... ¡Dios!— ang mariíng sábi ni Basilio at humílig na basâ n͠g páwis. Panag-ínip iyón; sabihin pô ninyóng panag-ínip lámang, nánay, iyón; panag-ínip lámang!

— ¿Anó ang napang-ínip mo?

— Hindî sumagót ang bátà. Naupô upang magpáhid n͠g lúhà at n͠g páwis. Madilím sa loob n͠g dampâ.

— ¡Isáng panag-ínip! ¡isáng panag-ínip!— ang inuulit-úlit ni Basilio sa marahang pananalitâ.

— ¡Sabihin mo sa akin cung anó ang iyóng pinanag-ínip; hindî acó mácatulog!— ang sinábi n͠g iná n͠g mulíng mahigâ ang canyáng anác.

— Ang napanag-ínip co, nánay,— ani Basilio n͠g maráhan— camí raw ay namumulot n͠g úhay sa isáng tubigang totoong maraming bulaclác, ang m͠ga babae'y may m͠ga daláng bacol na punô n͠g m͠ga úhay ... ang m͠ga lalaki'y may m͠ga dalá ring bácol na punô n͠g úhay ... at ang m͠ga bátang lalaki'y gayón din

... ¡Hindî co na natatandâan, nánay; hindî co na natatandâan, nánay, ang m̃ga ibá!

Hindî na nagpílit n̄g pagtatanóng si Sisa; hindî niyá pinápansin ang m̃ga panag-ínip.

— Nánay, may naisip acó n̄gayóng gabíng itó,— ani Basilio pagcaraan n̄g iláng sandalíng hindî pag-imíc.

— ¿Anó ang naisip mo?— ang itinanóng niyá.

Palibhasa'y mapagpacababà si Sisa sa lahát n̄g bágay, siyá'y nagpapacababà patí sa canyáng m̃ga anác; sa acálà niyá mabuti pa ang caniláng pag-iísip cay sa canyá.

— ¡Hindî co na ibig na magsacristan!

— ¿Bákit?

— Pakinggán pô ninyó, nánay, ang aking náisip. Dumatíng pô ritong galing sa España ang anác na lalaki n̄g nasirang si Don Rafael, na inaacalà cong casingbaít din n̄g canyáng amá. Ang mabuti pô, nánay, cúnin na ninyó búcas si Crispin, sin̄gilín ninyó ang aking sueldo at sabihin ninyóng hindî na acó magsasacristan. Paggalíng co'y pagdaca'y makikipagkita acó cay Don Crisóstomo, at ipakikiusap co sa canyáng acó'y tanggapíng tagapagpastól n̄g m̃ga vaca ó n̄g m̃ga calabaw; malakí na namán acó. Macapag-aaral si Crispin sa báhay ni matandáng Tasio, na hindî namamalò at mabaít, cahit ayaw maniwálà ang cura. ¿Maaarì pa bang tayo'y mapapaghírap pa n̄g higuít sa calagayan natin? Maniwalà, pô cayó, nánay, mabaít ang matandâ; macáilang nakita co siyá sa simbahan, pagcâ síno ma'y walâ roon; nalúluhod at nananalan̄in, maniwalà pô cayó. Nalalaman na pô ninyó, nánay, hindî na acó magsasacristan: bahagyâ na ang pinakikinabang ¡at ang pinakikinabang pa'y naoowî lámang sa kinamumulta! Gayón din ang idináraing n̄g lahát. Magpapastol acó, at cung aking alagaang magalíng ang ipagcacatiwalà sa akin, acó'y calúlugdan n̄g may-arì; at marahil ay ipabáyang ating gatásan ang isáng vaca, at n̄g macainom tayo n̄g gátas; íbig na íbig ni Crispin ang gátas. ¡Síno ang nacacaalam! marahil bigyán pa pô cayó n̄g isáng malíit na "guyà," cung makita nilá ang magalíng cong pagtupád; aalagaan nátin ang guya at áting patatabaíng gáya n̄g áting inahíng manóc. Man̄un̄uha acó n̄g m̃ga bun̄ang cáhoy sa gúbat, at ipagbíbili co sa báyang casama n̄g m̃ga gúlay sa ating halamanan, at sa ganito'y magcacasalapî táyo. Maglalagay acó n̄g m̃ga sílò at n̄g m̃ga balatíc at n̄g macahuli n̄g m̃ga ibon at m̃ga alamíd, mangin̄gisdâ acó sa ílog at pagcâ acó'y malakí na'y man̄an̄gáso namán acó. Macapan̄gan̄ahoy namán acó upang maipagbilí ó maialay sa may-árì n̄g m̃ga vaca, at sa ganyá'y matótowâ sa atin. Pagcâ macapag-aararo na acó'y aking ipakikiusap na acó'y pagcatiwalâan n̄g capirasong lúpà at n̄g áking matamnan n̄g tubó ó mais, at n̄g hindî pô cayó manahî hanggang hating gabí. Magcacaroon táyo n̄g damít na bágong úcol sa bawa't fiesta, cacain táyo n̄g carne at malalakíng isdâ. Samantala'y mamumuhay acóng may calayâan, magkikita táyo sa aráw-áraw at magsasalosalo táyo sa pagcain. At yamang sinasabi ni matandáng Tasiong matalas daw totóo ang úlo ni Crispin, ipadalá natin siyá sa Maynílà at ng̃ magaral; siyá'y paggugugulan ng̃ búng̃a ng̃ aking pawis; ¿hindî ba, nánay?

— ¿Anó ang aking wiwicain cung dî oo?— ang isinagót ni Sisa niyacap ang canyáng anác.

Nahiwatigan ni Sisang hindî na ibinibilang ng̃ anác sa hináharap na panahón, ang canyáng amá, at itó ang nagpatulò ng̃ mg̃a lúhà niyá sa pagtang̃is na dî umíimic.

Nagpatuloy si Basilio ng̃ pagsasaysay ng̃ canyáng mg̃a binabantá sa hináharap na panahón, taglay iyang ganáp na pag-asa ng̃ cabataang waláng nakikita cung dî ang hinahang̃ad. Walang sinasabi si Sisa cung dî "oo" sa lahát, sa canyáng acala'y ang lahát ay magalíng. Untiunting nanaog ang pagcáhimbing sa pagál na mg̃a bubông ng̃ matá ng̃ bátà, at ng̃ayo'y binucsán ng̃ Ole-Lukoie, na sinasabi ni Anderson, at isinucob sa ibabaw niyá ang magandáng payong na puspós ng̃ masasayáng pintura.

Ang acálà niyá'y siya'y pastol ng̃ casama ng̃ canyáng bunsóng capatíd; nang̃ung̃uha silá ng̃ bayabas, ng̃ alpáy at ng̃ ibá pang mg̃a paroparó sa calicsihán; pumapasoc silá sa mg̃a yung̃íb at nakikita niláng numiningning ang mg̃a pader; naliligò silà sa mg̃a bucál, at ang mg̃a buháng̃in ay alabóc na guintô at ang mg̃a bato'y túlad sa mg̃a bató ng̃ corona ng̃ Vírgen. Silá'y inaawitan ng̃ mg̃a maliliit na isdâ at nang̃agtatawanan; iniyuyucayoc sa canila ng̃ mg̃a cahoy ang canilang mg̃a sang̃ang humihitic sa mg̃a salapî at sa mg̃a búng̃a. Nakita niya ng̃ matapos ang isang campanang nacabitin sa isang cahoy, at isang mahabang lubid upang tugtuguin: sa lubid ay may nacataling isang vaca, na may isang púgad sa guitnâ ng̃ dalawang sung̃ay, at si Crispin ay nasa loob ng̃ campanà at iba pa. At nagpatuloy sa gayóng pananaguinip.

Ng̃uni't ang inang hindî gaya niyang musmós at hindî nagtatacbó sa loob ng̃ isang horas ay hindî tumutulog.

XVIII.
MGA CALOLOWANG NAGHIHIRAP

Magcacaroon na ng̃ icapitong horas ng̃ umaga ng̃ matapos ni Fr. Salví ang canyang catapusáng misa: guinawà niyá ang tatlóng misa sa loob ng̃ isáng oras.

— May sakít ang párì— anang madadasaling m̃ga babae; hindî gaya ng̃ dating mainam at mahinhín ang canyáng kílos.

Naghubad ng̃ canyáng m̃ga suot na di umíimic, hindî tumiting̃in sa canino man, hindî bumabatì ng̃ cahi't anó.

— ¡Mag-ing̃at!— anáng bulungbulung̃an ng̃ m̃ga sacristan;— ¡lumulúbhâ ang samâ ng̃ úlo! ¡Uulan ang m̃ga multa, at ang lahát ng̃ ito'y pawang casalanan ng̃ dalawáng magcapatíd!

Umalís ang cura sa sacristía upang tumung̃o sa convento; sa sílong nitó'y nang̃acaupô sa bangcô ang pitó ó walóng m̃ga babae at isáng lalaking nagpapalacadlacad ng̃ paroo't parito. Nang makita niláng dumarating ang cura ay nang̃agtindigan; nagpauna sa pagsalubong ang isáng babae upang hagcán ang canyang camáy; ng̃uni't gumamit ang cura ng̃ isáng anyóng cayamután, caya't napahintô ang babae sa calaguitnaan ng̃ canyáng paglacad.

— ¿Nawalan yatà ng̃ sicapat si Curiput?— ang mariíng sabi ng̃ babae sa salitáng patuyâ, na nasactán sa gayóng pagcá tanggáp. ¡Huwag pahagcán sa canyá ang cama'y, sa gayóng siyá'y celadora ng̃ "Hermandad", gayóng siya'y si Hermana Rufa! Napacalabis namang totóo ang gayóng gawâ.

— ¡Hindî umupô ng̃ayóng umaga sa confesonario!— ang idinugtóng ni Hermana Sípa, isáng matandáng babaeng walâ ng̃ ng̃ipin;— ibig co sanang mang̃umpisal at ng̃ macapakinabang at ng̃ magcamit ng̃ ng̃a "indulgencia".

— Cung gayo'y kinahahabagan co cayó!— ang sagót ng̃ isang babaeng batà pa't ma'y pagmumukhang tang̃a; nagcamít acó ng̃ayóng umaga ng̃ tatlóng indulgencia plenaria na aking ipinatungcól sa calolowa ng̃ aking asawa.

— ¡Masamang gawâ, hermana Juana!— ang sabì ng̃ nasactán ang loob na si Rufa.— Sucat na ang isang indulgencia plenaria upang mahang̃ò siya sa Purgatorìo; hindî dapat ninyóng sayang̃in ang m̃ga santa indulgencia; tumúlad cayó sa akin.

— ¡Lalong magalíng ang lalong marami: ang sabi co!— ang sagót ng̃ waláng málay na si hermana Juana, casabáy ang ng̃itî.

Hindî agád sumagót si hermana Rufa: nanghing̃î muna ng̃ isáng hitsó, ng̃inóng̃à, minasdán ang nagcacabilog na sa canyá'y nakikinig ng̃ dî cawasà, lumurâ sa isáng tabí, at nagpasimulâ, samantalang ng̃umáng̃atâ ng̃ tabaco:

— ¡Hindî co sinasayang cahi't isáng santong araw! Nagcamít na acó, búhat ng̃ acó'y mapanig sa Hermandad, ng̃ apat na raa't limampo't pitóng m̃ga indulgencia plenaria, pitóng daá't anim na pong libo, limáng daa't siyám na po't walóng taóng m̃ga indulgencia. Aking itinátalâ ang lahát ng̃ aking m̃ga kinácamtan, sa pagca't ang ibig co'y malinis na salitaan; ayaw acóng mangdáyà, at hindî co rin ibig na acó'y dayâin.

Tumiguil n͠g pananalitâ si Rufa at ipinatuloy ang pagn͠guyâ; minámasdan siyá, n͠g boong pagtatacá n͠g m͠ga babae; n͠guni't humintô sa pagpaparoo't parito ang lalaki, at nagsalitâ cay Rufa n͠g may anyóng pagpapawalang halagá.

— Datapuwa't nacahiguít acó sa inyó, hermana Rufa, n͠g taóng itó lamang sa m͠ga kinamtan co, n͠g apat na indulgencia plenaria at sangdaang taón pa; gayóng hindî lubhang nagdárasal acó n͠g taóng itó.

— ¿Higuít cay sa ákin? ¿Mahiguít na anim na raa't walompo't siyám na plenaria, siyám na raa't siyám na po't apat na libo walóng daa't limampo't ánim na taón?— ang ulit ni hermana Rufang wari'y masamâ n͠g cauntî ang loob.

— Gayón n͠gâ, walóng plenaria at sangdaa't labing limáng taón ang aking cahiguitán, at itó'y sa íilang buwán lamang— ang inulit n͠g lalaking sa líig ay may sabit na m͠ga escapulario at m͠ga cuintas na punô n͠g libág.

— ¡Hindî dapat pagtakhan— ani Rufang napatalo na;— cayó pô ang maestro at ang púnò sa lalawigan!

N͠gumin͠gitî ang lalaking lumakí ang loob.

— Hindî n͠gâ dapat ipagtacáng acó'y macahiguít sa inyó n͠g pagcacamit; halos masasabi cong cahi't natutulog ay nagcácamit acó n͠g m͠ga índulgencia.

— ¿At anó pô bâ ang guinágawâ ninyó sa m͠ga indulgenciang iyán?— ang tanóng na sabáysabáy n͠g apat ó limáng voces.

— ¡Psh!— ang sagót n͠g lalaking umanyô n͠g labis na pagpapawalang halagá;— aking isinasabog sa magcabicabilà!

— ¡Datapuwa't sa bágay n͠gang iyán hindî co mangyayaring cayó'y puríhin, mâestro— ang itinutol ni Rufa,— ¡Cayó'y pasasa Purgatorio, dahil sa inyóng pagsasayáng n͠g m͠ga indulgencia. Nalalaman na pô ninyóng pinagdurusahan n͠g apat na pong áraw sa apóy ang bawa't isáng salitáng waláng cabuluhán, ayon sa cura; ánim na pong áraw sa bawa't isáng dangcal na sinulid; dalawampo, bawa't isáng patác na tubig. ¡Cayó'y pasasa Purgatorio!

— ¡Malalaman co na cung paano ang paglabás co roôn!— ang sagót ni hermano Pedro, tagláy ang dakilang pananampalataya.— Lubháng marami ang m͠ga cálolowang hinángò co sa apóy! ¡Lubháng marami ang guinawâ cong m͠ga santo! At bucód sa rito'y "in articulo mortis" (sa horas n͠g camatayan) ay macapagcácamit pa acó, cung aking ibiguìn, n͠g pitóng m͠ga "plenaria", ¡at naghihíngalô na'y macapagliligtas pa acó sa m͠ga ibá!

At pagcasalitâ n͠g gayó'y lumayóng tagláy ang malakíng pagmamataas.

— Gayón ma'y dapat ninyóng gawín ang catulad n͠g aking gawâ, na dî acó nagsásayang cahit isáng áraw, at magalíng na bilang ang aking guinágawâ. Hindî co ibig ang magdayâ, at áyaw namán acóng marayà nino man.

— ¿At paano pô, bâ ang gawâ ninyó?— ang tanóng ni Juana.

— Dapat ngâ pô ninyóng tularan ang guinágawâ co. Sa halimbawà: ipalagáy pô ninyóng nagcamít acó ng isáng taóng mga indulgencia: itinatalâ co sa aking cuaderno at aking sinasabi:— "Maluwalhating Amáng Poong Santo Domingo, pakitingnán pô ninyó cung sa Purgatorio'y may nagcacailangan ng isáng taóng ganáp na waláng labis culang cahi't isáng áraw."— Naglálarô acó ng "cara-y-cruz;" cung lumabás na "cara" ay walâ; mayroon cung lumabás na "cruz." Ngayó'y ipalagáy nating lumabás ng "cruz", pagcágayo'y isinusulat co: "násingil na;" ¿lumabás na "cara"? pagcágayó'y iniingatan co ang indulgencia, at sa ganitóng paraa'y pinagbubucodbucod co ng tigsasangdaaag taóng itinátalâ cong magalíng. Sayang na sayang at hindî magawâ sa mga indulgencia ang cawangis ng guinágawâ sa salapî: ibibigay cong patubuan: macapagliligtas ng lalong maraming mga cálolowa. Maniwálà cayó sa akin, gawín ninyó ang áking guinágawâ.

— ¡Cung gayó'y lalong magalíng ang áking guinágawâ!— ang sagót ni hermana Sípa.

— ¿Anó? ¿Lálong magalíng?— ang tanóng ni Rufang nagtátaca.— ¡Hindî mangyayari! ¡Sa guinágawâ co'y walâ ng gágaling pa!

— ¡Makiníg pô cayóng sandalî at paniniwalâan ninyó ang áking sábi, hermana!— ang sagót ni hermana Sípang matabáng ang pananalitâ.

— ¡Tingnán! ¡tingnán! ¡pakinggán natin!— ang sinabi ng mga ibá.

Pagcatapos na macaubó ng boong pagpapahalaga'y nagsalitâ ang matandáng babae ng ganitóng anyô:

— Magalíng na totoo ang inyóng pagcatalastas, na cung dasalín ang "Bendita-sea tu Pureza," at ang "Señor-mio Jesu cristo,— Padre dulcísimo-por el gozo," nagcacamit ng sampóng taóng indulgencia sa bawa't letra..

— ¡Dálawampo!— ¡Hindî!— ¡Cúlang!— ¡Lima!— ang sabi ng iláng mga voces.

— ¡Hindî cailangan ang lumabis ó cumulang ng isá! Ngayón: pagca nacababasag ang aking isáng alilang lalaki ó isáng alilang babae ng isáng pinggán, váso ó taza, at ibá pa, ipinapupulot co ang lahát ng mga piraso, at sa bawa't isá, cahi't sa lalong caliitliitan, pinapagdárasal co siyá ng "Bendita-sea-tu-Pureza" at ng Señor-mio-Jesu cristo Padre dulcísimo por el gozo", at ipinatútungcol co sa mga cálolowa ang mga indulgenciang kinácamtan co. Nalalaman ng lahát ng taga báhay co ang bagay na itó, tángì lamang na hindî ang mga púsà.

— Nguni't ang mga alilang babae ang siyáng nagcácamit ng mga indulgenciang iyán, at hindî cayó, Hermana Sipa— ang itinutol ni Rufa.

— At ¿sínong magbabayad ng aking mga taza at ng aking mga pinggan? Natótotowa ang mga alilang babae sa gayóng paraang pagbabayad, at acó'y gayón din; silá'y hindî co pinapálò; tinutuctucan co lamang ó kinúcurot ...

— ¡Gagayahin co!— ¡Gayón din ang aking gágawin!— ¡At acó man!— ang sabihin ng mga babae.

— Datapuwa't ¿cung ang pinggán ay nagcacádalawa ó nagcácatatatlong piraso lamang? ¡Cacauntî ang inyóng cácamtan!— ang ipinaunawà pa ng̃ maulit na si Rufa.

— Itulot pô ninyóng ipagtanóng co sa inyó ang isáng pinag-aalinlang̃anan co— ang sinabi ng̃ totoong cakimîan ng̃ bátà pang si Juana.— Cayó pô mg̃a guinoong babae ang nacacaalam na magalíng ng̃ mg̃a bagay na itóng tungcól sa Lang̃it, Purgatorio at Infierno,.... ipinahahayag cong acó'y mangmang.

— Sabihin ninyó.

— Madalás na aking nakikita sa mg̃a pagsisiyám (novena) at sa mg̃a ibá pang mg̃a libro ang ganitong mg̃a bilin: "Tatlóng amánamin, tatlóng Abáguinoong Maria at tatlóng Gloria patri.."

— ¿At ng̃ayón?....

— At ng̃ayó'y ibig cong maalaman cung paano ang gágawing pagdarasal: ¿Ó tatlóng Amanaming sunôd-sunód, tatlóng Abaguinoong Mariang sunôd-sunód; ó macaatlóng isáng Amanamin, isáng Abaguinoong María at isáng Gloria Patri?

— Gayó ng̃â ang marapat, macaitlóng isáng Amanamin....

— ¡Ipatawad ninyó, hermana Sípa!— ang isinalabat ni Rufa: dapat dasaling gaya ng̃ ganitóng paraan: hindî dapat ilahóc ang mg̃a lalaki sa mg̃a babae: ang mg̃a Amanamin ay mg̃a lalaki, mg̃a babae ang mg̃a Abaguinoong María, at ang mg̃a Gloria ang mg̃a anác.

— ¡Ee! ipatawad ninyó, hermana Rufa; Amanamin, Abaguinoong-María at Glorìa ay catulad ng̃ canin, ulam at patís, isáng súbò sa mg̃a santo ...

— ¡Nagcácamalî cayó! ¡Tingnán na pô lamang ninyó, cayóng nágdárasal ng̃ paganyán ay hindî nasusunduan cailán man ang inyóng hiníhing̃î!

— ¡At cayóng nagdárasal ng̃ paganyá'y hindî cayó nacacacuha ng̃ anó man sa inyóng mg̃a pagsisiyám!— ang mulíng isinagót ng̃ matandáng Sípa.

— ¿Sino?— ang wicà ni Rufang tumindíg— hindî pa nalalaong nawalan acó ng̃ isáng bíic, nagdasál acó cay San Antonio ay aking nakita, at sa catunaya'y naipagbilí co sa halagang magalíng, ¡abá!

— ¿Siya ng̃a ba? ¡Cayâ palá sinasabi ng̃ inyóng capit-bahay na babaeng inyó raw ipinagbilí ang isang bíic niya!

— ¿Sino? ¡Ang waláng hiyâ! ¿Acó ba'y gaya ninyó ...?

Nacailang̃ang mamaguitnâ ang maestro upang silá'y payapain: sino ma'y walâ ng̃ nacágunitâ ng̃ mg̃a Amanamin, walang pinag-uusapan cung dî mg̃a baboy na lamang.

— ¡Aba! ¡aba! ¡Huwág cayong mag-away dahil sa isáng bíic lamang! Binibigyan tayo ng̃ mg̃a Santong Casulatan ng̃ halimbáwà; hindî kinagalitan ng̃ mg̃a hereje at ng̃ mg̃a protestante ang ating Pang̃inoong Jesucristo na nagtapon sa tubig ng̃ isáng càwang mg̃a baboy na caniláng pag-aarì, at tayong mg̃a binyagan, at bucod sa roo'y mg̃a hermano ng̃ Santísimo Rosario pa, ¿táyo'y mang̃ag-aaway dahil sa isáng bíic lamang? ¿Anóng sasabihin sa atin ng̃ ating mg̃a capang̃agaw na mg̃a hermano tercero?

Hindî nañgagsi-imîc ang lahat nğ mğa babae at canilang tinátakhan ang malalím na carununğan nğ maestro, at caniláng pinanğanğaniban ang masasabi nğ mğa hermano tercero. Násiyahan ang maestro sa gayóng pagsunód, nagbágo nğ anyô nğ pananalitâ, at nagpatuloy:

— Hindî malalao't ipatatawag tayo nğ cura. Kinacailanğang sabihin natin sa canya cung sino ang íbig nating magsermon sa tatlong sinabi niyá sa atin cahapon: ó si párì Dámaso, ó si párì Martin ó cung ang coadjutor. Hindî co maalaman cung humírang na ang mğa tercero; kinacailanğang magpasiyá.

— Ang coadjutor— ang ibinulong ni Juanang kimingkimî.

— ¡Hm! ¡Hindî marunong magsermón ang coadjutor!— ang wíca ni Sipa;— mabuti pa si párì Martin.

— ¿Si párì Martin?— ang maríing tanong nğ isang babae, na anyóng nagpápawaláng halagâ;— siyá'y waláng voces; mabuti si párì Dámaso.

— ¡Iyán, iyan nğâ!— ang saysáy ni Rufa.— ¡Si párì Dámaso ang tunay na marunong magsermon, catulad siya nğ isang comediante; iyan!

— ¡Datapuwa't hindî natin maunáwà ang canyáng sinasabi!— ang ibinulong ni Juana.

— ¡Sa pagcá't totoong malalim! nğuni't magsermon na lamang siyang magaling....

Nang gayó'y siyáng pagdatíng ni Sisang may sunong na bacol, nag- magandang araw sa mğa babae at pumanhíc sa hagdanan.

— ¡Pumápanhic iyón! ¡pumanhíc namán tàyo!— ang sinabi nilá.

Náraramdaman ni Sisang tumítiboc nğ bóong lacás ang canyáng púsò, samantalang pumapanhíc siyá sa hagdanan; hindî pa niyá nalalaman cung anó ang canyáng sasabihin sa párì upang mapahupâ ang galit, at cung anó ang mğa catuwirang canyáng isasaysay upang maipagsanggaláng ang canyáng anác. Nang umagang iyon, pagsilang nğ mğa unang sínag nğ liwáywáy, nanaog siya sa canyáng halamanan upang putihin ang lalong magagandáng gúlay, na canyáng inilagay sa canyang bacúlang sinapnan nğ dáhong ságuing at mğa bulaclac. Nanğuha siyá sa tabíng ilog nğ pacô, na talastas niyang naiibigan nğ curang cáning ensalada. Nagbihis nğ lalong magagalíng niyáng damít, sinunong ang bacol at napasabayang hindî guinising muna ang canyang anác.

Nagpapacarahan siyá nğ boong cáya upang huwag uminğay, untî-unting siyá'y pumanhíc, at nakikinig siya nğ mainam at nagbabacâ-sacaling marinig niyá ang isáng voces na kilalá, voces na sariwà voces batà.

Nğuni't hindî niyá nárinig ang sino man at sino ma'y hindî niyá nasumpungán, caya't napatunğo siya sa cocínà.

Diya'y minasdán niyá ang lahát nğ mğa súloc; malamíg ang pagcacátanggáp sa canyá nğ mğa alilà at nğ mğa sacritan. Bahagyâ na siyá sinagot sa báti niyá sa canilá.

— ¿Saan co mailálagay ang mğa gúlay na itó?— ang itinanóng na hindî nagpakita nğ hinanakit.

XVIII.
MGA CALOLOWANG NAGHIHIRAP

— ¡Diyán..! sa alin mang lugar.— ang sagot nḡ "cocinero", na bahagyá na sinulyáp ang mḡa gúlay na iyón, na ang canyáng guinágawa ang siyáng totoong pinakikialaman: siya'y naghihimulmol nḡ isáng capón.

Isinalansáng mahusay ni Sisa sa ibabaw nḡ mesa ang mḡa talòng, ang mḡa "amargoso", ang mḡa patola, ang zarzalida at ang mḡa múrang múrang mḡa talbós nḡ pacô. Pagcatápos ay inilagáy ang mḡa bulaclác sa ibabaw, nḡumitî nḡ bahagyâ at tumanóng sa isáng alílà, na sa tingín niya'y lalong magalíng causapin cay sa cocinero.

— ¿Maaarì bang macausap co ang párì?

— May sakít— ang sagót na marahan nḡ alílà.

— At ¿si Crispin? Nalalaman pô bâ ninyo cung na sa sacristía.

Tiningnán siyá nḡ alílang nagtátaca.

— ¿Si Crispin?— ang tanóng na pinapagcunót ang mḡa kílay.— ¿Walâ ba sa inyóng bahay? ¿Ibig ba ninyóng itangguí?

— Nasabáhay si Basilio, nḡuni't nátira rito si Crispin— ang itinútol ni Sisa;— ibig co siyáng makita....

— ¡Abá!— anáng alílà;— nátira nḡâ rito; nḡuni't pagcatapos ... pagcatapos ay nagtanan, pagcapagnacaw nḡ maraming bagay. Pinaparoon acó nḡ cura sa cuartel pagca umagang umaga nḡayón, upang ipagbigáy sabi sa Guardia Civil. Marahil silá'y naparoon na sa inyóng bahay upang hanapin ang mḡa bátà.

¡Tinacpán ni Sisa ang mḡa tainga, binucsán ang bibíg, nḡuni't nawalang cabuluhán ang paggaláw nḡ canyáng mḡa lábì: waláng lumabás na anó mang tíni!

— ¡Tingnán na nḡâ ninyó ang inyóng mḡa anác!— ang idinugtóng nḡ cocinero. ¡Napagkikilalang cayó'y mápagtapat na asawa; nagsilabás ang mḡa anác na gaya rin nḡ caniláng amá! ¡At mag-inḡat cayó't ang maliit ay lálampas pa sa amá!

Nanambitan si Sisa nḡ boong capaitan, at nagpacáupô sa isáng bangcô.

— ¡Howág cayóng manánḡis dito!— ang isinigáw sa canyá nḡ cocinero:— ¿hindî ba ninyó alám na may sakít ang párì? Doon cayó manánḡis sa lansanḡan.

Nanaog sa hagdanan ang abang babaeng halos ipinagtutulacan, samantalang nagbubulungbulunḡan ang mḡa "manang" at pinagbabalacbalac nilá ang tungcól sa sakit nḡ cura.

Tinacpán nḡ panyô nḡ culang pálad na iná ang canyáng mukhâ at piniguil ang pag-iyác.

Pagdatíng niyá sa dâan, sa pag-aalinlanḡa'y nagpalíngaplíngap sa magcabicabilà; pagcatapos, tîla mandin may pinacsâ na siyáng gágawin, cayá't matulin siyáng lumayô.

- 107 -

XIX.
MGA KINASAPITAN NG ISANG MAESTRO SA ESCUELA

Caraniwang tao'y haling ang isípan
at sa pagca't silá'y nagbabayad mandin,
carampatang silá'y pag-salitang hañgál
nğ upang matowa sa ga-yóng pagbágay.
(LOPE DE VEGA.)

Natutulog nğ tahímic, na tagláy iyáng pagpapaimbabaw nğ mğa elemento[252], ang dagatang nalilibot nğ canyang mğa cabunducan, na anó pa't tila mandin hindî siyá nakialam sa malacás na unós nğ gabíng nagdâan. Sa mğa únang sínag nğ liwánag na pumupucaw sa túbig nang mğa nagkintábkintáb na mğa lamáng-dágat, naaaninagnagán sa maláyò, hálos sa wacás nğ abót nğ tanáw, ang abó-abóng mğa aníno: yaó'y ang mğa bangcâ nğ mğa mánğinğisdang naglíligpit nğ caniláng lambát; mğa cascó at mğa paráw na nangagláladlad nğ caniláng mğa láyag.

Pinagmámasdan ang túbig nğ dalawáng táong capuwà páwang lucsâ, ang pananamít mulâ sa isáng mataas na kinálalagyan: si Ibarra ang isá sa canilá, at ang isá'y isáng binatang mápagpacumbabâ ang anyô at mapanglaw ang pagmumukhâ.

— ¡Dito nğâ— ang sabi nitóng hulí— dito iniabsáng ang bangcáy nğ inyóng amá. Dito camí nğ teniente Guevara at acó ipinagsama nğ tagapaglibíng!

Pinisíl ni Ibarra nğ boong pag-íbig ang camáy nğ binátà.

— ¡Walâ pô cayóng súcat kilanlín sa áking útang na lóob!— ang mulíng sinabi nitó.— Marámi pong totoo ang utang na lóob co sa inyóng amá, at ang tanğing guinawâ co'y ang makipaglibíng sa canyá. Acó'y naparitong walâ acóng cakilala síno man, waláng tagláy na anó mang súlat upang may magtangkílic sa ákin, salát sa carapatán, waláng cayamanang gaya rin nğayón. Iníwan nğ áking hinalinhán ang escuela upang maghánap búhay sa pagbibilí nğ tabaco— Inampón acó nğ inyóng amá, inihanap acó nğ isáng báhay at binigyán acó nğ lahát cong kinacailanğan sa icasusulong nğ pagtutúrò; siyá'y napapasa escuela at namamahagui sa mğa bátang mahihírap at mapagsakit sa pag-aaral nğ iláng mğa cuadro; silá'y biníbigyan niyá nğ mğa libro't mğa papel. Datapuwa't itó'y hindî naláon, cawánğis din nğ lahát nğ bágay na magalíng!

Nagpugay si Ibarra't anaki'y nanalanğing mahabang horas. Hinaráp pagcatapos ang canyáng casama at sa canya'y sinabi:

— Sinasabi pô ninyóng sinasaclolohan nğ aking amá ang mğa batang dukhâ, at ¿nğayón pô?

— Nğayó'y guinagawâ nilá ang boong cáya, at sumusulat silá cailán man at macasusulat,— ang isinagót nğ binatà.

— At ang dahil?

— Ang dahil ay ang caniláng gulanít na m̃ga bárò at nan̄gahihiyang m̃ga matá.

Hindî umimíc si Ibarra.

— ¿Ilán bâ ang inyóng m̃ga batang tinuturuan n̄gayón?— ang tanóng na wari'y may han̄gád na macatalós.

— ¡Mahiguít pong dalawáng dâan sa talâan, at dalawampò at limá ang pumapasoc!

— ¿Bákit nagcacáganyan?

Mapangláw na n̄gumitî ang maestro sa escuela.

Cung sabíhin co po sa inyó ang m̃ga cadahilana'y cailan̄gang magsalitâ acó n̄g isáng mahábà at nacayáyamot na casaysayan— ang sinabí niyá.

— Huwág po ninyóng ipalagay na ang tanóng co'y dahil sa isang han̄gad na walang catuturán— ang muling sinabi ni Ibarra n̄g boong cataimtiman, na canyáng minámasdan ang maláyong abot n̄g tanâw.— Lálong mabuti ang aking mapaglining, at sa acala co'y cung áking ipatúloy ang láyon n̄g aking amá ay lalong magalíng cay sa siyá'y tan̄gisan, lálò pa mandin cay sa siya'y ipanghigantí. Ang libin̄gan niya'y ang mahál na Naturaleza, at ang bayan at isáng sacerdote ang siyáng canyáng m̃ga caaway: pinatatawad co ang bayan sa canyáng camangmangán, at iguinagalang co ang sacerdote dahil sa canyáng catungculan at sa pagcá't ibig cong igálang ang Religióng siyáng nagturò sa m̃ga namamayan. Ibig cong gawíng patnubay ang panucalà n̄g sa aki'y nagbigáy búhay, at dáhil dito'y ibig co sánang maunáwà ang m̃ga nacaháhadlang dito sa pagtutúrò.

— Pacapupurihin at dî po cayó calilimutan ng̃ bayan cung inyóng papangyarihin ang magagandang mg̃a panucálà ng̃ inyóng nasírang amá!— anáng maestro.— ¿Ibig pô bâ ninyóng mapagkilála cung anó ang mg̃a hadláng na natatalisod ng̃ pagtutúrò? Cung gayó'y tantuin ninyóng cailan ma'y hindî mangyayari ang pagtuturong iyán sa mg̃a calagayan ng̃ayón cung waláng isáng macapangyarihang túlong; unauna'y cahi't magcaroon, itó'y sinisira ng̃ caculang̃án ng̃ mg̃a sucat na magamit at ng̃ maraming panírang malíng caisipan. Sinasabing sa Alemania'y nag-aaral daw sa escuela ng̃ bayan sa loob ng̃ walóng taón ang anác ng̃ tagabúkid; ¿sino ang macacaibig ditong gumámit ng̃ calahatì man lamang ng̃ panahông iyán sa gayóng lubháng bábahagyâ ang inaaning mg̃a búng̃a? Nang̃agsisibasa, nang̃agsisisulat at caniláng isinasaulo ang malalakíng bahagui at ng̃ madalás pang isinasaulo ang mg̃a boong librong wícang castílà, na hindî nawawatasan ang isá man lamang salitâ ng̃ mg̃a librong iyón? ¿anó ang pinakikinabang sa escuela ng̃ anác ng̃ ating mg̃a tagabúkid?

— At cayóng nacacakita ng̃ casam-an, ¿anó't hindî ninyó pinag-ísip na bigyáng cagamutan?

— ¡Ay!— ang isinagót na iguinágalaw ng̃ boong calungcutan ang úlo:— hindî lámang nakikibunô ang isáng abáng maestro sa mg̃a malíng caisipán, cung dî namán sa mg̃a tang̃ing lakás na macapangyarihan. Ang unang kinacailang̃a'y magcaroón ng̃ escuelahan, isáng báhay, at hindî gáya ng̃ayóng doón acó nagtutúrò sa tabí ng̃ coche ng̃ párì cura, sa sílong ng̃ convento. Doo'y ang mg̃a bátang talagáng maibiguíng bumasa ng̃ malacás, nacaliligalig ng̃a namán sa párì, na cung minsa'y nananaog na may daláng gálit, lalonglálò na cung sumásakit ang úlo, sinísigawan ang mg̃a bátà at madalás na acó'y linalait. Inyóng natatalastas na sa ganyá'y hindî maaaring macapagtúrò at macapag-áral; hindî iguinagalang ng̃ bátà ang maestro, mulâ sa sandalíng nakikitang linalapastang̃an at hindî siyá pinagbíbigyang catuwiran. Upang pakinggán ang maestro, ng̃ hindî pag-alinlang̃anan ang canyáng capangyarihan, nagcacailang̃ang siyá'y caaláng-alang̃ánan, magcaroón ng̃ dang̃al, magtagláy ng̃ lacás dahil sa pagpipitagan sa canyá, magcaroon ng̃ calayâang táng̃ì, at ipahintulot pô ninyóng sa inyó'y ipahayag ang mg̃a malulungcót na nangyayari. Inacálà cong magbagong palácad ay acó'y pinagtawanán. Upang mabigyáng cagamutan ang casamâang sa inyó'y sinasabi co, aking minagalíng na magtúrò ng̃ wícang castílà sa mg̃a bátà, sa pagca't bucód sa ipinag-uutos ng̃ Gobierno, inacálà co namáng itó'y isáng cagaling̃an ng̃ lahát. Guinamit co ang paraang lalong magaang, na mg̃a salitâ at mg̃a pang̃álan, na anó pa't hindî co isinangcap ang mg̃a dakílang palatuntunan, at ang talagá co'y sacá co na itúrò ang "gramática", pagca nacauunawà na silá ng̃ wícang castílà.

Nang macaraan ang iláng linggo'y halos nawawatasan na acó ng̃ lalong matatalas ang ísip at silá'y nacapag-uugnay-ugnay na ng̃ iláng mg̃a salitâ.

Humintô ang maestro at tila nag-aalinlañgan; pagcatapos, tila mandin minagaling niyá ang sabihing lahat, caya't nagpatuloy:

— Hindî co dapat icahiyâ ang pagsasaysay ñg mga caapiháng aking tinítiis, sino mang málagay sa kinálalagyan co'y gayón din maráhil ang uugalîin. Ayon sa sinábi co, ang pasimula'y magalíng; datapowa't ñg macaráan ang iláng áraw, ipinatawag acó sa sacristan mayor ni pári Dámaso, na siyáng cura ñg panahóng iyón. Palibhasa'y talastas co ang canyáng ásal at nañgañganib acóng siyá'y papaghintáy-hintayin, pagdaca'y nanhíc acó at nagbìgay sa canyá ñg magandáng áraw sa wicang castílâ. Ang cura, na ang boong pinacabatì ay ang paglalahad sa akin ñg camáy upang áking hagcán, pagdaca'y iniurong itó at hindî acó sinagót, at ang guinawa'y ang magpasimulâ ñg paghalakhác ñg halakhac-libác. Nápatañga acó; náhaharap ang sacristan mayor. Sa sandaling iyó'y walâ acóng maalamang sabihin; natigagal acó ñg pagtitig sa canyá; datapuwa't siyá'y nagpatúloy ñg pagtatawá. Aco'y nayáyamot na, at nakikinikinita cong acó'y macagagawâ ñg isáng dî marapat; sa pagca't hindî ñgâ nangagcacalaban ang maguing mabuting cristiano at ang matutong magmahál ñg sariling carañgalan. Tatanuñgin co na sána siyá, ñg di caguinsaguinsa'y inihalíli sa táwa ang pag-alimura, at nagsabi sa ákin ñg patuyâ:— "BUENOS DIAS palá, ha? ¡BUENOS DIAS! ¡nacacatawá ca! ¡marunong ca ñg magwicang castílâ palá!"— At ipinatuloy ang canyáng pagtatawa.

Hindî napiguil ni Ibarra ang isáng ñgitî.

— Cayô po'y nagtátawa— ang mulíng sinabi ñg maestro na nagtátawa rin namán:— ang masasabi co pô sa inyó'y hindî acó macatawa ñg mangyari sa akin ang bagay na iyón. Nacatindíg acó; náramdaman cong umaacyát sa aking úlo ang dugô at isáng kidlát ang nagpapadilím sa aking ísip. Nakita cong maláyò ang cura, totoong maláyò; lumapit aco't upang tumútol sa canyá, na dî co maalaman cung anó ang sa canyá'y aking sasabihin. Namaguitnâ ang sacristan mayor, nagtinig ang cura at sinabi sa akin sa wícang tagalog na nagagalit:— "Howág mong paggamitan acó ñg hirám na mga damít; magcásiya ca na lámang sa pagsasalitâ ñg iyóng sariling wícà, at howág mong siráin ang wícang castilang hìndî ucol sa inyó. ¿Nakikilala mo bâ si maestrong Ciruela? Unawain mong si Ciruela'y isáng maestrong hindî marunong bumasa'y naglalagay ñg escuelahan."— Inacalà cong siyá'y piguilin, ñguni't nasoc siyá sa canyáng cuarto at biglang isinará ñg boong lacas ang pintô. ¿Anó ang aking magágawâ acóng bahagyâ na magcásiya sa ákin ang áking sueldo, na upang másiñgil co ang sueldong itó'y aking kinacailañgan ang "visto bueno" ñg cura at maglacbay acó sa "cabecera" (pañgúlong báyan) ñg lalawigan; anó ang magágawâ cong laban sa canyá, na siyang pañgulong púnò ñg calolowa, ñg pamamayan at ñg pamumuhay sa isáng báyan, linálampihan ñg canyáng capisanan, kinatatacutan ñg Gobierno, mayaman, macapangyarihan, pinagtatanuñgan, pinakikinggan, pinaniniwalâan at linilingap ñg lahát? Cung inaalimura acó'y dapat acóng howág umimíc; cung tumutol aco'y palalayasin acó sa áking pinaghahanapang-búhay at magpacailan ma'y mawawalâ na sa akin ang catungculan co, datapuwa't hindî dahil sa pagcacágayón co'y mápapacagaling ang pagtúturò, cung dî baligtád, makikicampí ang lahát sa cura, caririmariman acó at acó'y tatawaguing hambóg, palálò, mápagmataas, masamáng cristiano, masamâ, ang túrò ng̃ magúlang, at cung magcabihirà pa'y sasabihing caaway acó ng̃ castilà at "filibustero." Hindî hinahanap sa maestro sa escuela ang marunong at masípag magtúrò; ang hiníhing̃î lámang sa canyá'y ang matutong magtiís, magpacaalimura, huwág cumilos, at, ¡patawárin nawâ, acó ng̃ Dios cung aking itinacuíl ang aking "conciencia" at pag-iísip! datapuwa't ipinang̃anác acó sa lupaíng itó, kinacailang̃an cong mabuhay, may isáng iná acó, caya't nakikisang-ayon na lámang acó sa aking capalaran, túlad sa bangcáy na kinácaladcad ng̃ álon.

— ¿At dahil po bâ sa hadláng na itó'y nanglupaypáy na cayó magpacailan man?

— ¡Cung acó ng̃a disin ay nagpacadalâ!— ang isinagót;— ¡hanggang doon na lamang sána sa mg̃a nangyaring iyón ang dinating cong mg̃a casaliwàang palad! Túnay ng̃a't mulâ, niyaó'y totoong kinasusutan co na ang aking catungculan; nag-isip acóng cumita ng̃ ibáng hánap-búhay na gáya ng̃ aking hinalinhán, sa pagca't isáng pahírap ang gawâ, pagcâ guinágànap ng̃ masamâ sa loob at nacapagpapaalaala sa akin ang escuelahan sa aráw-áraw ng̃ aking pagcaalimúra, na síyáng naguiguing dahil ng̃ aking pag-lang̃ap ng̃ totoong capaitpaitang mg̃a pagpipighatî sa mahahábang horas. Ng̃uni't ¿anó ang aking gágawin? Hindî co mangyaring masabi ang catotohanan sa aking iná; kinacailang̃ang cong sabihing nacapagbíbigay ligáya ng̃ayón sa akin ang canyáng tatlóng taóng mg̃a pagpapacahírap upang acó'y magcaroon ng̃ ganitóng catungculan; kinacailang̃ang papaniwalâin co siyáng ang hanap-búhay co'y totoong nacạpagbíbigay dang̃ál; na ang pagpapacapagod co'y cawiliwíli; nasasabugan ng̃ mg̃a bulaclac ang landás; na waláng naguiguing bung̃a ang aking pagtupad ng̃ mg̃a catungculan cung dî ang pagcacaroon ng̃ mg̃a caibigan; na aco'y iguinagalang ng̃ bayan at pinupuspos ng̃ mg̃a paglíng̃ap; sa pagca't cung hindî gayón ang aking gawin, bucod sa acó'y na sa casawíang palad na'y papagdadalamhatíin co pa ang ibá, bágay na bákit walâ na acóng capakinabang̃an ay ipagcacasala co pa. Nananatili ng̃a aco sa aking calagayan at hindî co mìnagalíng na acó'y manglupaypáy: binantâ cong makilában sa masamang pálad.

Tumíguil na sandali ang maestro, at saca nagpatúloy:

— Mulâ ng̃ aco'y maalimura ng̃ gayóng pagcágaspang-gaspáng, sinúlit co ang áking sarili, at nakita kong tunay ng̃â namáng nápacahang̃al acó. Pinág-arálan co áraw-gabi ang wicang castílà, at ang lahát ng̃ mg̃a nauucol sa áking catungculan; pinahihiram acó ng̃ mg̃a libro ng̃ matandáng filósofo, binabasa co ang lahát ng̃ áking násusumpong, at sinisiyasat co ang lahát ng̃ áking binabasa. Dáhil sa mga bágong caisipáng násunduan co sa isa't isá ay nagbágo ang áking palácad ng bait, at áking nakita ang maraming bagay na ibá ang anyô cay sa pagcâtingin co ng úna. Nakita cong mga camalian ang mga dating ang boong acála co'y mga catotohanan, at nakita cong pawang mga catotohanan ang mga ipinalálagay co ng únang mga camalian. Ang mga pamamálò, sa halimbawà, na búhat sa caunaunáhang mulá'y siyáng saguísag ng mga escuélahan, at ang ísip co ng úna'y siyáng tanging paráang lálong malacás sa pagcatuto,— binihasa tayo sa ganyáng ang paniniwálà,— aking napagwarì ng matápos, na dî lámang hindî nacatutulong ng pagsulong ng bátà sa pag-aaral, cung dî bagcós pang nacasisirà sa canyá ng di anó lamang. Napagkilála cong maliwanag na hindî ngâ mangyayaring macapag-isip cung na sa mga mata ang "palmeta" ó ang mga pamálò; ang tácot at ang panginginilabot ay nacagúgulo ng bait canino man, bucód sa ang panimdim ng bátà, palibhasa'y lálong guisíng ay lálò namáng madalíng cálimbagan ng anó man. At sa pagcá't ng mangyáring malimbag sa úlo ang mga caisipán ay kinacailangang maghári ang catiwasayan, sa labás hanggáng sa loob, na magcaroon ng catahimican ang isip, magtamasa ng capayapaan ang catawán at ang cálolowa at magtaglay ng masigláng loob, inacála cong ang únang dápat cong gawin ay ang maguing carayámà co ang mga bátà, sa macatuwid baga'y huwag nilá acóng catacutan at ipalagáy nilá acóng caibigan, at ang silá'y matutong magmahál sa caniláng saríli. Napagkilala co rin namáng ang caniláng pagcakita sa araw-araw ng pamamalo'y pumápatay sa caniláng púsò ng áwà, at pumúpugnaw niyáng ningas ng dangal, macapangyaríhang panggaláw ng daigdig, at nálalakip sa gayón ang pagcawalâ ng hiyâ, na mahirap ng totoong mulíng magbalíc. Naliwanagan co rin namang pagcâ napapálo ang isá, nagtátamong caaliwan pagcâ napapalò namán ang mga ibá, at ngumingitî sa towâ pagcâ náriringig niyá ang canilang pag-iyac; at ang pinapamámalò, bagá ma't masamâ sa loob ang pagsunód sa únang áraw, nabibihása na cung matápos at ikinaliligaya ang cahapishapis niyáng tungculin. Ikinalaguím co ang nagdaang panahón, aking pinagsicapang pagbutihin ang casalucuyan sa pagbabago ng dating cagagawán. Pinacsâ cong calugdán at cawilihan ang pag-aáral, áking tinícang ang "cartilla'y" huwág málagay na librong maitím na napapaliguân ng mga lúhà ng camusmusán, cung dî isáng caibigang sa canyá'y mag-uulat ng caguiláguilalas na mga líhim; na ang escuelaha'y huwág maguíng púgad ng mga capighatîan, cung dî isáng paraisong libangan ng ísip. Untîuntî ngang inalís co ang mga pamamálò, dinalá co sa áking báhay ang mga pamálò, at ang inihalíli co'y ang pagbíbigáy unlác sa masisipag mag-áral at ng caigayahan ng ibá at ang pagpapakilala ng canícanílang sariling dangál. Cung hindî natututo sa pinag-aaralan, ipinalálagay cong sa caculangán ng pagsusumákit, cailan ma'y hindî co sinasabing dahil sa capurulán ng ísip; pinapaniniwalà co siláng caniláng tagláy ang lálong masaganang cáya, cay sa tunay na abót ng̃ caniláng lacás, at ang paniniwalang itóng caniláng pinagsisicapang papagtibayin, ang siyáng sa canilá'y pumipilit na mag-áral, túlad namán sa pagcacatiwálà sa sariling lacás na siyáng nagháhatid sa cabayaníhan. Ng̃ nagpapasimulâ pa lámang acó'y tíla mandín hindî lálabas na magalíng ang áking bágong palácad: marámi ang hindî na nag-áaral; datapowa't ipinatuloy co, at aking námasid na untî-unting sumásaya ang mg̃a loob, dumarami ang pumapasoc na mg̃a bátâ at lálong nagmamálimit, at ang minsang mapuri sa harapán ng̃ lahát, kinabucasa'y nagiibayo ang natututuhan. Hindî nalao't cumalat sa bayang hindî acó namamalò; ipinatawag acó ng̃ cura, at sa pang̃ang̃anib cong bacâ mangyari na namán ang gaya ng̃ úna, bumatì acó sa canyá ng̃ mapangláw sa wícang tagalog. Nito'y hindî siyá nanglibác sa ákin. Sinábi sa áking pinasásamâ co raw ang mg̃a bátà; na sinasayang co ang panahón; na hindî acó gumáganap sa áking catungculan; na ang amáng hindî namamálò ay napopoot sa canyáng anác, ayon sa Espíritu Santo; na ang letra'y pumapasoc sa pamamag-itan ng̃ dugô, at ibá't ibá pa; sinaysay sa ákin ang isáng buntóng mg̃a casabihán ng̃ panahón ng̃ mg̃a catampalasanan, na anó pa't wari'y casucatan ng̃ nasabi ang isáng bágay ng̃ mg̃a táo sa úna upang huwág ng̃ matutulan, at alinsunod sa ganitóng palácad ng̃ ísip ay dapat na ng̃â marahil nating paniwalâang nagcaroon sa daigdíg ng̃ mg̃a cakilakilabot na anyô ng̃ mg̃a háyop na kinathâ ng̃ ísip ng̃ mg̃a táo ng̃ mg̃a panahóng iyón at caniláng iniukit sa caniláng mg̃a palacio at mg̃a catedral. Sa cawacasa'y ipinagtagubilin sa áking aco'y magsípag at manumbalic acó sa unang caugalîan, sa pagca't cung hindî, siya'y magsusumbong sa alcalde lában sa ákin. Hindî humintô ríto ang áking casaliwâang pálad: ng̃ macaraan ang iláng áraw ay nang̃agsirating sa sílong ng̃ convento ang mg̃a amá ng̃ mg̃a bátà, at nang̃ailang̃an acóng pasaclólo sa boong aking pagtitiis at pagsang-ayon. Nang̃agpasimula ng̃ pagpupuri sa mg̃a panahóng únang ang mg̃a maestro'y may matigás na loob at ang pagtúturong guinagawa'y tulad sa pagtutúro ng̃ caniláng mg̃a núno."— ¡Ang mg̃a taóng yaón ang túnay na mg̃a marurunong!— ang sábi nilá;— ang mg̃a táong yaó'y namamalò at tinútuwid ang licóng cáhoy. ¡Silá'y hindî mg̃a bátà, silá'y matatandáng malakí ang pinagdanasan, may mg̃a buhóc na putî at mababalásic! Si Don Catalinong hárì niláng lahát na nagtátag ng̃ escuélahang iyón, hindî nagcuculang sa dalawampo't limá ang pálong ibinibigay, caya't naguing marurunong at mg̃a pári ang canyáng mg̃a anác. ¡Ah! mahahalagá cay sa átin ang mg̃a táo sa úna, ópò, mahahalagá cay sa átin."— Hindî nang̃agcásiya ang mg̃a ibá sa ganitóng magagaspáng na mg̃a pasáring; sinabi nilá sa áking maliwanag, na cung ipatutuloy co ang aking palácad, ang caniláng mg̃a anác ay hindî matututo, at mapipilitan siláng alisín sa áking escuélahan. Nawalang cabuluhan ang aking mg̃a pagmamatuwíd sa canilá: palibhasa'y batà acó'y hindî nila binibigyan ng̃ malaking catuwiran. ¡Gaano calaki ang aking iaalay, magcaroon lamang acó ng̃ mg̃a úban! Binábangguit nila sa akin ang minamagalíng nilang pang̃ang̃atuwiran ng̃ cura, ni Fulano, ni Zutano, at binabangguit naman nila ang canilang saríling catawan, at sinasabi nilang cung hindî sa mg̃a pamamalò ng̃ canicanilang mg̃a maestro'y hindî sana sila nang̃atúto ng̃ anó man. Nacabawas ng̃ cauntî ng̃ capaitan ng̃ capighatîan cong itó ang magandang paglíng̃ap na ipinakita sa akin ng̃ ilan.

Dahil sa nangyaring itó, napilitan acóng huwag gumamit ng̃ isang palacad, na pagcatapos ng̃ malaking pagpapagal ay nagpapasimulâ na ng̃ pamumung̃a. Sa aking pagng̃ang̃alit, dinalá co kinabucasan sa escuelahan ang mg̃a pamalò, at mulíng sinimulâan co ang aking catampalasanang gawâ. Nawalâ ang catiwasayan, at mulíng naghari na naman ang capanglawan sa mg̃a mukhâ ng̃ mg̃a batang nagpapasimulâ na ng̃ pagguíliw sa akin: sila ang tang̃ing mg̃a carayamà co, ang tang̃i cong mg̃a caibigan. Baga man pinagsisicapan cong magdamót ng̃ pamamalò, at cung namamalò man aco'y pinagágaang co hanggang sa abot ng̃ caya; gayón ma'y dinaramdam nila ng̃ malabis ang canilang pagcaamís, ang canilang pagcaimbí at nang̃agsisitang̃is ng̃ dî ugaling saclap. Dumarating sa aking púsò ang bagay na iyón, at cahit nagng̃itng̃itng̃it acó sa sariling calooban ng̃ laban sa canilang halíng na magúgulang, gayón ma'y hindî acó macapanghiganti sa mg̃a walang malay-salang tinatampalasan ng̃ maling mg̃a caisipan ng̃ canilang mg̃a ama. Nacapapasò sa akin ang canilang mg̃a lúhà: hindî magcasiya sa loob ng̃ aking dibdíb ang aking púsò, at ng̃ araw na iyo'y iniwan co ang pagtuturò, baga man dî pa sumasapit ang horas, at omowî acó sa aking bahay upang tumang̃is na nagíisa.... Marahil mamanghâ pô cayó sa aking pagcamaramdamin, ng̃uni't cung cayó'y malagay sa aking catayua'y inyóng mapagcucúrò. Sinasabi sa akin ng̃ matandang Don Anastasio:— "¿Humíhing̃î ng̃ palò ang mg̃a ama? ¿Bakit hindî ninyó sila ang pinalò?" Dahil dito'y nagsasakit acó.

Nakíkinig si Ibarrang nag-iisíp ísip.

— Bahagyâ pa lamang acóng gumágaling sa sakít ay nagbalíc acó sa escuélahan at nasumpung̃an cong icalimang bahagui na lamang ang natitira sa canila. Nang̃agsitacas ang mg̃a pinacamagaling, dahil sa panunumbalic ng̃ dating palacad, at sa mg̃a natitira, sa ilang batang cayâ pumapasoc sa escuélaha'y ng̃ hindî macagawâ sa canilang bahay, síno ma'y walang bumatì sa akin sa aking paggalíng: sa ganang canila'y walang malasakit ang gumalíng acó ó hindî; marahil lalong inibiig sana nila ang acó'y manatili sa pagcacasakít, sa pagca't tunay ng̃a't lalong mainam mamalò ang maestrong panghalíli sa akin, ng̃uni't ang capalít naman nito'y bihirang pumaroon sa pagtutúrò sa escuélahan. Ang mg̃a ibang tinuturuan co, yaóng mg̃a batang napipilit ng̃ canilang mg̃a magulang na pumasoc sa escuelahan, ang guinagawa'y nang̃aglalagalag sa ibang daco. Binibigyang casalanan nila acó, na sila'y aking pinagpakitaan ñg mairuguíng loob at sinisisi nila acó ñg maínam. Gayón man, ang isang anac ñg tagabúkid, na dumadalaw sa akin sa boong aking pagcacasakít, cayâ hindî na pumapasoc ay dahil sa siya'y nagsacristan: sinasabi ñg sacristan mayor na hindî raw marapat na magmaranî sa escuélahan ang mga sacristan, sa pagca't bababà ang canilang urì.

— At ¿nagcásiya na pô bâ cayó sa inyóng mga bagong tinuturuan?

— ¿May magagawâ pa pô ba acóng ibang bagay?— ang isinagót.— Gayón man sa pagca't maraming nangyaring mga bagay-bagay, samantalang may sakít acó'y nahalinhan camí ñg cura. Sumibol sa akin ang isang bagong pag-asa, at guinawâ co na naman ang isang pamulíng pagtikím, at ñg huwag malubos na totóo ang pagcasayang ñg panahón ñg mga batà at pakinabañgan hanggang sa abót ñg caya ang mga palò; na ang mga pagcahiyang iyó'y mapag-anihan man lamang nilá ñg cahi't cacaunting búñga, ang siya cong inísip. Yamang hindî nila acó mangyaring caguiliwan ñgayón, ninais cong may maalaala sila sa aking hindî napacasacláp cung may maisimpan silang anó mang bagay na pakikinabañgan acó ang may túrò. Talastas na po ninyóng na sa wícang castílà ang mga libro sa caramihan ñg mga escuelahan, líban na lamang sa catecismong tagalog na nagbabago, alinsunod sa samahan ñg mga fraileng kinapapanigan ñg cura. Ang caraniwan ñg mga librong itó'y mga "novena" mga, trisagio, ang catecismo ni pari Astete, na ang nacucuba nilang cabanalan doo'y cawañgis din cung naguing sa mga hereje ang mga librong iyón. Sa pagca't hindî manyaring sila'y aking maturuan ñg wicang castíla, at hindî co rin naman maisatagalog ang gayóng caraming mga libro, pinapilitan cong halinhang untî-untî ñg maiiclíng bahaguing sipi sa mga napapakinabañgang mga librong tagalog, gaya baga ñg maliit na casaysayan ñg pakikipagcapuwâ tao ni Hortensio at ni Feliza[253], ilang mga maliliit na librong patnugot sa pagsasaca, at iba pa. Manacanacang isinasatagalog co ang maliliit na libro, gaya ñg Historia ñg Filipinas ni parî Barranera, at pagcatapos ay aking idinídicta, upang canilang tipuning na sa mga cuaderno, at cung minsa'y aking dinaragdagan ñg saríling mga pagpapahiwatig. Sa pagca't walâ acong mga "mapa" upang sa canila'y macapagtúrô acó ñg Geografía, sinalin co ang isang mapang nakita co sa "cabecera" (pañgúlong bayan ñg lalawigan), at sa pamamag-itan ñg sinalin cong itó, at ñg mga baldosa ñg yapacan, na iulat co sa canila ñg cauntî ang anyô nitông ating lupaín. Ñgayó'y ang mga babae naman ang nañgagcaguló; nañgagcasiya ang mga lalaki sa pag-ñgitî, dahil sa gayóng gawâ co'y canilang namamasdan daw ang isa sa aking mga caululan. Ipinatawag acó ñg bagong cura, at cahi't hindî acó pinag-wicâan, gayón ma'y sinabi sa aking ang religión daw ang dapat cong pagsicapan, at bago co iturò ang mga bagay na itó'y dapat na ipakilala ñg mga batà, sa pamamamag-itan ñg isang pagsusulit, na totoong nasasaulo na nila ang mga Misterio, ang Trisagio at ang Catolicismo ñg Doctrina Cristiana.

Samantala'y nagpapagal n̄ga acô at n̄g maguíng "papagayo"[254] ang mg̃a batà, at canilang masaulo ang lubhang maraming bagay na hindî napagtatalós isa man lamang salitâ[255]. Marami sa canila ang nacasasaulo n̄g mg̃a "Misterio" at "Trisagio", datapuwa't nangang̃anib acóng masáyang ang áking mg̃a pagpupumilit tungcól sa cay párì Astete, sa pagca't hindî pa totoong napag-wawarì n̄g marámi sa áking mg̃a tinuturúan ang pagcacaiba't ibá n̄g mg̃a tanóng at n̄g mg̃a sagót, at ang dapat na maguíng cahulugán n̄g dalawáng itó. ¡At sa ganitóng calagaya'y mamámatay táyo, at ganyán din ang gágawin n̄g mg̃a ipang̃ánganac, samantalang sa Europa'y pinag-uusapan ang nauucol sa pagsúlong.

— ¡Howág bagá namán táyong napacamahiliguín sa pag-ásang dito sa átin ay walâ n̄g cagaling̃ang mangyayári!— ang itinútol ni Ibarra, at sacâ nagtindíg. Pinahatdán acó n̄g isáng anyáya n̄g teniente mayor upang acó'y dumaló sa isáng púlong sa tribunal ... ¿Síno ang nacaaalam cung doo'y magcacaroon pô cayó n̄g sagót sa inyóng mg̃a tanóng?

Nagtindig din ang maestro sa escuela, n̄guni't umíiling, tandâ n̄g pagcuculang tiwála, at sumagót:

— Makikita ninyo't matutulad sa aking mg̃a binálac ang láyong caniláng sinábi sa akin, at cung hindî, ¡tingnan natin!

XX.
ANG PULONG SA TRIBUNAL

Yaó'y isang salas na may labíngdalawá ó labíng-limáng metro ang hábà may waló ó sampóng metro ang lúang. Ang mga pader ng salas na iyó'y pinaputî ng pintáng ápog at punóng-punô ng mga dibujong úling ang iguinúhit na humiguít cumúlang ang capangitan, humiguít cumúlang ang casalaulàan, na may mga cahalong paunawang súlat upang mapag-unáwang magalíng ang mga cahulugán noón. Namamasdan sa isáng suloc na nacasandál ng mahúsay na pagcacahanay ang may sampóng mga lúmang fusil na batóng pingkian ang pangpaputóc na cahálò ng sableng cálawangin, mga espadin at mga talibóng: yaón ang mga sandata ng mga "cuadrillero."

Sa isáng dúlo ng salas na napapapamutihan ng maruruming mga "cortinang" pulá, natatagò ang larawan ng hári, na nacasábit sa pader, nacapatong sa isáng tarímang cáhoy ang isáng lúmang sillóng nacabucá ang canyáng wasác na mga brazo; sa harapa'y may isáng malakíng mesang cáhoy na narurungisan ng tinta na may mga úkit na mga salitâ at mga únang letra ng pangalan cawangis ng marami sa mga mesa sa mga tindahan ng álac at cerveza sa Alemania, na caraniwang paroonan ng mga estudiante. Manga siráng banccô at silla ang siyáng nacahúhusto ng mga casangcapan.

Itó ang salas na pinagpupulungan ng tribunal, ng mga pagpapahirap at ibá pa. Dito nagsasalitaan ngayón ang mga púno ng báyan at ng mga nayon: hindî nakikihálò ang pangcát ng mga matatanda sa pangcát ng mga báta, at hindî nangagcacasundò ang isá't isá; silá ang mga kinácatawan ng partido conservador at ng partido liberal, ang naguiguing catangîa'y totoong napapacalabis sa mga bayan ang caniláng mga pagtatalotalo.

— ¡Nacacapagcúlang-tiwálà sa ákin ang asal ng gobernadorcillo!— ani Don Filipong púno ng partido liberal sa canyáng mga catoto; may dáti siyáng talagang pacay siya totoong ipinagpahuli niya ang pagtutuos ng bálac na gúgugulin. Unawàin ninyóng labing-isáng araw na lamang ang sa áti'y nátitira.

— At ¡nátira siya sa convento upang makipagsalitaan sa curang may sakit!— ipinaalaala ng ísa sa mga batà.

— ¡Hindî cailangan!— ang sinábi namán ng isá;— ang lahát, ay naihandâ na natin. Huwág bâ lamang magcaroon ng lálong maráming "voto" ang bálac ng mga matatandá....

— ¡Hindî co inaacalang magcaroon!— ani Don Filipo;— acó ang magháharap ng bálac ng mga matatandâ....

— ¿Bakit? ¿anó ang sábi pô ninyó?— ang sa canyá'y mga tanóng ng mga nakikinig sa canyáng páwang nangagtátaca.

— Ang sinasabi co'y cung acó ang únang magsasalita'y áking iháharap ang bálac ng ating mga caáway.

— At ¿ang bálac natin?

— Cayó pô namán ang magháharap n͠g bálac natin— ang sagót n͠g tenienteng n͠gumin͠giti, na ang pinagsasabiha'y isáng bátang cabeza de barangay;— magsasalità pô cayó, pagcâ aco'y natálo na.

— ¡Hindî pô namin mawatasan ang inyóng caisipán!— ang sábi sa canyá n͠g m͠ga causap, na minámasdan siyáng puspos n͠g pag-aalinlán͠gan.

— ¡Pakinggan ninyó!— ang marahang sinabi ni Don Filipo sa dalawá ó sa tatlóng nakikinig sa canyá— Nacausap co canínang úmaga si matandáng Tasio.

— At ¿anó?

— Sinabi sa akin n͠g matandà: "Kinapopootan pô cayó n͠g inyóng m͠ga caaway n͠g higuit sa pagcapóot sa inyóng m͠ga caisipán. ¿Ibig bagá ninyóng howag mangyári ang isáng bágay? Cung gayó'y cayó ang humicayat na gawín ang bágay na iyán, at cáhi't ang bágay na iyá'y pakikinaban͠gang higuít cay sa isáng "mitra" ay ipagtatacwilan. Cung cayó'y matálo na, inyóng ipasábi ang inyóng linalayon sa lalong cababababaan sa lahát ninyóng m͠ga casamahán, at sasang-ayunan ang inyóng láyong iyón n͠g inyóng m͠ga caaway, sa han͠gád niláng cayó'y hiyâin." Datapuwa't inyó sánang in͠gátan ang líhim cong itó.

— N͠guni't....

— Cayâ n͠ga acó ang siyáng magsasalità upang gawín ang panucálà n͠g ating m͠ga caáway, na anó pa't pacalalabisin co ang pan͠gan͠gatuwíran hanggang sa catawá-tawá. ¡Howág cayóng main͠gay! Narito na si Guinoong Ibarra at ang maestro sa escuela.

Bumáti ang dalawáng binátà sa isá't isáng pulutóng; n͠guni't hindî nakialám sa m͠ga salitâan.

Hindî naláo't pumásoc ang gobernadorcillong malungcót ang pagmumukhâ: siyá rin ang nakita nátin cahapong may daláng isáng arrobang candilà. Humintô ang m͠ga alin͠gawn͠gáw pagpásoc niyá; bawá't isa'y naupô at untiunting naghárì ang catahimícan.

Naupô ang gobernadorcillo sa sillóng nacalagáy sa ibabâ n͠g larawan n͠g harì, macaapat ó macálimang umubó, hinaplós ang úlo at ang mukhâ, inilagáy ang síco sa ibabaw n͠g mesa, inalís, mulíng umubó at gayón ang paúlit-ulit na guinawâ.

— ¡M͠ga guinoó!— ang sinábi sa cawacasang nanglulupaypay ang voces:— nan͠gahás acóng anyayáhan co cayong lahát sa pagpupulong na itó ... ¡ejem!... ¡ejem!... gágawin natin ang fiesta n͠g ating pintacasing si San Diego sa ica 12 nitong buwán.... ¡ejem!... ¡ejem!... n͠gayo'y ica 2 tayo ¡ejem!... ¡ejem!...

At dito'y inubó siyá n͠g mahabà at tuyô na siyang pumíguil n͠g canyáng pagsasalità.

Nang magcagayo'y tumindíg sa bangcô n͠g m͠ga matatandâ ang isáng táong may anyong makísig, na may m͠ga apat na pong taón ang gúlang. Siya ang mayamang si capitang Basilio, caaway ñg nasírang si Don Rafael, isáng taong nagsasabing umanó'y mulâ ñg mamatay si Santo Tomás de Aquino, ang mundo'y hindî sumusulong ñg cahi't iisang hacbang, at mulâ ñg canyáng íwan ang San Juan de Letrán, nagpasimulâ ang Sangcataóhan ñg pag-udlót.

— Itúlot pô ñg mga camahalan ninyóng magsaysay acó tungcól sa isáng bágay na totoong mahalagá— anyá. Acó ang náunang nagsalitâ, bagá man lálong may carapatáng mañgáuna sa ákin ang mga caumpóc dito, ñguni't acó ang únang nagsalitâ, sa pagca't sa acalà co'y sa mga ganitóng bágay, ang magpasimulà ñg pananalita'y hindî ang cahuluga'y siyáng nañgunguna, at gayón ding hindî ang cábuntutan ang cahulugán ñg cahulihulihang magsaysáy. Bucód sa rito'y ang mga bágay na sasabihin co'y lubháng napacamahalagá upang maipagpaubáyà ó sabihin cayâ sa cahulihulihan; itó ang dáhil at íbig co sánang magpáuna ñg pananalitâ, at ñg máibigay ang dápat na cauculán. Itulot ngâ ninyóng acó ang máunang magsalitâ sa púlong na itóng kinakikitaan co ñg mga nalílimping totoóng mga litáw na mga táo, gáya na ñga ñg guinoong casalucuyang capitan, ñg capitan pasado, ñg caibigan cong táñging si Don Valenting capitan pasado, ang aking caibigan sa camusmusáng si Don Julio, ang ating bantóg na capitan ñg mga cuadrillerong si Don Melchor, at marami pang mga caguinoohang dî co na sasabihi't ñg huwág acóng humábà, na nakikita ñg inyóng mga camahalang pawang caharap natin ñgayón ípinamanhic co pô sa inyóng mga camahalan ipahintulot na acó'y macapagsalitâ bago magsalitâ ang ibáng síno man ¿Magtátamo cayâ acó ñg capalarang pahinuhod ang capuluñgan sa áking mapacumbabang capamanhican?

At sacâ yumucod ang mananalumpátì ñg bóong paggálang at ga ñgumiñgitî na.

— ¡Macapagsasalitâ na cayó, sa pagcá't cayó'y pinakíkinggan námìn ñg boong pagmimithî!— ang sinábi ñg mga binañguít na mga caibigan, at iba pang mga táong nañgagpápalagay na siya'y dakílang mananalumpatî: nañgag-úubo ñg bóong ligaya ang mga matatandâ at caniláng pinagpípisil ang dalawáng camáy. Pagcatápos na macapagpáhid ñg páwis si capitán Basilio ñg canyáng panyóng sutlâ, ay nagpatúloy ñg pananalitâ:

Yamang lubháng nápacaganda ang inyong calooban at mapagbigay lugod sa ating abáng cataohan, sa pagcacaloob sa aking acó ang macapagsalitáng máuna sa sino mang náririto, sasamantalahin co ang capahintulutang itóng sa aki'y ipinagcaloob ñg bóong cagandáhan ñg pusó at aco'y magsasalitâ. Iniisip ñg aking isip na aco'y sumasaguitnâ ñg cagalanggalang na Senado romano, "senatus populusque romanus", na sinasabi nátin niyóng mga caayaayang panahóng sa caculañgang pálad ñg Sangcataóha'y hindî na magbábalic, at aking híhiñgin sa "Patres Conscripti", ang sasabihin marahil ñg pantás na si Ciceron, cung siyá ang málagay sa catayuan co ñgayón; hihíñgin co, sapagca't capós táyo sa panahón, at ang panaho'y guintô, áyon sa sábi ni Salomón na sa mahalagang pinag uusapan ngayo'y sabíhing maliwanag, maiclí at walang ligóy-lígoy ng báwa't isá ang canyang panucalà. Sinabi co na.

At tagláy ang bóong pagcalugód sa canyáng sariling cataóhan at sa magaling na pakikinig sa canyá ng nangaroroon, naupô ang mananalumpatî, datapuwa't canyáng tiningnán múna si Ibarra at anyóng nagpapakilala siya ng canyáng cataásan, at canyáng tiningnán din namán ang canyáng mga caibigan, na pára mandíng sa canilá'y canyáng sinasabi: ¡Há! ¿Mabuti ba ang áking pagcacásalitâ? ¡há!

Inilarawan namán ng canyáng mga caibigan sa caniláng mga matá ang dalawáng pagtingíng iyón, sa caniláng pagsulyáp sa mga bátang guinóo, na ibig niláng patayín sa caingguitán.

— Ngayó'y macapagsasalitâ na ang bawa't may ibig, na ... ¡ejem!— ang sinabi ng gobernadorcillo, na hindî natápos ang sinásalitâ, mulíng siyá'y inihít ng ubó at ng mga pagbubuntóng hiningá.

Ayon sa hindî pag-imíc na námamasid, sino ma'y áyaw na siyá'y tawagguin "patres conscripti", síno ma'y waláng tumítindíg: ng magcagayó'y sinamantala ni Don Filipo ang nangyayari at huminging pahintúlot na macapagsalitâ.

Nangagkindátan at nangaghudyátan ng macahulugán ang mga conservador.

— ¡Iháharap co, mga guinóo, ang áking panucalang gugugulin sa fiesta! ani don Filipo.

— ¡Hindî námin masasang-ayunan!— ang sagót ng isáng natutuyong matandáng conservador na hindî mapaclihán ng anó man.

— ¡Lában sa panucalang iyán ang áming voto!— ang sábihan ng ibáng mga caaway.

— ¡Mga guinoo!— ani Don Filipong pinipiguil ang pagtáwa;— hindî co pa sinasabi ang panucalang dalá rito naming mga "bátà". "Lubós" ang aming pagása na siyáng mamagalingín ng "lahat" cay sa pinapanucálà ó mapapanucálà ng áming mga catálo.

Ang palálong pasimuláng itó ang siyáng nacapuspós ng gálit sa caloóban ng mga conservador, na nagsisipanumpâ sa caniláng sariling caniláng gagawín ang catacottacot na pagsalangsáng. Nagpatuloy ng pananalitâ si Don Filipo:

— Tatlong libo't limandáang piso ang inaacálà náting gugúlin. Mangyayaríng macagawâ nga táyo, sa pamamag-itan ng salapíng ito ng isang fiestang macahihiguit ng di anó lamang sa caningningan sa lahát ng hanggá ngayó'y napanood dito sa ating lalawigan at sa mga lalawigang carátig man.

— ¡Hmjn!— ang pinagsabihan ng mga hindî naniniwálà; gumugugol ang bayang A. ng limáng libo, ang bayang B. nama'y ápat na libo— ¡Hmjn! ¡cahambugán!

— ¡Pakinggán ninyó acó, mg̃a guinoo, at cayô'y maniniwálà. Aking iniaakit sa inyóng tayo'y magtayô ng̃ isáng malakíng teatro sa guitnâ ng̃ plaza, na maghalagáng isáng dáa't limampóng píso!

— ¡Hindî cásiya ang isáng dáa't limampô, kinacailang̃ang gumugol ng̃ isáng dáa't anim na pô!— ang itinutol ng̃ isáng matigás ang úlong conservador.

— ¡Itític pô ninyó, guinoong director, ang dalawang daang pisong iniuucol sa teatro!— ani Don Filipo.— Iniaanyaya cong makipagcayárì sa comedia sa Tundó upang magpalabás sa pitóng gabíng sunod sunod. Pitóng palabás na tigdadalawang daang píso bawa't gabí, ang cabooa'y isáng libo at ápat na ráang píso: ¡isulat pô ninyó, guinoong director, isáng libo't ápat na raang píso!

Nang̃agting̃inan ang matatandá't ang mg̃a bátà sa pangguiguilalás; ang mg̃a nacatatalos lamang ng̃ líhim ang hindî nang̃agsikílos.

Iniaanyaya co rin namáng magcaroon tayo ng̃ maraming totoong mg̃a paputóc; huwág ng̃a táyong gumamit ng̃ maliliit na "luces" at ng̃ mg̃a maliliit na "ruedang" kinalúlugdan lamang ng̃ mg̃a musmós at ng̃ mg̃a dalága, huwag táyong gumamit ng̃ lahat ng̃ itó. Malalakíng mg̃a bomba at sadyáng malalakíng mg̃a cohatón ang ibig natin. Iniaanyaya co ng̃a sa inyó ang pagcacagugol sa dalawang daang malalakíng bomba na tigalawang píso báwa't isá at dalawang daang cohatong gayón din ang halagá. Ipagawà natin sa mg̃a castillero sa Malabón.

— ¡Hmjn!— ang isinalábat ng̃ isáng matandâ:— hindî nacacagulat sa ákin at hindî rin nacabibing̃i ang isáng bombang tigalawang piso; kinacailang̃ang maguíng tigatlóng piso.

— ¡Isulat pô ninyó ang isáng libong pisong gugugulin sa dalawang daang bomba at dalawáng daang coletón!

Hindî na nacatiís ang mg̃a conservador; nang̃agtindigan ang ilan at nang̃agsalitaan ng̃ bucód.

— Bucód pa sa roon, upang makita ng̃ ating mg̃a capit-bayang tayo'y mg̃a taong walang hinayang at nagcacanlalabis sa atin ang salapî— ang ipinagpatuloy ni Don Filipo, na itinaas ang voces at matúling sinulyap ang pulutóng ng̃ mg̃a matatandâ,— aking iniaanyaya: una, apat na "hermano mayor" sa dalawáng áraw na fiesta, at icalawa, ang itápon sa dagatan sa aráw áraw ang dalawáng dáang inahíng manóc na pinirito, isang daang capóng "rellenado" at limampóng lechón, gáya ng̃ guinagawà ni Sila, sa panahón ni Ciestón, na bágong casasabi pa lámang ni capitang Basilìo.

— ¡Siya ng̃â, gáya ni Sila!— ang iculit ni capitang Basilio, na na totowâ ng̃ pagcábangguit sa canyá.

Lumálaki ng̃ lumálaki ang pagtatacá.

— Sa pagca't marámi ang dádalong mayayaman at bawa't isa'y may daláng libolíbong piso, at sacâ ang caniláng lalong magalíng na sagabung̃in, at ang "liampó" at mg̃a baraja, ini anyaya co sa iyó na tayo'y magpasabong ng̃ labínglimáng áraw, at magbigay calayaang mabucsan ang lahát n͠g m͠ga bahay n͠g sugalan....

N͠guni't nan͠gagtindíg ang m͠ga cabatáan at siya'y sinalabát: ang boóng acálà nilá'y nasirá ang ísip n͠g teniente mayor. Nan͠gagtatalotalo n͠g mainam ang m͠ga matatandâ.

— At sa cawacasan, n͠g huwág mapabayaan ang m͠ga caligayahan n͠g cálolowa....

Natacpáng lubos ang canyáng voces n͠g m͠ga bulongbulun͠gan at n͠g m͠ga sigawang sumiból sa lahat n͠g súloc n͠g sálas: yao'y naguing isáng caguluhan na lámang.

— ¡Hindî!— ang isinígaw n͠g isang matálic na conservador;— ayaw cong maipan͠galaratac niyang siya ang nacagawa n͠g fiesta, ayaw. Pabayaan, pabayaan ninyong aco'y macapagsalitâ.

— ¡Dináyà táyo ni Don Filipo!— ang sinásalitâ naman n͠g m͠ga liberal. Bovoto cami n͠g laban sa canya! ¡Cumampí siya sa matatandâ! ¡Bomoto tayo n͠g laban sa canya!

Ang gobernadorcillo, na higuít ang panglulupaypay sa cailan man; walang guinawa cahi't anó upang manag úli ang catiwasayan: naghíhintay na sila ang cusang tumiwasay.

Humin͠gíng pahintulot ang capitan n͠g m͠ga cuadrillero upang magsalíta; pinagcalooban siya, datapuwa't hindî binucsan ang bibig, at mulíng naupóng nakikimî at puspós cahihiyan.

Ang cabutiha'y nagtindîg si capitang Valenting siyang pinacamalamíg ang loob sa lahat n͠g m͠ga conservador, at nagsalitâ.

Hindi camí macasang-ayon sa palagáy na munacalà n͠g teniente mayor, sa pagca't sa ganang amin ay napaca labis naman. Ang gayóng mapacaraming m͠ga bomba at ang gayong napaca raming gabi n͠g pagpapalabas n͠g comedia'y ang macacaibig lamang ay ang isang batang gaya n͠g teniente mayor, na macapagpúpuyat n͠g maraming gabí at macapakíkinig n͠g maraming putóc na dî mabíbingi. Itinanóng co ang pasiya n͠g m͠ga taong matalino at nagcacaisa ang lahat sa hindî pagsan-ayon sa panucalâ ni Don Felipo. ¿Hindí bâ ganito, m͠ga guinóo?

— ¡Tunay n͠a! ¡tunay n͠a! ang sabay sabay na pinagcaisahang sagót n͠g m͠ga bata't matandâ. Nan͠galulugod ang m͠ga bata sa pakikiníg sa gayóng pananalitâ n͠g isang matandâ.

— ¡Anó ang ating gagawín sa apat na m͠ga hermano mayor!— ang ipinatúloy n͠g matandâ.— ¿Anó ang cahulugan niyóng m͠ga inahíng manóc, m͠ga capón at m͠ga lechóng itatapon sa dagatan? ¡Cahambugan! ang sasabihin n͠g m͠ga calapit-bayan natin, at pagcatapos ay magsásalat tayo sa pagcain sa loob n͠g calahating taón. ¿Anó't makikiwan͠gis táyo cay Sila ó sa m͠ga romano man? ¿Tayo ba'y inanyayahan minsan man lámang sa canilang m͠ga fiesta? Acó sa gannang akin, lamang, caílan ma'y hindî pa acó nacatatanggap ng̃ anó mang canílang líham na pang-anyaya, ¡gayóng aco'y matanda na!

— Ang mg̃a romano'y tumahan sa Roma. Kinalalagyan ng̃ papa!— ang marahang sa canya'y ibinulóng ni capitáng Basilio.

— ¡Ng̃ayon co napagkilala!— ang sinabi ng̃ matandang hindî nagulomihanan. Marahil guinawa ang canilang fiesta cung "vigilia" at ipinatatapon ng̃ papa ang pagcain at ng̃ howag magcasala. Ng̃uni't sa paano mang bágay, hindî mangyayaring masang-ayunan ang inyong panucalang fiesta, sa pagca't isáng caulúlan!

Napilitan si Don Filipong iurong ang canyáng panucálà; dahil sa totoong sinásalansang.

Ang mg̃a lalong matatalic na mg̃a conservador sa caniláng caaway, hindî nang̃agdamdam ng̃ anó mang pag-aalap-ap ng̃ makita niláng tumindig ang isáng bátang cabeza de barangay at huming̃íng pahintúlot na macapagsalitâ.

— Ipinamámanhic co sa inyóng mg̃a camahalang ipagpaumanhíng bagá ma't bátà acó'y mang̃ahás magsalitâ sa haráp ng̃ lubháng maráming táong totóong cagalanggalang dáhil sa canilang gúlang at dáhil namán sa catalinuhan at carunúng̃ang magpasiyá ng̃ tapát sa lahát ng̃ bagay, ng̃uni't sa pagca't ang caayaayang mananalumpatìng si capitang Basilio'y nag-aanyayang saysayin dito ng̃ lahát ang canicanilang mg̃a panucálà, maguíng pinacacalásag ng̃ aking cauntîan ang canyáng mahalagang pananalitâ.

Tumátang̃ô, sa pagcalugod, ang mg̃a conservador.

— ¡Magalíng magsalitâ ang bátang itó!— ¡Siya'y mápagpacumbabá!— ¡Caguiláguilalás cung mang̃atuwíran!— ang sabihan ng̃ isa't isá.

— ¡Sayang at hindî marunong cumíyang magalíng!— ang pasiyá ni capitan Basilio.— Ng̃uni't nangyayari itó dahil sa hindî siya nag-aral cay Cicerón, at sacâ totoong bátà pa.

— Hindî cayâ isinásaysay co sa inyó ang isáng palatuntunan ó panucálà,— ang ipinatuloy na salitâ ng̃ bátang cabeza,— ay hindî dahil sa ang isip co'y inyóng mámagaling̃in ó inyó cayáng sasang-ayunan: ang aking hang̃ad, casabáy ng̃ aking mulî pang pang̃ang̃ayupápà sa calooban ng̃ lahát, ay patotohanan sa mg̃a matatandang sa tuwî na'y sang-ayon ang aming isípan sa caniláng ísip, sa pagcá't áming ináangkin ang lahát ng̃ mg̃a adhicáng isinaysay ng̃ boong caningning̃án ni capitang Basilio.

— ¡Mabuting pananalitâ! ¡mabuting pananalitâ!— ang sabihanan ng̃ mg̃a pinauunlacáng mg̃a conservador. Hinuhudyatán ni capitang Basilio ang bátà upáng sa canyá'y sabihin cung paano ang marapat na paggaláw ng̃ bísig at cung paano ang acmâ ng̃ páa. Ang gobernadorcillo ang tang̃ing nananatili sa hindî pagpansín, nalílibang ó may ibáng iniisip: nahihiwatigan ang dalawang bagay na itó sa canyá. Nagpatuloy ang bátà ng̃ pagsasaysay, na nalalao'y lalong sumásaya ang pananalitâ:

— Náoowî, mga guinóo, ang aking panucála sa sumusunod: mag-ísip ng mga bagong pánooring hindî caraniwan at laguing nakikita natin sa aráw-áraw, at pagsicápang huwág umalís díto sa báyan ang salapîng nalicom, at huwág gugúlin sa waláng cabuluháng mga pólvora, cung hindî gamítin sa ano mang bagay na pakinabangan ng lahat.

— ¡Iyán ngâ! ¡iyán ngâ!— ang isináng-áyong salitâ ng mga bátà; iyáng ang ibig nga namin— totoong magalíng— ang idinugtóng ng mga matatandâ.

— ¿Anó ang máhihitâ nátìn sa isáng linggóng comediang hiníhingî ng teniente mayor? ¿Anó ang matututuhan natin sa mga hárì sa Bohemia at Granada, na nangag-uutos na putlín ang úlo ng canilang mga anác na babae, ó cung dìlì caya'y ikinacarga sa isáng cañón ang mga anác na babaeng iyán at bágo naguiguing trono ang cañón? Tayo'y hindî mga hári, hindî tayo mga tampalasang táong-párang, walâ namán táyong mga cañón, at cung sila'y ating paráhan ay bibitayin táyo sa Bágongbayan. ¿Anó bagá ang princesang iyáng nakikihalobílo sa mga paghahámoc, namamahagui ng tagâ at úlós, nakikipag-away sa mga principe at naglilibot na nangag-íisa sa mga bundóc at parang, na cawangis ng nangatitigbalang? Kinalulugdan natin, ayon sa ating caugalian, ang catamisan at ang pagcamasintahin ng babae, at manganganib tayong tumángan sa mga camáy ng isáng biníbining narurungisan ng dugô, cahi't na ang dugong ito'y sa isáng moro ó gigante; bagá man ang dugóng itó'y sa pinawawal-an nating halagá, palibhasa'y ipinalálagay náting imbí ang lalaking nagbubuhat ng camá'y sa isáng babae, cahi't siya'y príncipe, alférez, ó tagabúkid na waláng pinag-aralan. ¿Hindî cayâ libolibong magalíng na ang palabasin natin ay ang laráwan ng ating sariling mga caugalîan, upang mabágo nátin ang ating masasamang mga pinagcaratihan at mga lihís na hílig at purihin ang magagandang gawâ at caugalian?

— ¡Iyan ngâ! ¡iyan ngâ!— ang inúlit ng canyáng mga cacampí.

— ¡Sumasacatuwíran!— ang ibinulóng na nangagdidilidili ang iláng matatandâ.

— ¡Hindî co naisip cailán man ang bágay na iyán!— ang ibinulóng ni capitang Basilio.

— Datapuwa't ¿paano ang paggawâ ninyó niyán?— ang itinutol sa canyá ng isáng mahirap sumang-ayon.

— ¡Magaang na magaang!— ang sagót ng bátà. Dalá co rito ang dalawang comedia, na marahil pasisiyahang totoong masasangayunan at catowatowa ng mga cagalanggalang na matatandang dito'y nalilimpî, palibhasa'y lubós ang pagcatalós nilá sa bawa't magandá at kilalá namán ng lahât ang caniláng catalinuhan.

Ang pagmagát ng isá'y Ang pag-hahalal ng Gobernadorcillo, ito'y isáng comediang patupatuloy ang pananalitâ, nababahagui sa limang pangcat, cathâ ng isá sa mga náriritong caharáp. At ang isa'y may siyam na bahagui, úcol sa dálawáng gabi, isang talinghagang "drama" na ang pamimintás ang tucoy, sinulat n͠g isá sa lalong magalíng na poeta dito sa lalawigan at MARIANG MAKILING ang pamagát. Nang áming mámasdang naluluatan ang pagpupulong n͠g nauucol sa paghahandâ n͠g fiesta, at sa pan͠gan͠ganib naming bacâ culan͠gin n͠g panahón, líhim na humánap camí n͠g aming m͠ga "actor" at pinapag-aral namin silá n͠g canicanilang "papel". Inaasahan naming sucat na ang isáng linggóng pagsasánay upang silá'y macaganáp n͠g magalíng sa canicanilang ilálabas. Itó, m͠ga guinoo, bucód sa bágo, pakikinaban͠gan at sangayon sa mahúsay na caisipán at may malakíng cagalin͠gang hindî malakí ang magugugol: hindî natin cailan͠gan ang pananamit: magagamit natin ang ating suot na caraniwan sa pamumuhay.

— ¡Acó ang gugugol sa teatro!— ang isigaw na malaking tawa ni capitang Basilio.

— ¡Sacali't may lumalábas na m͠ga cuadrillero, akíng ipahihiram ang aking m͠ga nasásacop— ang sabi namán n͠g capitán n͠g m͠ga cuadrillero.

— At acó ... at acó ... cung nagcacailan͠gan n͠g isáng matandâ ... ang sinabing hindî magcatutó n͠g isá, at naghuhumiyád n͠g pagmamakisíg.

— ¡Sang-áyon camí! ¡sang-áyon cami!— ang sigawan n͠g marami.

Namúmutlâ ang teniente mayor: napunô n͠g m͠ga lúhà ang canyáng m͠ga matá.

— ¡Siyá'y tumatan͠gis sa pagn͠gingitn͠git!— ang inísip n͠g mahigpít na conservador, at sumigaw:

— ¡Sang-áyon camí, sang-áyon camí, at hindî cailan͠gang pagmatuwiranan pa!

At sa canyáng galác sa canyáng pagcapanghigantí at sa lubós na pagcatálo n͠g canyáng caáway, pinasimulán n͠g laláking iyón ang pagpapaunlác sa panucálà n͠g bátà. Nagpatuloy itó n͠g pananalitâ:

— Magagamit ang ikalimáng bahagui n͠g salapíng nalilicom sa pamamahagui n͠g iláng gantíng pálà, sa halimbáwà, sa lalong mabuting batang nag-aral sa escuela, sa lálong mabúting pastól, magsasacá, mán͠gingisdâ, at ibá pa. Macapagtatatag tayo n͠g isáng unahán n͠g patacbuhan n͠g m͠ga bangcâ sa ílog at sa dagatan, patacbuhan n͠g m͠ga cabayo; magtayô n͠g m͠ga "palosebo" at mag-anyô n͠g m͠ga laróng mangyayaring makísama ang tagabukid natin. Sumasang-áyon na acó, álang-álang sa totoóng pinagcaugalian na, ang tayo'y magcaroon n͠g m͠ga paputóc: marikit at catuwá-tuwang panoorín ang m͠ga "rueda" at m͠ga "castillo", n͠guni't inaacalà cung hindî natin cailan͠gan ang m͠ga bombang panucalà n͠g teniente mayor. Casucatan na, sa pagbibigay casayahan sa fiesta, ang dalawáng bandang música, at sa ganya'y maiilagan natin iyang m͠ga pag-aaway at pagcacagalít, na ang kinahihinatna'y ang m͠ga caawa-awang músicong naparirito't n͠g bigyang galác ang ating m͠ga pagpifiesta, sa pamamag-itan n͠g canilang pagpapapagal, naguiguing tunay na m͠ga sasabun͠ging manóc, na nañgagsisiowî, pacatapos, na masamâ, ang sa canila'y pagcacabayad, masamâ ang pagcacapacain, bugbóg ang catawán at sugatán pa cung macabihirà. Mapasisimulâan ang pagpapagawâ ñg isang maliit na bahay na magamit na escuelahan, sa pamamag-itan ñg lalabis na salapî, sa pagca't hindî ñga natin hihintaying ang Dios ay manaog at siyang gumawâ ñg escuelahang iyán: capanglaw-panglaw ñgang bagay, na samantalang tayo'y may isáng sabuñgáng pañgulo sa lakí at gandá, ang mga batâ natin ay nañgag-aáral halos doón sa alagaan ñg mga cabayo ñg cura. Sa maiclíng salita'y narito ang panucalâ: ang pagpapainam nito'y siyáng pagcacapaguran.

Maaliw na bulungbulungan ang siyáng sumilang sa salas; halos ang lahát ay sumasang-ayon sa bátà: iilan lamang ang bumúbulong:

— ¡Mga bágong bagay! ¡mga bágong bagay! ¡Sa ating mga kinabataa'y!...

— ¡Ating sang-ayúnan na muna ñgayón iyán!— ang sabihan ñg mga ibá;— áting hiyâin iyón.

At caniláng itinutúrò ang teniente mayor.

Nang manumbalic ang catahimican, ang lahát ay sumang-ayon na. Cúlang na lamang ang pasiya ñg gobernadorcillo.

Ito'y nagpapawis, hindî mápacali, hináhaplos ang noo at sa cawacasa'y nasabi ñg pautal-utal, na nacatungó:

— ¡Acó ma'y sang-ayon din!... ñguni't ¡ejem!

Hindî umíimic ang boong tribunal ñg pakikiníg sa canyá.

— ¿Ñguni't?— ang tanóng ni capitang Basilio.

— ¡Totoong sang-ayon acó!— ang inulit ñg gobernadorcillo;— sa macatuwid baga'y ... hindî acó sang-ayon ... ang sinasabi co'y sang-ayon acó; ñguni't ...

At kinuscos ang mga matá ñg camaoo.

— Ñguni't ang cura,— ang ipinagpatuloy ñg cúlang pálad— ibáng bágay ang íbig ñg párì cura.

— ¿Nagcacagugol bâ ang cura sa fiesta ó tayo ang nagcacagugol? ¿Nagbigáy bâ siyá ñg isáng cuarta man lamang?— ang sigaw ñg isáng voces na nanunuot sa tainga.

Tumingín ang lahát sa dacong pinanggagalingan ñg mga tanóng na iyón: si filósofo Tasio ang nároroon.

Hindî cumikilos ang teniente mayor at nacatitig sa gobernadorcillo.

— ¿At anó ang íbig ñg cura?— ang itinanong ni capitang Basilio.

— ¡Abá! ang íbig ñg cura'y ... anim na procesión, tatlóng sermón, tatlóng malalaking misa ... at cung may lumabis na salapî, comediang Tundó at cantá sa mga pag-itan.

— ¡Ayaw namáng camí ñg lahát ñg iyán!— ang sinábi ñg mga bátà at ñg iláng matandâ.

— ¡Siyáng ibig ng̃ párí cura!— ang inulit ng̃ gobernadorcillo.— Aking ipinang̃acò sa curang magaganap ang canyang calooban.

— Cung gayó'y ¿bakin inanyayahan pa ninyóng cami magpúlong?

— ¡Inanyayahan co cayó't ... ng̃ sa inyo'y áking sabihin ang gayóng bágay!

— At ¿bákit hindî ninyó sinábi sa pagsisimulâ pa ng̃ salitaan?

— Ibig co sánang sabihin, mg̃a guinóo, ng̃uni't nagsalita si capitáng Basilio'y ¡hindî na acó nagcapanahón ...! ¡kinacailang̃ang sumunód sa curá!

— ¡Kinacailang̃ang sumunód tayó sa canyá!— ang inúlit ng̃ iláng matatandâ.

— ¡Kinacailang̃ang sumunod, sa pagca't cung hindî, tayo'y ibibilanggong lahát ng̃ alcalde!— ang idinugtóng ng̃ boóng capanglawan ng̃ ibá, namáng matatandâ.

— ¡Cung gayo'y sumunód, cayó at cayó na lámang ang gumawa ng̃ fiesta!— ang ipinagsigawan ng̃ mg̃a báta— ¡iniuurong namin ang aming mg̃a ambág!

— ¡Nasing̃íl ng̃ lahat!— ang sinabi ng̃ gobernadorcillo.

Lumapit si Don Filipo sa gobernadorcillo at saca sinabi niya rito ng̃ boóng capaítan.

— Inihándog co sa pagcaamís ang pag-ibig co sa aking sarilí upang magtagumpay lamang ang magandang caisipan; cayô namá'y inihayin ninyó sa pagcaapí ang inyóng camahalan upáng manálo ang masamáng panucála, at inyóng iniwasác ang lahát.

Samantala'y— isinasabi namán ni Ibarra sa maestro ng̃ escuela:

— ¿May-ibig bâ cayóng ipagbilin sa pang̃úlong báyan ng̃ lalawigan? Paroroon acó ng̃ayón din.

— ¿Mayroon pô bâ cayóng pakikialaman doón?

— ¡Mayroon pô táyong pakikialaman doón!— ang talinghagang sagót ni Ibarra.

— Sa daa'y sinasabi ng̃ matandang filósofo cay Don Filipong sinusumpa ang sarilíng pálad.

— ¡Tayo ang may casalanan! ¡Hindî cayó tumutol ng̃ cayo'y bigyán nila ng̃ aliping sa inyo'y magpúnò, at aking nalimutan ang bagay na ito, sa aking cahaling̃an!

XXI.
CASAYSAYAN NANG BUHAY NANG ISANG INA

Waláng tinutungo sa canyang paglacad,
walang linalayon sa linipadlipad,
susumandali ma'y di napapanatag.

(Alaejos)

Tumatácbo si Sisang patungó sa canyáng báhay, tagláy iyóng caguluhan ng baít na nangyayari sa ating cataohan, pagcâ sa guitnâ ng isáng casacunaán ay walâ sino mang nagmamalasakit sa atin at sa ati'y tumatacas ang mga pag-asa. Cung nagcacagayo'y anaki'y dumidilim na lahát sa ating paliguid, at sacali't macakita tayo ng isáng máliit na ilaw sa maláyò, tinátacbo natin ang ilaw na iyón, pinag-uusig natin, at hindî natin alumana cáhi't makitang sa calaguitnâan ng landás ay may isang malalim na bangín.

Ibig ng ináng iligtás ang canyáng mga anác, nguni't ¿paano? Hindî itinátanong ng mga iná ang gágawing mga paraan, pagca nanucól sa canilang mga anác.

Tumátacbong nagsísikip ang dib-dib, palibhasa'y pinag-uusig ng mga guniguníng calaguímlaguim. ¿Nárakip na cayâ ang anác niyang si Basilio? ¿Saán tumácas ang canyáng anác na si Crispin?

Nang malápit na siyá sa canyáng báhay ay canyáng natanawan ang mga capacete ng dalawáng sundalong na sa ibábaw ng bacuran ng canyáng halamanan. Hindî mangyayaring maisaysay cung anó ang dinamdám ng canyáng pusó: nalimutan niyá ang lahát. Hindî cailâ sa canyá ang canpangahasan ng mga táong iyóng hindî nangagpipitagan cahi't sa lálong mayayaman sa bayan, ¿anó cayâ ang mangyayari sa canyá at sa canyáng mga anác na pinagbibintangan nanganácaw? Hindî mga táo ang mga guardia civil, sila'y mga guardia civil lamang: hindî nilá diníringig ang mga panghihimanhic at sila'y bihasang macapanood ng mga lúhà.

Hindî sinásadya'y itinaás ni Sisa ang canyáng mga matá sa langit, at ang langit ay ngumíngitî ng caayaayang caliwanagan; lumalango'y ang ilang maliliit at mapuputing alapaap sa nanganganinag na azúl. Humintò siyá upang piguilin ang pangangatal na lumalaganap sa canyáng boong katawán.

Iniiwan na ng mga sundalo ang canyáng báhay at silá'y waláng casama; walâ siláng hinuli cung dî ang inahíng manóc na pinatátabâ ni Sisa. Nacahingá siyá at lumacás ang canyáng loób.

— ¡Pagcábabait nilá at pagcágaganda ng caniláng mga calooban!-ang ibinulóng na hálos umíiyac sa catowáan.

Cahi't sunuguin ng mga sundalo ang canyáng báhay, huwag lámang piitín nilá ang canyáng mga anác, ay silá'y pacapupuspusin dín niyá ng pagpupuri.

Muling tinitigan niyá, sa pagpapasalamat, ang lañgit na pinagdaraanan ñg isang cawan ñg mga tagác, iyáng matutûling mga alapaap ng mga lángit ng Filipinas, at sa pagca't nanag-úli sa canyáng púsó ang pananálig ay ipinagpatúloy niyá ang paglácad.

Nang malapit na si Sisa sa mga catacot-tacot na mga táong yao'y nagpaliñgapliñgap sa magcabicabíla at nagcóconowáng hindî niyá nakikita ang canyáng inahing manóc na pumípiyac at humihiñging sáclolo. Bahagya pa lamang nañgacacaraan sa canyáng tabí ay nag-acála siyang tumacbó, ñguni't piniguil ang tulin ñg canyáng paglacad ñg pagiiñgat na bacâ siyá'y máino.

Hindî pa siyá nacalálayô ñg malaki ñg márinig niyáng siyá'y caniláng tinatawag ñg boong cabañgisán.

Hindî kinukusa'y lumapit si Sisa, at náramdaman niyáng hindî niyá maigaláw ang canyáng dilà sa tácot at natútuyô ang canyáng lalamunan.

— ¡Sabihin mo sa amin ang catótohanan ó cung hindî itatáli ca namin sa cáhoy na iyon at papuputucán ca namin ñg dalawa!— anang isá sa caniláng may pagbabálà ang tunóg ñg voces.

Tumiñgin ang babae sa dacong kinalalagyan ñg cáhoy.

— ¿Icaw bâ ang iná ñg mga magnanacaw, icáw?— ang tanóng naman ñg isá.

— ¡Iná ñg mga magnanacaw!— ang di sinásadya'y inúlit ni Sisa.

— ¿Saán nároon ang salapíng iniuwî sa iyo cagabí ñg iyóng mga anác?

— ¡Ah, ang salapi!...

— ¡Howag mong itangguí ang salapíng iyán, sa pagca't lálong mápapasamá icaw!— ang idinugtóng ñg isá. Naparíto cami't ñg dacpín ang iyóng mgá anác; ang pinacamatanda'y nacatanan sa amin, ¿saan mo itinágò ang bunsô?

Humiñgá si Sisa ñg máriñgig ang gayong sabi.

— ¡Guinoó!— ang isinagot— ¡malaon na pong araw na hindî co nakikita ang aking anác na si Crispín: ang boóng acálà co'y masusumpuñgan co siyá caninang umaga sa convento, doo'y ang sinábi lamang sa aki'y....

— Nagsuliapan ang dalawang sundálo ñg macahulugán.

— ¡Magaling!— ang bigláng sinabi ñg isá sa canilá; ibigay mo sa amin ang salapi, at hindî ca na namin babagabaguin.

— ¡Guinoo!— ang isinamò ñg cúlang palad na babae!— ang aking mga anac ay hindî nagnanacaw cahi't madayucdóc; bihasa caming magútom. Hindî nag-uuwî sa akin si Basilio cahi't isang cuarta; halughuguín ninyó ang boong bahay, at cung cayo'y macasumpong cahi't sisicapat man lamang, gawín ninyó sa amin ang bawa't maibigan. ¡Caming mga dukhâ ay hindî magnanacaw!

— Cung gayón— ang ipinagpatuloy ñg sundálo ñg madálang na pananalitâ, at canyáng tinititigan ang mga matá ni Sisa,— icáw ay sumáma sa amin; pagsisicapan na ñg iyóng mga anác na humarap at isísipót ang salaping ninacaw: ¡Sumama ca sa amin!

— ¿Acó? ¿sumama acó sa inyó?— ang ibinulóng ng̃ babae na umudlót at minamasdan ng̃ boong pagcagulat ang mg̃a pananamít ng̃ sundalo.

— ¿At bakit hindî?

— ¡Ah! ¡mahabág cayó sa akin!— ang ipinamanhíc na halos lumúluhod.— Totoong acó'y mahírap; walâ acóng guintô ó hiyas man lamang na súcat maialay sa inyó: nacúha na ninyó ang aking tang̃ing pag-aarì, ang inahíng manóc na inacala co sanang ipagbili ... dalhín na ninyó ang lahat ng̃ inyóng masumpong sa aking dampâ; ng̃uni't ¡pabayaân na ninyó rito acóng pumayapâ; pabayaan na ninyóng mamatay acó rito!

— ¡Súlong na! kinacailang̃ang sumama ca sa amin; at cung aayaw cang sumama ng̃ sa magaling̃an, icaw ay gagapusin namin.

Tumang̃is si Sisa ng̃ capaitpaitan. Hindî nababagbag ang loob ng̃ mg̃a taong iyón.

— ¡Ipaubayà man lamang ninyóng acó'y mauna ng̃ malayô-layô!— ang ipinakiusap ng̃ maramdaman niyang siya'y tinatangnan ng̃ boong calupitan at siya'y itinutulac.

Naawà ang dalawang sundalo at nag-usap sila ng̃ marahan.

— ¡Hala!— ang wíca ng̃ isá— sa pagca't buhat dito hanggang sa pumasoc tayo sa bayan ay macatátacbo ca, icaw ay lalagay sa pag-itan naming dalawâ. Cung naroroon na tayo, macapagpapauna ca sa amin ng̃ may mg̃a dalawampong hakbang; ng̃uni't ¡mag-ing̃at ca! ¡huwag cang papasoc sa alín mang tindahan at huwag cang hihintô. ¡Hala, lacad na at magmadalî ca!

Nawal-ang cabuluhan ang mg̃a pagsamò, nawal-ang cabuluhan ang mg̃a pang̃ang̃atuwiran, hindî pinansin ang mg̃a pang̃acò. Sinasabi ng̃ mg̃a sundalong lumalagay na silá sa pang̃anib at malabis ng̃ totoo ang canilang ipinagcacaloob.

Nang malagay na siya sa guitna ng̃ dalawa'y naramdaman niyang siya'y namámatay ng̃ hiyâ. Tunay ng̃a't walâ sino mang lumalacad sa daan, ng̃uni't ¿ang háng̃in at ang liwánag ng̃ áraw? Ang tunay na cahihiya'y nacacakita ng̃ tumiting̃in sa alin mang dáco. Tinacpán ng̃ panyô ang mukhâ, at sa paglácad niyáng waláng nakikitang anó man ay tinang̃isan ng̃ waláng imic ang canyáng pagcaamís. Napagtatalastas niyá ang canyáng cahirapan, nalalaman niyáng sa canyá'y walá sino mang tumiting̃in at sampò ng̃ canyáng asawa'y hindî siyá ipinagmamalasakit; ng̃uni't tunay na alám niyáng siya'y ma'y capurihan at kinalulúgdan ng̃ madlá hanggáng sa horas na iyón; hanggang sa horas na iyó'y canyáng kinaháhabagan yaóng mg̃a babaeng nang̃agdáramit ng̃ catawatawá na pinamámagatan ng̃ bayang caagulo ng̃ mg̃a sundalo. Ng̃ayó'y tila mandin sa ganáng canyá'y napababâ siyá ng̃ isáng baytang sa kinálalagyan ng̃ mg̃a babaeng iyón sa hagdanan ng̃ búhay.

Narinig niya ang yabág ñg lácad ñg mga cabayo: yaó'y ang mga nagdádala ñg mga isdâ sa mga báyang dáco roon. Guinágawa nilá ang gayóng mga paglalacbáy na nagpupulupulutong ñg maliliit ang mga lalaki't babae, na nangacasacay sa masasamáng cabayo, sa guitnâ ñg dalawáng bákid na nangacabítin sa magcábilang taguiliran ñg háyop. Ang ilán sa canilá'y ñg magdaan isáng áraw sa harapán ñg canyáng dampâ ay nangagsihingî ñg tubig na inumin, at siyá'y hinandugán ñg iláng isdâ. Ngayó'y ñg mangagdaan silá sa canyáng tabi, sa acálà niyá'y siyá'y tinatahac at guiniguiic, at ang caniláng mga tingíng may calakip na habág ó pagpapawaláng halagá ay lumálampas sa panyó at tinutudlâ ang canyáng mukhâ.

Sa cawacasa'y lumayô ang mga maglalacbay at nagbuntóng hiningá si Sisa. Inihiwalá niyáng sandalî ang panyô sa canyang mukhâ upang canyáng matingnán cung silá'y maláyò pa sa báyan. May nátitira pang iláng mga halígui ñg telégrafo bago dumating sa "bantayan". Cailan ma'y hindî niyá náramdaman ang caunatan ñg gayong láyò, cung dî niyón lamang.

Sa tabi ñg daa'y may isáng malagóng cawayanang sa lilim niyó'y nagpapahiñga siyá ñg unang panahón. Diya'y pinakikiusapan siyá ñg catamistamisan ñg sa canyá'y nangiñgibig; tinutuluñgan nito siyá ñg pagdadalá ñg cáhoy at mga gúlay; ¡ay! nagdaan ang mga áraw na iyóng túlad sa panag-inip; ang nangiñgibig ay canyáng naguing asawa, at ang asawa'y inatangan ñg catungculang "cabeza de barangay" at ñg magcagayó'y nagpasimula ang casaliwaang pálad ñg pagtawag sa caniláng pintuan.

Sa, pagca't nagpapapasimulâ ang áraw ñg pag init na totoo, siya'y tinanóng ñg mga sundalo cung ibig niyang magpahiñga.

— ¡Salamat!— ang canyáng isinagót na nangiñgilabot.

Datapuwa't ñg totoong siya'y mapuspos ñg malaking pangguiguipuspos ay ñg malapit na siyang dumating sa bayan. Sa malakíng samâ ñg canyáng loob ay siya'y lumíngap sa magcabicabilâ; malalawac na mga paláyan, isáng maliit na sangháng inaagusan ñg tubig na pangdilíg, salupanít na mga cáhoy; ¡walâ siyáng makitang isáng bañgíng pagpatibulirán ó isáng malakí't matigás na batóng paghampasán ñg sariling catawán! Canyáng pinagsisihan ang canyáng pagcasama sa mga sundalo hanggáng doon; ¡ngayó'y pinanghihinayañgan niyá ang malalim na ilog na tumátacbo sa malapit sa canyáng dampâ, sapagca't ang matataas na mga pampañgin niyao'y nasasabugan ñg mga matutulis na buháy na batóng nañgagháhandog ñg catamistamisang camatayan. Nguni't ang pagcaalaala niyá sa canyáng mga anác, sa anác niyáng si Crisping hindî pa niya natatalos ñg sandalíng iyón ang kinasapitan, ang siyáng tumangláw sa canyá ñg gabíng iyón ñg canyáng búhay cayá't canyáng naibulong sa pag-sang-ayon sa marawal na palad:

— ¡Pagcatapos ... pagcatapos ay mananáhan camí sa guitnâ ñg cagubatan!

Pinahíran ñg lúha ang canyáng mga matá, pagpílit na tumiwasáy at nagsabi sa mga guardia ñg marahang tínig:

— ¡Na sa bayan na tayo!

Hindî mapaglírip ang anyô ñg canyáng pagcápanalitâ; yao'y daing, sisi, hibic, yaó'y dalángin, yaón ang pighatíng binuò sa tínig.

Sinagót siyá ñg isáng tangô ñg mga sundalong sa canyá'y naháhabag. Nagmadaling nagpauna si Sisa at pagpílit na mag-anyóng tiwasáy ang loob. Nang sandalíng iyó'y pagpasimulâ ang pagrepique ñg mga campana't ipina-aalam ang pagcatapos ñg mísa mayor. Tinulinan ni Sisa ang paglacad, at ñg cung mangyayari'y huwag niyáng macasalubong ang mga táong lalabas sa simbahan. Datapuwa't ¡hindî nangyari! waláng nakitang paraan upang maiwasan ang gayóng pagcasalubong.

Bumatì ñg masacláp na ñgiti sa dalawáng cakilala niyá, na sa canyá'y nag-uusísa sa pamamag-itan ñg tingín, at mulâ niyó'y ñg canyáng mailágan ang gayóng mga cahirápan ñg loob, tumuñgó siyá at ang lúpang tinutuntuñgan niyá ang canyáng minasdán, at ¡bagay na caguilaguilalas! natitisod siyá sa mga bató ñg lansáñgan.

Tumiguil ñg sandalî ang mg táo pagcakita sa canyá, silá-silá'y nañgag-uusap at sinusundan siyá ñg caniláng títig: nakikita niya ang lahát ñg itó, náraramdaman niya, bagaman siyá'y laguing nacatiñgín sa lúpà.

Nariñgig niyá ang voces ñg isáng waláng cahihiyang babae, na nasalicuran niyá at nagtátanong ñg hálos pasigáw:

— ¿Saan ninyó nahuli ang babaeng itó? ¿At ang salápi?

Yaó'y isáng babaeng waláng tápis, dilaw at verde ang sáya at ang báro'y gasang azul; napagkikilala sa canyang pananamít na siyá'y isáng caagulo ñg sundalo.

Nacaramdam si Sisa ñg isáng parang tampál: wari'y hinubdán siyá ñg babaeng iyón sa haráp ñg caramíhan. Sandalíng tumungháy upang siyá'y magsáwa sa libác at pag-amís: nakita niyang ang mga táo'y maláyò, totoong maláyò sa canyá; gayôn ma'y náramdaman niyá ang calamigán ñg caniláng tingin at canyang náririñgig ang caniláng mga bulungbuluñgan. Lumalacad ang abáng babaeng hindî nararamdaman ang pagtungtóng sa lúpa.

— ¡Uy, dito ca tumúñgo!— ang isininigáw sa canya ñg isáng guardia.

Tulad sa waláng pag-íisip na nawasac ang nacapagpapagalaw, biglangbiglang ipinihit niyá ang canyáng mga paa. At hindî siyá nacakikita ñg anó man, waláng anó mang iniisip, siya'y tumacbo at nagtágò; nakita niyá ang isáng pintuang may isáng sundalong bantáy, nag-acála siyang pumasoc doon; ñguni't siya'y inilihís sa canyang paglacad ñg isá pang voces na lalò pa manding mabalasíc. Tinunutón niya ang pinanggaliñgan ñg voces, na humáhacbang siyáng halos masuñgabà sa panglulupaypáy; naramdaman niyang siya'y itinutulac sa licuran, siya'y pumikit, humacbáng ñg dalawá at sa pagca't kinúlang siya ng̃ lacás, nagpacálugmóc na siyá sa lúpà, paluhód muna at paupô pagcatápos. Isang pagtáng̃is na waláng lúha, walang sigáw, walang hibíc, ang siyang sa canya'y nagpapacatal.

Yáón ang cuartel: doo'y may mg̃a sundalo, mg̃a babae, mg̃a baboy at mg̃a inahíng manóc. Nang̃agsisipanahî ng̃ canicanilang mg̃a damít ang ibáng mg̃a sundálo, samantalang nacahiga sa bangcô ang canilang mg̃a caagulong babae, na ang híta ng̃ lalaki ang inuunan, nang̃aghihithiitan ng̃ tabaco ó cigarrillo at minámasdang ang bubung̃ang nang̃ayáyamot sa búhay: Tumutulong namán ang mg̃a ibáng babae sa paglilinis ng̃ damit ng̃ mg̃a sandata at iba pa, at inaaguing-íng ang mg̃a mahahalay na awit.

— ¡Tila mandin nacatacas ang mg̃a sisiw! ¿Ang inahíng manóc lamang ang inyong dalá?— anang isang babae sa mg̃a sundalong bagong dating; na hindî napagsi siyasat cung ang sabi niya'y dahil cay Sisa ó sa inahíng manóc na nagpapatuloy ng̃ piniyácpiyác.

— ¡Siya ng̃a namán! cailan ma'y mahalagá ang inahíng manóc cay sa sisiw— ang isinagot niyá sa canyá ring tanong, ng̃ makita niyáng hindî umiimic ang mg̃a sundalo.

— ¿Saan naroon ang sargento?— ang tanóng na may anyóng samâ ang loob ng̃ isá sa mg̃a guardîa cívil— ¿Nagbigay sabi na bâ sa alferez?

Mg̃a kibit ng̃ balícat ang siyáng sa canya'y sagót ng̃ nang̃aroon, sino ma'y walang nagmamalasakit ng̃ camuntî man lamang tungcól sa calagayan ng̃ abáng babáe.

Dalawáng horas ang itinagal doon ni Sisa, sa isáng anyóng halos ay hibáng, nacauncót sa isáng súloc, nacatágo ang ûlo sa mg̃a camay, gusót at gusamót ang buhóc. Natanto ng̃ alférez ang padakip na iyon ng̃ pagcatanhaling tapát, at ang únang guinawâ niyá'y ang huwag paniwalâan ang sumbóng ng̃ cura.

— ¡Bah! ¡iya'y mg̃a caul-ulan lamang ng̃ curipot na fraile!— anyâ, at ipinag-utos na alpasán ang babae, at sino ma'y huwag ng̃ makialam ng̃ bagay na iyon.

— ¡Cung ibig niyáng másumpong ang sa canyá'y nawalâ— ang idinugtong— hing̃in niya sa canyáng San Antonio ó magsacdál cayà siya sa nuncio! ¡Iyan!

Dahil sa mangyaring ito, si Sisa'y pinalayas sa cuartel na halos ipinagtutulacan, sa pagca't aayaw siyang cumílos.

Nang mákita ni Sisang siya'y sumasaguitna ng̃ daan lumacad na siyáng dî alam ang guinágawa, at tumúngo sa canyang báhay, nagmámadalî, walang anó mang takip ang úlo at ang tinititiga'y ang maláyong tan-awin. Nagniningas ang araw sa taluctóc ng̃ lang̃it at walang anó mang alapaap na nacacucublí sa maningníng niyang cabilugan; bahagyâ na pinagágalaw ng̃ hang̃in ang dáhon ng̃ mg̃a cahoy; hálos tuyô na ang mg̃a daan; waláng mang̃ahas cahi't isang ibon man lamang na iwan ang lilim ng̃ mg̃a sang̃á.

Sa cawacasa'y dumating din si Sisa sa canyang maliit na bahay. Pumásoc siyá roong pipí, hindî umiimic, nilibot ang cabahayan, umalís, nagpalacadlacad sa magcabicabila. Tumacbó, pagcatapos sa bahay ni matandang Tasio, tumáwag sa pintuan; ng̃uni't walâ roon ang matandà. Bumalic sa canyáng báhay ang culang palad at nagpasimulâ ng̃ pagtáwag ng̃ pasigáw: ¡Basilio! ¡Crispín! at maya't maya'y humihinto at nakikinig ng̃ mainam. Inuulit ng̃ aling̃ang̃aw ang canyáng voces: ang matimyas na lagaslas ng̃ tubig sa calapit na ílog, ang música ng̃ mg̃a dahon ng̃ mg̃a cawayan; itó ang tang̃ing mg̃a voces ng̃ pag-iisa. Mulíng tumatawag, umaacyá't sa isáng mataas na lúpa, lumulusong sa isang bang̃in, nananaog sa ilog; nagpapalíng̃apling̃ap ang canyáng mg̃a matáng may anyóng mabang̃is; ang mg̃a matá ring iyo'y manacanacang nag-aalab ng̃ mainam, pagcatapos ay nagdídilim, tulad sa lang̃it cung gabíng sumísigwa: masasabing namímisic ang liwanag ng̃ pag-iísip at malapit ng̃ magdilím.

Mulíng pumanhíc sa canyáng maliit na báhay, naupô sa baníg na caniláng hinig-án ng̃ nagdaang gabí, itinungháy ang mg̃a matá at nakita niyá ang capirasong napunit sa bárò ni Basilio sa dúlo ng̃ isáng cawayan ng̃ dingding, na na sa tabí ng̃ bang̃in. Nagtinding, kinuha ang pilas na damit na iyon at pinagmasdan sa ínit ng̃ áraw: may mg̃a bahid, na dugò.

Datapwa't marahil hindî nakita ni Sisa ang gayong mg̃a bahid, sa pagca't nanaog at ipinagpatuloy ang pagsisiyasat sa pílas, sa guitnâ ng̃ nacasusunog na ínit ng̃ araw, na canyáng itinataas, at sa pagca't tila mandin ang ting̃in niya'y madilím na lahát, tinitigan niyá ng̃ paharap ang araw ng̃ dilát na dilát.

Nagpatúloy rin siya ng̃ pagpapalacadlacad sa magcabicabilá, na sumísigaw ó umaatung̃al ng̃ cacaibang tunóg; marahil siya'y catatacutan cung sa canya'y may macarinig; may isáng tínig ang canyáng voces na hindî caraniwang manggaling sa lalamunan ng̃ táo. Sa boong gabí, pagca umaatung̃al ang unós, at lumilipad ang hang̃in ng̃ calaguimlaguim na catulinan, at ipinagtatabuyan ng̃ canyáng hindî nakikitang mg̃a pacpac ang isáng hucbóng mg̃a aninong sa canyá'y humahagad, cung sacali't cayo'y na sa isáng báhay na guibâ at nag-íisa, at nacacarinig cayó ng̃ mg̃a cacaibang daing, mg̃a cacaibang buntóng-hining̃áng ipinalálagay ninyóng yaó'y ang hilahis ng̃ hihip ng̃ hang̃in sa pagtámà sa matataas na mg̃a torre ó siráng mg̃a pader, datapuwa't sa inyó'y pumupuspos ng̃ tacot at sa inyó'y nagpapakilabot na hindî ninyó mapiguilan; talastasin ng̃â ninyóng higuit ang lungcót ng̃ tínig ng̃ ináng iyón, cay sa hindî mapaglírip na mg̃a hibíc sa mg̃a gabíng madilím pagcâ umaatung̃al ang unós.

Sa gayóng calagaya'y inábot si Sisa ng̃ gabí. Pinagcalooban siyá marahil ng̃ Láng̃it ng̃ iláng horas na pagcacatulog, at samantalang siya'y nahihimbing, hinilahihisan ng̃ pacpác ng̃ isang ángel ang namumutlâ niyáng mukhâ, upang macatcát sa canyá ang alaala, na waláng ibáng tinátaglay cung dî pawang capighatîan; marahil hindî cásiyang macáya ng̃ mahinang lacás ng̃ táo ang gayóng caraming mg̃a pagcacasákit, caya't ng̃ magcágayo'y na mag-itan marahil ang Inang-Talagá ng̃ Dios na taglá́y ang canyang matimyás na pangpagaang ng̃ hírap, ang pagcalimot; datapuwat sa papaano man, ang catotohana'y ng̃ kinabucasan, si Sisa'y nagpapalacádlácad na nacang̃itî, nag-aawit ó cung hindî nakikipag-usap sa lahát ng̃ mg̃a may búhay na kinapál.

XXII.
MANGA ILAW AT MGA DILIM

Nacaraan ang tatlóng áraw mulâ ng̃ mangyari ang m̃ga bagay na aming sinaysay. Guinamit ng̃ bayan ng̃ San Diego ang tatlong araw na ito, na casama ang m̃ga gabí sa paghahanda ng̃ fiesta at sa m̃ga salitaan, casabay ang m̃ga paguupasálà.

Samantalang caniláng nilalasap-lasap na ang m̃ga mangyayaring m̃ga casayahan, pinipintasan ng̃ ibá ang gobernadorcillo, ang ibá namá'y ang teniente mayor, at ang ibá'y ang m̃ga batà, at hindî nawawalan ng̃ binibigyang casalanan ng̃ lahát ang lahát.

Pinag-uusap-usapan ang pagdating ni María Clara, na casama ng̃ tía Isabel. Sila'y nang̃atutúwâ sa gayong pagdatíng, palibhasa'y caniláng kinalúlugdan siyá, at casabáy ng̃ caniláng malaking pangguiguilalás sa canyáng cagandahan, ang canilá namáng pagtatacá sa m̃ga pagbabagobago ng̃ caugalian ni pári Salví.— "Madalás na siyá'y natitigagal at anaki'y nakalilimot samantalang nagmimisa; hindi na lubháng nakikipagsalitaan sa amin, at kitangkita ang canyang pagyayat at ang canyáng pagcawaláng catiwasayan ng̃ loob,"— ang sabihan ng̃ m̃ga nagcucumpisal sa canyá. Namamasid ng̃ "cocinerong" siya'y namamayat ng̃ namamayat, at dumaraing ng̃ dî pagpapaunlac sa canyáng m̃ga inilulutong pagcain. Ng̃uni't ang lalong nacapagpapaalab ng̃ m̃ga bulongbulong̃a'y ang canilang namamasdang mahiguít sa dalawáng ilaw sa convento cung gabí, samantalang si párì Salví'y dumadalaw sa isang bahay ng̃ mámamayan ... ¡sa báhay ni María Clara! ¡Nang̃agcucruz ang m̃ga mápagbanal, ng̃uni't ipinatutuloy nila ang pagbubulong-bulung̃an.

Tumelégrama si Juan Crisóstomo Ibarra buhat sa pang̃ulong bayan ng̃ lalawigan, na bumabati siyá cay tía Isabel at sa pamangkin nito; ng̃uni't hindî ipinaliliwanag cung bakit walâ siyá roon. Ang acálà ng̃ marami siya'y nabibilango dahil sa ginawâ niya cay parì Salví ng̃ hapon ng̃ araw ng̃ "Todos los Santos".

Datapuwa't lalò ng̃ lumakí ang m̃ga usap-usapan ng̃ makita nila ng̃ hapon ng̃ icatlóng araw na lumúlunsad si Ibarra sa isang coche, sa harapan ng̃ munting bahay na tinitirahan ng̃ dalagang canyang maguiguing asawa, at bumabati ng̃ boong pitagan sa fraile, na tumutung̃o rin sa bahay na iyón.

Sino ma'y walang nacacagunitâ cay Sisa at sa canyang m̃ga anac.

Cung pumaroon tayo ng̃ayón sa bahay ni María Clara, isang magandang púgad na na sa guitna ng̃ m̃ga dalandan at ilang-ilang, mararatnan pa natin ang binata't dalagang capuwâ nacasung̃aw sa isang bintana sa dacong dagatan. Lumililim sa bintanang iyon ang m̃ga bulaclac at m̃ga halamang gumagapang sa m̃ga cawayan at sa m̃ga cawad, na pawang nañagsasabog ñg pihícang bango.

Bumubulong ang canilang m̃ga labi ñg m̃ga salitang higuit ang cagandahang dingguín cay sa halishísan ñg m̃ga damó, at lalong mahalimuyac cay sa hañging may taglay na bañong handog ñg m̃ga bulaclac halamanan.

Sinasamantala ñg m̃ga "sirena" sa dagatan ang pag-aagaw-dilím ñg oras na iyon ñg matúling pagtatakíp-sílim ñg hapon, upang isuñgaw sa ibabaw ñg m̃ga alon ang canilang masasayáng maliliit na úlo at pangguilalasan at bumatì ñg canilang m̃ga awit sa araw na naghihiñgalô. M̃ga azúl daw ang canilang m̃ga mata at ang canilang m̃ga buhóc; na sila'y may m̃ga pútong na coronang halaman sa tubig na may m̃ga bulaclac na mapuputi't mapupula; manacanacâ raw ipinamamalas ñg m̃ga bulâ ang canilang parang linalic na catawang higuit sa bulâ ang caputian at cung ganap ñg gabi'y canilang pinasisimulaan ang canilang m̃ga calugodlugod na paglalarô, at canilang ipinaríririnig ang m̃ga tinig na talinghagang tulad sa m̃ga arpa sa lañgit; sa bihanan din namang ...; ñguni't pagbalican natin ang ating m̃ga kinabataan pakinggan natin ang wacas ñg canilang salitaan. Sinasabi ni Ibarra cay María Clara:

— Búcas, bago magbucáng liwayway, magáganap ang hañgád mo. Iháhandâ cong lahát ñgayóng gabí at ñg huwag magculang ñg anó man.

— Cung gayó'y susulat acó sa aking m̃ga caibigang babae at ñg mañagsiparito. ¡Gawín mo ang bagay na itó sa isang parang howag sanang macasunód ang cura!

— At ¿bakit?

— Sa pagca't tila mandin acó'y binábantayan niyá. Nacasásamâ sa ákin ang canyáng m̃ga matang malalálim at malulungcót, pagca itinititig niya sa akin ay acó'y natatacot. Pagcâ acó'y kinacausap niyá, siya'y may isáng voces na ... sinasabi sa akin ang m̃ga bagay na totoong cacaiba, na hindî mapaglirip, na totoong cacatuwâ ... minsa'y itínanóng niya sa akin cung hindî co nananag-ínip ñg tungcól sa m̃ga súlat ñg nanay; sa aking acala'y halos nasisíra ang canyang baít. Sinasabi sa akin ñg caibigan cong si Sinang at saca ni Andeng na aking capatíd sa gatas, na siya'y may pagcaculang-culang ang ísip. ¡Gawín mo sana ñg paraang siya'y howag pumarito!

— Hindî maaaring siya'y hindî natin anyayahan— ang sagot ni Ibarrang nag-iisip-ísip.— Catungculang atang ito ñg caugalian ñg bayan; siya'y nasa bahay mo at bucod sa rito'y nag-ugaling mahal siya sa akin. Nag magtanóng sa canya ang Alcalde tungcól sa bagay na sinabi co na sa iyó, walang sinabi siya cung dî pawáng m̃ga pagpuri sa akin, at hindi nag-acalang maglagay ñg cahit caunting hadlang man lamang. Ñguni't namamasid cong icaw ay namúmuhî; howag cang manimdím at hindî macasasama siya sa atin sa bangcâ.

Narinig ang marahang lacad; yao'y ang curang lumalapit na taglay ang ñgitíng pilit.

— ¡Maguinaw ang hañgin!— anyá;— pagcâ nacacáhaguíp ñg isáng sipón, ay hindî bumíbitiw cung dî dumatíng ang tag-ínit. ¿Hindî ba cayó nañgañganib na baca cayó'y malamigan? Nañgañgatal ang voces niyá at sa maláyò ang canyáng tanáw: hindî siyá tumitiñgin sa binata't dalága.

— ¡Tumbalíc; ang pakiramdám namin ay caayaaya ang gabi at masarap ang háñgin. Itó ang pinacá "otoño" at "primavera" [256] namin, nanlálaglag ang iláng mga dahon, datapuwa't laguing sumisilang ang mga bulaclac. Nagbuntóng hiningá si párì Salví.

— Ipinalálagay cong carikitdikitan ang pagcacálangcap ñg dalawáng bahaguing itó ñg taóng hindî nangguíguitnâ, ang "invierno" (tagguinaw)— ang ipinagpatuloy ni Ibara.— Sisilang, pagdating ñg Febrero, ang mga bagong sañga ñg mga cahoy at pagdating ñg Marzo'y may mga buñgang hinog na tayo. Pagdating ñg mga buwang tag-init ay paparoon cami sa ibang daco.

Ñgumitî si Fray Salví. Nagpasimulâ sila ñg pagsasalitaan ñg mga bagay-bagay na walang cabuluhan, ñg nauucol sa panahón, sa bayan at sa dárating na fiesta; humanap si María Clara ñg dahilán at umalís.

— At yamang mga fiesta ang ating mga pinag-uusapan, itulot pô ninyóng cayo'y anyayahan co sa gagawin namin búcas. Ito'y isáng fiestang búkid na aming iaalay sa aming mga caibigan at iniaalay namán nilá sa amin.

— At ¿saan pô ba gagawin?

— Ibig ñg mga cabataang gawín sa bátis sa umaagos sa malapit ditong gubat at na sa tabi ñg balítì: cayâ magbañgon tayo ñg maaga at ñg huwag táyong abútin ñg áraw.

Nag-ísip-ísip ang fraile, at dî nalaon at sumagót:

— Mápanucsong totoo ang anyáya at aco'y napahihinuhod, upang sa inyo'y patotohanang hindî po acó nagtátanim sa inyó. Datapuwa't kinakailañgang dumaló roon pagcatapos na aking maganáp ang aking mga catungculan. ¡Cayó'y mapálad, sa pagca't may calayâan, lubos na may calayâan!

Nang macaraan ang iláng sandalî ay nagpaalam si Ibarra upang pañgasiwâan ang paghahandâ ñg fiesta sa kinabucasan. Madilím na ang gabí.

Lumapit sa canyá sa daan ang isáng sa canya'y naghandóg ñg boong paggálang.

— ¿Sino pô bâ cayó?— ang sa canya'y tanóng ni Ibarra.

— Hindî pô ninyó alam, guinoo, ang aking pañgalan,— ang sagót ñg hindî kilalá.— Dalawáng áraw na pong hinihintay co cayó.

— ¿At bakit?

— Sa pagca't sa alin mang daco'y hindî acó kinahabagán, palibhasa'y acó raw po'y tulisán, guinoo ¡Datapuwa't nawalan acó ñg mga anác, sirâ ang isip ñg aking asawâ, at ang sabihan ñg lahát ay carapatdapat acó sa nangyayarî sa akin!

Madaling pinagmasdán ni Ibarra ang taong iyón, at tumanóng:

— ¿At anó bâ ang íbig ninyó ngayon?

— ¡Ipagmacaáwa co po sa inyó ang aking asawa at ang aking mga anác!

— Hindî acó macatiguil,— ang sagot ni Ibarra. Cung íbig po ninyóng sumunód sa akin, habang tayo'y lumalacad ay masasabi ninyó ang sa inyó'y nangyayari.

Napasalamat ang tao at pagdaca'y nangawalâ silá sa guitnâ ng cadilimán ng mga daang bahagyâ na may ílaw.

XXIII.
ANG PANGIGISDA

Numíningning pa ang mg̃a bituin sa lañgit "zafir", [257] at nañgagugulaylay pa ang mg̃a ibon sa mg̃a sañgá ñg̃ cahoy, ay nañgaglilibot na sa mg̃a lansañgan ñg̃ bayang ang tuñg̃o'y sa dagatan, ang isang masayáng cawang naliliwanagan ñg̃ nacagagálac na liwanag ñg̃ mg̃a huepe.

Silá'y limáng mg̃a batang dalagang nañgagmámadalî ñg̃ paglacad, na nagcacacapitcapit ó nacayacap cayá sa bayawang ñg̃ calapít, na iláng matandang babae ang sumúsunod at saca iláng mg̃a babaeng alilang sunong ñg̃ calugodlugod na anyô ang mg̃a bácol na punô ñg̃ mg̃a báon; mg̃a pinggán at iba pa. Pagcakita sa caniláng mg̃a mukháng ang cabatáa'y tumatawa at ang pag ása'y maníningning; sa panonood ñg̃ linipadlipad ñg̃ caniláng malalagò't maiitim na buhóc at malalapad na cunót ñg̃ canilang mg̃a damít, marahil ipalagáy nating silá'y mg̃a diosa ñg̃ gabí, cung dî sana talastás nating silá'y si María Clara na casama ang canyáng ápat na caibigan: ang masayáng si Sinang na canyáng pinsan, ang hindî makíbuing si Victoria, ang magandáng si Iday at ang mahinhing si Neneng na matimtiman at kimî ang cagandahan.

Nañgagsasalitaan ñg̃ boong ligaya, nañgagtatawanan, nañgagcucurutan, nañgag-aanasan at pacatapos naghahalakhacan.

— ¡Guiguisiñg̃in ninyó ang taong natutulog pa!— ang ipinagwiwicà sa canilá ni tía Isabel;— ñg̃ cabataan namin ay hindî camí nagcacaiñg̃ay ñg̃ ganyán.

— ¡Marahil hindî namán cayó gumiguising ñg̃ maagang gaya namin, at marahil hindî namán nápacamatuluguín ang mg̃a matatanda!— ang panagót ñg̃ maliit na si Sinang.

Sandaling hindî silá nañgagsásalitâ, pinagpipilitan cayâ nilang magsalitâ ñg̃ marahahan; ñg̃uni't hindî nalalao't nañgacalilimot, nañgagtatawanan, at pinúpunô ang daan ñg̃ caniláng mg̃a bátà at sariwang tínig.

— Conowarì magtampó ca; huwág mo siyáng causapin!— ang sabi ni Sinang cay María Clara;— cagalitan mo siyá at ñg̃ huwág mamihasa sa casaman ñg̃ ásal.

— ¡Howag mo pacahigpít namán!— ani Iday,

— ¡Magmahigpít ca, howag cang haling! Dapat magmasunurin ang nañgiñg̃ibig samantalang nañgiñg̃ibig; sa pagca't cung asawa na'y gagawin ang bawa't maibigan niya!— ang hatol ñg̃ maliit na si Sinang.

— ¿Anó ang kinalaman mo niyan, bátà?— ang ipinagwíca ñg̃ canyáng pinsang si Victoria.

— ¡Ssst! ¡huwag cayóng maiñg̃ay at dumarating silá!

Dumarating ñg̃â namán ang isáng pulutóng ñg̃ mg̃a binatang nañgagtátanglaw ñg̃ sigsig. Nañgagsisilacad siláng hindî umíimic na tinutugtugan ñg̃ isáng guitarra.

— ¡Tila guitarra ñg pulubi!— ani Sinang na nagtatawa.

Nang mag ábot na ang dalawáng pulutóng, ang mḡa babae ay siyáng naganyóng hindî makibuin at matimtiman, na pára manding hindî pa silá nacacapag-aral na tumawa; tumbalíc, ang mḡa lalaki namán ang nangagsasalitâ, nangagsisiñgitî at tumátanong ñg macaanim upang magtamó ñg isáng casagutan.

— ¿Tahímic bagá cayâ ang dagâtan? ¿Inaacála bagá ninyóng magcacaroon tayo ñg mabuting panahón?— ang tanóng ñg mḡa iná.

— ¡Huwág pô sana cayóng maligalig, mḡa guinoong babae, mabuti acóng lumañgóy!— ang sagót namán ñg isáng binátang payát at matangcád.

— ¡Dápat sanang tayo'y nagsimbá múna!— ang buntóng-hiniñgá ni tía Isabel na pinagduduop ang camáy.

— Nasasapanahón pa, guinoong babae: si Albinong ñg panahón niyá'y naguing "seminarista," macapagmimisa sa bangcâ,— ang isinagót ñg isá, na itinuturò ang binatang payát at matangcád.

Si Albinong may pagmumukháng palabirô, ñg márinig na siyá'y binábangguit, nag-anyóng mapanglaw at banál, na anó pa't guinágagad niyá si párì Salví.

Bagá ma't hindî nililimot ni Ibarra ang cahinhinán, nakikisalamuhà siyá sa casayahan ñg canyáng mḡa casamahán.

Pagdatíng nilá sa pasígan, hindî sinásadyá'y tumácas sa mḡa lábi ñg mḡa babae ang mḡa sigáw ñg pagtatacá at catowâan. Doo'y caniláng nakita ang dalawáng bangcáng nagcacácabit, na mainam ang pagcacágayac ñg mḡa pinagtuhóg-túhog na mḡa bulaclác at mḡa dahon, casama ñg mḡa sarisaring cúlay na mḡa damít na pinacumbô: nacasabit sa bagong lagáy na bubóng ñg sasacyáng iyón ang mḡa maliliit na farol na papel, na may mḡa casal-ít na mḡa rosas at mḡa clavel, mḡa buñgang halamang gáya ñg pinyá, casúy, saguing, bayabas, lanzones at ibá pa. Dinalá roón ni Ibarra ang canyáng alfombra, mḡa maririkit na panábing at mḡa cogín at ang lahát ñg itó'y siyáng guinawang upuang maguinháwa ñg mḡa babae. Napapamutihan din ang mḡa tikín at mḡa sagwán. Sa isáng bangcáng lalong marikit ang pagcacágayac ay may isáng arpa, mḡa guitarra, mḡa acordeón at isáng suñgay ñg calabaw; sa isáng bangcâ nama'y nagniníngas ang mḡa caláng lúpà at doo'y iniháhandâ ang chá, café at salabát na gágawing agáhan.

— ¡Dito ang mḡa babae, diyán ang mḡa lalaki!— ang sabi ñg mḡa iná paglulan nilá sa bangcâ.— ¡Mañgátali cayó! ¡Howag sana cayóng lubháng magaláw at málulubog tayo!

— ¡Mañgagcruz muna cayó!— ang sabi ni tía Isabel na nagcucruz.

— ¿At tayo ba'y mañgag-íisa lamang dito?— ang tanóng ni Sínang, na pinasásama ang mukhâ— ¿Tayo ba lamang ...? ¡Aráy!

Ang cadahilanan ng̃ "¡aráy!" na itó'y gawâ ng̃ isáng curót na sa capanahuna'y ibinigáy cay Sínang ng̃ canyáng iná.

Lumálayong untîuntî ang mg̃a bangcâ sa pasigan at naaanino ang iláw ng̃ mg̃a farol sa salamín ng̃ dagatang waláng caalon-alon. Sa silang̃ana'y sumusung̃aw ang mg̃a unang cúlay ng̃ liwayway.

Naghaharì ang malakíng catahimican; ang mg̃a binata't dalagang nagcacabucod-bucod, ayon sa calooban ng̃ mg̃a ina'y tila nang̃aggugunamgunam.

— ¡Mag-ing̃at ca!— ani Albinong seminarista ng̃ sabing malacás sa isáng capuwà binátà;— yapacan mong magaling ang mg̃a bunót na pangsicsíc na na sa ilalim ng̃ iyóng paa.

— ¿Bakit?

— Sa pagca't maaaring mabunglós at pumasoc ang túbig; maraming bútas ang bangcáng itó.

— ¡Ay, at tayo'y lumúlubog!— ang sigawan ng̃ mg̃a babaeng malakí ang gulat.

— ¡Huwág cayóng mabahála, mg̃a guinoong babae!— ang pangpayapang sa canila'y sinabi ng̃ seminarista. Ang bangcáng iyá'y hindî maáano; waláng bûtas cung dî lílima lamang, na hindî naman totoong malalakí.

— ¡Limáng bútas! ¡Jesús! ¿At ibig ba ninyóng lunurin camí?— ang sigawan ng̃ mg̃a babaeng nang̃atatacot.

— ¡Walâ pô namán cung dî lílima, mg̃a guinoong babae, at ganyán calaki lamang!— ang patibay na sabi ng̃ seminarista, at sa canilá'y itinuturo ang maliit na bílog na gawâ ng̃ canyang hinlalakí at hintutúró na pinaghúhugpong ang capuwâ dulo. Yapácan ninyóng mabuti ang bunót na sicsíc at ng̃ hindî mabunglós.

— ¡Dios co! ¡María Santísima! ¡Pumapasoc na ang tubig!— ang sigaw ng̃ isáng matandáng babaeng ang pakiramdam niya'y nabábasâ na siyá.

Nagcaroon ng̃ caunting caguluhan, ang iba'y tumitil-î, ang ibá namá'y íbig lumucsó sa túbig.

— ¡Yapácan ninyóng magaling ang bunót diyan!— ang patuloy na sigáw ni Albino, at canyang itinuturò ang dácong kinalalagyán ng̃ mg̃a dalaga.

— ¿Saan? ¿saan? ¡Dios! ¡Hindî namin nalalaman! ¡Parang áwa na ninyó, cayo'y pumarini't hindî namin nalalaman!— ang pamanhíc ng̃ matatacutíng mg̃a babae.

Kinailang̃ang lumipat ang iláng bagongtáo sa cabiláng bangcâ upang papanataguin ang loob ng̃ mg̃a natatacot na mg̃a iná. ¡Laking pagcacátaon! Tila mandin may isáng pang̃anib sa tabí ng̃ bawa't dalaga. Walâ cahi't isáng nacapagbibigay pang̃anib na bútas sa tabí ng̃ lahat ng̃ matatandang babae. ¡At lalo pa manding malakíng pagcacátaon! Umupô si Ibarra sa tabí ni María Clara; naupo si Albino sa tabi ni Victoria at ibá pa. Mulíng naghárì ang catahimican sa cabilugan ng̃ mapag-ing̃at na mg̃a iná. Datapuwa't hindî sa limpî ng̃ mg̃a dalaga.

Sa pagca't hindî gumágalaw ng̃ camuntî man lamang ang tubig, hindî nálalayô ang mg̃a baclád at sacâ totoo pang maaga, pinagcayarîang bitiwan ang mg̃a gaod at mang̃ag-agáhan ang lahat. Pinatay ang ílaw ng̃ mg̃a farol, sapagca't nililiwanagan na ang alang-alang ng̃ liwaywáy.

— ¡Waláng casinggalíng ng̃ salabát cung inumín cung umaga bago magsimbá!— ani capitana Tikâ na iná ng̃ masayáng si Sinang;— uminom pô cayó ng̃ salabát na may cahalong puto, Albino, at makikita ninyóng hangang sa sisipaguin pa cayóng magdasál.

— Iyán ng̃a pô ang guinagawâ co— ang sagot naman nito;— caya't ibig co na tulóy magcumpisál.

— ¡Huwag!— ani Sinang,— uminôm cayó ng̃ caféng nacapagpápasayá ng̃ calooban.

— Ng̃ayón din, sa pagca't ganacacaramdam na acó ng̃ calungcutan.

— ¡Huwag cayóng uminòm niyán— ang paalaala ni tía Isabel;— uminóm cayó ng̃ chá at cumain cayó ng̃ galletas; nacapagpapatahímic daw ng̃ ísip ang chá.

— ¡Iinom din acó ng̃ chá at cacain acó ng̃ galletas!— ang sagót ng̃ mapagbigay loob na seminarista— ang cabutiha'y hindî catolicismo ang alín man sa mg̃a inumíng iyán.

— Ng̃uni't ¿mangyayari ba ninyóng ...? ang tanóng ni Victoria.

— ¿Cung macaíinóm namán acó ng̃ chocolate? ¡Mangyayari rin! Huwag lámang na mapacalaon bago mananghalîan....

Maganda ang umaga: nagpapasimulâ na ng̃ pagtinggád ang túbig, at sa liwanag na nanggagaling sa lang̃it at sa sinag na sa tubig nagmúmulâ, ang nangyayari'y isáng caliwanagang tumátanglaw sa mg̃a bagaybagay, na halos hindî nagcacaanino, isáng maningning at malamíg na liwanag, na nahahaluan ng̃ mg̃a culay na ating napagwawari sa mg̃a tang̃ing pintura tungcol sa dagat.

Hálos nang̃agagalac ang lahát, sinasanghod nilá ang mahínang amíhang untîunting napupucaw; sampóng ang mg̃a ináng puspós sa paninimdim at mg̃a pagpapaalaala'y nang̃agtatawanan at nang̃agbìbiruan silasilá.

— ¿Natátandaan mo bâ? anang isá cay capitana Ticâ— ¿natátandaan mo bâ ng̃ tayo'y nang̃aliligo sa ilog ng̃ panahóng dalaga pa tayo? Di caguinsaguinsa'y dumárating na dalá ng̃ agos ang malilit na bancang úpac ng̃ saguing, na may lúlang iba't ibang bung̃ang halámang nang̃ásasalansan sa ibabaw ng̃ mg̃a mababang̃ong bulaclac. Bawa't isa sa mg̃a bangcâ ay may maliliit na banderang kinasusulatan ng̃ ating canicanyang pang̃alan....

— ¿At cung bumábalic na tayo sa báhay?— ang isinalabat namán ng̃ isá, na hindî nagpabayang macatapos ang nagsásalitâ; náraratnan nating wasác ang m̃ga tuláy na cawayan, at pagcacagayo'y napipilitan táyong tumawíd sa ílat ... ¡ang m̃ga tampalasan!

— ¡Siya ñgâ— ani capitana Ticâ;— datapuwa't iniibig co pang mabasâ ang laylayan ñg aking sáya cay sa ipakita ang aking paa: nalalaman co ñg may m̃ga matáng nagmámasid na nagtatago sa m̃ga damuhán sa pampáng.

Nañgagkikindatan at nañgagñgiñgitîan ang m̃ga dalagang nacacárinig ñg m̃ga bagay na ito: hindî pumapansin ang m̃ga ibá, sa pagca't may saríli namán siláng m̃ga pinag-uusapan.

Isá lámang táo, ang gumáganap ñg pagcapiloto, ang nananatili sa hindî pagimíc at hindî nakikisama sa gayóng m̃ga pagcacatuwâ. Siya'y isáng binatang napagkikilalang malacás sa canyáng pañgañgatawan, m̃ga camay at paa, at may pagmumukháng nacacaakit ñg pagmamasid dahil, sa canyáng mapanglaw na malalakíng mata at mainam na tabas ñg canyang m̃ga labì. Nahuhulog sa canyang malusóg na líig ang canyang m̃ga buhóc na maiitim, mahahaba at hindî inaalagaan; napagwawarì sa m̃ga cunót ñg canyang itimang barong damít na magaspang ang canyang macapangyarihang m̃ga casucasuang sumapi sa canyang maugat at lilís na m̃ga bísig upang magamit na parang isang balahìbong ibon lamang ang malapad at pagcálakilaking sagwang canyáng itinítimon upang mapatnugutan ang dalawáng bangcâ.

Hindî miminsang nasubucan ang táong itó ni María Clarang siyá'y pinagmámasdan: cung nagcacágayo'y dalidaling tumítiñgin siyá sa ibáng dáco at tumátanaw sa maláyò, sa bundóc, sa pampáng. Nahabág ang dalaga sa canyáng pag-íisa, cayá't cumúha ñg iláng galleta at sacá inialay. Tiningnán siyá ñg pilotong wari'y nagtátaca; ñguni't sandalíng sandalî lámang tumagál ang gayóng tiñgin: nuha ñg i'iáng galleta, at napasalamat sa maiclíng salitâ na bahagyâ na mawatasan sa cahinâan ñg voces.

At sino ma'y hindî na mulíng naalaala siyá. Hindî nacapagpapacunót ñg alín mang bahagui ñg canyáng mukhâ ang masasayáng tawanan at m̃ga birûan ñg m̃ga binata't dalaga; hindî nacapagpapañgitî sa canyáng matatawaníng si Sínang, na napipilitang sumandalíng icucót ang kílay cung tumátanggap ñg m̃ga curót, upang manag-úlì sa dating casayahan.

Ipinagpatuloy ang caniláng pagparoon sa m̃ga baclád, pagcatapos na macapagagahan.

Dalawá ang baclád na iyóng nátatayô sa catatagáng pagcacáalayô, at capuwâ pag-aarî ni capitang Tiago. Natatanaw buhat sa maláyò ang iláng tagác na nacadápò sa ibabaw ñg m̃ga dúlo ñg m̃ga cawayang tólos, na ang anyó'y nagsisipanood, samantalang nañgagliliparang ang tuñgo'y sa iba't ibáng dáco ang m̃ga "kalaway" na hinihilahisan ñg caniláng m̃ga pacpác ang dacong ibabaw ñg dagatan at pinúpuspos ang impapawid ñg caniláng m̃ga húning nanunuot sa taiñga.

Sinundán ng̃ ting̃ín ni María Clara ang m̃ga tagác, na ng̃ málapit ang bangcâ ay nagliparang ang tung̃o'y sa calapít na bundóc.

— ¿Nang̃agpupugad ba ang m̃ga ibóng iyan sa bundóc? ang tanóng ni María Clara sa piloto.

— Marahil pô, guinoo,— ang isinagót— ng̃uni't sino ma'y walâ pang nacacakita ng̃ m̃ga pugad na iyan.

— ¿Walâ bang pugad ang m̃ga ibong iyan?

— Inacalà cong silá'y may pugád, sa pagca't cung hindî totoong culang-pálad silá.

Nahiwatigan nî María Clara ang malungcót na pang̃ung̃usap ng̃ piloto ng̃ gayóng m̃ga salitâ.

— ¿Cung gayo'y paano?

— Hindî raw, po, guinoo, nakikita ang m̃ga pugad ng̃ m̃ga ibong iyan, at taglay namán ang bísà na huwag makita ang may dalá ng̃ púgad ng̃ "calaway", at túlad sa cálolowang hindî nakikita cung dî sa makínis na salamín ng̃ m̃ga matá; gayon din namáng hindî nakíkita ang m̃ga púgad na iyan cung hindî lamang sa salamín ng̃ tubig.

Nag-anyóng nag-iísip-isip si María Clara.

Samantala'y dumating silá sa bangcâ; itinálì ng̃ matandang bangkero ang m̃ga sasacyan sa isang tolos na cawayan.

— ¡Hintay muna!— ani tía Isabel sa anác na lalaki ng̃ matandang talagang aacyat na sanang dalá ang panáloc,— kinacailang̃ang mahandâ muna ang sinigáng at ng̃ tulóy-tulóy sa sabáw ang m̃ga isdâ panggagaling sa tubig.

— ¡Mabaít na tía Isabel!— ang bigláng sinabi ng̃ seminarista;— aayaw na susumandalî ma'y damdamín ng̃ isdâ ang pagcáhiwalay sa tubig.

Balitang magalíng na maglútò, baga ma't may malínis na mukhâ, si Andeng na capatid sa gatas ni María Clara. Naghanda ng̃ húgas-bigas, m̃ga camatis at camìas, at tinutulung̃an ó inaabala caya siya ng̃ iláng marahil nang̃agnanais na sila'y canyang calugdán. Linilinis ng̃ m̃ga dalaga ang m̃ga talbós ng̃ calabaza, hiníhimay ang m̃ga patánì at pinapuputolputol ang m̃ga paayap ng̃ casinghahabà ng̃ cigarrillo.

Upang libangin ang cainipán ng̃ m̃ga nagmímithing makita cung paano lálabas sa canilang bilangguan ang m̃ga isdang buháy at nang̃aggagalawan, kinuha ng̃ magandang si Iday ang canyang arpa. Hindî lamang mainam tumugtóg si Iday ng̃ instrumentong itó, cung hindî bucod sa rito'y may magagandang dalírì.

Nang̃agpacpacan ang m̃ga cabataan, hinagcán siya ni María Clara: ang arda ang siyang instrumentong lalong tinútugtog sa lalawigang iyon at siyang nauucol sa gayóng m̃ga sandalî.

— ¡Cantahin mo, Victoria, "Ang canción ng̃ Matrimonio"!— ang hining̃i ng̃ m̃ga iná.

Tumutol ang mg̃a lalaki, at si Victoriang may mainam na voces ay dumaíng na siya'y namamalat daw. "Ang canción ng̃ Matrimonio'y" isáng magandáng tuláng tagalog na nagsasaysay ng̃ mg̃a cahirapan at mg̃a calungcutan ng̃ matrimonio, na hindî binábangguit ang alìn man sa canyang mg̃a catuwaan. Nang magcagayo'y hining̃î niláng cumantá sí María Clara.

— Pawang malulungcot na lahát ang aking mg̃a "canción".

— ¡Hindî cailang̃an! ¡hindî cailang̃an!— ang sabíhan ng̃ lahát.

Hindî na siya napapamanhic; tinangnan ang arpa, tumugtóg ng̃ isáng "preludio" ó páng̃unahin at cumantang ang voces ay mataguinting, calugodlugod nat agad ang damdamin:

¡Sa sariling Báya'y cátamistamisan
Ang lahát ng̃ horas na nang̃agdaraan,
Palibhásà roo'y pawang caibigan
Ang lahát ng̃ abót ng̃ sícat ng̃ araw.
Pangbuhay na lubós, ang hang̃ing amihang
Lumilipadlipad sa bundóc at parang,
Lubháng maligáya sampong camatayan
At lalong matimyás ang pagsintang tunay!

———————

Nagsisipagsaya sa labing marikit
Ang ganáp sa ning̃as at wagás na halík
Nang mapag-arugang iná sa pag-íbig
Cung siya'y máguising na calong sa dibdib,
Tuloy hinahanap maguiliw na bísig
Na iniyayacap sa liguid ng̃ liig
At ang mg̃a mata'y pagcâ tumititig
Pawang ng̃uming̃itî sa galác na akit.

———————

¡Yaong camataya'y catamistamisan
Pagca nahahandog sa sariling Bayang
Ang lahat ng̃ abot ng̃ sinag ng̃ araw
Ating cakilala't pawang caibigan:
¡Pangpatay na lubós ang háng̃ing amihan
Sa sino mang táong waláng maisaysay
Na Bayang sariling pinacamamahal,
Inang maaruga't isang casintahan!

Natápos ang voces, humintô, napipí ang arpa, at gayon ma'y nagsisipanatili sa pakikiníg; sino ma'y waláng pumalacpác. Naramdaman ng̃ mg̃a dalagang napúpúno ng̃ lúhà ang canilang mg̃a matá. Tila mandín nabábagot si Ibarra at ang binatang piloto'y nacatanaw sa maláyò at hindî cumikilos.

Dî caguinsaguinsa'y nárinig ang isáng tunóg na nacabíbing̃i; sumigaw ang mg̃a babae at tinacpan ang canilang mg̃a taing̃a. Yao'y gawà ng̃ naguíng seminaristang si Albino, na hinihipan ng̃ boong lacás ng̃ canyáng lalamunan ang sung̃ay ng̃ calabaw, na "tambúlì" cung tawaguin. Nanag-ulì ang tawanan at ang galak; ang mg̃a matang dating punô ng̃ lúhà ay sumayá.

— Datapuwa't ¿cami ba'y bíbing̃ihin mo, hereje?— ang sigáw sa canyá ni tia Isabel.

— ¡Guinoong babae!— ang sagót ng̃ naguing seminarista ng̃ boong cataimtiman;— may náring̃ig acóng sinasabing isá raw dukháng trompetero doon sa mg̃a pampang̃in ng̃ Rhin, na nacapag-asawa, sa isáng dalagang mahal at mayaman, dahil sa pagtugtóg ng̃ trompeta lamang.

— ¡Tunay ng̃â, ang trompetero sa Sackingen!— ang idinugtóng ni Ibarra, na hindî mangyaring dî makipanayam sa bagong casayahan.

— ¿Nárinig na ninyo?— ang ipinagpatuloy ni Albino;— cayâ ng̃â ibig cong tingnan cung magcacaroon acó ng̃ gayón ding capalaran.

At mulî na namang hinipan ng̃ lálò pa mandíng malacás ang matunóg na sung̃ay, at sinasadyang ilapít sa mg̃a taing̃a ng̃ mg̃a dalagang nagpapakita ng̃ capanglawan. Sa gayó'y nagcaroon ng̃â ng̃ caunting caguluhan; siya'y pinahimpíl ng̃ mg̃a iná sa cáhahampas ng̃ chinelas at cácucurot.

— ¡Aráy! ¡aráy!— ang sinabi niya, na hinihipò ang canyang mg̃a bísig— ¡Gaano ang láyong ikinahihiwalay ng̃ Filipinas sa mg̃a pampang̃in ng̃ Rhin! "¡Oh tempora! ¡oh mores!" Binibigyán ang ibá ng̃ gantíng-pálà at balabal ng̃ cahihiyan ang ibiníbigay namán sa ibá.

Nang̃agtatawanan na ang lahát sampô ni Victoria, gayón ma'y sinasabi ng̃ may masasayáng matá na si Sinang cay María Clara ng̃ sabing marahan:

— ¡Mapalad icáw! ¡Ay, acó ma'y cacanta rin cung mangyayari sána!

Sa cawacasa'y ipinagbigay alám ni Andeng, na nacahandâ na ang sabáw upang matanggáp ang doo'y ilalagay.

Nanhíc, ng̃ magcagayon, ang nagbíbinatâ ng̃ anác ng̃ mang̃ing̃isdâ, sa pabahay ng̃ baclád, na na sa dácong dulong pinagtatalicupan nitó at doo'y maisusulat ang "Lasciate ogni speranza voi ch'entrate", cung marunong sana at nacacawatas ng̃ wícang italiano ang mg̃a culang pálad na mg̃a isdâ: ang pumapasoc sa canilá roo'y hindî lumálabas cung dî ng̃ mamatay. Yaó'y isáng culóng na may mg̃a isáng metro ang lúang, na ang pagcacaanyó'y macatítindig ang isáng táo sa itaas upang buhat doo'y mahaguíp ng̃ sáloc ang mg̃a isdâ at maitaas.

— ¡Diyán ang tunay na hindî acó mayáyamot na mamingwit!— ang sabi ni Sinang na nang̃íng̃inig sa galác.

Nangagmámasid ng̃ dî cawásà ang lahát: nakíkinikinita na ng̃ ibáng nang̃agpapalagan at naglulucsuhan ang mg̃a isdâ sa loob ng̃ lambát ng̃ panaloc, cumikináng ang caniláng makikintab na caliskís at iba pa. Gayón man, ng̃ isisilíd ng̃ binátà ang lambát ay waláng anó mang lumúlucsong isdâ.

— Marahil punô,— ang marahang sábi ni Albino; mahiguit ng̃ limáng araw na hindî pinapandaw.

Itinaas ng̃ mang̃ing̃isdâ ang sáloc.... ¡ay! cahi't isáng isdâ man lamang ay waláng nacapamuti sa lambát; sa pagcahúlog ng̃ masaganang patác ng̃ túbig na liniliwanagan ng̃ araw ay wari'y nagtátawa ng̃ mataguintíng. Isáng "¡ah!" ng̃ pagtatacá, ng̃ samâ ng̃ loob, ng̃ pagcabigô ang tumácas sa mg̃a lábì ng̃ lahát.

Inulit ng̃ binátà ang paglulubog ng̃ sáloc, at gayón din ang kináhinatnan.

— ¡Hindî mo nalalaman ang iyóng hánap-búhay!— ang sa canya'y sinabi ni Albino, at umukyábit itó sa pabahay ng̃ baclád at inagaw ang sáloc sa camá'y ng̃ binátà— ¡Makikita ninyó ng̃ayón! ¡Andeng, bucsán mo na ang palayóc!

Datapuwa't si Albino ma'y hindî nacacaalam: nanatíli sa pagcawaláng lamán ang sáloc. Pinagtawanán siya ng̃ lahát.

— ¡Huwág cayóng maíng̃ay at náririnig cayó ng̃ mg̃a isdâ ay ayaw pahúli!— ¡Marahil punít ang lambát na ito!

Ng̃uni't waláng casirasirà ang lambat.

— Pabayaan mo't acó,— ang sa canya'y sinabi ni Leóng nang̃ing̃ibig cay Iday. Siniyasat na magalíng nitó ang calagayan ng̃ baclád, minasdán ang lambát, at ng̃ matantô na niyáng páwang magalíng ang calagayan ay tumanóng:

— ¿Talastás ba ninyóng magaling na may limang áraw ng̃ hindî pinapandaw itó?

— ¡Totoong nalalaman namin! Niyong áraw na bago mag "Todos los Santos" ang cáhulihulihang pagcápandaw nito.

— Cung gayo'y ó encantado ang dagatan ó macacahuli acó ng̃ cahí't iilán.

Inilubog sa tubig ni Leóng ang sáloc; datapuwa't nalarawan sa mukhâ niyá ang panguiguilalas. Sandaling tiningnan niyá ng̃ waláng imíc ang calapít na bundóc at ipinagpatuloy ang pag paparoo't paríto ng̃ sáloc sa tubig: pagcatapos ay umanás na hindî inaalis sa tubig ang sáloc:

— ¡Isang buaya!

— ¡Isang buaya!— ang caniláng inúlit.

Nagpalipatlipat ng̃ boong tulin sa mg̃a bibig ang salitáng iyón, sa guitnà ng̃ pagcatácot at pagcamanghâ ng̃ lahát.

— ¿Anó ang sábi ninyó?— ang itinanong nilá sa canyá.

— Ang sábi co'y may isáng buayang nahuli,— ang ipinagmatigas na sabi ni Leóng, sacâ inilubóg sa tubig ang tagdáng cawayan ng̃ sáloc, at nagpatúloy ng̃ pagsasalitá:

— ¿Nariríníg ba ninyó ang tunóg na iyán? Iya'y hindî ang buhang̃in; iyán ang matigás na balát, ang licód ng̃ buaya. ¡Nakikita ba ninyó ang paggaláw ng̃ mġa cawáyan? Iya'y siyá na nagpupumiglás, datapuwa't siya'y nababaluctot; ¡hintay cayó ...! malakí: may isang dangcál hálos ó mahiguit pa ang lápad nġ canyáng catawán.

— ¿Anó ang marapat gawin?— ang tanunġan.

— ¡Hulihin!— ang sabi nġ isáng voces.

— ¡Jesús! at ¿sino ang huhuli?

Sino ma'y waláng humahandóg na sumisid sa calaliman. Ang tubig ay malalim.

— ¡Dapat na itáli natin siyá sa ating bangcâ at sacâ caladcarin nġ boong pagdiriwang!— ani Sinang.— ¡Dapat bang cánin ang mġa isdáng talagáng cacanin natin!

— ¡Hindî pa acó nacacakita hanggá nġayón nġ isáng buayang buháy!— ang ibinulóng ni María Clara.

Nagtindig ang piloto, cumuha nġ isáng mahabang lúbit at malicsíng pumanhíc sa pinacabatalán nġ baclad. Ipinagcaloob ni Leóng ang piloto'y siyáng humalili sa canyáng kinalalagyán.

Lumucsó ang piloto sa loob nġ pabahay nġ baclád, sa guitnâ nġ pagtatacá at baga man nangagsisigawan ang lahat.

— ¡Dalhin po ninyó ang sundáng na itó!— ang sigáw ni Crisóstomo, at sa canya'y iniaabot ang binunot na isang malapad na sundáng na gawâ sa Toleod.

Datapuwa't napaiimbulog na ang libolibong patác, at naghílom na ang túbig nġ boong talinghagà.

— ¡Jesús, María y José!— ang sigawan nġ mġa babae.— ¡Magcacasacunâ tayo! ¡Jesús, María y José!

— Huwág cayóng mabahálà, mġa guinoong babae,— ang sa canila'y sinabi nġ matandang bangkero,— cung sa lalawiga'y may isáng macagágawâ nġ ganyáng bagay, iyá'y "siyá."

— ¿Anó ang panġalan nġ binatang iyán?— ang itinanóng nilá.

— Tinatawag namin siyáng si "Piloto": sa mġa pilotong nakilala co'y siyá ang magalíng sa lahát; ang casam-an lámang ay hindî niyá kinaguiguiliwan ang hánap-búhay na iyán.

Ang túbig ay gumágalaw, umáalimpuyó ang túbig: tila mandin may nagbubunô sa ilalim; umuugâ ang baclád. Hindî umíimic ang lahát, pinipiguil ang paghinġá. Pinípisil ni Ibarra nġ nanġánġatal niyang camáy ang puluhan nġ matalas na sundáng.

Tila mandin ang pagbubuno'y natapos na. Sumunġaw sa ibabaw nġ túbig ang úlo nġ binátà, na binátì nġ masayang sigawan: punóng-punô nġ mġa lúhà ang mġa matá nġ mġa babae.

Umakyat ang piloto na hawak ang dúlo nġ lúbid, at nġ na sa batalán na'y sacá hínila ang lúbid na iyón.

Lumitáw ang buaya: nacátalì ang lubid nġ lambal na pahilís sa líig at sa dacong buntót. Malakíng buaya iyón, na gaya na nġa nġ ibinalítà na ni León may mg̃a pintá, at sa ibabaw ng̃ canyáng licód ay may sumisibol ng̃ lúmot, na sa mg̃a buaya'y siyáng pinacauban cung bagá sa táo. Umaatung̃al na parang vaca, hinahagkis ng̃ canyáng buntót ang mg̃a dinding ng̃ baclád, cumacapit doon, at ing̃inanáng̃ang̃a ang canyáng maitim at cagulatgulat na bung̃angà na anó pa't ipinakikita ang canyáng mahahabang mg̃a pang̃il.

Nag-iisa ang piloto sa paghila sa buaya sa ítaas: waláng nacacagunitang sa canyá'y tumúlong.

Nang walâ na sa túbig at ng̃ mailagáy na sa ibabaw ng̃ batalán, tinapacan ng̃ piloto ang buaya ng̃ canyáng paa; tinícom ng̃ canyáng malacás na camáy ang pagcálalaking mg̃a pang̃á, at binantang talían ang ng̃úsò ng̃ matibay na gápos. Tinicmán ng̃ buaya ang hulíng pagpipiglás, ibinalantóc ang catawá't sacâ ipinálò sa batalán ang malacás niyang buntót, at pagcacawala'y sumibát at nilucsó ang dagátan, sa dacong labás ng̃ baclád, na anó pa't nacaladcad ang sa canya'y nagpapasúcò. Waláng salang mapapatay ang piloto; isáng sigáw ng̃ panghihilacbót ang tumacas sa lahát ng̃ mg̃a dibdib.

Matuling tulad sa lintíc ay bigláng nahúlog sa túbig ang isáng catawán; bahagyâ na silá nagcapanahóng makitang si Ibarra iyón. Hindî hinimatáy si María Clara, sa pagca't hindî pa natututo ang mg̃a filipinang maghimatay.

Nakita niláng namulá ang mg̃a alon, nadampol ng̃ dugô ang tubig. Lumucsó sa malalim na tubigang binatang mang̃ing̃isda na hawac ang canyáng gúloc, sumunód sa canyá ang canyáng amá; datapuwa't bago pa lamang nacasisisid silá'y siyáng paglutang namán ni Crisóstomo at ng̃ piloto na capuwà nacacapit sa bangcáy ng̃ buaya. Ang boong tiyang maputî nito'y baác at nacapacò sa lalamunan ang sundáng.

Hindî maisaysay ang catowâan: libolibong camáy ang sa canilá'y umabót upang iahon silá sa túbig. Nahihibang hálos ang matatandang babae at silá'y nang̃agtatawanan at nang̃agdárasal. Nalimutan ni Andeng na macaatlo ng̃ sumulác ang canyáng sinigáng: nábubô ang lahát ng̃ sabáw at namatáy ang apóy. Si María Clara lámang ang hindî macapagsalitâ.

Hindî naano si Ibarra; nagcaroon ng̃ bahagyáng galos sa bisig ang piloto.

— ¡Cayó ang pinagcacautang̃an co ng̃ aking buhay!— ang sabi ng̃ piloto cay Ibarrang nagbabalot ng̃ mg̃a mantang lana at mg̃a "tapiz".

Ang anyó ng̃ voces ng̃ piloto'y tila mandín may pighatî.

— Totoong masúlong pô cayó sa pang̃anib,— ang sa canya'y isinagot ni Ibarra;— ulî-ulî huwag pô ninyong tútucsuhín ang Dios.

— ¡Cung dî ca sana nacabalíc!...ang ibinulóng ni María Clarang namumutlâ at nang̃ang̃atal pa.

— ¡Cung di sana acó nacabalíc at icáw ay sumunod sa akin,— ang isinagot ng̃ binátà, na canyáng ipinagpatuloy ang caisipán,— sa ilalim ng̃ dagata'y "mapapasama acó disin sa aking familia!"

Hindî nalilimutan ni Ibarrang doon humíhimlay ang m̃ga but-ó ñg canyang amá.

Aayaw ñg pumaroon ang matatandang babae sa cabilang baclád, íbig na nilang umuwî, at ang caniláng minámatuwid ay nagpasimulâ raw ñg masamâ ang araw, at baca may m̃angyaring maraming sacunâ.

— ¡At ang lahát ñg iya'y dahil, sa hindî tayo nagsimba muna!— ang ibinubuntong hininga ñg isáng matandáng babae.

— Datapuwa't ¿ano pô bang sacunâ ang nangyari sa atin, m̃ga guinoong babae?— ang tanóng ni Ibarra.— ¡Ang buaya ang siya lamang kinulang pálad!

— At ang bagay na ito'y nagpapatotoo,— ang iniwacás ñg naguing seminarista,— na sa boong canyáng macasalanang buhay hindî nagsimbá cailan man ang sawing palad na buayang ito. Cailan ma'y hindî co makitang siya'y nácasama ñg lubháng maraming m̃ga buayang malimit na pasasimbahan.

Nagsiparoon ñgâ ang m̃ga bangcâ sa cabiláng baclad, at kinailan̄gang mulíng maghandâ si Andeng ñg ibáng sabáw na pagsisigan̄gan.

Umaaraw na; humihihip ang amihan: napupucaw at namamasag ang m̃ga álon sa paliguid ñg buaya, at nagtátayo ñg "n̄ga bundóc ñg bulâ, na doo'y cumíkintab ñg boong casaganaan sa m̃ga culay ang liwanag ñg araw", ayon sa saysáy ñg poetang si P.A. Paterno.

Muling tumunóg ang música: tumutugtog si Iday ñg arpa, at ang m̃ga lalakí namá'y m̃ga acordeón at m̃ga guitarra, na humiguit cumúlang ang "afinación;" datapuwa't si Albino ang magaling tumugtóg sa lahát, sa pagca't tunay na kinacamot ang guitarra, nagcuculang sa "tono" at mayatmaya'y sumisinsay sa compás, at caguinsaguisa'y nacalilimot, caya't lumilipat sa sonatang ibang ibá sa dating tinútugtog.

Pinaroonan ang cabiláng baclád na may malaking pag-aalinlan̄gan; marami ang umaasang naroroon doon ang babaeng buayang asawa ñg nápatay, n̄guni't mápagbirô ang "Naturaleza", caya't laguing punô ñg isda ang sáloc cailanis ma't ililitaw.

Nag-uutos si tia Isabel:

¡Mabuting isigang ang "ayun̄gin"; pabayaan ninyó ang "biyâ" at ñg mágawang "escabeche", ipasà ninyó ang "dalag" at ang "buwan-buwan": mahábà ang búhay ñg dalág. Ilagay ninyó silá sa lambát at ñg manatili silá sa túbig. ¡Ilagay ninyó ang m̃ga "sugpô" sa cawáli! Ucol na iíhaw ang "bánac" na may camatis sa tiyan, at nacabálot sa dáhon ñg ságuing.

Pabayâan ninyó ang ibá at ñg maguing pain. Hindî magalíng na pabayâang ang waláng calamánlaman ang baclád,— ang idinugtóng.

Ñg magcágayo'y nan̄gag-acálà siláng lumunsád sa pampáng, sa gubat na iyón ñg matatandang cáhoy na pag-áarì ni Ibarra. Doo'y sa lílim at sa tabí ñg malínaw na bátis ay manananghalian silá sa guitnâ ñg m̃ga bulaclác ó sa ilalim ñg itatayô agad-agad na m̃ga palapala.

   Umaalingawngaw sa alang-alang ang música; napaimbulog ng̃ boong casayahan ang úsoc ng̃ mg̃a caláng ang anyó'y manipís na ipoipo: umaawit ang túbig sa loob ng̃ mainit na palayóc; marahil ay mg̃a salitáng pang-alíw sa mg̃a isdáng patáy, marahil ay libác at cutyâ: nagpapapihitpihit ang bangcáy ng̃ buaya, cung minsa'y bigláng ipinakikita ang maputi at wacwác na tiyán, cung minsan nama'y bigláng ipinakikita ang may pintá at namemerdeng licód, ng̃uni't hindî nagugulumihanan ang táong minamahal ng̃ Naturaleza, sa gayóng caraming pagpatáy na cúsà sa mg̃a capatíd, ayon sa sasabihin marahil ng̃ mg̃a "bramin" ó ng̃ mg̃a "vegetariano."

XXIV.
SA GUBAT

Maaga, maagang maaga ng̃ magmisa si párì Salvî, at sa iláng sandali'y canyáng nilínis ang may labingdalawáng calolowang marurumí, at ang ganitóng gawa'y hindî niyá nauugalîan.

Tila mandín nawal-an ng̃ gánang cumain ang carapatdapat na cura, dahil sa pagcabasa ng̃ iláng súlat na dumatíng na may mg̃a "sello" at mabuti ang pagcacalagay ng̃ "lacre;" sa pagca't pinabayâang lubós na lumamíg ang "chocolate."

May sakít ang párì,— ang sinasabi ng̃ "cocinero," samantalang naghhandà ng̃ ibáng "taza" ng̃ chocolate;— mahábà ng̃ áraw na hindî cumacain, sa anim na pinggang inihahayin co sa canyá sa "mesa," waláng dalawáng pinggán ang canyáng sinásalang.

— Dahil sa hindî siyá nacacatulog ng̃ mahusay,— ang sagót ng̃ alilang lalaki;— siyá'y binabang̃ung̃ot mulâ ng̃ magbago ng̃ tinutulugan. Nalalao'y lalong nanglalalim ang canyáng mg̃a matá, at totoong nanínilaw.

Tunay ng̃a namáng nacahhabag tíngnan si párì Salví. Hindî man lamang sinalang ang pang̃alawáng taza ng̃ chocolate, hindî tinicmán man lamang ang mg̃a hojaldeng Cebú; nagpaparoo't parito sa malúang na sálas at kinucuyumos ng̃ canyáng mabut-ong mg̃a camáy ang isáng sulat na manacânacang binabasa. Hiningî, sa cawacasan, ang canyáng "coche", nag-ayos at sacâ nag-utos na siyá'y ihatîd sa gubat na kinalalagyan ng̃ nacapamámanglaw na cáhoy at sa malapit doo'y nang̃agcacatuwa ng̃ paglalakbay sa caparang̃an.

Pinaalis ni párì Salví ang "coche", pagdatíng sa lugar na iyón, at pumásoc siyang nag-iisa sa gubat.

Isáng mapangláw na landás na bahagyâ na nabucsán sa casucalan ang pinagdáraanang patung̃ó sa isáng bátis, na ang tubig na umaagos doo'y gáling sa iláng bucál ng̃ malacúcong tubig, tulad sa mg̃a na sa taguiliran ng̃ Makíling. Mg̃a bulaclác na cusang sumisibol na ang marami sa canila'y hindî pa napapang̃alanan, ang siyang pamuti ng̃ mg̃a pangpang ng̃ batis na iyón; ng̃uni't marahil ay kilalá na ng̃ mg̃a doradong maliliit na háyop, ng̃ mg̃a paróparóng sarisarì ang lalakí, at may mg̃a cúlay na azúl at guintô, mapuputî at maiitím, sal-it sal-ít na cúlay maniningning, makikintab, may mg̃a taglây na mg̃a rubí at mg̃a esmeralda sa caniláng mg̃a pacpác, at ng̃ mg̃a libolibong mg̃a tutubíng cumikinang ng̃ tulad sa metal, at wari nasasabugan ng̃ totoong mataas na guintô. Ang tunog ng̃ pagaspas ng̃ mg̃a maliliit na mg̃a hayop na ito, ang irit ng̃ yayay na nag-iing̃ay sa araw at gabí, ang huni ng̃ ibon, ó ang lagapák ng̃ bulók na sang̃a ng̃ cahoy na nahuhulog at nagcacasabitsabit sa lahat ng̃ lugar ang siyang tang̃ing sumisirà ng̃ catahimican ng̃ talinghagang lugar na iyón.

Malaónlaon din siyáng nagpalacadlacad sa casucalan n͡g m͡ga gumagapang na damó, na canyáng pinan͡gin͡gilagan ang m͡ga dawag na cumacapit sa canyáng hábitong guingón na tíla mandin ibig siyáng piguilin, at pinatitisodtisod maya't mayâ ang m͡ga para ninyóng dî bihasang maglacád n͡g m͡ga ugát n͡g m͡ga cáhoy na lumálabas sa lúpà. Biglâ siyáng tumiguil: masasayáng m͡ga hálakhakan at m͡ga sariwang voces ang dumatíng sa canyáng m͡ga tain͡ga, at nanggagaling ang m͡ga voces at ang m͡ga halakhakan sa bátis, at nalalao'y lálong nálalapit.

— Titingnan co cung acó'y macacásumpong n͡g isáng púgad,— ang sinásabi n͡g isáng magandá at matimyás na voces na nakikilala n͡g cura;— íbig co siyá makita na hindî "niyá" acó nakikita, íbig co siyáng sundán sa lahát n͡g dáco.

Nagtágo si párì Salví sa licód n͡g malakíng púnò n͡g isáng cáhoy at sacâ nakinig.

— ¿Sa macatuwíd ay íbig mong gawín sa canyá ang sa iyó'y guinágawa n͡g cura, na binábantayan ca saan ca man pumaroon?— ang itinugón n͡g isáng masayáng voces.— ¡Mag-in͡gat ca, sa pagca't nacayayayat at nacapagpapalalim n͡g m͡ga matá ang panibughô!

— Hindî, hindî panibughô; cung dî pagcaibig lámang na macaalam n͡g dî co talós!— ang isinásagot n͡g mataguintíng na voces, samantalang, inuulit n͡g masayá:

— ¡Siya n͡gâ, panibughô, panibughô!— at humahalakhak n͡g táwa.

— Cung acó'y naninibugho, hindî acó ang hindî pakikita; ang hindî co ipakikita'y siyá, n͡g hindî siyá mámasdan nino man.

— N͡guni't icáw may hindî mo siya makikita, at iya'y hindî magalíng. Ang lálong magalíng, cung macacasumpong táyo n͡g púgad, ay ating "iregalo" sa cura, at sa gayo'y canyáng mabábantayan tayo, na hindî magcacailangang siya'y makita, ¿anóng acalà mo?

— Hindî acó naniniwalà sa m͡ga púgad n͡g m͡ga tagác— ang sagót n͡g isáng voces; n͡guni't cailan ma't aco'y manibughô matututo acóng magbantay na hindî acó makikita.

— At ¿paano? ¿at paano? ¿Bakit, gaya bâ n͡g isáng Sor Escucha?

Nacapagpahakhak n͡g masayá ang gayóng alaala sa pagcacolegiala.

— ¡Nalalaman mo na cung paano ang pagdayà cay Sor Escucha!

Nakita ni párì Salví, mulâ sa canyáng pinagtataguan si María Clara, si Victoria si Sinang na naglílibot sa ílog. Lumalacad ang tatlóng ang tin͡gin ay sa salamín n͡g túbig at nan͡gagháhanap n͡g talínghágang púgad n͡g tagác: Basâ silá hangáng sa tuhod, na ano pa't nahihiwatigan sa m͡ga malalapad na cunót n͡g canilang m͡ga sáyang pangpalígo ang calugódlugód na húbog n͡g caniláng m͡ga bintî. Nacalugay ang caniláng buhóc at hubád ang caniláng m͡ga bísig, at natátacpan ang catawán n͡g isáng bárong may malalapad na gúhit at masasayang mg̃a cúlay. Samantalang nagháhanap silá ng̃ isáng bágay na hindî mangyayaring masumpung̃an ay namumuti tulóy silá ng̃ mg̃a bulaclác at nang̃ung̃uha ng̃ mg̃a gúlay sa pampáng.

Pinanonood ng̃ fraileng Acteón na namúmutlâ at hindî cumikilos ang mahinhing Dianang iyón; ang mg̃a matá niyáng numíningning sa madilím na hungcág na kinálalagyan ay hindî nang̃apapagal ng̃ pagtatacá sa mg̃a mapuputî at parang linalic na mg̃a bísig, yaóng magandang liig hanggang pa pasimulâ ng̃ dibdíb; ang malíliit at culay rosang mg̃a paang nang̃aglálarò sa tubig, pawang pumupucaw sa abang cataohan niyá ng̃ cacaibang mg̃a damdamin at nagpapapanaguinip ng̃ mg̃a bágong caisipán sa nilálagnat niyang budhî.

Sa licód ng̃ isáng pag-licô sa ílat, sa guitnâ ng̃ masucal na cawayanan; nang̃awalâ ang mg̃a matitimyás na mg̃a dalagang iyón, at hindî na maring̃ig ang caniláng malulupit na mg̃a parungguít. Halíng, nanglulupaypay, pigtâ ng̃ pawis umalís si párì Salví sa canyáng pinagtataguan, at nagpaling̃aping̃ap sa canyáng paliguidliguid, na ang mg̃a mata'y hibáng. Humintóng hindî cumikilos, nagaalinlang̃an; humakbang ng̃ ilán at anaki'y íbig sumunód sa mg̃a dalaga, ng̃uni't nagbalic at naglacad sa pampáng at ang ibáng mg̃a casama ng̃ mg̃a dalagang iyón ang siyáng hinanap.

Nakita niya sa malayô-layô roón, sa guitnâ ng̃ bátis, ang isáng wari'y paliguang magaling ang pagcacabacod, at ang pinacabubóng ay isáng malagong cawayan; may nanggagaling doong masasayáng mg̃a voces ng̃ babae. Napapamutihan ang paliguang iyón ng̃ dahon ng̃ mg̃a niyog, mg̃a bulaclac at mg̃a bandera. Nacatanaw namán siyá sa daco pa roon ng̃ isáng tuláy na cawayan at sa dacong malayo'y mg̃a lalaking nang̃aliligo, samantalang nang̃agcácagulo ang caramihang mg̃a alilang lalaki at mg̃a alílang babae sa palíbót ng̃ mg̃a caláng biglaan ang pagcacágawâ at nang̃agsusumakit ng̃ paghihimulmol sa mg̃a inahíng manóc, nang̃aghuhugas ng̃ bigás, nag-iiháw ng̃ "lechón" at ibá pa. At doon sa cabiláng ibayo, sa isáng calinisang caniláng hináwan, sa loob ng̃ lilim ng̃ isáng palapalang caniláng bagong itinayóng ang mg̃a halagui'y cahoy at ang bubóng ay "lona" na" ang isang bahagui at ang isáng bahagui'y mg̃a dahon ng̃ malalakíng cáhoy, nang̃agcacatipon ang maraming mg̃a lalaki't mg̃a babae. Doo'y naroroon ang alférez, ang coadjutor, ang gobernadorcillo, ang teniente mayor, ang maestro sa escuela at ang maraming mg̃a capitan at tenienteng "pasado", patí ni capitang Basiliong amá ni Sínang, na dating caaway ng̃ nasírang si Don Rafael sa malaon ng̃ pinag-uusapan. Sa canyá'y sinabi ni Ibarra: "Pinag-uusapan natin ang isang catuwiran, at hindî mag-caaway ang cahulugan ng̃ pag-uusapín. At napahinuhod ng̃ boong galác ng̃ loob ang balitang mánanalumpatì ng̃ mg̃a "conservador" sa anyaya ni Ibarra, at tulóy nagpadalá ng̃ tatlong payo at sacâ ipinanalim sa capangyarihan ng̃ binatà ang paglilingcód ng̃ canyáng mg̃a alilà.

Sinalúbong ang cura nğ boong galac at pagpipitagan nğ lahát, patí nğ alférez.

— ¿Nğuni't saan pô nanggaling ang cagalanggalang na camahalan pô ninyó?— ang itinanóng sa canya nğ alférez, nğ makita nitó ang canyáng mukháng punô nğ gálos, at ang canyáng habito'y puspós nğ mğa dahon at nğ mğa tuyóng sanğá— ¿Naparapâ pô ba ang cagalanggalang na camahalan ninyó?

— ¡Hindî! ¡náligaw acó!— ang isinagót ni párì Salví, at ibinabâ ang canyáng mğa matá upang siyasatin ang canyáng pananamít.

Nanğagbúbucas nğ mğa botella nğ limonada, nanğagbíbiyac nğ mğa niyog na múrà at nğ ang mğa natatapos nğ paliligo'y macáinom nğ canyáng malamíg na túbig at nğ macacain nğ canyáng malambót na lamang higuít ang caputian sa gatas; at bucód sa roo'y pinag-aalayan pa ang mğa dalaga nğ isáng cuintas na sampaga, na nasasal-itan nğ mğa rosa at iláng-ilang, na siyang nagbibigay banğó sa nacalúgay na buhóc. Sila'y naúupô ó humihilig sa mğa dúyang nacabitin sa mğa sanğa nğ mğa cahoy, ó nanğaglilibang sa paglalaro sa paliguid nğ isáng batóng malapad, na may nacalagay sa ibabaw nitong mğa baraja, mğa tablero, maliliit na mğa libro, mğa sigay at mğa batóng malilíit.

Ipinakita nila sa cura ang buaya, datapuwa't tila mandin nalílibang ang ísip sa ibáng bagay, at cayâ lamang pinansin ang sinalita sa canyá'y nğ sa canya'y sabihing si Ibarra ang may gawâ nğ gayóng calakíng súgat. Nğuni't hindî mangyaring makita ang bantóg at hindî napagkikilalang piloto; bago dumatíng ang alférez ay siyá'y walâ na.

Sa cawacasa'y lumabás si María Clara sa páliguan, casama ang canyáng mğa caibigang babae, saríwang túlad sa isáng rosa sa únang umágang pamumucadcad na numíningning ang hamóg na ang cawánğis ay kisláp nğ diamante sa caayaayang ulbós nğ bulaclác. Inihandóg niya ang únang nğitî cay Crisóstomo, at naucol ang únang pagdidilím nğ canyáng nóo cay párì Salví. Nahiwatigan nitó, nğuni't hindî nagbuntunghininğa.

Dumatíng ang oras nğ pagcáin. Nanğagsiupô sa mesang pinanğunğuluhan ni Ibarra, ang cura, ang coadjator, ang alférez, ang gobernadorcillo at ilán pang mğa capitan, sampô nğ teniente mayor. Hindî ipinahintulot nğ mğa ináng cumáin ang sinomang lalaki sa mesa nğ mğa dalága.

— Hindî ca na nğayón, Albino, macapag panucálà nğ mğa bútas, pa na gáya nğ sa mğa bangcâ,— ani León sa nagseminarista.

— ¿Anó? ¿ano iyón?— ang tanunğan nğ mğa matatandang babae.

— Na ang mğa bangcâ, mğa guinoong babae, ay páwang mğa buong-búò na túlad sa pinggâng ito;— ang ipinaliwanag ni León.

— ¡Jesús, saramullo!— ang sigaw ni tia Isabel na nğumínğitî.

May nabábatid na pô bâ cayóng ano man, guinóong alférez, tungkól sa tampalásang nagpahírap sa catawán ni párì Dámaso?— ang tanóng sa alférez ni párì Salví, sa horas na iyón n̄g pagcain.

— ¿Síno pô bang tampalásan iyón, padre cura?— ang tanóng n̄g alférez, na tinítingnan ang fraile, na guinágawang pinacasalamín sa matá ang vaso n̄g álac na canyang iníinom.

— ¡Abá, at síno pa pô ba? ¡Yaong tampalásang camacalawá n̄g hapon ay bumuntal cay párì Dámaso sa daan!

— ¿Bumuntal cay párì Dámaso?— ang tanun̄gan n̄g iláng voces.

Warì'y n̄gumitì ang coadjutor.

— ¡Túnay pô, caya't nararatay n̄gayón si párì Dámaso! Sinasapantahang ang gumawâ n̄g gayo'y si Elías ding sa inyo'y naglublób sa pusáw, guinoong alférez.

Namulá sa hiya ó sa álac ang alférez.

— Ang boong ísip co,— ang ipinagpatuloy ni párì Salví, na ang anyó'y warì nanglílibac;— ay nalalaman po ninyó ang nangyayari. Ang wícà co'y alférez n̄g Guardia Civil....

Nagcagát-lábì ang militar at ibinulóng ang isáng halíng na pagtaliwacás.

Sa ganito'y siyang pagsipot n̄g isang babaeng namumutla, payat, abang aba ang pananamit; sino may waláng nacakita n̄g canyáng pagdaíng; palibhasa'y lumalacad siyáng waláng imíc at napácawaláng in̄gay ang canyang paglacad, na cung naguing gabí sána'y marahil ipalagáy na siya'y isáng "fantasma."

— ¡Pacanin ninyó ang cahabaghabág na babaeng iyán!— ang sabihan n̄g mga matatandâ:— ¡uy, pumarito cayó!

N̄guni't ipinagpatuloy n̄g babae ang canyáng paglácad, at siya'y lumapit sa mesang kinalálagyan n̄g cura; ito'y lumin̄gón, at nákilala siyá at nalaglág sa canyáng camáy ang cuchillo.

— ¡Inyong pacánin ang babaeng itó!— ang ipinag-utos ni Ibarra.

— ¡Madilim ang gabí at nan̄gawáwalâ ang mga bátang lalaki!— ang ibinúbulong n̄g magpapalimos na babae.

N̄guni't n̄g makita ang alférez, na sa canya'y nagsásalitâ, náguitlá ang babae at nagtatacbó, at nawalâ sa guitnâ n̄g cacahuyan.

— ¿Sino ang babaeng iyón?— ang itinanóng.

— Isáng cahabaghabág na babaeng pinílit siráin ang ísip sa cagugulat at cápapahírap!— ang isinagót ni don Filipo;— may ápat na áraw nang iya'y ganyán.

— ¿Iyan bagá ang isáng nagn̄gan̄galang Sisa?— ang tanong ni Ibarra n̄g boong pagmamalasakit.

— Ang babaeng iyá'y dinakip n̄g inyó pong mga sundalo,— ang ipinagpatuloy n̄g sabing may capaitan n̄g teniente mayor;— siya'y inilibot sa boong báyang batíd, dáhil sa hindî co maalamang mga bagay n̄g canyáng mga anác na lalaki, na ... hindî nan̄agcaroon n̄g caliwanagan.

— ¿Bakit?— ang itinanóng n͠g alférez na humaráp sa cura:— ¿iyán pô bagá ang iná n͠g inyóng dalawáng sacristán?

Sumáng-áyon ang cura sa pamamag-ítan n͠g pagtang͠ô.

— ¡Na nang͠awaláng hindî man lamang guinawâ ang anó mang pagsisiyásat tungcól sa canilá!— ang idinugtong ni Don Filipo n͠g wári may poot, at tinititigan ang gobernadorcillo na ibinabâ ang m͠ga matá.

— ¡Hanápin ninyó ang babaeng iyán— ang ipinag-utos ni Crisóstomo sa m͠ga alílang lalaki:— Aking ipinang͠acong pagpapagalan co ang pag-uusísà cung saan naroon ang canyáng m͠ga anac na lalaki.

— ¿Nang͠awalà, ang wicà ninyó?— ang itinanóng n͠g alférez.— ¿Nang͠awalà ang inyóng m͠ga sacristan, padre cura?

Inúbos ininóm n͠g cura ang vaso n͠g álac na na sa canyáng haráp, at sacâ tumang͠ô, bilang sagót na oo.

— ¡Carambas, párì cura!— anáng alférez na casabáy ang táwang libác, at natútuwa, dahil sa siya'y nacacaganti,— pagca nawáwalâ ang iláng píso lámang n͠g cagaláng-gálang na camahalan pô ninyo'y maagang maaga pa'y inyóng guiniguising ang aking sargento, upang hanapin ang inyóng salapî; n͠guni't nawáwalâ ang dalawang sacristan ninyo'y hindî pô cayó nagsasabi; at cayó pô, guinoong capitán ... totoo n͠gang cayó po'y....

At hindî tinapos ang canyang salitâ cung dî ang guinawa'y nagtawá, casabay n͠g paglulubóg n͠g canyang cuchara sa mapuláng lamán n͠g papaya.

Sumagot ang curang malakí ang hiyâ at natútulig.

— Nagcágayon acó't dahil sa acó ang nanánagot n͠g salapî....

— ¡Mabúting sagót, cagalanggalang na pastól n͠g m͠ga cáluluwa!— ang salabat sa canyá n͠g alférez na namumualan n͠g kinacain.— ¡Mabúting sagót, banál na laláki!

Nag-acalang mamaguitna si Ibarra, n͠guni't nagpilit si párì Salving managúli sa dating catahimican n͠g loob, at sumagot na caacbay ang n͠gíting pílit:

— At ¿nalalaman pô bâ ninyó, guinóong alférez, cung anó ang sabihanan tungcól sa pagcawalâ n͠g m͠ga bátang iyan? ¿Hindî? ¡Cung gayo'y ipagtanong pô ninyó sa inyóng m͠ga sundálo!

— ¿At ano?— ang sigaw n͠g alférez na nawala ang towa.

— ¡Ang sabihana'y n͠g gabing iyón mawala ang m͠ga bata'y may m͠ga tumunóg na ilang putóc n͠g fusil!

— ¿Iláng putóc?— ang inúlit n͠g alférez na canyang minámasdan ang m͠ga cahárap.

Nang͠agsitang͠ó ang nang͠aroroon, bilang pagpapatunay na may náring͠ig n͠ga silá.

Nang magcágayo'y sumagót si párì Salví n͠g madalang na pananalita, taglay ang malupit na paglibac.

— Sa nangyayari'y aking nakikitang bucod sa hindî cayó nacacahuli ñg mg̃a gumágawa ñg masamá'y hindî po ninyó nalalaman ang mg̃a guinagawa ñg inyóng mg̃a capamahay, at gayón ma'y íbig po ninyóng masoc na tagapañg̃aral at magtúrò sa mg̃a iba ñg canilang mg̃a catungculan: dapat po ninyong maalaman ang casabihang; lalong nacacaalam ang ulól sa canyang sariling bahay....

— ¡Mg̃a guinoo!— ang isinalabat ni Crisóstomo ñg canyang makitang namumutla na ang alférez;— tungcol ñga sa bagay na itó'y ibig cong maalaman cung anó ang inyóng pasiyá sa isang aking panucálà. Inaacalà cong ipagcatiwálà ang pag-aalágà sa babaeng diyáng sira ang ísip sa isang mabúting manggagamot at samantala'y hahanapin co ang canyang mg̃a anác, sa pamamag-ítan ñg túlong at mg̃a hatol ninyóng dalawá.

Ang pagbabalíc ñg mg̃a alílang nañg̃agsabing hindî nilá nasumpuñg̃an ang sirá ang ísip na babáe ang siyáng nacalubós ñg pagcapayapà sa dalawáng nagcacagalit, at caniláng dinalá ang salitaan sa ibang bagay.

Nañg̃agbahabahagui sa iláng pulutong ang mg̃a matanda't mg̃a bátà ñg matápos ang pagcain at samantalang sila'y biníbigyan ñg chá at café. Cumuha ang ibá ñg mg̃a "tablero" at ang ibá nama'y nañg̃agsicuha ñg "baraja," ñg̃uni't lalong minagaling ñg mg̃a dalagá ang mañg̃atanóng sa "Rueda de la Fortuna" (gulong ñg capalaran), sa pagcaibig niláng maalaman ang sa canila'y mangyayari sa panahóng hínaharap.

— ¡Hali cayó, guinoong Ibarra.— ang sigáw namán ni cápitang Basilio, na lañg̃ó na ñg cauntî. May usapín tayong labing limáng taóng taón na ñg̃ayón ang itinátagal, at waláng hucóm sa Audienciang súcat macahátol: ¿mangyayari bang tingnan natin cung áting mabíbigyang hanggá sa "tablero"?

— ¡Ñg̃ayón din pô, at sumasang-ayon acó ñg boong catowaan!— ¡Hintayín po ninyó acóng saglít, sa pagca't nagpapaalam ang alférez!

Nang maalaman nilá ang gayóng paglalarô, nañg̃agcapísan ang lahát ñg matatandáng lalaking marúnong ñg "ajedrez" sa palíguid ñg "tablero"; mahalagá ang laróng iyón, caya't nacaakit patí sa mg̃a hindî nacacaalam. Hinaráp ñg mg̃a matatandáng babae, gayón man, ang cura, upang makipagsalitaán sa canyá tungcól sa mg̃a bagay na nauucol sa religión; datapuwa't hindî marahil minámagaling ni fray Salví ang lugar na kinálalagyan at ang capanahunang iyón, cayâ ñgâ't pawang mg̃a malalábò ang caniyáng mg̃a isinásagot at mapapanglaw at may gálit na hálò, at ang canyang mg̃a matáng hindî tumitiñg̃in man lamang sa canyáng mg̃a kinacausap ay nagpapaliñg̃aplingap sa magcabicábilâ.

Nagpasimulâ ang larô ñg boong cacadakilâan.

— Cung magtablá ang larô, papagtatablahín naman natin ang áting usapín— ang sabi ni Ibarra.

Nang na sa calaghatîan na ang larô, tumanggap si Ibarra ng̃ isáng telegrama na nagpaningning ng̃ canyang mg̃a matá at nacapagbigáy sa canyá ng̃ pamumutlà. Itinagó niyá sa canyáng "cartera" ang telegrama, na hindî binucsán, at canyáng sinulyáp ang pulutong ng̃ mg̃a cabatâang nagpapatuloy ng̃ pagtatanóng cay Capalaran, sa guitnâ ng̃ mg̃a tawanan at mg̃a sigawan.

— "¡Jaque" sa "Hári!"— anang binatà.

Napilitang itagò ni capitang Basilio ang "Hari" sa licód ng̃ "Reina."

— ¡"Jaque" sa "Reina"!— ang muling sinábi ni Ibarra, na pinagbabalâan ng̃ canyáng "Torre" ang "Reina," na ipinagsasanggalang ng̃ isang "Peón."

Sa pagca't hindî matacpán ni capitang Basilio ang "Reina" at hindî namán niyá maiurong itó, dahil sa "Haring na sa sa licód, humingî siyá ng̃ panahón upang siya'y macapa-isip.

— ¡Sumasang-ayon pô acó ng̃ boong tuwâ!— ang sagót ni Ibarra;— mayroon pa namang sasabihin acó ng̃ayón din sa iláng lalaki sa pulutóng na iyón.

At nagtindíg siyá, pagcapagcaloob sa canyáng calaban ng̃ icaapat na bahágui ng̃ isang oras upang mag-ísip.

Tang̃an ni Idáy ang mabílog na cartóng kinasusulatan ng̃ apat na po't walóng tanóng, at si Albino ang may tang̃an ng̃ libro ng̃ mg̃a sagót.

— ¡Casinung̃aling̃an! ¡hindî totoo! ¡casinung̃aling̃an!— ang isinísigaw ni Sinang na halos umíiyac.

— ¿Anó bâ ang nangyyari sa iyo?— ang sa canyá'y tanóng ni María Clara.

— Tingnán mo, aking itinanóng: "¿Cailán bagá acó magcacabait?" binitiwan có ang mg̃a "dado", at ang guinawa niyang curang iyang bantilaw ay binasa sa libro ang ganito: "¡Pagca nagcabuhóc ang palaca!" ¿Itó ba'y mabuti? At saca ng̃iniwian ni Sinang ang naguíng seminarista, na hindî tumitiguil ng̃ pagtatawa.

Ng̃uni't ¿Síno ba ang may utos sa iyong magtanong ca ng̃ gayon?— ang sinabi sa canya ng̃ pinsan niyang si Victoria— ¡Súcat na ang magtanóng ng̃ gayón upang marapat sa gayóng mg̃a sagót!

— ¡Tumanóng pô cayó!— ang sinabi nila cay Ibarra, casabay ng̃ paghahandog sa canya ng̃ "rueda"— Pinagcayarian naming cung sino ang magcamit ng̃ lalong magaling na sagót ay tatangap sa mg̃a iba ng̃ isang handóg. Nacatanóng na caming lahat.

— ¿At Sino ang nagcamit ng̃ lalong magalíng na sagót?

— ¡Si María Clara! ¡si María Clara!— ang isinagót ni Sinang.— Ibiguin man niya't hindî'y siya'y pinatanong namin: "¿Tapát baga't hindî magmamaliw ang canyáng pagliyag?" at ang libro'y sumagót....

Ng̃uni't tinacpan ni María Clarang namúmulang mainam ang bibíg ni Sinang, at hindî itinulot na maipatuloy ang sinasabi.

— ¡Cung gayo'y ibigay ninyó sa akin ang "rueda"!— ani Crisóstomong ngumingitî.

Tumanóng: "¿Lalabas ba ng̃ magalíng ang casalucuyan conglinalayon?"

— ¡Napacapang̃it naman ng̃ tanóng na iyan!— ang sigaw ni Sinang.

Iniabsang ni Ibarra ang mg̃a "dado" at alinsunod sa canyang "numero" ay hinanap ang mukha at ang talata ng̃ na sa libro.

— "¡Ang mg̃a panaguinip ay pawang mg̃a panaguinip ng̃a!"— ang binása ni Albino.

Kinúha ni Ibarra ang telegrama at nang̃ang̃atal na bínucsán.

— ¡Ng̃ayó'y nagsinung̃alíng ang libro ninyó!— ang isinigaw na puspós ng̃ tuwâ.— Basahin ninyo:

"Sinang-ayunan ang panucálang escuela, hinatúlang cayó ang nanálo sa usapin."

— ¿Anó ang cahulugán nitó?— ang itinanóng nilá sa canyá.

— ¿Hindî bâ ang sábi ninyo'y bibigyan ng̃ pabúya (regalo) ang magtamó ng̃ lalong mabúting sagót?— ang itinanóng niyá, na nang̃ang̃atal ang voces sa lakí ng̃ canyáng tuwâ, samantalang hinahati ng̃ boong ing̃at ang papel.

— ¡Siyá ng̃a! ¡siya ng̃a!

— Cung gayó'y nárito ang aking pabúyà,— ang sinabi, at ibinigay cay María Clara ang calaháti;— magtátayô acó sa báyan ng̃ isáng páaralang úcol sa mg̃a bátang lalaki't babáe; ang páaralang itó'y siyáng áking pabúyà.

— At ¿anóng cahulugan niyang calaháti ng̃ papel?

— ¡Itó'y iháhandog co namán sa nagcaroón ng̃ lalong masamâ sa mg̃a sagót!

— ¡Cung gayó'y acó! ¡sa akin marapat ibigáy!— ang sigáw ni Sínang.

Ibinigáy sa canyá ni Ibarra ang papel at matúling lumayô.

— ¿At anó ang cahulugán nitó?

Datapowa't maláyò na ang mapalad na bináta, at nagbalíc na mulî siyá sa pakikilarô ng̃ "ajedrez."

Lumapit si Fr. Salví na wari'y nag-wáwalang anó man sa masayáng lúpon ng̃ mg̃a cabatâan. Pinapahid ni María Clara ang isang lúha sa catuwâan.

Humintô ng̃ magcágayon ang tawanan at napipí ang salitàan. Tumíting̃in ang cura sa mg̃a bagongtao't dalaga, na di niyá matutuhan cung anó ang sasabihin; hiníhintay namán niláng magsalitâ ang cura at hindî silá umíimic.

— ¿Anó itó?— ang sa cawacasa'y naitanong ng̃ cura, at kinúha ang libro at canyang binúbuclatbuclat.

— ¿Ang "Rueda de la Fortuna",— isáng librong libang̃an, ang sagót ni León.

— ¿Hindî ba ninyó nalalamang casalanan ang maniwála sa mg̃a bágay na ganitó?— ang winicà, at sacâ pinunitpunit ng̃ boong gálit ang mg̃a dáhon ng̃ libro.

Nagpumiglás sa mg̃a lábi ng̃ lahat ang mg̃a sigáw ng̃ pagtatacá at samâ ng̃ loob.

– ¡Lálong malakíng casalanan ang gawín ang maibigan sa bágay na hindî canyá't lában sa calooban ng̃ túnay na may árì!– ang itinútol ni Albinong nagtindig.– Amang cura, nácaw ang táwag sa ganyáng gawâ at ito'y bawal ng̃ Dios at ng̃ mg̃a táo.

Pinapagdaóp ni María Clara ang mg̃a camay, at tinitigang tumatang̃is ang mg̃a wacás ng̃ librong iyóng hindî pa nalalaong nag-alay sa canya ng̃ lubháng malakíng ligaya.

Hindî sumagót cay Albino si fray Salví, laban sa inaasahan ng̃ mg̃a nanonood; nátira siyá sa panonood cung paano ang linipadlipad ng̃ mg̃a pinagpunitpunit na mg̃a dáhon ng̃ libro, na ang ibá'y ipináwid ng̃ háng̃in sa gúbat at ang ibá namá'y sa túbig; pagcatápos ay lumayóng guíguirayguíray at nacapatong ang dalawáng camáy sa ulo. Humintong sandalî at nakipág-usap cay Ibarra na naghatíd sa canyá sa isá sa mg̃a cocheng náhahandang pangdalá ó panghatid sa mg̃a panauhín.

– ¡Mabuti at lumayas ang pang-abóy-galác na iyán,– ang ibinulóng ni Sinang.!May pagmumukháng wári'y sinasabing: "Huwág cang tatawa't nalalaman co ang iyong mg̃a casalanan."

Sa malakíng catuwâan ni Ibarra, sa pagcapagbigay niyá sa canyáng maguiguing asawang si María Clara ng̃ canyang pabuyà, nagpasimulâ siyá ng̃ paglalaróng hindî na iniisip ang guinágawá, at hindî na nag-aabalá ng̃ pagbabálacbalac ng̃ pagwawárì ng̃ boong pag-iing̃at ng̃ calagayan ng̃ mg̃a "pieza."

Dahil sa ganito'y ang nangyari, baga man si capitang Basilio'y báhagyâ ng̃ nacapagsásangalang, ang laro'y nagcapantay, salamat sa maraming pagcacamaling sa huli'y guinawâ ng̃ binátà.

¡Papagtablahin natin! ¡papagtablahin natin! ang sabi ni capitang Basiliong malakí ang tuwâ.

– ¡Papagtablahin natin!– ang inulit ng̃ binátà,– cahi't maguíng anó man ang inihatol ng̃ mg̃a hucóm sa ating usapín.

Nangagcamáy ang dalawa na nang̃agpisilan ng̃ boong pagguiguiliwan.

Samantalang ipinagcacatuwa ng̃ mg̃a caharap ang nangyaring itó na nagbíbigay wacás sa isáng usapíng totoong nagpapahírap na sa dalawang magcalaban, ang biglǎng pagdating ng̃ apat na guardia civil at isáng sargento, na pawang sandatahan at nacalagay sa dúlo ng̃ fusil ang bayoneta, siyáng sumirà ng̃ casayahan at nagdúlot ng̃ panghihilacbót sa pulutóng ng̃ mg̃a babae.-

– ¡Huwág kikilos ang sino man!– ang sigaw ng̃ sargento.– ¡Papúputucan ang cumilos!

Hindî inalintana ni Ibarra ang gayóng paháyop na pagmamatapang, tumindig siyá at lumápit sa sargento.

– ¿Anó pô ang inyóng ibig?– ang itinanóng.

— Na ng̃ayón din ay ibigáy sa amin ang isáng may casalanang nagng̃ang̃alang Elías, na sa inyó'y namimiloto canínang umaga,— ang isinagót na may anyóng pagbabálà.

— ¿Isáng may casalanan?... ¿Ang piloto? ¿Cayó po'y nagcacamali marahil!— ang itinugón ni Ibarra.

— Hindî pô; ng̃ayo'y isinumbóng na naman ang Elías na iyáng nagbúhat ng̃ camáy sa isáng sacerdote....

— ¡Ah! ¿at iyán ba ang piloto?

— Iyán ng̃â, áyon sa sábi sa amin; tumátanggap pô cayó sa inyong mg̃a pagsasaya, guinoong Ibarra, ng̃ táong may masamang caasalan.

Tiningnan ni Ibarra ang sargento mulâ sa mg̃a paa hanggáng sa úlo at sinagót siyá ng̃ lubháng malaking pagpapawaláng halagá:

— Hindî co cailang̃ang acó'y magsúlit sa inyó ng̃ áking mg̃a guinágawâ! Tinatangggap namin ng̃ boong cagandahan ng̃ loob ang sino man sa áming mg̃a pagsasayá, at cayó man, cung cayó'y pumaríto sana, inyó dising nasunduan ang isáng luclucan sa mesa, na gáya naman ng̃ inyóng alférez na capanayám namin ditong dalawáng horas lámang ang calálampas.

At pagcawicà nito'y tinalicuran siyá.

Kinagát ng̃ sargento ang canyáng mg̃a bigote, at sa pagca't napagdilidili niyáng siyá ang lalong mahínà, ipinag útos na paghanapin sa magcabicabilâ at sa mg̃a cacahuyan ang piloto, na ang anyô nitó'y nacatitic sa capirasong papel na canyáng dalá. Itó ang sinabi ni Don Filipo sa canyá:

— Inyóng talastasing naaangcap ang mg̃a anyó't calagayang iyán sa siyám ng̃ bawa't sampong dalisay na filipino; ¡bacâ pô cayó'y magcamalî!

Sa cawacasa'y bumalíc ang mg̃a sundalo, at caniláng sinabing waláng nakita silang bangcâ ó táong síno mang macapagbigáy hinála; nagsabi ng̃ pautál-utál ang sargento ng̃ iláng salitâ at sacâ umalis na tulad ng̃ pagdating: ása guardia civil.

Untîuntíng nanag-úli ang katuwâan, umulán ang mg̃a tanóng at sumagána ang mg̃a salisalitaan tungcól sa nangyári.

— ¡Cung gayo'y iyán palá ang Elías na naghúlog sa alférez sa isáng pusáw!— ang sábi ni Leóng nag-iísip-isip.

— ¿At paáno bâ ang nangyaring iyón, paano?— ang tanóng ng̃ iláng ibig macatantò ng̃ líhim.

— Ang sabi'y násalubong daw ng̃ alférez ang isáng táong may pas-áng cáhoy na panggátong, ng̃ isáng áraw na umuulan ng̃ mainam ng̃ buwán ng̃ Septiembre. Totoong mapútic ang daan at sa tabí lamang may makipot na landás na malalakaran ng̃ iísang táo. Ang guinawâ raw ng̃ alférez ay hindî piniguil ang cabayo na siyáng dápat sana, cung dî bagcós pinatulin at sumigáw sa táong siya'y umudlót: tíla mandin hindî íbig ng̃ taong iyóng bumalíc sa pinanggalíng̃an ó áayaw na málubog sa pusáw, caya't nagpatúloy ng̃ paglacad. Sa gálit ng̃ alférez ay inacálang siya'y ipatáhac, ng̃uni't cumúha ang táo ng̃ caputol na cáhoy at pinacapalòpálô ang úlo nğ háyop nang boong lakás, na anó pa't nábulagtâ ang cabayo't napatapon sa pusáw ang alférez. Sinasabi ring ipinagpatuloy daw nğ táong iyón ang paglacad nğ boong tiwasáy, na hindî niyá alumana ang limáng balang ipinahabol sa canyá nğ alférez na nabulagan sa marubdób na gálit at sa lúsac. Sa pagca't túnay na hindî kilalá nğ alférez cung síno ang táong iyón, hininalang marahil ay ang bantóg na si Elías, na gáling sa lalawígang may iláng buwán pa lamang, na dî alám cung tagasaán, at napakilala sa mğa guardia civil sa iláng báyan dáhil sa mğa cawanğis nğ gayon din mğa cagagawán.

— ¿Cung gayó'y tulisán palá siyá?— ang itinanóng ni Victoriang kiníkilig.

— Sa acálà co'y hindî, sa pagcá't minsan daw ay siyá'y nakilaban sa mğa tulisán isáng araw na caniláng linolooban ang isáng báhay.

— ¡Walang mukháng masamáng táo!— ang idinugtóng ni Sínang.

— ¡Walâ, totóo lamang mapangláw ang canyáng tinğín: hindî co nakitang siyá'y nğumitî man lamang sa boong umaga,— ang sinábî ni María Clara.

Sa gayó'y nagdáan ang hápon at dumatíng ang horas nğ pag-owî sa bayan.

Nanğagsialís silá sa gúbat nğ iliníliwanag ang mğa hulíng sínag nğ naghíhinğalong áraw, at nagdaan siláng hindî umíimic sa malapit sa mahiwágang pinaglibínğán nğ núnò ni Ibarra. Pagcatápos ay nanag-úlì ang masayang mğa salitaang maínğay, puspós nğ caninğasan, sa sílong nğ mğa sanğá nğ cáhoy na iyong hindî totóong sanáy na macárinig nğ gayóng caráming mğa voces. Tila mandin namámanglaw ang mğa cáhoy, umúugoy ang mğa gumagapang na mğa damó at warí'y sinasabi: ¡Paalam cabatâan! ¡Paalam, panag-ínip na isáng áraw!

At nğayón, sa liwanag nğ mapupulá at malalakíng ninğas nğ mğa sigsíg; at sa tugtog nğ mğa guitarra, bayaan natin siláng lumácad na patunğó sa bayan. Nagbabawas ang mğa pulutóng, namámatay ang mğa ilaw, napípipi ang guitarra, samantalang silá'y nálalapit sa tahanan nğ mğa táo. ¡Ilagáy ninyó ang inyóng "máscara", sa pagca't cayo'y makikipanayam na namán sa inyóng mğa capatíd!

XXV.
SA BAHAY NG FILOSOFO

Pagca umaga n͠g kinabucasan, pagcatapos na madálaw ni Juan Crisóstomo Ibarra ang canyang m͠ga lúpà, siyá'y tumún͠go sa báhay ni mátandang Tasio.

Lubós na lubós ang catahimican sa halamánan, sa pagca't ang m͠ga lan͠gay-lan͠gayang nan͠gagsasalimbayan sa palibót n͠g balisbisa'y bahagyâ na umiin͠gay. Sumísibol ang malilit na damó sa lúmang pader na guinagapan͠gan n͠g cawán͠gis n͠g báguing na bumubordá sa m͠ga bintánà, malíit na bahay na anaki'y siyáng tahanan n͠g catahimícan.

Maín͠gat na itináli ni Ibarra ang canyáng cabáyo sa isáng halígui, siyá'y lumacad n͠g hálos patiad n͠g pagdadahandahan at canyáng tináhac ang halamanang malínis at totoong magaling ang alágà; pinanhíc ang hagdánan, at siya'y pumasoc, sa pagca't bucas ang pintô.

Ang únang nakita niyá'y ang matandâ, na nacayucód sa isang libro na tíla mandín canyáng sinusulatan. May napanood sa m͠ga pader na tinitipong m͠ga maliliit na m͠ga háyop at m͠ga dahon n͠g m͠ga cáhoy at damó, sa guitnâ n͠g m͠ga "mapa" at lúmang estanteng punô n͠g m͠ga libro at n͠g m͠ga súlat-camáy.

Lubhang nalilibang ang matandâ sa canyang guinagawâ, na ano pa't hindî naino ang pagdating n͠g binatà, cung dî n͠g ito'y aalis na sana, sa pagcaibig na huwag macagambalà sa matandang iyón.

— ¡Abá! ¿nariyan pó bâ cayó?— ang itinanóng, at tiningnan si Ibarra n͠g wari'y nangguiguilalás.

— Ipagpaumanhin pô ninyó,— ang isinagót nitó,— cayó pô pala'y maraming totoong guinagawâ....

— Siya n͠gâ pô, sumusulat acó n͠g cauntî, datapuwa't hindî dalî-dalì at ibig cong magpahin͠gá. ¿May magagawâ pô bâ acóng anó mang sucat ninyóng pakinaban͠gan cahi't babahagyâ?

— ¡Malaki pô!— ang isinagót ni Ibarra at saca lumapít;— datapuwa't....

At sinulyáp ang librong na sa ibabaw n͠g mesa.

— ¡Aba!— ang biglang sinabing nangguíguilalas; guinagamít po ba ninyo ang inyong panahon sa pagsisiyasat cung anó ang cahulugán n͠g m͠ga "geroglífico?"

— Hindî pô!— ang isinagót n͠g matandáng laláki, at tuloy nag-álay sa kanyá n͠g isáng "silla";— hindî nacacawatas acó n͠g egipcio ó n͠g copto man lamang, datapuwa't may cauntì akóng nalalamang paraan sa pagsulat niyan, caya acó'y sumulat n͠g m͠ga "geroglífico."

— ¿Sumusulat pô cayó n͠g m͠ga "geroglifico"? ¿At bákit pô?— ang itinanóng n͠g binatang nag-aalinlan͠gan sa nakikita't naríringíg.

— N͠g huwag mabasa nino man sa m͠ga panahóng itó ang aking sinusulat.

Tinitigan ni Ibarra ang matandang lalaki, at ang ísip niya'y bacâ nasisirà ang ísip nitó. Madaling madalíng siniyásat ang aclat, sa pagca íibig niyang maalaman cung nagsisinuñgaling, at canyang námasdang totoong magalíng ang doo'y pagcacaguhit n͠g m͠ga hayop, m͠ga gúhit na bilóg, m͠ga gúhit na anyóng pabilóg, m͠ga bulaclac, m͠ga paa, m͠ga camay, m͠ga bisig, at iba pa.

— ¿At bakit pô cayó sumusulat cung talagang aayaw cayóng mabasa nino man ang inyóng sinusulat?

— Sa pagca't hindî co iniuucol ang áking sinusulat sa m͠ga taong nabubuhay n͠gayón; sumusulat acó at n͠g mabasa n͠g m͠ga taong ipan͠gan͠ganak pa sa m͠ga panahong sasapit. Cung mababasa n͠g m͠ga tao n͠gayon ang aking m͠ga sinusulat ay canilang susunuguin ang aking m͠ga aclat, na siyang pinagcagugulan co n͠g pagal n͠g boong aking búhay; datapuwa't hindi gayón ang gagawin n͠g m͠ga taong ipan͠gan͠ganak pang macababasa n͠g aking m͠ga sinusulat n͠gayón; sa pagca't ang m͠ga taong ipan͠gan͠ganak pang iyo'y pawang maguiguing m͠ga pantas at mauunawâ nila ang aking m͠ga adhicâ at canilang wiwikain: HINDI NATULUG NA LAHAT SA GABI N͠G AMING M͠GA NUNO! Ililigtas n͠g talinghagà ó n͠g m͠ga cacaibang m͠ga letrang itó ang aking gawâ, sa camangman͠gan n͠g m͠ga tao, na gaya naman n͠g pagcaligtas sa maraming m͠ga catotohanan n͠g talinghaga ó n͠g m͠ga cacaibang m͠ga pagsambá at n͠g di sirain n͠g mapangwasak na m͠ga camay n͠g m͠ga sacerdote.

— At ¿sa anóng wica sumusulat po cayo?— ang itinanong ni Ibarra, pagcatapos n͠g isang sandalíng hindî pag-imíc.

— Sa wica natin, sa tagalog.

— ¡At nagagamit pô ba sa bagay na iyan ang m͠ga "geroglifico"?

— Cung di lamang sa cahirapan n͠g magdibujo, nagcacailan͠gan n͠g panahón at tiyaga, halos masasabi co sa inyóng lalong magaling na gamitin ang m͠ga "geroglifico sa pagsulat n͠g ating wikà cay sa "alfabeto latino". Taglây ang m͠ga "vocal" n͠g dating "alfabeto egipcio"; ang ating o na pangwacas na vocal na na sa calaguitnàan n͠g o at n͠g u; wala rin sa egipciong túnay na tunóg ang E; na sa "alfabeto egipcio" ang ating HA at ang ating KHA na wala sa "alfabetong latín" ayon sa paggamit natin sa castila. Sa halimbawà; sa sabing MUKHA,— ang idinugtong na itinuro ang libro— lalong nababagay na aking isulat ang sílabang HA sa pamamag-itan nitóng anyóng isdâ cay sa letrang latina na ipinan͠gun͠gusap sa Europa sa pamamag-itan n͠g iba't ibáng paraan. Sa isáng pan͠gun͠gusap na hindî totoong ipinahahalatâ ang letrang itó, gáya sa halimbáwa dito sa sábing HAIN, na dito'y hindî totooog mariin ang pan͠gun͠gusap n͠g H, ang guinagamit co'y itóng "busto" n͠g leó ó itóng tatlóng bulaklak n͠g LOTO, ayon sa bilang n͠g "vocal." Hindî lámang itó, nagágawâ co rito ang pagsúlat n͠g tínig na sa ilóng lumálabas, letrang walâ sa "alfabeto latinong" kinastilà. Inuulit cong cung hindî n͠gâ lámang sa cahirápan n͠g pagdidibujo na kinacailan͠gang pacabutihin, hálos magagamit n͠gâ ang m͠ga "geroglifico;" datapowa't ang cahirapang ding itó ang siyang pumimipilit sa aking huwag magsalitâ ng maláwig at huwag magsaysay cung dî iyóng catatagán at kinakailan͠gan lámang: bucód sa rito'y sinasamahan acó ng pinagpapagalan cong itó, pagca umáalis ang áking m͠ga panauhing tagá China at tagá Japón.

— ¿Anó pong sábi ninyó?

— Hindî pô ba ninyo náririn͠gig? M͠ga lan͠gaylan͠gayan ang áking m͠ga panauhin; ng taóng itó'y nagcúlang ng isá; maráhil siyá'y hinúli ng síno mang masamáng bátang insíc ó japonés.

— ¿Bakit pô nalalaman ninyóng silá'y nanggagaling sa m͠ga lupaíng iyán?

— Dahil pô sa isáng magaáng na paraan: may iláng taón na n͠gayóng bágo silá umalís ay itinatalì co sa canilág paa ang isáng maliit na papel na may nacasúlat na "Filipinas" sa wicang inglés, at inaacalà cong hindî totóong maláyò ang caniláng pinaroroonan, at sa pagcá't sinásalita ang wicang inglés hálos sa lahát ng pánig ng m͠ga dácong itó. Hindî nagcamít casagutan ang maliit cong papel sa loob ng mahabang panahón, hanggáng sa cawacasa'y ipinasulat co sa wicang insíc, at ang nangyari'y silá'y bumalic ng noviembreng sumunód na may m͠ga daláng ibáng m͠ga maliliit na papel, na aking ipinabasa: nacasúlat ang isá sa wícang insíc, at yaó'y isáng báti magmula sa m͠ga pampan͠gín ng Hoangho, at ang isá, alisunod sa insíc na áking pinagtanun͠gan, yaón daw marahil ay wicang japonés. Datapuwa't cayó po'y áking linílibang sa m͠ga bagay na itó, at hindî co itinatanong sa inyó cung sa paanong bagay macapaglílingcod acó sa inyó.

— Naparito pô acó't ibig cong makipag-úsap acó sa inyó tungcól sa isang bagay na mahalaga,— ang isinagót ng binatà;— cahapon ng hapo'y....

— ¿Hinúli pó ba ang cúlang pálad na iyan?— ang isinalabat ng matandang lalaking malaking totóo ang pagca ibig na macaalam.

— ¿Si Elías pô ba ang inyóng sinasabi? ¿Bakin pô ninyó naalaman?

— ¡Aking nakita ang Musa ng Guardia Civil.

— ¡Ang Musa ng Guardia Civil! ¿At sino pô ba ang Musang iyan?

— Ang asawa ng alférez, na inyóng inanyayahan sa inyóng pagcacatuwa. Cumálat cahapon sa báyan yaong nangyari sa buwaya. Cung gaano ang catalásan ng ísip ng Musa ng Guardia Civil ay gayon din ang catampalasanan ng canyáng budhî, at hininálà na maráhil ang piloto'y yaong napacapan͠gahas na nag-abaáng sa canyang asawa sa pusaw at bumuntál cay párî Dámaso; at sa pagca't siya ang bumabasa ng m͠ga "parte" (casulatang nagbibigay álam ng anó mang bagay na nangyyayari) na dapat tanggapin ng canyáng asáwa, bahagyà pa lamang dumarating itó sa canyang bahay na lan͠gó at walang malay, inutusan ang sargento, sampô ng m͠ga soldado, at ng bagabaguin ang fiesta, upang macapanghigantí sa inyó, ¡Mag-in͠gat pó cayó! Si Eva'y mabait na babae, palibhasa'y nanggâling sa m͠ga camay ng Dios ... Masama raw babae si doña Consolación, at waláng nacacaalam cung caninong camáy siya nanggáling!

Kinacailan̄gang naguing "doncella" ó naguíng ina, minsan man lámang, upang gumalíng ang isang babae.

N̄gumitî n̄g cauntî si Ibarra, sacâ súmagót, casabay ang pagcuha sa canyang cartera n̄g iláng m̄ga papel.

— Malìmit na nagtátanong pô sa inyó ang aking nasírang amá sa iláng m̄ga bagay, at natátandaan cong páwang casayahan ang canyang tinamó lamang sa pagsunód sa inyong m̄ga cahatulan. May casalucuyan acóng isang munting gawain íbig cong papagtibayin ang magandang calalabasan.

At sinabi ni Ibarra sa matandang lalaki sa maiclíng pananalitâ, ang pinagbabalac na escuelahang canyang inihandóg sa canyang pinan̄gin̄gibig, at inilahad sa m̄ga mata n̄g nagtatacang filósofo ang m̄ga planong galing Maynila na sa canya'y ipinadala.

— Ibig co sanang ihatol pô ninyó sa akin cung sinosino sa bayan ang m̄ga taong aking susuyuin, at n̄g lalong lumabás na magalíng ang gawaing itó. Kilalá pô ninyóng totóo ang m̄ga táong nananahan dito; acó'y bágong carárating at hálos acó'y isáng manunuluyang tagá ibang lupaín sa aking sariling bayan.

Sinisiyásat ni matandáng Tasiong sa m̄ga mata'y nangguiguilid ang m̄ga lúhà, ang m̄ga planong na sa canyáng haráp.

— ¡Ang inyóng ipagpapatuloy na yariin ay ang aking panaguinip, ang panaguinip n̄g isáng abáng sirâ ang ísip!— ang bigláng sinábing nabábagbag ang lóob;— at n̄gayó'y ang únang ihahatol co pô sa inyó'y ang huwág na mulíng cayó'y magtanóng sa ákin magpacailan man!

Tinin̄gnán siyá n̄g binátang nangguíguilalas.

— Sa pagcá't ang m̄ga táong matitinó'y ipalalagay pô cayóng sirâ rin ang pag-iísip,— ang ipinagpatuloy n̄g pananalitáng masacláp na pagpalibhásà.— Inaacalà n̄g táong páwang m̄ga sirâ ang ísip n̄g síno mang hindî nag-iisip n̄g wan̄gis na canilá; itó ang dahilán at ipinalálagay nilá acóng ul-ól, at ang gayó'y kinikilala cong útang na lóob, sa pagcá't ¡ay, sa aba co! sa araw na ibig niláng ibalic sa aking boo ang sirâ cong ísip; sa araw na iyá'y áalsan acó n̄g cauntíng calayâang áking binilí sa halagá n̄g pagca-acó'y táong may cálolowa. ¿At síno ang nacacaalam cung silá n̄gâ ang may catuwiran? Hindî acó nag-iisip at hindî acó nabubuhay alinsunod sa caniláng m̄ga cautusán; pawang m̄ga ibá ang áking sinúsunod na m̄ga palatuntunan, ang áking m̄ga adhicâ. Sa ganáng canilá'y ang túnay na matinó'y ang gobernadorcillo, sa pagca't palibhása'y waláng ibáng pinagaralan cung dî ang magdúlot n̄g chocolate at magtiis n̄g casam-án n̄g asal ni párì Dámaso, n̄gayó'y mayaman, liníligalig niyá ang m̄ga maliliit na capaláran n̄g canyáng m̄ga cababáyan at cung magcabihirà pa'y nagsásalitâ n̄g tungcól sa catuwíran. "Matalas ang pag-iísip n̄g táong iyán" ang inaacalà n̄g m̄ga han̄gal; "tingnan ninyó't sa waláng anó ma'y nacapagpalakî sa sarili!" Datapuwa't acóng nagmána n̄g cayamanan, m̄ga pagca-aláng-álang n̄g cápuwà, acó'y nag-áral, ñgayó'y isáng mahírap acó, at hindî acó pinagcatiwalâan ñg lálong waláng cabuluháng tungcúlin, at ang sinasabi ñg lahát: "¡Iyá'y isáng ul-ól, iyá'y hindî nacauunawà cung anó ang pamumuhay!" Tinatawag acó ñg curang "filósofo" ñg palibác, na ang ipinahihiwatig ay acó'y isáng madaldal na ipinagmámayabang ang mga pinagarálan sa Universidad, gayóng siyá pa namáng lálong waláng cabuluhán. Marahil ñgâ namá'y acó ang túnay na báliw at silá ang mga tinô, ¿síno ang macapagsasabi?

At pinaspás ñg matandâ ang canyáng úlo, na anàkí ibig niyang palayuin ang isáng pag-iísip, at sacâ nagpatúloy ñg pananalitâ:

— Ang icalawáng maihahatol co sa inyó'y magtanóng pô cayó sa cura, sa gobernadorcillo, sa lahát ñg mga táong nacacacaya; bibigyan cayó nilá ñg mga masasamâ, hañgál at waláng cabuluháng mga cahatulán; datapuwa't hindî pagtalîma ang cahulugán ñg pagtatanóng, magpacunuwarî cayóng sinúsunod ninyó silá cailan man at mangyayaring gawin ninyo, at inyóng ipahayag na iniaalinsunod ninyó sa canilá ang inyóng mga gawâ.

Naglininglíning ñg sandali si Ibarra at nagsalitâ, pagcatapos:

— Magalíng ang inyóng hátol, ñguni't mahirap sundin. Dapuwa't ¿hindî ñgâ cayâ maipagpatuloy co ang aking panucálà na hindî tumakip sa panúcalang iyán ang isáng dilím? ¿Hindî bagá cayâ magawâ ang isáng cagaliñgan cahi't tahákin ang lahát, yámang hindî cailañgan ñg catotohanang manghirám ñg pananamit sa camalîan?

— ¡Dáhíl diyá'y walâ sino man sumisinta sa catotohanang hubád! Magalíng ang bágay na iyán sa salitâ, mangyayari lamang sa daigdîg na pinápanaguimpan ñg cabatâan. Náriyan ang maestro sa escuela, na walang tumútulong síno man, sangól na púsong nagmithî ñg cagaliñgan ay walang ináni cung di libác at mga halakhác; sinábi ninyó sa áking cayó'y taga ibang báyan sa inyóng sariling lupaín, at naniniwalâ acó. Mulâ sa únang áraw ñg inyóng pagdatíng díto'y inyóng sinactán ang calooban ñg isáng fraileng cabalitaan sa mga táong siya'y isáng banál, at ipinalalagay ñg canyáng mga cápuwà fraileng siyá'y isáng pantás. Loobin nawâ ñg Dios na ang guinawâ ninyóng itó'y huwág siyáng maguing cadahilanan ñg mga mangyayari sa inyó sa hináharap na panahón. Huwág po ninyóng acalâing dáhil sa pinawawal-áng halagá ñg mga dominico at agustino ang guinggóng hábito, ang cordón at ang salaulang pangyapác, na dahil sa minsang ipinaalaala ñg isáng dakílang doctor sa Santo Tomás, na ipinasiyá ñg papa Inocencio III, na lalong nauucol daw sa mga baboy cay sa mga tao ang mga palatuntunan ñg mga franciscano'y hindî silá mañgagcácaisa upang papagtibayin yaóng sábi ñg isáng fraileng procurador: "Higuit ang ikinapangyayari ñg lálong walang cabuluháng uldóg cay sa Gobierno, cáhi't maguing casama pa nitó ang lahát niyáng mga soldado "Cave ne cadas". Totóong macapangyarihan ang guintô; madalás na inihápay ñg gúyang vacang guintô ang túnay na Dios sa canyáng m̃ga altar, at nangyayari itó búhat pa sa panahón ni Moísés.

— Hindî acô lubháng mapangláwin sa pag-iísip ñg mangyayari sa anó mang bágay, at sa gánang ákin ay hindî namán napacapañganib ang pamumuhay sa áking lupaín,— ang isínagót ni Ibarrang ñgumiñgitî.— Inaacalà cong nápacalampas namán ang m̃ga tácot na iyán, at umaasa acóng áking magágawâ ang aking m̃ga panucála, na hindî acó macacakita ñg malalaking m̃ga hadláng sa dácong íyan.

— Hindî ñga, sacali't cayó'y tangkilikin nilá; datapuwa't magcacaroon cayó ñg m̃ga hadláng cung cayo'y hindî tangkilin. Casucatán na upang madúrog na lahát ang inyóng m̃ga pagsusumicap sa m̃ga pader ñg bahay ñg tinatahanan ñg cura, ang iwaswás ñg fraile ang canyáng cordón ó ipagpág cayâ niyá ang canyáng hábito; itátanggui ñg alcalde bucas, sa papaano mang dahilán, ang sa inyo'y ipinagcaloob ñgayon; hindî itutulot ñg síno mang ináng pumásoc ang canyáng anác sa páaralan, at cung macágayo'y baligtád ang ibubuñga ñg inyóng lahát na m̃ga pagpapagal: macapanghihinà ñg lóob sa m̃ga magpapapanucálà pagcatapos, na tumikím gumawâ ñg anó mang bagay na cagaliñgan.

— Bagá man sa inyóng sabí,— ang tugón ñg binátà, hindî acó macapaniwálà sa capangyarihang iyang sinabi ninyó, at cáhit ipagpalagáy ñg catotohanan, cahi't paniwalâan túnay ñga, mátitira rin sa áking pinacalábis ang bayang may pag-iísip, ang Gobiernong may maniñgas na hañgad sa pagtatátag ñg m̃ga panucalang totoong maiinam, taglay niyá ang m̃ga dakilang adhicâ at talagáng ibig ñga niya ang icágagaling ñg Filipinas.

— ¡Ang Gobierno! ¡Ang Gobierno!— ang bulóng ñg filósofo, at sacà tumiñgalà upang tiñgnán ang bubuñgán.— Bagá man túnay na magcaróon ñg maniñgas na nasang padakilâin ang lupaíng itó sa icágagaling ñg m̃ga taga rito rin at ñg Ináng Báyan; bagá man manacanacang alalahanin ñg mañgisañgisang m̃ga nañgañgatuñgculan ang magagandang caisipán ñg m̃ga háring católico, at bangguitín cung siya'y napapag-isá, ang Gobierno'y hindî nacakikita, hindî nacaririnig, hindî nagpapasiyá, liban na lamang sa ibiguin ñg cura ó provincial na canyáng makita, mápakinggan at mápasiyahán; lubós ang pagsampalatayang cayâ lamang siyá matíbay ay dahil sa canilá; na cung siya'y nananatili'y sa pagca't siya'y inaalalayan nilá; cung siya'y nabubuhay, sa pagca't ipinahihintulot niláng siyá'y mabuhay, at sa araw na iwan siyá ñg m̃ga fraile'y siya'y matútumbang gáya ñg pagcatumbá ñg isang taotaohan pagca walâ ñg sa canya'y pang-alalay. Tinatacot ang Gobierno sa panghihimagsík ñg bayan, at tinatacot ang bayan sa m̃ga hucbó ñg Gobierno: nagmulà rito ang isang magaang na laróng nacacatulad sa nangyayari sa m̃ga matatacutin cung sila'y pumapasoc sa m̃ga malulungcót na lúgar; ipinalálagay niláng m̃ga "fantasma" ang canilang sarilíng m̃ga anino, at ipinalálagay niláng m̃ga voces ñg ibá ang m̃ga alíngawng̃aw ñg caniláng sariling m̃ga voces. Hindî macawáwalà ang Gobierno sa pananalima sa m̃ga fraile, samantalang hindî siyá nakikipag-alam sa bayáng itó; mabubuhay siyang catúlad niyáng m̃ga bátang báliw, na pagdaca'y nangángatal márinig lámang ang voces ñg sa canya'y tagapag-alágà, na caniláng pinacasusuyò ñg dî anó lámang at ñg sa canila'y magpaumanhin.

Hindî nagháhangad ang Gobiernong siya'y magtamó sa hináharap na panahón ñg sariling lacás na sagánà, siya'y isáng bísig lámang, sa macatuwíd ay tagaganáp; ang úlo'y ang convento, sa macatuwíd ay siyáng tagapag-utos, at sa ganitóng hindî niyá pagkilos, nagpapaubayà siyáng siya'y caladcarín sa magcabicabilang bangĩng malalalim, siya'y naguiguing lilim lamang, nawáwalan siyang cabuluhán, at sa canyáng cahinaan at casalatan sa caya'y ipinagcacatiwalà niyang lahát sa m̃ga camáy na upáhan. Cung hindî'y inyó pong isúmag ang anyô ñg pamamahálà sa atin ñg ating Pámunuan sa m̃ga ibang lupaíng inyóng linacbáy ...

— ¡Oh!— ang isinalabat ni Ibarra,— mapapacalabis namán ang m̃ga cahingĩang iyan; magcásiya na lámang táyo sa pagcakitang ang baya'y hindî dumáraing, at hindî nagcacahirap na gaya ñg m̃ga ibáng lupaín, at ito'y salámat ngã sa Religión at sa cabaîtan ñg m̃ga púnong dito'y namamahálà.

— ¡Hindî dumáraing ang bayan, sa pagcá't waláng voces, hindî cumikilos sa pagca't hindî nacacaramdam sa mapang̃anib na pagtulog, at hindî nahihirapan, ang wicà po ninyó, sa pagca't hindî niyá nakikita cung paano ang pagdurugô ñg canyáng púsò, ¡Ngĩuni't makikita't mariring̃ig isáng áraw at ¡sa abá ñg m̃ga lumiligaya sa pagdaráyà at sa gabí cung mang̃agsigawâ, dahil sa ang acálà nilá'y natutulog na lahát. ¡Pagca naliwanagan ñg sícat ñg áraw ang carumaldumal na anác ñg m̃ga cadilimán, cung magcágayo'y dárating ang cakilakilabot na pananag-úli ñg ísìp, búbugsô at sasambulat ang hindî maulátang lacás na kinulóng sa lubháng mahábang panahón, ang napacaraming camandág na isaisang patác na sinálà, ang di masayod na m̃ga himutóc na linunod ... ¿Cung magcágayo'y sino cayâ ang magbabayad niyang m̃ga útang na manacânacang sinísingĩl ñg báyan ayon sa ating nababasa sa pigtã ñg dugong m̃ga dahon ñg Historia?

— ¡Hindî ipahihintulot ñg Dios, ñg Gobierno at ñg Religióng dumating ang araw na iyan!— ang mulíng isinagót ni Crisóstomo, na nalálaguim ñg laban sa canyang saríling calooban.— Sumasampalataya sa religión at sumisinta sa España ang Filipinas; talastas ñg Filipinas cung gaano calakí ang m̃ga cagaling̃ang guinágawâ ñg nación sa canya. Tunay ngã't may m̃ga capaslang̃ang nagagawa, hindî co rin naman icacailang siya'y may m̃ga caculang̃an; datapuwa't nagpapapagal ang España ñg pagbabago ñg m̃ga cautusán at m̃ga palácad na námamasid niyáng dî totóong wastô upang mabigyáng cagamutan

ang gayóng mga capaslangán at mga caculangan; nagbabalac ng mga bago't bagong panucálà, hindî masamang asal.
— Nalalaman co, at nárito ang casám-ang lálò. Ang mga pagbabagong utos na nanggagaling sa mataas, pagdatíng sa baba'y nawawal-ang cabuluhán, dahil sa mga pangit na pinagcaratihan ng lahát, sa halimbawa, ang maningas na hangad na pagdaca'y yumaman at ang camangmangan ng bayang ipinauubáya ang lahat ng gawín ng may mga salanggapang na budhî. Hindî nasasalansà ng isáng tadhanà ng hárì ang mga gawang lisyà ng mga namiminúnò, samantálang hindî abangán ng isáng mapagmalasakit na macapangyarihan ang lubós na pagtalima sa tadhánang iyón ng hárì, samantalang hindî ipinagcacaloob ang calayâang magsalitâ laban sa malalabis na mga cagagawan ng nangaglúlupit na mga harîharían sa bayan: mátitira sa pagcapanucála, ang mga panucála, ang mga capaslanga'y mananatili't hindî masasawatâ, at gayón ma'y tahímic na matutulog ang ministro, sa galác na siya'y nacatupád ng canyáng catungcúlan. Hindî lamang ito, sacali't pumarito ang isáng guinóong may mataas na catungcúlang may taglay na mga dakila't magagandáng mga hangád, samantalang sa licura'y tinatawag siyáng-ulól, sa haráp niya'y ganitó ang ipasísimulang sa canya'y iparinig: "hindî po nakikilala ng inyóng camahalan, ang lupaing ito, hindî pô nakikilala ng inyóng camahalan ang mga "indio", pasasamain pô ng camalian ninyó silá, ang mabuti po'y magcatiwalâ cayó cay "fulano" at cay "zutano" at ibá pa," at sa pagca't hindî nga naman nakikilala ng camahalan niya ang lupaing hangga ngayo'y na sa América ang canyáng boong acálà, at bucod sa roo'y ma'y mga caculangan at may mga hindî mapagtagumpayán ng marupóc niyáng lóob, na gaya rin naman ng lahát ng táo, siya'y napahihinuhod. Nadidilidili naman ng camahalan niyang kinailangang siya'y magpatúlò ng maráming páwis at magcahírap ng dî cawásà upang camtán niyá ang catungculang hinahawácan, na tatlóng taón lamang ang itátagal ng catungculang iyón, na sa pagca't siyá'y may catandaan na'y kinacailangang huwag ng mag-íisip ng mga pagtutuwid ng licô at ng mga pagsasanggalang sa naaapi, cung dî ang iguiguinhawa niya sa panahông darating; isáng malíit na "hotel" (magandang bahay) sa Madrid, isáng mainam na tahanan sa labás ng ciudad at isáng magaling na pakikinabang sa taóntaón sa patubuang salapi upang macapagbúhay-guinháwa sa pangulong báyang tahanan ng hárì ang mga bagay ngang itó ang dapat paghanapin sa Filipinas. Huwág táyong humin) ng mga cababalaghán, huwág nating hinging magmalasakit sa icagagaling ng lupaíng itó ang tagá ibáng lupaíng naparirito at ng macakita ng cayamanan at pagcatapos ay aalis. ¿Anóng cahalagahan sa canyá ng pagkilalang lóob ó ng mga sumpâ ng isáng bayang hindî niya kilalá, na walâ síyáng ano mang súcat alalahanin at walâ naman doon ang canyáng mga sinisinta? Upang tumimyas ang dangal ay kinacailangan umalingawngaw

sa mga tainga ng ating mga iniibig, sa hanging sumisimoy sa ating tahanang bahay ó sa kinamulatang bayang mag-iingat ng ating bungô at mga but-ó, ... ibig nating maramdaman ang pagcaunlac sa ibabaw ng ating libingan, at ng mapapag-init ng canyáng mga sinag ang calamigán ng camatayan, ng huwag namang totoong mauwi na nga tayo sa wala, cung di may matirang anó mang macapagpapaalaala sa atin. Alin man dito'y walâ tayong maipangacò sa pumaparito upang mamanihalà ng ating capalaran. At ang lalò pang kasamasamaan sa lahát ay nangagsisi-alis pagka nagpapasimulâ na ng pagcaunawà ng canilang catungculan. Nguni't lumálayô tayo sa ating pinaguusapan.

— Hindî, bago tayo magbalíc sa pinag-uusapan natin ay kinacailangang cong pagliwanaguin ang iláng mga tanging bagay,— ang dalidaling isinalabat ng binatà. Mangyayaring sumang-ayon acóng hindî nakikilala ng Pamahalaan ang calagayan, caugalian at minimithî ng bayan, datapuwa't sa acala co'y lalong hindî nakikilala ng bayan ang Pamahalaan. May mga cagawad ang Pamahalaang walang cabuluhan, masasamâ, cung itó ang ibig ninyóng aking sabihin, datapuwa't mayroon namang mga cagawad na magagalíng, at ang magagalíng na ito'y waláng magawâ, sa pagca't sumasaguitnâ sila ng caramihang hindî gumágalaw, aayaw gumalaw, ang mga mamamayan bagang bahagyâ, na nakikialam sa mga bagay na sa canya'y nauucol. Nguni't hindî acó naparito't ng makipagmatuwiran sa inyo tungcol sa bagay na itó; naparito acó't ng sa inyo'y huminging cahatulan, at ang inyong sabi'y yumucód acó sa mga diosdiosang catawatawá.

— Tunay ngâ, at itó rin ang aking inuulit, sa pagca't dito'y kinacailangang ibabâ ang ulo ó pabayaang ilagpác.

— ¿Ibaba ang ulo ó pabayaang ilagpac?— ang inulit ni Ibarrang nag-iisip-isip.— Totoong napacahigpit ang páhirangang iyán! Nguni't ¿bakit? Diyata't ¿hindî ngâ cayâ mangyayaring magcaayos ang pagsinta sa aking tinubuang lupa at ang pagsinta sa España? ¿Kinacailangan bagang magpacaîmbi upang maguing magalíng na binyagan, papangitin ang sariling budhi upang macagawa nga ng isáng magaling na panucalà? Sinisinta co ang aking tinubuang lúpà, ang Filipinas, sa pagca't siya ang pinapacacautangan co ng buhay at ng aking caligayahan, at sa pagca't dapat sintahin ng lahat ng tao ang canyang tinubuang lúpa; sinisinta co ang España, ang lupang tinubuan ng aking magugulang, sa pagca't baga man sa lahat ng bagay na nangyayari, pinagcacautangan siya at pagcacautangan ng Filipinas ng canyáng caligayahan at ng canyang cagalingan sa panahong dárating; católico acó, nananatili sa aking dalisay ang pananampalataya ng aking mga magugulang, at hindî co maalaman cung anóng cadahilanan at aking ibábabâ ang aking úlo, gayóng mangyayari namang aking itunghay; cung anong cadahilanan at aking ihahayin ang aking ulo sa aking mga caaway, gayong sila'y mangyayari co namang yurakin!

— Sa pagca't na sa camay ng̃ inyóng mga caaway ang linang na ibig ninyóng pagtamnan, at walâ cayóng lacás na mailalaban sa canilá.... Kinacailang̃an munang hagcan ninyó ang camay na iyang....

— ¡Hagcán! Datapuwa't ¿nalilimutan na ba ninyong silasila ang pumatáy sa aking amá, at siya'y caniláng hinucay at inalis sa canyang libing̃an? Ng̃uni't acóng canyáng anác ay hindî co nalilimutan, at cung hindî co siya ipinanghihiganti'y, dahil sa lililng̃ap co ang capurihan ng̃ religión.

Itinung̃ó ang úlo ng̃ matandáng filósofo.

— Guinoong Ibarra.— ang canyang isinagót ng̃ madalang na pananalitá:— cung nananatili sa inyong alaala ang mga gunitaing iyan, mga gunitaing hindî co maihahatol na inyóng limutin; huwag pô ninyóng ipagpatuloy ang panucalang inyóng binabantang gawín, at hanapin ninyó sa íbang dáco ang icagagaling ng̃ inyóng mga cababayan. Humihing̃i ang panucalà ninyo na ang ibang tao ang gumawâ, sa pagca't upang mayarì, hindi lamang salapi at hang̃ad na macayari ang kinacailang̃an; bucód sa rito'y kinacailang̃an dito sa ating lupaín ang pagca matiisin, malabis na catiyagaa't pagsusumicap at matibay na pag-asa, sa pagca't hindî nahahanda ang linang; pawang mga dawag lamang ang nacatanim.

Napag-uunawà ni Ibarra ang cahalagahan ng̃ mga salitang itó; datapuwa't hindî siya macapanglulupaypá'y; na sa canyang gunita ang alaala cay María Clara; kinacailang̃ang mayari ang canyang inihandóg na pang̃acò.

— ¿Wala na bagáng ibang sa inyo'y maihatol ang dinanas ninyó cung di ang mahigpít na paraang iyan?— ang itinanong sa mahinang pananalita.

Tinangnán siyá ng̃ matandáng lalaki sa bísig at saca siya dinalá sa bintanà. Isang hang̃ing malamig na pang̃unahin ng̃ timog ang siyang humihihip; nalalatag sa mga mata niya ang halamang ang hangganan ay ang malawac na gubat na siyang pinacabacod.

— ¿Bakit pô ba hindî natin tutularan ang gawa niyáng mahinang catawán ng̃ halamang iyang humihitic sa dami ng̃ bulaclac at mga búco?— anang filósofo, na itinuturò ang isang magandang púnò ng̃ rosa.— Pagcahumihihip ang hang̃in at ipinagwawagwagan siya, ang guinagawa niya'y yumúyucod, anaki'y itinatagò ang canyang mahalagang taglay. Cung manatili ang punò ng̃ rosa sa pagcatuwid, siya'y mababali, isasabog ng̃ hang̃in ang mga bulaclac at maluluoy ang mga búco. Pagcaraan ng̃ hang̃in, nananag-uli ang punò ng̃ rosa sa pagtuwid, at ipinagmamalaki ang canyang cayamanan, ¿sino ang sa canya'y macacapípintas dahil sa canyang pahihinuhod sa pang̃ang̃ailang̃an, sa macatuwid baga'y sa pang̃ang̃ailang̃ang pagyucod? Tan-awain po ninyo roon ang lubhang mayabong na cáhoy na "cúpang" na iyón, na iguinagalaw ng̃ boong cadakilaan ang canyang na sa caitaasang mga dahong pinagpupugaran ng̃ lawin. Ang "cúpang" na iya'y dinala co ritong galing sa gubat ng̃ panahong siya'y mahinà pang usbóng; inalalayan co ang canyang catawan ng̃ maliliit na mg̃a patpat sa loob ng̃ di cacaunting panahón. Cung dinalá co rito ang cahoy na iyang malaki na't sagana sa buhay, wala ng̃ang salang hindi sana siya nabuhay: ipinagwagwagan disin siya ng̃ hang̃in ng̃ panahóng hindi pa nacacacapit ang canyang mg̃a ugat sa lupa upang macapagbigay sa canya ng̃ kinacailang̃ang icabubuhay, alinsunod sa canyang laki at taas. Ganyan din pô naman ang maguiguing wacas ninyo, halamang inacat na nanggalíng sa Europa at inilipat sa mabatóng lupaíng itó, cung hindî cayó hahanap ng̃ sa inyo'y aalalay, at hindî cayó magpapacalíit. Masama pô ang inyóng calagayan, cayó'y nag-íisá, mataas; umuugà ang lúpà, nagbabalità ang lang̃it ng̃ malakíng unós, at napakita ng̃ nacahihicayat ng̃ paglapit ng̃ lintíc ang maruruclay na dulo ng̃ inyong angcán. Hindî catapang̃an, cung di capang̃ahasang tacsil ang mag-isang makihamoc sa boong casalucuyang náririto; wala sino mang pumipintas sa pilotong nang̃úng̃ubli sa isang doong̃án sa unang hihip ng̃ hang̃ing nagbabalita ng̃ darating na bagyó. Hindî caruwagan ang yumucod cung nagdaraan ang punglo (bala); ang masama'y ang lumantad upang mahandusay at huwag na muling bumang̃on.

— ¿At magcacaroon cayâ ng̃ inaasahan cong bung̃a ang pag-amis sa sariling itó?— ang itinanóng ni Ibarra;— ¿maniniwalà cayâ sa akin at lilimutin cayâ ng̃ sacerdote ang guinawâ co sa canyang pag-imbi? ¿Tunay ng̃â cayang tutulong sila sa akin sa icalalagô ng̃ pagpapaaral sa mg̃a batà, na siyáng makikipang̃agaw sa convento ng̃ mg̃a cayamanan ng̃ bayan? ¿Hindî caya mangyaring sila'y magpacunwarî ng̃ pakikipag-ibigan, magpaimbabaw ng̃ pagtatangkilic, at sa ilalim, sa mg̃a cadiliman ay siya'y bacahin, siraing unti-unti, sugatan ang canyang bucóng-búcong at ng̃ lalong madaling maibuwal siyá, cay sa labanan ng̃ pamukhaan? ¡Alinsunod sa iniacalà po ninyong mg̃a anyo'y maaasahang mangyayari ang lahat!

Nanatili ang matandang lalaki sa hindî pag-imíc at hindî macasagót. Nag-isip-isíp ng̃ ilang sandalî at sacâ nagsalitâ ulî:

— Cung gayón ang mangyari, cung maluoy ang inyóng panucalà, macaaaliw sa inyong hapis ang pagcaalam ninyong inyong guinawâ ang lahat ninyong macacaya, at gayon man ang cahinatna'y may cauntî ring pakikinabang̃in: itatag ang unang bató, magtanim, at marahil cung macaraan na ang sigabo ng̃ unós ay sumibol ang iláng butil, magnawnaw pagcalampas ng̃ capahamacán, máligtas ang angcan sa pagcapahamac at sa cawacasa'y maguing binhi ng̃ mg̃a anac ng̃ maghahalamáng namatay. Mangyayaring macapagpalacás ng̃ loob ang gayóng ulirán sa mg̃a ibáng nang̃atatacot lamang magpasimulâ.

Pinaglininglining ni Ibarra ang mg̃a catuwirang itó, napagmasid ang canyáng calagayan at napagwaring totoong na sa catwiran ang matandáng lalaki sa guitnâ ng̃ canyang pagcamahiliguin sa paniniwala sa mapapanglaw na casasapitan ng̃ anó mang panucalà.

— ¡Naniwalâ acó sa inyó!— ang biglâng sinabi, at pinacahigpit ni Ibarra ang camay ng̃ matandáng lalakì.— Hindi nasayang ang aking pag-asang bibigyan pô ninyô acó ng̃ magalíng na cahatulán. Ng̃ayón dín ay paparoón acó sa cura't aking bubucsán sa canyá ang nilalaman ng̃ aking pusò, sa pagca't ang catotohana'y walà naman siyáng guinagawâ sa aking anó mang bágay na masamâ, sa pagca't hindî naman maguiguing cawang̃is na lahat ng̃ nag-usig sa aking amá. Bucód sa rito'y may ipakikiusap pa acó sa canyá tungcól sa icagagalíng niyáng culang palad na ulol na babaeng iyán at ng̃ canyáng mg̃a anác; ¡nananalíg acó sa Dios at sa mg̃a tao!

Nagpaalam sa matandáng lalaki, sumacay sa cabayo at yumao.

— ¡Masdán nating magaling!— ang ibinulóng ng̃ mapag-isip ng̃ mapapanglaw na filósofo; na sinusundán si Ibarra ng̃ canyáng tanaw;— hiwatigan nating mabuti cung paano cayâ ang gagawín ni Capalarang pagyarì ng̃ pinasimulaang "comedia" sa libang̃an.

— Ng̃ayo'y tunay na siya'y nagcacámali: pinasimulaan ang "comedia" caunaunahan pa bago nangyari ang sa libing̃an.

XXVI.
ANG "VISPERA" NG "FIESTA"

Tayo'y na sa icasampô ng̃ Noviembre, vispera (araw na sinusundan) ng̃ fiesta (pagsasayá).

Iniiwan ang caugaliang anyó sa araw-araw, at gumagamit ang bayan ng̃ isáng waláng cahulilip na casipagan sa bahay, sa daan, sa simbahan, sa sabung̃an at sa cabukiran; pinupunô ang mg̃a bintanà (durung̃awán ó linib) ng̃ mg̃a "bandera" at ng̃ mg̃a "damáscong may iba't ibang culay; napupuspos ang alang-alang ng̃ mg̃a ugong ng̃ mg̃a putóc at ng̃ música; nasasabugan at nalalaganapan ang hang̃in ng̃ mg̃a cagalacan.

Sarisaring minatamis na mg̃a bung̃ang cahoy rito ang nang̃acalagay sa mg̃a "dulcerang" (lalagyán ng̃ matamís) cristál na may sarisáring masasayáng cúlay na pinag aayos-áyos ng̃ dalaga sa isang "mesita" (maliít na mesa), na natátacpan ng̃ maputing "mantel" na "bordado." Sumisiap sa "pátio" ang mg̃a sisiw, cumacacac ang mg̃a inahing manóc, humagukhoc ang mg̃a baboy, na nang̃aguíguitla sa catuwaan ng̃ mg̃a tao. Nagmamanhic manaog ang mg̃a alilang may mg̃a daláng doradang "vagilia" (sasisaring bágay na lalagyan ng̃ pagcaing napapamutihan ng̃ mg̃a dibujong dorado), pilac na mg̃a "cubierto" (cuchara, cuchillo at tenedor) dito'y may kinagagalitan dahil sa pagcabasag ng̃ isang pingan, doo'y pinagtatawanan ang isang babayeng tagabukid; sa lahat ng̃ daco'y may nang̃ag-uutos, nang̃ag-uusapan, sumisigaw, nang̃agpipintasan, nang̃agbabalacbalac, nang̃ag-aaliwan ang isa't isá, at pawang caguluhan, ugong, caing̃ayán. At ang lahat ng̃ pagsusumicap na itó at itong lahat na pagpapapagal ay dahil sa panauhing kilala ó hindî kilala; ang cadahilana'y ng̃ pagpakitaan ng̃ magandang loob ang taong marahil ay hindî pa nakikita cailan mán, at marahil cailan man ay hindî na pakikita pagcatapos; ng̃ ang tagaibang bayan, ang naglalacbay-bayan, ang caibigan, ang caaway, ang filipino, ang castila, ang dukhâ, ang mayaman ay umalis doon pagcatapos ng̃ fiestang natutuwa at walang maipintas: hindî man lamang hinihing̃ì sa canilang cumilala ng̃ utang na loob, at hindî hinihintay sa mg̃a panauhing yaong huwag gumawâ ng̃ anó mang isasamâ ng̃ mapagcandiling magcacasambaháy samantalang tinutunaw ó cung matunaw na sa tiyan ang canilang kinain. Ang mg̃a mayayáman, ang mg̃a nacakita ng̃ higuit cay sa mg̃a ibá, palibhasa'y nang̃aparoon sa Maynilà, nang̃agsisibili ng̃ cerveza, champagne, mg̃a licor, mg̃a alac at mg̃a pagcaing galing Europa, mg̃a bágay na bahagyà na nilá natiticman ang isáng subò ó isáng lagóc. Magandang totoó ang pagcacahanda ng̃ canyáng mesa.

Sa dacong guitnâ'y naroroon ang isáng "pinya-pinyahang" kinatutusucan ng̃ mg̃a panghining̃áng marikít na lubhâ ang pagcacagawâ ng̃ mg̃a "presidiario" sa mg̃a horas ng̃ caniláng pagpapahing̃alay. Ang mg̃a panghiningáng itó'y may m̃ga anyong "abanico," cung minsa'y catulad ñg m̃ga pinagsalitsalit na m̃ga bulaclac, ó isáng ibon, isáng "rosa", isáng dahon ñg anahaw, ó m̃ga tanicalâ, na pinapagmulâ ang lahát ñg itó sa isáng caputol na cahoy lamang: isáng bilanggong pinarurusahan sa sapilitang pagtatrabajo ang may gawâ, isáng pañgal na "cuchillo" ang gamit na casangcapan at ang voces ñg bastonero ang siyang nagtuturò.— Sa magcabilang tabí ñg pinyang itó, na tinatawag na "palillera", nacalagáy sa m̃ga cristal na "frutero" (lalagyan ñg buñgang-cahoy) ang nacatimbóng m̃ga "naranjitas" (santones ang tawag ng iba), lansones, ates, chicos at manggá pa cung magca minsan, bagá man buwan ñg Noviembre. Sacâ sa mañga bandeja sa ibabaw ñg m̃ga papel na may burdang inukit at may m̃ga pintáng makikináng na m̃ga cúlay, nacahayin ang m̃ga "jamong" galing Europa ó galing China, isáng malaking "pastel" na ang anyó'y "Agnus Dei," (tupang may tañgay na banderang may nacadibujong isang cruz), ó cayá'y calapati, ang Espíritu Santo marahil, m̃ga "pavo rellenado," at ibá pa; at sa casamahan ñg lahat ñg ito'y ang pangpagana sa pagcaing m̃ga frasco ñg m̃ga "achara" na may caayaayang m̃ga dibujong gawâ sa bulaclac ñg buñga at ibá pang m̃ga gúlay at m̃ga buñgang halaman na totoong mainam ang pagcacahiwà na idinigkít ñg "almibar" sa m̃ga taguiliran ñg m̃ga garrafón.

Linilinis ang m̃ga globong vidrio, na pinagmanamana ñg m̃ga ama't ñg m̃ga anác, pinakikintab ang m̃ga tansong aro; hinuhubdan ang m̃ga lampara ñg petróleo ñg canilang mapupuláng m̃ga funda, na sa canila'y naglalagac sa loob ñg isang taón sa m̃ga langaw at sa m̃ga lamoc na sa canila'y sumisirâ; umuugoy, cumacalansing, umaawit ñg caligaligaya ang m̃ga "almendra" at m̃ga palawit na cristal na nagkikinagan ñg sarisaring maniningning na cúlay dahil sa anyô ñg pagcacatapyas; na ano pa't anaki'y nañgakikisaliw sa pagcacatuwâ, nangagsasayá pinagpag-iiba't-iba ang ningning at pinasisinag sa ibabaw ñg mapuputing m̃ga pader ang m̃ga cúlay ñg bahag-hari.

Ang m̃ga bata'y nañgaglalarô, nañgagcacatuwâan, hinahabol ang maniningning na m̃ga cúlay, nañgatitisod, nababasag ang m̃ga tubo, datapuwa't ito'y hindî nacacagambalà upang ipagpatuloy ang catuwaan ñg fiesta: ibáng ibá ang caniláng casasapitan at ang m̃ga luhà ñg caniláng mabibilog na m̃ga matá, ang siyang magsaysay cung mangyari ang ganitóng pagbabasag sa ibáng panahon ñg isáng taón.

Lumalabás, na gaya rin ñg m̃ga cagalang-galang na m̃ga lámparang itó, sa m̃ga pinagtatagúan, ang m̃ga pinagtiyagaang gawín ñg dalaga: m̃ga "velo" na sa "crochet" ang pagcacayarì, maliliit na m̃ga alfombra, m̃ga bulaclac na gawáng camay; inilalabás din ang m̃ga caunaunahang bandejang sa calaguitnaa'y may nacapintáng isáng dagatang may m̃ga maliliit na isda, m̃ga buaya, m̃ga lamáng dagat, m̃ga lúmot, m̃ga coral at m̃ga batóng vidriong maniningning ang mg̃a cúlay. Namamauló ang mg̃a bandejang itó sa mg̃a tabaco, mg̃a cigarrillo at maliliit na hitsóng pinilí ng̃ maiínam na mg̃a dalirì ng̃ mg̃a dalága.

Cumikintáb na parang salamín ang tablá ng̃ báhay; mg̃a cortinang júsi ó piña ang mg̃a pamuti ng̃ mg̃a pintúan, sa mg̃a bintana'y nacasabit ang mg̃a farol cristal, ó papel rosa, azul, verde ó pulá: napupuspos ang bahay ng̃ mg̃a bulaclac at ng̃ mg̃a lalagyan ng̃ mg̃a halamang namumulaclac ó magaling na mg̃a pamuti na ipinapatong sa mg̃a pedestal na loza sa China; pati ng̃ mg̃a santo'y nang̃agsisigayac, ang mg̃a larawan at ang mg̃a, "reliquia" ay nang̃agsásaya namán, pinapagpagán silá ng̃ alabóc at binibitinan ng̃ pinagsalitsalit na mg̃a bulaclac ang caniláng mg̃a marco.

Nang̃agtátayô sa mg̃a daán, sa láyong hálos nagcacatuladtulad, ng̃ maiinam na mg̃a arcong cawayang binurdahan sa libolibong paraang tinatawag na "sincában", at naliliguid ng̃ mg̃a caluscós, na makita lámang ng̃ mg̃a bata'y nang̃agsasayahan na. Sa paliguid ng̃ patio ng̃ simbaha'y naroon ang malaking toldang pinagcagugúlan ng̃ mainam, na mg̃a punò ng̃ cawayan ang mg̃a túcod, at ng̃ doon magdáan ang procesion. Sa ilalim ng̃ toldang ito'y nang̃aglalaró ang mg̃a báta, nang̃agtatacbuhan, nang̃ag-aacayatan, nang̃aglulucsuhan at caniláng pinupunit ang mg̃a bagong barong talagáng caniláng pagbibihisan sa caarawan ng̃ fiesta.

Nang̃agtayô doon sa plaza ng̃ tablado, palabasan ng̃ comediang ang mg̃a guinamit na kasangcapa'y cawáyan, páwid at cáhoy. Diyan magsasaysay ng̃ mg̃a cahang̃ahang̀a ang comediang Tundo, at makikipag-unahan sa mg̃a dios sa cababalaghan: diyán cácanta at sásayaw si na Marianito, Chananay, Balbino, Ratia, Carvajal, Yeyeng, Liceria at iba pa. Kinalulugdan ng̃ Filipino ang teatro at nang̃agsusumicap ng̃ pagdaló sa mg̃a guinágawang palabas na mg̃a drama; pinakikinggang hindî umiimíc ang cantá, kinatutuwâan ang sayáw at ang "mímica", hindî-sumusutsot, (tandâ ng̃ pagpintas,) ng̃uni't hindi namán pumapacpac (tanda ng̃ pagpupuri) ¿Hindî niyá naibigan ang pinalabas? Ang guinágawa'y ng̃inang̃ang̃ang̀a ang canyáng hitsó, ó cung dílì cayá'y umaalis na hindî guinagambálà ang ibáng maráhil ay nang̃alúlugod sa pinalálabas na iyón. Manacanacang humíhiyaw lámang ang mg̃a mámamayang hang̃ál, pagcâ hináhagcan ó niyayacap ng̃ lumálabas na mg̃a laláki ang lumálabas na mg̃a babae; datapwa't hindî lumálampas sa gayóng gawâ. Ng̃ úna'y walang pinalálabas cung hindî mg̃a drama lamang; gumágawa ang poeta ng̃ bayan ng̃ isáng cathang doo'y hindî naaaring hindî magcaroon ng̃ labanán, pagcacadalawang minuto, isang mapagpatawang "túpay at cakilakilabot na mg̃a malicmatang pagbabagobago ng̃ anyô. Datapwa't mula ng̃ maisipan ng̃ mg̃a artista sa Tundóng gumawa ng̃ labanán bawa't icalabing limáng "segundo" at maglagay ng̃ dalawang túpay, at magpalabas ng̃ mg̃a cathang lálò ng̃ dî súcat mapaniwalâan, mulâ noó'y caniláng natabúnan ang caniláng mg̃a capangagáw na mga tagá lalawígan. Sa pagca't totoóng malulugdin sa bagay na gayón ang gobernadorcillo, ang guinawâ niya'y canyang piniling camalam ang cura, ang comediang "Principe Villardo, ó ang mga pácong binúnot sa imbíng yungib," dramang may "magia" at may mga "fuegos artificiales."

Mayá't mayá'y nirerepique ng boong galác ang mga campanà, ang mga campanà ring iyón ang dumúdoblas ng camacasampong araw. Mga ruedang may mga bomba at mga "verso" (morterete) ang siyáng umu-ugong sa împapawid; ipakikita ang canyáng dunong ng "pirotécnico" ó castillerong filipino, na natutuhan ang canyáng "arte" na sino ma'y waláng nagtuturo, naghahanda ng mga toro, mga castillong may mga paputóc at may mga "luces de Bengala", mga globong papel na pinapantog ng hanging mainit, mga "rueda de brillante," mga bomba, mga cohetes at ibá pá.

¿Tumútunog sa maláyò ang caayaayang alingawngáw? Pagdaca'y nangag tatácbuhan ang mga batang lalaki at nangag-úunahan sa pagtúngo sa labás ng báyan upang salubúngin ang mga banda ng música. Limá ang inupahan, bucód sa tatlóng orquesta. Hindî dapat mawala ang música ng Pagsanghang ang escribano ang siyang may arì, at gayón din ang música ng S.P. de T., na balitang totoo ng panahóng iyón, dahil sa ang namamatnugot ay ang maestro Austria ang lagalag bagáng si "cabo Mariano," na ayon sa sabihana'y dala raw niya sa dulo ng canyáng batuta ang pagcabantog at ang magagandang tínig. Pinupúri ng mga musico ang canyáng marcha fúnebre "El Sauce", at canilang pinanghihinayang siya'y hindî nacapag-aral ng música, sa pagcá't sa cagalingan niyáng umísip ay macapagbibigay dangal sana siyá sa canyáng kináguisnang báyan.

Pumasoc na ang música sa bayan at tumutugtog ng masayang mga "marcha" na sinúsundan ng mga bátang marurumi ang pananamit ó halos mga hubo't hubád: may ang bárò ng canyáng capatíd ang suot, may ang salawál ng canyáng amá. Pagdacang tumitiguil ang música'y nasasaulo na nilá ang tugtuguing caniláng nárinig, caniláng inuulit na sa aguing-íng ng bibig ó isinusutsot ang tugtuguing iyón ng lubós na cakinisan, at caniláng pinasisiyahan na cung magandá ó pangit.

Samantala'y nangadaratingan ang mga carromata, mga calesa ó mga coche ng mga camag-anac, ng mga caibigan, ng mga hindî cakilala ng mga tahur na dalá ang canicanilang lalong magagaling na mga manóc at mga supot ng guintô, at nangaháhandang ipanganib ang caniláng pamumúhay sa sugalan ó sa loob ng "rueda" ng sabungán.

— ¡Tumatanggap ang alférez sa gabigabí ng limáng pong piso!— ang ibinúbulong ng isáng laláking pandác at matabâ sa tainga ng mga bágong dating;— paririto si capitang Tiago at maglálagay ng bangcâ; may labíng-walóng libong dalá si capitang Joaquin. Magcacaroon ng "liampó," sampóng líbo ang ilálagay na puhúnan ni insíc Carlos. Magsisirating na gáling sa Tanawan, sa Lipá at sa Batangan at gayón din sa Santa Cruz, ang malalacás na mga "punto" (mananayà). Nguni't magchocolate cayó. Hindî tayo aanitan ni capitang Tiago, na gaya ng taóng nagdaan: tátatlong misa de gracia ang canyáng pinagcagugulan, at aco'y may mutyâ sa cacáw. At ¿cumusta pô bâ ang familia?

— ¡Mabuti po! ¡mabuti po! ¡salamat!— ang isinásagot ng mga nangingibang báyan;— at ¿si párì Dámaso?

— Magsesermón sa umaga si pári Dámaso at pagcágabí casama nating siya'y magbábangcâ.

— ¡Lalong mabuti! ¡lalong mabuti! ¡cung gayo'y walang ano mang panganib!

— ¡Panátag, totoóng panatag tayo! ¡Bucód sa roo'y susubò si insic Carlos!

At inaacma ng matabang tao ang canyáng mga daliring warì'y nabibilang ng salapî.

Sa labas ng bayan ang nangyayari nama'y nabibihis ang mga tagabundoc ng lalong magagaling nilang pananamit upang dalhín sa bahay ng canicanilang mamumuhunan ang pinatabang magalíng na mga inahing manoc, mga baboy-ramó, mga usa, mga ibon; inilululan ng mga ibá sa mabibigat ng hilahing mga carretón ang cáhoy na panggátong; ang mga iba'y mga búngáng cáhoy, bihirang makitang mga dápò na nasusumpungan sa gúbat; at ang mga iba'y nagdádala namán ng bigà na may malalápad na mga dáhon, ticás ticas na may mga bulaclac, na cúlay apóy upang ipamúti sa mga pintuan ng mga báhay.

Nguni't ang kinaroroonan ng lálong malakíng casayahang hálos ay caguluhan na'y doón sa isang malápad na capatágang mataas, na iláng hacbáng lámang ang láyò sa báhay ni Ibarra. Cumacalairit ang mga "polea", umaalingawngaw ang mga sigawan, ang mataguintíng na tunóg ng batóng nilalabrá, ang martillong pumúpucpoc ng pácò, ang palacól na inilalabrá ng cahab-an. Caramihang táo ang dumúducal ng lupa at gumágawâ silá ng isáng maluang at malálim na húcay naghahanay ang ibá ng mga batóng tinibág sa tibagan ng báyan, nagbábaba ng lulan ng mga carretón, nagbúbunton ng buhangin, nangaglálagay ng mga torno at mga cabrestante....

— ¡Dito! ¡doón iyan! ¡Madali!— ang isinísigaw ng isáng maliit na matandáng laláking ang pagmumukhá'y masayá at matalínò, na ang háwac na pinacatungcód ay isáng metro na may tansô ang mga cantó at nacabilíbid doón ang lúbid ng isáng plomada. Iyón ang maestro ng paggawâ, si ñor Juang arquitecto, albañil, carpintero, blanqueador, cerrajero, pintor, picapedrero at manacánacâ pang escultor.

— ¡Kinacailangang itó'y mayari ngayón din! ¡Hindî macapagtatrabajo búcas at gágawin na ang ceremonia sa macalawa! ¡Madalî!

— ¡Gawín ninyó ang hoyo sa isáng paraang maipasoc na angcáp na angcáp ang tila híhip na itó!— ang sinasabi sa iláng mga picapedrero na nañgagpapakinis ñg isang malaking batóng parisucát;— ¡sa loob nitó iiñgatan ang ating m̃ga pangalan!

At inuulit sa báwa't tagaibáng báyang lumalapit, ang macalilibong canyáng sinábi na:

— ¿Nalalaman bâ ninyó ang áming itátayô? Talastasín ninyóng itó'y isáng escuélahan, huwáran ñg m̃ga ganitóng bágay rin, catúlad ñg m̃ga escuélahan sa Alemania, higuít pa ang cabutihan! ¡Ang arquitectong si guinóong R. at acó ang gumuhit ñg plano, at acó ang namamatnugot sa paggawâ! Siyá ñgâ, pô; tingnán ninyo. Itó'y maguiguing isáng palaciong may dalawáng pinacapacpác; úcol ang isa sa m̃ga bátang lalaki at ang isá'y sa m̃ga bátang babae. Magcacaroon dito sa guitnâ ñg isáng malaking halamanang may tatlóng huwád sa bucál ñg túbig na sumusumpít na paitaas, at caligaligaya ang sambúlat ñg m̃ga patác; m̃ga púnò ñg cáhoy diyan sa m̃ga taguilíran, maliliit na halamanan, at ñg ang m̃ga báta'y magtatanim at mag-aalágà ñg m̃ga halaman sa m̃ga horas ñg pagliliháng, sasamantaláhin ang panahón at hindi sasayáñgin. ¡Tingnán ninyó't malalalim ang m̃ga simiento! Tatlóng metro at pitompó't limáng centímentro. Magcacaroon ang bahay na itó ñg tatlóng bodega, m̃ga yuñgíb sa ilálim ñg lúpà m̃ga bilangguan sa m̃ga tamád mag-aral sa malapít, sa totóong malapit sa m̃ga pinaglalaruan at sa "gimnasio", at ñg márinig ñg m̃ga pinarurusahang bátà cung paano ang guinágawang pagcacatuwâ ñg m̃ga masisipag-mag-áral. Nakikita pô bâ ninyó ang malaking lugar na iyáng waláng caanoano man? Itinátalaga ang capatagang iyáng lampaslampasan ang hañgin upang diyán mañgagtacbúhan at mañgaglucsuhan ang m̃ga bátà. Magcacaroon ang m̃ga batang babae ñg halamanang may m̃ga uupán, m̃ga "columpio", m̃ga cacahúyan at ñg doon silá macarapaglarô ñg "comba", m̃ga bucál ñg túbig na pumapaimbulog, culuñgan ñg m̃ga ibon at ibá pa. Itó'y maguiguing isang bágay na cárikitdikitan.

At pinapagkikiskis ni ñor Juan ang m̃ga camáy sa galác, at ang iniisip niya'y ang pagcabantóg na mátatamo. Magsisìparito ang m̃ga tagá ibáng lupain upang daláwin iyón at sila'y mañgagtatanong:— ¿Síno ang dakilang arquitectong gumawâ nitó?— ¿Hindî bâ ninyó nalalaman? ¡Tila mandin hindî catotohanang; hindî ninyó makilala si ñor Juan! ¡Marahil totoóng maláyò ang inyong pinangaliñgan!— ang isásagot ñg lahát.

Nagpaparoo't paríto sa magcabicabilang dúlong taglay ang ganitong m̃ga pagdidilidili, na canyang inuusisang lahat, at ang lahát ay canyáng minámasdan.

— Sa ganáng ákin ay napacarami namang cahoy ang gamit na iyan sa isang cabria— ang canyáng sinabi sa isang taong nanínilaw, na siyang namamatnubay sa ilang m̃ga manggagawà;— casucatan na, sa ganang akin, ang tatlóng mahahabang trozo na papagtutungcuíng-calan ó "trípode", at sacâ tatló pang cahoy na papagcapitcapitin!

— ¡Aba!— ang isinagót n͠g laláking nanínilaw na n͠gumín͠gitî n͠g cacaibá;— lálong malakíng pangguiguilalás ang áting tátamuhin samantalang lálong marámi ang m͠ga casangcapang gamítin nátin sa gawaing itó. Lálong maínam ang anyô n͠g caboôan, lálong mahalagá at caniláng wiwicâin: ¡gaano calakíng págod ang guinúgol díto! ¡Makikita ninyo cung anó ang cábriang áking itátayô! At pagcatápos ay áking pamumutihan n͠g m͠ga banderola, n͠g m͠ga guirnaldang m͠ga dáhon at m͠ga bulaclác ...; masasabi ninyó pagcatapos na nagcaróon cayó n͠g magandáng caisipán n͠g pagcacátanggap ninyó sa ákin sa casamahán n͠g inyóng m͠ga manggagáwa, at walâ n͠g maháhan͠gad pa si guinóong Ibarra!

Sa dácong malayôlayô roo'y may natatanawáng kiosko, na nagcacahugpong sa pamamag-itan n͠g isáng bálag na nahahabun͠gan n͠g m͠ga dáhon n͠g ságuing.

Ang maestro sa escuélahan may m͠ga tatlompóng bátang laláki ay nan͠gaggágawâ n͠g m͠ga corona, nan͠gagtatali n͠g m͠ga bandera sa m͠ga malilíit na man͠ga halíguing cawáyang napupuluputan n͠g damít na putíng pinacumbô.

— ¡Pagsicápan ninyóng umínam ang pagcacasulat n͠g m͠ga letra!— ang sinasabi sa m͠ga nagpípinta n͠g m͠ga salitáng itátanyag sa lahát;— ¿paririto ang Alcalde, maráming m͠ga cura ang magsísidalo, maráhil patí n͠g Capitan General na n͠gayo'y na sa lalawigan! Cung makita niláng magalíng cayóng magdibújo, marahil cayo'y puríhin.

— ¿At handugán camí n͠g isáng pizarra ...?

— ¿Síno ang nacaaalam! datapuwa't humin͠gî na si guinoong Ibarra n͠g isá sa Maynilà. Dárating búcas ang iláng bágay na ipamamahágui sa inyóng pinacaganting pálà.... Datapuwa't pabayaan ninyó ang m͠ga bulaclác na iyán sa túbig, gágawin natin búcas ang m͠ga ramillete, magdádala pa cayó ríto n͠g m͠ga bulaclác, sa pagca't kinacailangang malatagan ang mesa n͠g m͠ga bulaclac, ang m͠ga bulaclác ay nacapagbíbigay sayá sa m͠ga matá.

— Magdádala ríto ang áking amá búcas n͠g m͠ga bulaclác n͠g bainô at sacâ isáng bácol na m͠ga sampaga.

— Hindi tumatanggáp n͠g báyad ang aking amá sa tatlóng carritóng buhan͠ging dinalá rito.

— Ipinan͠gacò n͠g aking tiong siya ang magbabayad sa isáng maestro,— ang idinugtong n͠g pamangkin ni capitang Basilio.

At túnay n͠ga namán; kinalugdán ang panucálang iyón n͠g lahát hálos. Hinin͠gî n͠g curang siyá ang mag-áamang-binyág at magbebendición sa paglalagáy n͠g únang bató, pagdiriwáng na gágawin sa catapusáng araw n͠g fiesta, at siyáng gágawing isá sa m͠ga pinacamalaking pagsasaya. Patí n͠g coadjutor ay lumápit n͠g boóng cakimîan cay Ibarra, at sa canya'y inihandóg ang lahát n͠g m͠ga pamisang pagbayaran sa canyá n͠g m͠ga mapamintacasi hanggáng sa mayarì ang báhay na iyón. Mayroon pa, sinabi ni hermana Rufa, ang mayaman at mapag-impoc na babaeng sacali't cuculan͠gin n͠g salapî, canyáng lilibutin ang iláng báyan upang magpalimós, sa ilálim ng tánging pagcacasunduang sa canyá'y babayaran ang paglalacbáy, ang mga cacánin at ibá pa. Pinasalamatan siyá ni Ibarra at siyá'y sinagót:

— Walâ táyong macucuhang mahalagáng bágay, sa pagcá't hindi acó mayáman at hindî namán simbahan ang báhay na itó. Bucód sa rito'y hindî co ipinangácong áking itátayô ang báhay na itóng ibá ang magcacagugol.

Pinagtatakhan siyá at guinagawang ulirán ng mga bináta, ng mga estudianteng gáling Maynilang pumaroón doón at ng makipagfiesta; nguni't gaya ng nangyayari hálos cailán man, pagca ibig nating tuláran ang mga tinátakhang mga táo, ang nagágagad lámang natin ay ang canyáng waláng cabuluháng mga guinágawâ, at cung magcaminsan pa'y ang canyáng mga sawíng caasalan, nangagtataca palibhasa'y walá táyong cáya sa ibáng bágay, minámasdan ng maraming sa canya'y nangagtátaca cung paano ang pagtatali ng binátang iyón ng canyáng corbata, ang mga ibá nama'y ang anyô ng cuello ng bárò, at hindî cácaunti ang nagmámasid cung ilán ang mga botón ng canyáng americana at chaleco.

Tila mandin pawang nangapawi magpacailán man ang mga masasamáng nangyyari sa panahóng hináharap na guinuguniguni ni matandáng Tasio. Iyán ngâ ang sinabi ni Ibarra isáng áraw sa canyá; nguni't siyá'y sinagót ng matandáng mapag-ísip ng malulungcót:

— Inyó pô sánang alalahanin ang sinasabi ni Baltazar:

"Cung ang isalubong sa iyong pagdatíng

Ay masayáng mukhá't may pakitang guìliw,

Lálong pag-ingáta't caaway na lihim..."

Cung gaano ang galíng ni Baltazar sa pagca poeta ay gayón din sa catalinuhang umísip.

Itó at ibá pang mga bágay ang mga nangyari sa áraw na sinusundan ng fiesta bago lumubóg ang áraw.

XXVII.
SA PAGTATAKIPSILIM

Gumawâ rin namán ng̃ malaking handâ sa báhay ni capitang Tiago. Nakikilala natin ang may báhay; ang canyáng hilig sa caparang̃alanan, at dápat na hiyaín ng̃ canyáng capalaluang pagca tagá Maynila, sa caríkitan ng̃ piguing, ang mg̃a tagalalawigan. May isá pang cadahilanang sa canya'y pumipilit na pagsicapan niyáng siya'y macapang̃ibabaw na lubos sa mg̃a ibá: casáma niyá ang canyáng anác na si María Clara at sacâ naroroon ang canyáng mamanugang̃in, caya't waláng pinag uusapan ang mg̃a tao cung dî siyá lámang. At siyá ng̃a namán: hinandugan ang canyáng mamanugang̃in ng̃ isá sa lálong mg̃a dalubasang pámahayagan sa Maynilà ng̃ isáng "artículo" (casulatan) sa canyáng únang mukhâ, na ang pamagát (ng̃ artículong iyón) ay "¡Siya'y inyong tularan!" pinuspos siya ng̃ mg̃a pang̃aral at inaalayan siyá ng̃ iláng mg̃a papuri. Tinawag siyáng "marilag na binata at mayamang mamumuhunan;" pagcatapos ng̃ dalawáng renglon ay sinabing siya'y "tang̃ing mapagcaawang-gawâ"; sa sumúsunod na párrafo'y ikinápit namán sa canyá ang saysay na: "alagad ni Minervang naparoon sa Ináng Bayan upang bumáti sa wagás na lúpà ng̃ mg̃a arte at mg̃a carunung̃an" at sa dácong ibabà pa'y "ang español filipino" at iba't ibá pa. Nag-aalab ang loob ni capitang Tiago sa magandang pakikipag-unahán sa gawáng magaling, at canyáng iniísip na bacá magalíng na canyáng pagcagugulan ang pagtatayô namán ng̃ isáng convento.

Nang mg̃a nagdaáng áraw ay dumatíng sa báhay na tinatahanan ni María Clara at ni tía Isabel ang maraming caja ng̃ mg̃a cacánin at mg̃a inumíng gáling Europa, mg̃a salaming pagcálalaki, mg̃a cuadro at ang piano ng̃ dalaga.

Dumatíng si capitang Tiago ng̃ áraw rin ng̃ vispera: paghalíc sa canyá ng̃ camáy ng̃ canyang anác na babae, hinandugán niyá itó ng̃ isáng magandang relicariong guintô na may mg̃a brillante at mg̃a esmeralda, na ang lamá'y isáng tatal ng̃ bangca ni San Pedro, sa dacong inup-án ng̃ ating Pang̃inoong Jesucristo ng̃ panahón ng̃ pang̃ing̃isda.

Walâ ng̃ lalalò pa sa galing ng̃ pagkikita ng̃ bibiananin at ng̃ mamanugang̃in; cauculán ng̃ang silá'y mag-úsap ng̃ nauucol sa escuelahan. Ang ibig ni capitang Tiago'y tawaguing "Escuela ni San Francisco."

— Maniwalà cayó sa ákin,— ang sabi ni capitang Basilio,— ¡isáng magalíng na pintacasi si San Francisco! Wala cayong pakikinabang̃in cung tatawaguin ninyong "Escuela ng̃ Instrucción Primaria". ¿Sino pô si Instrucción Primaria?

Dumating ang iláng mg̃a caibigang babáe ni María Clara at caniláng inanyayahan itong magpasial.

— Ng̃uni't bumalic ca agád,— aní capitang Basilio sa canyáng anác na babáe na sa canyá'y humihing̃ing pahintulot;— nalalaman mo ng̃ sasalo sa átin sa paghápon si parì Dámasong bágong carárating.

At canyáng lining̃on si Ibarrang nag-anyóng may iniísip, at idinugtóng:

— Cayó po namán ay sumalo ng̃ paghápon sa amin; magiisa cayó sa inyóng báhay.

— Malakíng totóo po ang áking pagca ibig, datapwa't dápat pong sumaaking bahay acó't bacá sacáling may dumating na mg̃a "visita,"— ang isinagót ng̃ binatang nagcacang-uútal, at iniiwasan ang títig ni María Clara.

— Dalhín po ninyó rito ang inyóng mg̃a caibigan, ang itinútol ng̃ boóng capanatagán ni capitang Tiago;— May sagánang pagcain sa áking bahay.... Bucód sa roó'y ibig cong cayó at si párì Dámaso'y magcáwatasan....

— ¡Magcacaroon na pô ng̃ panahón sa bágay na iyán!— ang isinagót ni Ibarrang ng̃uming̃iti ng̃ sapilitang pagng̃itî, at humandáng samáhan ang mg̃a dalaga.

Nanaog silá sa hagdanan.

Nangguiguitnâ si María Clara cay Victoria at cay Iday, sumusunod sa licuran si tía Isabel.

Nagwawahi ang tao sa udyóc ng̃ paggálang, at ng̃ sila'y mabigyáng daan. Puspós ng̃ catacatacang cagandahan si María Clara: napáwi ang canyáng pamumutlâ, at cung nananatiling tila may iniísip ang canyáng mg̃a mata, ang canyáng bibig namán ay warì'y waláng ibang nakikilala cung hindî ang ng̃itî. Taglá̃y iyáng cagandahan ng̃ loob ng̃ isáng lumiligayang dalaga, siya'y bumabatì sa canyáng mg̃a dating cakilala mulâ pasa camusmusan, at ng̃ayo'y nagsisipangguilalás sa canyáng mapálad na cabatâan. Sa cúlang pang labíng limáng áraw ay nanag-úlì sa canyá yaóng lubós na pagpapalagay ng̃ loob, yaóng catabiláng musmos na tila mandin nagulayláy sa guitnâ ng̃ makikipot na tahanang nalilibot ng̃ pader sa beaterio; masasabing kinikilala ng̃ paroparó ang lahat ng̃ mg̃a bulaclac pagcaalís niya sa canyáng bahay-uod; nagcasiya sa canyá ang lumipád na sumandali at magpainit sa mg̃a doradong sínag ng̃ áraw upang mawalâ ang catigasan ng̃ mg̃a casucasuan ng̃ bágong nagcacapacpác. Cumikisláp ang bágong búhay sa boong cataohan ng̃ dalaga: pawang magaling at maganda ang canyang ting̃in sa lahát; isinasaysay ang canyáng pagsintá sa pamamag-itan niyang calugodlugód na asal ng̃ isáng virgeng palibhasa'y waláng namamasdán cung dî mg̃a budhîng dalísay, hindî nakikilala cung anó ang dáhil ng̃ mg̃a paghihiyahiyâan. Gayón man, pagca siya'y inaalayan ng̃ masasayáng mg̃a aglahi'y tinatácpan niya ang canyáng mukhâ ng̃ abanico; datapuwa't pagca nagcacagayó'y ng̃uming̃itî ang canyáng mg̃a matá at lumalaganap sa canyáng boong cataohan ang bahagyang kilabot.

Pinasimulaang lagyán ng̃ mg̃a ílaw ang mg̃a pang̃ulong báhay, at sa mg̃a daang pinagdaraanan ng̃ mg̃a música ay sinisindihan ang mg̃a ílaw ng̃ mg̃a arañáng cawayan at cahoy na inihuwad sa mg̃a araña ng̃ simbahan.

Natatanaw buhat sa daan, sa mg̃a bintanang bucás, ang hindî naglilicat na pagpaparoo't parito ng̃ mg̃a tao sa mg̃a bahay, sa guitnâ ng̃ caliwanagan ng̃ mga ílaw at halimuyac ng̃ mga bulaclac, sa caayaayang tínig ng̃ piano, arpa ú orquesta. Nañgaglalacaran sa mga daan ang mga insíc, mga castila, mga filipinong may suot europeo ó suot tagalog. Nañgagcacahalòhalò sa paglacad, na nañgagcacasicuhan at nañgagtutulacán ang mga alilang lalaking may dalang carne ó mga inahíng manóc, mga estudianteng nacaputî ang pananamit, mga lalaki't mga babae, na nañgagsisipañganib na sila'y matahac ng̃ mga coche at mga calesa, na cahit sumisigaw ng̃ "tabì" ang mga cochero'y nahihirapan din silang macapaghawì ng̃ daan.

Bumati sa ating mga cakilala, ng̃ na sa tapát silá ng̃ báhay ni capitang Basilio, ang iláng mga kinabataan, at inaayayahang pumanhic muna sa báhay. Ang masayáng voces ni Sinang, na tumatacbóng papanaog sa hagdanan, ang siyáng nagbigay wacás sa mga pagdadahilan upang huwag pumanhic.

— Pumanhíc muna cayóng sandalî upang aco'y macasama sa inyó,— ang sinasabi niya. Nababagot acó sa pakikipanayam sa gayóng caraming hindî co mga cakilalang walang pinag-uusapan cung di mga sasabuñgin at mga baraja.

Nañgagsipanhic silá.

Punongpuno ang salas ng̃ mga tao. Nañgagpauna ang ilán upang bumati cay Ibarra, na kilala, ang pañgalan ng̃ lahat; canilang pinagmamasdan ng̃ boong pagcahañga ang cagandahan ni María Clara, at nañgagbubulungbuluñgan ang ilang mga matatandang babae, samantalang ñgumañgangà: ¡mukhang vírgen!"

Napilitan silá roong uminóm ng̃ chocolate. Naguing matalic na caibigan at taga pagsanggalang ni Ibarra si capitang Basilio, mula ng̃ araw na sila'y maglibang sa caparañgan. Naalaman niya, sa pamamag-itan ng̃ telegramang inihandóg sa canyang anac na babaeng si Sinang, na natatalos ni Ibarra ang canyang pananalo sa usapin, ayon sa hatol ng̃ hucom, at dahil dito'y sa pagca't aayaw siyang pagahis sa cagandahan ng̃ loob, canyang ipinakiusap na pawalang cabuluhan ang pinagcayarian ng̃ sila'y maglarò ng̃ ajedrez. Datapwa't sa pagca't aayaw pumayag si Ibarra sa gayóng bagay, ipinakiusap naman ni capitang Basiliong ang salaping dapat na ibayad sa mga costas ay gamitin sa pagbababayad ng̃ isang maestro sa gagawing escuela ng̃ bayan. Dahil sa gayóng nangyayari, guinagamit ni capitang Basilio ang canyang mainam na mga pananalita, at ng̃ huwag ng̃ ipagpatuloy ng̃ ibang mga causapin ang canilang mga cacaibang adhica, at sa canila'y sinasabi:

— ¡Maniwala cayó sa akin: sa mga usapín ang nananalo'y siyang nahuhubdan!

Datapwa't wala siyang mapahinuhod na sino man, baga man canyang sinasambit ang mga romano.

Ng̃ macatapos ng̃ macainom ng̃ chocolate, napilitan ang ating mga cabataang pakingan ang pianong tinutugtog ng̃ organista ng̃ bayan.

Pagca siya'y pinakikinggan co sa Simbahan ani Sinang, nacacaibig acong magsayaw; ngayong piano ang canyang tinutugtóg ang naiisipan co nama'y magdasal. Dahil dito'y sasama acó sa inyó.

— ¿Ibig pô ba nínyóng pumarito sa amin ngayóng gabí?— ang inianás ni capitang Basilio sa tainga ni Ibarra ng itó'y magpaalam na— maglalagáy si parì Dámaso ng isáng maliit na bangcâ.

Ngumitî si Ibarra at sumagót ng isáng tangô ng úlo, na mangyayaring ang maguing cahuluga'y pagsang-ayon, at mangyayari namang hindî pagsangayon.

— Sino ba iyan?— ang tanóng ni María Clara cay Victoria, na itinurò sa isáng mabilís na sulyáp ang isáng binatang sa canilá'y sumusunod.

— Iyan ... iya'y isáng pinsan co,— ang isinagót na halos nagugulumihanan.

— ¿At ang isá?

Iya'y hindî co pinsan.— ang dalidaling isinagót ni Sinang;— iyá'y isáng anác ng aking tía.

Nagdaan silá sa harapán ng conventong tahanan ng cura, na ang catotohanan ay hindî sahól sa mga ibáng lugar sa casayahan. Hindî napiguilan ni Sinang ang isáng sigaw ng pangguiguilalás ng canyáng makitang may mga ílaw ang mga lámpara, mga lámparang ang mga anyó'y sa caunaunahan pa, na hindî pinababayaan cailan man ni párì Salving siyang pag-ilawan at ng huwag magcagugol sa petróleo. May nangariring na mga sigawan at malalacás na halakhacan, napapanood na ang mga fraile'y lumalacad ng mahinà, at iguinagalaw ang úlo ng ayon sa compás, at malakíng tabaco ang napapamuti sa mga lábì. Pinagsisicapan ng hindî páring sa canila'y nakikipanayam, na caniláng gagarin ang lahát ng guinágawà ng mga mababait na fraile. Ayon sa mga damit europeong caniláng casuutan, marahil sila'y mga cawanì (empleado) ng gobierno ó mga punong lalawigan.

Natanawan ni María Clara ang mabilog na pangangatawán ni parì Dámaso sa tabí ng makisig na tindíg ni parì Sibyla. Hindî cumikilos sa canyáng kinalalagyán ang matalinghaga at mapanglawing si parì Salví.

— ¡Nalulungcot!— ang ipinahiwatig ni Sinang;— canyáng pinag-iisip-isip ang canyáng magugugol sa gayóng caraming mga panauhín. Nguni't makikita rin ninyóng hindî siyá ang magbabayad cung hindî ang mga sacristán. Sa tuwituwi na'y cumacain ang canyáng mga panauhin sa ibáng lugar.

— ¡Sinang!— ang ipinagwicâ sa canyá ni Victoria.

— Totoóng aco'y galít sa canyá mulâ ng iwasac ang "Rueda de la Fortuna," hindî na acó mangungumpisal sa canyá.

Natangî sa lahát ng mga bahay ang isáng waláng cailaw-ilaw, at hindî man lamang bucás ang mga bintana; ang bahay na iyón ang sa alférez. Nagtacá sa bágay na itó si María Clara.

— ¡Ang asuang! ¡ang Musa ng̃ Guardia Civil, ang wicà ng̃à ng̃ matandáng lalaki!— ang bigláng sinabi ng̃ catacot tacot na si Sinang.— ¿Anó ang ipakikialam niyá sa ating mg̃a catuwaan? ¡Marahil ay nagng̃ang̃alit! Pabayaan mong dumating ang cólera at makikita mong siya'y mag-aanyaya.

— Cailán ma'y kinasusutan co siyá, at lalonglalo na ng̃ guluhin ang ating pagcacatuwa sa pamamag-itan ng̃ canyáng mg̃a guardía civil. Cung Arzobispo lamang aco'y ipacacasal co ang babaeng iyán cay parì Salvi.... ¡makikita mo cung anó ang caniláng maguiguing mg̃a anác! Sucat bang ipahuli ang caawaawang piloto, na sumugbá sa tubig macapagbigay loob lamang....

Hindî niyá natapos ang sinasabi; sa suloc ng̃ plaza na pinagcacantahan ng̃ isáng bulág na lalakî, na isáng guitarra ang catono, ng̃ casaysayang ucol sa mg̃a isdà, may isáng hindî caraniwang napapanood.

Yayó'y isáng lalaking ang nacapatong sa úlo'y isáng malapad na salacót na dáhon ng̃ bulí, at dukhang totoo ang pananamít. Ang suut niya'y isáng gulagulanit na levita at salawal na maluang, na cawang̃is ng̃ salawal ng̃ mg̃a insic, na punít sa ibá't ibáng lugar. Carukharukhaang mg̃a panyapác ang nacasuut sa canyáng mg̃a paa. Sumasadilím ang canyáng mukhâ dahil sa canyáng salacót; ng̃uni't manacanacang nagmumulâ sa cadilimáng iyón ang dalawang kisláp, na pagdaca'y napapawi. Siya'y matangcád, at napagkikikilalang siya'y bátà pa, dahil sa canyáng mg̃a galáw. Inilalagáy sa lúpà ang ísang baculan, at pagcatapos ay lumalayo't nagsasalitâ ng̃ mg̃a cacaibang tínig na hindî mawatasan; nananatiling nacatindíg, lubós ang pagcalayô sa mg̃a ibá, na anaki'y siya at ang caramihang tao'y talagáng nang̃agpapang̃ilagan ang isá't isá. Pagcacagayo'y nang̃agsisilapit ang iláng mg̃a babae sa canyáng baculan at inilalagáy doon ang mg̃a bung̃ang cáhoy, isdâ, bigás at ibá pa. Pagcâ walâ ng̃ lumalapit na sino man, nang̃agsisilabás sa mg̃a cadilimang iyón ang ibáng mg̃a tínig na lalong malulungccót, ng̃uni't hindî na totoong nacalulunos, napasasalamat marahil; dinarampot ang canyang baculan at sacâ lumalayô upang ulitin ang gayón ding gawâ sa ibáng lugar naman.

Nagunitâ ni María Clara sa gayóng nakita ang isáng sacunâ, at pinagsumakitang itanóng cung anó anó nangyayari sa cacaibáng táong iyón.

— Iyan ang sanlázarohin,— ang isinagót ni Iday.— May apat na taón na ng̃ayóng kinapitan siyá ng̃ sakit na iyan: ang wicà ng̃ ibá'y dahil sa pag-aalagà, sa canyáng iná, at anáng ibá namá'y dahil sa pagcapiit niya sa malamíg na bilangguan. Siya'y doon tumatahan sa cabukiran, sa malapit na sa libing̃an ng̃ mg̃a insíc; hindî siya nakikipag-abot-usap canino man, nang̃agsisilayóng lahát sa canyá sa tacot na bacâ mahawahan. ¡Cung makita mo sana ang canyang dampâ! Iyón ang dampâ ni Guiríng-guiríng: ang hang̃in, ang ulán at ang araw ay pawang pumapasoc at lumalabas na catulad ng̃ carayom sa damít. Ipinagbawal sa canyáng humipò ng̃ anó mang bagay na pag-aari ng̃ sino mang tao. Nahulog isáng áraw sa sang̃há ang isáng batà; hindî naman malalim ang sangĥá, datapuwa't nagcátaong siya'y dumaraan doon, ang guinawâ niya'y tinuluñgan niya ang batà sa pag-ahon doon. Napagtantô nğ amá nğ batà ang nangyaring iyón, pagsacdal sa gobernadorcillo, at ipinapalò siya nito nğ anim sa guitnà nğ daan at sacâ ipinasunog pagcatapos ang yantóc. ¡Cakilakilabot iyón! Tumatacbó sa pagtacas ang sanlazarohin, hinahabol siya nğ tagapalo at sinisigawan siya nğ gobernadorcillo: "¡Mag-aral ca! mabuti pang malunod na nğa ang isang tao, huwag lamang magcasakit na gaya nğ sakit mo."

— ¡Tunay nğâ!— ang ibinulóng ni María Clara.

At hindî nalalaman ang canyang guinagawa'y dalidaling lumapit sa baculan nğ cúlang palad, at inilagay roon ang relicario na bago pa lamang cahahandóg sa canya nğ canyang ama.

— ¿Anó ang guinawâ mo?— ang sa canyá'y itinanóng nğ canyáng mğa caibigang babae.

— ¡Walâ acóng ibang sucat máibigay!— ang isinagót, at canyáng inilihim sa pamamag-itan nğ isáng tawa ang luhà nğ canyáng mğa matá.

— ¿At anó ang canyáng gágawin sa iyong relicario?— ang sa canyá'y sinabi ni Victoria.— Binigyán siyá isáng araw nğ salapî. Nğuni't ang guinawâ nğ sanlazarohin ay inilayô sa canyá ang salapíng iyón sa pamamag-itan nğ isáng patpat: ¿anó ang gágawin niyá sa salapî sa gayóng walâ sino mang tumangáp nğ anó mang bágay na gáling sa canyá? ¡Cung macacain sana ang relicario!

Tiningnán ni María Clara nğ boong pananaghilì ang mğa babaeng nagbibilí nğ mğa cacanín, at ikinibít ang mğa balicat.

Nğuni't lumápit ang sanlazarohín sa baculan, kinuha ang hiyás na cumináng sa canyáng mğa camáy, lumuhód, hinagcán ang hiyás na iyón, at saca nagpugay at bago isinubsób ang canyáng noó sa alabóc nğ bacás nğ dalaga.

Ikinublí ni María Clara ang canyáng mukhâ sa canyáng abanico at dinalá ang panyô sa canyáng mğa matá.

Samantala'y lamapit ang isáng babae sa culang palad na anaki'y nagdárasal. Lugáy at gusamót ang canyáng mahabang buhóc, at sa liwanag nğ ilaw nğ mğa faról ay napanood ang payát at namumutlâ nğ mainam na pagmumukhâ nğ ul-ol na si Sisa.

Nğ maramdaman nğ sanlazarohin ang paghipò sa canyá, nagpacasigawsigaw, at tumindíg sa isáng lucsó. Nğuni't humawac sa canyáng bísig ang ul-ol na babae, sa guitnâ nğ malakíng panğinğilábot nğ tao, at itó ang canyáng sinabi:

— ¡Magdasál tayo! ¡magdasál tayo! ¡Nğayón ang caarawan nğ mğa patáy! Ang mğa ilaw na iyá'y siyáng mğa búhay nğ mğa tao; ¡ipagdasál natin ang aking mğa anác na lalaki!

— ¡Ilayô ninyó ang babaeng iyán, papaglayuin ninyó silá! sa pagca't mahahawa ang ul-ol na babae!— ang sigawan nğ caramihang tao, datapwa't waláng mañgahás na lumapit sino man.

— ¿Nakikita mo ba ang ilaw na iyón sa campanario? ¡Ang ilaw na iyón ang aking anác na si Basiliong nananaog sa pamamag-itan n͠g isáng lúbid! ¿Nakikita mo ba ang ilaw na iyón na convento? Ang ilaw na iyón ang aking anác na si Crispín, n͠guni't hindî co silá paroroonan sa pagca't may sakit ang cura at siya'y maraming m͠ga onza, at ang m͠ga onza'y nan͠gawawalâ. ¡Magdasal tayo at ating ipatungcol sa caluluwá n͠g cura! Dinadalhán co siyá n͠g amargoso at zazalidas; punongpunô ang aking halamanan n͠g m͠ga bulaclac at dating may dalawa acong anác na lalaki. ¡Dati acóng may halamanan, nag-aalagà aco m͠ga bulaclac at dating may dalawá acóng anác na lalaki!

At binitawan ang sanlazarohin at lumayóng cumacantá:

— ¡Dáting may halamanan aco't m͠ga bulaclác, aco'y dating may m͠ga anác na lalaki, halamanan at m͠ga bulaclác!

— ¿Anó na ba ang nagawâ mong magaling sa cahabághabág na babaeng iyán?— ang tanóng ni María Clara cay Ibarra.

— ¡Walâ pa! siya'y nawala n͠g m͠ga araw na itó sa bayan at hindi nangyaring siya'y masumpungan!— ang isinagót n͠g binatang nagdadaláng cahihiyan— Bucod sa roo'y totoong marami ang aking guinawâ, n͠guni't huwág ca sanang mahapis; ipinan͠gacò sa akin n͠g curang tutulun͠gan niyá acó, tulóy ipinagtagubilin niyá sa akin ang malaking pag-iin͠gat at paglilihim sa pagca't tila mandin isang cagagawán n͠g guardia civil ¡Totoong ipinagmamalasakit n͠g cura ang babaeng iyán!

— ¿Hindî ba sinasabi n͠g alférez na canyáng ipahahanap ang m͠ga bátà?

— ¡Oo, n͠guni't n͠g sabihin iyo'y may caunting....calan͠guhan siyá!

Casasabi pa n͠g gayóng bágay n͠g caniláng makitang hindî inihahatíd cung di kinacaladcad ang ul-ol na babae n͠g isáng soldado: aayaw sumama si Sisa.

— ¿Bákit ba ninyó hinuli ang babaeng iyán? ¿Anó ang canyáng guinawá? ang tanong ni Ibarra.

— ¿Cung bákit? ¿Hindî ba ninyô nakita cung paano ang guinágawâ niyáng pag-iin͠gay?— ang sagót n͠g tagapag-in͠gat n͠g catahimican n͠g bayan.

Dalidaling kinuha n͠g sanlazarohin ang canyáng baculan at lumayô.

Minagalíng ni María Clarang umuwî na, sa pagca't lumipas sa canyá ang tuwá at casayahan.

— ¿Mayroon din palang m͠ga taong hindî lumiligaya! ang canyáng ibinulóng.

Pagdatíng niyá sa pintuan n͠g canyáng bahay, canyáng naramdamang naragdagan ang canyáng capanglawan, n͠g canyáng mahiwatigang aayaw pumanhíc at nagpapaalam ang nan͠gin͠gibig sa canyá.

— ¡Kinacailan͠gan!— ang sabi n͠g binatà.

Pumanhíc sa hagdanan si María Clarang ang sumasaisip ay totoong nacayayamot ang m͠ga araw n͠g fiesta, pagcá dumarating ang m͠ga panauhing tagaibang bayan.

XXVIII.
MANGA SULAT

Ang bawa't tao'y nagsasaysay
ayon sa kinasasapitan
sa fiestang pinaroroonan.

Sa pagca't waláng anó mang mahalagang nangyayari sa m̃ga taong sinasaysay natin ang buhay na pinagdaanan, sa gabí n̄g sinusundang araw n̄g fiesta at gayón din sa kinabucasan, magalac na lalactawan namin ang araw na itó n̄g pagsasayá, cung di lamang inaacala naming baca sacalì han̄garing maalaman n̄g sino mang bumabasang taga ibang lupaín cung paano ang guinagawá n̄g m̃ga filipino sa caniláng m̃ga pagpifiesta. Sa ganitóng cadahilana'y sisipiin naming hindî daragdaga't hindî babawasan ang iláng m̃ga sulat, na ang isá sa canila'y ang sa "corresponsal" n̄g isang pamahayagang matimtiman at tinatan̄gi sa Maynilà, na cagalanggalang dahil sa canyang cataasan at cahigpitang manalitá. Ang m̃ga bumabasa sa amin ang siyá n̄g bahalang magpunô sa ilang maliliit at calacarang m̃ga cauculan.

Narito ang sulat n̄g carapatdapat na "corresponsal" n̄g mahal na pamahayagan:

"Guinoong Namamatnugot....

"Tan̄gi cong caibigan: cailan ma'y hindî pa acó nacapapanood, at inaacalà cong hindî na acó macapapanod pa sa m̃ga lalawigan n̄g isáng fiestang tungcòl sa religióng totoong dakilà, maningning at nacababagbag n̄g loob, na gaya n̄g pagsasayáng guinagawa sa bayang ito n̄g m̃ga totoong cagalanggalang at m̃ga banal na m̃ga paring Franciscano."

"Pagcaramirami n̄g dumalo: nagtamó acó rito n̄g ligayang bumati sa halos lahát n̄g m̃ga castilang tumitira sa lalawigang ito, sa tatlong cagalanggalang na m̃ga Paring Agustino na na sa lalawigang Batan̄gan, sa dalawang cagalanggalang na m̃ga Paring Dominico, na ang isá sa canila'y ang totoong cagalanggalang na si Pári Fray Hernando de la Sibyla, nasa canyáng pagparito'y canyang pinaunlacan ang bayang itó, bagay na hindî dapat calimutan magpacailan man n̄g m̃ga carapatdapat na m̃ga tagarito. Nakita co rin naman ang lubhang maraming m̃ga caguinoohang taga lalawigang Tan̄guay, Capangpan̄gan, ang maraming mayayamang m̃ga taga Maynilà at maraming m̃ga banda n̄g música, at ang isá sa canila'y ang lubháng mainam na banda sa Pagsanghán, pag-aari n̄g guinoong Escribanong si guinoong Miguel Guevara at ang caramihang m̃ga insic at m̃ga indio, na taglay n̄g m̃ga insíc ang canilang talagang dating caugaliang pagca maibiguíng macakita n̄g iba't ibang bagay, at n̄g m̃ga indio ang caniláng asal na mapamintacasi, hinihintay nilá n̄g maalab na pagmimithî ang pagdating n̄g araw na ipagsasaya ang dakilang fiesta, upang caniláng mapanood ang palalabasing "comico-mímico-lirico-coreográfico-dramático," at ñg magawá ang bágay na itó'y sila'y nagtayò ñg isáng malaki at maluang na tablado sa guitnâ ñg plaza."

"Nğ icasiyam na oras ñg gabi ñg araw na icasampô nitóng buwan, araw na sinusundan ñg fiesta, pagcatapos ñg isáng masaráp at saganang hapunang inihandóg sa amin ñg Hermano Mayor, tinakhan naming lahát na mğa castila't mğa fraileng na sa convento, ang caaliw-aliw na tugtóg ñg musicang may casabay na nagsisiksicang caramihang tao at ñg úgong ñg mğa cohete at malalaking bomba, at pinamamatnugutan ñg mğa guinoo ñg bayan, ang tinutungo'y ang convento upang cami'y sunduin at ihatíd sa lugar na nahahandâ at iniuucol sa amin at ñg doo'y panoorin namin ang catuwaang palalabasin."

"Napilitan caming pahinunod sa gayóng magandáng anyaya, bagá man lalo sanang minamagaling co pa ang magpahingalay sa mğa bisig ni Morfeo, at pagcalooban ñg masanghayang pagpahingalay ang aking nananakit na mğa laman at buto, salamat sa nilundaglundag ñg lulanáng sa ami'y ipinagcaloob ñg Gobernadorcilio sa bayan ñg B."

"Nanaog nğa camí at aming hinanap ang aming mğa casamang humahapon bahay na pag-aari rito ñg mapamintacasi at mayamang si don Santiago de los Santos. Ang totoong cagalanggalang na si Párì Fray Bernardo Salvi na cura nitóng bayan, at ang totoóng cagalanggalang na si Párì Fray Damaso Verdolagas, na sa tanging biyayà ñg Cataastaasan ay magaling na sa dinaramdam na sa canya'y guinawa ñg camáy na pusóng, na ang casama'y ang totoong cagalanggalang na si Párì Fray Hernando de la Sibyla at ang banál na cura sa Tanawan at iba pang mğa castilà, ang siyang mğa panauhín ñg mayamang filipino. Diya'y nagtamó caming capalarang pangguilalasan, hindî lamang ang lubhang mahahalagang casangcapan at cagalingang magpamuti ñg may-ari ñg bagay, bagay na hindî caraniwan sa mğa taong tubò rito, cung di naman ang camahálmahalan, cágandagandahan at mayamang dalagang magmamana, na nagpakilalang siya'y tunay at ganáp na alagad ni Santa Cecilia sa pagtugtóg ñg lalong caayaayang músicang likhá ñg mğa alemán at ñg mğa italiano, sa canyáng mainam na piano, na anó pa't ang canyáng cagalingang tumugtóg ay nagpaalaala sa akin sa babaeng si Galvez. Sayang at napacatimtiman naman ang gayong lubós sa cagalingang binibini, at inililihim ang canyang mğa carapatán sa madláng caguinoohang pawang pagpupuri lamang ang sa canya'y handóg. Hindî co dapat iwan sa tintero, na sa bahay ñg nag-anyaya'y pinainóm cami ñg champaña at masasarap na mğa licor ñg boong casaganaan at cagandahang loob na siyang caugaliang hindî nagbabago ñg kilalang mamumuhunan."

"Pinanood namin ang palabás. Kilala na po ninyó ang ating mğa artistang si na Ratia, Carvajal at Fernandez; camí lamang ang nacaunawa ñg canilang carikitang lumabas, sa pagca't ang mĝa taong walang pinag-arala'y walang napagtantò cahi't babahagya. Magaling ang pagcacalabas ni Chananay at ni Balbino, baga man may caunting pamamaos nilá: isang pagcantáng hidwa nĝ caunti sa música ang guinawa ni Balbino, datapuwa't catacatacá ang cabooan at ang canilang pagpupumilit sa mabuting pagganap. Lubháng naibigan nĝ mĝa indio at lalong-lalò na nĝ gobernadorcillo ang comediang tagalog: nagpakita nĝ malaking catuwaan ang gobernadorcillo at sinasabi sa aming sáyang daw at hindi pinapakipag-away ang princesa sa gigante na sa canya'y umagaw, bagay na sa canyáng balac ay lalò sanang caguilaguilalas, at higuit pa, cung hindî mangyaring talban ang gigante cung di sa púsod lamang, na gaya baga nĝ isang nagnĝangalang Ferragús, ayon sa nababasa sa casaysayan nĝ buhay nĝ Doce Pares. Nakikisang-ayon sa acala nĝ gobernadorcillo ang totoong cagalanggalang na si Parì Fray Damaso, taglay iyáng cagandahan nĝ púsong siyang ikinatatangì niyá, at ang idinagdag pa'y cung sacali't magcagayon daw, ang princesa na ang hahanap nĝ paraan at nĝ canyáng masunduan ang púsod nĝ gigante upang sa gayo'y canyang mápatay."

"Hindî co pô kinacailanĝang sabihin sa inyong samantalang guinágawâ ang pagpapalabas ay di itinulot nĝ Rothschild na filipinong magculang nĝ ano man sa cagandahan nĝ canyang loob: ang mĝa sorbete, mĝa limonada gaseosa, mĝa refresco, mĝa matamis, mĝa alac at iba't iba pa'y saganang ipinamamahagui sa aming lahat na nangaroon. Ininóng totoó, at na sa catuwiran nĝa ang gayong pag-ino, ang pagcawala roon nĝ kilala at marunong na binatang si don Juan Crisostomo Ibarra, na ayon sa talos na ninyo, ay dapat na siyáng manguló búcas sa pagbebendición nĝ unang batò na nauucol sa dakilang "monumento" na canyang ipinatatayò sa udyóc nĝ malaking nais na macagawâ nĝ magalíng. Ang carapatdapat na calahing itó nĝ mĝa Pelayo at nĝ mĝa Elcano, (sa pagca't ayon sa napagtantò co'y tubò sa ating bayani at uring mahál na mĝa lalawigan sa dacong Timugan nĝ España ang isá sa canyáng mĝa nunò sa amá, na marahil ay isá sa mĝa unang kinasama ni Magallanes ó ni Legaspi) ay hindi rin napakita sa mĝa nalalabing oras nĝ araw, dahil sa caunting sakit na canyáng dinaramdam. Nagpapalipatlipat sa mĝa bibig ang canyáng pangalang ipinanĝunĝusap lamang upang purihin, mĝa pagpupuring hindî mangyayaring di mauuwî sa icararanĝal nĝ España at nĝ tunay na mĝa castilang gaya na nĝâ natin, na cailan ma'y hindî natin pinasisinunĝalinĝan cailan man ang ating dugô, cahit magpacáramirami ang mĝa maguing cahalò."

"Napanood namin nĝayóng icalabing isá nĝ buwan, sa dácong umaga, ang isáng nangyaring lubháng nacababagbag nĝ loob. Hayág nĝâ at talastás nĝ lahát na sa araw na itó'y cafiestahan nĝ Virgen de la Paz (Virgen nĝ Capayapaan), at itó'y ipinagsasayá nĝ mĝa Hermano (capatíd) nĝ Santisimo Rosario Búcas ang cafiestahan nĝ Pintacasing si San Diego, at sa fiestang iyá'y lubhang nakikitulong ang mg̃a Hermano ñg V.O.T. (Venerable Orden Tercera; Cagalang-galang na Pañgatlóng Hanáy). May isáng malaking pagpapataasang banal ang dalawang Capisanang itó sa paglilingcód sa Dios, at dumaratíng ang ganitóng gawáng cabanalan hanggang sa panggaliñgan ñg santong pagcacasamaan ñg loob nilá, gaya na ñgâ nitong hulíng nangyari dahil sa pakikipagtalo sa salitaan ñg dakilang taga pagsermong kinikilalang talagang balità, na hindî iba't ang di mamakailang aking binangguit, na totoong cagalanggalang na si Párì Fray Damaso, na siyáng lalagay búcas sa sadyang licmúan ñg Espiritu Santo, at ayon sa maacalà ñg lahát ay hindî malilimutang paunlacán ñg religión at ñg literatura."

"Alinsunod ñgâ sa aming sinasaysay, napanood namin ang isáng nangyaring lubháng nacapagtuturò at nacababagabag ñg loob. Lumabas sa sacrista ang anim na mg̃a bata pang mg̃a "religioso" (fraile), ang tatlo sa canila'y upang mangagmisa at ang tatló ñg mag-"acolito", nanicluhod sila sa harap ñg altar, at kinanta ñg "celebrante" (ang magmimisa) na itó ñga'y ang totoong cagalanggalang na si párì Fray Hernando Sibyla, ang "Surge Domme", na siyang dapat maging pasimulâ ñg procesión sa paliguid ñg simbahan, taglay yaóng mainam na voces at anyong mataimtin na sa canyá'y kinikilala ñg lahat at siyang lubós na ipinaguiguing dapat niyá sa pangguiguilalas ñg madla. Pagca tapos ñg "Surge Domine", pinasimulan ang procesión ñg gobernadorcillo, na nacafrac, dalá ang "guión" at may casunod na apat na sacristang may hawac na mg̃a insensario. Sumusunod sa caniláng licuran ang mg̃a cirial na pilac, ang caguinoohan ñg bayan, ang mahahalagang mg̃a larawang nasusuutan ñg sutlang raso at guintô ni na Santo Domingo at San Diego, at ñg Virgen de la Paz na may isáng carikitdikitang balabal (manto) na azul at may mg̃a planchang pilac na dinorado, handóg ñg banál na capitang paradong si don Santiago de los Santos, na totoong carapatdapát uliranin at hindî casiya ang siyá'y ibantog magpacailán man. Nalululan ang lahát ñg mg̃a larawang itó sa mg̃a carrong pílac. Sumusunod caming mg̃a castilà at ang ibáng mg̃a religioso sa licuran ñg Iná ñg Dios: tinatangkililc ñg isáng páliong dalá ñg mg̃a cabeza de barangay ang "oficiante" at ang wacás ñg procesio'y ang may mabuting carapatang capisanan ñg Guardia Civil. Inaacalà cong hindî na cailañgang sabihing caramihang mg̃a "indio" ang siyáng bumubuo ñg dalawang hanay ñg procesión, na pawang may tañgang candílang may niñgas at taglay ang boong pamimintacasi. Tumutugtog ang música ñg mg̃a marcha religiosa; ulit-ulit na putóc ang siyáng guinágawa ñg mg̃a bomba at ñg mg̃a apóy na rueda. Nacapangguiguilalás ang panonood ñg cahinhinán at níñgas ñg loób na iniuudióc sa pusò ñg mg̃a nanampalataya sa caniláng wagás at malaking pananalig sa Vírgen de la Paz ang pagdiriwang na lubós at marubdób na pamimintacasing guinágawâ nating nagtamó ñg palad na ipañganác sa lílim nĝ casantasantahan at waláng báhid na dunĝis na bandera nĝ España sa ganitong mĝa cafiestahan."

"Nĝ matapos ang procesio'y pinasimulán ang misa, na sinasaliwan nĝ orquesta at nĝ mĝa artista nĝ teatro. Nĝ matapos na ang Evangelio'y pumanhík sa púlpito ang totoong cagalanggalang na si Párì Fray Manuel Martín, agustinong nanggáling sa lalawigang Batanĝan, na pinagtakhán nĝ mĝa nakikinig na páwang nanĝabitin sa canyáng pananalitâ, lalonglalò na ang mĝa castíla, sa pagpapasimulâ nĝ panĝanĝaral nĝ wícang castílà, na sinaysay nĝ boong cabayanihan sa mĝa pananalitang magagaang ang pagcacataglay, at totoong angcáp na ancáp, na anó pa't pinúpuspos ang aming mĝa púsò nĝ mataimtim na pamimintacasi at pag-aalab. Ang ganitóng panĝunĝusap nĝâ ang siyáng marapat ilagdâ sa dinaramdam, ó ating dinaramdam pagcâ nauucol ang sinasaysay sa Vírgen ó sa ating sinisintang España, at lálonglálo na pagcâ naisasal-it sa sinasabi, yamang mangyayari namán sa bagay na itó, ang mĝa caisipán nĝ isáng príncipe nĝ Iglesia, na si "señor Monescillo," na mapapagtitibay na siyáng dináramdam nĝ lahát nĝ mĝa castílà."

"Nĝ matápos ang misa'y pumanhíc camíng lahát sa convento, na casama nĝ mĝa caguinoohan sa bayan at ibá pang mahahalagáng mĝa tao, at doo'y hinandugán silá nĝ boong cagandahan nĝ loob, pagpipitagan at casaganaang siyáng kinaugalian nĝ totoong cagalanggalang na si Párì Fray Salví, na inalayan nilá nĝ mĝa tabaco at mĝa pagcaing inihandâ nĝ Hermano Mayor sa sílong nĝ Convento na handâ sa lahát nĝ mĝa nagcacailanĝang patahimikin ang mĝa panĝanĝailanĝan nĝ sicmurà."

"Waláng naguíng caculanĝang anó man sa loob nĝ maghápon upang bigyáng casiyahan ang fiesta at nĝ upang manatili ang masayáng caasalán ng mĝa castílà, na sa mĝa gayóng capanahuna'y hindî mangyaring mapiguilan, na ipinakikilala, cung minsa'y sa mĝa "canción" ó mĝa sayaw, at cung minsa'y sa mĝa waláng cahulugan at masayáng mĝa paglilibáng, palibhasa'y may mĝa púsong mahál at malacás, na anó pa't hindî nacararaig sa canilá ang mĝa pighati, at sucat na ang magcapisan ang tatlóng castílà sa alin mang lugar, upang doo'y tumácas ang calungcutan at samâ nĝ loob. Pinag-aláyan nĝâ sa maraming bahay si Terpsícore datapuwa't lalonglalo na sa marilág na cayamanyamanang filipino na pinagpiguinĝan sa amin sa pagcain. Hindî co na kinacailanĝang sabihin pô sa inyóng lubháng masaganà at masaráp ang mĝa ipinacain sa piguing na iyón, na masasabing panĝalawa na nĝ mĝa piguing sa casalan sa Caná ó cay Camacho, na pinagbuti at dinagdaran pa mandin. Samantalang nagtatamasa cami nĝ mĝa caligayahan nĝ pagcaing pinamamatnubayan nĝ isáng tagalútò nĝ "La Campana," tumútugtog naman ang orquesta nĝ mĝa cawiliwiling tinig. Taglây nĝ cagandagandahang dalaga sa bahay, ang isáng casuutang mestiza, at isáng warí'y ágos nĝ mĝa brillante, at siyá ngâ, ayon sa pinagcaratihan na, ang reina ng fiesta. Dinamdám naming lahát na dahil sa isáng hindî namán malubháng pagcápatapiloc ng canyáng magandang paa'y hindî siya nangyaring nagcamit ng mga ligaya sa pagsasayáw, sa pagca't cung ayon sa aming nahiwatigang siyá'y ganáp sa cagalingang gumawâ ng anó man, ang guinoong binibining de los Santos, cung sumayaw marahil ay catulad ng isáng "silfide"."

"Dumating ng hapong itó ang Alcalde ng lalawigan, upang bigyán ng cadakilaan sa canyáng pagharáp ang gagawing "ceremonia" búcas. Dinamdám niyá ang pagsamâ ng damdám ng hirang na mamumuhunang si guinoong Ibarra, na salamat sa Dios, at ayon sa sabihana'y magalíng na."

"Nagcaroon ng gabíng itó ng mainam na procesión, datapuwa't sasabihin co na ang bagay na itó sa aking sulat búcas, sa pagca't bucód sa mga malalaking bombang sa aki'y nacatulíg at halos nacabingi, acó'y totoong pagód at nahahapay na acó sa pag-aantoc. Samantalang binabawì co ang lacás sa mga bisig ni Morfeo, sa macatuwid baga'y sa catre ng convento, hinahangad co, tangi cong caibigang cayó'y matamó ng magandang gabi at hanggang búcas, isáng araw na dakilà."

"Ang mairuguin ninyóng catotong nakikiramá'y.

"Ang Corresponsal.

San Diego, 11 ng Noviembre."

Itó ang isinulat ng mabait na corresponsal. Tingnán namán natin ngayón cung anó ang isinulat ni capitang Martín sa canyáng catotong si Luis Chiquito.

"Minamahal cong Choy: Magmadalî cang pumaríni, cung mangyayari; sapagca't ang fiesta'y totoong masayá; súcat ang matantô mong hálos natumbá ang bangcâ ni capitang Joaquin: macaitlong pinagulong ni capitang Tiago ang canyáng tayâ, at sa tatlong iyó'y tumamà, at pintô ng pintóng palagui, caya't sa gayóng nangyari lalong nangliliit sa catuwâan si cabezang Manuel na may arì ng bahay. Binasag ni Párì Dámaso, sa isáng dagoc, ang isáng ilawán, sa pagca't hanggá ngayó'y hindî pa siyá tumatamà miminsan man lamang. Natalo ang Cónsul sa canyáng mga sasabungin, at natalo sa bangcâ ang lahát ng pinanalunan sa atin sa fiesta ng Binyáng at sa fiesta ng Pilar, sa Santa Cruz."

"Inaasahan naming isasama rito sa amin ni capitang Tiago ang canyáng mamanugangin, ang mayamang nagmana cay Don Rafael, datapuwa't wari'y ibig manding tumulad sa canyáng amá, sa pagca't hindî man lamang napakita ¡Sayang! Sa masíd co'y hindî siya pakikinabangan cailan man."

"Malakíng totoong cayamanan ang nakikita ng insíc na si Cárlos sa "liampó"; naghihinala acóng may taglay siyáng anó mang lihim, isáng bato-balanì marahil: waláng tíguil ang canyáng pagdaing ng sakit ng úlo, na may taling panyô pagcâ tumitiguil na ng untiuntî ang umíikit na sangkap ng "liampó," pagcacagayo'y tumútungo siyá ng mainam hanggáng sa halos mápabunggô na sa canyáng noo, na anaki'y ibig na totoong hiwatigan ang pag-inog na iyón. Nagcuculang tiwalà acó, dahil sa may nalalaman acóng mg̃a cawang̃is ng̃ bagay na iyóng guinágawâ."

"Paalam, Choy; magaling ang calagayan ng̃ aking mg̃a sasabung̃in, at ang aking asawa'y masayá at naglilibang."

"Ang iyóng catotoo.

Martín Aristorenas."

Tumanggap naman si Ibarra ng̃ isáng maliit na liham na may pabang̃ó, na ibinigay sa canyá ng̃ gabí ng̃ unang araw ng̃ fiesta ni Andéng, na capatíd sa suso ni María Clara. Ganitó ang sabî ng̃ liham:

"Crisóstomo: Mahiguít ng̃ isáng araw na hindî ca napakikita; nahiguing̃an cong may caunting dinaramdam icáw, cata'y ipinagdasal at ipinagsindi cata ng̃ dalawang malalaking candilà, bagá man sinasabi ng̃ tatay na hindî raw mabigát namán ang sakít mo. Totoong niyamót nilá acó cagabí at ng̃ayón; pinatutugtog nilá acó ng̃ piano at canilá acóng inaanyayahang sumayáw. Hindî co nalalamang lubhang marami sa ibabaw ng̃ lupà ang mg̃a nacapagbíbigay yamót. Cung hindî lamang cay Párì Dámaso na pinagpipílitang acó'y libang̃ín sa pagsasaysay ng̃ maraming bagay, acó sana'y magcuculóng sa aking silíd upang matulog. Isulat mo sa akin cung anó ang dinaramdam mo, sa pagca't sasabihin co sa tatay na icáw ay dalawin. Samantala'y inutusan cong pumaryan sa iyo si Andéng, at ng̃ ipaglutò ca ng̃ chá; magalíng siyáng maglutò at marahil ay daig ang iyong mg̃a alilà."

"MARIA CLARA."

"Pahabol. Pagca hindî ca naparini búcas, hindî acó paparoon sa ceremonia. Calakip."

XXIX.
ANG UMAGA

Tinugtóg ng̃ mg̃a banda ng̃ música ang "diana" sa unang pagsilang ng̃ liwayway, na anó pa't pinucaw ng̃ masasayáng tugtuguin ang mg̃a pagál na mg̃a mamamayan. Nanag-uli ang búhay at casayahan, mulíng nirepique ang mg̃a campanà at nagpasimulâ ang mg̃a putucan. Yaon ang catapusang áraw ng̃ fiesta, yaón ang tunay na araw ng̃ cafiestahan. Inaasahang lalong marami ang mapapanood, higuít pa sa nacaraang araw. Lalong marami ang mg̃a "manong" ng̃ V.O.T. (Venerable Orden Tercera; Cagalanggalang na Pang̃atlong Hánay) cay sa mg̃a manong ng̃ Santísimo Rosario, at nang̃agsising̃itî ng̃ boong cabanalan ang mg̃a manong na iyon ni San Francisco, sa caniláng paniniwalang sa gayo'y caniláng mahihiyâ, ang caniláng mg̃a capang̃agaw. Lalong marami ang bilang ng̃ mg̃a candilang caniláng binilí: nag-ani ng̃ malaking pakinabang ang mg̃a insíc na magcacandilâ, at nangag-iisip siláng pabinyag upang máipakilala nilá ang canilang pagtumbás, baga man sinanabi ng̃ ilang yao'y hindî raw sa caniláng pananampalataya sa pagca católico cung dî sa canilang nais na macapag-asawa. Datapawa't sa gayó'y sumásagot ang mg̃a babaeng banal:

— Cahi't magcagayon man, hindî mangyayaring hindî maguíng isang himala ang sabaysabáy na pag-aasawa ng̃ gayong caraming mg̃a insíc; papagbabaliking loob na silá ng̃ canicanilang mg̃a esposa.

Isinuot ng̃ mg̃a tao ang caniláng lalong magagaling na mg̃a bihisan; lumabás sa kinatataguang mg̃a cajita ang lahát ng̃ mg̃a hiyas. Sampô ng̃ mg̃a "tahur" at ng̃ mg̃a sugarol ay nagbihis ng̃ mg̃a barong bordado na may malalaking brillante, mabibigat na tanicalang (cadena) guintô at mapuputing sombrerong jipijapa. Ang matandáng filósofo lamang ang nananatili sa dating suot; ang baro'y sinamáy na may mg̃a guhit na itim, nabobotones hanggang sa liig maluang na zapatos at malapad na sombrerong fieltro na culay abó.

— ¡Ng̃ayó'y lalò pa manding mapanglaw cayó cay sa dati!— ang sabi sa canyá ng̃ teniente mayor,— ¿aayaw pô ba cayóng manacanacâ tayong magsayá, yamang maraming tayong lubhang sucat na itang̃is?

— ¡Hindî ang cahulugan ng̃ pagsasaya'y dapat na gumawâ ng̃ mg̃a caululan!— ang isinagot ng̃ matandâ.— ¡Itó rin ang halíng na pagtatapon ng̃ salapî sa taôn-taón! At ang lahat ng̃ ito'y ¿bakit? iwaldás ang salapî, sa gayóng macapál na totoo ang carukhaán at mg̃a pang̃ang̃ailang̃an. ¡Abá! nalalaman co na; ¡itó ang pagtatapón, ang maruming paggagalac upang matacpán ang mg̃a caraing̃an ng̃ lahát!

— Nalalaman na pô ninyóng sumasang-ayon acó sa inyóng mg̃a caisipan,— ang mulíng sinabi ni don Filipo, na tíla ibig magpakitang galit at tíla ng̃uming̃iti.— Cayó'y aking ipinagsasanggalang, datapuwa't ¿anó ang aking magagagawâ sa gobernadorcillo at sa cura?

— Magbitiw ng̃ tungcól— ang sinundán ng̃ filósofo, at saca lumayò.
Natigagal si Don Filipo, at sinundán ng̃ matá ang matandâ.
— Magbitiw ng̃ tungcól!— ang ibinúbulong, samantalang tumutung̃o sa
simbahan,— ¡magbitíw! ¡Oo! cung isá sanang bagay na nagbibigay dang̃al ang
tungcúling itó at hindî isáng pas-anin, ¡oo, bibitiwan co!

Punô ng̃ tao ang patio ng̃ simbahan: mg̃a lalaki't mg̃a babae, mg̃a bata't
mg̃a matatanda, taglay ang lalong magagaling na pananamit, na
nang̃agcacahalo-halò, pumapasoc at lumalabas sa makikipot na mg̃a pintúan.
Amóy pólvora, amóy bulaclác, amóy incienso, amóy pabang̃ó; pinatatacbó at
pinasisigaw ang mg̃a babae at pinapagtatawá ang mg̃a batâ ng̃ mg̃a bomba, ng̃
mg̃a cohete at ng̃ mg̃a buscapiés. Isáng banda ng̃ música ang tumútugtog sa
tapát ng̃ convento, isáng banda namán ang naghahatid sa mg̃a
nang̃ang̃atungculan sa bayan, ang mg̃a ibáng banda'y naglilibót sa mg̃a daang
kinalaladlaran at winawagaywayan ng̃ maraming mg̃a bandera. Lumilibang sa
paning̃in ang liwanag at cúlay na sarisarì, at sa pangpakinig nama'y mg̃a tínig
at mg̃a úgong. Hindî nagtitiguil ang mg̃a campanà ng̃ carerepique,
nagcacasalasalabat ang mg̃a coche at mg̃a calesa, na manacanacáng ang mg̃a
cabayong humihila sa canilá'y nangáguiguitla dumádamba, humuhulay, mg̃a
bagay na bagá man hindî casangcáp sa palatuntunan ng̃ fiesta, gayón ma'y
naguiguing isáng pánooring hindî pinagbabayaran at siyáng lalong mahalaga.

Nag-utos ang Hermano Mayor sa áraw na itó ng̃ mg̃a alilà upang
mang̃aghanáp sa mg̃a daan ng̃ mg̃a inaanyayahan, túlad sa nagpiguing na
sinasabi sa atin ng̃ Evangelio. Hálos sápilitan ang pag-aanyaya upang uminóm
ng̃ chocolate, café, chá, cumain ng̃ matamis, at iba pa. Madalás na naguiguing
cawang̃is ng̃ isáng pakikipagcagalít ang guinagawang pag-aanyaya.

Gágawin na ang misa mayor, ang misang tinatawag na "de dalmática",
catulad ng̃ misa cahapong sinasaysay ng̃ carapatdapat na corresponsal, at ang
bílang caibhán lámang, ang magmimisa ng̃ayo'y si Parì Salví, at sa mg̃a taong
makikiníg ng̃ misa ng̃ayo'y casama ang Alcalde ng̃ lalawigan, caacbáy ang
maraming mg̃a castílà at mg̃a táong marurunong, upang pakinggán si Párì
Dámaso na totoong bantóg sa lalawigan. Sampô ng̃ alférez, bagá man siya'y
lubháng dalá na sa mg̃a pang̃ang̃aral ni Párì Salví, pumaroon din, sa
pagpapatotoo niya ng̃ cagaling̃an ng̃ canyang loob at ng̃ cung mangyayari,
macapanghiganti siyá sa mg̃a pagbibigay galit na sa canyá'y guinawâ ng̃ cura.
Sa calakhán ng̃ pagcábantog ni Párì Dámaso'y ipinag-páuna na ng̃
corresponsal ang pagsúlat namamatnugot ng̃ pamahayagan ng̃ sumúsunod:

"Alinsunod sa aking ipinagpáuna na sa inyo sa waláng wastô cong mg̃a
talata cahapó'y gayón ng̃a ang nangyari. Nagcamít cami ng̃ tang̃ing capalarang
mápakinggan ang totoong cagalanggalang na si Párì Fray Damaso Verdolagas,
na nagcurang malaon sa bayang itó, at ng̃ayó'y inilipat sa lálong malaki, bílang

ganting pala sa canyang mabuting pagtupad sa canyang mg̃a catungculan. Lumagáy ang maningning na mananalumpati ng̃ mg̃a mahal na bagay sa paaralang Espiritu Santo ang nagtuturo, at nagsaysay ng̃ carikitdikitan at cálalim-lalimang sermon, na nagbigay cabanalan sa madlâ at pinagtakhán ng̃ lahát ng̃ mg̃a binyágang naghihintay ng̃ boong pagmimithî ng̃ pagsilang sa lubhang mapagbung̃ang mg̃a labi ng̃ nacaguiguinhawang bucál ng̃ waláng hanggáng-búhay. Cadakilaan sa mg̃a cahulugan, capang̃ahasan sa mg̃a munacalà, mg̃a bagong pananalitâ, cagandahan sa anyô, catutubong mg̃a galaw, pagsasaysay na calugodlugód, calusugán ng̃ mg̃a adhicâ, nárito ang mg̃a híyas ng̃ Bossuet na castilà, na talagáng carapatdapat ng̃á ang canyáng malakíng pagcábantog hindî lamang sa mg̃a marurunong na mg̃a castila, cung di naman sa mg̃a waláng pinag-aralang mg̃a "indio" at sa mg̃a mapanglinlang na mg̃a anác ng̃ "calang̃itang imperio" (imperio ng̃ cainsican)."

Gayon man, unti ng̃ mapilitan ang mapagcatiwalang corresponsal na canyang sirain ang calahatlahatan niyang sinulat. Idinaraing ni Párì Damaso ang isáng magaang na sipóng canyang nasaguip ng̃ gabing nagdaan: pagcatapos na siya'y macapagcantá ng̃ masasayáng mg̃a "petenera", (caraniwang kinacanta sa mg̃a lalawigang andalus, sa España), siya'y uminóm ng̃a tatlong vásong sorbete at sandali siyang nanood ng̃ pinalalabas sa teatro. Dahíl sa bagay na ito'y ibig sana niyang magbitíw ng̃ pagca tagasalitâ ng̃ mg̃a wicà ng̃ Dios sa mg̃a tao, ng̃uni't sapagca't waláng ibáng makitang nacacaalam ng̃ búhay at mg̃a himalâ ni San Diego,— túnay ng̃a't natátalos ang mg̃a bagay na itó ng̃ cura, ng̃uni't kinacailang̃ang siyá'y magmisa,— pinagcaisahan ng̃ ibáng mg̃a fraile na walâ ng̃ gagaling pa sa tínig ng̃ voces ni Párí Dámaso, at lubhang túnay na cahinahinayang na huwag italumpati ang totoong mainam na sermóng gaya na ng̃a ng̃ naisulat at naisaulo na. Dahil dito'y ang babaeng dating tagapag-ing̃at ng̃ susi'y siya'y ipinaghandâ ng̃ mg̃a limonada, pinahiran ang canyang dibdib at liig ng̃ mg̃a unguente at mg̃a lang̃is, binalot siyá ng̃ maiinit na mg̃a cúmot, siya'y hinilot at iba pa. Umínóm si Parî Dámaso ng̃ hiláw na itlóg na binati sa álac, at sa boong umaga'y hindî nagsalitâ at hindî man lamang nag-agahan; bahagyâ na uminóm ng̃ isáng vasong gatas, isáng tazang chocolate at lalabin-dalawang biscocho, na anó pa't tiniis niya ng̃ boong cabayanihang huwag cumain ng̃ isáng sisiw na frito at calahating quesong gawang Laguna, na canyang kinaugaliang canin pagcacaumaga, sapagca't ayon sa canyang catiwalang babae, maaaring macapagpaubó ang sisiw at ang queso, dahil sa capuwâ may asin at may tabá.

— ¡Guinágawá ang lahat ng̃ itó't ng̃ camtan natin ang calang̃itan at magbalíc loob tayo!— ang sabi ng̃ mg̃a Hermana ng̃ V.O.T., ng̃ caniláng maalaman ang ganitóng canyáng mg̃a pagpapacahirap.

— ¡Siyá'y pinarurasahan nğ Virgen de la Paz!— ang ibinúbulong naman nğ mğa Hermana nğ Santisimo Rosario, palibhasa'y hindî nilá maipatawad ang canyang pagkiling sa canilang mğa caaway na capuwà babae.

Lumabás ang procesión pagca alas ocho y media sa lilim nğ mğa toldang lona. Nacacahawig din nğ guinawâ, cahapon, baga man may isáng bagay na nabago: ang mğa Hermano nğ V.O.T., na mğa matatandang lalaki't babae, casama ang iláng mğa dalagang patungó na sa pagtandá, ang pananamit na dalá'y mahahabang hábitong guingón: damít na guingóng magaspáng ang sa mğa mahihirap, at ang sa mğa mayayama'y guingóng sutlâ, sa macatuwid baga'y ang tinatawag na "guingông franciscano", sa pagca't siyang lalong caraniwang gamitin nğ mğa cagalanggalang na mğa fraileng franciscano. Ang lahat nğ mğa mahal na hábitong iyó'y mğa dalísay, sa pagca't pawang galing sa convento sa Maynilà, na siyáng kinucunan nğ mğa mamamayan sa limós na ang capalit ay salapíng isinasang-ayon sa táning na halagang hindî natatawaran, cung bagá mangyayaring sabíhing cawanğis nğ sa isáng tindahan. Ang halagang itóng hindî nababawasa'y mangyaring maragdagan, nğuni't hindî nababawasan. Tulad sa mğa habitong itó'y nagbibilí nğ gayón ding mğa hábito sa monasterio nğ Santa Clara, na tagláy, bucód ang mğa tanğing biyáyang nacapagbibigay nğ maraming mğa indulgencia sa mğa patáy na pinagsasaputan, ang biyáyang lalò pa manding tanği: na lalò pang mahál ang halagá paga lalong lumà, gulanit at hindî na magagamit. Itinititic namin itó at baca sacaling banal na bumabasang nagcacailanğan nğ gayóng mğa mahál na "reliquia" (anó mang bagay na guinamit ó linangcáp na nğa ibá), ó baca caya may matalas na isip casam-ang mámumulot nğ mğa basahang taga Europa, na ibig yumaman sa pagdadalá sa Filipinas nğ isáng "cargamento"" (maraming yácos na catatagang lúlan sa ísáng daóng) nğ mğa hábitong masurot at malibág, sa pagca't nagcacahalagá nğ labíng anim na píso ó higuit pa, ayon sa calakhán nğ pagcalibaguing humiguít cumulang.

Nacapatong si San Diego de Alcalá sa isáng carrong napapamutihan nğ mğa planchang pílac na nabuburdahan. May malaking capayatán ang Santo, garing mulá sa úlo hanggáng bay-awang, magagalitín at nacacaaalang-alang ang anyô nğ pagmumukhâ, baga mán culót ang buhóc sa úlo, na catulad nğ mğa ita. Sutlang raso na nabuburdahan nğ guintô ang canyáng pananamit.

Sumusunod ang ating cagalang-galang na Amang si San Francisco, pagcatapos ay ang Virgeng gaya cahapon, ang caibhán lamang ay si Párì Salví nğayón ang sumasailalim nğ palio at hindî ang makisig na si Párì Sibyla na mainam cumíyà. Nğuni't cung di tagláy ni Párì Salví ang magandang anyô ni Párì Sibyla, datapuwa't nagcacanlalabis naman sa canyá ang pagca anyóng banál: nacatunğó ang mğa matá; nacadoop ang mğa camay na ang anyó'y matimtiman at lumalacad na nacayucód. Ang mğa may dalá nğ palio'y yaón ding dáting mğa cabeza de barangay, na nagpapawis nğ boong ligaya, sa caniláng panunungcól na nakikisacristán, bucód sa silá'y maniningil nğ buwis, manunubos nğ mğa taong lagalág at mğa dukhâ, sa macatuwid baga'y mğa Cristong nagbibigay nğ dugô dahil sa mğa casalanan nğ mğa ibá. Ang coadjutor, na nacasobrepelliz, ay nagpaparoo't parito sa iba't ibáng mğa carro, na dalá ang incensario, at canyáng manacanacang hinahandugan nğ úsoc nitó ang pangamoy nğ cura, na pagca nagcacagayo'y lalong lalong nğ nagmumukhang caaway nğ tawa at magagalitín.

Dahándahán nğa at matimtiman ang lacad nğ procesióng inaacbayan nğ ugong nğ mğa bomba at nğ tinig nğ mğa cantá at músicang tungcol sa religióng ilinalaganap sa impapawid nğ mğa banda nğ músicang sumusunod sa licurán nğ bawa't carro. Samantala'y napakasipag na totoo ang pamamahagui nğ Hermano Mayoř nğ malalaking mğa candila, na ang marami sa mğa nakipagprocesio'y nag-uwi sa canilang mğa bahay nğ maipag-iilaw sa apat na gabi samantalang nangagsusugál. Nagsisiluhód nğ boong gálang ang mğa nanonood pagca nagdaraan ang carro nğ Ina nğ Dios at nangagdarasal silá nğ taimtim sa loob nğ mğa Sumasampalataya ó nğ mğa Aba pô.

Tumiguil ang carro sa tapát nğ isáng báhay na sa mğa bintanang napapamutihan nğ maririkit na mğa pangsampáy (colgadura) ay nacasungaw ang Alcalde, si capitang Tiago, si María Clara, si Ibarra, ilang mğa castilà at mğa dalaga; nágcataong tumungháy si Párì Salví, datapuwa't hindî gumawâ nğ cahi't munting kilos na magpahalatang siya'y bumabatì ó nakikilala niyá silá; ang tangìng guinawâ niyá'y lumindíg lamang, tinuíd ang catawán at sa gayo'y sumabalicat niyá nğ lalong caayusan at gandá ang "capa pluvial."

Sa dacong ibabâ nğ bintana'y may isáng dalagang nacalúlugód ang gandá nğ mukhâ, mahalagá ang suut na damít at may kílic na isáng musmós na lalaki. Marahil siyá'y sisiwa ó taga pag-alagà lamang, sa pagca't ang sanggól na iyó'y maputi at mapulá ang buhóc, samantalang ang dalaga'y caymangguí at mahiguít pa sa caitimán nğ azabache ang canyáng mğa buhóc.

Pagcakita sa cura, iniunat nğ musmós ang canyáng maliliit na bísig, tumawa niyáng táwang hindî nacapagbibigay sákit at hindî namán pighati ang nacapagpapatawá, at sumigáw nğ pautál sa guitna nğ isáng sandalíng catahimican: ¡Tá ...tay! ¡Tatay! ¡Tatay!

Kinilabutan ang dalaga, dalidaling inilagay ang canyang camay sa ibabaw nğ bibig nğ sanggól na lalaki at patacbóng lumayô roong taglay ang totoong malaking cahihiyan. Umiyác ang bátà.

Nangagkindatan ang mğa mapaghinala, at nangagsingítî ang mğa castilang nacamasid nğ gayóng maiclíng pangyayari. Naguing pulá ang catutubong pamumutla ni Párì Salví.

At gayón ma'y wala sa catuwiran ang táo: hindî man lamang nakikilala nğ cura ang babaeng iyón, siya'y taga-ibang bayan.

XXX.
SA SIMBAHAN

Mulâ sa isá hanggang sa cabiláng dúlo'y punô ang camálig na ípinalalagá'y ng̃ mg̃a táong yaó'y bahay ng̃ Lumaláng sa lahát.

Nang̃agtutulacán, nagsisicsican, nang̃agdudurugan ang isá't isá, at nang̃agdaraing̃an ang iláng lumálabas at ang maraming nagsisipasoc. Malayò pa'y iniuunat na ang camáy sa pagbabasâ ng̃ mg̃a dalirì ng̃ túbig na bendita, ng̃uni't caguinsaguinsa'y dumárating ang isáng álon ng̃ pagtutulacán at napapalayô ang camay: Nariring̃ig pagca nagcacagayon ang isáng áng̃il, nagmúmura ang isáng babaeng nayapacan, datapuwa't hindî tumitiguil ang pagtutulacán. Ang iláng matandang lalaking naisasawsaw ang mg̃a dalirì sa tubig na iyóng culay pusalí na, palibhasa'y naghúgas ng̃ camáy roon ang boong báyan, bucód pa sa mg̃a taga-ibáng báyang doo'y dumarayo, ipinapahid ang túbig na iyón ng̃ boong pamimintacasi, baga mán sila'y nahihirapan dahil sa casicpán, sa caniláng bátoc, sa puyó, sa noo, sa ilóng, sa babà, sa dibdib at sa púsod, sa caniláng pananalig na sa gayó'y caniláng nabebendita ang mg̃a bahaguing iyón ng̃ catawán, bucód sa hindî silá magcacasakit ng̃ paninigás ng̃ liig, ng̃ sakít ng̃ úlo, ng̃ pagcatuyô, ng̃ hindî pagcatúnaw ng̃ kinacain. Ang mg̃a cabataan, marahil sa sila'y hindî totoong masasactín ó baca cayâ naman hindî silá naniniwala sa mahal na gamót na íyón, bahagyâ na niláng binabasâ ang cádulopduluhan ng̃ caniláng daliri– at ng̃ walang anó mang masabi sa canilá ang mg̃a mapamintacasing tao,– at cunuwa'y canilang ipinapahid sa caniláng noó, na, ang catotohana'y hindî nilá isinasayad. "Marahil ng̃a'y bendita ang túbig na iyán at taglay ang lahát ng̃ mg̃a sinasabi",– ang iniisip marahil ng̃ sino máng dalaga,– "ng̃uni't may isáng culay na" ...!

Bahagyâ na macahing̃á roon, mainit at amóy háyop na dalawá ang páa; datapuwa't catumbás ng̃ lahá't ng̃ pagcacahirap na iyón ang magsesermong as sermông yao'y dalawang daa't limampung piso ang bayad ng̃ bayan. Ito ang sinabì ng̃ matandáng Tasio.

— ¡Dalawang daa't limampung piso ang bayad sa isang sermôn! ¡Isá lamang táo at sa minsan lamang na paggawâ! ¡Ang icatlóng bahagui ng̃ ibinabayad sa mg̃a comediante na mangagpapagal sa loob ng̃ tatlóng gabí!... ¡Tunay ng̃a marahil na cayo'y mayayaman!

— ¿At bakit namán mawawang̃is ang bagay na iyán sa isáng comedia?– ang isinagót na masamá ang loob ng̃ mapúsoc na maestro ng̃ mg̃a Hermano ng̃ V.O.T.; ¡nacahuhulog ng̃ mg̃a caluluwa sa infierno ang comedia, at nacapapasalang̃it ang sermón! Cung huming̃i siyá ng̃ sanglibo'y babayaran din namin, at kikilalanin pa naming utang na loob ...

— ¡Cahi ma't comedia, cung sa ganáng akin!– ang isinisigaw naman sa galit ng̃ isá.

— ¡Naniniwalà acó, palibhasa'y magalíng na totoo ang inyóng pagca unawà sa kinauuculan ng̃ comedia at ng̃ sermón!

At yumao ang pusóng, na hindî inalumana ang guinagawâ ng̃ magagaliting maestro na mg̃a paglait at masasamang húlang mangyayari sa daratning búhay ni matandáng Tasio sa hinaharáp na panahón.

Samantalang hinihintay ang Alcalde, nágpapawis at naghihicab ang mg̃a tao; iguinagalaw sa hang̃in ang mg̃a paypáy, mg̃a sombrero at mg̃a panyô; nang̃agsisigawan at nang̃ag-iiyacan ang mg̃a batà, bagay nagbíbigay pagál sa mg̃a sacristan na pagpapalabas sa mg̃a batang iyón sa simbahan. Ang gawáng ito'y siyang umaakit sa pagdidilidili ng̃ matalas na caisipan at malumanay na maestro ng̃ Cofradía ng̃ Santisimo Rosario:

— "Pabayaan ninyóng lumapit sa akin ang mg̃a báta," anáng áting Pang̃inoong Jesucristo, ng̃uni't dito'y dapat ng̃ unawaing yaó'y ucol lamang "sa mg̃a batang hindî umiiyac."

Ganitó ang sinasabi ng̃ isá sa mg̃a matatandang babaeng nanánamít ng̃ guingón, si Hermana Pute bagá, sa isáng babaeng may anim na taón na ang gúlang na canyáng apó, na nacaluhód sa canyáng tabi:

— ¡Condenada! ¡itahimic mo ang iyóng isip, at macaririnig ca ng̃ isáng sermóng gáya ng̃ sa Viernes Santo!

At sacâ pinacacurotcurót, na anó pa't pinucaw ang cabanalan ng̃ batang babae, na ikinibit ang mukhâ, pinahabà ang ng̃úso at pinapagcunót ang mg̃a kílay.

Humihimláy ang iláng mg̃a lalaking nacapaningkayád sa tabí ng̃ mg̃a confesionario. Ang acalà ng̃ ating matandang babaeng nagng̃ung̃ung̃uya ng̃ mg̃a dasal at pinatatacbó sa canyáng mg̃a dalírì ang mg̃a butil ng̃ canyáng cuintás, na ang guinágawang pagtang̃ô ng̃ isáng matandáng lalaking malaki ang pag-aantoc, ay talagáng gayón ang lalong magalíng na pagsang-ayon sa mg̃a calooban ng̃ Lang̃it, caya't ang guinawâ niya'y untitunti niyáng guinagád ang gayóng anyô.

Na sa isáng sûloc si Ibarra; nacaluhód si María Clara sa malapit sa altar mayor, sa isáng lugar na nagmagandang loob ang curang paalsan ng̃ mg̃a tao sa pamamag-itan ng̃ mg̃a sacristán. Nacaupô si capitang Tiagong nacasúot ng̃ frac sa isá sa mg̃a bangcóng laan sa mg̃a pinunò, dahil sa bagay na itó'y ang isip ng̃ mg̃a insíc na sa canyá'y hindî nacakikilala'y gobernadorcillo rin siyá cayá't hindî nang̃ang̃ahás na sa canyá'y lumapit.

Sa cawacasa'y dumating ang Alcalde na casama ang canyáng Estado Mayor, (ang mg̃a guinoong sa canyá'y umaacbay), doon sa sacristía silá nagmulà at siyá'y lumucloc sa isá sa mg̃a maiinam na mg̃a sillóng nacapatong sa ibabaw ng̃ isáng alfombra. Pangdakilà ang casuutan ng̃ Alcalde at sa canyá'y nacalagáy ang banda ni Cárlos III at apat ó limáng mg̃a condecoración (mg̃a saguisag na

XXX.
SA SIMBAHAN

inilalagáy sa dibdib, tandâ ng̃ sa nagdadala'y pagbibigay unlác ng̃ isáng harì ó ng̃ cataastaasang pûnò sa isáng nación.)

Hindî siyá nakikilala ng̃ bayan.

— ¡Abá!— ang biglán̄g sinabi ng̃ isáng tagabukid; ¡isáng civil na nacasuot comediante!

— ¡Tangá!— ang isinagót ng̃ canyáng calapit at siyá'y sinicó;— ¡iyán ang principe Villardo na ating nakita cagabí sa teatro!

Tumaas ng̃â ang calagayan ng̃ Alcalde sa mg̃a matá ng̃ báyan at siyá'y ipinalagay na encantadong principe, na nácapanalo sa mg̃a gigante.

Nagpasimula ang misa. Nagsitidindig ang mg̃a nauupô, ang mg̃a natutulog ay nang̃águisíng dahil sa cacacampanilla at sa matunóg na voces ng̃ mg̃a cantór. Tila totoong natutuwâ si Párì Salví, baga man siyá'y may mukhang walang caibigan, sa pagca't sa canyá'y naglilingcód na diácono at subdiácono ang dalawá pa namáng agustino.

Bawa't isá'y nagcantâ, ng̃ dumatíng ang úcol na panahón, baga man humiguit cúmulang na nagdaraan sa ilóng ang caniláng voces at malabò ang pang̃ung̃usap, liban na lamang sa nagmimisa na may pagca nang̃ing̃inig ang voces at hindî mamacáilang nasirà ang tono, na anó pa't malaki ang ipinagtataca ng̃ mg̃a táong sa canyá'y nacakikilala. Gayón ma'y gumágalaw siya ng̃ makinig na anyô at hindî nag-aang-ang; ikinácanta ang "Dominus vobiseum" ng̃ taimtim sa loob, ikinikiling ng̃ caunti ang úlo at tumiting̃ala sa "boveda," (bubun̄g̃an ng̃ simbahan). Sa pagmamasid ng̃ pagtanggáp niyá ng̃ asó ng̃ incienso, masasabing totoo ng̃â ang sabi ni Galeno, na naniniwaláng pumapasoc daw ang úsoc sa bao ng̃ úlo, pagcaraan sa bútas ng̃ ilóng na ang tulóy ay sa salaang but-ó, sa pagca't siya'y lumilindig, iniiling-ay ang úlo sa lícod, pagcatapos ay lumalacad na patung̃ó sa guitnâ ng̃ altar ng̃ lubháng malakíng pagmamakisig at caguilasan, hanggang sa acalain ni capitan Tiagong daig niya sa cagaling̃ang cumíyà ang comedianteng insíc ng̃ gabing nagdaang nacadamít emperador, may pintá ang mukhâ may maliliit na bandera sa licód, ang balbás ay buntót ng̃ cabayo at macapal ang "suclas" ng̃ sapín.

— Hindî ng̃â mapag-alinlan̄g̃anan, higuit ang camahalang umanyô ng̃ isáng cura namin cay sa lahat ng̃ mg̃a emperador.

Sa cawacasa'y dumating ang pinacananasang sandali na marinig, na si Párì Dámaso. Nan̄g̃agsiupô sa caniláng mg̃a sillón ang tatlóng sacerdote, na ang anyó'y nacapag-bibigáy ulirán sa cahinhinan, ayon sa sasabihin marahil ng̃ may malinis na caloobang "corresponsal;" tinularan silá ng̃ Alcalde at ibá pang mg̃a taong may vara at may bastón; humintô ang música:

Pamucaw ang paghaliling iyón ng̃ catahimican sa úgong sa ating matandáng Hermana Pule, na humihilic na, salamat sa música. Túlad cay Segismundo ó gaya ng̃ "cocinero" sa kinathang búhay ni Dornroscheu, ang unang guinawa pagcaguising ay tuctucan ang canyáng apóng babae, na nacatulog din. Ito'y umatuñgal, datapuwa't pagdaca'y nalibang ñg makitang nagdaragoc sa dibdib ang isang babae sa lubós na pananalig at sa caalaban ñg loob.

Pinagsicapan ñg lahat na maipacaguinhawa ñg anyô; naningcayad ang mga waláng bangcô, umupô sa lupà ó sa caniláng sariling paa ang mga babae. Tináhac ang caramihan ni Párì Dámaso, na pinañguñgunahan ñg dalawáng sacristan at sinusundan ñg isáng capuwa niya fraileng may daláng isáng malaking cuaderno. Nawala siyá pagpanhíc sa hagdanang palicawlicaw, ñguni't pagdaca'y mulíng sumipót ang canyáng mabilog na úlo, pagcatapos ay ang canyáng macacapal na bátoc at sumunod agad-agad ang canyáng catawan. Tumiñgin sa magcabicabila ñg boong capanatagan ñg loob at uubo-ubó; nakita niya si Ibarra. Ipinahiwatig niya sa isáng tanging kiráp, na hindî calilimutan sa canyáng mga pananalañgin ang casintahan ni María Clara; tinitigan ñg tiñging may towa si Párì Sibyla at saca niya sinulyap ñg tiñgíng calakip ang pagpapawalang halagá si Párì Manuel Marsing cahapo'y nagsermón. Ñg matapos ang ganitóng pagsisiyasat; liniñgon ang casama ñg paalimís at sa canyá'y sinabi: "Magpacatalino, capatid!— Binucsan nitó ang cuaderno.

Datapuwa't carapatdapat na isaysay sa isáng bahaguing bucód ang sermóng itó. Isáng binatang nag aaral ñg panahóng iyón ñg taquigrafia at malakíng totoo ang pagcalugód sa mga dakilang mananalumpati ang siyáng umalalay ñg pagtititic samantalang nagsasaysay si Párì Dámaso; at salamat sa ganitóng guinawa'y mailalagdâ namin dito ang isáng bahagui ñg pañgañgaral tungcól sa religión sa mga lupaing iyón.

XXXI.
ANG SERMON

Nagpasimulâ si Párì Dámaso, n̄g madalang at mahinang pan̄gun̄gusap: "Et spiritum tuum honum dedisti, qui doceret eos, et manna tuum non prohibuisti ab ore corum, et aquam dedisti eis in siti".— "At ibinigay mo sa canilá ang espíritu mong magaling upang canilâng iturò at hindî mo inalís sa canilâng bibig ang iyóng maná at binigyán mo silá n̄g tubig sa canilâng pagcauhaw!"

"Mg̃a salitang ipinan̄gusap n̄g Pan̄ginoon sa pamamag-itan n̄g bibig ni Esdras, icalawáng aclát, icasíyám na bahagui, icadalawampong tulâ."

Sa udyóc n̄g pangguiguilalás ay sinulyáp ni Párì Sibyla ang nagsesermón; namutla at lumun-oc n̄g laway sa Párì Manuel Martin: marikit ang sermóng iyón cay sa canyáng sermón.

Ayawan cong nahiwatigan ni Párì Dámaso ang gayóng bagay ó baca cayâ naman talagang namamaos pa, datapuwa't ang guinawa niya'y umubóng macailan at ikinapit ang dalawang camáy sa palababahan n̄g púlpitong mahal. Sumása tapat n̄g canyáng úlo ang Espiritu Santo na bago lamang capípinta: maputi, malinis at culay rosa ang maliliit na paa at ang tucâ.

"¡Cárilagdilagang Guinoo (sa Alcalde), cábanalbanalang mg̃a sacerdote, mg̃a cristiano, mg̃a capatid cay Jesucristo!"

Gumawa rito n̄g dakilâng paghintô, at maling inilacad niya ang canyáng panin̄gin sa mg̃a nakikinig, at sa canya'y nacagalác ang pag-ulinig sa canya at canilang taimtim na pagtahimic.

Wicang castilà ang unang bahagui n̄g canyáng sermón at wicáng tagalog ang icalawang bahagui: "loquebantur omnes linguas".

Pagcatapos n̄g mga ¡oh! at ô n̄g paghinto dakilang iniunat niya ang canyang canang camáy sa dacong altar at tumitig sa Alcalde, naghalukipkip pagcatapos, na waláng anó mang sinasabi; n̄guni't caguinsaguinsa'y inihalili sa mahinhing kilos ang cagalawán, iniling-ay sa licód ang úlo, itinuró ang dacong pintóng malakí na pinutol ang han̄gin sa pamamag-itan n̄g taguiliran n̄g camáy n̄g boong cabilisán, hanggang sa acalain n̄g mg̃a sacristang ang cahulugán n̄g gayong galáw ay ipinag-uutos sa canilâng ísará ang mg̃a pinto, at gayón n̄ga ang canilâng guinawâ; nagdamdam ligalig ang alférez at nag-alinlan̄gan cung siyá'y lálabas ó hindî; datapuwa't nagpapasimulá na ang nagsesermón n̄g pananalitang malacás, punô at mataguinting: tunay n̄ga palá namáng totoong matalinò sa panggagamót ang dating canyáng tagaalagang babae.

"¡Nagniningning at cumikislap ang altar, malapad ang malaking pintô, ang han̄gin ang sasacyan n̄g santong wica n̄g Dios na búbucal sa aking bibig, pakinggán n̄ga ninyó n̄g mg̃a pangdin̄gig n̄g caluluwa at n̄g púsò at n̄g hindî man̄galaglag ang mg̃a salitâ n̄g Pan̄ginoon sa lupang batuhán at canin n̄g mg̃a ibon sa Infierno, cung dî ang cayó'y lumagô at sumibol na catulad ng̃ isáng santong binhî sa lináng ng̃ ating cagalanggalang at huwad sa serafing Amáng si San Francisco! Cayóng mg̃a malalaking macasalanan, mg̃a bihag ng̃ mg̃a moro ng̃ cálolowa, na siyang lumalaganap sa mg̃a dagat ng̃ waláng hanggang búhay, na pawang nacalulan sa macapangyarihang mg̃a sasacyán ng̃ sa táong catawán at ng̃ mg̃a lugód sa búhay na itó, cayóng hindî magcandadala ng̃ mg̃a tanicalâ ng̃ mahahalay na hilig at ng̃ mg̃a calibugan, at nang̃agsisigaod sa daóng ng̃ taga Infiernong si Satán, masdán ninyó riyan ng̃ mapitagang pagcahiyâ ang tumutubós sa mg̃a cálolowa sa pagcabihag ng̃ demonio, ang matapang na Gedeón, ang malacás na loob na David, ang mapagwaguing Roldan ng̃ cacristianohan, ang tagalang̃it na guardia civil, na higuít ang catapang̃an sa lahat ng̃ mg̃a guardia civil cahi't pagsamasamahin ang mg̃a guardia civil ng̃ayón at ang sa búcas pa".— (Pinapagcunót ng̃ alférez ang noo)— "Siya ng̃â, guinoong alférez, higuít ang canyáng tapang at lacás, na cahi't walâ siyáng fusil cung di isáng cruz na cahoy, canyáng guinágahis ng̃ boong cabayanihan ang walang hanggang tulisán ng̃ mg̃a cadilimán, at gayón din ang lahát ng̃ mg̃a cacampí ni Luzbel, at cung dî lamang hindî nang̃amamátay ang mg̃a espiritu, siláng lahat ay nang̃alipol na magpacailan man! Ang caguilaguilalás na laláng na itó ng̃ Dios, itóng hindî mapaglírip na himalâ ay ang maluwalhating si Diego de Alcalá, na, gagamit acó ng̃ isáng pagsusumag, sa pagca't nacatutulong na magalíng ang mg̃a pagsusumag sa pagca unawà ng̃ mg̃a bagay na hindî mapag-abót ng̃ ísip, ayon sa wicà ng̃â ng̃ ibá, sinasabi co ng̃a na ang dakilang santong itó'y isáng catapustapusang cawal, isáng "ranchero" (tagapagpacain) lamang sa aming lubháng macapangyarihang hucbóng pinag-úutusan ng̃ aming tulad sa serafing Amáng si San Francisco, na siyang ikinararang̃al cong kinapapanigang acó'y cabo ó sargento sa talaga't awà ng̃ Dios."

Ang mg̃a hang̃al na "indio", ayon sa sabi ng̃ "corresponsal", walang nábingwit sa sinaysay na iyón, liban na lamang sa mg̃a salitang "guardia civil", "tulisan", "San Diego" at "San Francisco"; namasid nilá ang pagsamà ng̃ mukhá ng̃ alférez, ang anyóng bayani ng̃ nagsesermón, at sa gayo'y inacala niláng kinagagalitan ng̃ Párì ang alférez dahil sa hindî niyá inuusig ang mg̃a tulisán. Si San Diego at si San Francisco ang gaganap ng̃ bagay na iyón, at silá ng̃a ang túnay na macagagawa, tulad sa pinatototohanan ng̃ isáng pinturang na sa convento ng̃ Maynila, na sa pamamag-itan lámang ng̃ canyáng cordón ay nahadlang̃an ni San Francisco ang paglúsob ng̃ mg̃a insíc ng̃ mg̃a unang taón ng̃ pagcatuclás sa Filipinas ng̃ mg̃a castila. Hindì ng̃a cacaunti ang catuwaang tinamó ó ng̃ mg̃a namimintacasi, kinilala niláng utang na loob sa Dios ang ganitóng túlong, at hindî silá nag-aalinlang̃an sa paniniwalang pagca walâ ng̃ mg̃a tulisán, ang mg̃a guardia civil naman ang lilipulin ni San

Francisco. Lalong pinagbuti ñga nilá ang pakikinig, sinundan nilá ang mga sinasaysay ni Párì Dámaso, na nagpatuloy ng pananalitâ:

"Cárilagdilagang guinoo: Ang malalaking mga bagay talagáng malalakíng mga bagay cahi't na sa tabí ng mga maliliit, at ang mga maliliit cailan ma'y maliliit din na sa siping man ng mga malalaki. Itó ang sabi ng Casaysayan, (Historia), at sa pagca't ang Casaysayan, sa sandaang palo'y isá lamang ang tumatamà, palibhasa'y bagay na gawâ ng mga tao, at ang mga tao'y nagcacamaling "errare es hominum" ayon sa sabi ni Ciceron, ang may dilà ay nahihidwâ, ayon sa casabihan sa aking bayan, ang nangyayari'y may lalong malalalim na catotohanang hindî sinasabi ng Historia. Ang mga catotohanang itó, Cárilagdilagang Guinoo, ay sinabi ng Espíritu Santo, sa canyáng cataastaasang carunuñgan cailan ma'y hindî naabót ng pag iisip ng tao mulâ pa sa mga panahón, ni Séneca at ni Aristóteles, iyang mga pantás na mga fraile ng unang panahón hanggang sa macasalanang mga panahón natin ñgayón, at ang mga catotohanang itó'y hindî ñgâ ibá cung di hindî palaguing ang mga maliliit na bagay ay maliliit ñga, cung di pawang malalakí, hindî cung isusumag sa mga mumuntî, cung di cung isusumag sa lalong malalakí sa lúpà at sa langit at sa hañgin at sa mga pañganurin at sa mga tubig at sa alang-alang at sa buhay at sa camatayan.

— ¡Siya nawa!— ang isinagót ng maestro ng V.O.T., at saca nagcruz.

Ibig ni Párì Dámasong papangguilalasin ang mga nakikinig sa ganitóng anyô ng pananalitáng canyáng napag-aralan sa isáng dakilang tagapagsermón sa Maynilà, at siya ñgang nangyari, na sa pagcápatañga sa gayóng caraming mga catotohanan, kinailañgan niyang dunggulín ng paa ang canyáng "espiritu santo" (ang fraile bagáng sa canyá'y tagadictá) upang sa canyá'y maipaalaala ang canyáng catungculan.

— Maliwanag na nakikita ng inyóng mga matá!— ang sinabi ng "espiritu" búhat sa ibabá.

"Maliwanag na nakikita ng inyóng mga matá ang sumasacsing ganáp at napapaukit na itóng waláng hanggáng catotohanang naalinsunod sa Filosofía! Maliwanag na nakikita iyáng áraw ng mga cabanalan, at sinabi cong áraw at hindî buwán, sa pagca't waláng malaking carapatang numingning ang buwán sa boong gabî; sa lupà ng mga bulág ang dalawáng mata'y harì ang bulág ang isáng matá lamang (nacapangyayari sa bayan ng mga hangal ang may caunting dunong na pinag-aralan); mangyayaring numingníng ang isáng ílaw cung gabí, ó ang isáng maliit na bituin; ang lalong mahalaga'y ang macapagningníng cahi't catanghaliang tulad sa guinagawâ ng áraw: ¡ganitó ñga ang pagniningníng ng capatid na si Diego cahi't sa guitna ng lalong mga dakilang santo! ¡Nariya't nacahayág sa inyóng mga matá, sa inyóng pusóng na hindî pananampalataya sa uliráng gawà ng Cataastaasan upang mabigyáng cahihiyan ang lalong mga dakila sa lupà; oo, mga capatid co, hayag, hayag sa lahát, hayag!"

Nagtindíg ang isáng lalaking namumutlâ at nanginginig at nagtagò sa isáng confesionario. Siya'y isáng maglalacò n͠g álac na nag-aagaw-tulog at nananaginip na hinihin͠gan siyá n͠g m͠ga caribinero n͠g "patente" na hindî niyá taglay. Hindî na raw siyá umalís sa canyáng pinagtaguan hanggang sa hindî natapos ang sermón. [258]

— "Mapagpacumbabà at maligpiting santo, ang iyóng cruz na cáhoy"— (ang dalá n͠g larawan ni San Diego'y cruz na pilac),— "ang iyóng mahinhíng hábito'y pawang nagbibigay dan͠gal sa dakilang si Francisco, na camí canyáng m͠ga anac at nakikiwan͠gis sa canyáng m͠ga guinagawá! Inilalaganap namin ang layong santong lahi sa boong daigdig, sa lahát n͠g m͠ga suloc, sa m͠ga ciudad, sa m͠ga bayan at hindî namin tinitingî ang maputi sa maitim"— (piniguil n͠g Alcalde ang canyáng paghin͠ga)— "sa pagtitiis n͠g hindî pagcain at n͠g m͠ga pagpapacahirap, santong lahi mo na sa pananampalataya at sa religióng may taglay na sandata"— (¡Ah! ang hinin͠gá n͠g Alcalde)— "na pinapananatili ang sangcataohan sa matatag na calagayan at pumipiguil na mabulíd sa malalim na ban͠gin n͠g capahamacán!"

Untiunting naghihicab ang m͠ga nakikinig, sampo ni capitang Tiago: Hindî pinakikinggan ni María Clara ang sermón: nalalaman niyang malapit sa canyáng kinalalagyán si Ibarra at siyáng sumasaisip niya, samantalang siyá'y nag-aabanico at canyáng minámasdan ang toro n͠g isá sa m͠ga Evangelista, na waláng pinag-ibhán sa anyó n͠g isáng calabaw na maliit.

"Dapat nating masaulong lahát ang m͠ga Santong Casulatan, ang búhay n͠g m͠ga santo, at sa ganitó'y hindî co kinacailan͠gang sa inyó'y man͠garal, m͠ga macasalanan; dapat ninyóng maalaman ang m͠ga bagay na itóng totoong mahalagá at kinacailan͠gang gaya n͠g pagcasaulo sa Ama namin, bagá man nacalimutan na ninyó itó at nagbubuhay protestante ó hereje na cayó, na hindî nagsisigalang sa m͠ga ministro (cawaní n͠g Dios, na gaya n͠g m͠ga insíc), n͠guni't cayó'y man͠gagpapacasama, lálò n͠g man͠gapapahamac cayó, m͠ga sinumpa!"

— Abá, cosa ese pale Lámaso, ese! (Abá anó ba namán ang párì Dámasong iyán)— ang ibinulóng n͠g insíc na si Cárlos, na iniirapan ang nagsesermóng nagpapatuloy n͠g m͠ga pananalitáng naiisip niya n͠g sandalíng iyón, at nagbúbubuga siyá n͠g m͠ga licaw-licaw na m͠ga paglait at pagmumurá.

¡"Mamamatáy cayóng hindî macapagsisisi n͠g inyóng m͠ga casalanan, m͠ga lahi n͠g m͠ga hereje! Mulâ pa rito sa lupa'y pinarurusahan na cayó n͠g Dios n͠g m͠ga pagcapiit at pagcabilanggô! ¡Ang m͠ga mag-amag-anac, ang m͠ga babae ay dapat lumayô sa inyó: dapat cayóng bitayíng lahát n͠g m͠ga namummunô at n͠g hindî lumaganap ang binhî ni Satanás sa halamanan n͠g Pan͠ ginoon!... Sinabi ni Jesucristo: Cung cayó'y may masamáng casangcapan n͠g catawáng humihicayat sa inyó sa pagcacasala, putulin ninyó, iabsáng ninyó sa apóy!..."

Nan͠ gin͠ ginig si fray Dámaso, nalimutan niyá ang canyáng sermón at ang maayos na pananalitâ.

— Náriníg mo ba?— ang itinanóng sa canyáng casama ng̃ isáng binatang estudianteng taga Maynílà;— ¿puputulin mo ba ang iyo?

— ¡Ca! siyá na muna ang magputol!— ang isinagót ng̃ causap, na itinuturò ang nagsesermon.

Naligalig si Ibarra; lumiñgap sa canyáng paliguid at humahanap ng̃ alin mang súloc, datapwa't punôngpunô ang boong simbahan. Walang nárîrinig at waláng nakikita si María Clara, na pinagsisiyasat ang cuadro ng̃ pinagpalang mg̃a cáluluwa sa Purgatorio, mg̃a cáluluwáng ang anyó'y mg̃a lalaki't mg̃a babaeng hubó't hubad na may nacapatong sa úlong "mitra," (sombrero ng̃ papa,) "capelo" (sombrero ng̃ cardenal), ó "toca" (talucbóng ng̃ monja), na nang̃aiihaw sa apóy at nang̃agsisicapit sa cordón ni San Francisco, na hindî nalalagot cahi't lubháng napacabig-at ang mg̃a nacabiting iyón.

Sa gayóng pagdaragdag ni Fray Dámaso ng̃ canyáng mg̃a naisipa'y nag-caligáw-ligáw ang espíritu santong fraile sa pagcacasunodsunód ng̃ sermón hanggang sa siya'y lumactaw ng̃ tatlóng mahahabang pangcát at sumamâ ang pagdidictá cay Párì Dámaso, na humihiñgal at nagpapahiñga sa canyang maalab na pagmumurá.

"¿Sino sa inyó, mg̃a makasalanang nakikinig sa akin, ang hihimod sa mg̃a súgat ng̃ isáng dukhâ at libaguing magpapalimos? ¿Sino? Sumagót at itaas ang camáy cung sino! ¡Walâ sino man! Dati co nang nalalaman; walâ ñgang macagagawâ ng̃ gayón cung dî ang isáng santong gaya ni Diego de Alcalá; canyáng hinimuran ang boong cabulucán, at tulóy sinabi niyá sa isang capatid na nangguiguilalás; ¡Ganitó ang paggamot sa may sakít na itó! ¡Oh pagcacacawang gawâ ng̃ cristiano! ¡Oh pagcahabág na waláng cahulililip! ¡Oh cabanalan ng̃ mg̃a cabanalan! ¡Oh cagalinggaliñgang hindî matutularan! ¡Oh waláng bahid na lunas!...."

At ipinagpatuloy ang isáng mahabang tanicalang mg̃a ¡oh! na idiniripa ang mg̃a camáy, at itinataas at ibinababa na anaki mandin ibig na lumipad ó bumugaw ng̃ mg̃a ibon.

"Nagsalitâ siyâ ng̃ latin bago mamatáy, ¡bagá man dating hindî murunong ng̃ latin! Mangguilalás cayó mg̃a macasalanan! ¡Hindî cayô macapagsasalitâ ng̃ latin, baga man pinag aaralan ninyó, at sa pag aaral na ito'y pinapalò cayó, hindî cayó macapagsasalitâ ng̃ latin, mamamatay cayóng hindî macapaglálatin! ¡Isáng biyaya ng̃ Dios ang macapagwicang latin, cayâ nagsasalita ng̃ latín ang Iglesia! ¡Acó ma'y nagwiwicang latin din! ¿Bakit ipagkakait ng̃ Dios ang caaliwang itó ng̃ loob sa canyáng minamahal na si Diego? Mangyayari ba siyáng mamatáy, mapababayaan ba siyáng hindî nagwiwicang latín? Hindî ñga mangyayari! Cung magcagayó'y hindî gaganáp sa catuwiran ang Dios, hindî sa totohanang siyá'y Dios! ¡Nagwicang latín ñgâ siyá at nagpapatotoo ang mg̃a sumulat ng̃ aclat ng̃ mg̃a panahóng iyón!" At canyáng binigyáng wacás ang canyang pasimula ng pangangaral ng lalong pinaghirapan niya na canyáng inumit sa titic ng isáng dakilang manunulat, na si Guinoong Sinibaldo de Más.

"¡Binabatì ngâ cata, marilág na Diego, dangal ng aming samahán!

Puspós ca ng cabanalan, mahinhing may capurihán; mapagpacumbabang may camahalan; masunuring boo ang loob; mapagtiis sa cacaunting bagay na mapagmithi; caaway na tapát ang loob; maawaing nagpapatawad; fraileng lubháng maselang; mapanampalatayang namimintacasi; mapaniwalaíng waláng málay; waláng bahid calupaang sumisinta; hindî maimiking may tinagong líhim; mapagtiis na matiyagá; matapang na natatacot; mapagpiguil na may calooban; mápangahás na masulong; mapanalimang nagpapacatinô; mahiyaing may carangalan; mapag-ingat ng iyóng pag-aaring hindî mahinayangin; maliksing taglay ang cáya; mapagbigáy galang na marunong makipagkapuwa-tao; matalas ang ísip na ma-ingat; mahabaguing may awa, matimtimang may hiyá; mapanghigantíng matapang; sa casipaga'y dukhâ na mapagsang-ayon; mapag-impoc na mapagbiyaya; waláng malay na nacacatalós; mapagbagong may kinauuwian; mapagwalangbahalang nagmimithíng matuto: ¡linaláng ca ng Dios upang camtán ang mga caayaayang lugód ng pagsintang malamlam!...Tulungan mo acóng umawit ng iyóng mga cadakiláan at ng ang iyóng pangala'y lalong mataas cay sa mga bituin at lalong lumiwanag cay sa araw na umiinog sa iyong paanan! Tulungan ninyó acóng humingi sa Dios ng cauculáng tálas ng ísip, sa pamamag-itan ng pagdarasal ng isáng Aba Guinoong María!...

Nangagsiluhód na lahát at bumángon ang isáng hûgong na catúlad ng sabay-sabáy na húgong ng sanglíbong bubúyog. Iniluhód ng Alcalde ng malakíng pag-hihirap ang isáng páa, na iniíiling ang úlo sa samâ ng lóob; namutlá at nagsisisi ng taimtim sa púsò ang alférez.

— ¡Napacadiablo ang curang iyán!— ang ibínulóng ng isá sa mga binatang galing Maynílà.

— ¡Huwág cang maingay!— ang sagót ng casáma,— naririnig táyo ng canyáng asawa.

Samantala'y hindî ang pagdarasál ng Abá Guinoong María ang guinágawâ ni Párì Dámaso, cung dî ang pag-away sa canyáng "espíritu santo," dáhil sa paglactaw na guinawâ sa tatlóng pinacamainam na pangcát ng canyáng sermón, sacâ cumáin ng tatlóng merengue at uminóm ng isáng vasong álac na Málaga, sa canyang lubós na pananalig na masusundûan niyá sa canyáng kináin at ininóm na iyon ang magagalíng na salitáng canyáng sasaysayin, ng higuít sa maibubulóng sa canyá ng lahát ng mga "espiritu santong" cáhoy na may anyóng calapati ó may but-ó't may lamáng may anyóng malibanging fraile. Pasisimulan niya na ang sermóng wícang tagalog.

Tinuctucán ng matandáng mapamintacasi ang canyáng apóng babae, na naguising na masamâ ang loob at nagtanóng:

— ¿Dumating na ba ang oras ng pag-iyác?

— Hindî pa, ngŭni't huwag cang matulog ¡"condenada"!— ang isinagót ng̃ mabait na núnong babae.

Babahagyâ lamang ang naitandá namin sa pang̃alawang bahágui ng̃ sermón, sa macatwíd bagá'y ang sa wícang tagalog. Hindî nagsasaulo ng̃ pinag-ayos sa wicang tagalog si Párì Dámaso, cung dî ang maisipan na lamang niyá sa oras ng̃ pagsesermón, hindî sa dahiláng malakî ang dunong niyá sa pananagalog cay sa pang̃ang̃astila, cung dî palibhasa'y ipinalálagay niyáng páwang hang̃ál ang mg̃a filipinong mg̃a taga lalawigan sa maayos na pananalitâ, hindî siyá nang̃ang̃anib macapagsalitâ ng̃ mg̃a caul-ulán sa haráp nilá. Sa mg̃a castila'y ibá ng̃ bagay, may naringgan siyáng may palatuntunan daw na sinusunod sa magalíng na pananalumpatì, at hindî ng̃â malayong magcaroón sa mg̃a nakikinig ng̃ isá man lamang na nacapag-aral sa colegio, marahil ang guinoong Alcalde Mayor ang isá sa canilá; at dahilán dito'y isinusulat muna niyá ang canyáng mg̃a sermón, pinagsisicapang pagbutíhin, kinikikil at sacâ isinasaulo pagcatápos, at guinágawâ niyá ang pagsasanay sa loob ng̃ mg̃a dalawáng áraw bágo dumatíng ang pagsesermón.

Naguíng cabalitaàng sino man sa nakikinig ay hindî nacaunawa ng̃ caboóan ng̃ sermóng iyón: at gayón ang nangyari, palibhasa'y mapupuról ang caniláng ísip at totoong malalalim ang mg̃a sinabi ng̃ nagsermón, ang sabi ng̃a ni Hermana Rufa, cayâ ng̃a't nasáyang lámang ang paghihintáy ng̃ mg̃a nakikinig ng̃ pagdatíng ng̃ mg̃a pananalitáng kinararapatang iyacán, at bucód pa sa roo'y mulíng natúlog ang "condenadang" apó ng̃ matandáng mápagbanal.

Gayón man, itóng huling bahaguing itó'y namung̃ang hindî gáya, ng̃ úna, cahi't sa mg̃a tang̃ing nakikinig man lamang, ayon sa makikita natin sa dacong súsunod.

Nagpasimulâ ng̃ isáng: "Maná capatir con cristiano", at sacá isinunod dito ang dugyóng-dugyóng mg̃a salitáng hindî maihuhulog sa anô mang wicà; nagsalita ng̃ tungcól sa cáluluwa, sa Infierno, sa "mahal na santo pintacasi, sa mg̃a macasalanang mg̃a "indio" at sa mg̃a banal na mg̃a Páring Franciscano.

— ¡Menche!— anáng isá sa dalawáng mg̃a waláng galang na tagá Maynila sa canyáng casama:— wicang griego sa ganáng ákin ang lahat ng̃ iyán, yayao na acó.

At sa pagca't nakita niyang nacasará ang lahát ng̃ pintuan, doón siyá lumabás sa sacristía, na ano pa't malaking totoo ang ipinagcasala ng̃ mg̃a tao at ng̃ nagsesermón, sa dahil sa gayo'y namutlâ at itiniguil ni Párì Dámaso sa calahati ang isáng salitâ niyá; inacálâ ng̃ ilang magsasalitâ siyá ng̃ isáng mabalásic na múra, ng̃uni't nagcásiya na lamang si Párì Dámaso na pasundan niyá ng̃ ting̃in ang umalís, at sacâ ipinagpatúloy ang pagsesermón.

Ibinulusoc niyá ang mg̃a sumpâ lában sa lácad ng̃ mg̃a caasalan ng̃ sangcataohan, lában sa pagwawaláng gálang, lában sa bagong sumísilang na paglabág sa religión. Tila mandîn ang ganitóng bágay ang siyang totóong canyáng cáya, sa pagca't nag-aalab ang canyáng ísip, at nagsásalitâ n͠g boóng caríinan at caliwanagan. Tinúcoy n͠g canyáng pananalitâ ang m͠ga macasalanang, hindî nagsisipang͠umpisal, na nang͠amamatay sa bilangguang hindî nacatatanggap n͠g m͠ga sacramento, n͠g m͠ga familiang sinumpâ n͠g Dios, n͠g m͠ga palalo't m͠ga sopladong "mesticillo" n͠g m͠ga binatang nagdudunongdunung͠an, m͠ga "filosofillo" ó "pilosopillo", n͠g m͠ga "abogadillo", m͠ga "estudiantillo" at iba pa. Hindî cailâ ang caugalîang taglây n͠g marami, pagcà ibig niláng libakín ang caniláng m͠ga caaway: dinuduluhan nilá ang m͠ga pananalitâ n͠g "illo", palibhasa'y walâ na mandíng mapigâ sa caniláng útac, at sa ganitóng gawá'y lubos na siláng lumiligaya.

Naririnig na lahát ni Ibarra at canyáng nalalaman ang m͠ga pasaring na iyón. Nananatili sa canyá ang paimbabáw na catahimican n͠g lóob, hinahanap n͠g canyáng m͠ga matá ang Dios at ang m͠ga púnong may capangyarihan, datapuwa't doo'y walà cung dî m͠ga laráwan n͠g m͠ga santo at ang humihímlay na Alcalde.

Samantala'y náraragdagan n͠g náraragdagan ang silacbó n͠g álab n͠g loob n͠g nagsesermón. Sinasabi niyáng n͠g m͠ga unang panahón daw, ang lahát ng filipino, cung nacacasalubong ang isáng sacerdote ay nagpupugay, iniluluhód ang isáng páa sa lúpà at hinahagcán ang camáy n͠g párì.— "Datapua, gayón, ang idinugtóng— an gawa nínyo láman, inaális nínyo an salácot ó an "sombrero de castorillo", na nalalágay nínyo nacakilin sa ibabaw nan ínyo úlo, para húwac masisíra ang súclay nan ínyon búhoc! Hústo na sabihin nínyo: ¡Magandanaraw, "amon"! at may maná palalo, na maná "estudiantillos de poco latin", na dahil sila naaáral sa Manila ó sa Europa, acala na níla mayron na sila catuwiran makicámay síla sa ámin, sa lugar na síla mahahálic nan cámay sa amin ...¡Ah! madáli na darásin an paghuhúcom, matatápos an múndo, maramî maná sánto an huhúla níto uúlan nan ápoy, báto, sáca ábo, para parusahan an capalaluan nínyo!"

At bago niyá iniaral sa báyang huag tuláran ang gayóng m͠ga "salvaje", cung dî bagcós pang lumayô at casusutan ang gayóng m͠ga táo, sa pagcá't silá'y páwang m͠ga "excomulgado."

— "Din-guin ninyo an sabi nan maná "santos concillos!"— anya— "Cun nasasalûbun nan ísan indio sa calle an ísan cura, itutún-go an úlo, ihahánda an cányan lilo, at nan an amon ay cumapît dóon; pácca nacacabayo capuwa, an cura saca an indio, pacca gáyon, hihinto an indio, mapupúgay nan salácot ó sombrero nan boon gálan; sa catapúsan, cun an indio nacacabáyo at nadlalácat an cura, iíbis sa cabayo an indio at hindî sasácay úli hángan híndî nasasábi sa cánya nan cura ¡sólon! ó cun totoo maláyo na an cura. Maná sabi íto n͠g santos concillos, at an hindî nasusúnod, síya maguiguin "excomulgado."

— At ¿pagca ang sinasacyán n͠g isá'y isáng calabaw?— ang tanóng n͠g isáng masuring magsasacá sa canyáng calapít.

— ¡Cung gayó'y ... macapagpapatuloy ca!— ang isinagót nitó na totoong marúnong umíbag.

Datapuwa't marami ring nacacatulog ó nalilibang, bagá man nagsisisigaw ang nagsesermón at cumikiyang magalíng; paano'y iyón ñg iyón ang isenesermón sa anó mang áraw at sa anó mang bagay: nawalán ñg cabuluháng magbuntóng-hiningá at magtañgistañgisan ang iláng mápagbanal na babae, dahil sa mga casalanan ñg mga pusóng, napilitang itiguil nilá ang caniláng gawâ dáhil sa walâ sino mang sa canílá'y makisapì. Si Hermana Putî ma'y laban doon ang iniisip. Nacatulog ñg mainam ang isáng lalaking nacaupô sa canyáng tabí, na waláng ánó-anó'y natumbá sa canyáng ibabaw, na anó pa't nalúcot ang canyáng hábito: dinampót ñg mabait na matandáng babae ang canyáng bacyâ at guinísing sa cáhahampas ang lalaking iyón, casabay ñg sigaw na:

— ¡Ay! ¡láyas, salvaje, háyop, demonio, calabáw, áso, condenado!

Nagcaguló ñgà dahil dito. Humintô ang nagsesermón, itinaás ang mga kílay, sa pagtatacá niyá sa gayóng calakíng caligaligan. Linúnod ñg cagalitan ang salitâ sa canyang lalamúnan, caya't walâ siyang nagawâ cung dî umatúñgal at, suntukín ang palababahan ñg púlpito. Namúñga ang gayóng gawâ: binitiwan ñg matandang babae ang bacyâ, nagbubulóng at pagcatapos na macapagcruz na macailan, naluhód siya ñg boong cataimtiman.

— "¡Aaah! ¡aaah! ¡ang sarisawa'y!— naisigaw ñg nagagalit na sacerdote, na naghalukípkip at naipailíng-ilíng;— ¡sa ganyan baga cun caya acó nangagaral dito sa inyó sa boon umaga, maná salvajes! Dito sa baháy nan Dios cáyo naaáway at cayo nasasábi nan maná salitan masasáma, maná walan híya! ¡Aaaah! cayo wála nan iguinágalan!....Ito an maná gawa nan calibugan at nan hindî paglayo sa calupaan nan panahon ito! Sinasabi co na sa inyo ¡aah!

At ipinatuloy niya ang pagsesermón tungcól sa bagay na itó sa loob ñg calahating oras. Humihilic na ang Alcalde, tatañgotañgo na si María Clara sa pagcaantoc, hindî na mapaglabanan ñg abang dalaga ang pagtutucá, palibhasa'y walâ ñg ano mang pintura at ano mang larawan man lamang na mapagsiyasat sa mapaglibañgan. Hindî na nacalingit cay Ibarra ang mga sinasabi at gayón din ang mga pasaring; ang canyang iniisip ñgayó'y isang maliit na bahay sa taluctóc ñg isang bundóc, at doo'y nakikita niyang si María Clara'y na na sa halamanan. ¡Anóng masakit sa canya cung doon sa capataga'y gumagapang ang mga tao sa canilang mga imbing bayan!

Macaalawang ipinatugtóg ni Párì Sibyla ang campanilla, ñguni't itó'y parang guinagatuñgan ñg cahoy ang apóy: palibhasa'y "tercero" si fray Dámaso'y lalò nang pinahabà niya ang sermón, Nañgañgagat-labi si Fray Sibyla, at ulit-ulit na pinagbubuti niya ang canyáng salamín sa matáng "cristal de roca", na guintô ang kinacacabitan. Si Fray Manuel Martín ang tañging tíla mandín nakikinig ñg boóng ligaya, sa pagca't ñgumiñgiti.

Sa cawacasa'y sinabi ng̃ Dios na siya na, napagal ang nagsesermón at nanaog sa púlpito.

Nang̃agsiluhód ang lahat upang magpasalamat sa Dios. Kinuscós ng̃ Alcalde ang canyang mg̃a mata, inúnat niya ang isang brazo na para manding nag-iinat, nagbitiw ng̃ isang malalim na ¡"ah"! at naghicab.

Ipinagpatuloy ang misa.

Nang cantahín na ni Balbino at ni Chananay ang "Incarnatus est", ng̃ magasiluhód na ang lahat, at ng̃ magsitung̃ó na ang mg̃a sacerdote, ibinulóng ng̃ isang lalaki sa taing̃a ni Ibarra ang ganitó:— "Sa ceremonia ng̃ bendición ay huwag pô cayóng lálayô sa cura, huwag cayóng lulusong sa húcay, huwag cayóng lalapit sa bató; mapapang̃anyayà ang inyóng búhay cung di ninyó acó sundin!".

Nakita ni Ibarrang nawalâ si Elias sa caramihan, pagcasabi sa canya ng̃ bagay na iyón.

XXXII.
ANG "CABRIA"

Guinanáp ng̃ taong naniniláw ang canyáng pang̃acò: hindî isáng madaling wariing "cábria" (pangbabâ ó pangtaas ng̃ anó mang bágay na mabigát) ang itinayô sa ibábaw ng̃ nacabucás na húcay upang ibabâ roon ang lubháng malaking batóng "granito"; hindî ang panukalang "trípode" (tatlóng tungcóng caláng mg̃a mahahabang cahoy) ni ñor Juan, upang ibitin sa dúlo niyá ang isáng "polea," yao'y mahiguít, yao'y bucód sa isáng máquina'y isáng pamuti, ng̃uni't isáng dakílà at nacahahang̃ang pamúti.

Sa ibábaw ng̃ walóng metro ang táas ay nátatayô roón ang totoóng maguló at mahírap na liríping mg̃a "andamlo": apat na malalaking cáhoy na nacabaón sa lúpà ang siyáng mg̃a pinacahalígui, na nagcacacabitcabit sa pamamag-itan ng̃ mg̃a malalakíng cahab ang pahaláng, na nagcacacabit cabit namán sa pamamag-tan ng̃ malalaking pácong hanggáng sa calahatì lamang ang nacabaón, marahil sa pagcá't aalisin din lamang agad ang bagay na iyón, ay ng̃ magaang na mapagcalás-calás. Ang malalaking mg̃a lubid na nacabitin sa lahát ng̃ mg̃a panig, ang siyáng nacapagbíbigay anyóng catibáyan at cadakilâan ng̃ caboôang nacocoronahan doón sa itáas ng̃ mg̃a banderang may sarisaring cúlay; mang̃a gallardete na nagsisiwagaywáy at lubháng malalakíng mg̃a guirnaldang bulaclác at mg̃a dahong totoóng nacalulugod panoorin.

Doon sa caitaasan, sa lilim ng̃ mg̃a anino ng̃ mg̃a malalaking cáhoy, ng̃ mg̃a guirnalda at ng̃ mg̃a bandera, nacabiting ang tálì ay mg̃a lúbid at mg̃a ganchong bácal, ang isáng pagcálakilakíng "polea" na may tatlóng "rueda," at sa mg̃a nagniningning na taguiliran nito'y nacasulót at nacasacáy ang tatlóng lúbid na lálò pa mandíng malalaki cay sa mg̃a ibá, at nacabitin sa tatlóng pagsálalaking mg̃a lúbid na itó ang isáng pagcálakilakíng "sillar" na buò na may hucay sa dácong guitnâ, na cung itámà sa cápuwâ gúang ng̃ isáng bátong capapatung̃ang na sa ilálim na ng̃ húcay, siyang maguiguing gúang na láang paglálagyan ng̃ casaysayang casalucuyan, ng̃ mg̃a pámahayagan, ng̃ mg̃a casulatan, ng̃ mg̃a salapi, ng̃ mg̃a medalla at ibá pa, at ng̃ maibalità ang mg̃a bagay na iyôn sa mg̃a táong mabubuhay sa cáhulihulihang panahón. Nagmumulâ ang mg̃a malalakíng lúbid na itó sa itáas na patung̃ó sa ibabá, at nasusulot sa isá pang "poleang" malaki ring nacagápos sa paanan ng̃ "aparatong" iyón, at ang dácong dúlo ng̃ mg̃a lúbid na iyó'y nacabilibid sa "cilindro" ng̃ isáng "torno", na nacapacò sa lúpà ng̃ malalaking cáhoy. Ang tornong itó, na napagagalaw sa pamamag-itan ng̃ "dalawáng manubrio" ay nagdáragdag sa lacás ng̃ tao ng̃ macasandaang ibayo, dahil sa nagcaca-camá-camáng mg̃a ruedang may ng̃ipin, bagá man ang nasusunduang lacás ay naguiguing cabawasán namán sa catulínan.

— Tingnán pô ninyó,— ang sabi ng̃ taong nanínilaw samantalang pinipihit ang "manubrio;"— tingnán pó ninyó, ñor Juan, cung di sa lacás co lamang ay laking naitátaas at naibábabâ ang calakilakihang bató....

Nápaca buti ang pagcacaanyô-anyô, na áyon sa maibigan co'y aking naitátaas ó naibábabâ ng̃ isá ng̃ isáng dálì, at ng̃ magawâ ng̃ boóng caal-wanan ng̃ isáng táong nasasailalim ng̃ hûcay ang paglalapat ng̃ dalawáng bató, samantalang aking pinang̃ang̃asiwáan búhat díto.

Hindî ng̃â mangyayaring dî pangguilalasán ni ñor Juan ang taong ng̃umíng̃iti ng̃ anyóng totoóng cacaibá. Nang̃ag-uusap-usapan ang m̃ga nanónood, at caniláng pinupuri ang lalaking naninilaw.

— ¿Sino pó bâ ang nagtúrò sa inyó ng̃ "maquinaria?"— ang tanóng sa canyá ni ñor Juan.

— ¡Ang aking amá, ang aking nasirang amá!— ang sagót na casabáy ang canyáng cacatuwáng ng̃itî.

— ¿At sa inyóng amá?...

— Si Don Saturnino, ang núnò ni Don Crisóstomo.

— Hindî co nalalamang si Don Saturnino'y....

— Oh! maraming bagay ang canyang nalalaman! Hindî lámang mainam mamalò at ibinibilad sa araw ang canyang m̃ga trabajador; bucód sa roo'y marunong pumúcaw sa natutulog, at magpatulog sa naguiguising. Darating ang panahóng inyó ring makikita cung anó ang itinurò sa akin ng̃ aking amá,— ¡makikita rin pô ninyó!

At ng̃uming̃itî ang lalakíng nanínilaw, ng̃uni't sa isáng cacatuwang anyò.

Sa ibabáw ng̃ isáng masang natatacpan nang isáng "lapíz" (pangladlad sa m̃ga dingding ó pangtakip sa m̃ga mesa) na galing sa Persia'y nacalagáy roon ang cawang̃is ng̃ hihip na tinggâ, at ang m̃ga bagay na iing̃atan sa pinacalibing̃ang iyón: isáng caja na ang m̃ga pinacadingding ay macacapal na cristal ang siyang paglalagyan ng̃ pinacabangcáy na iyóng hindî mabubulóc ng̃ isang panahón at siyáng caliligpitan ng̃ m̃ga macapagpapaalaala sa m̃ga tao sa haharapíng panahón ng̃ m̃ga bagay na ucol sa isáng panahóng nacaraan na. Itó ang ibinúbulong ng̃ filósofo Tasio na doroon naglalacadlacad.

— Marahil isáng áraw, pagca ang gawang nagpapasimulá ng̃ayón ng̃ pagsilang sa maliwanag ay cung matandâ na at maguibâ dahil sa iláng m̃ga sacunáng sa canyá'y nagdaan, cung magcabihira'y dahil sa m̃ga pagpapagpág (paglindol) ng̃ Naturaleza, cung magcabihira'y dahil sa mapagwasac na camay ng̃ tao, at sumiból sa ibabaw ng̃ m̃ga casangcapan ng̃ guibáng itó ang damó at baguing; at pagcatapos, cung pugnawin na ng̃ panahón ang damó, ang baguing at ang m̃ga siráng casangcapan ng̃ bahay na itó, at catcatin sa m̃ga dahon ng̃ Casaysayan (Historia) ang sa canyá'y gunitâ, at gayón din ang m̃ga gumawâ sa canyá, na malaon ng̃ panahóng nawalâ sa alaala ng̃ m̃ga tao: marahil, cung napalibing na ó nawala na ang m̃ga lahing casama ng̃ m̃ga pinacabalát ng̃ lúpà, sa isá lamang pagcacataon, cung pasilangin ang tilamsíc ng̃ apóy sa batóng matigás ng̃ pico ng̃ sino mang manghuhucay ng̃ mina, mangyayaring masunduan sa sinapupunan ng̃ malakíng bató ang mg̃a talinghagà at mg̃a lihim. Marahil ang mg̃a pantás ng̃ isáng nacióng dito'y tumirá'y mang̃agsisicap, na gaya naman ng̃ pagsisicap ng̃ayón ng̃ mg̃a "egiptólogo" (ang mg̃a malulugdin sa mg̃a bagay na na sa Egipto) sa nang̃atiráng bagay ng̃ isáng dakilang "civilizaciong" nagpagal sa pagsisiyasat ng̃ waláng hanggan, at hindî sinapantahang sa canya'y bababá ang isáng pagcahabàhabang gabi. Marahil sabihin ng̃ isáng paham na "profesor" (tagapagturò) sa canyáng mg̃a alagàd, na may limá hanggang pitóng taon, sa isang wicang siyang sinasalita ng̃ lahát ng̃ mg̃a tao;— "Mga guinoo! Pagcatapos na matingnán at mapagsiyasat ng̃ boong catiyagaan ang mg̃a bagay na nasumpung̃an sa ilalim nitóng ating lupà, pagcatapos na mausisà ang cahulugán ng̃ iláng mg̃a tandà, at pagcatapos na maihulog sa wica natin ang iláng mg̃a salitâ, masasapantahâ nating walang anó mang tacot na magcamalî, na nauucol ang mg̃a bagay na iyon sa panahón nang cahunghang̃an nang tao, sa madilim na panahóng caraniwan nating tawaguing panaguinip nang isip. Tunay ng̃a, mg̃a guinoo; sucat na ang sabihin sa inyó, upang mapagcuròcurò ninyo cung gaano ang cahang̃alan ng̃ mg̃a canúnonunuan natin, na ang tumira rito'y hindî lamang cumikilala pa silá ng̃ mg̃a hari, cung di upang macapagpasiyâ silá ng̃ anó mang bagay na nauucol sa pamamahalâ sa caniláng sariling bayan, kinacailang̃an pa niláng dumaló sa cabilang dulo ng̃ daigdíg, na ano pa't masasabi nating sila'y catulad ng̃ isáng catawang upang gumaláw ay kinacailang̃ang magtanóng sa canyáng ulo, na na sa cabílang ibayo ng̃ Sanglibután, marahil sa mg̃a lupaing itinatagò ng̃ayón ng̃ mg̃a alon. Itong di mandin mapaniniwalaang cahidwaan ng̃ ísip, cahi't acalain ninyóng hindi sucat mangyari, inyóng kilalaning gayón ng̃a cung didilídilihin ang calagayan ng̃ mg̃a kinapal na iyóng bahagyâ na lamang nang̃ang̃ahas acóng tawaguing tao! Ng̃ mg̃a caunaúnahang panahóng iyón, ang mg̃a kinapal na ito'y nakipag-uusap pa (ganitó marahil ang caniláng boong acalà) sa Lumikhâ sa canilá, sa pagca't silá'y may mg̃a kinikilálang mg̃a Ministro (kinacatawan) ng̃ Lumikhá iyán, mg̃a kinapal na iba cay sa mg̃a ibá na caniláng sa tuwi na'y pinang̃ang̃alanan ng̃ mg̃a talinghagang letrang M. R. P. Fr., na sa pagbibigay cahulugan sa mg̃a letrang ito'y hindî nang̃agcacaisa ang ating mg̃a marurunong. Alinsunod sa pangcaraniwang profesor ng̃ mg̃a wicà, sa pagca't walà cung dí sasandaan lamang ang mg̃a profesor ng̃ mg̃a wicang malakí ang caculang̃an na siyang gamit ng̃ nacaraang panahón, marahil "Muy Rico Propietario" daw ang cahulugan ng̃ M. R. P., sa pagca't may pagca pang̃alawang Dios ang mg̃a Ministrong itó, mg̃a cábanalbanalan mg̃a cágaling galing̃ang mananalumpatì, mg̃a carunong-dunung̃an, at bagá man totoóng malakí ang caniláng capangyarihan at sa canila'y pagcaaalang-alang, cailan ma'y hindi silá gumagawâ ng̃ cahi't babahagyang capaslangan, bagay na nagpapatibay sa akin ng̃ paniniwala sa aking sapantahang hindî cawang̃is ang canilang pagcatao sa pagcatao ng̃ ibâ. At cung hindî maguing casucatan itó upang mapapagtibay ang aking panucalâ may natitirá pang isáng catuwirang hindî sinasalansang nino man at bawa't áraw na nagdaraa'y lalò at lalòng nagtútumibay, na pinapananaog ng̃ mg̃a talinghagang kinapal na iyón ang Dios sa ibábaw ng̃ lupà, sabihin lamang nilá ang ilang wicà, na hindî nasasalita ng̃ Dios cung dî sa pamamag-itan ng̃ canilang bibig, at ang Dios na iyá'y caniláng kinacain, iniinóm nilá ang canyáng dugô at madalas na ipinacacain nilá naman sa mg̃a táong caraniwan."

Ito'y iba pang mg̃a bagay ang inilalagay ng̃ hindi mapaniwalaíng filósofo sa bibíg ng̃ mg̃a may bulóc na pusong mg̃a tao sa panahóng sasapit. Marahil magcamali ang matandang Tasio, bagay na hindî ng̃a totoong malayò ng̃uni't pagbalican natin ang ating sinasaysay. Inihahanda ng̃ayón ang pagcaing masaráp sa mg̃a kioskong kinakitaan natin camacalawa sa maestro at sa mg̃a alagád. Gayón, ma'y sa mesang handâ sa mg̃a bata'y wala isá man lamang botella ng̃ alac, ng̃uni't ang cahalili nama'y ang lalong sumasaganang ang mg̃a bung̃a ng̃ cahoy. Sa lilim ng̃ bálag na siyang naghuhugpóng sa dalawáng kiosko'y naroroon ang mg̃a upuan ng̃ mg̃a músico, at sacá isáng mesang nalalaganapan ng̃ mg̃a matamís, ng̃ mg̃a "cosfitura", ng̃ mg̃a frascó ng̃ tubig na nacocoronahan ng̃ mg̃a dahon at mg̃a bulaclac na inihahandâ sa mauhaw na mg̃a taong dadalo róon.

Nagpatayô ang maestro ng̃ escuela ng̃ mg̃a palosebo, ng̃ mg̃a lucsúhan at nagpabitin ng̃ mg̃a cawali't mg̃a palayoc na iniuucol sa catuwatuwang mg̃a larô. Nang̃aglúluponlúpon sa lilim ng̃ mg̃a cáhoy ó sa ilalim ng̃ balag ang caramihang taong masasayáng mg̃a cúlay ang damit na bihís, at sila'y nang̃agsisitacas sa maningning na áraw. Nang̃agsisipanhíc ang mg̃a batà sa mg̃a sang̃á ng̃ mg̃a cahoy ó sa ibábaw ng̃ mg̃a batô, sa pagcaibig niláng makitang magaling ang "ceremonia", at sa gayó'y narurugtung̃an nilá ang cababaan ng̃ canilang taas; minámasdan nilá ng̃ boong pananaghilì ang mg̃a batang pumápasoc sa escuelang malílinis at magalíng ang pananamít na nang̃aroróon sa lugar na sa canila'y laan. Malakíng di ano lamang ang galác ng̃ mg̃a magúgulang; baga man sila'y abáng mg̃a tagabukid, sa pagca't mapapanoód niláng cumácain ang caniláng mg̃a anac sa mesang natatacpan ng̃ maputing mantel, na halos mawawang̃is sa Cura at sa Alcalde. Sucat na ang pag-isipin ang mg̃a bagay na iyón upang huwag magdamdam gutom, at ang gayóng pangyayari'y pagsasabisabihanan ng̃ salinsaling maguiguing tao sa ibábaw ng̃ lupà.

Hindî nalao't narinig ang malayong mg̃a tinig ng̃ músical ang nang̃ung̃una'y isáng pulutóng ng̃ sarisaring tao, na ang bumúbuo'y taglay ang lahát ng̃ mg̃a gúlang at taglay ng̃ pananamít ang lahát ng̃ mg̃a cúlay. Nabalisa ang lalaking naninilaw at siniyasat ang boong "aparato" niyá ng̃ isáng sulyap. Sinusundán ang canyáng matá at hinihiwatigan ang lahát niyáng m̃ga kilos ng̃ isáng mapagusisang tagabúkid: yao'y si Elias na dumaló rin doo't ng̃ panoorin ang "ceremonia"; halos hindî siyá makilala dahil sa canyáng salacót at sa anyô ng̃ canyáng pananamit. Pinagpilitan niyáng siya'y mapalagay sa lalong magalíng na lugar, halos sa siping ng̃ torno, sa pampang ng̃ húcay.

Casama ng̃ músicang dumating ang Alcalde, ang m̃ga namúmunong guinoo sa bayan, ang m̃ga fraile at ang m̃ga castilang may m̃ga catungculan, liban na lamang cay Parì Dámaso. Causap ni Ibarra ang Alcalde, na canyáng totoong naguing caibigan, mulà ng̃ canyang handugan siya ng̃ ilang maaayos na pagpuri, dahil sa canyang m̃ga condecoración at m̃ga banda: ang malaking hilig sa pagcamahal na tao ang siyang panghina ng̃ loob ng̃ marilag na Alcalde. Casama si capitang Tiago, ang alférez at ilang mayayaman, ng̃ maningning na cawan ng̃ m̃ga dalagang may dalang payóng na sutlâ. Sumúsunod si Párì Salvi na walang kibô at anyóng nag-iisipisip, na gaya ng̃ dating canyang ugali.

— Umasa pô cayó sa aking túlong cailán ma't ucol sa isáng mabuting gawâ,— ang sabi ng̃ Alcalde cay Ibarra;— ibibigay co sa inyó ang lahát ninyóng cacailanganin, ó pabibigyan co cayâ cayó sa ibá.

Samantalang silá'y napapalapít, nararamdaman ng̃ binatang tumatahip ang canyáng púsò. Hindî niyá sinasadya'y tinung̃o ng̃ canyáng m̃ga matá ang cacaibáng m̃ga andamio na doo'y nacatayô; nakita niyáng sa canyá'y yumuyucod ng̃ boong galang ang lalaking naninilaw at siya'y tinitigang sandalî. Pinagtakhan niyá ang pagcasumpóng doon cay Elías, na sa pamamag-itan ng̃ isáng macahulugang kiráp ay ipinaunawà sa canyáng alalahanin ang sa canyá'y sinabi sa simbahan.

Isinuot ng̃ cura ang m̃ga pananamít ng̃ pagcacaserdote at pinasimulaan ang "ceremonia": tangan ng̃ sacristan mayor na bulág ang isáng matá, ang libro, at tangan naman ang isáng monagulilo ang pangwisic at lalagyan ng̃ tubig na bendita. Na sa paliguid ang m̃ga ibá, nacatayò at pawang nacapugay, napacalaki ang caniláng catahimican, na anó pa't baga man ang pagbasa'y mahinà napagwawaring nang̃ing̃iníg ang voces ni Pàri Salvi.

Samantala'y inilagáy sa cajang cristal ang lahat ng̃ bagay na doo'y ilalaman, gaya bagá ng̃ m̃ga sulat camay, m̃ga pamahayagan, m̃ga medalla, m̃ga salapi at ibá pa, at ang lahat ng̃ iyo'y isinuot sa parang hihip na tinggâ at inihinang na magalíng ang takip.

— Guinoong Ibarra, ¿ibig pô ba ninyóng ipasoc ang caja sa dapat calagyan? ¡Hinihintay ng̃ Cura!— ang inianas ng̃ Alcalde sa taing̃a ng̃ binatà.

— Malaking totoo pô ang aking pagcaibig,— ng̃ isinagót ni Ibarra,— ng̃unit cung magcagayó'y cacamcamin co ang nacauunlac na tungculing iyan sa guinoong Escribano; ¡ang guinoong Escribano ang siyang marapat magpatotoo n͠g guinagawang itó!

Kinuha n͠g Escribano ang cajang iyón, nanaog sa hagdanang nalalatagan n͠g alfombra na patungͦo sa húcay, at inilagay n͠g cadakilaang marapat sa gúang ng bató. N͠g magcagayo'y dinampót n͠g cura ang "hisopo" at winiligan ang bató n͠g tubig sa bendita.

Dumatíng ang sandalíng dapat na maglagáy ang bawa't isá n͠g isang cucharang "lechada" sa ibábaw n͠g sillar na nacalagáy sa húcay at n͠g lumápat na magalíng at cumapit ang isáng manggagaling sa itaas.

Inihandóg ni Ibarra sa Alcalde ang isáng cucharang albañil, na sa malapad na dahong pilac niyó'y nacaukit ang bilang n͠g araw na iyón: n͠guni't nagtalumpatì muna n͠g wicang castilà ang mahal na Alcalde.

"¡M͠ga taga San Diego!"— anya sa salitáng cagalanggalang:— May capurihán camíng siyang mangͦulo sa isáng "ceremonia", na ang cahalagaha'y matatantô na ninyó cahi't hindî co sabihin. Itinatatag ang isáng escuela; ang escuela'y siyang patuunan n͠g pamamayan, ¡ang escuela'y siyáng aclat na kinatatalaan n͠g icagagaling n͠g m͠ga bayan sa panahóng sasapit! Ipakita ninyo sa amin ang escuela n͠g isáng bayan at sasabihin namin sa inyó cung anó ang bayang iyan."

"¡M͠ga taga San Diego! ¡Pasalamatan ninyó ang Dios na sa inyó'y nagbigay n͠g m͠ga banal na sacerdote, at ang Pamahalaan n͠g Inang Bayang naglalaganap na di napapagal n͠g "civilisación" sa masaganang m͠ga pulóng itó, na inaampón n͠g canyáng maluwalhating balabal! ¡Purihin ninyó ang Dios na nagdalá sa inyó rito nitóng m͠ga mapagpacumbabáng m͠ga sacerdote, na sa inyó'y nangͦágbibigay liwanag at nagtuturò sa inyó n͠g wicà n͠g Dios! ¡Purihin ninyó ang Pamahalaang gumawâ, gumagawâ at gagawâ n͠g m͠ga pagpapacahirap sa icagagalíng ninyó at sa icagagaling n͠g inyóng m͠ga anác!"

"At n͠gayóng benebendita ang unang bató nitóng lubháng macahulugang bahay, camí, Alcalde Mayor nitóng lalawigan, sa pangͦalan n͠g dakilang Harì, na ingͦatan nawá n͠g Dios, n͠g Harì sa m͠ga España, sa pangͦalan n͠g maluningning na Pamahalaang castilà at sa ilalim n͠g pagtatangkilik n͠g canyáng waláng bahid at cailán ma'y mapagdiwang na bandera, binibigyan namin n͠g dakilang cahulugan ang guinawang itó at sinimulaan namin ang paggawâ ng escuelahang itó."

"M͠ga taga San Diego, ¡mabuhay ang Harì! ¡Mabuhay ang España! ¡mangͦabuhay ang m͠ga fraile! ¡Mabuhay ang Religión católica!"

— ¡Mabuhay! ¡mabuhay!— ang isinagót n͠g maraming voces,— ¡mabuhay ang guinoong Alcalde!

Itó'y nanaog, pagcatapos, n͠g boong cahinhinang madakilà, casabay n͠g m͠ga tinig n͠g músicang nagpasimulâ n͠g pagtugtóg; naglagáy n͠g iláng cucharang lechada sa ibabaw n͠g bató, at catulad din n͠g madakilang cahínhinang gaya n͠g siya'y pumanhíc.

Nañgagpacpacan ang mga nañgañgatungculan sa pamahalaan.

— Iniabót ni Ibarra ang isá pang cucharang pílac sa Cura, na ñg macatitig na sumandalî sa canyá'y marahang nanaog.

Ñg na sa calahatî na ñg hagdana'y tumiñgalâ upang tingnan ang nabibiting batóng nacatali sa matitibay na mga lúbid, datapuwa't ang pagtiñging yao'y sandaling sandalî lámang at nagpatuloy ñg pananaog. Gumawâ rìn siyá ñg gaya ñg guinawâ ñg Alcalde, ñguni't ñgayo'y lalòng marami ang nañgagsipacpác: nakisama sa pagpacpác ang mga fraile at si capitang Tiago.

Tila mandin humahanap si Párì Salví ñg mapagbigyán ñg cuchara; tiningnan niyá si María Clara at anakí'y nag-aalinlañgan; ñgunî't nagbago ñg panucalà at ang guinawa'y sa escribano niyá ibinigáy. Ito'y sa pagbibigáy loob, lumapít cay María Clara, datapuwa't ito'y tumangguing ñgumiñgiti. Nagsúnodsunod nanaog ang mga fraile, ang mga empleyado at ang alférez. Hindî nalimutan si capitang Tiago.

Si Ibarra na lamang ang culang at ipag-uutos na sana sa nanínilaw na taong pababain na ang batò, ñg maalaala ñg cura ang binatà, na pinagsabihan ñg anyóng nagbibirô at taglay ang paímbabáw na sa canyá'y pagpapalagay na catotong tunay:

— ¿Hindî pô ba isásaloc ninyó ang inyó namang cuchara, guinoong Ibarra?

— Cung magcagayo'y aking gagagarín si Juan Palomo ¡acó ang nagluluto't acó rin ang cumacain!— ang isinagót nitó ñg gayón din anyô ñg pananalitâ.

— ¡Lacad na cayó!— anang Alcalde sa canyá, saca siyá marahang itinulac;— cung hindî, mag-uutos acong huwag pababaín ang batò at matitirá tayo rito hanggang sa caarawán ñg paghuhucóm.

Napilitan si Ibarrang tumalimà dahil sa ganitóng cakilakilabot na bálà. Hinalinhan niya ang maliit na cucharang pílac ñg isáng malakíng cucharang bacal, bagay na nagpañgiti sa iláng mga tao, at mapayapang lumacad. Tinitingnan ñg naninilaw na tao ang bañging na sa tabi ñg canyáng mga paa.

Pagcatapos na matingnan ñg mabilis ni Ibarra ang nacabiting sillar sa tabi ñg canyáng úlo, si Elías at ang lalaking naninilaw, nagsalitâ siyá cay ñor Juan, na ang canyang voces ay nañgiñgiñig ñg cauntî:

— ¡Ibigáy pô ninyó sa akin iyang timbâ at ihanap ninyó acó sa itaas ñg ibáng cuchara!

Napag-isá ang binatà. Hindî na siya minamasdan ni Elías; ang mga matá nito'y nacapacò sa lalaking naninilaw, na nacaduñgaw sa húcay at sinusundan ang mga kilos ñg binatà.

Náririnig ang iñgay na guinagawâ ñg cuchara sa paghalò ñg pinagsamang buhañgin at apog na nakikisaliw sa hugong ñg mahinang pagsasalita ñg mga cawaní ñg gobierno na pinupuri ang Alcalde dahil sa canyang talumpatì.

Cariñgatdiñgat ay bumugsô ang isang lagapac; umilandáng ang poleang (calô) nacatalì sa púnò ñg cábris, at saca sumunód ang terno na humahampás sa aparatong tulad sa isáng panghataw: nañgagsigalaw ang mग़a malalakíng cáhoy, lumipád ang mग़a gapos at sa isáng kisáp matá'y nálugsong lahát, na casabay ang kakilakilabot na ugong Sumilakbó ang isáng alapaap na alikabók; pinuspos ang alang-alang nग़ isáng sigaw sa panghihilacbót nग़ libolibong voces. Tumacas at nañgagsitacbó halos ang lahát, babahagyâ na ang nañgagmadalíng lumúsong sa húcay. Si María Clara at si Párì Salví ang nañgagsipanatili lamang sa caniláng kinálalagyan, sa pagca't hindî silá mañgacagaláw, nañgamumulâ at hindî mañgapagsalitâ.

Nang mapawi-pawi na ang sumilacbóng alicabóc, nakita niláng nacatayo si Ibarra sa guitna nग़ mग़a cahabaan, mग़a cawayan, malalaking mग़a lúbid, sa pag-itan nग़ torno at nग़ malaking bató, na sa pagbabâ nग़ gayóng cabilís, ang lahát ay ipinagpag at pinisà. Tañgan pa sa camáy nग़ binata ang cuchara at canyáng minámasdan nग़ mग़a matáng gulát ang bangcáy nग़ isáng taong nacatimbuang sa canyáng paanán, na halos nalilibing sa guitnâ nग़ mग़a cahabaan.

— ¿Hindi pô ba cayó namatay? ¿Buháy pa ba cayó? ¡Alang-alang sa Dios, magsalita pô cayo!— ang sabi nग़ ilang mग़a empleadong punong-puno nग़ tacot at pagmamalasakit.

— ¡Himala! ¡himala!— ang isinisigáw nग़ ilán.

— ¡Hali cayó at inyóng alisin sa pagca dañgan ang bangcay nग़ sawíng palad na itó!— ani Ibarrang anaki'y náguising sa isáng pagcacatulog.

Ñg marinig ang canyáng voces, naramdaman ni María Clarang pínapanawan siyá ng̃ lacás, hanggáng siyá'y nátimbuang sa mg̃a camáy ng̃ canyáng mg̃a catotong babae.

Malakíng caguluhán ang naghaharì: sabay-sabay na nang̃agsasalitâ, nang̃agcumpáscumpás ang mg̃a camáy, nang̃agtatacbuhan sa magcabicabilà, nang̃aháhambal na lahát.

— ¿Sino ba ang namatay? ¿Buháy pa ba?— ang mg̃a tanóng ng̃ alferez. Caniláng nakilalang ang lalaking naninilaw na nacatayô sa tabi ng̃ torno ang siyáng bangcay.

— Pag-usiguin sa haráp ng̃ mg̃a tribunal ng̃ Justicia ang "maestro de obras" (ang namamatnugot sa gawâ)!— ang siyang unang nasabi ng̃ Alcalde.

Caniláng siniyasat ang calagayan ng̃ bangcáy, tinutóp nilá ang dibdib, datapuwa't hindi na tumitibóc ang púsò. Inabot siyá ng̃ hampás sa úlo at nilalábasán ng̃ dugô ang dalawáng bútas ng̃ ilóng, ang bibíg at ang mg̃a taing̃a. Caniláng nakita sa canyáng liig ang mg̃a bacás na cacaibá: apat na malalalim na lubô sa isáng dáco at isá sa cabiláng dáco, bagá man itó'y may calakhán: sino mang macakita niyó'y wiwicaing sinacál siyá ng̃ sipit na bácal.

Binabati ng̃ boong galác ng̃ mg̃a sacerdote ang binata at pinipisil nilá ang canyáng mg̃a camáy. Ganitó ang sabing nagcacang-iiyac ng̃ franciscanong may mapagpacumbabang anyô na siyang umeespiritu santo cay Pári Dámaso.

— ¡Banal ang Dios, magaling ang Dios!

— ¡Pagca nadidilidili cong bahagyâ lamang ang panahóng pag-itan mulâ ng̃ acó'y mápalagay sa lugar na iyán— ang sabi ng̃ isá sa mg̃a empleado cay Ibarra,— ¡nacú! ¡cung acó ang naguing cahulihulihan sa lahát, Jesús!

— ¡Naninindig ang aking mg̃a buhóc!— anang isáng úpawin at bahagyâ na ang buhóc.

— ¡At mabuti't sa inyó nangyari ang bagay na iyan at hindi sa akin!— ang ibinubulóng ng̃ isáng matandáng lalaking nang̃ing̃inginig pa.

— ¡Don Pascual!— ang biglang sinabing malacás ng̃ iláng mg̃a castílà.

— Mg̃a guinoo, gayón ang sabi co, sa pagca't hindî namatáy ang guinoong itó; cung sa aki'y hindî man acó napisâ, mamamatay rin acó pagcatapos, madilidili co lamang ang bagay na iyán.

Datapuwa't malayò na si Ibarra, at canyang pinag-uusisa ang calagayan ni María Clara.

— ¡Hindî dapat maguing cadahilanan ang bagay na itó upang hindî mátuloy ang fiesta, guinoong Ibarra!— anang Alcalde;— purihin natin ang Dios! ¡Hindi sacerdote at hindî man lamang castílà ang namatay! ¡Kinacailang̃an nating ipagdiwang ang pagcaligtas pô ninyó! ¡Anó cayá ang mangyayari sa inyó cung nadag-anan cayó ng̃ batô!

— ¡Para manding nakikinikinita na, nakikinikinita na!— ang isinisigáw ñg escribano;— ¡sinasabi co na! hindî masiglá ang paglusong sa húcay ni guinoong Ibarra, ¡Nakikita co na!

— ¡Isang "Indio" naman lamang ang siyáng namatáy!

— ¡Ipagpatuloy ang fiesta! ¡Música! ¡hindî mabubuhay ñg capanglawan ang namatay! ¡Capitan, gagawin dito ang pagsisiyasat!... ¡Pumarito ang directorcillo!.... ¡Piitin ang "maestro de obras"!

— ¡Ipangáw siyá!

— ¡Ipangáw! ¡Eh! ¡música! ¡música! ¡Ipangáw ang maestrillo!

— Guinoong Alcalde,— ang itinutol ñg boong catigasan ñg loob ni Ibarra;— cung hindi macabubuhay sa namatay ang capanglawan, lalò ñg hindi macabubuhay ang pagcabilanggô ñg isáng tao, na hindi pa natin nalalaman cung may sala siyá ó walâ. Nanánagot pô acó sa canyáng calagayan at hinihingî cong pawal-an siyá, sa mga araw na itó man lamang.

— ¡Sang-ayon! ¡sang-ayon! ¡ñguni't huwag na lamang siyá uulí!

Sarisaring mga salisalitaan ang lumilibot. Pinaniniwalaan ñg isáng himalâ ang nangyaring iyón. Gayón ma'y tila mandin hindî totoóng natutuwâ si Pári Salvi sa himaláng sinasapantahang guinawâ ñg isáng santo ñg canyáng capisanan at ñg canyáng pinganangasiwaang bayan.

Hindî nagculang ñg nagdagdag na canyáng nakitang lumusong sa húcay ang isáng nacasuot ñg pananamít na itimáng catulad ñg sa mga franciscano. Hindî ñgâ mapag-aalínlangânan: si San Diego ang nanaog na iyón. Napagtantô rin namáng nakinig ñg misa si Ibarra, at ang lalakíng naninilaw ay hindî; ito'y maliwanag na cawangis ñg sicat ñg áraw.

— ¿Nakita mo na? áayaw cang magsisimbá,— anang isáng ina sa canyáng anac— cung dí cata napalò upang icaw ay aking pilitin, ñgayó'y pasasatribunal cang nacalulan sa cangga na gaya naman niyan!

At siyá ñgâ naman: hatid sa tribunal na nácabalot sa isáng banig ang lalaking naninilaw ó ang canyáng bangcay.

Umuwing patacbó sa canyáng báhay si Ibarra upang magbihis.

— ¡Masamáng pasimulâ, hm!— ang sinabi ñg matandáng Tasio na doo'y lumalayô.

XXXIII.
LAYANG-CAISIPAN

Nagtatapos na si Ibarra ng̃ paghuhusay ng̃ catawán ng̃ sa canyá'y ipagbigay alam ng̃ isáng alîlang lalakíng may isáng lalakíng tagabukid na nagtátanong cung siyá'y naroroon.

Sa pagsasapantahà niyáng marahil ang nagtatanóng ay isa sa canyáng mg̃a casama sa bukid, ipinagutos niyáng papasukin ang taong iyón sa canyáng "despacho", silid na aralán, ligpitan ng̃ mg̃a aclát at laboratorio químico túloy. Ng̃uni't sinadya mandin upang siyá'y lubhang mangguilalás, ang nasumpung̃an niya'y ang mabalasic at matalinghagang anyô ni Elias.

— Iniligtas ninyó ang aking búhay— ang sinabi nitó sa wicang tagalog, dahil sa pagcamasid niya sa kilos ni Ibarra;— binayaran co ng̃ cauntì ang aking utang at walâ ng̃â cayóng sucat kilalaning utang na loob sa akin, tumbalíc, acó ang ma'y kinikilalang utang na loob. Naparito pô acó't ng̃ makiusap sa inyó tungcól sa isáng bagay.

— ¡Magsalita pô cayó!— ang sagót ng̃ binatà sa wicang tagalog din, taglay ang pangguiguilalás sa mabalasic na anyô ng̃ tagabukid na iyón.

Sandaling tinitigan ni Elías ang mg̃a matá ni Ibarra, at nagpatuloy ng̃ pananalita:

— Sacali't ibiguin ng̃ justicia ng̃ mg̃a taong liwanaguin ang talinghagang itó, ipinamamanhic co pó sa inyong huwag ninyóng sasabihin canino man ang tagubiling sinabi co sa inyó sa simbahan.

— Huwag pô cayóng mabahala,— ang isinagót ng̃ binatà sa isáng anyón nagpapakilala ng̃ sama ng̃ loob;— talastas cong cayó'y pinag-uusig, datapuwa't acó'y hindî marunong magcanulô canino man.

— ¡Oh, hindî dahil sa akin, hindî dahil sa akin!— ang madalíng isinagót ni Elías, na nagpapahalatâ ng̃ caalaban ng̃ loob at pagcahindî maalam magpacababà— itó'y dahil pô sa inyó: walâ cauntî mang tacot acó sa mg̃a tao.

Náragdagán ang pangguiguilalas ng̃ binatà: bago ang anyô ng̃ pananalitâ nang tagabukid ng̃ iyóng ng̃ unang daco'y piloto, at tila mandin hindî agpang sa canyang anyo at gayón din sa canyang pamumuhay.

— ¿Anó pô ba ang ibig ninyóng sabihin?— ang tanóng sa lalaking talinghagang iyón, na pinagsisiyasat ng̃ canyang paning̃in.

— Ang pananalitâ co po'y hindî palaisipan, pinagsisicapan cong magsabi ng̃ maliwanag. Sa icapapanatag pô ninyó kinacailang̃ang sapantahain ng̃ inyóng mg̃a caaway na cayó'y hindî nag-aalap-ap at palagay ang loob ninyó:

Umudlót si Ibarra.

— ¿Ang aking mg̃a caaway? ¿May mg̃a caaway ba acó?

— ¡May caaway pô tayong lahát, guinoo, mulâ sa lalong maliit na hayop hanggang sa tao, mulâ sa lalong dukhâ hanggang sa lalong mayaman at macapangyarihan! ¡Ang pagcacaroon ng̃ caaway ang siyang talagang cautusan ng̃ buhay!

Walang imíc na tinitigan ni Ibarra si Elías.

— ¡Cayó po'y hindî piloto at hindî cayó tagabukid!— ang canyáng ibinulóng.

— May mg̃a caaway pô cayó sa mg̃a matataas at mababang tao,— ang ipinagpatuloy ni Elías na hindî pinansín ang mg̃a sinalitâ ng̃ binatà;— nais pô ninyóng itulóy ang isáng panucalang dakilà, may pinagdaanan pô cayó, nagcaroon ng̃ mg̃a caaway ang inyóng nunong lalaki at ang inyóng amá, silá'y may mg̃a kinahiligan ng̃ púsò, at sa pamumuhay hindî ang mg̃a tampalasa't masasamang tao ang lalong nacapupucaw ng̃ maalab na mg̃a pagtataním ng̃ galit, cung hindî ang mg̃a taong may malilinis na calooban.

— ¿Nakikilala pô ba ninyó ang aking mg̃a caaway?

Hindî sumagót pagdaca si Elías, at ang guinawa'y naglininglining.

— Nakikilala co ang isá, iyóng namatáy,— ang isinagót. Napagtalastas co cagabíng may isáng bagay na caniláng inaacalang laban po sa inyó, dahil sa iláng mg̃a salitang canyang isinagót sa isáng lalaking hindî co kilalá na nawalâ sa cadiliman. "Hindî itó cacanin ng̃ mg̃a isdáng catulad ng̃ canyáng amá: makikita pô ninyó búcas",— anya,— Ang mg̃a salitáng itó'y siyang nacahicayat sa aking pagdidilidili, hindî lamang sa taglay na canyang cahulugan, cung hindî sa taong nagsalitâ, na niyóng araw pa'y nagcusang humaráp sa "maestro de obras" at canyang sinabi ang canyáng hang̃ad na siyá na ang mamamatnugot ng̃ mg̃a gawain sa paglalagáy ng̃ unang bat* ́, na hindî huming̃i ng̃ malakíng bayad, at ipinagbabansag ang malalakíng canyáng mg̃a caalaman. Walâ acóng pagsaligang casucatan upang masapantalà co ang canyáng masamang calooban, ng̃uni't may isáng cauntíng bagay na nagsasabi sa aking ang mg̃a sapantahà co'y catotohanan, at dahil dito'y aking hinirang upang cayó'y pagbilinan, ang isáng sandalî at isáng calagayang ucol at angcáp upang cayó po'y huwag macapagtatanóng sa akin. Ang mg̃a ibáng nangyari'y nakita na pô ninyó.

Malaon nang hindî nagsasalità si Elías, at gayón ma'y hindî sumasagót at hindî pa nagsasalitâ ng̃ anó man si Ibarra. Siyá'y naggugunamgunam.

— ¡Dinaramdam co na ang taong iya'y namatay!— ang sa cawacasa'y nasabi niyá;— ¡marahil sa canyá'y may napag-usisà pang caunting mg̃a bagay!

— Cung siyá'y nabúhay marahil siyá'y nacawalâ sa nang̃ing̃nig na camáy ng̃ bulág na justicia ng̃ tao. ¡Hinatulan siyá ng̃ Dios, pinatay siyá ng̃ Dios, ang Dios ang siyáng tang̃ing humucóm sa canyá!

Minasdáng sandalî ni Crisóstomo ang lalakíng nagsasalita sa canyá ng̃ gayón, at canyáng nakita ang mg̃a batibot na mg̃a braso nitó, na punóng-punô ng̃ mg̃a pasà at malalakíng bugbóg.

— ¿Cayó pô ba'y nananampalataya naman sa mg̃a himalá?— ang sinabing ng̃uming̃itî;— ¡tingnan pô ninyó ang himaláng sinasabi ng̃ bayan!

— Cung nananampalataya pô acó sa mg̃a himala'y hindî acó mananampalataya sa Dios: sasampalataya acó sa isáng taong naguing dios, sasampalataya acóng tunay ng̃ang linalang ng̃ tao ang Dios alinsunod sa canyáng larawan at calagayan; datapawa't sumasampalataya acó sa Canyá; hindî miminsang náramdaman co ang canyáng camáy. Nang lumulugso na ang lahát, na ano pa't nang̃ang̃anib malipol ang lahát ng̃ nang̃aroroon sa lugar na iyón, acó, acó ang pumiguil sa tampalasan, lumagay acó sa canyáng tabí; siya ang nasugatan at aco'y nacaligtás at hindî nasactán.

— ¿Cayó? ¿sa macatuwid pala'y cayó?...

— ¡Opô! hinawacan co siyá ng̃ nag-iibig ng̃ tumacas, pagcatapos na mapasimulan niyá ang gawang pangpahamac; nakita co ang caniyáng pananampalasan. Sinasabi co pô sa inyó; ang Dios na ng̃â pô lamang ang siyáng tang̃ing maguing hucóm sa mg̃a tao, siyá na ng̃â lamang ang tang̃ing magcaroon ng̃ capangyarihan sa búhay; na cailan ma'y huwag isiping siyá'y halinhan ng̃ tao!

— At gayón man ng̃ayon po'y cayo'y....

— ¡Hindî pô!— ang isinalabat ni Elías, palibhasa'y nahulaan niyá ang tutol, hindî nagcacawang̃is.— Pagca hinahatulan ng̃ tao ang ibang mg̃a tao sa camatayan ó sa capahamacan ng̃ pagcabuhay magpacailan man sa hinaharap na panahón, guinagawà ang gayóng paghatol na hindî siyá lumagay sa pang̃anib, at gumagamit siyá ng̃ lacás ng̃ ibang mg̃a tao upang ganapin ang canyáng mg̃a hatol, na sa lahát ng̃ ito'y mangyayaring pawang camalian ó lihis sa catuwiran. Datapuwa't acó, sa aking paglalagay sa tampalasan sa gayón ding pang̃anib na canyáng ínilaan sa mg̃a ibá, nalalakip din acó sa gayon din capang̃aniban. Siya'y hindî co pinatay, pinabayaan cong patayin siyá ng̃ camáy ng̃ Dios.

— ¿Hindî pô ba cayó sumasampalataya sa pagcacataon?

— Pagca nanampalataya sa pagcacatao'y para ring nanámpalataya sa mg̃a himalá; ang nananampalataya sa dalawang bagay na ito'y naniniwala namang hindî natátalos ng̃ Dios ang mg̃a mangyayari sa panahóng sasapit. ¿Anó ang pagcacátaon? Isang bagay na nangyaring sino ma'y hindî nacaaalam ng̃ mangyayarî. ¿Anó ang himalà? Isáng casalangsang̃an, isáng pagcacasirâ-sirà ng̃ lacad na tacdà sa mg̃a kinapal. Isáng caculang̃an ng̃ laan sa mangyayari at isáng casalangsang̃ang ang cahuluga'y dalawang malalaking capintasan sa isip na namamatnubay sa máquina ng̃ daigdig.

— ¿Sino pô ba cayó?— ang mulíng itinanóng ni Ibarra na ma'y halong tacot;— ¿cayó pò ba'y nag-aral?

— Napilitan acóng sumampalatayang totoo sa Dios, sa pagca't pumanaw sa akin ang pananalig sa mg̃a tao,— ang isinagót ng̃ piloto, na anó pa't iniwasan ang pagsagót sa tanóng.

Ang isip ni Ibarra'y canyáng napag-unawà, ang caisipan ng̃ pinag-uusig na binatang iyón: hindî niyá kinikilala ang catuwiran ng̃ taong maglagdâ ng̃ cahatulán sa canyáng mg̃a capuwà, tumututol siyá laban sa lacás at cataasan ng̃ calagayan ng̃ mg̃a tang̃ing pulutóng na tao sa ibáng mg̃a pulutóng.

— Datapuwa't kinacailang̃ang sumang-ayon cayó sa pang̃ang̃ailang̃an ng̃ lalarong timbang̃ang tao, cahi man lubhâ ang capintasan at mg̃a caculang̃an nitó— ang itinutol niyá.— Cahi't anóng dami ng̃ mg̃a kinacatawán ng̃ Dios sa lupa'y hindî mangyayarî, sa macatuwid baga'y hindî sinasabi ng̃ boong caliwanagan ang canyáng pasyá upang mabigyang cahatuláng ang yutayutang mg̃a pagaalit-alít na ibinabalangcás ng̃ mg̃a hidwâ nating budhî. Nauucol, kinacailang̃an sumasacatwirang manacanaca'y humatol ang tao sa canyáng mg̃a capuwà.

— Tunay ng̃â, datapuwa't ng̃ upang gawín ang cagaling̃an, hindî ang casaman; upang sumawatâ ng̃ lihis at magpabuti, hindî ng̃ macapagwasac, sa pagca't cung hindî matuntóng sa matuwid ang canyáng mg̃a pasya'y walâ siyang capangyarihang mabigyang cagamutan ang masamáng canyáng guinawâ. Ng̃uni't higuit sa aking cáya ang pagmamatuwirang itó,— ang canyáng idinugtóng at binago ang anyô ng̃ pananalita,— at nililibang co po sayó ng̃ayong cayó'y hiníhintay; Huwag pô ninyóng calimutan ang casasabi co pa sa inyô: may mg̃a caaway cayô; magpacabuhay pô cayô sa icágagaling ng̃ inyóng tinubuang bayan.

At nagpaalam.

— ¿Cailán co pô cayó makikita uli?— ang tanóng ni Ibarra.

— Cailan man pô't ibiguin ninyó at cailán mang ma'y magagawâ acóng inyóng pakikinabang̃an. May utang pa pô acó sa inyô.

XXXIV.
ANG PAGCAIN

Nañgagasisicain sa ilalim nğ pinamutihang kiosko ang mğa mahál na tao sa lalawigan. Na sa isáng duyo nğ mesa ang Alcalde; sa cabiláng duyo naman naroon si Ibarra. Nacaupô sa dacong canan nğ binatà si María Clara, at sa dacong caliwa, niyá ang escribano. Si capitang Tiago, ang alférez, ang gobernadorcillo, ang mğa fraile, ang mğa cawani nğ pamahalaan at ang ilang mğa dalagang nañgasira'y nañgagsiupô, hindî ayon sa canicaniláng calagayan sa bayan, cung di ayon sa canicaniláng hilig.

May catámtamang sayá at galác ang cainan, datapuwa't nğ nañgañgalahati na'y siyang pagdating nğ isáng cawaní sa telégrafo na si capitang Tiago ang hanap upang ibigay sa canyá ang isáng telegrama. Ayon sa caugalia'y huminği nğang pahintulot si capitang Tiago upang basahin ang telegramang iyón, at ayon sa caugalian naman ay ipinamanhíc nğ lahát na canyáng basahin.

Pinapagcunót muna nğ carapatdapat na Capitan ang canyáng mğa kilay, itinaás pagcatapos, namutlâ ang canyáng mukhâ, nagliwanag, dinálidalíng tiniclóp ang papel at sacá nagtindig.

— Mğa guinoo,— ang sinabing nagmamamadalî,— ¡daratíng nğayóng hapon ang cárañgaldañgalang Capitang General upang paunlacán ang aking bahay!

At sacá biglánğ nagtatacbóng dalà ang telegrama at ang servilleta, nğuni't waláng sombrero, na pinag-uusig nğ mğa hiyawan at mğa tanông.

Cung ang pagdatíng nğ mğa tulisán ang ibinalita'y gayón na nğâ lámang ang ligalig na mangyayari.

— ¡Nğuni't pakinggan pô ninyó!— ¿cailan daratíng?— ¡Sabihin ninyó sa amin!— ¡Ang Cápitan General!

Maláyo na si Cápitang Tiago.

— Dárating ang Capitan General at doon tútuloy sa báhay ni Capitan Tiago!— ang sigawan nğ ilán, na ano pa't hindî na nilá dinidili-diling naroroon ang anac na babae't ang canyáng mamanugañgin.

— ¡Hindî macahihirang nğ lalalò pa sa galing!— ang itinutol ni Ibarra.

Nañgagtitiñğinan ang mğa fraile: itó ang cahulugan nğ caniláng tinğinan:— "Gumagawâ ang Capitan General nğ isá sa canyáng mğa capáslanğan, inaalipustà niyá tayo, dapat na sa convento siyá tumulóy",— datapuwa't sa pagca't gayón din ang iniisip nğ lahát, silá'y hindî umiimic at hindî sinasaysay nino man ang canyáng caisipan.

— May nañgagsabi na sa akin sa hapon nğ bagay na iyán, datapuwa't hindî pa nalalaman nğ Capitan General cung siya'y matutulóy.

— ¿Nálalaman pô ba ng̃ camahalan ninyó, guinoong Alcalde, cung hanggang cailan matitirà rito ang Capitan General?— ang tanóng ng̃ alférez na nang̃ang̃ánib.

— Hindî co talastas na maigui; maibiguin ang Capitan General na mangbiglà.

— ¡Nárito ang ibáng mg̃a telegrama!

Ang mg̃a telegramang iyo'y sa Alcalde, sa alférez at sa gobernadorcillo; namamasid na magaling ng̃ mg̃a fraileng walâ isá man lámang telegramang ucol sa cura.

— ¡Dárating ang Capitan General sa icapat na oras ng̃ hapon, mg̃a guinoo!— anang Alcalde ng̃ pananálitang madakilà;— macacacain tayo ng̃ boong catahimican.

Hindî macapagsasabi ng̃ hihiguit pa sa rito sa cagaling̃an si Leonidas sa Termópilas: "¡Ng̃ayong gabi'y hahapon tayong casama ni Plutón!"

Nanag-uli ang salitaan sa lacad na caugalian.

¡Namamasid cong walâ rito ang ating dákilang máng̃ang̃aral!— ang kiming sinalità ng̃ isá sa mg̃a naroroong cawaní ng̃ gobierno, na mahinhin ang anyô at hindî binubucsán ang bibig hanggang sa oras ng̃ pagcain, at sa boong umaga'y ng̃ayon ng̃â lámang nagsalità.

Ang lahát ng̃ nacaáalam ng̃ mg̃a nangyari sa amá ni Crisóstomo'y cumilos at cumindát, na ang cahuluga'y:— "¡Halá cayó! ¡Sa unang hacbáng pa lámang ay cayo'y násilat na!— Datapuwa't sumagót ang iláng mapagmagandang loob:

— Marahil nápapagal siyá ng̃ cauntí....

— ¿Anóng caunti lámang?— ang biglâng sinabi ng̃ alférez;— pagód na pagód marahil, at ayon sa casabihán dito'y "malunqueado" (bugbóg na bugbóg ang catawán). ¡Nacú ang pang̃aral na iyón!

— ¡Isáng mainam na sermón, cadakidakilaan!— anang escribano.

— ¡Marang̃al, malalim!— ang idinugtóng ng̃ corresponsal.

— Upang macapagsalità ng̃ gayóng catagál, kínacailang̃ang magcaroon ng̃ lálamunang gaya ng̃ canyáng lálamunan,— ang ipinahiwatig ni párì Manuel Martín.

Waláng pinupurì ang agustino cung di ang lalamunan lámang niyá.

— ¡Nalalaman ba ninyóng si guinoong Ibarra'y siyáng lalong may magalíng na tagapaglutò sa boong lalawigan?— anang Alcalde upang putulin ang salitaan.

— Iyan ng̃â ang sinasabi co, datapuwa't ang magandang babaeng canyáng calapít ay áayaw paunlacán ang hayin, sa pagca't bahagyâ na lámang tiniticman ang pagcain,— ang tutol ng̃ isá sa mg̃a cawaní ng̃ gobierno.

Nagdamdam cahihiyan si Maria Clara.

— Napasásalamat acó sa guinoo ... napacalabis naman ang canyáng pang̃ang̃asiwà sa aking cataohan,— ang kimíng sinalitâ ng̃ pautál,— datapuwa't....

— Datapuwa't pinaúunlacan pô ninyó ng̃ malakí ang pagsasalosalong itó sa inyó lámang pagparito,— ang sinabing pangwacás sa salità ng̃ Alcaldeng maling̃ap sa babae, at sacá humarap cay párì Salví.

— Párì Cura,— ang malacás na idinugtóng,— námamasid co pong sa maghapo'y hindî cayó umíimic at may iníisip....

— ¡Catacot-tacot na magmamasid ang guinoong Alcalde!— ang bigláng sinabi sa isáng cacaibáng anyô ni párì Sibyla.

— Itó na ang aking ugali,— ang pautál na sinabi ng̃ franciscáno;— ibig co pang makinig cay sa magsalitâ.

— ¡Ang pinagsisicapang lagui ng̃ camahalan pô ninyo'y ang makinabang at huwag mang̃ulugui!— ang sinabi ng̃ alférez, na aglahî ang anyô ng̃ pananalità.

Hindî inaring birô ang bagay na iyón ni párì Salví; sandaling numingníng ang canyáng paning̃in, at sacá sumagót:

— Magalíng ang pagcatalastas ng̃ guinoong alférez na sa mg̃a áraw na ito'y hindî ng̃â acó ang lalong nakikinabang ó nang̃ung̃ulugui!

Hindî inalumana ng̃ alférez ang dagoc na iyón sa pamamag-itan ng̃ isáng cunua'y tawa, at winalang bahalà ang pasaring na iyón.

— Ng̃uni, mg̃a guinoo, hindî co mapagwarì cung bakit macapagsasalitaan ng̃ mg̃a pakikinabang ó mg̃a pang̃ung̃ulugui,— ang isinabat ng̃ Alcalde;— ¿anó ang mawiwicà sa atin ng̃ mg̃a magagandang loob at matatalinong binibining nang̃aritong nagbibigay unlác sa atin ng̃ caniláng pakikipanayam? Sa ganáng akin, ang mg̃a dalaga'y tulad sa mg̃a taguintíng ng̃ arpa ng̃ calang̃itan sa guitna ng̃ gabi! kinacailang̃ang pacauliniguin at silá'y pakinggan, at ng̃ ang mg̃a caayaayang tinig niláng nagpapailanglang sa calolowa sa calang̃itang kinarorooran ng̃ waláng hanggan at ng̃ lalong cagandagandahan....

— Naghahanay ang camahalan pô ninyó ng̃ mg̃a matitimyás na sasay!— anang escribano ng̃ boong galác, at ininóm niyá at ng̃ Alcalde ang álac na na sa canicaniláng copa.

— Hindî mangyaring hindî co gawín,— anang Alcalde, na pinapahid ang canyáng mg̃a labì;— cung hindî laguing gumagawâ ng̃ magnánacaw ang capanahunan, ay gumagawâ namán ng̃ manunulâ. Ng̃ cabataan co'y cumathâ acó ng̃ mg̃a tulâ, na hindî namán masasamâ.

— Sa macatuwid po'y naglilo ang inyóng camahalan sa mg̃a Musa upang sumunód cay Themis!— ang sinaysay ng̃ ating "corresponsal" na mahiliguín sa mg̃a diosa ng̃ panahóng una.

— Psch! anóng ibig ninyóng aking gawin? Sa tuwi na'y naguing hilig co ang aking mapagkilalà ang lahát ng̃ calagayan ng̃ pamúmuhay. Namúmupol acó cahapon ng̃ mg̃a bulaclác, ng̃ayó'y aking hawac naman ang tungcod ng̃ Justicia at naglilingcód acó sa sangcataohan, búcas....

— Búcas ay ihahaguis ng̃ camahalan pô ninyó ang tungcód na iyán sa apóy at ng̃ inyóng mapainit ang maguináw na dacong hápon ng̃ buhay, at ang cucunin pô namán ninyo'y ang catungculang pagca ministro,— ang idinugtóng ni párì Sibyla.

— Psch! oo ... hindî ... ang maguing ministro'y hindî siyáng lalong aking pinacahahangad na camtan: sino mang waláng carapata'y naguiguing ministro.

Isang mainam na bahay sa dacong timugan ng España at ng matirahan cung panahông tag-init, isang malaking bahay sa Madrid at tahanan at mga lupaín sa Andalusia cung panahong tag-lamig ... Hindî ngâ masasabi sa akin ni Voltaire: "Nous n'avons jamais été chez ces peuples que pour nous y enrichir et pour les calomnier".

Ang boong ísip ng mga cawaní ng gobierno'y nagsalità ang Alcalde ng isáng catatawanán, caya't nagtawanan silá't ng bigyáng capurihan ang gayóng pagpapatawá; silá'y guinayahan ng mga fraile, palibhasa'y hindî nilá talós na si Voltaire ay yaóng Voltaireng hindî mamacailang caniláng sinumpâ at inilagay sa infierno. Nguni, sa pagca't nalalaman ni parì Sibyla cung sino si Voltaire, siya'y magpakilang galit, sa pagsasapantaha niyang nagsalità ang Alcalde ng isáng laban ó paglabag sa religion.

Nagsisicain naman sa isáng "kiosko" ang mga batang lalakì, na ang caniláng maestro ang sa canila'y nangungulò.

Gumagawâ silá ng malakíng caingayan, gayóng silá'y mga batang filipino, sapagca't ang caraniwan, cung ang mga batang filipino'y na sa pagcain at na sa haráp ng ibáng mga tao'y hindî ang cagaslawán ang caniláng naguiguing caculangan, cung di ang cakimian. Ang isa'y nagcacamalí ng paggamit ng mga "cubierto" at sa gayo'y sinásala ng calapit; dito'y nagmumulâ ang isáng pagmamatuwiran, at ang dalawang nagtatalo'y nagcacaroon ng canicaniyáng mga cacampí: ang wicà ng iba'y ang cuchara, anang iba nama'y ang tenedor ó ang cuchillo, at sa pagca't walâ silang kinikilalang capuwà batang lalong marunong cay sa ibâ, doo'y nangagcacaingay ng di sapalâ, ó, sa lalong maliwanag na sabi, sila'y nangagmamatuwirang wangís sa pagtatalò ng mga teólogo.

Ang mga magugulang ay nangagkikindatan, nangagsisicuhán, nangaghuhudyatan, at nababasa sa caniláng mga pagngitî na sa sila'y

lumiligaya.

— ¡Abá!— ang sabi ng isáng babaeng tagabukid sa isáng matandang lalaking nagdidicdic ng hitsó sa canyáng calicot;— magpaparì ang aking si Andoy, cahi't áayaw ang aking asawa. Tunay nga't mga dukhâ cami, nguni't cami'y magsisipag sa paghahanap buhay, at cami'y magpapalimos cung cacailanganin. Hindî nawawalan ng nagbibigay ng salapi at ng macapagpárì ang mga mahihirap. Hindî ba sinasabi ni hermano Mateo, taong hindî nagsisinungaling, na si papa Sixto'y isáng pastol lamang ng calabaw sa Batangan? Tingnan na ngâ lamang ninyó ang aking si Andoy, ¡tingnan ninyó siyá cung dí camukhâ na ni San Vicente!

XXXIV.
ANG PAGCAIN

At cumacayat ang laway ng̃ mabaít na ina sa panonood sa canyáng anác na hinahawacan ang tenedor ng̃ dalawang camay.

— ¡Tulung̃an nawa siyá ng̃ Dios!— ang idinugtóng ng̃ matandang lalaki, na ng̃inung̃uyâ ang sapá;— cung maguing papa si Andoy, cami pa sa sa Roma ¡je!— ¡je! nacalalacad pa acóng mabuti. At cung sacali't mamatay acó ... ¡jeje!

— ¡Huwag pô cayóng mabahalà, incong! Hindî malilimot ni Andoy na tinuruan ninyó siyá ng̃ paglála ng̃ mg̃a bilao at ng̃ dikin.

— Tunay ang sabi mo Petra; acó ma'y naniniwala ang anác mo'y nagcacaroon ng̃ mataas na catungculan ... ang cababaa'y patriarca. ¡Hindî pa acó nacacakita ng̃ batang hiniguit sa canyá sa cadaliang natuto ng̃ hanapbuhay! Oo, oo, maaalaala na niya acó, cung siyá'y papa na ú obispo at maglibang sa paggawa ng̃ mg̃a bilauhang gagamitin ng̃ canyáng tagapaglutong babae. Oo, ipagmimisa ng̃a niyâ ang aking calolowa, ¡jeje!

At taglay ng̃ mabait na matanda ang ganitóng pag asa'y sinicsicang mainam ng̃ maraming hitsó ang canyáng calicot.

— Cung pakikinggan ng̃ Dios ang aking mg̃a pagsamò at magaganap ang aking mg̃a pag-asa, sasabihin co cay Andoy: "Anác, pawiin mo sa amin ang lahát ng̃ casalanan at ipadalá mo camí sa lang̃it". Hindî na tayo mang̃ang̃ailang̃ang magdasál, mag ayuno ó bumilí pa ng̃ mg̃a bula. Maaarì ng̃ gumawâ ng̃ mg̃a casalanan ang may isáng anác na santo papa!

— Paparoonin mo siyá sa bahay búcas, Petra,— anang matandang lalaki na totoong nagagalác;— ¡tuturuan co siyá ng̃ pagcacayas ng̃ nito!

— ¡Hmjo! ¡abá! ¿Anó pô ba, incóng ang pagcaalam ninyó? ¿Inaacalà pô ba ninyóng iguinagaláw pa ng̃ mg̃a papa ang caniláng mg̃a camáy? ¡Ang cura ng̃â, gayóng siya'y cura lamang, cayâ lamang nagpapapagal ay cung nagmimisa, pagca nagpapapihitpihit! Ang arzobispo'y hindî na pumipihit, paupô cung magmisa; cayâ ng̃â't ang papa ... ¡ang papa'y nacahigá cung magmisa, at may abanico pa! Anó pô ba ang ísip ninyó?

— Hindî isáng calabisán, Petra, ang canyáng malaman cung paano ang guinagawang paghahandâ ng̃ nito. Mabuti na ng̃â ang siyá'y macapagbili ng̃ mg̃a salacót at mg̃a petaca at ng̃ huwag macailang̃ang magpalimos na gaya ng guinagawâ rito ng̃ cura sa taón-taón sa pang̃alan ng̃a papa. Nahahabag acong makita ang isáng santong pulubi, caya't aking ibinibigay ang lahat cong nalimpoc.

Lumapit ang isáng tagabukid at nagsalitâ.

— Aking pinagtibay na, cumare, magdodoctor ang aking anac, ¡walâ ng̃ magaling na gaya ng̃ doctor!

— ¡Doctor! huwag ng̃â cayóng maíng̃ay, cumpare;— ang sagót ni Petra;— ¡walâ ng̃ magalíng na gaya ng̃ magcura!

— ¿Cura? ¡prr! ¡Sumísing̃il ng̃ maraming salapî ang doctor; silá'y sinásamba ng̃ maysakít, cumare!

— ¡Magnilaynilay cayó! Sucat n͠g magpapihitpihit n͠g macaatlo ó macaapat ang cura at magsalità n͠g "déminus pabiscum," upang canin ang Dios at tumangap n͠g salapî. Sinâsabi n͠g lahát sa canyá, patí n͠g m͠ga babae, ang caniláng m͠ga lihim.

— ¿At ang doctor? ¿At anó bang acalà ninyó sa doctor? ¡Nakikita n͠g dóctor na lahat, patì n͠g itinatagò ninyông m͠ga babae, pumúpulso sa m͠ga dalaga.... ¡Ibig cong maguing doctor isáng linggó man lamang!

— ¿At ang cura? ¿hindî ba nakikita n͠g cura ang nakikita n͠g inyóng doctor? ¡At magaling pa sa riyan! Nálalaman na ninyó ang casabihan; "¡sa cura ang matatabang inahing manóc at gayón din ang binting mabilog!"

— ¿At anó, cumacain ba ang m͠ga manggagamot n͠g tuyóng lawlaw? ¿nasasactán ba ang m͠ga dalirì sa pagdidildil n͠g asín?

— ¿Narurumhán ba ang camáy n͠g cura na gaya n͠g m͠ga camáy n͠g manggagamot? ¡N͠g huwag magcagayo'y may malalakíng hacienda silá, at sacali't gumagawâ, gumagawáng may música at siyá'y tinutulun͠gan pa n͠g m͠ga sacristan!

— ¿At ang cumumpisál cumare? ¿Hindî ba pagpapagal ang cumumpisál?

— ¡Nacú, ang pagpapagal na iyán! ¡Ang pagcaibig ninyóng sa inyó'y man͠gumpisal ang lahát n͠g tao! ¡Diyata't nagcacapagod at nagcacapangpapawis pa n͠gâ tayo sa pagcaibig nating masiyasat cung anó ang m͠ga gawâ n͠g m͠ga lalaki't m͠ga babae at cung anó ang m͠ga gawâ n͠g ating m͠ga capit-bahay! Waláng guinagawâ ang cura cung dî maupo, at pagdaca'y sinasabi na sa canyá ang lahát; cung minsa'y nacacatulog, datapuwa't ¡sucat na ang maggawad n͠g dalawa ó tatlóng benedición upang tayo'y maguing anac ulí n͠g Dios! ¡Maanong maguing cura na n͠gâ lamang acó sa isáng hapon n͠g cuaresma!

— ¿At ang ... ang magsermón? ¿sasabihin naman ninyó sa aking iya'y hindî pagpapagod? ¡Nákita na ninyó cung paano ang pagpapawis n͠g curang malaki caninang umaga!— ang itinututol n͠g lalaking nacacaramdam na siya'y nalulupig sa matuwiranan.

— ¿Ang magsermón? ¿Isáng pagpapagal ba ang magsermón? ¿Saan naroon ang inyóng pag-iisip? ¡Maanong macapagsasalitâ na n͠gâ acó hanggang tanghalì, mulà sa púlpito, na aking macagalítan at mapagwicaan ang lahát, na sino ma'y waláng macapan͠gahás na tumutol, at pagbabayaran pa acó sa gayóng gawâ! ¡Maanong maguing cura na n͠gâ acó isáng umagang nangagsisimbá ang m͠ga may utang sa akin! ¡Pagmasdan ninyó cung paano ang pagtabà ni párì Dámaso sa canyáng capagmumurá at capapalò!

At dumarating n͠gâ naman si párì Dámaso, taglay ang paglacad n͠g taong matabà, na halos nacan͠giti, n͠guni't sa isáng anyóng nagpapakilala n͠g pangit niyáng caisipán, caya't pagcakita sa canyá ni Ibarra'y nalitó sa canyáng pagtatalumpatî.

Binatì nilá si párì Dámaso, baga man may halong pagtatacá, datapuwa't nagpakita ang lahát n͠g galác sa canyáng pagdating, liban na lamang cay Ibarra. Nan͠gaghihimagas na at bumubulâ na ang sa m͠ga copa ang "champaña".

Naowi sa pan͠gan͠gatál ang n͠gitî ni párì Dámaso, n͠g canyáng mamasdan si María Clarang nacaupô sa dacong canan ni Crisostomo; n͠guni't umupô siyá sa isáng silla sa tabí n͠g Alcalde, at sacá tumanóng sa guitna n͠g isáng macahulugang catahimican:

— ¿May pinag-uusapan ba cayóng anó man, m͠ga guinoo? ¡Ipagpatuloy ninyó ang salitaan!

— Nan͠gagtatalumpatian,— ang sagót, n͠g Alcalde. Binabangguit ni guinoong Ibarra ang lahát n͠g sa canya'y tumulong sa adhicáng icagagaling n͠g madlá, at sinasaysay ang nauucol sa arquitecto, n͠g ang camahalan pâ ninyó'y....

— Hindî n͠gâ acó nacacamuang n͠g tungcól sa arquitectura,— ang isinalabat ni párì Dámaso,— datapuwa't tinatawanan co ang m͠ga arquitecto at gayón din ang m͠ga tan͠gáng tumatacbô sa canilá. Náriyan, acó ang gumuhít n͠g piano n͠g simbahang iyán, at lubós sa cagalin͠gan ang pagsacagawâ: ganyan ang sabi sa akin n͠g isáng inglés na maglalacó n͠g m͠ga hiyás, na tumuloy isáng áraw sa convento. ¡Sucat n͠g magcaroon n͠g dalawang daling noo upang macagawâ n͠g piano!

— Gayon man,— ang mulíng isinagót n͠g Alcalde, n͠g mamasid niyáng hindî umiímic si Ibarra,— pagca nauucol na sa m͠ga tan͠gíng bahay, gaya na n͠gâ baga n͠g isáng escuela, sa halimbawa, nagcacailan͠gan tayo n͠g isáng "perito" (isáng taóng pantás sa paggawâ n͠g anó man).

— ¡Anó bang "perito ni peritas"!— ang sinabing malacás na palibac ni párì Dámaso.— Ang nagcacailan͠gan n͠g m͠ga "perito" ay isáng "perrito" (tuta ó maliit na áso)! ¡Kinacailan͠gang maguing hayop pa cay sa m͠ga "indio", na gumagawang mag isá n͠g caniláng m͠ga bahay, upang hindî matutong magpagawâ n͠g apat na pader at saca patun͠gan sa ibábaw n͠g isáng tangkil, na siyá n͠gang isáng tunay na escuela!

Tumin͠ging lahát cay Ibarra, datapuwa't ito'y baga man lalong namutlà, nagpatuloy na parang nakikipagsalitaan cay María Clara.

— N͠guni't dilidilihin pô ninyóng....

— Tingnan pô ninyó,— ang ipinagpatuloy na sabi n͠g franciscano, na ayaw papagsalitain ang Alcalde,— tingnan pô ninyó cung paano ang guinawâ n͠g isáng "lego" namin, na siyáng lalong pinacahayop sa lahát naming m͠ga lego, na yumari n͠g isáng magalíng, mabuti at murang hospital. Marunong magpagawang magalíng at hindî nagbabayad cung dî walong cuarta lámang sa araw-araw sa bawa't isá sa m͠ga taong nanggagaling pa sa ibáng bayan. Nálalaman n͠g legong iyán cung paano ang nauucol na pakikisama sa m͠ga "indio", na hindî gaya n͠g maraming m͠ga haling at m͠ga "mesticillo", na nagpapasamâ sa mga taong iyán sa pagbabayad sa canila ng tatlóng bahagui ó isáng salapî.

— ¿Ang wicà pô ba ninyo'y walóng cuarta lamang ang ibinabayad? ¡Hindî mangyayari!— Ibig ng Alcaldeng baguhin ang lacad ng salitaan.

— Tunay pô, at iyan ang dapat uliranin ng mga nagpapanggap na magagaling na mga castilà. Nakikita na ngâ, na buhat ng mabucsán ang Canal ng Suez ay sumapit dito ang cahalayang asal. Ng una, ng kinacailangan nating lumigoy sa Cabo, hindî nacararating dito ang lubhang maraming; mga may masasamáng caugalian, at hindî namán nacapaglácbay roon ang mga iba upang mangagasamâ!

— ¡Datapuwa't párì Damaso!...

— Nakikilala na pô ninyó cung anó ang "indio"; bahagyâ pa lamang nacacaalam ng cauntî ay nagmamarunong na. Ang lahát ng mga úhuguing iyáng napapasa Europa'y....

— ¡Nguní't pakinggan pô ninyó!...— ang isinasalabat ng Alcalde, na nababalisá dahil sa masasakít na mga pasaring na iyón.

— Magcacaroon silá ng wacás ayon sa canicaniláng carapatán— ang ipinagpatuloy na párì Dámaso;— nákikita sa calaguitnaan ang camáy ng Dios, kinacailangang maguing bulág upang huwag mámasdan. Tumatanggap na sa búhay pang itó ang mga magúlang ng gayóng mga ahas ... nangamámatay sa bilangguan ¡jé! ¡jé! at masasabi nating waláng sucat na....

Datapuwa't hindî natapos ang sinasabi. Sinúsundan siyá ng matá ni Ibarrang nanginginggitimngitim ang pulá ng mukhâ sa malakíng galit; at pagcárinig ng pasaring sa canyáng ama'y nagtindíg, at sa isáng lundág ay ilinagpác ang canyáng batibot na camáy sa ibábaw ng úlo ng sacerdote, na natihayâ at tulíg.

Sa lubós na pagcagulat at pagcatacot, sino ma'y waláng nangahás mamaguitnà.

— ¡Layô cayó!— ang sigáw ng binatà ng tinig na cagulatgulat, at inabot ang matalas na sundáng samantalang iniípit ng canyáng paa ang liig ng fraile, na nahihimásmasan sa canyáng pagcatulíg;— ¡ang áayaw mamatáy ay huwag lumapit!

Pinagdirimlán si Ibarra: nangangatal ang canyáng catawán umíinog sa kinalalagyan ang canyáng mga matáng nangagbabalà. Nagpumilit si Fr. Dámasong bumangon at tumindíg; datapuwa't hinawacan siyá sa liig ni Ibarra, saca siyá ipinagwas-wásan hanggang sa siyá'y mapaluhod at mabaluctoc:

— ¡Guinoong Ibarra! ¡guinoong Ibarra!— ang pautál na sinabi ng ilán.

Datapuwa't sino man, cahi man ang alférez ay ayaw mangahás lumapit at caniláng námamasdan ang kisláp ng sundáng at nababalac nilá ang lacás at calagayan ng binatà. Nangatitigagal na lahát.

— ¡Cayo'y diyan! hindî cayó nañgagsisiimíc, ñgayo'y acó ang marapat na mang cumilos. ¡Siya'y iniílagan co, dinalá sa akin siyá nğ Dios, ang Dios ang siyáng humatol!

Nahihirapan nğ paghiñgà ang binatà, datapuwa't ang canyáng bísig na basal ay nagpapatuloy nğ pagpiguil sa franciscano, na hindî macawalâ cahi't nagpupumiglás nğ dî cawasà.

— ¡Tahimic na tumitibóc ang aking pusô, hindî mabibigó ang aking camáy!...

At tumiñgin sa paliguid niya't nagsalitâ;— Makinig muna cayó, ¿mayroon bagang isá man lamang sa inyó na umibig sa canyáng amá, na nagtamin nğ malalim na galit sa canyáng pinagcacautañgan nğ búhay, isá man lamang na ipinañganác sa cahihiyán at sa caimbihán?... ¿Nakita mo na? ¿Nariring mo baga ang hindî nilá pag-imic na iyán? Sacerdote nğ isáng Dios nğ capayapaan, puspós ang bibig mo nğ cabanalan at religión, at ang puso'y punô nğ mğa carumhán, ¡hindî mo marahil nálalaman cung anó ang isáng amá!... ¡cung guinugunitâ mo sana ang iyóng amá! ¿Nákita mo na? Sa guitnâ nğ caramiháng iyáng pinawawalan mong halaga, ¡walâ cahi't isá man lamang na catulad mo! ¡Nahatulan ca na!

Ang mğa taong sa canyá'y nacaliliguid, sa pagcaisip niláng doó'y gagawâ nğ isáng cusang pagpatay, sila'y nañgagsikilos.

— ¡Lumayô cayó!— ang mulíng isinigáw na nagbabalà ang tinig; ¿anó? ¿nañgañganib ba cayóng dumhám co ang aking camáy nğ maruming dugó? ¿Hindî ba sinabi co na sa inyóng tiwasay na tumitiboc ang aking pusô? ¡Lumayò cayó sa amin! ¡Pakinggan ninyó mğa sacerdote, mğa hucóm, na ang boong acalà ninyo'y hindî cayó cawañgis nğ ibáng mğa tao at nagbibigáy cayó sa inyóng sarilí nğ ibáng mğa catuwiran! Ang aking amá'y isáng taong may malinis na capurihán, ipagtanóng ninyó diyan sa bayang lubós na iguinagalang ang pagaalaala sa canyá. Ang aking amá'y isáng mabait na mayaman: inihandóg niyá ang canyáng pagpapacahirap sa akin at sa icagagaling nğ canyáng bayan. Laguing bucás ang canyáng báhay, laguing handâ ang canyáng dulang sa taga-ibang lupain ó sa pinapanaw sa canyáng kinaguisnang lupâ, na sa udyóc nğ caralitaa'y tumatacbó sa canyá! Siya'y mabuting cristiano: lagui nğ guinagawâ niyá ang cagaliñgan at cailan ma'y hindî siyá umapí sa mahinang naguiguipit at hindî siyá humabág sa na sa malakíng carukhaan.... Binucsán niyá sa taong sumasadálitâ ang mğa pintuan nğ canyáng bahay, pinaupô niyá at pinacain sa canyáng dúlang at canyáng pinañgalanang caibigan. ¿Anó ang pagtumbás na sa canyá'y guinawâ? Siya'y pinaratañgan, pinag-usig, pinapanandata nğ laban sa canyá ang camamangmañgan at siya'y pinag-usig hanggang sa libiñgang pinagpapahiñgalayan nğ mğa patáy. At, hindî pa nagcacasiyà sa ganitóng mğa gawa'y ¡pinag-uusig naman nğayon ang anác na lalaki! Aco'y tumacas sa canyá, iniílagan cong siya'y aking macaharap ... Nárinîg ninyó siyá caninang umaga na hindî pinagpacundanĝanan ang púlpito, idinalirî acó sa halíng na pananampalataya nĝ mĝa taong hangál sa bayan, nĝuni't hindî acó umimíc. Nĝayo'y naparito't aco'y hinahamit; nagtiis acó sa hindî pag-imíc na inyóng pinangguilalasán, datapuwa't mulíng linait ang lalong pinacamamahal nĝ lahát nĝ mĝa anác sa caibuturan nĝ canilág alaala ... Cayóng mĝa nariritó, mĝa sacerdote, mĝa hucóm, ¿nakita baga ninyó ang pagpapacacasipag sa paggawâ nĝ matandâ ninyóng amá, at nĝ masunduan ang inyóng icagagalíng, mamatay sa hapis ang amáng iyán sa isáng bilangguan, na nagbubuntong hinîngà sa pagmimithíng cayo'y mayacap; na humahanap nĝ isáng taong sa canyáng umalíw, nag iísa, may sakít, samantalang cayo'y na sa ibáng lupain?... ¿Narinig ba ninyó pagcatapos na siniraan nĝ purì ang canyáng panĝalan, nasumpunĝan baga ninyóng waláng laman ang sa canya'y pinaglibinĝan nĝ pumaroon cayó at ang talagà ninyo'y manalanĝin sa ibábaw nĝ baunang iyón? ¿Hindî? ¿Hindî cayó umiímïc? ¡cung gayo'y hinahatulan ninyóng tunay nĝâ siyáng masamâ!

Iniangat ang bísig; datapawa't malicsíng tulad sa cabilisán nĝ sinag nĝ liwanag, pagdaca'y napaguîtnâ ang isáng dalaga at piniguil nĝ canyáng linalic na camáy ang mapaghigantíng bîsig: ang dalagang iyo'y si María Clara.

Tiningnan siyá ni Ibarra nĝ isáng titit na wari'y nanĝanĝanîno ang casiraan nĝ ísip. Untî unting lumuag ang pagcahawac nĝ mĝa naninigás na mĝa dalirì nĝ canyáng mĝa camáy at pinabayaang lumagpac ang catawan nĝ franciscano't ang sundang, tinacpán ang mukha't tumacas na sinagal ang caramihang tao.

XXXV.
MGA SALISALITAAN

Pagdaca'y lumaganap sa bayan ang balita ng̃ nangyaring iyón. Ng̃ bagobago'y ayaw maniwalâ sino man, ng̃uni't sa pang̃ang̃ailang̃ang pahinuhod sa catotohanan, nang̃ag-iinaman ang lahat sa pagsigáw ng̃ pagtatacá.

Bawa't isa'y nagbubulaybulay alinsunod sa abót ng̃ cataasan ng̃ canicaniláng calinisan ng̃ budhî.

— ¡Si párì Dámaso'y namatáy!— ang sabihan ng̃ mg̃a iilán;— ng̃ itindíg nilá siya'y naliligó ang canyáng mukhâ ng̃ dugô at hindî humihing̃à.

— ¡Magpahing̃alay nawâ siyá sa capayapaan, ng̃uni't waláng guinawâ sa canyá cung dî papagbayarin lamang ng̃ canyáng utang— ang malacás na sabi ng̃ isáng binatà— Wariin ninyóng waláng sucat maipang̃alan sa guinawâ niyá caninang umaga sa convento.

— ¿Anó ba ang guinawâ? ¿Mulì bang sinuntóc ang coadjutor?

— ¿Anó ba ang guinawâ? ¡Ating tingnán! ¡Sabihin mo sa amin!

— ¿Nakita ba ninyó ng̃ umagang itó ang isáng mestizong castílà na lumabás sa dácong sacristía samantalang nagsésermon?

— ¡Oo! ¡oo ng̃â, siya'y nakita namin! Pinagmasdán siyá ni párì Dámaso.

— Ang nangyári'y ... pagcatapos ng̃ sermón, siyá'y ipinatáwag at tinanóng cung anóng dahil sa siyá'y lumabás.— "Hindî pô acó maálam ng̃ wicang tagálog, padre",— ang isinagót.— "¿At bakìt ca nanglibác, na sinabi mong wicang griego iyón?— ang isinigáw sa canyá ni párì Dámaso, at tuloy sinampál siyá. Gumantí ang bináta, nagpanuntóc ang dalawá, hanggáng sa silá'y pinag-awatanan.

— ¡Cung sa akin mangyari ang gayóng bágay!...— ang ibinulóng ng̃ márahan ng̃ isáng estudiante.

Hindî co minamagalíng ang guinawâ ng̃ franciscano,— ang idinugtóng namán ng̃ isá,— sa pagca't hindî dapat ipagpilitan ang Religióng párang isáng parusa ó isáng pahirap; datapuwa't hálos ikinatútuwâ co, sa pagca't nakikilala co ang binátang iyán; siyá'y tagá San Pedro Macatí at maigui siyáng magwicang tagálog. Ng̃ayo'y ibig niyáng siyá'y ipalagáy na bágong gáling sa Rusia, at ipinagmámapuri ang pagpapacunuwaríng hindî niyá nalalaman ang wícà ng̃ canyáng mg̃a magugúlang.

— Cung gayó'y ¡linílikhâ silá ng̃ Dios at silá'y nang̃agsusuntucan!

— Gayón ma'y dápat táyong tumútol sa cagagawáng iyán,— ang sábing malacás ng̃ isáng estudiante namán;— ang dî pag-imíc ay párang isáng pag-sangáyon, at ang guinawáng iyó'y mangyayaring gawín namán sa alín man sa átin. ¡Nanunumbalic táyo sa mg̃a panahón ni Nerón!

— ¡Nagcácamalî ca!— ang tútol ng̃ isá;— ¡si Nerón ay isáng dakîlang artista, at si párì Dámaso'y isáng casamasamaang magsesermón!

Ibá namán ang salisalitaan ng̃ mg̃a táong may catandaan na.

Samantalang hiníhintay nilá sa isáng maliit na bahay, na na sa labás ng̃ báyan ang pagdatíng ng̃ Capitán General, itó ang sinasabi ng̃ Gobernadorcillo:

— Hindî ng̃â bágay na magaáng sabíhin cung síno ang may catuwíran at cung síno ang walâ, datapuwa't cung nacapagmunimuni sána si guinoong Ibarra....

— ¿Cung nagcaroón sána si párì Dámnaso ng̃ calahatî man lámang ng̃ pagmumunimuni ni guinóong Ibarra, ang talagáng ibig pô ninyóng sabihin maráhil?— ang isinalábat ni don Filipo,— Ang casamaa'y nagpalít silá ng̃ catungcúlan: ang bátà ang nag ásal matandâ at ang matandâ ang nag-ásal bátà.

— ¿At ang sabi pô ninyo'y walâ síno mang dumalô upáng silá'y awatin, liban na lámang sa anác na babáe ni cápitang Tiago?— ang tanóng ni cápitang Martín. ¿Sino man sa mg̃a fraile, cahi't ang Alcalde man lámang? ¡Hm! ¡Lálò pa ng̃ang masama! Hindî co nanasaing aking casapitan ang calagayan ng̃ binatâ. Sino ma'y walang macapagpapatawad sa gayóng sa canyá'y pagcatácot. ¡Lálò pa ng̃ang masama! ¡Hm!

— ¿Sa acalà cayâ ninyó?— ang tanóng ni cápitang Basilio, na totoong malakí ang hang̃ad na macatalastas.

— Umaasa acó,— ani don Felipong nakipagsulyápan cay cápitang Basilio,— na hindî siyá pababayaan ng̃ bayan. Dápat náting alalahanin ang guinawâ ng̃ canyáng mg̃a magugúlang at ang canyáng casalucúyang guinágawâ ng̃ayon. At sacali't hindi umimic ang bayan, dahil sa pagcatacot, ang canyang mg̃a caibiga'y....

— Ng̃uni, mg̃a guinoo,— ang isinalabat ng̃ gobernadorcillo,— ano baga ang ating magagawa? ¿ano ang magagawa ng̃ bayan? Mangyari ang ano mang mangyari'y ang mg̃a fraile ang siyang "lagui" ng̃ na sa catuwiran!

— "Lagui" na silang na sa catuwiran, sa pagca't "lagui" ng̃ binibigyang cabuluran natin sila; minsan man lamang ay magbigay tayong catuwiran sa ating sarili, at pagsacagayo'y saca tayo mag-usap!

Kinamot ng̃ gobernadorcillo ang canyáng ulo, tuming̃ala sa bubung̃an at saca nagsalita na ang tinig ay masaclap:

— ¡Ay! ang ínit ng̃ dugo! Tila mandin hindî ninyo nalalaman ang lupaíng kinalagayan natin; hindî ninyo nakikilala ang mg̃a cababayan natin. Ang mg̃a fraile'y mayayaman at nang̃acacaisa; tayo'y nagcacáwasac wasác at mg̃a dukha. ¡Siya ng̃a! ¡ticman ninyong siya'y inyóng ipagmalasakit, at makikita ninyóng cayo'y pababayaan ng̃ ating mg̃a cababayang mag-isa sa mg̃a sagutin!

— ¡Siyá ng̃a!— ang biglang sinabi ni don Filipo ng̃ boong sacláp,— mangyayari ng̃a ang gayon samantalang ganyan ang pinagiisip, samantalang totoong nagcacahawig ang tacot at ang pagiing̃at. Lalo pang pinapansin ang isáng capahamacáng hindî pa nalalaman cung mangyayari ng̃a, cay sa kinacailang̃ang pagcápacagaling; pagdaca'y dinaramdam ang tácot, sa hindî ang pananalig; bawa't isá'y walang iniisip cung dî ang ganang canya, sino ma'y hindî nag-iisip ng̃ ganang sa mg̃a ibá, caya mahihinà táyong lahát!

— Cung gayo'y isípin na muna ninyo ang sa ganáng mg̃a ibá, at bago ninyó isipin ang sa ganáng inyó, at makikita ninyó cung paáno ang pagpapabayang sa inyó'y gagawin. ¿Hindi ba ninyó nalalaman ang casabihang castilà: "na nag-pasimula sa saríling catawán ang mahúsay na pagcacaawang gawâ"?

— Ang lálong magalíng na inyóng masasabi— ang sagot na pagalit ng̃ teniente mayor— na nagsisimulá ang mahusay na caruwagan sa malabis na pag-ibig sa sariling catawan, sa nawawacasan sa pagcawala ng̃ cahihiyan! Ng̃ayón di'y ihaharap co sa Alcalde ang pagbibitiw ng̃ aking catungculan; bundat na acó ng̃ paglagay sa cahihiyan, na canino ma'y wala acong nagagawang cagaling̃an. ¡Paalam!

Iba naman ang mg̃a panucala ng̃ mg̃a babae.

— ¡Ay! ang buntóng hining̃a ng̃ isáng babae na ang anyó'y mabait;— ¡cailán ma'y ganyán ang mg̃a cabataan! Cung nabubuhay ang canyang mabait na ina'y ¿anong sasabihin? ¡Ay, Dios! Pagca napag-iisip co na maaaring magcaganyan din ang áking anác na laláki, na mainit din namán ang úlo ...¡ay Jesús! halos pinananaghilian co ang canyáng nasirang iná..,¡mamamátay acó sa dalamháti!

— Ng̃uni't acó'y hindî ang sagót namán ng̃ isáng babáe,— hindî acó magdadalamháti cung sacali't magcacaganyan din ang áking dalawáng anác na laláki.

— ¿Anó pô ang sinasabi ninyo, capitana Maria?— ang sabing malacás ng̃ unang babáeng nagsalita, na pinagduduop ang mg̃a camáy.

— Ibig cong matuto ang mg̃a anác na nagsasanggaláng ng̃ capurihan ng̃ namatay ng̃ mg̃a magugúlang nilá, capitana Tinay; ¿ano pô ang wiwicain ninyo cung isáng araw na cayo'y bao na márinig ninyóng pinaguupasalaan ang inyóng asawa, at itung̃ó ng̃ inyóng anác sa Antonío ang úlo at huwag umimic?

— ¡Ipagcacait co sa canyá ang aking bendicion!— ang sabing malacas ng̃ pang̃atlóng babae, na ito'y si hermana Rufa— datapuwa't....

— ¡Hindî co maipagcacait ang aking bendición cailan man!— ang isinalabat ng̃ mabait na si capitana Tinay;— hindî dapat sabihin ng̃ isáng iná iyan ...datapuwa't hindî co maalaman ang aking gagawin ... hindî co maalaman ... sa acalà co'y acó'y mamámatay..siyá'y ...¡hindi! ¡Dios co! datapuwa't hindî co na marahil iibiguing muling makita co pa siya ... ¿ng̃uni't cung anó-anó ang mg̃a iniisip ninyó, capitana Maria?

— Datapuwa't gayón man,— ang dugtóng ni hermana Rufa,— hindî dapat limuting isang malaking casalanan ang magbuhat ng̃ camáy sa isang taong "sagrado."

— ¡Lalò ng̃ "sagrado" ang pagmamalasakit sa capurihán ng̃ namatáy na mg̃a magugúlang!— ang itinútol ni capitana Maria.— ¡Waláng macapagwáwalang galang sa canilang santong capurihán, cahì man ang Papa, at lalò nğ hindî si párì Damaso!

— Túnay nğa!— ang bulóng ni capitana Tinay, na nagtataca sa carunuñgan nğ dalawa;— ¿saan ninyó kinucuha ang ganyáng pagcagagaling na mğa pañgañgatuwiran?

— ¿Nğuni't ang "excomunión" at ang pagcapacasama?— ang itinutútol namán nğ Rufa.— ¿Anó ang capacanán nğ mğa danğal at nğ capurihan sa búhay na itó cung mapapasasama naman tayo sa cabilang búhay? Dumaraang madali ang lahat ... datapuwa't ang excomunión ... sumirang púri sa isang kinacatawan ni Jesucristo ... ¡iya'y ang Papa lamang ang nacapapapatawad!

— ¡Ipatatawad nğ Dios na nag-uutos na igalang ang ama't ina; hindî siya eexcomulgahin nğ Dios! At itó ang sinasabi co sa inyó, na cung pumaroon sa aking bahay ang binatang iyan, siya'y aking patutuluyin at cacausapin; at iibiguin cong siya'y aking maging manúgang, cung mayroon sana acóng anac na babae; ang mabaít na anac ay maguiguing mabaít namang asawa at mabaít na ama; ¡maniwalà cayó, hermana Rufa!

— Hindî gayón naman ang aking acala, sabihin na ninyó ang ibig ninyóng sabihin; at cahi man tila mandín cayó ang sumasacatuwiran, ang cura rin ang siyang paniniwalaan co cailan man. Ang unaúna'y ililigtas co múna ang aking caluluwa, ¿anó pô ang sabi ninyó, capitana Tinay?

— ¡Ah, anó ang ibig ninyóng aking sabihin! Capuwa cayó sumasacatuwiran; sumasacatuwiran ang cura, datapuwa't ¡dapat ding magcaroon nğ catuwiran ang Dios! Ayawan co, acó'y isang tanğa lamang ... Sasabihin co sa aking anac na lalaking huwag nğ mag-aral, ang siya cong gagawin! ¡Namamatay daw sa bibitayan ang mğa marurunong! ¡María Santisima, ibig pa naman pa sa Europa nğ aking anac na lalaki!

— ¿Anó pô ang inaacala ninyóng gawin?

— Sasabihin co sa canyang manatili na lamang siya sa aking tabi, ¿anó't iibiguin pa niyang maragdagan ang canyang dúnong? Búcas macalawa'y mamamatay rin cami, namamatay ang marúnong na gawa rin nğ mangmang ... ang kinacailanğa'y mamúhay nğ payapà.

At nagbúbuntong hininğa ang mabait na babae at itinitinğalá sa lanğit ang mğa matá.

— Acó naman,— ang sabi nğ bóong cataimtiman ni capitana María,— cung acó ang gaya ninyóng mayaman, pababayaan cong maglacbay— bayan ang aking mğa anac; sila'y mğa batà, at darating ang araw na sila'y mangagcacagulang cacauntì nğ panahón ang aking icabubuhay ... magkikita na camí sa cabilang buhay ... dapat magmithi nğ lalong mataas na calagayan ang mğa anac cay sa calagayang inabot nğ canilang mğa ama, at wala tayong naituturò sa canila, cung sila'y na sa ating sinapupunan, cung dî ang pagcamusmús.

— Ay, cacatuwâ namang totoo ang m̃ga caisipan pala ninyo!— ang bíglang sinabi ni capitana Tinay, na pinagduduop ang m̃ga camay;— ¡tila mandin hindî ninyo pinaghirapan ang pan̄an̄anac sa inyong cambal na m̃ga anac, na lalaki!

— Dahilan n̄â sa sila'y pinaghirapan co n̄ pan̄an̄anac, inalagaan at pinapagaral, cahi man camí dukhâ, hindî co íbig na pagcatapos n̄ lubhang maraming capagalang sa canila'y aking guinúgol, ay waláng cahinatnan sila cung dî maguing calahating tao lamang.

— Sa áking palagáy hindî pô ninyó iniibig ang inyóng m̃ga anác n̄ alinsunod sa ipinag-uutos n̄ Dios!— ang may cahigpitang sábi ni hermána Rufa.

— Ipatáwad pô ninyó, umiibig bawa't iná sa canyáng m̃ga anác n̄ alinsunod sa canyáng adhicâ; may m̃ga ináng umiibig sa canyáng m̃ga anác at n̄ caniláng pakinaban̄an, ang ibá nama'y umiibig sa canyáng m̃ga anác dáhil sa pag-ibig nilá sa sarili, at umiibig namán ang ibá sa icagagaling n̄ canilá ring m̃ga anác. Acó'y nabibilang dito sa m̃ga hulíng sinábi co, ganitó ang itinúrò sa ákin n̄ áking asáwa.

— Hindî totóong nababagay sa átas n̄ religión, capitana María, ang lahát ninyóng m̃ga iniisip; ¡cayó'y másoc n̄ pagca hermana sa Santísimo Rosario, cay San Francisco, cay Santa Rita, ó cay Santa Clara!— ang sabi ni hermana Rufa, na ang anyo'y párang nagsesermón.

— Hermana Rufa, pagca carapatdapat na acóng maguing capatíd (hermana) n̄ m̃ga táo, aking sisicaping acó'y maguing capatíd namán n̄ m̃ga santo!— ang canyáng sagót na n̄umin̄itî.

Upang mabigyáng wacás ang bahaguing itóng nauucol sa m̃ga salisalitaan n̄ báyan; at n̄ mapagwarì man lámang n̄ m̃ga bumabasa cung anó cayâ ang iniisip n̄ m̃ga waláng málay na m̃ga tagabúkid sa nangyari, pumaroon tayo sa lílim n̄ tolda n̄ plaza, at pakinggán nátin, ang m̃ga salitaan n̄ iláng nan̄ároroon, ang isá sa canila'y cakilala nátin, na dî ibá cung dî ang nananaguinip sa m̃ga doctor sa panggagamot.

— Ang lálong dináramdam co'y hindî ná mayayari ang páaralan!— ang sinasabi nitó.

— ¿Bakit? ¿bakit?— ang tanun̄an n̄ m̃ga nakíkinig malakí ang pagpipilit na macaálam.

— ¡Hindî na maguiguing doctor ang áking anác, siya'y maguiguing magcacaritón na lamang! ¡Walâ! ¡Hindî na magcacapáaralan!

— ¿Sino ang nagsábing hindî na magcacapáaralan?— ang tanóng n̄ isáng han̄ál at matabáng tagabúkid, na malalakí ang m̃ga pan̄á at makítid ang báo n̄ úlo.

— ¡Aco! ¡Pinan̄alanang "plibastiero" si don Crisóstomo n̄ m̃ga páring mapuputî! ¡Hindî na magcacapáaralan!

— Nagtatanuñgan ang lahát sa pagsusulyapan. Nababago sa canilá ang pañgalang iyón.

— ¿At masamâ bâ ang pangálang iyán?— ang ipinangahas na itinanóng ñg hañgál na tagabúkid.

— ¡Iyan ang lálong masamáng masasabi ñg isáng cristiano sa cápuwà niyá!

— Masamâ pa bâ iyán sa "tarantado" at sa "saragate"?

— ¡Ah, cung sána'y ganyán na ñgâ lámang! Hindî mamacailang tináwag acó ñg ganyán ay hindi man lámang sumakít ang áking sicmúrà.

Datapuwa't marahil namá'y hindi na sasamâ pa sa "indio", na ¡sinasabi ñg alférez!

Ang nagsabing magcacaroon ñg isáng anác na laláking carretonero'y lálo pang nagpakita ñg calungcútan; nagcamót namán sa úlo ang isá at nag-íisip isip.

— ¡Cung gayó'y maráhil catúlad ñg "betelapora" na sinasabi ñg matandáng babáe ñg alférez! Ang masamâ pa sa riya'y ang lumurà sa hostia.

— Talastasín mong masamâ pa sa lumurâ sa hostia cung viernes santo, ang isinagót ñg bóong cataimtimán. Naaalaala na ninyó ang salitáng "ispichoso", na sucat ñg icapit sa isáng táo, upang siya'y dalhín ñg mga civil ni Villa Abrillo sa tapunán ó sa bilangguan; unawáin ninyóng lálò pa manding masamâ ang "plibustiero." Ayon sa sábi ñg telegrafista at ñg directorcillo, cung sabíhin daw ñg isáng cristiano, ñg isáng cura ó ñg isáng castílà, sa isáng cristianong gáya nátin ay nacacawañgis ñg "santusdeus" na may "requimiternam;" sa minsáng tawaguin cang "plibastiero," mangyayari ca ñg magcumpisal at magbayad ñg iyong mga utang sa pagca't walâ magagawâ cung di ang pabítay ca na lámang. Nalalaman mo na cung dapat macaalam ang directorcillo at ang telegrafista: nakikipag-usap ang isá sa mga cáwad, at marúnong namán ang isá ñg castílà at walâ ñg gamit cung di ang pluma.

Páwang nanglúlumo ang lahát.

— ¡Pilitin na acóng papagsuutin ñg zapatos at huwag acóng painumín sa bóong áking búhay cung di iyán lámang ihì ñg cabáyo na cung tawagui'y cerveza, capag napatáwag acó cailáan man ñg "pelbistero!"— ang sumpáng sinabí ñg tagabúkid, na nacasuntóc ang mga camáy.— ¿Sino? ¿Acó, mayamang gáya ni don Crisóstomo, marúnong ñg castílang gáya niyá, at nacapagdadali-dali ñg pagcaing may cuchillo at cuchara? ¡magtátawa acó cahit sa limáng mga cura!

— Tatawaguin cong "palabistero" ang únang civil na aking makitang nagnanacaw ñg inahing manóc!... at pagdaca'y magcúcumpisal acó!— ang bulóng na maráhan ñg isá sa mga tagabúkid, na pagdáca'y lumayô sa pulutóng.

XXXVI.
Ang Unang Dilim

Hindi sahól ang ligalig na naghahari sa bahay ni capitang Tiago sa caguluhan ng̃ pag-isip ng̃ mg̃a tao. Waláng guinágawâ si María Clara cung dî tumang̃is at áyaw pakinggan ang mg̃a salitáng pang-alíw ng̃ canyang tia at ni Andéng na canyáng capatíd sa gátas. Ipinagbawal sa canyá ng̃ canyáng amá ang pakikipag-úsap cay Ibarra, samantalang hindî kinácalagan itó ng̃ mg̃a sacerdote ng̃ "excomunión."

Si capitang Tiago na totoong maraming guinagawâ sa paghahandâ ng̃ canyáng báhay, upang matanggap doón ng̃ carapatdapat ang Capitán General ay tinawag sa convento.

— ¡Huwág cang umiyác anác co!— ang sinasabi ni tía Isabel, na pinupunasan ng̃ gamuza ang maniningning na mg̃a salamíng pang̃áninuhan; siya'y cácalagan ng̃ excomunión, mang̃agsisisulat sa Santo Papa ... magbibigay táyo ng̃ malakíng limós ... Hinimatáy lamang si párì Damaso ... ¡hindî namátay!

— ¡Huwag cang umiyac!— ang sábi sa canyá ni Andéng ng̃ paanás;— gágawâ acô ng̃ paráan upang siya'y iyong macausap; ¿anóng cadahilana't itinatág ang confesionario, cung dî ng̃ gumawá ng̃ casalanan? ¡Súcat na ang sabihin cura sa upang ipatawad na lahát!

¡Sa cawacasa'y nagbalic si capitang Tiago! Hinánap ng̃ mg̃a babáe sa mukhá niyá ang casagutan sa maráming tanóng; datapuwa't nagbabalità ang mukhá ni capitang Tiago ng̃ panglulupaypáy ng̃ lóob. Nagpapawis ang abang laláki, hinahaplos ang nóo at hindî macapang̃úsap ng̃ isáng salita man lamang.

— ¿Ano ang nangyari, Santiago?— ang tanóng ni tia Isabel na malaki ang pagmimithi.

Sumagót ito ng̃ isáng buntóng-hining̃a, at pináhid ang isáng lúhà.

— ¡Alang-alang sa Dios, magsalitá ca! ¿Anó ang nagyayari?

— ¡Ang aking ipinang̃ang̃anib na ng̃a!— ang sa cawacasa'y sinábing pabulalás na halos umiiyac. ¡Napahamac ng̃ lahat! Iniuutos ni párì Dámaso na sirain ang mg̃a salitaan, sa pagca't cung hindî'y ¡mapapacasama raw acó sa búhay na itó at sa cabiláng búhay! ¡Gayon din ang sábi sa ákin ng̃ lahát, patí ni párì Sibyla! Hindî co dápat papanhikin siyá sa aking báhay, at may útang acó sa canyang mahiguit na limampóng libong píso! Sinabi co itó sa mg̃a pari, dapuwa't hindî nilá acó pinansin: ¿Alín ba ang ibig mong mawalâ, ang sabi nila sa akin,— limampóng libong píso ó ang iyong búhay at ang iyóng cáluluwa? ¡Ay, San Antonio! ¡cung nalalaman co lámang ang gayón! ¡cung nalalaman co lamang ang gayón!

Humáhagulgol si María Clara.

— Huwág cang umiyác, anac co,— ang idinugtóng at lining̃on niyá itó;— hindî ca gáya ng̃ nanay mong hindî umiiyac cailan man ... hindî umiiyac cung dî sa paglilihí ... Sinasabi sa ákin ni párì Dámasong dumating na raw ang isáng camag-ánac niyáng gáling sa España na siyáng itinátalagang mang̃ibig sa iyó ... Tinacpan ni María Clara ang canyáng mg̃a taing̃a.

— Ng̃úni, Santiago, ¿nasisira na ba ang ísip mo?— ang sigáw ni tía Isabel; ¿dapat bang magsabi ca sa canyá ang ibang mang̃ing̃ibig? ¿Inaacalà mo bang nagbabago ang anác mo ng̃ mg̃a mang̃ing̃ibig na gaya ng̃ pagbabago ng̃ báro?

— Iyán din ng̃a ang iniisip co Isabel; si don Crisostomo'y mayaman ...¡cayâ lámang nagaasawa ang mg̃a castila'y sa pag-ibig sa salapi ... datapuwa't ¿anó ang ibig mong aking gawín? Pinagbalaan nilá acông lapatan ng̃ isá ring excomunion ... sinasabi niláng lubhâ raw nang̃ang̃anib, hindî lámang ang akíng cáluluwa, cung dî namán ang aking catawán ...¡ang catawán! ¿naririnig mo? ¡ang catawán!

— ¡Ng̃uni't walâ cang guinagawâ cung dî pasama-ín ang lóob ng̃ iyóng anác! ¿Hindî ba caibigan mo ang Arzobispo? ¿Bákit hindî ca sumúlat sa canyá?

— Ang Arzobispo'y fraile rin, waláng guinagawâ ang Arzobispo cung dî ang sinasabi ng̃ mg̃a fraileng canyáng gawin. Ng̃uni, María, huwág cang umiyác; dárating ang Capitan General, nanasain cang makita, at mamúmulá ang mg̃a mata mo ... ¡Ay! ang isip co pa nama'y magtátamo acó ng̃ isáng hápong maligaya ... cung dî lámang itong nángyaring malakíng casacunâang ito'y acó sána ang lálong maligaya sa lahat ng̃ mg̃a táo at mananagbíli sa akin ang lahát ... Tumiwasáy ca, anác co; ¡higuit ang casaliwâng palad co cay sa iyó ay hindî acó umiiyác! ¡Maaaring magcaroon ca ng̃ mang̃ing̃ibig na lálong magaling, datapuwa't acó'y mawáwalan ng̃ limampóng libong piso! ¡Ay, Virgen sa Antipolo, cung magcaroon man lámang sána acó ng̃ magandáng palad sa gabing itó!

Mg̃a patóc, gúlong ng̃ mg̃a coche, tacbúhan ng̃ mg̃a cabáyo, músicang tumútugtog ng̃ marcha real ay nang̃agbalítang dumating na ang mahal na Gobernador General ng̃ Kapulùhang Filipinas. Tumacbó si María Clara at nagtágò sa canyáng tinutulugang cabahayán ... ¡cahabaghabag na dalaga! ¡pinaglalaruan ang iyóng pusô ng̃ mg̃a magagaspáng na mg̃a camáy na hindî nacakikilala ng̃ canyáng mg̃a maseselang na mg̃a cuerdas!

Samantalang napúpuno ng̃ táo ang báhay at umaalíng̃awng̃áw sa lahát ng̃ mg̃a pánig ang malalacás na yabág ng̃ mg̃a lumalacad, ng̃ mg̃a tínig na naguutos, calampág ng̃ mg̃a sable at ng̃ mg̃a espuela, nahahandusay namáng hálos nacaluhód ang lipós pighatíng dalága sa harapan ng̃ isáng estempa ng̃ Vírgen, na ang pagcacalarawa'y yaóng anyô ng̃ cahapíshapis na pang̃úng̃ulila, na si Delaroche lámang ang natutong macasipî ng̃ gayóng damdamin, na wari'y napanood nitó ng̃ manggaling na si Guinoong Santa María sa pinaglilibing̃an ng̃ canyáng Anác. Hindî ang pighati ng̃ Inang iyón ang siyáng iniisip ni María Clara, ang iniisip niyá'y ang saríling capighatîan. Sa pagcâlung̃ayng̃ay ng̃ úlo sa dibdíb at sa pagcátiin ng̃ mg̃a camay sa sahig na

tabla, ang azucenang hinútoc ng̃ malacás na hang̃in ang canyang nacacatulad.
Isáng hinaharáp na panahóng pinanag-inip at hinimashimas na malaon, mg̃a
sapantahà ng̃ budhíng sumílang sa camusmusán at lumagong casabay ng̃
canyáng paglaki at siyang nabibigay casiglahán sa caibuturan ng̃ canyáng
cataóhan, ¡acalaing catcatin ng̃ayón sa baít at sa púsò sa isá lamang salita.
¡Macacawang̃is itó cung patiguílin ng̃ tibóc ng̃ púsò at bawian ang baít ng̃
canyáng liwánag!

Cung paano ang cabaitan at cabanalan ni María Clara sa canyáng
pagcabinyagan, gayón din ang canyáng pagcamasintahin sa canyáng mg̃a
magugúlang. Hindî lámang nacapagbíbigay tácot sa canya ang excomunión
ang utos ng̃ canyang ama't ang pinagbabalaang catiwasayan nito'y páwang
humihing̃ing inisin niyá ang canyáng pagsintá at ihayin sa gayóng mg̃a dakílang
catungcúlan. Dinaramdam niyá ang bóong lacás ng̃ pagsinta cay Ibarra, na
hanggang sa sandaling iyo'y hindî man lamang niyá hinihinalà. Ng̃ minsa'y
isáng ilog na umaagos ng̃ bóong cahinhinan; mababang̃ong mg̃a bulaclac ang
siyang nacalalatag sa canyang mg̃a pampang̃in. Bahagyá na napaaalon-alon ng̃
bang̃in ang canyáng ágos; cung panonoori'y masasabing tumitining.
Datapuwa't dî caguinsaguinsa'y cumipot ang dinaraanan ng̃ ágos,
magagaspáng na mg̃a malalakíng bató ang siyáng humahadlang sa canyáng
paglacad, matatandáng mg̃a púnò ng̃ cáhoy ang siyáng nacahálang na
sumasala, ¡ah, ng̃ magcagayó'y umatúng̃al ang ilog, tumindig, cumulô ang mg̃a
álon, nagwagwag ng̃ mandalâ ng̃ mg̃a bulâ, hinampás ang malalaking mg̃a bató
at lumundág sa malálim na bang̃ín!

Ibig niyá sanang manalang̃in, ng̃unit ¿sino ang macapananalang̃in pagca
nagng̃ing̃itng̃it sa malakíng hirap? Nananalang̃in pagca may pag-asa, at cung
wala'y nakikiusap tayo sa Dios, sa pamamag-itan ng̃ mg̃a buntóng hining̃a.—
"¡Dios co! ang sigaw ng̃ canyáng púsò,— ¿bákit inihihiwalay mo ng̃ ganyán
ang isáng táo, bakit ikinácait mo sa canyá ang pagsintá ng̃ mg̃a iba? Hindî mo
ikinacait sa canyá ang iyong araw, ang iyong hang̃in at hindî mo man lamang
itinatagò sa canyáng mg̃a matá ang iyong lang̃it, ¿bakit ipagcacait mo sa canya
ang pagsinta, gayóng walâ mang lang̃it, walâ mang hang̃in at walâ mang araw
ay mangyayaring mabúhay, datapuwa't cung walang pagsinta'y hindî
mangyayari cailan man?

¿Dumarating cayâ sa trono ng̃ Dios ang gayóng mg̃a sigaw na hindî
naririnig ng̃ mg̃a tao? ¿Naririnig cayâ ang mg̃a sigaw na iyón ng̃ Ina ng̃ mg̃a
sawing palad?

¡Ay! ang cahabaghabag ng̃ dalagang hindî nacakilala ng̃ isáng ina'y
nang̃ang̃ahas ipagcatiwalà ang mg̃a dalamhating itóng nagbubuhat sa mg̃a
pagsinta sa ibabaw ng̃ lúpà doon sa calinislinisang púsò na walang nakilala
cung di ang pag-íbig ng̃ anac sa ina at ang pag-íbig sa ina sa anac; tumatacbo

siya, sa canyang mg̃a cahapisan, diyan sa larawan ng̃ babaeng dinídios, sa mithing lalong cagandagandahan sa láhát ng̃ mg̃a mithi ng̃ mg̃a kinapal, diyan sa lalong caayaayang likha ng̃ religion ni Cristo, na natitipon sa canyang sarili ang dalawang lalong cagandagandahang calagayan ng̃ babae, vírgen at ina, na hindî nalahiran ng̃ cahi't babahagyang dúng̃is, na tinatawang nating María.

— ¡Ina!, ¡Ina!— ang canyang hibic.

Lumapit si tía Isabel, na siyang cumuha sa canya sa gayóng pighati. Dumatíng ang ilóng canyang caibigang babae at ibig ng̃ Capitan General na siya'y makita.

— Tía, sabíhin pô ninyóng acó'y may sakít!— ang ipinakiúsap ng̃ dalagang nagugulat;— ¡patutugtugin nilá acó ng̃ piano at pacacantahin!

Nagtindig si María Clara, tiningnan ang canyang tía, pinilipit ang canyang magagandang bisig at nagsasalitâ ng̃ pautal:

— ¡Oh, cung mayroon sana acóng!...

Ng̃uni't hindî tinapos ang salitâ, at nagpasimulâ ng̃ paghuhúsay ng̃ canyang saríling catawan.

XXXVII.
ANG GOBERNADOR GENERAL

— ¡Ibig cong causapin ang binatang iyan!— ang sabi ng̃ Gobernador General sa isang ayudante;— pinúcaw niyang totóo ang aking nasang siya'y makilala.

— ¡May nang̃agsilacad na pô upang siya'y hanapin, aking general! Datapuwa't díto'y may isang binatang taga Maynílà, na mapílit ang hing̃íng siya'y papasúkin díto. Sinabi pô namin sa canyang walang panahon ang camahalan ninyó, at cayó'y hindî naparíto upang dumíng̃ig ng̃ mg̃a pagsasacdal, cung dî ng̃ tingnan ang bayan at ang procesión; ng̃úni't sumagót, na sa tuwituwî na'y may panahón daw na magagamit ang camahalan pô ninyó upang gumawâ ng̃ nauucol sa catuwíran....
Lining̃ón ng̃ Gobernador General na nagtataca ang Alcalde.

— Cung hindî pô acó nagcacamalî,— ang sagót ng̃ Alcaldeng yumucód ng̃ cauntî,— iyan ang binatang canínang umaga'y nacagalít ni parì Damaso, dahil sa sermón.

— ¿Diyata't mayroon pang iba pala? ¿Sinasadyà mandíng talaga ng̃ fraileng iyang guluhín ang lalawígan, ó baca cayâ ang ísip niya'y siya ang nacapangyayari rito? ¡Sabíhin pô ninyó sa binatang siya'y magtuloy!

Nagpapasial na pabalicbalic sa magcabicabilang dúlo ng̃ salas ang Gobernador General, na nang̃ang̃atal sa galit.

Sa "antesala" (panig ng̃ bahay na na sa bago pumasoc sa salas) ay may ilang mg̃a castilà na nahahalò sa mg̃a militar, mg̃a namumunò sa bayan ng̃ San Diego at mg̃a mamamayan; sila'y nagsasalitaan ó nagmamatuwírang nagcacalúpon sa iba't ibang pangcat. Nang̃aroroon din naman ang lahat ng̃ mg̃a fraile, líban na lámang kay pári Dámaso, at ibig niláng pumások upang maghandóg ng̃ galang sa Gobernador General.

— Ipinamámanhic sa mg̃a camahalan pô ninyong mang̃aghintay ng̃ sandali— anang ayudante;— ¡pumasoc pô cayô, binatà!

Namumùtla at nang̃ang̃atal na pumasoc ang binatang iyóng taga Maynilà na madalas mámali sa pananalita na pinaghahaló ang griego at ang tagalog.

Pawang napuspós ng̃ pangguilalás ang lahat marahil, ng̃a'y totóong malaki ang galit ng̃ Gobernador General upang mang̃ahás na papaghintayin ang mg̃a fraile. Nagsalita si pári Sibyla:

— ¡Acó'y walang anó mang sasabihin sa canyá!... ¡nagsasayang acó rito ng̃ panahon!

— Gayón din ang wicà co,— ang dugtong ng̃ isáng agustino;— ¿táyo na?

— Hindî cayâ lalong magaling na ating siyasatin cung papaáno ang canyáng iniisip?— ang tanóng ni pári Salvi;— sa ganya'y maiilagan natin ang mg̃a upasala n͠g m͠ga macaaalam.. at maipaaalaala natin sa canya ... ang canyáng m͠ga catungculan ...sa Religión,..

— ¡Magtuloy pô ang m͠ga camahalan ninyó, cung inyóng ibig!— anang ayudante, na hatid ang binatang hindî nacauunawà n͠g griego, na n͠gayó'y lumálabas na taglay ang isáng pagmumukháng kinikinan͠gan n͠g catuwáan.

Naunang pumasoc si párì Sibyla; sa licura'y sumúsunod si pári Salvi, si párì Manuel Martin at ang iba pang m͠ga fraile. Silá'y nan͠gagsiyucód n͠g bôong capacumbabaan, liban na lámang cay párì Sibyla, na pinapanatilì, sampô sa canyáng pagyucod, ang tan͠ging anyô n͠g isáng nacatataas cay sa ibá; na anó pa't baligtad sa guinawá ni párì Salvi, na halos hinutoc ang bayawang.

— Sino pô sa m͠ga camahalan ninyó si párì Dámaso?— ang biglang itinanóng n͠g Gobernador General, na hindî man lamang silá pinaupô, hindî silá kinumusta, at hindî silá pinagsabihan niyáng m͠ga salitang pangpapúri na pinagcaugaliang tanggapin n͠g gayóng m͠ga catataas na úring mga tao.

— Hindî pô, guinóo, casama namin si párì Dámaso!— ang sagót ni párì Sibyla n͠g halos gayón ding masacláp na pananalitâ.

— ¡Nacahigâ pô sa baníg at may sakit ang lingcôd n͠g camahalan ninyó!— ang idinugtông na bóong capacumbabaan ni párì Salvi;— pagcatapos na magtamó n͠g lugód na macabati pô sa inyó at macumusta namin ang inyóng calagayan, ayon sa nararapat gawin n͠g lahat n͠g mababait na m͠ga lingcód n͠g Hari at n͠g lahát n͠g taong may pinag-aralan, naparito pô naman cami sa n͠galan n͠g mapitagang lingcód ninyó, na may casaliwang palad na....

— ¡Oh!— ang isinalabat n͠g Capitán General, na pinipihit ang silla sa pamamag-itan n͠g isáng páa nitó at saca n͠gumiting nan͠gan͠gatal,— cung ang lahát n͠g m͠ga lingcód n͠g aking camahalan ay catulad n͠g camahalan ni parì Dámaso, lalong iibiguin co pang acó na ang maglingcód sa akin ding camahalan!

Ang m͠ga cagalangalang na m͠ga fraile na pawang nacatayò ang catawan ay nan͠gagsisitayò naman ang caniláng cáluluwa sa ganitóng pagcasasalabat.

— ¡Cayó po'y man͠gagsiupô!— ang idinugtóng n͠g Capitán General, pagcatapos n͠g sumandaling pagtiguil, at pinatamis n͠g caunti ang canyáng pangungusap.

Lumalacad na patiad si capitang Tiagong nacafrac; hatíd niya't tan͠gan sa camáy ni María Ciara, na pumasoc na halos hindî macahacbang at kimíng kimi. Gayón ma'y gumamit n͠g calugód-lugód at mapitagang pagyucód.

— ¿Ang guinoong binibini pô bang itó ang anac ninyó?— ang tanóng na nagtataca n͠g Capitán General.

— ¡At inyó pô, aking General!— ang sagót ni capitang Tiago n͠g bóong cataimtiman.

— Nangasidilat ang Alcalde at ang mg̃a ayudante; datapuwa't nanatili sa hindî pagng̃igiti ang Capitán General, iniabot ang camáy sa binibini at sa canyá'y sinabi ng̃ matimyás na pananalitâ:

— Mapapalad ang mg̃a magugulang na may mg̃a anác na babaeng gaya pô ninyó, guinoong binibini! Cayó pó'y ibinalita sa aking carapatdapat na cayó'y pagpitaganan at pangguilalasán ... hinang̃ad co cayóng makita upang cayó'y pasalamatan dahil sa magandang guinawâ pô ninyo ng̃ayong araw na itó. Nalalaman cong "lahát" at hindî co lilimutin ang marang̃al ninyóng inasal pagsúlat co sa Gobierno ng̃ Harî. Samantala'y itulot pô ninyó, guinoong binibini, na pang̃alan ng̃ dakilang Harî na dito'y aking ipinakikiharap, at umiibig ng̃ "capayapaan" at "capanatagan" ng̃ canyáng mg̃a tapat na loob na nasasacop, at sa pang̃alan co naman, na pang̃alan ng̃ isáng amáng may mg̃a anác na babaeng casing gúlang pô ninyó, na cayo'y pasalamatan ng̃ boong ligaya, at ipagtagubiling bigyan ng̃ isáng ganting pála!

— ¡Guinoo!...ang tugón ni María Clarang nang̃ang̃atal.

Nahulaan ng̃ Capitan General cung anó ang talagang ibig niyang sabihin at sumagót:

— Totoó pong magaling, guinoong binibini, na cayó'y magcasiya sa galák ng̃ inyóng sarilíng budhî at sa pagmamahal ng̃ inyóng mg̃a cababayan, na ang catunaya'y siyá ng̃ang lalong magaling na ganting pála, at hindi na tayo dapat huming̃i pa ng̃ iba. Datapuwa't huwag pò ninyóng ikait sa akin ang magandang pagcacataong aking maipakilala na, cung marunong magparusa ang Justicia'y marunong di namang gumanting pála, at siya'y hindî parating "bulág."

Sinalità ng̃ Capitan General sa isáng paraang macahulugan at lalong malacás ang lahát ng̃ mg̃a salitang napapaguitanan ng̃ lambál na coma.

— Naghihintay po ng̃ mg̃a utos ng̃ camahalan ninyo si guinoong Juan Crisostomo Ibarra!— ang malacas na sabi ng̃ isang ayudante.

Nang̃atal si Maria Clara.

— ¡Ah!— ang biglang sinabi ng̃ Capitan General,— tulot po ninyo, guinoong binibini, na sa layo'y sabihin ang aking nais na cayo'y muli cong makita bago co iwan ang bayang ito: mayroon pa po acong totoong mahahalagang bagay na sa inyo'y aking sasabihin. Guinoong Alcalde, sasamahan po ninyo aco sa boong aking pagpapasial na ibig cong gawing lácad, pagcatapos ng̃ pakikipagsalitaan cay guinoong Ibarra, na cami lamang dalawa ang mag-uusap.

— Itulot pô ng̃ camahalan ninyo,— ani pari Salvi ng̃ boong capacumbabaan, na sa inyo'y ipaalaalang si guinoong Ibarra'y excomulgado....

Sinalabat siya ng̃ Capitan General at ito ang sinabi:

— Lubos cong ikinatutuwang walang iba acong dapat ipamanglaw cung di ang calagayan ni pari Damaso, na aking hinahang̃ad ng̃ "taimtim sa aking loob" na siya'y "ganap na gumaling," sa pagca't hindi marahil lubhang macapagpapasaya ng̃ loob sa canyang gulang ang isang "paglalacbay sa España," dahil sa caramdaman ng̃ canyang catawan. Datapuwa't ito'y maalinsunod sa canyá ... at samantala'y ingatan nawâ ng̃ Dios ang inyong mg̃a camahalan!

Nang̃agsialis ang isa't isa.

— At tunay ng̃ang maaalinsunod sa canya!— ang ibinúbulong ni párì Salvi, paglabás.

— ¡Tingnan natin cung sino ang mauunang maglalacbay agad!— ang Idinugtóng ng̃ isa pang franciscano.

— ¡Yayao aco ng̃ayon din!— ang sabing masama ang loob ni párì Sibyla.

— ¡At cami paparoon sa aming lalawigan!— ang sinabi ng̃ mg̃a agustino.

Hindi matiis ng̃ isa't isa, sa dahil na masamang cagagawan ng̃ isang franciscano'y kinausap sila ng̃ Capitán General ng̃ malakíng calamigán.

Nasalabong nila sa antesala si Ibarra, na sa canila'y nagpacaing iilan pa lamang ang oras na nacararaan. Hindî sila nagbatian, ng̃uni't nagcaroon ng̃ mg̃a ting̃inang lubhang marami ang sinasaysay.

Iba naman ang guinawa ng̃ Alcalde; ng̃ walâ na roon ang mg̃a fralle'y binati siyá at maguiliw na iniabot sa canya ang camáy, datapuwa't hindî sila nacapagsalitaan ng̃ ano man, dahil sa pagdating ng̃ ayudante.

Nasalubong niya sa pintuan si Maria Clara: maraming bagay rin ang mg̃a sinabi ng̃ titigang guinawa ng̃ dalawa, ng̃uni't ibang iba sa mg̃a sinalita ng̃ mg̃a mata ng̃ mg̃a fraile.

Humacbang ng̃ ilang patung̃ó sa canya ang Capitan General.

— Lubós na lubós ang aking galac sa aking mahigpit na pakikicamay sa inyó, guinoong Ibarra. Itulot pô ninyó sa aking cayó'y tanggapin co ng̃ boong pagpapalagay ng̃ loob.

Tunay ng̃a namang pinanonood at pinagmamamasid ang binata ng̃ Capitán General na napagkikilala ang canyang catuwaan.

— Guinoo ... ang ganyang pagcalakilaking cagandahan ng̃ loob....

— Nacasusugat sa akin ang inyóng pagtataca, inyóng ipinakikilala sa aking hindî ninyó inaasahang cayó'y pagpapakitaan co ng̃ magandang loob sa pagtanggap co sa inyó: itó'y pagcuculang tiwalâ sa aking pagmamahal sa catuwiran.

— Hindî pô pagbibigay ng̃ catuwiran, guinoo, cung di pagpapautang ng̃ loob ang isáng pagtanggap— catoto sa isang gaya cong walang anó man cahulugang sumasailalim ng̃ capangyarihan ng̃ mahal na Harì.

— ¡Mabuti, mabuti!— anang Gobernador General na naupo at tulóy itinurò sa canyá ang isáng upuan;— bayaan ninyóng acó'y magtamó ng̃ sandaling pagbubucás ng̃ pusò; totoong malaki ang aking pagcalugód sa inyóng caasalan; caya ng̃a't cayó'y inihing̃i co na sa Gobierno ng̃ Harì ng̃ isáng ganting palang dangal (condecoración), dahil sa caisipan ninyóng pagcacaawang gawang pagtatayó ng isáng páaralan ... Cung nagsalitâ lamang cayó sa akin, pinanood co sana ng boong tuwâ ang pagdidiwang na guinawâ at marahil ay nailigtas co cayó sa isáng sama ng loob.

— Sa ganang aki'y ipinalalagay cong napacaliit ang aking adhicâ,— ang isinagót ng binata,— na hindi co inacalang may cauculáng carapatan upang abalahin co ang inyóng caisipan na lubháng maraming pinangangasiwaan; bucód sa ang catungculan co'y sa unang punò ng aking lalawigan magsalitâ muna.

— Iguinaláw ng Capitan General ang canyáng úlo, na nagpapakilala ng canyáng ligaya, at nalalao'y lalong gumagamit ng anyóng pagpapalagay ng loob, at nagpatuloy ng pananalità:

— Tungcól sa samaan ng loob na nangyari sa inyó at kay párì Dámaso, huwag pô cayóng matatacot at huwag din namang mag-iingat ng pagtatanim hindî sásalangin ang isá man lámang buhóc ninyó sa úlo samantalang acó ang namamahalà sa Kapulúan, at tungcól naman sa excomunión, cacausapin co na ang Arzobispo, sa pagca't kinacailangang makibagay tayo sa lacad ng panahón: dito'y hindî tayo macapagtatawa sa mga bagay na itó sa hayagang gaya sa España ó sa paham na Europa. Gayón ma'y dapat cayóng magpacaingat sa hinaharap na panahón; nakipagtunggali cayó ng paharapan sa mga capisanang dahil sa caniláng cahulugan at cayamana'y kinacailangang siya'y igalang. Nguni't cayó'y aking tatangkilikin, sa pagca't kinalulugdan co ang mga mababait na anác, kinalulugdan co ang magbigay unlác sa capurihán ng mga namatay ng magulang; acó man nama'y umibig din sa aking mga magúgulang, at ¡tulungan acó ng Dios! hindî co maalaman ang aking gagawin sa calagayan pô ninyô!....

At biglâng biglâng binago ang salitaan, at tumanóng:

— Ibinalitâ sa aking galing daw pô cayó sa Europa, ¿nátira ba cayó sa Madrid?

— Opô, natira acóng iláng buwán doon.

— Hindî ba ninyó naririnig sa mga salitaan doon ang aking familia?

— Bagong caaalis pa pó ninyo ng acó'y magtamó ng capurihang ipakilala sa inyong familia.

— At cung gayó'y bakit naparito cayó ng waláng dalá na anó mang súlat na pangtagubilin sa akin at ng cayó'y aking tangkilikin?

— Guinoo,— ang sagót ni Ibarrang casabay ang pagyucod,— sa pagca't hindî tulóy tulóy na galing aco sa España, at sa pagca't palibhasa'y sinabi sa akin cung anó po ang caugalian ninyó, inaaala cong hindî lamang walang cabuluhan ang isáng sulat na pangtagubilin sa inyóng acó'y inyóng tangkilikin, cung dî naman isáng capaslangan pô sa inyó: talagáng natatagubilin sa inyò caming mga filipinong lahát.

Nasnaw ang isáng ngiti sa mga labi ng matandang militar, na madalang na muling sumagót, na anaki'y sinusucat at tinitimbang ang canyang mga salita.

— ¡Ikinaliligaya cong umisip cayo ng papaganyan, at ... ganyan nga sana! Gayón man, binata, dapat pô ninyóng maalaman cung anó ang mga mabibigat na bagay na pinapas-an namin sa Fiilpinas, Dito'y caming mga matatandang mga militar, kinacaliangang gawin namin at lumagay cami sa lahat; Hari, Ministro ng Estado, ng Guerra, ng Gobernación, ng Fomento, ng Gracia at Justicia at iba pa, at ang lalo pang masama'y kinacailangan naming ipagtanóng ang bawa't bagay sa malayong Inang Bayan, na sinasang-ayunan ó minamasama, ng papikit cung minsan, ayon sa casalucuyang panahón, ang aming mga panucalang cahingian. At ¡bago sasabihin namin mga castilang; Ang yumayacap ng malaki'y hindî nacapipisil na mabuti! Bucód sa rito'y ang caraniwan, napaparito caming bahagya na napagkikilala ang lupaing itó, at iniiwan namin pagpapasimula naming makilala.— Sa inyo'y macapagsasalitá acó ng walang ligoyligoy, sa pagca't walang cabuluhang magpacunuwari acó ng ibáng bagay. Caya nga cung sa España, na bawa't bagay may ucol na canyáng ministro, na ipinanganác at lumaki rin sa lupaíng iyón; na may mga pámahayagan at napagkikilala ang munacala ng mga mamamayan, na iminumulat at ipinauunawa sa Gobierno ang canyáng mga camalian ng canyá ring mga camáy, gayón ma'y hindî wastô at maraming totoo ang mga caculangan, isáng himala na dito'y hindî magcaguló-gulong lahát, sa caculangan ng mga cagalingang sinabi co na, bucód sa rito'y may isáng macapangyarihang caaway na humahadlang sa lihim sa icagagaling nitong Kapuluan at lumulubid sa cadiliman ng icahihintó nitó sa pagsúlong sa guinhawa at dangal. Hindî nagcuculang ng magagandang panucalà ang mga namamamahala, nguni't napipilitan caming gumamit ng mga matá at mga bisig ng ibá na ang caraniwa'y hindî namin kilala, na marahil hindî ang paglilingcód sa canyang sariling Bayan ang guinagawâ, cung dî ang paglilingcód lamang sa sariling iguiguinhawa. Ito'y hindî casalanan namin, cung dî sa calacaran ng panahón; hindî cacaunti ang naitutulong sa amin ng mga fraile, datapuwa't hindî na macasasapát silá ... Ibig cong ipagmalasakit cayó, at ibig co sanang huwag macapagpahamac sa inyó ng anó man ang mga caculangan ng casalucuyang sinusunod naming pamamahalà ... hindî co mangyaring maampon ang lahat, at hindi namán macapagsacdal na lahát sa akin. ¿May magagawâ pô ba acó sa inyóng mapakikinabangan ninyó cahi't cacaunti? ¿mayroon pô ba cayóng anó mang ibig hingi sa akin?

Nagnilay-nilay si Ibarra.

— Guinoo,— ang isinagót,— ang lalong malaking nais co'y ang ililigaya nitóng aking bayan, ligayang ibig co sanang maguing cautangan niya sa Inang Bayan, at sa pagpupumilit ng aking mga cababayan, at mabigkisán ang Inang Bayan at ang aking mga cababayan ng waláng hanggang tali ng nagcacaisang mga adhicá at ng̃ nagcacaisang mg̃a pag-aari. Ang Gobierno lámang ang macapagbibigay ng̃ aking cahing̃ian, pagcatapos ng̃ mahabang panahóng laguing pagsusumakit at ng̃ tapat na mg̃a pagbabago ng̃ mg̃a cautusán.

Tinitigang sandalî ng̃ Capitán General, titig na tinumbasán ni Ibarra ng̃ gayón din catagal na titig.

— ¡Cayó pô ang unang lalaking nacausap co sa lupaing itó!— ang bigláng sinabi at iniabot sa canyá ang camáy.

— Walâ pô cayóng nakikita cung dî ang mg̃a táong dito sa ciudad ay humihilahod, hindî pô ninyó nadadalaw ang pinararatang̃ang mg̃a dampá sa aming mg̃a bayan; cung mamasid pô sana ninyó sila'y macacakita cayó ng̃ tunay na may magandang púsò at mg̃a dalisay na caasalan.

Nagtindig ang Capitán Ganeral at nagpasyál ng̃ pacabícabila sa sálas.

— Guinóong Ibarra,— ang pagdaca'y sinábi, na bigláng tumíguil,— ang bináta'y tumindig;— maráhil yayáo acó sa lóob ng̃ isáng buwán; hindî nauucol sa inyóng báyan ang patacbó ng̃ inyóng isip at ang inyóng pinag-arálan. Ipagbili pô ninyó ang lahát ninyóng mg̃a ariarian, paghusáyin ninyó ang inyóng cabán ng̃ damit at sumáma cayó sa akin sa Europa; ang sing̃áw ng̃ lúpà roo'y macagágaling sa inyó.

— ¡Hindî co calilimutan hanggang nabubuhay ang magandang loob na pakita sa akin ng̃ inyó pong camahalan! ang isinagot ni Ibarrang nababagbag ng̃ caunti ang calooban;— datapuwa't dapat acóng tumirá sa lupaing kinabuhayan ng̃ aking mg̃a magugulang.....

— ¡Kinamatayán nilá, ang lalong carapatdapat ninyóng sabíhin! Maniwalà pó cayó sa akin, marahil higuít ang aking pagcakilala sa inyóng lupaín cay sa inyó ... ¡Ah! maalaala co palá,— ang canyang bigláng sinábi na nagbago ng̃ anyô ng̃ pananalitâ,— ¡cayó'y mag-aasawa sa isáng dalagang carapatdapat sambahín, ay biníbinbín sa cayó dito! ¡Humayó cayó! ¡humayó cayó sa canyang tabí at ng̃ lalo cayóng magcaroon ng̃ calayaan ay paparituhin ninyó sa akin ang canyáng amá,— ang idinagdág na nacang̃itî.— Gayón ma'y huwág ninyóng lilimuting ibig cong samáhan ninyó acó sa pagpapasyál.

Yumucód si Ibarra at yumáo.

Tináwag ng̃ Capitán General ang canyáng ayudante.

— ¡Nagágalac acó— anyá, na tinatapictapíc ang balicat ng̃ ayudante;— ng̃ayón co lamang nakita cung paano ang paráan upang maguíng isáng magaling na castilà, na hindî kinacailang̃ang talicdán ang pagca magalíng na filipino, at sintahín ang canyáng sariling báyan; sa cawacasa'y naipakilala co ng̃ayón sa mg̃a frailê na hindî larûan nilá ang lahát sa atin; ¡binigyáng bútas acó ng̃ binátang itó sa paggawa ng̃ gayón, at hindî malalao't mabibigyan co ng̃ tapat na tumbás ang fraile! ¡Sáyang at ang binatang iya'y balang araw ay ... datapuwa't paparituhin mo ang Alcalde sa akin!

Humaráp caracaraca sa canyá ang Alcalde.

— Guinoong Alcalde,— ang sinábi sa canya pagpasoc niya,— ng̃ mailagang mangyari uli ang "napanood" ng̃ camahalan pô ninyóng mg̃a "cagagawan", mg̃a cagagawang dinaramdam co, palibhasa'y "nacasisirang púrì" sa Gobierno at sa lahat ng̃ mg̃a castilà, nang̃ang̃ahas acóng ipagbílin sa inyó ng̃ "totoong mahigpit" si guinoong Ibarra, upang hindî lamang ipagcaloob ninyó sa canya ang mg̃a kinacailang̃an at ng̃ maganap niyá ang canyang mg̃a panucalang nauucol sa icapagcacapúrì ng̃ Inang-Bayan, cung dî naman ìpang̃ilag ninyó sa hinaharap na panahóng siya'y bagabaguin ng̃ taong sino man at sa dahilang paano mang paraan.

Napag unawà ng̃ Alcalde ang sa canya'y pagsisi, caya ng̃a't siya'y yumucód upang mailihim ang cagulumihanan ng̃ canyang lóob.

Ipasabi pô ninyó ang gayôn dín sa alférez na siyang nag-uutos dito sa "sección", at inyó pong siyasatin cung túnay ng̃ang may mg̃a tang̃ing cagagawang sarilí ang guinóong iyan, na hindî sinasabi ng̃ mg̃a "reglamento": hindî lamang íisang caraing̃an ang aking naring̃ig tungcól sa ganitóng bagay.

Humarap si capitang Tiagong matigas ang damít na magaling ang pagcacaprinsa.

— Don Santiago,— ang sa canyá'y sinabi ng̃ capitan General sa salitang mairog,— hindî pa nalalaong aking sinaysay ang aking pakikianib sa inyó ng̃ galac, dahil sa pagcacapalad ninyóng magcaroon ng̃ isang anac na babaeng gaya na ng̃â baga ng̃ binibining de los Santos, ng̃ayo'y nakikisama naman acó sa galac ninyó, dahil sa ínyong mamanugang̃in: ang catotohanan ng̃a'y ang lalong mabait sa mg̃a anac na babae ay carapatdapat sa lalong magaling na mamamayang lalaki sa Filipinas. ¿Hindî pô ba mangyaring aking maalaman sa inyó cung cailang cayà ipagsasaya ang canilang pagcacasal?

— !Guinóo!...— ang pautal na sabi ni Capitang Tiago, at pinahid ang pawis na umaagos sa canyang nóo.

— ¡Aba! ¡ayon sa masíd co'y walà pang matibayang taning! Sacali't cúlang ng̃ mg̃a padrino'y aking icagagalac ng̃ malaki na acó ay maguíng isa sa canila. Itó'y ng̃ mapawì ang aking masamang pakilasa sa maramíng casalang linabasan co ríto ng̃ padrino hangga ng̃ayon!— ang idinugtóng, na ang Alcalde ang pinagsasabihan.

— ¡Siya ng̃â pô!— ang isinagót ni Capitang Tiago, casabay ang isang ng̃iting nacaaakit sa pagcahabag sa canya.

Pinaroonan si María Clara ni Ibarrang halos tumatacbo sa paglacad: maraming lubhang sasabihin at isasaysay niya sa caníyang casintahan. Nacaring̃ig siyà ng̃ masasayàng voces sa isâ sa mg̃a tahanan ng̃ báhay, cayá't siyá'y maráhang tumáwag sa pintúan.

— ¿Sinong tumatáwag?— ani María Clara.

— ¡Aco!

Tumahímic ang mg̃a voces at ang pintúa'y....hindî nabucsán.

— ¿Acó ang tumatawag, ¿macapapasoc ba acó?— ang tanóng ng binátá, na ang púso'y tumítiboc ng lubháng malacás.

Nanatili ang catahimican. Ng macaraan ang sandali'y mararahang mga hacbang ang nangagsilápit sa pintò, at ibinulóng sa bútas ng susian ng masayáng voces ni Sínang.

— Crisóstomo, pasasa teatro camí ngayóng gabí; isúlat mo ang ibig mong sabihin cay Maria Clara.

At nangagsilayo ang mga hacbang na matúlin ding gáya ng pagcalapit.

— ¿Anô ang cahulugan cayâ nito?— ang ibinulong ni Ibarrang naglilininglining at untiunting lumálayò sa pintúan.

XXXVIII.
ANG PROCESION

Paggabì, at ng̃ násisindi ng̃ lahát ang mg̃a farol sa mg̃a bintanà, guinawâ ang icaápat na paglabás ng̃ procesión, na sinásabayan ng̃ REPIQUE ng̃ mg̃a campaná at ng̃ talastás ng̃ dating mg̃a putucan.

Ang Capitan General na nagpápasyal ng̃ lacád, na caacbáy ang canyáng dalawang ayudante, si Capitang Tiago, ang Alcalde, ang Alférez at si Ibarra, na pinang̃ung̃unahan ng̃ mg̃a guardía civil at ng̃ mg̃a púnong-báyan, na siyáng nang̃agwawahi ng̃ dáan at nagpapatabí sa tao, inanyayáhan silang doon manóod ng̃ pagdáan ng̃ procesiôn sa báhay ng̃ Gobernadorcillo, na nagpatayò sa harapán ng̃ isáng tablado, upang doon saysayín ang isang LOA (pagpupuri) sa pag bibigay dang̃al sa Santong Patrón.

Tinalicdán maráhil ng̃ bóong galác ni Ibarra ang pakikiníg ng̃ tuláng iyón, palibhasa'y lálong minámagaling pa niyáng doon na manóod ng̃ procesión sa báhay ni Capitang Tiago, na kinatitirahan ni María at ng̃ caniyáng mg̃a caibigang babáe, ng̃uni't sa pagcá't íbig ng̃ Capitan General na mápakinggan ang LOA, napilítan siyáng mag-alíw na lámang sa pag-ásang si María Clara'y canyáng makikita sa teatro.

Ang pasimulà ng̃ procesió'y mg̃a "ciriales" na pílac, na taglay ng̃ tatlóng mg̃a sacristáng nang̃acaguantes, sumúsunod ang mg̃a batá sa páaralang casáma ang caniláng maestro; pagcatápos ay ang mg̃a batáng may daláng mg̃a farol na papel, na ibá't ibá ang mg̃a cúlay at anyô, nacalagáy sa dúlo ng̃ isáng tikíng humiguít cumúlang ang hába sa napapamutíhan ng̃ alinsúnod sa naisipán ng̃ mg̃a batá, sa pagca't ang nagcacagúgol ng̃ pag-ilaw na ito'y ang mg̃a musmós sa náyon at ang náyon, at ang pinabahalàan. Malígáyang guináganap nilá ang tungcúling itóng iniátang sa canilá ng̃ MATANDA SA NAYON; bawa't isa'y nagmumunacálá at gumagawà ng̃ canyáng farol, pinapamútihan ng̃ magaling̃in niláng mg̃a sábit at ng̃ maliliit na mg̃a bandíla, alinsunod namán sa calagayan ng̃ caniláng bulsá, at sacâ iniilawan ng̃ isáng upós ng̃ candilà, sacali't macapanghing̃i sila sa isáng caibigan ó camag-ánac na sacristan, ó cung dili caya'y bumibili sila ng̃ isáng maliit na candilang mapulá, na guinagamit ng̃ mg̃a insíc sa caniláng mg̃a altar.

Sa calaguitnaa'y nagpaparoo't parito ang mg̃a alguacil at mg̃a teniente ng̃ justicia, upáng pang̃asiwàang huwag magcáwatac-watác ang mg̃a hanáy at huwág magcábuntón-buntón ang mg̃a tao, at sa ganitóng cadahilana'y guinagawà niláng tagapamag-itan ang caniláng VARAS, sa pagcat sa mg̃a panghahampas nila nito, na ipinamamahagui nila ng̃ ucol at catatagang lacas nasusunduan nilá ang pagcáunlac at carikitan ng̃ mg̃a proceción, sa icababanal ng̃ mg̃a cáluluwa at ininingning ng̃ mg̃a pagdiriwáng ng̃ religiôn!

Samantálang ipinamamahágui ng̃ waláng báyad ng̃ mg̃a alguacil ang ganitóng pangbanál na mg̃a paló ng̃ yantóc, ang ibá nama'y namímigay rin ng̃ waláng báyad ng̃ malalaki't maliliit na mg̃a candilá, at ng̃ sa gayo'y caniláng maaliw ang mg̃a pinalô.

Guinoong Alcalde,— ani Ibarra, ng̃ sabing mahína,— guinagawá po bà ang mg̃a pamamálong iyan upang mabigyáng caparusahán ang mg̃a macasalanan, ó dahilán lámang na canilang naibigan?

— ¡Sumasacatuwiran pô cayô, guinoong Ibarra!— ang sagot ng̃ Capitan General na naring̃ig ang gayong catanung̃an:— nacapagtátaca ang ganitóng napapanóod na ... catampalasanan sa bawa't maparitong taga ibáng lupaín. Nararapat ng̃ang ipagbáwal.

Hindî maalaman cung anó ang dahil at cung bakit ang nang̃ung̃unang santo'y si San Juan Bautista. Sa nakikitang calagayan niyá'y masasabing hindî totoong kinalulugdan ng̃ mg̃a tao ang mg̃a cagagawán ng̃ pinsan ng̃ ating Pang̃inoong Jesucristo; túnay ng̃a't siyá'y may mg̃a paa't binting dalága, at may pagmumukháng ermitaño, datapuwa't ang kinalalagyan niya'y isáng lúmang andás na cáhoy, at siyá'y dinídimlan ng̃ iláng mg̃a batang may mg̃a daláng farol na papel na waláng ílaw, NA nang̃agpapaluan nang lihím ng̃ canicanilang farol ang isá't isá.

— ¡Cúlang pálad!— ang ibinúbulong ng̃ filosofo Tasio, na pinanonóod ang prosección mulà sa daan;— hindî macapagbibigay cagaling̃an sa iyo ang icáw ang náunang nagsaysay ng̃ Magandang Balitá, at ang cahi't yumucód sa iyo si Jesús! ¡hindî nacapagbíbigay cagaling̃an sa iyo ang inyong malaking pananampalataya't ang iyóng pagpapacahírap, at ang iyo man lámang pagcamatay dahil sa pagwalanggaláng mo ng̃ catotohanan at ng̃ iyong pinananaligan; linilimot ang lahat ng̃ itó ng̃ mg̃a tao, pagca waláng tagláy cung di ang saríling mg̃a carapatán! Lalong magaling pa ang magsermón sa mg̃a simbahán cay sa maguíng cawiliwiling tinig na sumisigaw sa mg̃a iláng, nagpapakilala sa iyó ang mg̃a bágay na itó cung anò ang Filipinas. Cung pano sána ang iyóng kináin at hindî mg̃a balang, cung ang dinamít mo sana'y sutlà at hindî balat ng̃ mg̃a hayop, cung nakipánig cá sa isáng Capisánan ng̃ mg̃a fraile....

Ng̃uni't inihintô ng̃ matandáng laláki ang canyáng mg̃a pagsísi, sa pagca't dumárating si San Francísco.

— ¿Hindî ba sinabi co na ng̃a?— ang itinulóy na ng̃uming̃itî ng̃ patuyâ;— itó'y na sa isáng carro at ¡Santo Dios! gaáno caráming mg̃a ilaw at gaáno caráming mg̃a faról na cristal! ¡Cailan ma'y hindî ca naliguid ng̃ ganyáng caráming mg̃a pangliwánag, Giovanni Bernardone! ¡At pagcagalinggalíng na músical ibang mg̃a tínig ang ipinaring̃ig ng̃ mg̃a anác mo ng̃ mamatáy na icáw! Datapuwà, ¡cagalanggalang at mápacumbabang nagtayô ng̃ isáng Capisánan, cung mabúhay cang mag-ulî ngayon, walâ cang ibang makikita cung dî nga haling na Eliasis de Cortona, at sacáli't makilala ca ng iyóng mga anác, ibíbilanggô icaw at maráhil ay mawángis ca sa kinaratnan ni Cesario de Speyer! Sumusunod sa música ang isáng estandarte na kinalalarawanan ng santo ring iyon, datapuwa't may pitóng pacpac. Dalá ang estandarteng iyón ng mga "hermano tercero," na nacahabitông guingón at nagdarasal ng malacás at sa anyóng caawá-awáng tiníg.— Ayawàn cung ano ang dahil ng pagcacagayón, sumúsunod doon si Santa María Magdalena, na pagcagandagandang larawang may saganang buhóc, may panyong pinyang bordado sa mga daliring punô ng mga singsíng, at nararamtán ng damit na sutlang may pamuting mga malalapad na guintó. Naliliguid siyá ng mga ilaw at ng incienso; nanganganino sa canyáng mga luhang virdrio ang mga culay ng mga ilaw "bengala," na nagbibigay sa procesión ng anyóng cahimahimalá, caya nga't cung minsá'y lumuluha ang santang macasalanan ng verde, cung minsa'y pulâ, minsa'y azul at iba pa. Hindî nagpapasimulá ang mga bahay ng pagpapaningas na mga ilaw na itó cung dî cung nagdaraan si San Francisco; hindî tinatamo ni San Juan Bautista ang ganitong mga carangalan, caya't dalidaling nagdaraán, na canyáng pagcahiyá na siyá lamang ang bucód na ang pananamìt ay balát ng mga hayóp sa guitnâ ng gayóng caraming mga taong lipós ng guintô at mga mahalagang bató.

— ¡Nariyán na ang ating santa!— anang anác na babae ng gobernadorcillo sa canyáng mga panauhin; ipinahirám co sa canyá ang aking mga singsíng, nguni't ng aco'y magtamó ng langit.

Nangagsisitiguil ang mga nangagsisi ílaw sa paliquid ng tablado upáng mapakinggan ang LOA (pagpupuri), gayón din ang guinagawá ng mga santo; ibig na man nilá ó ng sa canilá'y nangagdadalang makinig ng mga tulá. Sa pagca pagód ng cahihíntay ng mga nangagdadala cay San Juan, sila'y nangagsiupo ng patingcayad, at pinagcaisahan nilang ilagay muna sa lupa ang santo.

— Baca maggalit ang aguacil ang tutol ng isà.

— ¡Hes! ¡diyata't sa sacristia'y inilalagay lamang siyá sa isáng suloc na may mga bahay ng gagambá!

At ng mapalagay na sa lupa si San Juan, siya'y nagmúkhang tila isá sa mga taong-bayan.

Nagpapapasimula ang hanay ng mga babae buhat cay Magdalena, ang caibhân lámang ay hindî nagsisimula muna sa hanay ng mga batang babae, na gaya ng mga lalaki, cung di ang mga matatandáng babae ang nangunguna at sumusunod ang mga dalaga na siyang nangasahulí ng procesión hanggang sa carro ng Virgen na sinusundan ng cura na napapandungan ng palio. Pacana ang caugaliang itó ni pari Damaso, na siyang may sabi: "Hindî ang mga matatandang babae ang kinalulugdan ng Virgen cung di ang mga dalaga", bagây na isinasamà ng̃ mukha ng̃ maraming babaeng mapag-anyong banál, ng̃uni't sumasang-ayon sila at ng̃ mapagbigyang loob ang Virgen.

Sumúsunod cay Magdalena si San Diego, baga man sila hindî niya ikinatutuwa ang gayóng calagayan, sa pagca't nananatili sa canyang mukha ang cahapisan, na gaya rin caninang umaga ng̃ sumusunod siya sa licuran ni San Francisco. Anim na mg̃a "hermana tercera" ang humihila sa canyáng carro, dahil sa cung anong pang̃aco ó pagcacaramdam; ang catotohana'y sila ang humihila, at taglay nila ang boong pagsusumipag. Huminto si San Diego sa harap ng̃ tablado at naghihintay na siya'y handugan ng̃ bati.

Datapuwa't kinakailangang hintayin ang carro ng̃ Virgeng pinang̃ung̃unahan ng̃ mg̃a taong suot "fantasma" ó multó, na nacagugulat sa mg̃a bata; caya ng̃a't naririnig ang iyacan at sigawan ng̃ mg̃a sanggol na mg̃a haling ang caisipan. Gayón man, sa guitna ng̃ madilim na pulutóng na iyon ng̃ mg̃a hábito, mg̃a capuchón, mg̃a cordón (lubid) at mg̃a lambóng, na caalacbay yaóng dasál na pahumál at hindi nagbabago ang tinig, na papanood na wang̃is sa mg̃a mapuputing mg̃a jazmin, tulad sa mg̃a sariwang sampaga nahahalo sa mg̃a lumang mg̃a basahan, ang labing dalawang batang babaeng nagagayasan ng̃ puti, nacocoronahan ng̃ mg̃a bulaclac, culót ang buhóc, nagniningning ang mg̃a matang cahuad ng̃ caniláng mg̃a collar; waláng pinag-ibhan sa mg̃a angel ng̃ caliwanagang napipilit ng̃ mg̃a multó. Sila'y pawang nacacapit sa dalawang mg̃a sintas na azul na nacatali sa carro ng̃ Virgen, na nagpapaalaala sa mg̃a calapating humihíla sa "Primavera" (larawan ng̃ pasimula ng̃ tag-araw.)

Pawang handa na sa pakikinig ang lahat ng̃ mg̃a larawan, na nagcacadaidaiti sila sa pag-ulinig ng̃ mg̃a tula; nacatitig ang lahát sa nacasiwang na cortina (tabing ng̃ pintuan); sa cawacasa'y isang "aaah!" ng̃ pangguiguilalas ang nagpumiglas sa mg̃a labi ng̃ lahat.

At carapatdapat ng̃ang pangguilálasan: siya'y isáng malakilaki ng̃ batang lalaking may mg̃a pacpac, "botas" na pangpang̃abayo, banda, cinturón at sombrerong may mg̃a plumaje.

¡Ang señor Alcalde mayor!— ang sigaw ng̃ isá; datapuwa't nagsimula ang himala ng̃ mg̃a kinapal ng̃ pagsasaysay ng̃ isang tuláng cawang̃is din niyá, at hindî niyá isinama ng̃ loob ang sa canya'y pagtutulad sa Alcalde.

Bakin pa sasaysayin dito ang mg̃a sinabi sa wicang latín, tagalog at wicang castila, na pawang tinula, ng̃ caawaawang binigyang pahirap ng̃ gobernadorcillo? Linasap na ng̃ mg̃a bumabasa sa amin ang sermón ni pari Damaso caninang umaga, at ayaw ng̃a caming sila'y lubhang palayawin ng̃ napacarami namang mg̃a caguilaguilalas na mg̃a bagay, bucód sa baca pa sumama ang loob sa amin ng̃ franciscano cung siya'y ihanap namin ng̃ isang macacapang̃agaw, at ito ang aayaw cami, palibhasa'y cami taong payapa, sa cagaling̃an ng̃ aming capalaran.

Ipinagpatuloy pagcatapos ang procesión: ipinagpatuloy ni San Juan ang malabis ng̃ saclap na canyang paglalacad.

Ng̃ magdaan ang Virgen sa tapat ng̃ bahay ni cápitang Tiago'y isang awit-calang̃itan ang sa canya'y bumati ng̃ mg̃a sinalita ng̃ Arcángel. Yao'y isang tinig na caayaaya, matining, mataguinting, nagmamacaawa, itinatang̃is warî ang "Ave María" ni Gounod, na sinasaliwan ng̃ pianong siya rin ang tumutugtóg at caacbay niyang dumadalang̃in. Nagpacapipi ang música ng̃ procesión, huminto ang pagdarasal at tumiguil pati ni pari Salvi. Nang̃ang̃atal ang voces at bumúbunglos ng̃ mg̃a luha: higuit sa isang pagbati, ang sinasaysay niya'y isáng mataós na dalang̃in, isang caraing̃an.

Narinig ni Ibarra ang tínig mula sa kinálalagyang durung̃awan, at nanaog sa ibabaw ng̃ canyang puso ang pang̃ing̃ilabot at calungcutan. Napagkilala niya ang sa caluluwang iyong dinaramdam, na isinasaysay sa isang pag-awit, at nang̃anib siyang magtanong sa sarili ng̃ cadahilanan ng̃ gayong pagpipighati.

Mapanglaw at nag-iisip-isip ng̃ siya'y masumpong ng̃ Capitan General.

— Sasamahan ninyó acó sa pagcaín sa mesa; pagsasalitaanan nátin doon ang nauucol sa mg̃a batang náng̃awala, ang sa canya'y sinabi.

— Acó caya baga ang pinagcacadahilanan?— ang ibinulóng ng̃ bìnata, na baga man tinitingnán niya'y hindi niya nakikita ang Capitan General, na canyáng sinundan ng̃ wala sa canyang loob.

XXXIX.
SI DONA CONSOLACION

¿Bákit nacasará ang mg̃a bintana ñg bahay ñg alférez? ¿saan naroroon, sámantalang nagdaraan ang procesión, ang mukháng lalakí't nacabarong francia na Medusa ó Musa ñg Guardia Civil? Napagkilala caya ni doña Consolacióng lubhang nacasususot ang canyang noong nababalatayan ñg mg̃a malalaking ugât, na wari'y siyang pinagdaraanan, hindî ñg dugó, cung di ñg suca at apdó; ang malakíng tabacó, carapatdapat na pamuti ñg caniyang moradong mg̃a labi, at ang canyang mainguiting titig, na sa canyang pagsangayon sa isang magandang udyóc ay hindî niyá inibig na gambalain sa canyang calaguimlaguim na pagsuñgaw, ang mg̃a catuwaan ñg caramihang tao.

¡Ay! sa ganáng canya'y nagnawnáw lámang, ñg panahón na naghaharí ang caligayahán, ang mg̃a magagandang udiyóc ñg budhi.

Mapañgláw ang báhay, sa pagca't nagcacatuwâ ang bayan,— na gaya na ñgâ ñg sinasabi ni Sínang; waláng mg̃a faról at mg̃a bandera. Cung dî lámang sa centinela (bantay na sundalo) na nagpapasial sa pintuan, mawiwicang walang táo sa báhay.

Isáng malamlám na ílaw ang siyáng lumiliwanag sa waláng cahusáyang salas, at siyáng nagpapañganínag sa mg̃a marurumíng capís na kinapítan ñg mg̃a báhay-gagambá at dinikitán ñg alabóc. Ang ginóong babae, ayon sa canyáng pinagcaratihang huwág gumawâ at cakilakilabot; waláng pamuti ang canyáng buhoc liban na lamang sa isang panyong nacatalì sa canyang úlo, na doo'y pinababayaang macatacas ang mg̃a maninipis at maiicling tungcos ñg mg̃a gusamót na buhoc ang bárong franelang asúl, na siyang na sa ibabaw ñg isa pang barong marahil ñg una'y putî, at isang sáyang cupás, na siyang bumabalót at nagpapahalatâ ñg mg̃a payát at lapád na mg̃a hità, na nagcacapatong at ipinag-gagalawan ñg mainam. Lumalabas sa canyang bíbig ang bugál-bugál na asó, na ibinúbuga ñg boong pagcayamot sa alang-alang, na canyang tinitingnan-pagca ibinubucas ang mg̃a mata. Cung napanood sana siya ni don Francisco Cañamaque, marahil ipinalagay na siya'y isang hariharian sa bayan, ó cung dilìcaya'y mangcuculam, at pinamutihan pagca tapos ang caniyang pagcatuclas na iyon ñg mg̃a pagwawariwari sa wicang tinda, na siya ang may likhâ upang canyang maguing sariling gamit.

Hindi nagsimba ñg umagang iyon ang guinoong babae, hindi dahil sa siya'y aayaw, cun di baligtad, ibig sana niyang siya'y pakita sa caramihan at makinig ñg sermón, ñguni't hindi siya pinahintulutan ñg canyang asawa, at ang pagbabawal ay may calakip, na gaya ñg kinauugalian, na dalawa ó tatlong lait, mg̃a tuñgayaw at mg̃a sicad. Napagkikilala ñg alférez na totoong catawatawang manamit ang canyang babae, na naaamoy sa canya yaong tinatawag ñg madlang "calunya ñg mg̃a sundalo," at hindi nga magaling na siya'y ilantad sa mg̃a mata ng̃ mg̃a matataas na tao sa pang̃ulong bayan ng̃ lalawigan, at cahi't sa mg̃a taga ibang bayang doo'y nang̃agsidalo.

Datapuwa't hindi gayon ang pinag-iisip ng̃ babae. Talós niyang siya'y maganda, na siya'y may pagca anyong reina at malaki ang cahigtan niya cay María Clara sa cagaling̃ang manamit at gayon din sa karikitan ng̃ caniyang mg̃a damit: si Maria Clara'y nagtatapis, siya'y hindi't naca "saya suelta." Kinailang̃ang sa caniya'y sabihin ng̃ alferez: "ó itatahimic mo ang iyong bibig ó ipadadala cata sa bayan mo sa casisicad!"

Hindi ibig ni doña Consolacióng umuwi sa canyang bayan sa casisicad, ng̃uni't umisip siya ng̃ gagawing panghihiganti.

Cailan ma'y hindi naguing carapatdapat macaakit sa canino man ng̃ pagpapalagay ng̃ loob ang marilim na pagmumukhâ ng̃ guinoong babaeng ito, cahi't cung siya'y nagpipinta, ng̃ canyáng mukhâ, ng̃uni siya'y totoong nacapagbigay balisa ng̃ umagang iyon, lalong lalo na ng̃ siya'y mapanood na magpabalicbalic ng̃ paglacad sa magcabicabilang dulo ng̃ bahay, na walang imic at wari mandi'y nagbabalacbalac ng̃ isang bagay na cagulatgulat ó macapapahamac: taglay ng̃ canyang pining̃in iyang sinag na ibinubuga ng̃ isang ahas pagca inaacmaang lusayin cung siya'y nahuhuli; ang pining̃ing yao'y malamig, nagninining, tumataos at may caduling̃asan, carumaldumal, malupit.

Ang lalong maliit na pagcacahidwa, ang lalong babahagyang hindi sinasadyang alatiit, humuhugot sa canya ng̃ isang salaula at napacaimbing lait na sumasampal sa caluluwa; datapuwa't sino ma'y walang sumasagot: maguiguing isa pang malaking casalanan ang mahinahong pakikiusap.

Nagdaan sa gayong calagayan ang maghapon. Palibhasa'y walang ano mang nacahahadlang sa canya— sapagca't piniguing ang canyang asawa,— ang budhi niya'y pinupuno ng̃ guiyaguis: masasabing untiunting pinupuspos ang canyang mg̃a silacbo ng̃ tilamsic at init ng̃ lintic at nang̃agbabalang magsambulat ng̃ isang imbing unos. Nang̃agsisiyucod na lahat sa canyang paliguid, tulad sa mg̃a uhay sa unang hihip ng̃ bagyo: walang nasusunduang hadlang, hindi nacatitisod ng̃ ano mang dulo ó catayugang sucat mapagbuntuhan ng̃ canyang cayamutan; nanghihinuyo at nang̃ang̃ayupapang lahat ang mg̃a sundalo at mg̃a alilà sa paliguidliguid niya.

Ipinasara niya ang mg̃a bintana upang huwag niyang maring̃ig ang mg̃a pagcacatuwa sa labas; ipinagbilin sa centinela na huwag papasukin ang sino man. Nagbigkis ng̃ isang panyo sa ulo at ng̃ wari'y ito'y mailagang huwag sumambulat, at pinasindihan ang mg̃a ilaw baga man may sicat pa ang araw.

Ayon sa ating nakita na, piniit si Sisa, dahil sa panggugulo sa catiwasayan ng̃ bayan at inihatid sa cuartel. Niyo'y wala roon ang alférez, caya napilitan ang cahabaghabag na babaeng maglamay na magdamag na nacaupo sa isang bangco, na walang diwa ang titig. Nakita siya kinabucasan ng̃ alférez, at sa pagcaibig na siya'y maipang̃ilag sa ano mang casacunaan sa mg̃a araw na iyon ng̃ caguluhan, at sa caayawan namang huwag magcaroon ng̃ ano mang hindi calugodlugod panoorin, ipinagbilin ng̃ alférez sa mg̃a sundalong alagaan si Sisa, caawaang pagpakitaan ng̃ maguiliw na calooban at pacanin. Gayon ang naguing calagayan sa loob ng̃ dalawang araw ng̃ babaeng sira ang pag-iisip.

Ng̃ gabing ito, ayawan cung dahil sa calapitan doon ng̃ bahay ni capitang Tiago'y dumating hanggang sa canya ang mapanglaw na canta ni María Clara, ó cung dili caya'y pinucaw ng̃ ibang mg̃a tinig ang pagcaalaala niya ng̃ canyang mg̃a dating canta, sa papaano man ang dahil, pinasimulaan niyang cantahin ang mg̃a "cundiman" nang canyang cabataan. Pinakikinggan siya nang mg̃a sundalo at hindi nang̃agsisiimic: ¡ay! sa canila'y nagpapagunitâ ang mg̃a tinig na iyón ng̃ mg̃a panahong una, yaóng mg̃a gunitâ ng̃ panahóng hindi pa narurung̃isan ang calinisan ng̃ canilang budhî.

Narinig din siyá ni doña Consolación sa oras na iyón ng̃ canyáng cainipan, at ng̃ canyáng maalaman cung sino ang cumacanta'y nag-utos:

— ¡Papanhikin ninyó siyá agad-agad!— ang canyang sinabi pagcaraan ng̃ iláng sandaling canyang pag-iisip-isip. Isang bagay na nacacahuwad ng̃ ng̃iti ang siyang nasnaw sa canyang tuyong mg̃a labi.

Ipinanhíc doon si Sisa, na humaráp na dî nagulomihanan, na hindî nagpahalata ng̃ pagtatacá ó tácot: tila mandin wala siyáng nakikitang sino mang guinóong babae. Ito'y nacasugat sa loob ng̃ mapagmataas na Musa, na ang bóong acala'y nacaáakit sa paggalang at pagcagulat ang canyáng calagayan.

Umubó ang alfereza, humudyát sa mg̃a sundalong mang̃agsiya-o, kinuha ang látigo ng̃ canyang asawa sa pagca sabit, at nagsalita ng̃ mabang̃is na tinig sa babaeng sira ang isip:

— "¡Vamos, magcantar icaw!"

Isa sa mg̃a magagandang caugalian ng̃ guinoong babaeng ito ang magpacasumicap na huwag niyang maalaman ang wicang tagalog, ó cung dili ma'y nagpapacunwaring hindî niyá nalalaman ang tagalog na ano pa't sinasadyang magpautal-utal at magpamalimali ng̃ pananalita: sa gayo'y magagawa niyá ang pag-aanyo ng̃ tunay na "orofea", na gaya ng̃ caniyáng caraniwang sabihin. ¡At magaling ng̃a naman ang canyáng guinagawa! sa pagca't cung pinahihirapan niyá ang wicang tagalog, ang wicang castila'y hindi lumiligtas sa gayóng catampalasanan, sa nauucol sa gramática at gayon din sa pang̃ung̃usap. At gayon man'y ¡guinawa ng̃ canyáng asawa, ng̃ mg̃a silla at ng̃ mg̃a zapatos ang boong caya upang siya'y maturuan! Isa sa mg̃a salitang lalong pinagcahirapang totoo niyá, na ano pa't daig ang pagcacahirap ni Champollion sa mg̃a geroglífico, ay ang sabing "Filipinas."

Ayon sa sabihanan, kinabucasan ng̃ araw ng̃ sa canila'y pagcacasal, sa pakikipag-usap sa canyang asawa, na ng̃ panahong iyo'y cabo pa lamang, sinabi ni doña Consolacióng "Pilipinas"; inacala ng̃ cabong catungculan niyáng ipakilala ang pagcacamali at turuan, caya ñga't canyáng tinuctucan at pinagsabihan:— "Sabihin mong Felipinas, babae, huwag ca sanang hayop. ¿Hindi mo ba nalalamang ganyan ang pangalan ñg iyong p.bayan dahil sa nanggaling sa Felipe?" Ang babaeng pinapanaguinip ang matimyás na lugód ñg pagcabagong casal, inibig sumunod at sinabing; "Felepinas". Inacala ñg cabong nacalalapitlapit na, caya dinagdagan ang mga pagtuctoc, at sinigawan— "Datapuwa, babae, hindi mo ba masabi: Felipe? Huwag mong calimutan, talastasin mong ang haring Felipe ... quinto.... Sabihin mong Felipe, at saca mo iragdag ang "nas" na ang cahulugan sa wicang latin ay mga pulo ñg mga indio, at masusunduan mo ang pangalan ñg iyong rep-bayan!

Hinihípohipo ni Consolación, na ñg panahong iyo'y lavandera, ang búcol ó ang mga búcol ñg canyang ulo, at inulit, bagaman nagpapasimula na ang pagcaubos ñg canyáng pagtitiis:

— "Fe ...lipe, Felipe ...nas, Felipenas, ¿gayón ñgà ba?

Nangguilalás ñg di ano lamang ang cabo. ¿Bakit baga't "Felipenas" ang kinalabasan at hindi "Felipinas"? Alin sa dalawa: ó sasabihing "Felipenas" ó dapat sabihing "Felipi"?

Minagaling ñg cabong huwag ñg umimic ñg araw na iyón, iniwan ang canyáng asawa at maingat na nuhang tanóng sa mga limbag. Dito'y napuspos ñg hindi cawasa ang canyáng pagtatacá; kinusót ang canyáng mga matá:— Tingnan nating ... marahan! "Filipinas" ang siyang saysay ñg lahát ñg mga limbág, cung wicaing isá-isá ang mga letra; ang canyáng asawa at siyá ay cacapuwa wala sa catuwiran.

— ¿Bakit?— ang ibinubulong,— macapagsisinungaling baga ang Historia? ¿Hindi bagá sinasabi sa librong ito, na ang pangalang ito'y siyang dito'y ikinapit, alang-alang sa infante na si don Felipe? ¿Bakit caya nagcapaapaano ang pangalang ito? Baca caya naman isang indio ang Alonso Saavedrang iyón?...

Isinangguni ang canyang mga pag-aalinlangan cay sargento Gómez, na ñg panahón ñg canyáng cabataa'y naghangad na magpari. Hindi man lámang pinapaguingdapat ñg sargentong tingnan ang cabo, nagpalabas sa bibig ñg isáng cumpol na asó at sinagot siyá ñg lalong malaking pagmamayabang:

— Ñg mga panahóng una'y hindi sinasabing Felipe cung hindi Filipi: tayong mga tao ñgayón, palibhasa'y naguiguing "franchute" (nakikigagad ñg ugali sa mga francés), hindi natin matiis na magcasunod ang dalawang "i". Caya ñga ang taong may pinag-aralan, lalong lalo na sa Madrid, ¿hindi ca ba napaparoon sa Madrid? ang taong may pinag-aralan ang wica co, nagpapasimula na ñg pananalita ñg ganito: "menistro", "enritación", "embitación", "endino", at iba pa, sa pagca't ito ang tinatawag na pakikisang-ayon, sa casalucuyang lacad ñg caugalian.

Hindi napaparoon sa Madrid cailan man ang cabo, ito ang cadahilana't hindi niya nalalaman ang cung bakin gayon ang pananalitâ. ¡Pagcalalaking bagay ang natututuhan sa Madrid!
— ¿Sa macatuwid ngayon ang dapat na pananalita'y?...
— Ayon sa pananalita ng una, ¿alam mo na? Ang lupaing ito'y hindi pa pantas, ¡iayon mo sa caugalian ng una: Filipinas!— ang tugón ni Gómez ng boong pagpapawalang halaga.

Sacali't masama ang pagcatanto ng cabo sa mga sarisaring wica, ang capalit nama'y magaling siyang asawa: ang bagong canyang napag-aralan ay dapat maalaman naman ng canyang asawa, caya't ipinagpatuloy niya ang pagtuturo.
— Consola, ¿ano ang tawag mo sa iyong p— bayan?
— ¿Ano ang aking itatawag sa canya? alinsunod sa itinuro mo sa akin ¡Felifenas!
— ¡Haguisin cata ng silla, p-!,— cahapo'y magalinggaling na ang pagsasalita mo ng pangalang iyan, sa pagca't naaayon sa bagong caugalian; datapuwa't ngayo'y dapat mong sabihin ng alinsunod sa matandang ugali Feli, hindi pala, ¡Filipinas!
— ¡Tingnan mo, hindi pa acó luma! ¿ano ba ang pagca isip mo?
— ¡Hindi cailangan! ¡sabihin mong Filipinas!
— ¡Ayaw aco! Aco'y hindi isang lumang casangcapan ... ¡bahagya pa lamang nacagaganap aco ng tatlompong taón!— ang isinagot na naglilis ng mangas na parang naghahanda sa pakikiaway.
— Sabihin mo, napacap— , ó ¡babalabaguin cata ng silla!
— Namasdan ni Consolasión ang galaw, nagdilidili at nagsabi ng pautal, na humihinga ng malacas:
— Feli ...Fele ...File ...
¡Pum! ¡erraes! ang silla ang siyang tumapos sa pananalita.

At ang kinawacasan ng pagtuturo'y suntucan, calmusan, mga sampalan. Binuhucan siya ng cabo, tinangnan naman ng babae ang balbas ng lalaki at ang isang bahagui ng catawan— hindi macapangagat sa pagca't umuugang lahat ang caniyang mga ngipin,— bumigay ng sigaw ang cabo, binitiwan siya ng babae, huminging tawad sa lalaki, umagos ang dugo, nagcaroon ng isang matang mahiguit ang capulahan cay sa isa, isang barong gulagulanit, lumabas ang maraming mga casangcapan sa canilang pinagtataguan, datapua't ang Filipinas ay hindi lumabas.

Mga cawangis ng ganitong bagay ang mga nangyari cailan man at canilang mapapag-usapan ang nauucol sa pagsasalità. Binabalac ng cabo ng sakit ng loob, sa caniyang pagcamasid sa pagsulong ng pagcatututo ng pagsasalita ng caniyang asawa, na sa loob ng sampong taó'y hindi na ito macapagsasabi ng ano man. Gayon nga naman ang nangyari. Ng sila'y icasal, nacacawatas pa ang canyang asawa ng wicang tagalog, at nacapagsasalita pa ng wicang castilà upang siya'y mawatasan; ngayon, dito sa panahón ng pangyayari ng aming mga sinasaysay, hindi na siya nacapagsasalità ng ano mang wicà: totoong nawili na siya sa pagsasalita ng pacumpas-cumpas, patango-tangò at pailing-iling na lamang, na ano pa't canyang hinihirang pa naman yaong mg̃a sabing maririin at maiiñgay, caya ñga't linaluan pa niya ñg hindi ano lamang ang nagmunacala ñg "Volapuk".

Nagcapalad ñga si Sisa na hindi siya mawatasan. Umunat ñg caunti ang cunot ñg mg̃a kilay ñg alfereza, isang ñgiti ñg catuwaan ang siyang nagbigay saya sa caniyang mukha: hindi na ñga mapag-aalinlañganang hindi siya marunong ñg wicang tagalog, "orofea" na siya.

— ¡Asistente, sabihin mo sa babaeng ito sa wicang tagalog, na siya'y cumanta! ¡hindi niya aco mawatasan, hindi siya marunong ñg castila!

Nawatasan ni Sisa ang asistente at kinanta niya ang canción ñg Gabi.

Pinakinggan ang paunang canta na may halong tawang palibac, ñguni't untiunting nawala sa canyang mg̃a labi ang tawa, pinakinggang magaling, at ñg malao'y lumungcot at nag anyong nag-iisip ñg caunti. Ang tinig, ang cahulugan ñg mg̃a tulâ at pati ñg canta'y tumatalab sa canya. Nawawatasan niyang magaling: marahil nauuhaw sa ulan ang pusong iyong mabato at tuyò, ayon sa "cundiman", tila baga mandin ay nanaog naman sa ibabaw ñg canyang pusò:

"Ang calungcuta't guinaw at ang calamigang
sa lañgit ay buhat, putos ñg balabal
ñg gabing marilim at labis ñg panglaw"....
"Ang lanta at cupas na abang bulaclac
sa boong maghapo'y nagladlad ñg dilag
sa nais na camtam pagpuring maalab
sa udyoc ñg dib-dib na mapagmataas."
"Pagdating ñg hapon pawang cahapisan
ang inaning buñga sa hañgad na dañgal,
at ang pagsisisi ang taglay na lamang
sa mg̃a nagawang lihis sa catuwiran."
"Pinagpipilitang itaas sa lañgit
ang pinacadahong lanta na't gulanit,
at caunting dilim ang hiñgi ñg hibic
upang maitago ang puring naamis."
"At mamatay siyang hindi namamasdan
ñg nacapanood na sicat ñg araw,
ñg ningning ñg caniyang naamis na dañgal
at ñg hindi wastong mataas na asal."
"Mataos ding hiñgi ñg canyang dalañgin
cay Bathalang Poong lubhang mahabaguin,
ang canyang libiñga'y mangyaring diliguin
ñg hamog na luhang sa lañgit ay galing."
"Ang ibong panggabi'y sadyang iniiwan
ang lubhang maluncot na canyang tahanan

sa matandang cahoy na lihim na guang
at liniligalig tahimic na parang..."

— ¡Huwag, huwag ca n͠g cumanta!— ang sigaw n͠g alfereza, sa ganap na wicang tagalog, at tumindig na malaki ang balisa; ¡huwag ca n͠g cumanta! ¡nacalalaguim sa akin ang m͠ga tulang iyan!

Tumiguil ang ul-ol na babae n͠g pagcacanta: nagbitiw ang asistente n͠g isang:— ¡Aba! ¡sabe pala tagalog! (marunong pala n͠g tagalog) at nacatungangang tinitingnan ang guinoong babae na puspos n͠g pagtataca.

Napagkilala nito na ipinagcanulo niya ang sariling catawan; nahiyà at palibhasa'y hindi sa babae ang catutubo niyang damdamin, ang cahihiya'y nauwì sa masilacbong galit at pagtatanim. Itinurò ang pintuan sa hindi marunong mag-ing͠at na asistente, at sa isang sicad ay sinarhan ang pintò, pagcalabas niya. Lumibot na macailan sa silid, na pinipilipit n͠g nanging͠͠ilis niyang m͠ga camay ang látigo, tumiguil na bigla sa tapat n͠g ul-ol na babae, at saca sinabi sa canya sa wicang castilà;— ¡Sayaw!

Hindi cumilos si Sisa.

— ¡Sayaw, sayaw!— ang inulit-ulit n͠g tinig na nacalalaguim.

— Tiningnan siya n͠g ulol na babae n͠g titig na walang diwa, walang cahulugan; itinaas n͠g alfereza ang caniyang isang bisig, at ang isa namang bisig pagcatapos, at saca ipinagpag ang dalawang bisig: walâ ring naguing cabuluhan. Hindi nacacawatas si Sisa.

Siya'y naglulucsó, naggagalaw, ibig niyang sa gayóng gawa'y gagarin siyá ni Sisa. Naririnig sa dacong malayo ang música n͠g procesióng tumutugtog n͠g isáng marchang malungcót at dakila, datapuwa't naglulucso ang guinoong babae n͠g catacot tacot na ang sinusunod ay ibang compás, ibang música ang tumútunog sa loob n͠g canyáng budhi. Tinititigan siya ni Sisang hindi gumágalaw; isang wangki sa pagtatacá ang naguhit sa canyáng m͠ga matá, at isáng bahagyáng ng͠iti ang siyáng nagpapagalaw sa canyáng m͠ga putlaing m͠ga labi: kinalulugdan niyá ang sayaw n͠g guinoong babae.

Huminto itó at tila mandin nahihiyâ, iniyaang ang latigo, yaong calaguim laguim na látigong kilalá n͠g m͠ga magnanacaw at n͠g m͠ga sundalo, na gawa sa Ulang͠o at pinag-inam n͠g alferez sa pamamag-itan n͠g m͠ga cawad na doo'y ipinulupot, at nagsalita:

— ¡Icaw naman ang nauucol sumayáw ng͠ayon!... ¡sayáw!

At pinasimulang paluin n͠g marahan ang waláng ano mang takip na m͠ga paa n͠g ul-ol na babae, hanggáng sa magcang͠iwing͠iwi ang pagmumukha nito sa sakít, na anó pa't pinilit niyáng magsanggalang n͠g m͠ga camáy.

— ¡Ajá! ¡nagpapasimula ca na!— ang isinigaw na taglay ang catuwaang malupit, at mula sa "lento" (madalang) ay iniuwi sa isang "allegro vivace" (masaya at madalas).

Sumigaw ang cahabaghabag na babae ng̃ isang daing sa sakít, at dalidaling itinaas ang paa.

— ¡Sasayaw ca ba, p-india?— ang sinasabi ng̃ guinoong babae, at tumutunog at humahaguinit ang latigo.

Nagpacalugmoc si Sisa sa sahig, tinangnan ng̃ dalawang camay ang mg̃a binti, at tinitigan ang canyang verdugo ng̃ mg̃a matang nacatiric. Dalawang malacas na hagupit ng̃ látigo sa licod ang pilit sa canyang tumindig, at hindi na isáng daing, cung di dalawang atung̃al ang siyang isinigaw ng̃ culang palad na sira ang isip. Nawalat ang canyang manipis na barò, pumutoc ang balat at bumalong ang dugò.

Nacapagpapagalac ng̃ mainam sa tigre ang pagcakita ng̃ dugô: nagpasilacbo ng̃ loob ni doña Consolación ang dugo ng̃ canyang pinahihirapan.

— ¡Sayaw, sayaw, condenada, maldita! ¡Mapacasamà nawà ang inang nang̃anac sa iyo!— ang isinigaw;— ¡sayaw ó papatayin cata sa capapalò ng̃ látigo.

At ang canyang guinawa'y hinawacan niya ng̃ isang camay ang babaeng ulol, samantalang pinapalo naman niya, ito at ng̃ canyang isang camay, at nagpasimulà siya ng̃ paglukso at pagsayaw.

Sa cawacasa'y napagkilala ng̃ ulol na babae ang sa canya'y ibig, caya ng̃a't ipinagpatuloy niya ang paggalaw na walang wasto ng̃ canyang mg̃a bisig. Isang ng̃iti ng̃ ligaya ang siyang nagpacubot sa mg̃a labì ng̃ maestra, ng̃iti ng̃ isang Mefistófeles na babae na nangyaring nacapag-anyo ng̃ isang alagad; ang ng̃iting iyo'y may taglay na pagtatanim, pagpapawalang halaga, paglibak at kalupitan, datapuwa't walang magsasabing yao'y may cahalong halakhac.

At sa pagcatigagal ng̃ pagtatamong lugod sa caniyang gawa'y hindi niya naring̃ig ang pagdating ng̃ canyang esposo, hangang sa biglang nabucsan ng̃ malaking ing̃ay ang pinto sa isang tadyac.

Sumipot doon ang alférez na namumutla't marilim ang mukhâ; napanood ang doo'y nangyayari at ibinulusoc sa canyang asawa ang isang catacottacot na titig. Ito'y hindi cumilos sa kinalalagyan at nanatiling nacang̃iti ng̃ boong pagcawalang kinahihiyaan.

Inilagay ng̃ alférez ng̃ lubos na pagpapacamairuguin ang canyang camay sa balicat ng̃ magsasayaw na caiba sa lahat, at ipinag-utos na tumiguil ng̃ pagsayaw. Huming̃a ang ulol na babae at dahandahang naúpo sa lapag na narurumhan ng̃ canya ring dugò.

Nagpatuloy ang catahimican: humihing̃asing ng̃ malacas ang alférez; kinuha ang látigo ng̃ babaeng sa canya'y humihiwatig at tumiting̃in ng̃ mg̃a matang wari'y tumatanong, at saca sa canya'y nagsabi ng̃ tinig na payapa at madalangdalang:

— ¿Ano ang nangyayari sa iyo? ¡Hindi ca man lamang nagbigay sa akin ng̃ magandang gabi!

Hindi sumagot ang alférez, at ang guinawa'y tinawag ang "asistente."

— Dalhin mo ang babaeng ito,— anya;— ¡pabigyan mo siya cay Marta nğ ibang baro at sabihin mo tuloy na gamutin! Pacanin mo siyang magaling at bigyan mo nğ isang magaling na higaan ... ¡icaw ang bahala, pagca siya'y inyong pinaglupitan! Bucas ay ihahatid siya sa bahay ni guinoong Ibarra.

Pagcatapos ay sinarhang mabuti ang pintuan, inilagay ang talasoc at saca lumapit sa canyang asawa.

— ¡Naghahanáp icaw na basaguin co ang mukha mo!— ang sa canya'y sinabing nacasuntoc ang mğa camay.

— ¿Ano ang nangyayari sa iyo?— ang tanong nğ babae na tumindig at umurong.

— ¿Ano ang nangyayari sa akin?— ang sigaw nğ tinig na cahawig nğ culog, casabay nğ isang tunğayaw, at pagcatapos na maituro sa babae ang isang papel na puspos nğ sulat na tila cahig nğ manoc, ay nagpatuloy nğ pananalita:

— ¿Hindi mo ba ipinadala ang sulat na ito sa Alcalde, at iyong sinabing pinagbabayaran aco upang aking ipahintulot ang sugal, babaeng p— ? ¡Aywan co cung bakit hindi pa kita linûlusay!

— ¡Tingnan natin! ¡tingnan natin cung macapanğanğahas ca!— ang sinabi sa canya nğ babaeng nagtátawa't siya'y linilibac;— ¡ang lulusay sa aki'y isang malaking totoo ang cahigtan nğ pagcalalaki sa iyo!

Narinig nğ alférez: ang gayong alimura, nğuni't namasdan niya ang látigo. Dumampot nğ isang pinggan sa mğa na sa ibabaw nğ isang mesa, at ipinukol sa ulo nğ asawa: ang babaeng dating bihasa na sa ganitong pakikiaway, agad-agad yumucod, at ang pingga'y sa pader tumama at doon nabasag; gayon din ang kinahangganan nğ isang mangcoc at nğ isang cuchillo.

— ¡Duwag!— ang sigaw nğ babae,— ¡hindi ca macapanğahas lumapit!

At linurhan ang alférez upang ito'y lalong magnğitnğit. Pinagdimlan ang lalaki at umaatunğal na hinandulong ang babae; nğuni't hinaplit nito nğ caguilaguilalas na caliksihan ang mukha nğ lalaki at saca sumagasang tumacbong tuloytuloy sa canyang silid, at biglang sinarhan nğ malacas ang pinto. Hinabol siya nğ alférez, na humahagoc sa galit at sa sakit nğ palong tinanggap, nğuni't walang nasunduan cung di mapahampas sa pintò, bagay na sa canya'y nagpabulalas nğ mğa tunğayaw.

— ¡Sumpaín nawà ang iyong angcan, babaeng baboy! ¡Bucsán mo, p— p—, bucsan mo, sa pagca't cung hindi'y babasaguin co ang iyong bunğô!— ang iniaatunğal, at kinacalabog ang pinto nğ canyang mğa suntoc at sicad.

Hindi sumasagot si doña Consolación. Naririnğig sa dacong loob ang calampagan nğ mğa silla at mğa baul, na anaki mandin nagtatayo nğ isang cutà sa pamamag-itan nğ mğa casangcapang-bahay. Yumayanig ang bahay sa mğa sicad at mğa tunğayaw nğ lalaki.

— ¡Huwag cang pumasoc! ¡huwag cang pumasoc!— ang sabi ng̃ maasim na tinig ng̃ babae; ¡papuputucan co icaw pagca sumung̃aw ca!

Tila mandin untiunting pumapayapa ang lalaki, at nagcasiya na lamang siya sa magpalacadlacad ng̃ paroo't parito sa magcabicabilang dulo ng̃ salas, na ang isang halimaw na na sa sa jaula ang catulad.

— ¡Pasalansang̃an ca't magpalamig icáw ng̃ ulo!— ang patuloy na paglibac ng̃ babae, na tila mandin nacatapos na ng̃ pagtatayo ng̃ caniyang pangsangalang na cutà.

— ¡Isinusumpa co sa iyo, na pagca kita'y nahaguip, cahi't ang Dios ay hindi ca makikita, salaulang babaeng p— !

— ¡Oo! masasabi mo na ang ibiguin!... ¡aayaw cang aco'y magsimba! ¡aayaw mo acong bayaang gumanap sa Dios!— ang sabi ng̃ boong capalibhasaang siya lamang ang marunong gumawà.

Dinampot ng̃ alférez ang canyang capacete, naghusay ng̃ caunti, at saca umalis na ang hakbang ay malalaki, datapwa't pagcaraan ng̃ ilang sandali'y dahandahang bumalic: siya'y nag-alis ng̃ canyang mg̃a bota. Palibhasa'y bihasang macapanood ang mg̃a alila roon ng̃ mg̃a ganitong pangyayari, caraniwang sila'y inaabot ng̃ yamot, ng̃uni't canilang pinagtakhan ang pag-aalis ng̃ mg̃a bota, bagay na hindi dating guinagawa, caya't nang̃agkindatan ang isa't isa.

Naupo ang alférez sa isang silla, sa tabi ng̃ dakilang pinto, at nacapagtiis na maghintay roon ng̃ mahiguit na calahating oras.

— ¿Tunay bagang umalis ca na ó naririyan ca pa, lalaking cambing?— ang tanong na manacanaca ng̃ tinig, na pinagbabagobago ang lait, ng̃uni't nalalao'y ilinalacas.

Sa cawacasa'y untiunting inalis niya ang mg̃a casangcapang ibinunton sa tabi ng̃ pinto: naririnig ng̃ lalaki ang calampag, caya't siya'y ng̃uming̃iti.

— ¡Asistente! ¿umalis na ba ang pang̃inoon mo?— ang sigaw ni doña Consolación.

Sumagot ang asistente sa isang hudyat ng̃ alférez:

— Oo po, guinoo, umalis na.

Naring̃ig ang masayang tawa ng̃ babae, at saca hinugot ang talasoc ng̃ pinto ...

Isang sigaw, ang calabog ng̃ catawang natutumba, mg̃a sumpa, atung̃alan, mg̃a tung̃ayaw, mg̃a hampas, mg̃a tinig na paós ... ¿Sino ang macapagsasaysay ng̃ nangyari sa cariliman ng̃ silid na tulugan?

Ang asistente ay napasapanig ng̃ bahay na pinaglulutuan, at nagbigay sa tagapagluto ng̃ isang hudyat na macahulugan.

— ¡At icaw ang magbabayad!— ang sinabi sa asistente ng̃ tagapagluto.

— ¿Aco? ¡Cung sacali'y ang bayan ang siyang magbabayad! Itinanong niya sa akin kung umalis na: tunay; ng̃uni't bumalik.

XL.
ANG CATUWIRA'T ANG LACAS

Niyao'y may icasampong oras na ng̃ gabi. Nanghihinamad na napaiimbulog at nagnining sa madilim na lang̃it ang ilang globong papel, na ipinaitaas sa pamamag-itan ng̃ asó at ng̃ hang̃ing pinainit. Ang ilang mg̃a globong pinamutihan ng̃ mg̃a bomba't coetes ay nang̃asunog at isinasapang̃anib ang lahat ng̃ bahay; dahil dito'y may nakikita pang mg̃a tao sa mg̃a palupo, na may mg̃a dalang isáng mahabang cawayang sa dulo'y may nacacabit na basahan at saca isang baldeng tubig. Naaaninagnagan ang maiitim nilang anyo sa malamlam na liwanag ng̃ impapawid, at ang cahalimbawa nila'y mg̃a fantasmang mula sa alang-alang na nanaog upang manood ng̃ mg̃a casayahan ng̃ mg̃a tao. Sinusuhan din naman ang maraming mg̃a "rueda", mg̃a "castillo", mg̃a toro ó mg̃a calabaw na apoy, at isang malaking volcang sa ganda at cadakilaa'y linaluan ang calahatlahatang nakita hanggang sa panahong iyon ng̃ mg̃a taga San Diego.

Ng̃ayo'y tumutung̃o ang caramihang mg̃a tao sa dacong plaza ng̃ bayan, upang panoorin ang huling palalabasin sa teatro. Dito't doo'y may nakikitang mg̃a ilaw ng̃ Bengala (luces de Bengala), na siyang lumiliwanag ng̃ catacataca sa masasayang mg̃a pulutong; gumagamit ang mg̃a bata ng̃ mg̃a sigsig sa paghahanap ng̃ mg̃a bombang hindi pumutoc, at iba pang mg̃a labí na mangyayari pang gamitin, datapuwa't tumugtog ang música ng̃ isang palatandaan, at ng̃ magcagayo'y linisan ng̃ lahat ang capatagang iyon.

Mainam na totoo ang pagcacapaliwanag sa tablado, libolibong mg̃a ilaw ang nacaliliguid sa mg̃a haligui, nacabitin sa bubung̃an, at nasasabog sa sahig na masinsin ang pagcacapulupulutong. Isáng alguacil ang siyáng nag-aalaga ng̃ mg̃a ilaw na iyón, at pagca napaparoon at ng̃ mapagbuti ang mg̃a ilaw na cucutapcutap, siya'y pinagsusutsutanan at sinisigawan ng̃ madla;— ¡Nariyan na, nariyan na siyá!

Sa haráp ng̃ escenario (palabasan) ay pinagtotonotono ng̃ orquesta ang canilang mg̃a instrumento, ipinariring̃ig ang mg̃a pang̃unahin ng̃ mg̃a tugtuguin; sa licuran ng̃ orquesta'y naroroon ang lugar na sinasabi ng̃ corresponsal sa canyáng sulat. Ang caguinoohan sa bayan, ang mg̃a castila at ang mg̃a mayayamang dayo'y nang̃agsisiupo na sa nahahanay na mg̃a silla. Ang bayan, ang mg̃a taong walang catungculan at walang mg̃a dang̃al na caloob ng̃ pamahalaa'y siyang nacalalaganap sa nang̃atitirang lugar sa plaza; may pas-ang bangco ang mg̃a iba, na ang caraniwa'y hindi ng̃ upuan cung di ng̃ bigyang cagamutan ang pagca pandac: pinanggagaling̃an ang ganitóng gawâ ng̃ maiing̃ay na mg̃a pagtutol ng̃ mg̃a walang bangco; pagcacagayo'y nañgagsisipanaog agad-agad ang mg̃a nacatayo sa bangco; ng̃uni't hindi nalalao't sila'y muling pumapanhic, na parang walang ano mang nangyari.

Mg̃a pagpaparoo't parito, mg̃a sigawan, mg̃a ing̃ayan sa pagtataca, mg̃a halakhacan, isáng huli na sa panahóng "buscapié", isang "reventador" ang siyang nañgagdáragdag ng̃ caing̃ayan. Sa daco rito'y may nababaling paa ng̃ isáng bangco at nang̃ahuhulog sa lupa, sa guitna ng̃ tawanan ng̃ caramihan, ang mg̃a taong nanggaling sa malayo at ng̃ macapanood ay ng̃ayo'y siyang naguiguing panoorin; sa daco roo'y nañg-aaway sa pagpapang̃agaw sa lugar; sa dacong malayo pa roo'y may nariring̃ig na isáng calampagan ng̃ nababasag na mg̃a copa at mg̃a botella: yao'y si Andeng na may daláng mg̃a alac at mg̃a pangpatid uhaw; maing̃at na tang̃an ng̃ dalawang camay ang malapad na bandeja, ng̃uni't canyang nacasalubong ang sa canya'y nang̃ing̃ibig, na nag-acalang magsamantala ng̃ gayong calagayan ...

Nang̃ung̃ulo sa pamamanihala at cahusayan ng̃ panoorin ang teniente mayor na si don Filipo; sa pagca't malulugdin sa "monte" ang gobernadorcillo. Ganito ang sabi ni don Filipo cay matandang Tasio:

— ¿Ano caya ang mabuti cong gawin?— ang sabi niyá;— hindi tinanggap ng̃ Alcalde ang pagbibitíw co ng̃ catungculan;— "¿inaacala po ba ninyóng salá't cayó sa lacás sa pagganap ng̃ inyóng mg̃a catungculan?"— ang itinanóng sa akin.

— At ¿ano ang inyong isinagot?

— ¡Guinoong Alcalde!— ang aking isinagot;— ang mg̃a lacas ng̃ isang teniente mayor, cahi't magpacawalawalang capacanan, pawang catulad ng̃ mg̃a lacas ng̃ lahat ng̃ mg̃a pinuno: nanggagaling ang mg̃a lacas na iyan sa mg̃a matataas na pinunò. Tinatanggap ng̃ cahi't hari man ang canyang mg̃a lacas sa bayan at tinatanggap naman ng̃ bayan sa Dios ang canyang lacas. ¡Itong bagay na ito pa naman ang wala sa akin, guinoong Alcalde!— Datapuwa't hindi aco pinakingan ng̃ Alcalde, at sinabi sa aking pag-uusapan na raw namin ang mg̃a bagay na ito pagca tapos ng̃ mg̃a fiesta.

— ¡Cung gayo'y tulung̃an nawa cayo ng̃ Dios!— ang sinabi ng̃ matanda, at nag-acalang umalis.

— ¿Aayaw po ba cayong manood ng̃ palabas?

— ¡Salamat! hindi co kinacailang̃an ang sino man sa pananaguinip at sa paggawa ng̃ mg̃a caululan, sucat na acong mag-isa,— ang isinagot ng̃ filósofong calakip ang isang tawang palibac;— datapuwa't ng̃ayo'y naalaala co, ¿hindi ba tinatawag ang inyong paglilining ng̃ caugalia't hilig ng̃ ating bayan? Payapa, ng̃uni't malulugdin sa mg̃a panooring nauucol sa mg̃a pagbabaca at sa mg̃a labanang sumasabog ang dugò, ibig ang pagcacapantay-pantay, datapuwa't sumasamba sa mg̃a emperador, sa mg̃a hari at sa mg̃a príncipe; hindi mapagpitagan sa religión, ng̃uni't iniwawaldas ang pamumuhay sa mg̃a walang cabuluhang pag paparang̃alan sa mg̃a fiesta; ang mg̃a babae rito sa atin

ay may caugaliang matimyas, ñguni't nañgahahaling pagca nacacakita ñg isang princesang nagpapa-ikit ñg sibat ... ¿nalalaman po ba ninyo cung ano ang cadahilanan nito? Talastasin po ninyong dahil sa....
Pinutol ang canilang salitaan ñg pagdating ni María Clara at ñg canyang mga caibigang babae. Tinanggap sila ni don Filipo, at sinamahan sila sa canicanilang upuan. Sumusunod sa canila ang curang may casamang isa pang franciscano't ilang mga castila. Casama rin naman ñg cura ang ilang mga mamamayang ang hanap-buhay umalacbay tuwina sa mga fraile.

— ¡Bigyang pala nawà sila ñg Dios naman sa cabilang buhay!— anang matandang Tasio, samantalang lumalayo.

Pinasimulan ang palabas cay Chananay at cay Marianito, sa pagcanta ñg "Crispino e la comare". May mga mata at may pakinig ang lahat ñg na sa escenario, liban lamang sa isá: si párì Salvi. Tila mandin walang sinadyâ ñg nagbibigay paroon cung di bantayan si María Clara, na ang tinataglay na cahapisa'y nagbibigay sa canyang cagandahan ñg isang anyong cahimahimalá sa ningning at cahalagahan, na ano pa't napagwawaring tunay ñg ang may catuwirang siya'y panoorin ñg boong pagliyag. Ñguni't hindi nangagsasaysay ñg pagliyag ang mga mata ñg franciscano, na lubhang natatago sa malalim na hungcag na kinalalagyan ñg canyang mga paniñgin; nababasa sa mga titig na iyon ang isang bagay na cahapisang may malaking pagnñgiñgitnñgit: ¡gayon marahil ang mga mata ni Caín sa panonood, buhat sa malayo, ñg Paraiso, ñg mga caligayahan, doo'y ipinakilala sa canya ñg canyang ina!

Nagtátapos na ang "acto" (bahagui) ñg pumasoc si Ibarra; pinanggaliñgan ang pagdating niya roon ñg isang bulungbuluñgan: siya at ang cura ang siyang pinagtiniñgan ñg pagpansin ñg lahat.

Datapuwa't parang hindi nahiwatigan ñg binata ang bagay na iyon, sa pagca't bumati siya ñg walang kimì cay María Clara at sa canyang mga caibigang babae, at naupo sa tabi ñg canyang casintahan. Si Sinang ang tañging nagsalitâ:

— ¿Pinanood mo ba ang volcan?— ang initanong.

— ¿Hindi caibigan? ako'y napilitang aking samahan ang Capitan General.

— Cung gayo'y ¡sayang! Casama namin ang cura, at sinasaysay sa amin ang mga naguing buhay ñg mga napacasama; ¿nakita mo na? tacutin cami at ñg huwag caming macapagsaya, ¿nakita mo na?

Nagtindig ang cura at lumapit cay don Filipo, na tila mandin canyang pinakipagtalunan ñg masilacbo. Mainit ang pananalita ñg cura, mahinusay naman at mahina ang pananalita ni don Filipo.

— Dinaramdam co pong hindi aco macapagbigay-loob sa inyo; ang sabi ni don Filipo;— si guinoong Ibarra'y isa sa mga lalong malalaki ang ambag, at may catuwirang macalagay rito samantalang hindi nanggugulo ñg capayapaan.

— ¿Nğuni't hindi ba panggugulo nğ capayapaan ang magbigay casalanan sa mabubuting mğa cristiano? ¡Iya'y isang pagpapabayang macapasoc ang isang lobo sa cawan nğ mğa mababait na tupa. ¡Sasagot ca sa bagay na ito sa harap nğ Dios at sa harap nğ mğa matataas na puno!

Cailan man po'y nananagot aco, padre, sa lahat nğ mğa gawang bucal sa aking sariling calooban,— ang isinagot ni don Filipo na yumucod nğ caunti;— datapuwa't hindi binibigyang pahintulot aco nğ aking maliit na capangyarihang makialam sa mğa bagay na nauucol sa religión. Ang mğa nag-iibig manğilag na canyang macapanayam ay huwag makipagsalitaan sa canya: hindi naman namimilit si guinoong Ibarra canino man.

— ¡Nğuni't isáng pagbibigay puang sa panğanib, at cung sino ang umiibig sa panğanib ay sa panğanib namamatay!

— Wala acóng nakikitang anó mang panğanib, padre: ang guinoong Alcalde at ang Capitan General, na aking mğa punong matataas, capuwa nakipag-usap sa canyá sa boong hapong itó, at hindi nğa acó ang sa canila'y magpapakilalang masama ang canilang guinawa.

— Cung hindi mo siyá palalayasin dito'y cami aalis.

— Daramdamin cong totoo, datapuwa't hindi aco macapagpapalayas dito sa canino man.

Nagsisi ang cura sa sinabi, nğuni't wala nğ magawa. Humudyát sa canyáng casama, na nagtindig na masama ang loob, at capuwa sila umalis. Guinagád silá nğ mğa taong caniláng cacampí, baga man inirápan muna nila nğ boong pagtataním si Ibarra.

Napuspos ang ugong nğ mğa bulungbulunğan at salisalitaan: nğ magcagayo'y nanğagsilapit at nanğagsibati sa binatang si Ibarra ang ilang mğa tao, at sinabi sa canyá:

— ¡Sumasainyo cami; huag po ninyóng pansinin ang mğa iyán!

— ¿Sinong mğa "iyan"?— ang itinanong na nagtátaca.

— ¡Iyang mğa nagsialis at nğ mapanğilagan ang macapanayam po ninyo!

— ¿At nğ mapanğilagan ang aking pakikipanayam? ¿ang aking pakikipanayam?

— ¡Opo! ¡anila'y excomulgado raw po cayó!

— Sa pagtatacá ni Ibarra'y hindi naalaman cung anó ang sasabihin, at luminğap sa canyáng paliguid. Canyáng nakita si María Clara na tinatacpan ang mukha nğ canyáng abanico.

— Nğuni't ¿ito baga'y dapat cayang mangyari?— ang sa cawacasa'y bigláng sinabi nğ malacás;— ¿casalucuyan bang na sa unang panahón tayo nğ cadilimán? Sa macatuwid baga'y....

At lumapit sa mğa dalaga, at binago ang anyo nğ pananalitâ.

— Pagpaumanhinan ninyó acó,— anyá,— nacalilimot acóng mayroon paláng sa aki'y naghihintay na aking catipán; magbabalic acó at nğ cayo'y aking masamahan.

— ¡Huwag cang umalís!— ang sa canya'y sinabi ni Sinang;— sasayaw si Yeyeng sa "La Calandria"; ¡totoong calugodlugod sumayaw!

— Hindi maaari, caibigan co, datapuwa't aco'y bábalic.

Lalong lumala ang mga bulungbulungan.

Samantalang lumalabas si Yeyeng na nacasuot "chula" at sinasabi ang "Da usté su permiso?" ("¿Ipinagcacaloob po ba ninyo ang inyong pahintulot?") at sinasagot siya ni Carvajal ng "Pase usté adelante" ("Tumuloy po cayo") at iba pa, nangagsilapit ang dalawang sundalo ng guardia civil cay don Filipo at hinihinging ihinto ang pagpapalabas.

— ¿At bakit?— ang tanong ni don Filipo na nagtataca.

— Sa pagca't nagsuntucan ang alférez at ang guinoong babae ay hindi sila macatulog.

— Sabihin po ninyo sa alférez, na binigyan cami ng capahintulutan ng Alcalde Mayor, at "wala sino man" sa bayang may capangyarihan sumalangsang sa capahintulutang ito, cahi't ang gobernadorcillo man, na siyang tangi cong mataas na puno.

— ¡Talastasin ninyong kinakailangang itiguil ang palabas!— ang inulit ng mga sundalo.

Tinalicdan sila ni don Filipo. Nangagsialis ang mga guardia.

Hindi sinabi canino man ni don Filipo ang nangyaring ito at ng huwag magulo ang catahimican.

Ng matapos na ang bahaguing iyon ng zarzuela na totoong pinagpurihanan, lumabas naman ang Príncipe Villardo, at hinahamon ng away ang lahat ng mga morong pumipiit sa canyang amá; pinagbabalaan sila ng bayaning puputlan silang lahat ng úlo, at ang mga ulong ito'y ipadadala sa buwan. Sa cagalingang palad ng mga moro, na nangagsisipaghanda na sa labanang tinutugtugan ng "himno de Riego", ay siyang pagcacaroon ng isang gulo. Biglang nagsihinto ng pagtugtog ang mga bumubuo ng orquesta at canilang linusob ang teatro, pagcatapos maipaghaguisan ang canilang mga instrumento. Ang matapang na si Villardo, na hindi inaacalang mangagsisirating ang mga taong iyong, canyang ipinalagay na cacampi ng mga moro, inihaguis naman ang canyang espada at escudo at saca bumigay ng tacbo; nang makita ng mga morong tumatacas ang cakilakilabot na cristianong iyon, hindi sila nag-alinlangang siya'y canilang gagarin: may naririnig na mga sigawan, mga daing, tungayawan, mga salitang capusungan, nagtatacbuhan ang mga tao, nangamatay ang mga ilaw, ipinaghahaguisan sa impapawid ang mga vaso ng ilaw, at iba pa.— ¡Mga tulisan! ¡Mga tulisan!— ang sigaw ng mga iba.— ¡Sunog! ¡sunog! ¡mga magnanacaw!— ang sigawan naman ng mga iba; nangagsisitangis ang mga babae't ang mga musmos, gumugulong sa lupa ang mga banco at ang mga nanonood, sa guitna ng ligalig, pagcacaingay at caguluhan.

¿Ano ang nangyari?

Ilinagad ng dalawang guardia civil na may tangang pamalo ang mga músico at ng pahintuin ang pinalalabas; sila'y narakip, baga man nagsisilaban, ng teniente mayor, na casama ang caniyang m̃ga cuadrillerong ang dalang sandata'y ang canilang m̃ga lumang sable.

— ¡Inyong ihatid sila sa tribunal!— ang sigaw ni don Filipo,— cayó ang bahala pagca sila'y nacawala!

Bumalic na si Ibarra at canyang hinanap si María Clara. Nan̄gagsicapit sa canya ang natatacot na m̃ga dalagang pawang nan̄gan̄gatal at nan̄gamumutla; dinarasal ni tía Isabel ang m̃ga letanía sa wicang latin.

N̄g pagbalicang loob n̄g caunti ang m̃ga tao sa pagcagulat, at n̄g canilang matalastas cung ano ang nangyari, nag-alab ang galit sa lahat n̄g m̃ga dibdib. Umulan ang m̃ga bato sa pulutong n̄g m̃ga cuadrillerong naghahatid sa dalawang guardia civil; may isang nagyayacag na silabin ang cuartel at iihaw roon si doña Consolacióng casama ang alférez.

— ¡Sa ganyan lamang sila pinakikinaban̄gan!— ang sigaw n̄g isang babaeng naglililis n̄g canyang mangas at iniunat ang canyang m̃ga bisig;— panggugulo n̄g bayan! ¡Wala silang nalalamang pag-usiguin cung di ang mababait na m̃ga tao! ¡Nariyan ang m̃ga tulisan at ang m̃ga magsusugal! ¡Sunuguin natin ang cuartel!

Hinihipò n̄g isa ang canyang bisig at humihin̄g n̄g confesión; cahabaghabag na m̃ga taghoy ang lumalabas sa ilalim n̄g m̃ga bangcong nan̄gatumba: yao'y isang caawaawang músico. Punongpuno ang escenario n̄g m̃ga artista at n̄g m̃ga taong bayan. Nariyan si Chananay, na nacasuot n̄g Leonor sa Trovador, na nakikipagsalitaan n̄g wicang tinda cay Ratia, na nacasuot maestro n̄g escuela; si Yeyeng na nacabalot n̄g malaking panyong sutla na na sa tabi n̄g príncipe Villardo; pinagpipilitan ni Balbino't n̄g m̃ga morong aliwin ang m̃ga músicong may m̃ga nasactan at hindi. Nagpapacabicabila ang ilang m̃ga castila at pinagsasabihan ang bawa't canilang nasasalubong.

Datapuwa't may nagcacabilog n̄g isang pulutong. Napag-unawa ni don Filipo ang canilang adhica at canyang tinacbo upang sansalain.

— ¡Huwag sana ninyong sirain ang catahimican!— ang isinisigaw ni don Filipo;— ¡hihin̄gi tayo bucas n̄g carapatang tumbas sa caguluhang canilang guinawa, bibigyan tayo n̄g nauucol sa ating catuwiran; nananagot aco sa inyong bibigyan tayo n̄g nauucol sa ating catuwiran!

— ¡Hindi!— ang isinasagot n̄g ilan; ¡gayon din ang guinawa sa Calambà (n̄g 1879), gayon din ang ipinan̄gaco, datapuwa't walang ano mang guinawa ang Alcalde! ¡Ibig naming gumawa n̄g pagca justicia sa aming camay! ¡Tayo na sa cuartel!

Nawalang cabuluhan ang m̃ga pakikiusap n̄g teniente mayor; nagpapatuloy ang pulutong sa canilang panucala. Lumin̄gap si don Filipo sa canyáng paliguid at humahanap n̄g sa canya'y tumulong ay canyáng nakita si Ibarra.

— Guinoong Ibarra, ¡para na ninyóng awa! ¡Sila'y inyóng sansalain, samanatalang humaharap acó n̄g m̃ga cuadrillero!

— Anó ang aking magagawa?— ang itinanong n͠g binata, na natitigagal, datapuwa't malayo na ang teniente mayor.

Si Ibarra naman ang naglin͠gap-lin͠gap sa canyáng paliguid, at naghahanap siya n͠g hindi nalalaman cung sino. Sa cagalin͠gang palad ay anaki'y canyáng nasuliapan si Elías, na walang bahalang pinanonood ang gayóng kilusan. Tinacbó siya ni Ibarra, hinawacan siyá sa bisig at sinabi sa canya sa wikang castila:

— ¡Alang-alang sa Dios! ¡gumawa po cayó n͠g bahagya, sacali't may magagawa; wala po acong magawang anó man!

Tila mandin siya'y nawatasan n͠g piloto, sapagca't nawala siya't sinuot ang m͠ga bumubuo n͠g pulutong.

Narin͠gig ang masilacbóng pagmamatuwiran, mabilís na tutulán; pagcatapos ay untiunting nagpasimula n͠g paghihiwahiwalay n͠g m͠ga magcacapulutóng, at naalis sa bawa't isá ang anyóng may gagawing caguluhan.

At panahón na n͠ga, sa pagca't lumalabas na ang m͠ga sundalong may dalang m͠ga sandata at nacalagay sa dulo n͠g fusil ang bayoneta.

¿Samantala'y ano ang guinagawa n͠g cura?

Hindi pa nahihiga si párì Salví. Nacatindig siya, nacatuon ang noo sa m͠ga "persiana", sa dacong plaza ang tanaw, hindi cumikilos, at manacanacang pinatatacas niya ang pinipiguil na buntong hinin͠ga. Cung hindi sana napacadilim ang liwanag n͠g canyang ilaw, marahil napagmasdang napupuno n͠g m͠ga luha ang canyang m͠ga mata. Gayon ang caniyang naguing anyo sa isang horas halos.

Pinucaw siya sa ganitong calagayan n͠g pagcacagulo sa plaza. Sinundan n͠g canyang m͠ga matang nangguiguilalas ang walang tuos na pagpaparoo't parito n͠g m͠ga tao, at ang m͠ga tinig nila'y dumarating sa canyang hagawhaw na lamang.— Isa sa m͠ga alilang dumating ang sa canya'y nagbigay alam n͠g nangyayari.

Dumaan sa canyang panimdim ang isang isipin. Sa guitna n͠g m͠ga cain͠gayan at caguluhan, sinasamantala n͠g m͠ga may mahahalay na budhi ang pagcagulat at cahinaan n͠g loob n͠g m͠ga babae; nan͠gasisisiticas at nan͠gagliligtas sa sarili, sino ma'y walang nacacaalaala sa can͠gino man, hindi naririn͠gig ang sigaw, hinihimatay ang m͠ga babae, nan͠gagcacasaguian, nan͠gasusun͠gaba; dahil sa pagcagulat at pagcatacot ay hindi pinakikinggan ang hibik n͠g capurihang nalulugso, at sa calaguitnaan n͠g gabi ... ¡at pagca nagcacaibigan! Tila mandin nakikinikinita niyang calong ni Crisostomo si María Clarang hindi nacamamalay-tao, at sila'y nan͠gawala sa cadiliman.

Lumulucsong nanaog sa m͠ga hagdanan, walang sombrero, walang bastón at parang sira ang isip na tinun͠go ang plaza.

Nasumpuñgan niya roon ang mg̃a castilang pinagwiwicaan ang mg̃a sundalo, canyang tiningnan ang mg̃a upuang kinalalagyan ni María Clara at ñg canyang mg̃a caibigan, at nakita niyang wala na sila roon.

— ¡Padre Cura! ¡padre Cura!— ang sigawan sa canya ñg mg̃a castila; ñguni't hindi niya pinansin sila. Doo'y nacahiñga siya: nakita niya sa manipis na tabing na naroon ang isang anino, ang carapatdapat sambahing anino, ang puspos ñg biyaya at calugodlugod na pañgañgatawan ni María Clara, at ang sa canyang tía na may dalang mg̃a taza at mg̃a copa.

— ¡Magaling na lamang!— ang canyang ibinulong,— tila mandin walang nangyari cung di ang pagcacasakit lamang.

Sinarhan ni tía Isabel, pagcatapos ang mg̃a capis ñg bintana, at hindi na napakita ang caibig-ibig na anino.

Lumayo sa lugar na iyon ang cura, na di man lamang nakikita ang caramihan. Nalaladlad sa harap ñg canyang mg̃a mata ang cagandagandahang pañgañgatawan ñg isang dalaga, na tumutulog at humihiñga ñg catamistamisan; naliliman ang bubong ñg mg̃a mata ñg mahahabang pilicmata, na ang calantican ay tulad sa mg̃a pilicmata ñg mg̃a Virgen ni Rafael; ñgumiñgiti ang maliit na bibig; nalalarawan sa boo ñg pagmumukhang yaon ang pagca Virgen, ang calinisang wagas, ang pagca walang malay casalanan; ang pagmumukhang iyo'y isang lubhang matimyas na panaguinip sa guitna ñg maputing damit ñg canyang higaan, wañgis sa isang ulo ñg querubín sa guitna ñg mg̃a alapaap.

Nagpatuloy ñg pagcakita ang panimdim ni pari Salví ñg iba't iba pang mg̃a bagay ...; ¿ñguni't sino ang macapaglilipat sa papel ñg lahat ñg mapapanimdim ñg isang nag-aalab na budhi?

Marahil ay ang Corresponsal ñg periódico, na winacasan ang pagsaysáy ñg fiesta at ñg lahat ñg mg̃a nangyari sa ganitong paraan:

"Macalilibong salamat, walang hangang salamat sa sumapanahon at masicap na pamamag-itan ñg totoong cagalanggalang na si pari fray Bernardo Salví, na hindi kinatacutan ang lahat ñg pañganib, sa guitna ñg bayang iyóng nagñgiñgitñgit ñg galit, sa guitna ñg caramihang wala ñg pinagpipitaganan; waláng bastón, walang sombero'y pinayapa niyá ang mg̃a galit ñg caramihan, na waláng ibang guinamit liban na lamang sa canyáng mapanghicayat na pananalita, at ang cadakilaan at capangyarihang cailan ma'y hindi nagcuculang sa sacerdote ñg isang Religión ñg Capayapaan. Linisan ñg banal na religioso ang mg̃a catamisan ñg pagcahimbing, na tinatamasa ñg lahat ñg magandang diwa na gaya ñg canyang taglay, upáng mailagan mangyari ang isang munting casacunaan sa canyáng mg̃a oveja. Hindi ñga marahil calilimutan ñg mg̃a mamamayan sa San Diego ang ganitong lubhang magaling na guinawa niyá at magpacailan ma'y kikilanlin sa canyang utang na loob!"

XLI.
DALAWANG PANAUHIN

Dahil sa calagayan ng calooban ni Ibarra'y hindi siya mangyaring macatulog, caya nga't ng upang libangin ang canyáng isip at ilayo ang mga malulungcot na panimdim na lalong lumalaki ng di cawasa cung gabí, nagtrabajo siyá, sa napag-iisang canyang "gabinete". Inabot siya ng araw sa mga paghahalohalo at pagbabagaybagay, na doo'y canyáng inilulubog ang capucaputol na mga cawayan at mga iba pa, na ipinapasoc pagcatapos sa mga frascong may mga número at natatacpan ng lacre.

Ipinagbigay alam ng isang alilang lalaking pumasoc ang pagdating ng isang taong bukid.

— ¡Papasukin mo!— ang canyáng sinabi, na hindi man lamang lumingon.

Pumasoc si Elías, na nanatili sa pagcatindig at hindi umiimic.

— ¡Ah! ¿cayo po ba?— ang biglang sinabi ni Ibarra sa wicang tagalog, ng siya'y canyang makita;— ipagpaumanhin po ninyó ang aking pagca pahintay sa inyó, hindi co napansin ang inyóng pagdating: may guinagawa acong isang mahalagang pagtikim....

— ¡Ayaw co pong cayo'y abalahin!— ang isinagot ng binatang piloto; ang unang ipinarito co'y upang sa inyo'y itanong cung cayo'y may ipagbibiling ano man sa lalawigang Batangang aking patutunguhan ngayon din, at ang icalawa'y upang sabihin co po sa inyo ang isang masamang balita....

Tinanong ni Ibarra ng mata ang piloto.

— May sakit po ang anac na babae ni capitang Tiago,— ang idinugtong ni Elias ng sabing mahinahon,— datapuwa't hindi malubha.

— ¡Iyang na nga ang aking ipinanganganib!— ang sinabi ng marahan,— ¿nalalaman po ba ninyo cung ano ang sakít?

— ¡Lagnat po! Ngayon, cung wala cayong ipag-uutos....

— Salamat, caibigan co; hinahangad cong cayo'y magcaroon ng maluwalhating paglalacbay ...; datapuwa't bago cayo umalis, itulot po ninyo sa aking sa inyo'y macapagtanong ng isa; cung sacali't lihís sa tapat na pag-iingat ng lihim ay huwag cayong sumagot.

Yumucod si Elias.

— ¿Paano ang inyong guinawa't inyong nasansala ang panucalang gulo cagabi?— ang tanong ni Ibarra na tinititigan si Elias.

— ¡Magaang na magaang!— ang isinagot ni Elias ng boong cahinhinan;— ang namamatnugot ng gayong kilusa'y magcapatid na nangulila sa ama na pinatay ng guardia civil sa capapalo; nagcapalad aco isang araw na mailigtas co sila sa mga camay rin ng mga iyong umamis sa buhay ng canilang magulang, at dahil dito'y capuwa cumikilala sa akin ng utang na loob ang dalawa. Sa canila, aco nakiusap cagabi, at sila naman ang sumaway na sa mga iba.

— ¿At ang magcapatid na iyan ang canilang ama'y pinatay sa capapalo?...

— Ang cahahanggana'y cawañgis din ñg ama,— ang isinagot ni Elias ñg marahang tinig;— pagca minsang tinatacan na ñg casacunaan ñg canyang tanda ang isang mag-anac, kinacailanñgang mamatay ñga ang lahat ñg bumubuo ñg mag-anac na iyan; pagca tinatamaan ñg lintic ang isang cahoy ay naguiguing alaboc na lahat.

At sa pagca't namasdan ni Elias na si Ibarra'y hindi umiimic, siya'y nagpaalam.

Ñg nag-iisa na siya'y nawala ang anyong panatag ang loob na canyang naipakita sa harap ñg piloto, at nangibabaw sa mukha ang sákit ñg canyang loob.

— ¡At aco! ¡acó ang nagpahirap ñg di ano lamang sa babaeng iyan!— ang ibinulong.

Dalidaling nagbihis at nanaog sa hagdanan.

Bumati sa canyá ñg boong capacumbabaan ang isáng maliit na lalaking nacasuut ñg lucsa at may isáng malaking pilat sa caliwang pisñgi, at pinahinto siyá sa paglacad.

— ¿Ano ba ang ibig ninyó?— ang tanong ni Ibarra.

— Guinoo, Lucas ang aking pañgalan, acó ang capatid ñg namatay cahapon.

— ¡Ah! ¡Inihahandog co sa inyó ang pakikisama sa inyóng pighati!... at anó pa?

— Guinoo, ibig cong maalaman cung gaano ang inyóng ibabayad sa mag-anac na nañgulila sa aking capatid.

— ¿Ibabayad?— ang inulit ñg binata, na di napiguil ang sama ñg canyang loob;— pag-uusapan na natin itó. Bumalic po cayó ñgayon hapon, sa pagca't nagmamadali acó ñgayón.

— ¡Sabihin po lamang ninyó cung gaano ang ibig ninyóng ibayad!— ang pinipilit itanong ni Lucas.

— ¡Sinabi co na sa inyóng mag-uusap na tayo sa ibang araw, ñgayo'y wala acong panahon!— ani Ibarrang naiinip.

— ¿Wala po cayong panahón ñgayón, guinoo?— ang tanóng ñg boong saclap ni Lúcas, na humalang sa harapan ni Ibarra;— ¿wala cayong panahon sa pakikialam sa mga patay?

— ¡Pumarito na cayó ñgayong hapon, cung ibig ninyóng magbigay-loob!— ang inulit ni Ibarrang nagpipiguil;— ñgayo'y dadalawin co ang isáng taong may sakít.

— ¡Ah! ¿at dahil sa isang babaeng may sakit ay linilimot po ninyo ang mga patay? ¿Acala ba ninyo't cami'y mga ducha'y?...

— Tinitigan siya ni Ibarra at pinutol ang canyang pananalita.

— ¡Huwag po sana ninyong piliting ubusin ang aking pagtitiis!— ang sinabi ni Ibarra at ipinagpatuloy ang canyang paglacad. Sinundan siya ni Lucas ñg titig na may calakip na ñgiting puspos ñg pagtatanim ñg galit.

— ¡Napagkikilalang icaw ang apo ñg nagbilad sa arao sa aking ama!— ang ibinulong;— ¡taglay mo pa ang gayon ding dugo!

At nagbago ñg anyo ñg pananalita, at idinugtong:

— ¡Datapuwa, cung magbayad ca ñg magaling ... tayo'y magcatoto!

XLII.
ANG MAG-ASAWANG DE ESPADAÑA

Nacaraan na ang fiesta; muli na namang napag-unawa ng̃ mga mamamayan, cawañgis din ng̃ lahat ng̃ taóng nagdaan, na lalo ng̃ dukha ang cabán, na sila'y nang̃agcapagod, nang̃agpawis at totoong nang̃agpuyat na hindi sila nang̃acapagsayá, hindi sila nang̃agcamit ng̃ bagong mga caibigan, sa isang salita, mahal na totoo ang canilang pagcabili sa mga caguluhan at sa mga basag-ulo. Datapuwa't hindi cailang̃an; gayon din ang gagawin sa taóng darating, gayon din sa darating na ikasandaang taon, sa pagca't hangga ng̃ayo'y ito ang siyang naguing caugalian.

Naghahari sa bahay ni capitang Tiago ang malaking capanglawan; nacasara ang lahat ng̃ mga bintana, bahagya na nararamdaman ang paglacad ng̃ mga tao roon sa sahig, sa cocina lamang nang̃ang̃ahas silang magsalita ng̃ malacas. Nararatay sa banig at may sakit si María Clarang caluluwa ng̃ bahay; nababasa ang canyang calagayan sa lahat ng̃ mga mukha, tulad naman sa pagcabasa sa pagmumukha ng̃ isang tao ng̃ mga dinaramdam ng̃ canyang caluluwa.

— ¿Ano ba sa acala mo Isabel; sa Cruz sa Tunasan ba aco maglimos ó sa Cruz sa Matahong?— ang marahang tanong ng̃ nababalisang ama.— Lumalaki ang Cruz sa Tunasan, datapuwa't pumapawis naman ang sa Matahong; alin caya sa acala mo ang lalong mapaghimala?

Nag iisip-isip ang tía Isabel, iguinalaw ang ulo at bumulong:

— Paglaki ... lalong malaking himala ang lumaki cay sa pumawis: nagpapawis tayong lahat, ng̃uni't tayong lahat ay hindi lumalaki.

— Tunay ng̃a, siya ng̃a, Isabel, ng̃uni't alalahanin mong ang magpawis.... ang magpawis ang cahoy na guinagawa lamang na paa ng̃ bangco ay hindi cacaunting himala ... ¡Aba! ang lalong mainam ay maglimos sa dalawang Cruz, sa ganya'y walang maghihinanakit na sino man at lalong madaling gagaling si María Clara ... ¡Mabuti ba ang pagcacahanda ng̃ mga silid? Nalalaman mo ng̃ casama mag-asawang doctor ang isang bagong guinoong may pagcacamag-anac ni pari Dámaso; kinacailang̃ang huwag magculang ng̃ ano man.

Na sa cabilang dulo ng̃ "comedor" ang magpinsang si Sinang at si Victoria, na napaparoo't sinasamahan ang may sakit. Tinutulung̃an sila ni Andeng sa paglilinis ng̃ mga cagamitang pilac sa pag-inom ng̃ chá.

— ¿Nakikilala ba ninyo ang doctor Espadaña?— ang tanong na mahigpit cay Victoria ng̃ capatid sa suso ni María Clara.

— ¡Hindi!— anang tinatanong;— ang tang̃ing nalalaman co lamang sa canya'y mahal na totoong suming̃il, ayon cay capitang Tiago.

— ¡Marahil totoong magaling siya cung gayon!— ani Andeng;— mahal suming̃il ang bumutas ng̃ tiyan ni doña María, caya ng̃a marunong.

— ¡Haling!— ang biglang sinabi ni Sinang,— hindi ang lahat ng̃ sumisíng̃il ng̃ mahal ay marunong na. Tingnan mo si doctor Guevara; pagcatapos na di natutong umalalay sa nang̃ang̃anac, hanggang sa putulin ang ulo ng̃ sanggol, síning̃il ng̃ limampong piso ang nabaong lalaki ... suming̃il ang siyang nalalaman.

— ¿Ano ang kinalaman mo?— ang tanong sa canya ng̃ canyang pinsan at siya'y sinicó.

— ¿At bakit hindi co malalaman? Ang lalaki, na isang maglalagari ng̃ cahoy, pagcatapos na siya'y mapang̃ulila ng̃ canyang asawa, napilitan namang mawal-an siya ng̃ bahay, sa pagca't pinilit siyang magbayad ng̃ Alcalde, na caibigan ng̃ doctor ... ¿bakit hindi co malalaman? Pinautang pa siya ng̃ aking ama upang macapasa Santa Cruz[259].

Isang cocheng tumiguil sa tapat ng̃ bahay ang siyang pumutol ng̃ lahat ng̃ mg̃a salitaan.

Nanaog na nagtutumacbo sa hagdanan si capitang Tiago, na sinusundan ni tía Isabel, upang salubung̃in ang mg̃a bagong dating.— Ang mg̃a nagsidating na ito'y ang doctor na si don Tiburcio de Espadaña, ang canyang guinoong asawang; doctora na si doña Victorina de los Reyes "de" de Espadaña at isang binatang castilang nacalulugod ang mukha at maganda ang kiyas.

Ang sa babaeng pananamit ay isang sutlang "bata" na nabuburdahan ng̃ mg̃a bulaclac, at may isang sombrerong may isang malaking ibong "papagayo" na halos nababayuot sa mg̃a cintas na azul at pula; ang nang̃agcacahalong alaboc ng̃ daan at galapong ng̃ bigas sa canyang mg̃a pisng̃i ang siya manding nagdaragdag ng̃ canyang mg̃a culubot; ng̃ayo'y inaalalayan sa mg̃a bisig ang canyang asawang pilay, na gaya rin ng̃ siya'y makita natin sa Maynila.

— Ikinaliligaya cong ipakilala sa inyo ang aming pinsang si don Alfonso Linares de Espadaña!— ani doña Victorina na itinutúro ang binata; ang guinoong ito'y inaanac ng̃ isang camag-anac ni pari Dámaso, tang̃ing kalihim ng̃ lahat ng̃ mg̃a ministro....

Bumati ng̃ calugodlugod ang binata; unti ng̃ hagcan ni capitang Tiago ang canyang camay.

Samantalang ipinapanhic ang lubhang maraming mg̃a "maleta" at mg̃a "saco de viaje", samantalang inihahatid sila ni capitang Tiago sa canicanilang mg̃a silid, pag-usapan natin ang ilang bagay na nauucol sa mag-asawang ito, na bahagya na natin napagsalitaanan sa mg̃a unang bahagui ng̃ librong ito.

Si doña Victorina'y isang guinoong babaeng may taglay ng̃ mg̃a apat na po't limang agosto, na catumbas ng̃ tatlompo't dalawang abril ayon sa canyang balac sa aritmética. Maganda siya ng̃ panahong bata pa, malamán ang canyang catawan,— gayon ang madalas niyang sabihin— ng̃uni't sa canyang pagcawili sa panonood sa canyang sarili, pinawal-ang halaga niya ang maraming sa canya'y nañgiñgibig na mga filipino, palibhasa'y ang minimithi niya'y ang ibang lahi. Hindi niya inibig ipagcatiwala cangino man ang canyang maputi at maliit na camay, datapuwa't hindi sa pagcuculang tiwala, sa pagca't hindi mamacailang nagbigay siya sa ilang lagalag na mga tagaibang lupain at mga tagarito ng mga pamuti at mga hiyas na hindi maulatan ang cahalagahan.

Anim na buwan pa muna bago dumating ang panahong sinasaysay namin ngayon, nasunduan niyang ganap ang lalong caligaligaya niyang panaguinip, ang panaguinip ng boong buhay niya, na dahilan dito'y pinawalang halaga niya ang mga pagsuyo ng cabataan at sampo ng mga pangacong pagsinta ni capitang Tiago na ng una'y ibinubulong sa canyang tainga ó inaawit sa ilang mga pananapat. Lampas na nga sa panahon ng masunduan niya ang canyang mithi; nguni't palibhasa'y cahi't pamalimali'y nagsasalita si doña Victorina ng wicang castila, at higuit cay Agustina na taga Zaragoza ang canyang pagca española, nalalaman niya yaong casabihang "Mas vale tarde que nunca" (Magaling cay sa wala ang magcamit cahi't malaon), at siya rin ang umaaliw sa sarili sa pagsasalita nito sa canya rin.— "No hay felicidad completa en la tierra" ay isa naman sa canyang laguing guinagamit na casabihan sa canyang buhay, sa pagca't hindi lumalabas sa canyang mga labi ang dalawang casabihang ito sa harap ng ibang mga tao.

Si doña Victorinang pinagdaanan na ng una, pangalawa, pangatlo at pang-apat na cabataan sa paglaladlad ng canyáng mga lambat upang mahuli sa dagat ng daigdíg ang bagay na adhica ng canyáng mga hindi pagcacatulog, sa cawacasa'y napilitang sumang-ayon sa ibig ng capalarang sa canya'y ipagcaloob. Cung naguing tatlompo't isang abril sana ang canyáng gulang, at hindi tatlompo't dalawá,— ang layo'y totoong malaki ayon sa canyáng aritmética.— isinauli disin ng cahabaghabag na babae sa Capalaran ang inihahandog sa canyáng huli sa lambát, upáng maghintáy ng lalong naaalinsunod sa canyang calooban. Nguni't palibhasa'y pinapanucala ng tao at ang pangangailangan ang siyáng nagpapasiya, siyáng malaki ng lubha ang pangangailangan ng asawa, napilitang magalingin na niyá ang isáng abang lalaki na iniabsang ng bayang Extremadura (España), at pagcatapos na macapaglagalag sa daigdig ng anim ó pitóng taón, Ulisis na bago, sa cawacasa'y nasumpungan niya sa pulo ng Lusóng ang mapapanuluyan, salapi at isang panís ng Calipso, na canyáng-cabiac dalandán ... ¡ay! at ang dalanda'y maasim. Tiburcio Espadaña ang pangalan ng caawaawa, at baga man tatlompo't limang taón ang gúlang ay tila matanda na; gayón ma'y lalong bata pa siya cay doña Victorina, na may tatlompo't dalawa lamang. Magaang maunawa ang cadahilanan nitó, nguni't panganib na sabihin.

Siya'y na pa sa Pilipinas na ang catungcula'y Oficial Quinto sa mga Aduana, datapuwa't totoong napacalihis ang canyang palad, na bucód sa siya'y nahilong mainam at nabalian siya ng isang hita samantalang naglalacbay-dagat, binawian siya ng̃ catungculan ng̃ macaraan ang labing limáng araw mula ng̃ siya'y dumating, pagbawing sa capanahuna'y dinala sa canyá ng̃ "Salvadora", ng̃ wala na siya cahit isang cuarta man lamang.

Sa canyáng pagcadala sa dagat, hindi niya inibig umuwi sa España hanggang hindi siyá yumayaman, at inisip niyáng maghanap-buhay sa ano man. Ayaw itulot sa canyá ng̃ capalaluan ng̃ budhi ng̃ pagca castila ang paggugugol ng̃ lacas: hang̃ad sana ng̃ lalaking mamuhay siyá sa isang paraang walang icapipintas ang sino man, ng̃uni't ayaw ipahintulot sa canya ng̃ capurihan ng̃ mg̃a castila na gugulin niyá ang lacás sa paggawa, at hindi siya mailigtas sa mg̃a pang̃ang̃ailang̃an ng̃ capurihang iyón.

Ng̃ mg̃a unang araw ay nabubuhay siya sa gugol ng̃ ilang cababayan niya, ng̃uni't palibhasa'y marunong mahiya si Tiburcío, sa damdam niya'y masaclap ang canyang kinakain, caya't hindi tumataba cung di bagcos pa ng̃ang nang̃ang̃ayayat. Sa pagca't wala siyang dunong, salapi ó mataas na taong tumangkilic sa canya, inihatol sa canya ng̃ canyang mg̃a cababayan, upang huwag na siyang macabigat pa sa pamumuhay na siya'y pa sa mg̃a lalawigan at doo'y magpanggap siyang doctor sa pangagamot. Ng̃ mg̃a unang mula'y aayon sana ang lalaki, sa pagca't tunay ng̃a't siya'y naguing alila sa Hospital ng̃ San Cárlos ng̃uni't wala siyang natutuhang ano man sa carunung̃an tungcol sa panggagamot: ang tungculin niya roo'y pagpagan ng̃ alaboc ang mg̃a bangco at papagning̃asin ang mg̃a bagang pangpainit, at ito'y hindi pa, nalaon. Datapuwa't sa pagca't nalalao'y humihigpit ang caguipitan, at pinapawi ng̃ canyang mg̃a caibigan ang mg̃a pag-aalap-ap niya, pinakinggan niya sila sa cawacasan, siya'y na pa sa mg̃a lalawigan, nagpasimula siya ng̃ pagdalaw sa ilang mg̃a may sakit, at sumising̃il siya ng̃ alinsunod sa inihahatol sa canya ng̃ sariling budhi. Datapuwa't ang nacawang̃is niya'y ang binatang filósofo na sinasabi ni Sameniego, sa cahulihuliha'y suming̃il siya ng̃ mahal at linagyan niya ng̃ mataas na halaga ang canyang mg̃a dalaw sa mg̃a may sakit; dahil dito'y ipinalagay siyang dakilang manggagamot, at marahil siya sana'y yumaman, cung hindi nabalitaan ng̃ mg̃a pang̃ulong manggagagamot sa Maynila ang camalacmalac na canyang pagsing̃il at ang pakikipang̃agaw na guinagawa sa mg̃a ibang manggagamot.

Namag-itan sa canya ang mg̃a walang catungculan at ang mg̃a profesor.— "Caibigan,— ang canilang sinabi sa maganapin sa catungculang si Dr. C.,— pabayaan na ninyong siya'y macatipon ng̃ caunting puhunan, at pagca may anim ó pitong libo na siya'y macaoowi na sa canyang bayan at ng̃ doo'y mamuhay sa capayapaan. Sa catotohana'y ¿ano ang guinagawa sa inyong masama? ¿na canyang dinaraya ang mg̃a hindi marunong mag-ing̃at na mg̃a "indio"? Sila'y magpacatalino. Siya'y isang caawaawa; huwag po ninyong alisin sa canyang bibig ang pagcain; cayo sana'y mag-asal mabait na castila!"

¿Palibhasa'y mabait ngang castila ang doctor, napahinuhod siyang magwalang malay ng cagagawang iyon; nguni't sa pagca't dumating sa tainga ng bayan ang gayong balita, nagpasimula ng pagcuculang tiwala sa canya, at hindi nalao't wala ng pagamot cay don Tiburcio Espadaña at sa ganito'y napilitan na namang halos magpalimos ng kinakain sa araw-araw. Ng panahong iyo'y nabalitaan sa isang caibigan niya, na naguing matalic namang caibigan ni doña Victorina, ang malaking pangangailangan ng asawa ng guinoong babaeng ito, ang canyang pagsinta sa bayang España at ang cagandahan ng canyang puso. Natanawan ni don Tiburcio roon ang isang capilas na langit, at ipinakiusap na siya'y ipakilala cay doña Victorina.

Nagkita si doña Victorina't si don Tiburcio. ¡"Tarde venientibus ossa," ang biglang sinabi marahil ni don Tiburcio cung marunong sana siyá ng latin! Si doña Victorina'y di na masasabing maaariari pa, tunay na di na maaari; nauwi na lamang ang canyáng malagong buhóc sa isang pusód, na ayon sa sabi ng canyáng alilang babae'y ang ulo ng bawang ang nacacasinlaki raw, ang mga culubót ng canyang mukha'y tulad sa dinaanan ng araro at nagpapasimula na ng pag-uga ang canyang mga ngipin, nangagdaramdam na rin naman ang canyáng mga matá, at malaki na ang ipinagdamdam, caya't kinacailangan na niyáng ga ipikit na ng caunti upang macakita sa dacong may calayuan; ang caugalian na lamang niya ang tanging sa canya'y natira.

Nangagcaunawaan ng matapos ang calahating horas na pagsasalitaan, at nangagtanggapan sila. Dahil sa ang ibig niya ang isang castilang hindi napacapiláy, hindi totoong utal, hindi lubháng upawin, huwag napaca bungi ang mga ngipin na huwag mapacalabis ang pananambulat ng laway cung nagsasalita, at magcaroon sana ng lalong malaking licsi at "categoria", na gaya ng caraniwan niyang sabihin; nguni't ang ganitóng mga bagay na castila'y hindi lumapit cailan man sa canyá upang ipakiusap na sa canya'y pacasal. Hindi miminsang canyang naringig na "la ocasión la pintan calva" (ilinalarawang walang buhoc sa ulo ang magaling na pagcacataon), at inacala niyá ng taimtim sa loob na si don Tiburcio'y siyang tunay na magaling na pagcacataon, sa pagca't salamat sa mga gabíng lubhang mapighating canyáng dinaanan, maagang nangyayari sa canyá ang pagcapanot ng ulo. ¿Sino ang babaeng hindi matalino sa icatatlompo't dalawang taóng gulang?

Nagdamdam naman si don Tiburcio, sa ganang canyá, ng hindi mawatasang pamamanglaw ng canyáng dilidilihin ang mga unang buwan ng canyang pag-aasawa na ang caraniwa'y nagtatamasa ng boong catamisan. Nguni't caniyang taglay ang pagsang-ayon sa sawing capalaran, at huminġi siyang saclolo sa pag-aalaala sa dinaanan at dinaraanan pang gutom cung sacali. Cailan man ay hindi niya inisip ang lumangoy sa yaman ó magtamo ng mataas na catungculan, magagaang na camtan ang canyang mga adhica ng loob, hindi malalawac ang canyáng mga mithi; datapuwa't ang canyang pusong virgen pa ñg mga panahong iyón ay naghañgad ñg ibang nacasisintahing lubhà.— Doon sa canyang cabataan, cung pagal na siya sa cagagawa, pagcatapos na magawa niyá ang dukhang paghapon, nagpapahiñgalay siya sa masamang hihigán upáng tunawin ang "gazpacho", at natutulog siyang ang napapanag-inip ay isang larawang nacañgiti at mapagbigay layaw. Pagcatapos, ñg maragdagan ang mga sama ñg loob at mga casalatan, nagdaan ang mga taón at hindi dumating ang calugodlugod na larawan, ang inisip na lamang niya'y ang isang mabait na babae, masipag, mabuting mamahay, na macapagdala sa canya ñg caunting salapi sa pagcacasal, macapagbigay aliw sa canya sa mga pagal ñg paggawa at manacanacang siya'y cagalitan.— ¡tunay, ipinalalagay niyang isang caligayahan ang mga pag-aaway ñg mag-asawa! Datapuwat ñg siya'y mapilitang maglagalag sa bayanbayan, na ang hinahanap niya'y hindi na ang cayamanan cung hindi caunti man lamang caguinhawahan sa pamumuhay sa panahon canyang ipinananatili pa sa daigdig; ñg pucawin sa canya ang pag-asang macakikita ñg caguinhawahan ñg mga balibalitang bigay sa canya ñg canyang mga cababayang galing sa cabilang ibayo ñg dagat, lumulan siya sa isang sasacyang tuñgo sa Filipinas, pinapamugad ñg layon sa canyang dibdib ang isang calugodlugod na mestiza, sa isang magandang india na may malalaking matang maitim, napuputos ñg sutla at mga nañgañganinag na mga damit, tiguib ñg taglay na mga brillante at guinto at iniaalay sa canya ang pagsinta, ang mga coche, at iba pa. Dumating sa Filipinas at ang boong acala niya'y nasunduan na niya ang caganapan ñg canyang panag-inip, sa pagca't tinititigan siya ñg may halong pagtataca ñg mga dalagang nacasacay sa mga cocheng plateadoong nagpapasial sa Luneta at Malecón. Datapuwa't ñg siya'y bawian ñg catungculan, nawala sa canyang panimdim ang mestiza ó ang india, at linikha naman niya ñg boong hirap ang larawan ñg isang bao, ñguni't isang baong calugodlugod. Caya ñga't ñg makita niyang naguiguing catotohanan ang isang bahagui ñg canyang panaguinip, siya'y namanglaw ñguni't palibhasa'y taglay niya ang caunting catutubong pagsangayon sa ano mang nangyayari, sinabi niya ang sa canyang sarili: ¡"Yao'y wala cung di isang panaguinip lamang, at sa daigdig ay hindi nabubuhay sa panaguinip"! Sa ganito'y binibigyan niyang capasiyahan ang canyang mga pag-aalinlañgan: gumagamit siya ñg galapong ñg bigas, pshe! cung macasal na sila'y ipag-uutos na niyang huwag gumamit; na marami ñg culubot ang balat, ñguni't ang levita niya'y lalo ñg maraming guisi at mga sursi, na yao'y isang matandang babaeng mapagyabang, mapagpasuco at asal lalaki, datapuwa't ang gutom ay lalo ñg asal lalaki, lalo ñg mapagpasuco at lalo pa manding mapagyabang, at bucód sa roo'y caya ñga naman catutubo na niya ang pagcamatimyas na ugali, at ¿sino ang nacacaalam? binabago ñg pagsinta ang mga caasalan; na totoong masamang mañgastila, siya man nama'y hindi rin magaling mañgastila, ayon sa sinabi sa canya ñg puno ñg Negociado ñg ipagbigay alam sa canya ang sa canya'y pagbawi ñg catugculan, at bucod sa roo'y ¿ano baga iyon? ¿na ang babaeng iyo'y isang matandang pañgit at catawatawa? ¡siya nama'y pilay, wala ñg ñgipin at saca panot pa! Lalong minamagaling pa ni don Tiburcio ang siya'y mag alaga cay sa siya'y alagaan sa pagcacasakit sa gútom. Pagca linilibac siyá ñg alin mang caibigan niyá, ito ang canyáng isinasagot: "Bigyan mo aco ñg pagcain at tawaguin mo acong tañgá".

Si don Tiburcio'y isa riyan sa caraniwang sinasabing hindi gumagawa ñg masama cahi't sa isang lañgaw: mahinhin at walang cayang magtaglay ñg isang masamang caisipan, siya disi'y nagmisionero ñg mga unang panahón. Hindi nangyaring nacapanagumpay sa canya ang lubos na paniniwala ñg malaking cataasan, ñg dakilang camahalan at mataas na cahalagahang sa loob ñg ilang linggo'y cumacapit sa calooban ñg pinacamalaking bahagui sa canyang mga cababayan. Hindi nagcasiya cailan man sa canyang puso ang magtanim ñg galit; hindi pa siya nacasusumpong ñg isa man lamang na "filibustero"; wala siyang nakikita cung hindi mga haling na isip na kinakailañgang agawan ñg pagcabuhay, sacali't aayaw na maguing halíng pa cay sa canila. Ñg pag-acalaang siya'y pag-usiguin sa harap ñg mga hucuman dahil sa pagpapanggap niya ñg pagca manggagamot, hindi siya naghinanakit, hindi siya dumaing; kinikilala niya ang catuwiran, at ito lamang ang canyang isinasagót: ¡Datapuwa't kinacailañgang mabuhay!

Sila ñga'y napacasal ó nagsiluan ang isa't isa[260], at na pa sa Santa Ana sila at ñg doon nila lasapin ang catimyasan ñg unang buwan ñg bagong casal; ñguni't ñg gabi ñg sa canila'y pagcacasal, nagcasakit si doña Victorina, dahil sa catacottacot na hindi pagcatunaw ñg kinain; si don Tiburcio'y napasalamat sa Dios, nagpakitang siya'y mairog at maiguing mag-alaga. Gayón man, ñg icalawang gabi'y ipinakilala niyáng siya'y lalaking marunong magmahal sa capurihan, at ñg manalamin siya ñg kinabucasan, ñgumiti ñg boong calungcutan hanggang sa ipakita niya ang canyang mga ñgidñgid na walang ñgipin: ang cauntia'y may sampong taón ang canyang itinanda.

Sa lubhang malaking pagcalugod ni doña Victorina sa canyang asawa, ipinagpagawa niya siya ñg magagaling na mga ñgiping nailalagay at naaalis, ipinag-utos sa lalong magagaling na mga sastre sa ciudad na igawa ang canyang asawa ñg lalong magagaling na mga casuutan; bumili ñg mga araña at mga calesa; nagbilin sa Batañgan at sa Albay ñg lalong magagaling na mga "pareja" ñg mga cabayo, at hanggang sa pinilit niya si don Tiburciong magcaroon ñg dalawang cabayong handa sa mga tacbuhang darating.

Samantalang binabago niya ang calagayan ñg canyang asawa'y hindi niya nililimot ang canyang sariling catawan: canyang iniwan ang sayang sutla at ang barong pinya at ang guinamit niya'y ang pananamit europea; inihalili niya sa madaling gawing puyod ñg mga filipina ang magdarayang mga "flequillo", at sa pamamag-itan ng̃ canyang mg̃a pananamit na cagulatgulat ang sa canya'y hindi pagcabagay, binigyang niyang ligalig ang capayapaan ng̃ tahimic at walang guinagawang mg̃a mamamayan.

Ang canyang asawang cailan ma'y hindi umaalis na naglálakad,— (aayaw si doña Victorinang makita ang capilayan ng̃ canyang asawa),— dinádala siya sa mg̃a lugar na walang tao, bagay na ikinahahapis na totoo ni doña Victorina, palibhasa'y ang ibig niya'y maipagparang̃alan ang canyang asawa sa lalong hayag na mg̃a paseo: ng̃uni't hindi siya umiimic sa pagpipitagan niya sa mg̃a unang buwan ng̃ catamisan ng̃ mg̃a bagong casal.

Nagpasimula ang pagbabawas ng̃ timyas ng̃ canilang pagsasama, ng̃ acalain ng̃ canyang asawang siya'y pakiusapan tungcol sa "polvos de arroz" (galapong ng̃ bigas) at sabihin sa canyang yao'y daya at hindi catutubo; pinapagcunot ni doña Victorina ang canyang mg̃a kilay, at siya'y tinitigan sa mg̃a ng̃iping nailalagay at naaalis. Hindi na umimic ang lalaki, at napagwari ng̃ babae cung alin ang pangpahina sa canya ng̃ loob.

Hindi nalao't ang isip niya'y siya'y nagdadalang tao na, at canyang ipinamalita ang gayong bagay sa lahat ng̃ canilang mg̃a caibigan:

— Acó at si de Espadaña'y cami pasasa "Peñinsula" sa buwang darating; aayaw acong ipang̃anac dito ang aming anac at tatawaguing "revolucionario".

Nilagyan niya ng̃ isang "de" ang apellido ng̃ canyang asawa; hindi pinagcacagugulan ng̃ ano man ang "de"; ng̃uni't nacapagbibigay "categoria" (camahalan sa pang̃alan). Cung pumifirma siya'y ganito ang inilalagay niya sa sariling pang̃alan: Victorina de los Reyes "de" de Espadaña; ang "de" de Espadañang ito ang siyang ikinasisira ng̃ canyang isip; bagay na hindi nangyaring naalis sa canyang ulo ng̃ litografong gumawa ng̃ canyang mg̃a tarjeta at ng̃ cahi't canyang asawa.

— Cung isa lamang "de" ang aking ilalagay, mawiwicang talagang wala cang "de", ¡haling!— ang sinabi sa canyang asawa.

Walang licat ang canyang pamamalita ng̃ guinagawa niyang mg̃a paghahanda sa paglalacbay, pinagsicapan niyang isaulo ang mg̃a pang̃alan ng̃ mg̃a duong̃ang dinaraanan ng̃ mg̃a sasacyang patungo sa España, at nacalulugod na pakinggan siya sa pananalita:— "Aking makikita ang ismo ng̃ canal ni Suez; sinasabi ni De Espadañang siya raw lalong maganda, at nalibot ni De Espadaña ang boong daigdig. "— " Marahil ay hindi na aco uuwi dito sa lupain ng̃ mg̃a taong gubat, "— " Hindi aco ipinang̃anac upang matira aco sa lupaing ito; lalo pang nababagay sa akin ang Aden ó Port Said: musmos pa aco'y gayon na ang aking caisipan," at iba pa. Pinagbabahagui ni doña Victorina ang daigdig, sa canyang "geografía," sa Filipinas at España, na naiiba naman sa mg̃a chulo (mg̃a taong hang̃al sa Madrid) na binabahagui ang daigdig sa España at America ó China sa ibang pang̃alan.

Nalalaman ng̃ canyang asawang ang ilang sa mg̃a bigay na iyo'y mg̃a cahaling̃an, ng̃uni't hindi umiimic at ng̃ huwag siyang masigawan at maipamukha sa canya ang canyáng cautalan. Nagpacunwari si doña Victorinang siya'y naglilihi, at nagpahumaling sa pagsusut ng̃ mg̃a damit na sarisari ang mg̃a culay, nagbalot ng̃ mg̃a bulaclac at ng̃ mg̃a sintas at nagpapasial na nacabata sa Escolta, datapuwa't ¡oh casaliwaang palad! nagdaan ang tatlong buwan at nalugnaw ang panag-inip, at sa pagca't wala ng̃ dapat ipang̃ilag upang huwag maguing revolucionario ang anac na lalaki, hindi na niya ipinatuloy ang paglalacbay. Ang kinahiligan nama'y ang pagtatanong sa mg̃a manggagamot, mg̃a hilot, mg̃a matatandang babae't iba pa, datapuwa't nawalang cabuluhan; siyang aayaw pasaclolo sa cang̃ino mang santo ó santa, at canyang nililibac si San Pascual Bailon, bagay na totoong ikinahahapis ni capitang Tiago; caya ng̃a't sa canya'y sinabi ng̃ isang caibigan ng̃ canyang asawa:

Maniwala po cayo sa akin, guinoong babae, cayo po ang bugtong na may "espiritu fuerte" (matapang na diwa) sa nacayayamot na lupang ito!

Siya'y ng̃umiti baga man hindi niya nauunawa cung ano ang "espiritu fuerte" at pagcagabi, sa oras ng̃ pagtulog, itinanong cung ano ang cahulugan niyon sa canyang asawa.

— Guiliw co,— ang isinagot nito,— ang nalalaman cong e ... espiritu fuerte ay ang "amoniaco;" isang "re ... retórica" (bulaclac ng̃ pananalita) lamang marahil ang sinabi ng̃ aking caibigan.

Buhat niyó'y sinasabi niya cailan ma't maaari:

— Aco ang bugtong na amoníaco sa lubhang nacayayamot na lupaing ito, sa pananalitang retórica; gayon ang sinabi ni Guinoong N. de N., peninsular na totoong mataas ang "categoria".

Ang bawa't maibigan niyá'y kinacailang̃ang gawin; totoong napasuco niyang lubos ang canyang asawa, na hindi naman nagpakita ng̃ malaking pagsalangsang sa canya, na ano pa't naguing cahalimbawang tunay ng̃ isáng ásong maliit na sumusunod sa bawa't maibigan ni doña Victorina. Cung guinagalit siya'y hindi pinahihintulutang siya'y macapagpasial, at cung totoong siya'y pinapagng̃ing̃itng̃it, inaagaw cay don Tiburcio ang postizong mg̃a ng̃ipin at pinababayaan siyang magmukhang cagulatgulat sa isa ó ilang araw caya, ayon sa maisipan.

Naisipan ni doña Victorinang dapat maguing doctor sa Medicina at sa Cirugía ang canyang asawa, at ipinaunawa niya cay don Tiburcio ang bagay na ito.

— ¡Guiliw co! ¿ibig mo bang aco'y dacpin?— ang tanong na nagugulat.

— ¡Huwag ca sanang báliw, pabayaan mo't aco ang nacacaalam!— ang isinagót,— hindi ca manggagamot cang̃ino man, datapuwa't ibig cong tawaguin ca nilang doctor acó'y doctora, ¡halá!

At kinabucasa'y tumanggap si Rodoreda nğ biling iukit sa isang losa nğ maitim na mármol ang ganito: Dr. DE ESPADAÑA, ESPECIALISTA EN TODA CLASE DE EMFERMEDADES (manggagamot na tanği sa lahat nğ bagay na sakít).

Ipinag-utos sa lahat nğ mğa lingcód nila sa bahay na itawag sa canilá ang canilang mğa bagong titulo, at dahil dito'y naragdagan ang bilang nğ mğa flequillo, cumapál ang pahid na polvos de arroz, at dumami ang mğa cintas at ang mğa encaje, at lalo nğ tiningnang nğ malaking pagpapawalang halaga ang canyang mğa aba at culang palad na mğa cababayang babae, na ang mğa asawa'y mababa ang camahalan cay sa canyang asawa. Bawa't araw na magdaan ay nararamdaman niyang lalong naguiguing mahal at lalong tumataas siya, at cung magpapatuloy ang gayong calacarán, paguiguing isang taó'y sasapantahain na niyang siya'y calahi nğ Dios.

Hindi nacahahadlang ang mğa dakilang caisipang itó, na hanggang nagdaraan ang araw ay lalo siyang tumatanda at lalong nagmumukhang catawatawa. Cailan mang masasalubong niya si capitáng Tiago at maaalaala niyang nawalang cabuluhan ang pangingibig sa canya nitó, pagdaca'y nagpapadala siya nğ piso sa Simbahan sa pamisa, bilang pasasalamat. Gayón ma'y iguinagalang na totoo ni capitang Tiago ang canyang asawa dahil sa título na pagca manggagamot sa lahat nğ bagay na sakít, at canyang pinakíkinggang magaling ang mğa ilang salitang canyang naipangunğusap dahil sa canyang cautalán. Dahil dito, at dahil sa hindi dumadalaw ang manggagamot na ito sa canğino man, hinirang siya ni capitang Tiago upang siyang gumamot sa canyang anac na babae.

Cung tungcól sa binatang Linares ay iba na. Nğ gumagayac nğ pagpasa España, inacala ni doña Victorina ang maglagay nğ isáng tagapangasiwáng castila, sa pagca't walang tiwala siya sa mğa filipino naalaala nğ canyang asawa ang isang pamangking na sa Madrid, na nag-aaral nğ pag-aabogado at ipinalalagay na siyang pinacamatalas ang caisipan sa lahat nğ mğa magcacamag-anac sinulatan nğa siya, na ipinagpauna ang bayad sa sasacyan nğ pagparito, at naglalacbay-dagat na siyang dito ang tumpá, nğ mapugnaw ang pananag-inip tungcol sa pagdadalang tao.

Ang tatlong guinoong ito ang siyang bagong cararating.

Samantalang cumacain sila nğ pangalawang agahan, dumating si pari Salví, at sa pagcá't siyá'y cakilala na nğ mag-asawa, ipinakilala nila sa canyá, sampo nğ mğa tagláy na carapatán nğ binátang si Linares, na nagdamdam cahihiyan.

Ayon sa caugalia'y si María Clara ang siyáng pinag-usapan; ang dalaga'y nagpapahinğalay at natutulog. Napagsalitaanan ang tungcol sa paglalacbáy: ipinagparanğalan ni doña Victorina ang canyang catabilán sa pagpintas sa mğa tagalalawigan, sa canilang mğa bahay na pawid, sa canilang mğa tulay na cawayan, na hindi kinalimutang sabihin sa cura ang pagca sila'y mğa caibigan ñg Segundo Cabo, ñg Alcaldeng si gayón, ñg Oldor na si ganyán, ñg Intendente at iba pa, mga táong pawang matataas na totoong naaalang-alang sa canila.

— Cung naparito po sana cayo camacalawa, doña Victorina,— ang isinunód ni capitang Tiago, pagcatapos ñg isáng sandaling pagtahimic ñg usapan,— inyó po sanang nacatagpo ang marilag na Capitan General: diyan siya nacaupo.

— ¿Anó? ¿Paano? ¿Naparito ba ang capitang General? ¿At dito sa inyong bahay? ¡Casinuñgalingan!

— ¡Sinasabi co po sa inyong diyan siya nacaupo! Cung naparito pó sana cayó camacalawa....

— ¡Ah! sáyang na hindi nagcasakit agád si Clarita!— ang bigláng sinabi niyang taglay ang túnay na pagdaramdam, at saca pinagsabihan si Linares:

— ¿Nariñgig mo na, pinsan? ¡Dírito ang Capitán General! ¿Nakita mo na cung totoo ang sabi ni De Espadaña, ñg sabíhin sa iyóng ang paroroonan mo'y hindi bahay ñg isang waláng cabuluhang indio? Sa pagca't talastasin po ninyo na ang aming pinsa'y ñg nasa Madrid ay caibigan ñg mga ministro at ñg mga duque, at doon cumacain sa bahay ñg conde del Campanario.

— Ñg duque de la Torre, Victorina,— ang isinala ñg canyang asawa.

— Gayon din lamang iyon, ¿icaw pa ba naman ang magsasabi sa akin?...

— ¿Mararatnan co po caya si pari Damaso sa canyang bayan?— ang isinalabat ni Linares, na si pari Salvi ang kinacausap;— malapit daw rito ang sabi sa akin.

— Aba, naririto siya ñgayon at hindi malalao't siya'y paririto,— ang isinagot ñg cura.

— ¡Gaano calaki ang aking tuwa! may dala acong sulat na ucol sa canya,— ang biglang sinabi ñg binata,— at cung hindi lamang sa ganitong maligayang pagcacataon ñg pagparito cong ito, nagsadya disin pa aco ñg pagparito upang siya'y aking dalawin.

Samantala'y naguising ang "maligayang" pagcacataon.

— ¿De Espadaña?— ani doña Victorina ñg matapus ang pagcain,— ating titingnan na si Clarita?— At saca sinabi cay capitang Tiago: ¡Dahil sa inyo lamang, don Santiago; dahil sa inyo lamang! Hindi gumagamot ang aking asawa cung di sa mga matataas na tao lamang, at iyon pa man, iyon pa man! ¡Hindi cawañgis ang aking asawa ñg mga taga rito!... hindi siya nanggagamot sa Madrid cung hindi sa mga taong matataas lamang.

Tinuñgo nila ang kinalalagyan ñg may sakit na babae.

Halos ñgitñgit ñg dilim ang silid na kinalalagyan ñg may sakit, nacalapat ang mga bintana, dahil sa pañganganib sa hihip ñg hañgin, at nanggagaling ang bahagyang liwanag doon sa dalawang malalaking candilang pagkit na nakatiric at nagniniñgas sa harap ñg isang larawan ñg Virgen sa Antipolo.

Nabibigkisan ang ulo ng̃ isang panyong basa ng̃ Agua de Colonia, nababalot na mabuti ang catawan sa mapuputing cumot na may saganang mg̃a ticlop, na siyang tumatakip sa canyang pagca anyong virgen, nacahiga ang dalaga sa canyang catreng camagong na napapamutihan ng̃ mg̃a cortinang jusi at pinya.

Ang canyang mg̃a buhoc na nacaliliguid sa mukha niyang tabas itlog ang nacararagdag ng̃ gayong nang̃ang̃aninag na pamumutla, na binibigyang buhay lamang ng̃ malalaking mg̃a matang puspos ng̃ calungcutan. Na sa canyang siping ang canyang dalawang caibigang babae at si Andeng na may babae na isang sanga ng̃ azucena.

Pinulsuhan siya ni De Espadaña, siniyasat ang canyang dila, tinanong siya ng̃ ilan, at saca nagsalitang iiling iling:

— ¡I ... ito'y may sakit, ng̃uni't maaring gumaling!

Minasdan ni doña Victorina ng̃ boong calakhan ng̃ loob ang mg̃a nalilimpi.

— ¡Liqueng may cahalong gatas sa umaga, jarabe de altea, dalawang pildora ng̃ sinoglosa!— ang ipinag-utos ni De Espadaña.

— Lacsan mo ang iyong loob, Clarita,— ang sabi ni doña Victorina na sa canya'y lumapit; naparito cami't ng̃ gamutin icaw ... ¡Ipakikilala co sa iyo ang pinsan namin!

Nawiwili si Linares sa panonood sa mg̃a calugodlugod na mg̃a mata ni María Clara, na anaki'y may isang hinahanap, caya't hindi niya naring̃ig ang sa canya'y pagtawag ni doña Victorina.

— Guinoong Linares— ang sa canya'y sinabi ng̃ cura, na ano pa't pinucaw siya sa canyang pagcawili sa panonood;— narito na si pari Damaso.

At tunay ng̃a namang dumarating si pari Damaso, na namumutla at ga nalulungcot na; pagbabang̃on niya sa higaa'y si Maria Clara ang unang canyang dinalaw. Hindi na siya ang dating pari Damaso, na totoong mataba at mapag-aglahi; ng̃ayo'y lumalacad na walang imic at anyong hahapayhapay.

XLIII.
MGA PANUCALA

Hindi niya pinansin ang sino man, tuloytuloy siya sa higaan ng̃ may sakit, at saca niya hinawacan ang camay nito:

— ¡Maria!— ang canyang sinabi ng̃ hindi maulatang pag-irog, at bumalong sa canyang mg̃a mata ang mg̃a luha;— ¡Maria, anac co, hindi ca mamamatay! Binucsan ni Maria ang canyang mg̃a mata at tiningnan siya ng̃ tanging pagtataca.

Sino man sa mg̃a nacacakilala sa franciscano'y hindi nang̃aghihinala man lamang na siya'y may taglay ng̃ gayong lubhang mg̃a caguiliwguiliw na damdamin; hindi inaacala ng̃ sino mang sa ilalim ng̃ gayong matigas at magaspang na anyo'y may tangkilic na isang puso.

Hindi nacapanatili roon si pari Damaso, at umiiyac na parang musmos na lumayo sa dalaga. Tinung̃o niya ang "caida" upang doo'y maibulalas niya ang canyang capighatian, sa lilim ng̃ mg̃a gumagapang na halaman sa durung̃awan ni Maria Clara.

— ¡Pagcalakilaki ng̃ canyang pag-ibig sa canyáng inaanac!— ang sapantaha ng̃ lahat.

Pinagmamasdan siya ni fray Salví na hindi cumikilos at hindi umiimic, at nang̃ang̃agat labi ng̃ bahagya.

Ng̃ anyóng natatahimic na si pari Dámaso'y ipinakilala sa canya ni doña Victorina ang binatang si Linares, na sa canyá'y magalang na lumapit.

Waláng imic na pinagmasdan siya ni pari Dámaso, mula sa mg̃a paa hangang úlo, inabot ang súlat na sa canya'y iniabot ni Linares, at binasa ang lihim na iyóng anaki'y hindi napag-uunawa ang lamán, sa pagca't tumanóng

— ¿At sino po ba cayó?

— Acó po'y si Alfonso Linares, na inaanac ng̃ inyóng bayáw ...— ang pautál na sinabi ng̃ binata.

Lumiyad si pari Dámaso, mulíng minasdan ang binata, sumaya ang mukha at nagtindíg.

— ¡Aba, icaw palá ang inaanac ni Carlicos!— ang biglang sinabi at siya'y niyacap; halica't ng̃ kita'y mayacap ... may ilang, araw lamang na catatanggap co pa ng̃ canyang sulat ... ¡abá, icaw palá! Hindi catá nakikilala ... mangyari baga, hindi ca pa ipinang̃ang̃anac ng̃ aking lisanin ang lupaing iyón; ¡hindi cata nakilala!

At pinacahihigpit ng̃ canyáng matatabang mg̃a bisig ang binata, na namúmula, ayawan cung sa cahihiyan ó sa pagcainís. Tila mandin nalimutan ng̃ lubós ni pari Dámaso ang canyáng pighati.

Ng̃ macaraan ang iláng sandali ng̃ pagpapakita ng̃ pagguiliw at pagtatanong sa calagayan ni Carlicos at ni Pepa, tumanóng si pari Dámaso:

— ¡At ng̃ayon! ¿anó ang ibig ni Carlicos na gawin co sa iyó?

— Tila mandin may sinasabi sa sulat na caunting bagay ...,— ang muling sinabi ni Linares ng̃ pautál.

— ¿Sa sulat? ¿tingnan co? ¡Abá, siya ng̃a! ¡At ang ibig ay ihanap catá ng̃ isáng catungculan at isáng asawa! ¡Hmm! ¡Catungculan ... catungculan, magaang; ¿marunong ca bang bumasa't sumulat?

— ¡Tinanggáp co ang pagca abogado sa Universidad Central!

— ¡Carambas! icaw pala'y isang picapleitos (mapang udyóc sa pag-uusapin) datapuwa't wala sa iyong pagmumukha ... tila ca isang mahinhing dalaga, ng̃uni't ¡lalong magaling! Datapuwa't bigyán catá ng̃ isang asawa ... ¡hm! ¡hmm! isang asawa....

— Padre, hindi po acó lubháng nagdadalidali,— ang sinabi ni Linares na nahihiya.

Datapuwa't si pari Dámaso'y nagpaparoo't parito sa magcabicabilang dúlo ng̃ caida, na ito ang ibinúbulong:— ¡Isang asawa, isáng asawa!

Hindi na malungcot at hindi naman masaya ang canyang mukha; ng̃ayo'y nagpapakilala ng̃ malaking cataimtiman at wari'y may iniisip. Pinagmamasdan ni pari Salví ang lahat ng̃ ito mula sa malayo.

— ¡Hindi co acalaing macapagbibigay sa akin ng̃ malaking capighatian ang bagay na ito!— ang ibinulong ni pari Dámaso ng̃ tinig na tumatang̃is;— datapuwa't sa dalawang casamaa'y dapat piliin ang pinacamaliit.

At lumapit cay Linares at saca inilacas ang pananalita:

— Halica, bata,— anya:— causapin nata si Santiago.

Namutla si Linares at cusang napahila sa sacerdote, na nag-iisipisip sa paglacad.

Ng̃ magcagayo'y humalili naman sa pagpaparoo't parito sa caida si pari Salví, na naggugunamgunam ayon sa dati niyang caugalian.

Isang tinig na sa canya'y nagbibigay ng̃ magandang araw ang siyang nagpahinto ng̃ canyang capaparoo't parito: tumunghay at ang nakita niya'y si Lucas, na sa canya'y bumati ng̃ boong capacumbabaan.

— ¿Anó ang ibig mo?— ang tanong ng̃ mg̃a matá ng̃ cura.

— Among, ¡aco po ang capatid ng̃ namatay sa caarawan ng̃ fiesta!— ang sagot na cahapishapis ni Lucas.

Umudlot si pari Salví.

— ¿At ano?— ang ibinulong na bahagya na maring̃ig.

Nagpupumilit umiyac si Lucas at pinapahid ng̃ panyo ang canyang mg̃a mata.

— Among,— ang sinabing nagtutumang̃is,— ¿naparoon po aco sa bahay ni don Crisóstomo upang huming̃i ng̃ cabayaran sa búhay ..., ipinagtabuyan muna aco ng̃ sicad, at ang sabi'y aayaw raw siyang magbayad ng̃ ano man, sa pagca't nang̃anib daw siyang mamatay sa sala ng̃ aking guiliw at cahabaghabag na capatid. Nagbalic po acó ó cahapon, ng̃uni't siya'y nacapasa Maynila na, at nag-iwan ng̃ limang daang piso upang ibigay sa akin, parang isang caawang-gawa, at ipinagbiling huwag na raw bumalic aco cailan man! ¡Ah, among, limang daang piso sa aking caawa-awang capatid, limang daang piso, ah! ¡among!...

Ng̃ una'y pinakikinggan siya ng̃ cura na nagtataca at inuulinig ang canyang pananalita, saca untiunting nasnaw sa canyang mg̃a labi ang isang lubhang malaking nagpapawalang halaga at pag-alipusta, sa pagcamasid ng̃ gayong daya at paglambang, na cung nakita sana ni Lucas, marahil siya'y tumacas at nagtumacbo ng̃ boong tulin.

— ¿At ano ang ibig mo ng̃ayon?— ang itinanong na casabay ang sa canya'y pagtalicod.

— ¡Ay! among, sabihin po ninyo sa akin, alang-alang sa Dios, cung ano caya ang dapat cung gawin; sa tuwi na'y nagbibigay ang among ng̃ mabubuting mg̃a hatol....

— ¿Sino ang may sabi sa iyo? Hindi icaw tagarito....

— ¡Nakikilala ang among sa boong lalawigan!

Lumapit sa canya si pari Salví na nanglilisic ang mg̃a matá sa galit, itinuro sa canya ang lansang̃an at saca sinabi sa gulat na si Lucas:

— ¡Humayo ca sa iyong bahay at pasalamat ca cay D. Crisostomo na hindi ca ipinabilanggo! ¡Lumayas ca rito!

Nalimutan ni Lucas ang canyang pagpapacunwari at bumulong:

— Abá ang isip co'y....

— ¡Lumayas ca rito!— ang sigaw ni pari Salví na malaki ang galit.

— Ibig co po sanang makipagkita cay pari Dámaso....

— May gagawin si pari Dámaso ... ¡lumayas ca rito!— ang muling ipinagutos ng̃ matindi ng̃ cura.

Nanaog si Lucas na nagbububulong:

— ¡Isa pa naman ito ... pagca siya'y hindi nagbayad ng̃ magaling!... Cung sino ang bumayad ng̃ magaling....

Nang̃agsidalo ang lahat, dahil sa malacas na catatalac ng̃ cura, pati ni pari Dámaso, ni capitan Tiago at ni Linares....

— ¡Isang walang hiyang hampas-lupa, na naparitong nanghihing̃i ng̃ limos at aayaw magtrabajo!— ang sinabi ni pari Salví, na dinampot ang sombrero at bastón at tinung̃o ang convento.

XLIV.
PAGSISIYASAT NG CONCIENCIA

Mahabang araw at malulungcot na mga gabí ang guinawang pagtatanod sa ulunan ng hihigán; nabinat si María Clara caracaracang matapos macapagcumpisal, at wala siyang sinasalita, sa boong canyang pagcahibang, cun di ang pangalan ng canyang ina, na hindi niya nakikilala. Datapuwa't siya'y pinacaaalagaan ng canyang mga caibigang babae, ng canyang amá at ng canyang tía; nagpapadala ng mga pamisa at ng mga limos sa lahat ng mga larawang mapaghimala; nangaco si capitan Tiagong maghahandog ng isang bastong guinto sa Virgen sa Antipolo, at sa cawacasa'y nagpasimula ng untiunting paghibas ng lagnat ng boong cahusayan.

Nangguiguilalas ang doctor de Espadaña sa mga cabisaan ng jarabe de altea at ng pinaglagaan ng liquen, mga panggamot na hindi binabago. Sa laking pagcatuwa ni doña Victorina sa canyang asawa, isang araw na natapacan nito ang cola ng canyang bata, hindi niya nilapatan ng caugaliang parusang bawian ng panglagay na ngipin, cun di nagcasiya na lamang na sa canya'y sabihin:

— ¡Cung hindi ca pa naguing pilay, tatapacan mo pati ng corsé!

— ¡At hindi gumagamit ng corsé si doña Victorina!

Isang hapon, samantalang dinadalaw ni Sinang at ni Victoria ang canilang caibigan, nangagsasalitaan naman sa comedor ang cura, si capitang Tiago at ang mag-anac ni doña Victorina, hanggang sila'y nangagmimirindal.

— Tunay ngang aking dinaramdam ng di cawasa,— ang sinasabi ng doctor;— at daramdamin din namang totoo ni pari Dámaso.

— ¿At saan po ang sabi ninyong siya'y ililipat nila?— ang itinanong ni Linares sa cura.

— ¡Sa lalawigang Tayabas!— ang isinagot ng cura ng walang cabahalaan.

— Ang magdaramdam naman ng malaki ay si María pagca canyang nalaman,— ani capitang Tiago;— siya'y canyang kinaguiguiliwang parang isang ama.

Tiningnan siya ng pasuliyap ni fray Salvi.

— Inaacala co po among,— ang ipinagpatuloy ni capitang Tiago,— sa nagbuhat ang lahat ng sakit na ito sa sama ng loob na canyang tinanggap ng araw ng fiesta.

— Gayon din ang aking acala, at magaling po ang guinawa ninyo sa hindi pagpapahintulot na siya'y causapin ni Guinoong Ibarra; siya sana'y lalo ng lumubha.

— At cung hindi sa amin,— ang isinalabat ni doña Victorina,— sumasalangit na sana si Clarita at nag-aawit na ng mga pagpupuri sa Dios.

— ¡Amen Jesus!— ang inacala ni capitang Tiagong marapat sabihin.

— Inyo rin namang palad na hindi nagcaroon ang aking asawa ng ibang may sakit na lalong mataas ang uri, sa pagca't cung nagcagayo'y napilitan sana cayong tumawag ng iba, at dito'y pawang mga hangal; ang aking asawa'y....

— Aking inaacala, at ipinagpapatuloy co ang aking sinabi,— ang isinalabat naman sa canya ng cura,— na ang pagcapangumpisal ni María Clara ang siyang pinagbuhatan niyong magaling na pagbabago ng canyang calagayan, na siyang sa canya'y nacapagligtas ng buhay. Higuit sa lahat ng gamot ang isang concienciang malinis, at pacaunawaing hindi co tinututulan ang capangyarihan ng dunong, ¡lalong-lalo na ang dunong sa cirugía! nguni't ang isang malinis na conciencia'y ... Basahin ninyo ang mga banal na libro, at inyong makikita cung gaano ang mga sakit na napagaling sa pamamag-itan lamang ng isang mabuting confesión.

— Ipatawad po ninyo,— ang itinutol ni doña Victorina na nag-init,— ang tungcol diyan sa capangyarihan ng confesión.... gamutin nga po ninyo ang asawa ng alférez ng isang confesión.

— ¡Isang sugat, guinoong babae,— ay hindi isang sakit na may ikinapangyayari ang conciencia!— ang isinagot ni pari Salví, na may halong poot;— gayon man, ang isang mabuting confesión ay macapaglalayo sa canya sa pagtanggap ng mga hampas na gaya ng canyang mga tinanggap caninang umaga.

— ¡Sa canya'y marapat!— ang ipinagpatuloy ni doña Victorina, na parang hindi niya naringig ang lahat ng sinabi ng pari Salví.— Napacawalang bait ang babaeng iyan! Sa simbaha'y wala ng guinagawa cung di masdan aco, ¡mangyari bagá! siya'y isang babaeng walang capararacan; tatanungin co na sana siya niyong linggo cung mayroon acong mga tautauhan sa mukha, nguni't ¿sino ang magcacapol ng dumi sa sarili sa pakikipag-usap sa taong walang uri?

Sa ganang sa cura, nama'y parang hindi niya naringig ang lahat ng mga caltáb na ito, at nagpatuloy:

— Maniwala po cayo sa akin, don Santiago; ng malubos na gumaling ang inyong anac ay kinacailangang makinabang búcas; dadalhan co siya rito ng viático ... inaacala cong wala siyáng ano mang dapat na ipangumpisal, gayon man ... cung ibig niyang mangumpisal ng sandali ngayong gabi....

— Ayawan co,— ang idinugtong agád ni doña Victorina, na sinamantala ang isang patlang ng salitaan,— hindi co mapag-isip cung bakit may mga lalaking nangagcacaroon ng pusong mag-asawa sa gayong mga panggulat, na gaya na nga ng babaeng iyan; cahi't malayo'y namamasid cang saan siya nanggaling; napagkikilalang namamatay siya ng caingguitan; ¡mangyari baga! ¿gaano na ang sahod ng isang alférez?

— Nalalaman na po ninyo, don Santiago, sabihin ninyo sa inyong pinsang ihanda ang may sakit sa pakikinabang bucas; paririto aco ngayong gabi upang siya'y bigyang capatawaran sa mumunting casalanan....

At sa pagca't nakita niyang lamalabas si tía Isabel, pinagsabihan niya ito sa wicang tagalog:

— Ihanda po ninyo ang inyong pamangkin sa pañguñgumpisal ñgayong gabi; dadalhan co siya rito bucas ñg viatico; sa ganya'y lalong madadali ang canyang paggaling.

— Ñguni, Padre,— ang ipinañgahas na itinutol ñg kimi ni Linares,— baca po niya acalaing siya'y nañganganib na mamatay.

— ¡Huwag po cayong mabahala!— ang sa canya'y isinagot na hindi siya tinitingnan;— nalalaman co ang aking guinagawa: marami ñg totoong may sakit ang aking inalagaan. Bucod sa roo'y sasabihin niya cung ibig niya ó hinding makinabang, at makikita ninyong siya'y paooo sa lahat.

Ang unauna'y napilitan si capitan Tiagong sa lahat ay paoo.

— Pumasoc si tía Isabel sa silid na kinalalagyan ñg may sakit.

Nananatili sa hihigan si María Clara, namumutla, totoong namumutla; na sa canyang tabi ang canyang dalawang caibigang babae.

— Cumain ca pa ñg isang bútil,— ang sa canya'y sabi ni Sinang ñg paanas, at sa canya'y ipinakita ang isang butil na maputi, na kinuha sa isang maliit na tubong cristal;— ang sabi niya'y pagca nacaramdam icaw ñg tunog ó hugong sa tainga mo'y iyong ihinto ang panggagamot.

— ¿Hindi na ba sumulat uli sa iyo?— ang tanong na marahan ñg may sakit.

— ¡Hindi, marahil siya'y totoong maraming guinagawa!

— ¿Hindi ba nagpapasabi sa akin ñg ano man?

— Walang sinasabi cung di canyang pagpipilitang siya'y alsan ñg Arzobispo ñg excomunión upang....

Inihinto ang salitaan, sa pagca't dumarating ang tía.

— Sinabi ñg among na maghanda ca raw sa pañguñgumpisal, anac co,— ani tía Isabel;— iwan ninyo siya at ñg magawa niya ang pagsisiyasat ñg canyang conciencia.

— ¡Diyata't wala pa namang isang linggong nacapañguñgumpisal siya!— ang tutol ni Sinang,— ¡Aco'y walang sakít, datapuwa't hindi aco nagcacasala ñg lubhang malimit!

— ¡Aba! ¿hindi ninyo nalalaman ang sabi ñg cura: nagcacasala ang banal ñg macapito sa maghapon? Hala, ¿ibig mo bang dalhin co rito sa iyo ang "Ancora", ang "Ramillete" ó ang "Matuwid na landas ñg pagpasa lañgit"?

Hindi sumagot si María Clara.

— Hala, hindi ca mapapagod,— ang idinugtong ñg mabait na tía upang aliwin siya; aco na ang babasa ñg pagsisiyasat ñg conciencia, at wala cang gagawin cung di mag-alaala ñg mga casalanan.

— ¡Isulat mo sa canyang huwag na niya acong alalahanin!— ang ibinulong ni María Clara sa tainga ni Sinang, ñg ito'y nagpapaalam na sa canya.

— ¿Ano iyon?

— Datapuwa't nasoc ang tía at napilitan si Sinang na lumayo, na hindi naunawa ang sinabi sa canya n͠g canyang caibigan.

Inilapit n͠g mabait na tía ang isang silla sa ilaw, naglagay n͠g salamin sa mata sa dulo n͠g canyang ilong, binucsan ang maliit na libro at nagsalita:

— Pakinggan mong magaling, anac co; pasisimulan co sa m͠ga utos n͠g Dios; dadalan͠gan co at n͠g icaw ay macapaggunamgunam; cung sacali't hindi mo naririn͠gig na magaling ay sasabihin mo sa akin at n͠g maulit co sa iyo; nalalaman mo n͠g sa icagagaling mo'y hindi aco napapagal cailan man.

Nagpasimula n͠g pagbasa, na ang tinig ay walang bagobago at anyong humal, n͠g m͠ga pagdidilidili n͠g m͠ga bagay na ipinagcacasala. Siya'y tumitiguil n͠g matagal sa wacas n͠g bawa't pangcat, upang mabigyang panahon ang dalaga sa pag-aalaala n͠g canyang m͠ga casalanan at pagsisihan.

Minamasdan ni María Clara ang alang-alang na walang tinutucoy. N͠g matapos na ang unang utos na "ibiguin ang Dios na lalo sa lahat n͠g bagay", hinihiwatigan siya ni tía Isabel sa ibabaw n͠g canyang salamín sa mata, at ikinatutuwa niya ang anyong pagca nagdidilidili at nalulungcot. Banal na umubo, at pagcatapos n͠g isang matagal na paghinto'y pinasimulan ang pan͠galawang utos. Bumabasa n͠g taimtim sa loob ang mabait na matandang babae, at n͠g matapos ang pagbubulaybulay, muling tiningnan ang canyang pamangkin, na untiunting ibinaling ang ulo sa cabilang daco.

— ¡Bah!— ang sinabi sa sarili ni tía Isabel; dito sa "huwag magpahamac manumpa sa canyang santong pan͠gala'y" hindi n͠ga maaaring magcasala ang abang ito! Lumipat tayo sa icatlo.

At ang pan͠gatlong utos ay pinagmunglaymunglay at pinagwaring magaling at binasa ang lahat n͠g bagay na pinagcacasalanan n͠g laban sa canya. Muli na namang tiningnan niya ang higaan; datapuwa't n͠gayo'y itinaas n͠g tía ang salamin, kinusot ang m͠ga matá; nakita niyang dinala n͠g canyang pamankin ang panyo sa mukha at pinahid ang m͠ga luha.

— ¡Hm!— anya,— ¡ejem! Minsa'y natulog ang caawaawang ito samantalang nagsesermón.

At muling inilagáy sa dulo n͠g canyang ilóng ang salamin niya sa mata, saca sinabi sa sarili:

— Tingnan natin cung hindi siya gumalang sa canyang ama't ina, na gaya n͠g hindi niya pan͠gin͠gilin sa m͠ga fiesta.

At binasa ang icapat na utos n͠g tinig na lalong madalang at lalo n͠g pahumal, sa pagca't inaacala niyang sa gayong paraa'y lalo na niyáng binibigyang cadakilaan ang canyang gawa, na gaya n͠g canyang nakitang inaasal n͠g marami sa m͠ga fraile: hindi nakakapakinig kailan man si tía Isabel n͠g pan͠gan͠garal n͠g isang cuákero, sa pagoa't cung nagcagayo'y pinapan͠ginig naman sana niya ang canyang catawan.

Samantala'y macailang dinala ng̃ dalaga ang panyo sa canyang mg̃a mata, at lalo ng̃ napapakingan ang lacas ng̃ canyang paghing̃a.

— ¡Pagcagalinggaling na caluluwa!— ang iniisip sa sarili ng̃ matandang babae; ¡siya na lubhang masunurin at mapagpacumbaba sa lahat! Aco'y nagcasala ng̃ lalong marami cay sa canya, gayon may hindi aco nangyaring-mapaiyac ng̃ totohanan cailan man.

At pinasimulan niya ang icalimang utos, na lalong mahahaba ang paghinto at lalong ganap ang pagcahumal ng̃ pananalita, cay sa ng̃ una, sacali't maari pa, na sa pagsusumicap niyang mainam sa gayong gawa'y hindi niya naring̃ig ang paghagulhol na iniinis ng̃ canyang pamangkin. Sa isa lamang pagtiguil na canyang guinawa, pagcatapos ng̃ mg̃a pagcànilaynilay tungcol sa pagpatay sa capuwa tao sa pamamag-itan ng̃ sandata, naring̃ig niya ang mg̃a daing ng̃ macasalanan. Ng̃ magcagayo'y humiguit sa pagca dakila ang tinig, pinagpilitan niyang basahin ang nalalabing utos sa anyong nagbabala, at ng̃ mapanood niyang patuloy rin ang pag-iyac ng̃ caniyang pamangkin.

— ¡Tumang̃is ca, anac, co, tumang̃is ca!— ang canyang sinabi, at siya'y lumapit sa higaan:— cung gaano calaki ang iyong pagtang̃is ay gayon din ang pagcadali ng̃ pagpapatawad sa iyo ng̃ Dios. Gamitin mo ang pighating "contrición" sa pagca't lalong magaling cay sa "atrición." ¡Tumang̃is ca, anac co, hindi mo nalalaman cung gaano ang aking galac na tinatamo sa panonood co ng̃ iyong pag-iyac! Pagdagucan mo naman ang iyong dibdib, huwag mo lamang calalacasan, sa pagca't may sakit ca pa.

Datapuwa't sa pagca't anaki'y mandin nagcacailang̃an ang pighati ng̃ pag-iisa at ng̃ pagca walang nacamamalay, upang lumala, ng̃ makita ni María Clarang siya'y nasubucan, untiunting tumiguil ng̃ pagbubuntong hining̃a, pinahid ang canyang mg̃a mata, na walang sinasabing ano man at hindi sumasagot sa canyang tía ng̃ cahi't cataga.

Ipinagpatuloy nito ang pagbasa, ng̃uni't sa pagca't huminto ang pagtang̃is ng̃ sa canya'y nakikinig, lumipas ang caalaban ng̃ canyang loob sa canyang gawa, at ang mg̃a huling utos ng̃ Dios ay nacapag-antoc sa canya at sa canya'y nacapaghicab, na ano pa't naguing malaking casiraan sa pananalitang pahumal na nacayayamot na sa gayo'y nahihinto.

— ¡Hindi co mapaniniwalaan cung hindi co makikita!— ang iniisip sa sarili ng̃ matandang babae;— nagcacasalang tulad sa isang sundalo ang batang ito laban sa unang limang utos ng̃ Dios, datapuwa't hindi cahi't isang casalanang magaang man lamang mula sa icaanim hangang sa icasampo, ano pa't tumbalic sa amin! ¡Cung paano na ang lacad ng̃ daigdig ng̃ayon!

At nagsindi ng̃ isang candilang malaki sa Virgen sa Antipolo at dalawang maliliit na candila sa Nuestra Señora del Rosario at sa Nuestra Señora del Pilar, na canyang inihiwalay roon muna at inilagay sa isang suloc ang isang garing na Santo Cristo, upang ipaunawang hindi dahil sa canya caya isinindi ang mg̃a candilang iyon. Hindi rin nacabahagui sa gayong bagay ang Virgen sa Delaroche: siya'y isang taga ibang lupaing hindi kilala, at hindi pa nacariring̃ig si tía Isabel ng̃ isa man lamang himala na canyáng guinawa.

Hindi namin nalalaman cung ano caya ang nangyari sa guinawang; confesión ng̃ gabing iyon; pinagpipitagan namin ang mg̃a lihim na iyan. Mahabang totoo ang cumpisal, at nahiwatigan ng̃ tíang mula sa malayo'y binabantayan ang pamangkin, na hindi ikinikiling ng̃ cura ang canyang taing̃a sa mg̃a salita ng̃ may sakit, cung di nacaharap sa mukha ni María Clara, at tila mandin wari ibig niyang basahin ó hulaan sa pagcagagandang mg̃a mata ng̃ dalaga ang mg̃a pag-iisip.

Lumabas sa silid si parì Salvíng namumutla't nang̃ing̃ilis ang mg̃a labi. Sino mang macapanood ng̃ canyang noong nagdidilim at pigta ng̃ pawis, mawiwicang siya ang nagcumpisal cay Maria Clara at hindi ng̃a narapat magcamit ng̃ capatawaran.

— ¡Jesús, Maria, Josef!— ang sinabi ng̃ tía na nagcucruz;— ¿sino ang macatataroc sa calooban ng̃ mg̃a kinabataan ng̃ayon?

XLV.
ANG MGA PINAG-UUSIG

Tinatanglawan n͠g isang malamlam na liwanag na inilalaganap n͠g buwan at umulusot sa malalagong m͠ga san͠ga n͠g m͠ga cahoy, ang isang lalaking naglalagalag sa cagubatan, na maraha't mahinahon ang lacad. Manacanaca at anaki baga'y n͠g huwag maligaw, sumusutsot siya n͠g isang tan͠ging tugtuguin, na ang caraniwa'y sinasagot n͠g gayon ding sutsot sa dacong malayo. Matamang nakikinig ang lalaki, at ipinagpapatuloy, pagcatapos, ang paglacad na ang tinutunto'y ang malayong huni.

Sa cawacasan, n͠g canyang maraanan ang libolibong m͠ga nacahahadlang cung gabi sa paglalacad sa isang gubat na hindi pa nalalacaran, siya'y dumating sa isang maliit na puang na naliliwanagan ganap n͠g buwan sa icaapat na bahagui n͠g canyang paglaki. Matataas na m͠ga malalaking batong buhay, na napuputun͠gan n͠g m͠ga cahoy ang siyang nacababacod sa paliguid, na ano pa't wari isang nababacurang panoorang naguiba; m͠ga cahoy na bagong putol, m͠ga punong naguing uling ang nacapupuno sa guitna, na nan͠gahahalo sa pagkalalaking m͠ga batong buhay, na kinucumutan n͠g pacaposcapos n͠g Lumikha n͠g canyang culubong na m͠ga dahong verde ang culay.

Bahagya pa lamang cararating n͠g lalaking di kilala'y siyáng paglabás namang bigla n͠g isang lalaki rin sa licuran n͠g isang malaking bató, lumapit at binunot ang isang revolver.

— ¿Sino ca?— ang tanong sa wicang tagalog na mabalasic ang tinig, casabay ang pagtataas n͠g "gatillo" n͠g canyang sandata.

— ¿Casama ba ninyo si matandàng Pablo?— ang sagot n͠g bagong cararating na mahinahon ang tinig, na hindi sinagot ang catanun͠gan at hindi nagugulumihanan.

— ¿Ang capitan ba ang itinatanong mo? Oo, narito.

— Cung gayo'y sabihin mong narito si Elías at siya'y hinahanap,— anang lalaki na hindi iba cung di ang talinghagang piloto.

— ¿Cayo po ba'y si Elías?— ang itinanong n͠g canyang causap na taglay ang tan͠ging pagpipitagan, at saca lumapit, at gayon ma'y patuloy rin ang paguumang sa canya n͠g bun͠gan͠ga n͠g revolver;— cung gayo'y ... halícayo.

Sumunód sa canyá si Elías.

Pumasoc silá sa isáng anyóng yun͠gib na palusóng sa cailaliman n͠g lupa. Ipinauunawa sa piloto, n͠g tagapamatnubay na nacacaalam n͠g daan, cung palusóng, cung cailan dapat yumucód ó gumapang; gayón ma'y hindi nalao't sila'y nan͠gagsirating sa isang may anyong salas, na bahagya na naliwanagan n͠g m͠ga huepe, at ang nan͠garoroo'y labingdalawa ó labing limang lalaking may taglay na m͠ga sandata, marurumi ang m͠ga mukha at cagulatgulat ang m͠ga pananamit, na nacaupo ang m͠ga ibá, ang iba nama'y nacahiga, at nagsasalitaan ng̃ bahagya. Namamasdan ang isang matandang lalaking mapanglaw ang pagmumukha, nacapulupot sa ulo niyá ang isang bigkis na may dugo, nacalagay ang mg̃a sico sa isang batóng guinagawang pinaca mesa, at pinagninilay-nilay ang ilaw na sa gayong caraming usoc na ibinubuga'y bahagya na ang inilalaganap na liwanag: cung hindi sana talastas nating iyo'y isang yung̃ib ng̃ mg̃a tulisan, mawiwica natin, sa pagbasa ng̃ malaking pagng̃ang̃alit sa mukha ng̃ matandang lalaki, na siya ang Torre ng̃ Gútom sa araw na sinusundan ng̃ paglamon ni Ugolino sa canyang mg̃a anac.

Umanyong humilig ang nang̃ahihigang mg̃a lalaki ng̃ dumating si Elías at ang namamatnugot sa canya, datapuwa't sa isang hudyat nito'y nang̃agsitahimic at nang̃agcasiya na lamang sa pagmamasid sa piloto, na walang taglay na anó mang sandata.

Untiunting lumiñg̃on ang matandang lalaki at ang natagpuan ng̃ canyang mg̃a mata'y ang nacapagpipitagang kiyas ni Elías, na nacapugay na siya'y pinagmamasdang puspós ng̃ calungcutan at pagbibigay halaga.

— ¿Icao ba?— ang itinanong ng̃ matandang lalaki, na sumaya ng̃ caunti ang mg̃a mata ng̃ makilala ang binata.

— ¡Sa anóng calagayan aking nasumpung̃an cayo!— ang ibinulong ni Elías sa babahagyang tinig at iguinagalaw ang ulo.

Hindi umimic ang matanda at tumung̃ó, humudyát ng̃ isa sa mg̃a tao, nanang̃agsitindig sila't lumayo, na canilang sinulyáp muna't sinucat ng̃ mg̃a mata ang taas at bicas ng̃ pang̃ang̃atawan ng̃ piloto.

— ¡Tunay ng̃a!— ang sinabi ng̃ matandang lalaki ng̃ silang dalawa'y nagiisa na;— ng̃ cata'y patuluyin sa aking bahay, na may anim na buwan ng̃ayon, aco ang ng̃ panahóng iyo'y nahahabag sa iyo; ng̃ayo'y nagbago ang capalaran, ng̃ayo'y icaw namán ang nahahabag sa akin. Ng̃uni't umupo ca at sabihin mo sa akin cung bakit ca nacarating hang̃ang dito.

— May labing limang araw na ng̃ayong ibinalita sa akin ang nangyari sa inyong casacunaan,— ang madalang na isinagot ng̃ binata sa mahinang tinig, na ang ilaw ang siyang tinitingnan;— pagca alam co'y lumacad na agad acó, nagpacabicabila acó sa mg̃a cabunducan, halos dalawang lalawigan ang aking nalibot.

— Napilitan acong tumacas at ng̃ huwag magsabog ng̃ dugong walang malay; natatacot humarap ang aking mg̃a caaway at ang canila lamang inilalagay sa aking hirap ay ang ilang mg̃a caawaawa, na walang guinawa sa akin cahit caliitliitang casam-an.

Ng̃ macalampas ang sandaling hindi pag-imic na guinamit ni Elías sa pagbasa ng̃ mg̃a caisipang mapapanglaw sa mukha ng̃ matandang lalaki, nagpatuloy ng̃ pananalita ang binata:

— Naparito aco't ibig cong ipakiusap sa inyo ang isang bagay. Sa pagca't hindi aco nacasumpong, cahi't aking pinaghanap, ang bahagyang labi man lamang ng̃ mag-anac na may cagagawan ng̃ casawiang palad naming mag-anac, minagaling co ang iwan ang lalawigang aking tinatahanan upang tumung̃o sa dacong timugan at makisama sa mg̃a pulutong ng̃ mg̃a hindi binyagan at nabubuhay ng̃ boong kalayaan: ¿ibig po ba ninyong lisanin ang bagong pinasisimul-an ninyong pamumuhay at sumama sa akin? Lalagay acong tunay na inyong anac, yamang namatay ang anac po ninyo, at kikilalin co cayong ama, yamang wala na acong magugulang?

Umiling ang matanda ng̃ paayaw, at nagsalita:

— Sa gulang na aking dinating, pagca niyacap ng̃ calooban ang isang pasiyang cakilakilabot, ay dahil sa wala ng̃ sucat pagpaliiran. Isang taong gaya co, na guinamit ang canyang cabataan at ang canyang cagulang̃an sa pagpapapagal at ng̃ camtan ang sariling guinhawa at ang sa mg̃a anac sa panahong hinaharap; isang taong nagpacumbaba sa lahat ng̃ mg̃a naguing calooban ng̃ canyang mg̃a puno, na tumupad ng̃ boong pagtatapat sa mabibigat na catungculan, na nagtiis ng̃ lahat upang mamuhay sa catahimican at sa isang catiwasayang mangyayaring camtan; pagca tinalicdan ng̃ ganitong taong pinalamig na ang dugò ng̃ panahon, ang lahat ng̃ canyang pinagdaanan at ang boong pagdaraanan pa, at sumasa mg̃a pampang̃in na ng̃ libing̃an, ay sa pagca't canyang napagkilalang lubos na walang capayapaang masusumpung̃an at ang catiwasiya'y hindi siyang calakilakihang cagaling̃an! ¿Ano't magpapacatira pa sa hindi sariling lupain upang magbuhay dukha? Dating aco'y may dalawang anac na lalaki, isang anac na babae, isang bahay, isang cayamanan; aking dating tinatamo ang pagpipitaga't pagmamahal ng̃ madla; ng̃ayo'y isang cahoy na pinutlan ng̃ mg̃a sanga ang aking cawang̃is, lagalag, nagtatago, pinag-uusig sa mg̃a cagubatang tulad sa isang halimaw, ¿at anong dahil at guinawa sa akin ang lahat ng̃ ito? Dahil sa inilugso ng̃ isang lalaki ang capurihan ng̃ aking anac na babae, sa pagca't hining̃i ng̃ mg̃a capatid sa lalaking iyang magsulit siya ng̃ catampalasanang canyang guinawa, at sa pagca't ang lalaking iya'y nang̃ing̃ibabaw sa mg̃a iba sa pamamag-itan ng̃ pamagat na ministro (kinakatawan) ng̃ Dios. Inalintana co, gayon man, ang lahat ng̃ ito, at acong ama, aco, na siniraan ng̃ puri sa aking catandaan, aking ipinatawad ang caalimurahan, ipinagpaumanhin co ang casilacbuhan ng̃ cabataan at ang mg̃a carupucan ng̃ catawang lupa, at sa casiraang iyong hindi na mangyayaring maisauli, ¿ano ang dapat cong gawin cung di ang huwag ng̃ umimic at iligtas ang nalabi? Datapuwa't nang̃anib ang tampalasang baca sa humiguit cumulang na cadalia'y camtán niya ang panghihiganti, caya't ang guinawa'y humanap ng̃ capahamacan ng̃ aking mg̃a anac na lalaki. ¿Nalalaman mo ba cung ano ang canyang guinawa? ¿Hindi? ¿Natatalastas mo bang linubid ang casinung̃a-ling̃ang cunuwa'y linooban ang convento, at sa mg̃a isinacdal ay casama ang isa sa aking mg̃a anac? Hindi nairamay iyóng isá, sa pagca't wala't na sa ibang bayan. ¿Nalalaman mo ba ang mga catacottacot na pahirap na sa canila'y guinawa? Nalalaman mo, sa pagca't nangagcacawangis ang ganitong mga pahirap sa lahat ng mga bayan. ¡Aking nakita, nakita co ang aking anac na nacabiting ang tali sa canyang sariling buhoc, naringig co ang canyang mga sigaw, aking naringig na aco'y canyang tinatawag, at aco, sa aking caruwagan at palibhasa'y namarati aco sa capayapaan, hindi aco nagcaroon ng catapangang pumatay ó magpacamatay caya! ¿Nalalaman mo bang hindi napatotohanan ang pangloloob na iyon, napaliwanagan ang bintang, at ang naguing parusa'y ilipat sa ibang bayang ang cura, at ang aking anac ay namatay dahil sa mga pahirap na guinawa sa canya? ¡Ang isa, ang nalalabi sa akin, ay hindi duwag na gaya ng canyang ama; at sa catacutan ng tacsil na nagpahirap na ipanghiganti sa canya ang pagcamatay ng canyang capatid, guinamit na dahilan ang cawal-an ng "cedula personal" na nalimutang sandali, piniit ng Guardia Civil, pinahirapan, guinalit at pinasamang totoo ang loob sa casalimura hanggang sa siya'y mapilitang magpacamatay! At aco, aco'y buhay pa pagcatapos ng gayong calakilakihang cahihiyan, datapuwa't cung hindi aco nagcaroon ng tapang-ama sa pag-sasanggalang ng aking mga anac, may natitira pa sa aking isang pusô upang italaga sa isang panghihiganti at manghihiganti aco! Untiunting nangagcacatipon ang mga maygalit sa ilalim ng aking pamiminuno, pinararami ang mga cawal co ng aking mga caaway, at sa araw na mapagkilala cong aco'y macapangyarihan na, lulusong aco sa capatagan at tutupukin co sa apoy ang aking panghihiganti at ang aking sariling buhay! ¡At darating ang araw na iyan ó walang Dios!

At nagtindig ang matandang lalaki, na nagngingitngit, at idinagdag, na nagniningning ang paningin, malagunlong ang tinig at sinasabunutan ang canyang mahahabang mga buhóc:

— ¡Sumpain acó, sumpain acó na aking piniguil ang mapanghiganting camay ng aking mga anac; acó nga ang pumatay sa canila! ¡Cung pinabayaan co sanang mamatay ang may sala, cung hindi sana acó lubós nanalig sa justicia ng Dios at sa justicia ng mga tao, ngayon disi'y may mga anac pa acó, marahil sila'y nangagtatago, datapuwa't ngayo'y may mga anac naman sana acó, at hindi sila sana nangamatay sa capapahirap! ¡Hindi aco ipinanganac upáng maguing amá, caya wala acong mga anac ngayón! ¡Sumpain acó, na hindi co natutuhang makilala sa aking catandaan ang lupaing aking kinatatahanan! Datapuwa't matututo acong ipanghiganti co cayó sa pamamag-itan ng apoy, ng dugo at ng aking sariling camatayan!

Ang culang palad na amá, sa casilacbuhan ng canyáng pighati, nalabnot ang bigkis ng ulo, at dahil sa gayo'y nabucsan ang sugat sa noo, at doo'y bumalong ang isáng batisang dugo.

— Pinagpipitagan co ang inyóng pighati,— ang muling sinabi ni Elías,— at napagwawari co ang inyong panghihiganti; acó nama'y gaya rin ninyo, at gayón man, sa aking panganganib na baca aking masugatan ang waláng malay, lalong minamagaling co pa ang calimutan co ang aking mga casawiang palad.

— ¡Mangyayari cang macalimot, sa pagca't bata icáw at sa pagca't hindi ca namamatayan ng isa man lamang anac, ng sino mang siyáng iyong catapusáng maaasahan! Nguni't aking ipinangangaco sa iyo, hindi co sasactan ang sino mang walang casalanan. Nakikita mo ba ang sugat na ito? Upang huwag cong mapatay ang isang caawaawang cuadrillerong gumaganap ng canyang catungculan, ipinaubaya cong siya ang sumugat sa akin.

— Datapuwa't tingnan po ninyó— ani Elías pagca lampas ng sandaling hindi pag-imíc;— tingnan po ninyó cung alin ang cakilakilabot na siga na inyong pagsusugbahan sa ating culang palad na mga bayan. Cung gaganapin ng inyong sariling mga camay ang inyong panghihiganti, gaganti ng catacot tacot ang inyong mga caaway, hindi laban sa inyó at hindi rin laban sa mga taong sandatahan, cung di laban sa bayan, na ang caraniwa'y siyáng isinusumbong, at pagcacagayo'y ¿gaano caraming mga paglabag sa catuwiran ang mangyayari!

— ¡Mag-aral ang bayang magsanggalang sa sarili, magsanggalang sa sarili ang bawa't isa!

— ¡Talastas po ninyong iya'y hindi mangyayari! Guinoo, cayó po'y aking nakilala ng ibang panahon, niyóng panahong cayo po'y sumasaligaya, niyao'y pinagcacalooban ninyo acó ng mga paham na aral; maitutulot baga ninyong?...

Naghalukipkip ang matanda at wari'y nakikinig.

Guinoo,— ang ipinagpatuloy ni Elías, na pinacasusucat na magaling ang canyáng mga wika;— nagca palad acong macagawa ng isang paglilingcod sa isang binatang mayaman, may magandang puso, may caloobang mahál at mithì ang mga icagagaling ng canyang tinubuang bayan. Ang sabihana'y may mga caibigan ang binatang ito sa Madrid, ayawan co, datapuwa't ang masasabi co sa inyo'y siya'y caibigan ng Capitan General. ¿Anó po ang inyong acala cung siya'y ang ating papagdalhin ng mga caraingan ng bayan at siya'y pakiusapan nating magmalasakit sa catuwiran ng mga sawing palad?

Umiling ang matandang lalaki.

— ¿Mayaman ang sabi mo? walang iniisip ang mga mayayaman cung hindi ang dagdagan ang canilang mga cayamanan; binubulag sila ng capalaluan at ng caparangalanan, at sa pagca't ang caraniwa'y magaling ang canilang calagayan, lalo na cung sila'y may mga caibigang macapangyarihan, sino man sa canila'y hindi nagpapacabagabag sa pagmamalasakit sa mga culang palad. Nalalaman cong lahát, sa pagca't ng una'y aco'y mayaman!

— Nguni't ang taong sinasabi co po sa inyo'y hindi cawangis ng mga ibá: siya'y isang anác na inalimura dahil sa pag-aala-ala sa canyáng amá; siya'y isang binata, na sa pagca't hindi malalao't magcacaasawa, nag-iisip isip siya ng sa panahong darating, ng isáng magandang casasapitan ng canyáng mga anác.

— Cung gayo'y siya'y isang taong magtatamong ligaya; ang catuwiran nating ipinagtatanggol ay hindi ang sa mga taong na sa caligayahan.

— ¡Datapuwa't iyan ang catuwirang ipinagtatanggol ng mga taong may puso!

— ¡Hari na nga!— ang muling sinabi ng matandang lalaki at saca naupo,— ipalagay mo ng ang binatang iya'y sumang-ayong siya ang maghatid ng ating caraingan hangang sa Capitang General; ipalagay mo ng siya'y macakita sa pangulong bayan ng España ng mga diputadong magsanggalang sa atin, ¿inaacala mo na baga cayang papagtatagumpayin na ang ating catuwiran?

— Atin munang ticmang gawin bago tayo gumamit ng isang paraang kinacailangang magsabog ng dugo,— ang isinagót ni Elías,— Dapat na macapagtacá po sa inyó, na acó, na isá rin namang sawing palad, bata at malacás ang catawan, ang siyang makiusap sa inyo, na cayo'y matanda na't mahina, ng mga paraang payapa: at ganito, sa papca't aking napanood ang lubhang maraming cahirapang tayo rin ang may cagagawang gaya rin ng mga cagagawan ng mga malulupit; ang mahina ang siyang nagbabayad.

— ¿At cung sacaling wala tayong magawang anó man?

— May magagawa tayo cahi't cacaunti, maniwala po cayo; hindi ang lahat ng mga nangangatungculan sa baya'y hindi marunong cumilala ng catuwiran. At cung wala tayong masundaan, cung aayaw pakinggan ang ating cahingian, cung magpacabingi na ang tao sa capighatian ng canyang capuwa, pagnagcagayo'y ¡hahandog po aco sa bawa't inyong ipag-uutos!

Niyacap ang binata ng matandang lalaking lipos ng malaking catuwiran.

— Tinatanggap co ang iyong panucala, talastas cong gumaganap ca ng iyong pangaco. Paririto ca sa aki't cata'y tutulungan upang maipanghiganti ang iyong mga magugulang, at aco nama'y tutulungan mo upang maipanghiganti co ang aking mga anac, ¡ang aking mga anac na pawang nacacatulad mo!

— Samantala'y huwag po ninyong pababayaang mangyari ang ano mang gahasang cagagawan.

— Isasalaysay mo ang mga caraingan ng bayang pawang talastas mo na, ¿Cailan co malalaman ang casagutan?

— Sa loob po ng apat na araw ay mag-utos po cayo ng isang taong makipagkita sa akin sa pasigan ng San Diego, at sasabihin co sa canya ang maguing casagutan sa akin ng taong aking inaasahang.... Cung siya'y sumang-ayo'y canilang kikilalanin ang ating catuwiran, at cung hindi'y aco ang unaunang matitimbuang sa pakikilabang ating gagawin.

— Hindi mamamatay si Elias, si Elias ang mamiminuno cung matimbuang si capitang Pablong busog na ang puso sa canyang panghihiganti,— anang matandang lalaki.

At siya rin ang sumama sa binata hanggang sa macalabas sa labas.

XLVI.
Sabungan

Upang ipangilin sa Filipinas ang hapon ng̃ araw ng̃ linggo'y napasasa sabung̃an ang caraniwan, na gaya naman sa Españang ang larong pakikiaway ng̃ tao sa toro ang siyang pinaroroonan. Ang pagsasabong ng̃ manoc, hilig na masamang dito'y dinala ng̃ mg̃a taga ibang lupain at mahiguit ng̃ isang daang taóng guinagawang panghuli ng̃ salapi, ay isa riyan sa mg̃a pang̃it na pinagcaratiban ng̃ bayan, na lalong malaki ang casam-an cay sa opio sa mg̃a insic; diya'y napaparian ang dukha't inilalagay sa pang̃anib ang canyang boong pagcabuhay, sa pagmimithing siya'y magcasalaping hindi nagpapapagal; napaparian diyán ang mayaman't ng̃ maglilibang, at diya'y caniyang guinagamit ang salaping labí sa canyang mg̃a piguing at mg̃a "misa de gracia"; datapwa't sa canila (sa mg̃a mayayaman) ang capalarang diya'y pinaglalaruan, palibhasa'y magaling na totoo ang pagcacaturo sa sasabung̃in, marahil lalong magaling cay sa pagcaturo sa canilang anac na lalaki, na siyang hahalili sa ama sa sabung̃an, at wala ng̃a caming itututol sa bagay na ito.

Sa pagca't ipinahihintulot ng̃ Gobierno, at hanggang halos canyang ipinagaanyaya, sa pag-uutos na gawin ang gayong panoorin sa "hayag na mg̃a plaza", sa "mg̃a araw ng̃ fiesta" (at ng̃ makita ng̃ lahat at macahicayat ang uliran), "pagcatapos ng̃ misa mayor hanggang sa dumilim sa hapon" (walong oras), dumalo tayo sa larong ito upang hanapin ang ilang mg̃a cakilala.

Walang ikinatatang̃i ang sabung̃an sa San Diego sa mg̃a sabung̃an sa iba't ibang bayan, liban na lamang sa ilang mg̃a bagay. Nababahagui sa tatlong pitac: ang una, sa macatwid baga'y ang pasucan, ay isang malaking cabahayang tuwid, na may dalawampong metro ang haba at labing apat na metro ang luang; sa isa sa canyang mg̃a taguilira'y may isang pintuang isang babae ang caraniwang nagbabantay, na siyang catiwala sa panining̃il ng̃ sa pinto, ó cabayaran sa pagpasoc doon. Sa buwis na itong bawa't isa'y nagbibigay roon, tumatanggap ang Gobierno ng̃ isang bahagui, mg̃a ilang daang libong piso sa isang taón: sinasabing sa salaping itong ibinabayad ng̃ "vicio" upang siya'y magcaroon ng̃ calayaan, nanggagaling ang ipinagpapatayo ng̃ mg̃a maiinam na mg̃a paaralan, ipinagpapagawa ng̃ mg̃a tulay at mg̃a daan, ipinagtatatag ng̃ mg̃a ganting pala upang lumusóg ang pagsasaca at pang̃ang̃alacal ... purihin nawa ang vicio na naghahandog ng̃ gayong lubhang magagaling na mg̃a bung̃a!—

Sa unang pitac na ito nalalagay ang mg̃a nangagbibili ng̃ hitso, mg̃a tabaco, mg̃a cacanin, mg̃a pagcain at iba pa; naririan diyan ang caramihang batang lalaking sumasama sa canilang mg̃a ama ó amaing sa canila'y nagsasakit ng̃ pagtuturo ng̃ mg̃a lihim ng̃ pamumuhay.

Capanig ang pitac na ito n͠g isá pang lalong malaki n͠g caunti, isang pinaca salas, na pinagtitipunan n͠g madla bago gawin ang m͠ga "soltada". Nariyán ang pinacamarami sa m͠ga manoc, na nan͠gatatali n͠g isáng lúbid sa lupa, sa pamamag-itan n͠g isang pacong but-ó ó lúyong; nariyan ang m͠ga tahur, ang m͠ga malulugdin sa sabong, ang mananari: diyán nan͠gagcacayari, nagninilaynilay, nan͠gun͠gutang, sumusumpa, nagtutun͠gayaw, humahalachac; hinihimas niyón ang canyáng manoc, na pinaraanan n͠g camáy ang ibabaw n͠g makikintab na m͠ga balahibo; sinisiyasat nama't binibilang nito ang m͠ga caliskis sa m͠ga paa; pinagsasalitaanan ang m͠ga maiinam na gawa n͠g m͠ga bayani; diya'y inyóng mapapanood ang maraming m͠ga mukhang malulungcót, na bitbit sa m͠ga paa ang bangcay na wala n͠g balahibo; ang pinacamahalmahal na hayop sa loob n͠g ilang buwan, pinalayawlayaw at sa canya'y ipinagcatiwala ang lalong caayaayang m͠ga pag-asa, n͠gayo'y wala cung di isáng bangcay na lamang, na ipagbibili sa isáng peseta, upáng lutuing luya ang cahalo at canin sa gabí ring iyón: "sic transit gloria mundi". Pauwi na ang natalo sa canyáng bahay, na pinaghihintayan sa canya n͠g esposang cacabacaba ang loob at n͠g m͠ga limalimahid na m͠ga anac, na hindi na taglay ang caunting pamimilac at ang sasabun͠gin. Yaong lahat na m͠ga panaguinip na calugodlugod, yaong m͠ga pagaalagang tumagal n͠g mahabang panahon, mula sa pagbubucang liwayway hanggang sa paglubóg n͠g araw, yaong lahat n͠g m͠ga pagpapahirap at pagpapagal, ang kinauwia'y isang peseta, ang m͠ga nálabing abó sa gayóng cacapal na asó.— Sa ulutang itó nakikipagtutulan ang lalong pan͠god na isip: ang lalong gagasogaso'y pinagsisiyasat na magaling ang gayóng bagay, tinitimbang, pinagmámasid, ibinubucadcad ang m͠ga pacpac, hinihipo ang m͠ga casucasuan n͠g m͠ga hayop na iyón. Maiinam na totoo ang pananamit n͠g m͠ga ilang sinusundan at liniliguid n͠g m͠ga caanib n͠g canicanilang m͠ga sasabun͠gin; marurumi namán ang m͠ga ibá, natatatac sa canilang mamayat na m͠ga mukha ang larawan n͠g vicio, at caniláng sinusundan n͠g boong pagmimithi ang m͠ga kilos n͠g m͠ga mayayaman at canilang pinagmamasdang magaling ang m͠ga pustahan, sa pagca't mangyayaring mahuho ang m͠ga bulsa, datapuwa't hindi nangyayaring masiyahan ang masamang hilig; diya'y waláng mukháng hindi guising; diya'y wala ang mapagpabayang filipino, ang tamád, ang hindi makibuin: ang lahát ay pawang kilusán, masimbuyong budhi, pagsusumicap; masasabing silá'y may isang cauhawang siyáng nagbibigay casayahan sa tubig sa pusali.

Buhat sa ulutang ito'y tumutun͠go sa labanang ang pamagata'y "Rueda". Ang tuntun͠gan nito, na nababacuran n͠g cawayan, ang caraniwa'y mataas cay sa dalawang panig na sinabi na n͠g una. Sa dacong itaas, na halos sumusucó na sa bubun͠gan, may m͠ga gradería, lunsódlunsód bagang upuan, na iniuucol sa m͠ga manonood ó m͠ga magsasabong, dalawang salitang nagcacaisa n͠g kinauuwian. Sa boong itinatagal n͠g labanan ay napupuno ang m͠ga graderiang itó nǧ mǧa taong may gulang na at nǧ mǧa batang nanǧagsisigawan, nanǧaghihiyawan, nanǧagpapawis, nanǧag-aaway at nanǧagtutunǧayaw: ang cagalinga'y bihirang bihira ang babaeng nacararating diyán. Nanǧasasa "Rueda" ang mǧa táong litáw, ang mǧa mayayaman, ang mǧa bantog na "tahur", ang contratista (a entista) at ang sentenciador (tagahatol). Sa lupa, na mainam ang pagcacapicpic ay nanǧaglalaban ang mǧa hayop, at buhat diya'y ipinamamahagui nǧ Capalaran sa mǧa familia ang mǧa tawanan ó mǧa pagtanǧis, ang magagaling na pagcain ó ang cagutuman.

Sa horas nǧ ating pagpasoc ay naroroon na ang gobernadorcillo, si capitang Pablo, si capitang Basilio, si Lucas, ang tao bagang may pilat sa mukha, na totoong nagdamdam nǧ pagcamatay nǧ canyang capatid.

Lumapit si capitang Basilio sa isa sa mǧa taong bayan at tumanong:

— ¿Nalalman mo ba cung anong manoc ang dala rito ni Capitang Tiago?

— Hindi co po na lalaman; may dumating po sa canyang dalawa caninang umaga, ang isa sa canila'y ang lasac na tumalo sa talisayin nǧ Consul.

— ¿Sa acala mo caya'y mailalaban sa canya ang aking si bulic?

— ¡Aba, nacú, mailalaban po! ¡Ipupusta co po sa inyong manoc ang aking bahay at ang aking baro!

Dumarating sa sandaling iyon si capitang Tiago. Ang pananamit ay tulad sa mǧa malalacas na magsasabong: barong lieszong Caatóng, salawal na lana at sombrerong jipijapa. Sumusunod sa canyá ang dalawang alila; dala nǧ isa ang lasac at ang isa nama'y isang puting sasabunǧing totoong pagcalakilaki.

— ¡Ang sabi sa akin ni Sinang ay pagaling na nǧ pagaling si María!— ani capitang Basilio.

— Wala nǧ lagnát, datapuwa't mahina pa.

— ¿Natalo po ba cayó cagabi?

— Caunti; nalalaman cong nanalo cayó ... titingnan co cung macababawi acó.

— ¿Ibig po ba ninyóng isabong ang lásac?— ang tanong ni capitang Basilio, na tinitingnan ang manóc, at saca hininǧi itó sa alila.

— Alinsunod, sacali't may pustahan.

— Gaano po ba ang ipupusta ninyó.

— Cung magcuculang din lamang sa dalawa'y hindi co na isasabong.

— ¿Inyo bang nakita na ang aking búlic?— ang tanóng ni capitang Basilio at saca tinawag ang isang táong may dalang isang maliit na sasabunǧin.

— ¿Gaano po ba ang ipupusta ninyó?— ang tanóng.

— Cung gaano ang inyóng ipusta.

— ¿Dalawá at limang daan?

— ¿Tatló?

— ¡Tatló!

— ¡Sa susunod!

Ilinaganap ng̃ nang̃agcacabilog na mapakialam sa buhay ng̃ may buhay, ang balitang papaglalabanin ang dalawang bantog na manoc; capuwa sila may mg̃a pinagdaanan at capuwa cabalitaan sa galing. Ibig ng̃ lahat na makita, masiyasat ang dalawang cabalitaan; may mg̃a nagpapasiya, may nanghuhula.

Samantala'y lumalaki ang caing̃ayan, nararagdagan ang caguluhan, linulusob ang Rueda, linulundag ang mg̃a gradería. Dala ng̃ mg̃a "soltador" sa Rueda ang dalawang manoc, isang puti at isang pula, na capuwa may sandata na, baga man ang mg̃a tari ay may caluban pa. Naririn̄g̃ig ang mg̃a sigaw na "sa puti!" "sa puti!", may mang̃isang̃isa namang sumisigaw ng̃ "sa pula!" Ang puti ang siyang "llamado" at ang pula ang "dejado".

Sa guitna ng̃ caramiha'y nang̃agpapalibotlibot doon ang guardia civil; hindi nila suot ang pananamit na ucol sa mahal na capisanang ito; datapuwa't hindi naman sila nacapaisano. Salawal na guingong may franjang pula, barong nababahiran ng̃ azul na galing sa naaalis na tina ng̃ blusa, gorrang pangcuartel narito ang canilang panglinlang na soot na nababagay naman sa canilang inuugali: namumusta at nagbabantay, nanggugulo at nang̃agsasalitang di umano'y panang̃agasiwaan nila ang pananatili ng̃ capayapaan.

Samantalang nang̃agsisigawan, isinasahod ang camay, kinacalog sa camay ang caunting salaping pinacacalasing; samantalang hinihicap sa bulsa ang catapustapusang salapi, ó sacali't walang salapi ay nang̃ang̃aco, at ipinang̃ang̃acong ipagbibili ang calabaw, ang malapit ng̃ anihin sa bukid, at iba pa; dalawang bagongtao, na wari'y magcapatid, sinusundan ng̃ mg̃a panin̄g̃ing nananaghili ang mg̃a naglalaro, nang̃agsisilapit, bumubulong ng̃ ilang kiming pananalitang sino may walang nakikinig, nalalao'y lalong nang̃alulungcot at nang̃agtiting̃inang masasama ang loob at nang̃agng̃ing̃itng̃it. Paimis na sila'y pinagmamasid ni Lucas ng̃umin̄g̃iti ng̃ ng̃iting malupit, pinatutunog ang mg̃a pisong pilac, dumaan siya sa siping ng̃ dalawang magcapatid, at saca siya sumigaw nasa "Rueda" ang ting̃in:

— Narito ang limampo, limampu laban sa dalawampo, ¡sa puti!

Nang̃agtitigan ang magcapatid.

— ¡Sinasabi co na sa iyo,— ang ibinubulong ng̃ matandang capatid,— na huwag mong ipaglahatan ang cuarta; cung nakinig ka sana sa akin, ng̃ayo'y may ipupusta tayo sa pula!

Lumapit ng̃ boong cakimian ang bunso cay Lucas at kinalabit siya sa bisig,

— ¡Aba! ¿icaw pala?— ang biglang sinabi nito, na luming̃on at nagpapacunwari ng̃ pagtataca; pumapayag ba ang capatid mo sa sinabi co sa canya ó naparito ca't pumupusta?

— ¿Paanong ibig ninyong cami'y macapusta'y natalo na ang lahat naming salapi?

— ¿Cung gayo'y pumayag na cayo?

— ¡Aayaw siya! cung pautangin sana ninyo cami ng̃ caunti, yamang sinasabi ninyong cami inyong nakikilala....

Kinamot ni Lucas ang ulo, hinila ang baro at muling nagsalita:

— Tunay ng̃ang cayo'y aking nakikilala; cayo'y si Tarsilo at si Bruno, mg̃a cabataan at malalacas. Talastas cong ang matapang ninyong ama'y namatay dahil sa ibinibigay sa canyang isang daang palo sa araw araw ng̃ mg̃a sundalo; alam cong hindi ninyo iniisip na ipanghiganti siya ...

— Huwag po sanang makialam cayo sa aming pamumuhay;— ang isinalabat sa canya ng̃ matandang capatid na si Tarsilo, iya'y nacahihila ng̃ casacunaan. Cung wala caming capatid na babae'y malaon ng̃ panahong cami'y binitay na sana!

— ¿Binitay na cayo? ang mg̃a duwag lamang ang nabibitay, ang walang salapi at walang tumatangkilik. At sa paano ma'y malapit ang bundoc.

— ¡Sandaang piso laban sa dalawampo, sa puti aco!— ang sigaw ng̃ isang nagdaan.

— Pautangin ninyo cami ng̃ apat na piso ..., tatlo ... dalawa,— ang ipinamanhic ng̃ lalong bata;— pagdaca'y babayaran namin cayo ng̃ ibayo; pasisimulan na ang soltada.

Muling kinamot ng̃ Lucas ang úlo.

— ¡Tst! Hindi akin ang salaping ito, ibinigáy sa akin ni Don Crisóstomo at inilalaan sa mg̃a ibig maglingcód sa canyá. Ng̃uni't aking nakikitang cayo'y hindi gaya ng̃ inyóng amá; iyon ang túnay na matapang; ang hindi matapang ay huwag maghanap ng̃ mg̃a laro.

At saca umalis doon, baga man hindi totoong nagpacalayo.

— ¿Pumayag na tayo, may pinagcacaibhan pa ba?— ani Bruno. Iisa ang kinauuwian ng̃ mabitay ó mamatay na marahil: walang ibang kinauukulan nating mg̃a dukha.

— Tunay na ng̃a, ng̃uni't gunitaín mo ang ating capatíd na babáe.

Samantala'y nagliwanag ang "rueda", magpapasimula ang labanan. Tumatahimic na ang mg̃a tínig, at nang̃atira sa guitna ang dalawáng "soltador" (tagá-bitáw) at ang mananari. Sa isáng hudyát ng̃ "sentenciador" (tagahátol) ay inalsán ng̃ mananari ang mg̃a tari ng̃ canicanyang calúban, at cumíkintab ang mg̃a maninipis na mg̃a talím, na pawang nang̃agbabala, maniningning.

Lumapit sa bácod ang dalawang magcapatid na capuwa malungcot, itinuon ang canilang noo sa cawayan at nang̃agmamasid. Lumapit ang isang lalaki sa canila at sila'y binulung̃an sa taing̃a.

— ¡Pare! ¡isang daang piso laban sa sampo, sa puti acó!

Tiningnan siya ni Tarsilo ng̃ patang̃a. Sinicó siyá ni Bruno, at sinagót niyá itó ng̃ isáng úng̃ol.

Tang̃an ng̃ mg̃a soltador ang mg̃a manóc ng̃ isáng anyóng calugód-lugód, at iniing̃atan nilang huwag siláng masugatan. Dakilang catahimican ang naghahari: masasapantahang liban na lamang sa dalawang soltador ang mg̃a naroroo'y pawang mg̃a cagulatgulat na mg̃a taotaohang pagkít. Pinaglapit nilá ang dalawang manóc; tinangnan ng̃ isá ang úlo ng̃ canyang manóc at ng̃ tucaín ng̃ calában upang magalit, at bago guinawa naman ng̃ isa sa canyang manóc ang gayon din; dapat magcaroon ng̃ pagcacatulad sa lahat ng̃ pag-aaway, na anó pa't cung anó ang nangyayari sa mg̃a sasabung̃in sa Paris ay cawang̃is din sa mg̃a sasabung̃in dito. Pinapagharap, pagcatapos at pinapagcahig silá, at sa gayong paraa'y nauunawa ng̃ mg̃a caawaawang mg̃a hayop cung sino ang bumunot sa canila ng̃ isang maliit na balahibo at cung sino ang canilang macacalaban. Nagsisipanindig na ang canilang mg̃a puloc, nang̃agtititigan at mg̃a kidlat ng̃ galit ang siyang nang̃agsisitacas sa canilang mabibilog at maliit na mg̃a mata. Pagcacagayo'y dumating na capanahunan; binitiwan silá sa lupa, na nang̃agcacalayo ng̃ caunti, at saca sila linayuan.

Marahang nang̃aglalapit sila. Nang̃aririnig ang yabag ng̃ canilang yapac sa matigas na lúpa; sino ma'y hindi nagsasalita, sino ma'y hindi humihing̃a. Ibinababa at itinataas ang úlo, na wari'y nang̃agsusucatan sa ting̃inan, bumubulong ang dalawang sasabung̃in ng̃ marahil pagbabala ó pagpapawalang halagá. Natanawan nila ang maningning na dáhon ng̃ tari, na nagsasabog ng̃ malamig ang nang̃ang̃azul na sinag; nagbibigay sigla sa canila ang pang̃anib, at walang ano mang tacot na nagpapanalubong ang dalawa, ng̃uni't sa isang hakbang na layo'y nang̃agsihinto, nang̃agtitigan, ibinaba ang ulo at muling pinapang̃alinag ang canilang balahibo. Sa sandaling iyó'y naligo ng̃ dugo ang canilang maliit na útac, sumilang ang lintíc, at taglay ang canilang catutubong tapang ay mabilis na nagpanalpoc ang dalawa, nagcapanagupa ang tuca laban sa tuca, ang dibdib laban sa dibdib, ang patalim laban sa patalím at ang pacpác laban sa pacpác: naiwasan ng̃ isa't isá ng̃ boong catalinuan ang sacsác at walang nanglaglag cung hindi iláng balahibo lámang. Muling nagtitigan na naman; caguinsaguinsa'y biglang lumipad ang puti, napaimbulog at iniwawasiwas ang pamatay na tari; ng̃uni't ibinaluctót ng̃ pula ang canyang mg̃a hita at ibinaba ang úlo, caya walang nahampas ang puti cung di ang hang̃in; ng̃uni't pagbaba sa lapag, sa pang̃ing̃ilag na siya'y masacsac sa licód, malicsing pumihit at humarap sa calaban. Dinaluhong siya ng̃ sacsác ng̃ pula ng̃ boong galit, ng̃uni't marunong magsanggalang ng̃ boong calamigan ng̃ loob: hindi ng̃a walang cabuluháng siyá lubós na kinalulugdan ng̃ caramihang naroroon. Hindi kinalilíng̃atan ng̃ lahat ang matamang panonood ng̃ mg̃a nangyayari sa paglalaban, at may mg̃a iláng cahi't hindi sinasadya'y nang̃apapasigaw. Unti-unting nasasabugan ang lupa ng̃ mg̃a balahibong pula at puti, na pawang natitina ng̃ dugo: datapuwa't hindi ang salitaa'y ititiguil ang labanan sa unang pagcacasugat: sa pagsunod ng̃ filipino sa mg̃a cautusáng lagda ng̃ Gobierno, ang ibig niya'y matalo cung sino ang unang mamatay ó cung sino ang unang tumacbo. Nadidilig na ng̃ dugo ang lupa, madalas ang sacsacan, ñguni't hindi pa masabi cung sino sa dalawa ang magtatagumpay. Sa cawacasan, sa pagtikim sa cahulihulihang pagpupumilit, sumalpóc ang puti upang ibigay ang panghuling sacsác, ipinaco ang canyang tari sa isang pacpac ñg pula at napasabit na mḡa butó; datapuwa't nasugatan ang puti sa dibdib, at ang dalawa, na capuwa linalabasan ñg dugo, nanglulupaypay, humihiñgal, nañgagcacacabit, ay hindi nañgagsisikilos, hanggang sa natimbuang puti, sumuca ñg dugo sa tuca, nañgisay at naghiñgalo; ang pulang nacacabit sa canya sa pacpác at nananatili sa canyáng tabi, ay untiunting ibinaluctót ang mḡa hita at marahang pumikit.

Nḡ magcagayo'y inihatol ñg sentenciador, sa pag-alinsunod sa cautusan ñg pamahalaan, na ang pula'y nanalo. Isang walang wastong sigawan ang siyang nagpasalamat sa gayong hatol, sigawang nariñgig sa boong bayan, mahaba, nagcacaisa ang taas ñg tinig at tumagal ñg ilang sandali. Cung gayo'y na pagtatanto ñg nacacapakinig sa malayo, na ang "dejado" ay siyang nanalo, sa pagca't cung hindi gayo'y hindi tatagal ang sigaw ñg pagcatwa. Gayon din ang nangyayari sa mḡa nación: isang maliit na macapagtagumpay sa isang malaki, inaawit at sinasabisabi sa lubhang mahabang panahon.

— ¿Nakita mo na?— ani Bruno ñg boong sama ñg loob sa capatid,— cung pinaniniwalaan mo aco'y mayroon na sana ñgayon tayong sandaang piso; dahil sa iyo'y wala tayo ñgayon cahi't isang cuarta.

Hindi sumagot si Tarsilo, datapuwa't tumiñgin ñg pasulyap sa canyang paliguidliguid na anaki'y may hinahanap na sino man.

— Naroo't nakikipag-usap cay Pedro,— ang idinugtong ni Bruno;— ¡binibigyan siya ñg salapi, pagcaramiraming salapi!

At ibinibilang ñga naman ni Lucas sa camay ñg asawa ni Sisa ang mḡa salaping pilac. Nañgagpalitan pa ñg ilang salitang palihim at bago naghiwalay na capuwa nasasayahan alinsunod sa namamasid.

— ¡Marahil si Pedro'y nakipagkayari sa canya: iyan, iyan ang tunay na hindi nag-aalinlañgan!— ang buntong hiniñga ni Bruno.

Nananatili si Tarsilo sa pagca mukhang malungcot at nag-iisip-isip: pinapahid ñg mangas ñg canyang baro ang pawis na umaagos sa canyang noo.

— Capatid co,— ani Bruno,— acó'y yayao, cung hindi ca magpapasiya; nanatili ang "regla", dapat manalo ang lasak at hindi ñga dapat nating sayañgin ang panahón. Ibig cong pumusta sa susunod na soltada; ¿anó bagá mangyayari? Sa ganyá'y maipanghihiganti natin ang tatay.

Gayon ma'y huminto at muling nagpahid ñg pawis.

— ¿Anóng dahil at huminto ca?— ang tanóng ni Brunong nayayamot.

— ¿Nalalaman mo ba cung anó ang sumusunod na soltada? ¿Carapatdapat ba ang?...

— ¡Bakit hindi! ¿hindi mo ba naririnĝig? Ang búlik ni capitang Basilio ang mapapalaban sa lásak ni capitang Tiago; ayon sa lacad nĝ "regla" nĝ sabong ay dápat manalo ang lásak.

— ¡Ah, ang lasak! acó ma'y pupusta rin ... datapwa't lumagáy muna tayo sa matibay na calagayan.

¿Nagpakita nĝ pagcayamot si Bruno, nĝuni't sumunód siyá sa canyáng capatíd; tiningnan nitóng magaling ang manóc, siniyasat na magaling, nag-isip-isip, naglininglining, nagtanong nĝ ilán, ang culang palad ay nag-aalinlanĝan; nagnĝinĝitnĝit si Bruno at minamasdan siyáng malaki ang galit.

— Nĝuni't hindi mo ba nakikita iyang malapad na caliskis na nariyán sa tabi nĝ tahid? ¿hindi mo ba nakikita ang mĝa paang iyán? ¿anó pa ang ibig mo? ¡Masdan mo ang mĝa hítang iyán, iladlad mo ang mĝa pacpác na iyán! At itong baac na caliskis sa ibabaw nĝ malapad na itó, at saca itóng doble (kambal)?

Hindi siyá naririnĝig ni Társilo, ipinagpapatuloy ang pagsisiyasat sa anyo at calagayan nĝ hayop; ang calansing nĝ guinto't pilac ay dumarating hanggang sa canyang mĝa tainĝa.

— Tingnan namán natin nĝayon ang bulík,— ang sabi nĝ tinig na tila sinasacal.

Tinatadyacan ni Bruno ang lupa, pinapagnĝanĝalitnĝit ang canyang mĝa nĝipin, nĝuni't sumusunod din sa capatid niya.

Lumapit sila sa cabilang pulutong. Diya'y sinasandatahan ang manóc, humihirang nĝ tári, inihahanda nĝ mananari ang sutlang mapula, na pinagkitan at macailang hinagod.

Binalot ni Társilo ang háyop nĝ malungcot at nacalalaguim na titig: tila mandin hindi niya nakikita ang manóc cung di ibang bagay sa hinaharap na panahón. Hinagpós ang noo, at:

— ¿Handa na ba icáw?— ang tanóng sa capatid na malagunlong ang tinig.

— ¿Acó? ¡mula pa nĝ una; hindi kinacailanĝang sila'y akin pang makita!

— Hindi at dahil sa ... ating cahabaghabag na capatid na babae....

— ¡Aba! ¿Hindi ba sinabi sa iyong ang mamiminuno'y si don Crisóstomo? ¿Hindi mo ba nakitang siya'y casama nĝ Capitan General sa pagpapasial? ¿Anó ang capanĝanibang ating cahihinatnan?

— ¿At cung mamatay tayo?

— ¿Eh anó iyón? ¿Hindi ba namatay ang ating amá sa capapalo?

— ¡Sumasacatuwiran ca!

Hinanap nĝ magcapatid sa mĝa pulutóng nĝ táo si Lúcas.

Pagcakita nilá sa canya'y huminto si Társilo.

— ¡Huwag! umalis na tayo rito, tayo'y mapapahamac!— ang biglang sinabi.

— Lumacad ca cung ibig mo, acó'y tátanggap.

— ¡Bruno!

Sa cawaláng palad ay lumapit ang isang táo at sa canilá'y nagsabi:

— ¿Pupusta ba cayó? Aco'y sa búlik.

Hindi sumagot ang dalawáng magcapatid.

— ¡Logro!

— ¿Gaano?— ang tanóng ni Bruno.

Binilang ang canyang mga aapating pisong guinto: tinititigan siya ni Brunong hindi humihinga.

— ¡May dalawang daang piso acó, limampong piso laban sa apat na po!

— ¡Hindi!— ani Brunong waláng alinlangan; magdagdag pa cayó ...

— ¡Magaling! limampo laban sa tatlompo!

— ¡Lambalin ninyó cung inyóng ibig!

— ¡Magaling! ang búlik ay sa aking panginoon at bago acóng capapanalo; isáng daan laban sa anim na pong piso.

— ¡Casunduan! Maghintay cayo't cucuha acó ng salapi.

— Datapuwa't acó ang maghahawac,— anang isá, na hindi totoong nagcacatiwala sa anyo ni Bruno.

— ¡Gayon din sa akin!— ang tugón nito, na umaasa sa catigasan ng canyang camaoo.

At nilingon ang canyáng capatid at pinagsabihan:

— Yayao acó, cung matitira icáw.

Nag-isip-isip si Tarsilo: canyang sinisinta ang canyang capatid at gayon din ang sabong. Hindi mapabayaang nag-iisa ang canyang capatid, caya't bumulong:

— ¡Halá!

Lumapit sila cay Lucas: nakita nito ang canilang pagdating at ngumiti.

— ¡Mamà!— ani Tàrsilo.

— ¿Ano iyon?

— ¿Gaano ba ang ibibigay ninyo?— ang tanong ng dalawa.

— Sinabi co na: cung cayo ang mamahala sa paghanap ng mga iba pa upang matutop ang curatel, bibigyan co ang báwa't isa sa inyo ng tigatatlompong piso at sampong piso sa bawa't casama. Sacali't lumabas ng magaling ang lahat, tatanggap ng isangdaan piso bawa't isa at cayo'y ang ibayo: mayaman si don Crisostomo.

— ¡Gayari!— ang biglang sabi ni Bruno; ibigay ninya ang salapi.

— ¡Nalalaman co na cayo'y matatapang na gaya rin ng inyong ama! Hali cayo rini, at ng hindi tayo maringig ng mga iyang sa canya'y pumatay— ani Lucas na itinuturo ang mga guardia civil.

Sila'y dinala sa isang suloc, at sa canila'y sinabi samantalang ibinibilang sa canila ang salapi:

— Darating bucas si don Cristostomo na may dalang mga sandata; sa macalawa, pagcagabi, pagmalapit ng ma-á las ocho, pumaroon cayo sa libingan at doo'y sasabihin co sa inyo ang canyang mga huling ipag-uutos. May panahon cayong macahanap ng mga casamahan.

Nangagpaalaman. Ang dalawang magcapatid ay tila mandin nagpalit ng canicanilang anyo: Si Tarsilo'y matahimic, namumutla si Bruno.

XLVII.
ANG DALAWANG GUINOONG BABAE

Samantalang isínasabong ni capitang Tiago ang canyang lasak, naglilibot naman sa bayan si doña Victorina, sa adhicang makita niya cung paano ang calagayang guinagawa ng̃ mg̃a tamad na "indio" sa canicanilang mg̃a bahay at mg̃a tubigan. Inubos niya ang caya sa pagsusuot ng̃ lalong magaling niyang damit, at canyang inilagay sa canyang sutlang "bátá" ang lahat niyang mg̃a cintas at mg̃a bulaclac, upang siya'y caalang-alang̃anan ng̃ mg̃a "provinciano" at maipakilala sa canila cung gaano calaki ang canilang calayuan sa canyang mahal na cataohan; caya't cumapit sa bisig ng̃ canyang pilay na asawa at nagpakendengkendeng sa mg̃a lansang̃an ng̃ bayan, sa guitna ng̃ pangguiguilalas at pagtataca ng̃ mg̃a tagaroon. Natira sa bahay ang pinsang si Linares.

— Pagcapang̃itpang̃it ng̃ mg̃a bahay nitong mg̃a "indio"!— ang ipinasimula ni doña Victorinang ing̃ining̃iwi ang bibig;— ayawan co cung bakit nacatitira sila riyan: kinakailang̃ang maguing "indio". At anong pagcasamasama ng̃ turo ng̃ canilang magulang at anong pagca mg̃a palalo! Nasasalubong nila tayo'y hindi sila nang̃agpupugay! Hanpasin mo sila sa sombrero na gaya ng̃ gawa ng̃ mg̃a cura at ng̃ mg̃a teniente ng̃ mg̃a guardia civil; turuan mo sila ng̃ "urbanidad."

— ¿At cung aco'y canilang hampasin?— ang tanong ng̃ doctor De Espadaña.

— ¡Tungcol sa bagay na iya'y icaw ay lalaki!

— ¡Ng̃u ... ng̃uni't aco'y pilay!

Nalalao'y sumasama ang ulo ni doña Victorina; napupuno ng̃ alaboc ang cola ng̃ canyang bata, dahil sa hindi nalalatagan ng̃ bato ang mg̃a daan. Bucod sa roo'y nacacasalubong ng̃ maraming mg̃a dalaga, na nang̃agsisitung̃o pagdaraan sa canyang tabi, at hindi nila pinagtatakhan, na gaya ng̃ marapat nilang gawin, ang canyang mahalagang casuutan. Ang cochero ni Sinang, na naghahatid dito at sa canyang pinsang babae sa isang mainam na carruajeng "tres-por-ciento'y" nagcaroon ng̃ cawalang galang̃an sigawán siya ng̃ "¡tabi!" na taglay ang tinig na nacagugulat, na anopa't napilitin siyang sumaisang tabí at walang magawa cung di tumutol ng̃:— ¡Tingnan mo na ng̃a lamang ang hayop na cochero! ¡Sasabihin co sa canyang pang̃inoong turuan niyang magaling ang canyang mg̃a alila!

— ¡Magbalic na tayo sa bahay!— ang ipinag-utos sa asawa.

Ito, na talagang nang̃ang̃anib na marahil ay may mangyaring ligalig sa canilang dalawa, ibinalic ang canyang "muleta" (ang salalac na tungcod sa kili-kili) at sumunod sa utos.

Nasalubong nila ang alférez, nangagbatian at ito'y nacaragdag ng̃ sama ng̃ loob ni doña Victorina: hindi lamang hindi siya pinuri dahil sa canyang pananamit, cung di halos siniyasat pa ng̃ palibac ang suot niyang iyon.

— Hindi mo dapat pakikamayan ang isang abang alferez lamang,— ang sinabi sa canyang asawa ng̃ malayo na ang alferez;— bahagya na niya hinipo ang canyang capacete at icaw ay nagpugay ng̃ sombrero; hindi ca marunong magbigay camahalan sa iyong cataasan!

— ¡Siya ang puno ri....rito!

— At ano ang cabuluhan sa atin ng̃ bagay na iyan. ¿Tayo baga'y mg̃a indio?

— ¡Sumasacatuiran ca ng̃a!— ang canyang isinagot, sa pagca't aayaw siyang makipagcagalit.

Nagdaan silá sa tapat ng̃ bahay ng̃ militar. Namimintana si doña Consolación, na gaya ng̃ canyáng naguing caugalian, nacadamít franela at humihithit ng̃ isang tabaco. Sa pagca't mababa ang bahay, sila'y nagting̃inan, at nakitang magaling ni doña Victorina ang babaeng iyón; payapang pinagmamasdan siya búhat sa paa hanggang sa úlo ng̃ Musa ng̃ guardia civil, pagcatapos ay siya'y nilabian, lumura at saca tumalicod. Itó ang nacaubos sa pagtitiis ni doña Victorina, caya't iniwan ang canyang asawang walang caalacbay, at hinarap ang alferezang nang̃ang̃atal sa galit at hindi macapang̃usap. Marahang luming̃on si doña Consolación, muli na namang pinagmasdan siya ng̃ boong, catiwasayán at nanglura uli, ng̃uni't nagpakita siya ng̃ lalong malaking pagpapawalang halaga.

— ¿Ano ang nangyayari sa inyó, Doña?

— ¡Matatawag ninyo acong "Señora"! ¿bakit ganyan na ang pagtitig ninyo sa akin? ¿Naiinguit ba cayo?— ang sa cawacasa'y nasalita ni doña Victorina.

— ¿Acó? ¿naiing̃uit acó? ¿at sa inyó?— ang sabing patuya ng̃ Medusa— ¡siya ng̃a! ¡naiinguit aco sa inyóng culót!

— ¡Halica na, babae!— anang Doctor;— ¡hu ... hu ... huwag mo siyang pa ... pansinin!

— ¡Pabayaan mong turaan co itóng bastos na itong walang hiya!— ang sagot ng̃ babae, at saca biglang itinulac ang canyang asawa, na caunti ng̃ napasung̃aba, at hinarap si doña Consolación.

— ¡Tingnan sana ninyo cung sino ang causap!— anyá— ¡huwag ninyong acalaing aco'y isang provinciana ó isang calunya ng̃ mg̃a sundalo! Hindi nacapapasoc sa aking bahay, sa Maynila, ang mg̃a alférez; ang mg̃a ganitó'y naghihintay sa pintuan.

— ¡Aba! ¡Excelentísima Señora Puput! (carilagdilagang guinoong Puput) hindi ng̃a pumapasoc ang mg̃a alferez cung di lamang ang mg̃a salantang gaya niyán, ja! ja! ja!

Cung hindi sa nacaculapol na mg̃a colorete, namasdan sana ang pamumula ng̃ mukhà ni doña Victorina; binanta niyáng lusubin ang canyang caaway na babae, ñguni't piniguil siya ñg centinela. Samantala'y napupuno ang daan ñg nanonood na mga táo.

— Pakinggan ninyo, naiimbi aco sa pakikipagsalitaan sa inyo; mga táong matataas ... ¿Ibig po ba ninyong labhán ang aking damít? ¡Babayarin co cayó ñg mahal! ¡Ang acala yata ninyo'y hindi co nalalamang cayo'y dating labandera!

Tumindig si doña Consolación malakí ang galit: nacasugat sa canya ang sinabing tungcól sa paglalaba.

— ¿Acala yata ninyo'y hindi nalalaman cung sino cayó at cung sino ang taong inyong daladala? ¡Kinacailanĝang namamatay ñg gutom upang pasanin ang tiratirahan, ang basahan ñg lahat ñg táo!

Ang pucól na salitáay tumama sa ulo ni doña Victorina; naglilís ito ñg manggas, itinicom ang mga daliri, piniing ang mga ñgipin at nagpasimula ñg pananalita:

— ¡Manaog cayo, matandang salaula, at duduruguin co ang maruming bibig na iyan! ¡Calunya ñg isang batallon, talagang patutot buhat pa ñg ipañganac!

Dalidaling nawala sa bintana ang Medusa, agad nakitang nananaog ñg patacbo, na iniwawasiwas ang látigo ñg canyang asawa.

Namag-itan at sumamo si don Tiburcio, ñguni't nagcasaclutan din cung hindi dumating ang alférez.

— ¡Datapuwa't mga guinoong babae!... Don Tiburcio!

— ¡Turuan ninyong magaling ang inyong asawa, ibili ninyo siya ñg lalong magagaling na mga damit, at cung sacali't wala cayong salapi, magnacaw cayo sa mga táong bayan, yamang sa bagay na ito'y cayo'y may mga sundalo!— ang sigaw ni doña Victorina.

— ¡Narito po acó guinoong babae! ¿bakit hindi duruguin ñg camahalan po ninyo ang aking bibig? ¡Wala po cayo cung di dila at laway, Doña Exelencia!

— ¡Guinoong babae!— anang alférez na nagniniñgas ñg galit;— ¡magpasalamat cayo at nadidilidili cong cayo'y babae, sa pagca't cung hindi lulusayin co cayo sa casisicad, pati ñg inyóng mga kinuculot na buhóc at ñg inyóng mga walang capacanang mga cintas!

— ¡Gui ... guinoong alférez!

— ¡Lumacad cayó, mamamatay ñg táong waláng sakit! ¡Cayo'y walang suot na salawál, Juan Lanas!

Umugong doon ang mga tacapan, waswasan ñg camáy, guirian, sigawan, laitan at murahan: canilang iniwatawat ang lahat ñg mga carumihang canilang iniiñgatan sa canicanilang cabán, at sa pagca't sabáy sabáy na nagsasalita ang apat at maraming lubha ang canilang sinasabing nacasisirang puri sa mga tañging pulutong ñg mga táo, na canilang isinisiwalat ang maraming catotohanan, cúsang tinatangguihan namin ang pagsasalaysay rito ñg laha't ñg canilang doo'y mga sinabi sa isá't isá. Bagaman hindi nauunawa ñg mga nagsisipanood ang lahat ñg canilang tacapan, hindi ñga cacaunti ang catuwaang canilang tinatamo at canilang hinihintay na dumating hanggang sa pag-aaway ng̃ camáy. Sa cawalang capalaran ay dumating ang cura na siyang pumayapa.

— ¡Mg̃a guinoong lalaki, mg̃a guinoong babae! ¡Laking cahihiyan! ¡Guinoong Alferez!

— ¿Ano ang inyong ipinakikialam dito, mapagbanalbanalan, macacarlista?

— ¡Don Tiburcio, dalhin po ninyo ang inyong asawa! ¡Guinoong babae, pagpiguilan po ninyo ang inyong dila!

— ¡Iya'y sabihin po ninyo diyan sa mg̃a magnanacaw sa mg̃a taong mahihirap!

Untiunting naubos ang mg̃a kilalang lait at tung̃ayaw, nasabi na ang lahat ng̃ mg̃a cahiyahiyang cagagawan ng̃ mag-a-mag-asawa, at samantalang nang̃agbabalaan at nang̃agmumurahan ay untiunti silang nang̃aghiwalay. Si fray Salvi ay nagpapacabicabila at nagbibigay casayahan sa panooring iyon, cung daroon sana ang ating caibigang corresponsal!...

— ¡Ng̃ayon di'y pasa Maynila tayo't tayo'y humarap sa Capitan General!— ang sinasabing malaki ang galit ni doña Victorina sa canyang asawa,— ¡Icaw ay hindi lalaki! ¡sayang na sayang ng̃ salawal na suot mo!

— ¿Ng̃u ... ng̃uni't ... babae, at ang mg̃a guardia? ¡aco'y pila'y!

— Dapat mong hamunin siya ng̃ away sa pamamag-itan ng̃ pistola ó ng̃ sable, ó cung hindi ... cung hindi....

At tiningnan siya ni doña Victorina sa mg̃a ng̃ipin.

— Neneng, cailan may hindi aco humawac ng̃....

Hindi ipinaubaya ni doña Victorinang matapos ang canyang sinasabi: sa isang dakilang galaw ay hinalbot sa guitna ng̃ daan, ang canyang mg̃a ng̃iping tagpi lamang at saca guiniic. Dumating sila sa bahay, na halos umiiyac ang lalaki at ang babae nama'y nag-aalab sa galit. Nakikipag-usap ng̃ sandaling iyon si Linares cay Maria Clara, cay Sinang at cay Victoria, at sa pagca't hindi niya nalalaman ang pagtatalong iyon, hindi cacaunti ang canyang dinamdam naligalig ng̃ loob ng̃ canyang makita ang canyang mg̃a pinsan. Si Maria Clarang nacahilig sa isang sillon sa guitna ng̃ mg̃a unan at mg̃a cumot na lana ay malaki ang ipinagtaca ng̃ canyang makita ang bagong pagmumukha ng̃ canyang doctor.

— Pinsan, ani doña Victorina,— hahamunin mo ng̃ away ng̃ayon din ang Alférez ó cung hindi....

— ¿At bakit?— ang tanong ni Linares na nagtataca.

— Siya'y hahamunin mo ng̃ayon din ng̃ away ó cung hindi sasabihin co sa canilang lahat dito cung sino icaw.

— ¡Ng̃uni't doña Victorina!

Nang̃agtinĝinan ang tatlong magcacaibigang babae.

— ¿Ano ba sa acala mo? Cami'y linait nğ alferez at canyang sinabi na icaw raw ay icaw! ¡Nanaog ang matandang babaeng asuang na may dalang latigo, at ito, ito'y nagpabayang siya'y muramurahin ... isang lalaki!

— ¡Abá!— ani Sinang,— ¡sila'y nañgag-away ay hindi natin napanood!

— ¡Linugas nğ alferez ang mğa nğipin nğ doctor!— ang idinagdag ni Victoria.

— Nğayon di'y pasasa Maynila cami; icaw, icaw ay matitira rito upang siya'y hamunin mo nğ away, at cung hindi'y sasabihin co cay Don Santiago na pawang casinuñgalinğan ang lahat mong sinabi sa canya, sasabihin cong....

— ¡Nğuni't doña Victorina, doña Victorina!— ang isinalabat nğ namumutlang si Linares, at lumapit cay doña Victorina;— huwag po ninyong ipaalaala sa aking....

Samantalang nangyayari ito'y siya namang pagdating ni capitang Tiago na galing sa sabuñgan, mapanglaw at nagbubuntong hininğa: ang lasak ay natalo.

Hindi binigyan nğ panahon ni doña Victorinang macapagbuntong hininğa; sa maicling salita'y sinabi niya ang lahat nğ nangyari, sa macatuwid baga'y pinagsicapan niyang sabihing siya ang sumasacatuwiran.

— Hahamunin siya nğ away ni Linares ¿naririnğig po ba ninyo? Sacali't hindi, ¡huwag po ninyong bayaang pacasal sa inyong anac, huwag po ninyong ipahintulot! Cung wala siyang tapang ay hindi carapatdapat cay Clarita.

— ¿Icaw pala'y pacacasal sa guinoong ito?— ang tanong ni Sinang, at napuno nğ luha ang canyang masayang mğa mata;— nalalaman cong icaw ay malihim, nğuni't hindi salawahan.

Si Maria Clara, na maputlang parang pagkit, bumanğon nğ caunti sa pagca sandig, at tinitigan nğ gulat na mğa mata ang canyang ama, si doña Victorina at si Linares. Ito'y nagdalang hiya, itinunğo ni capitang Tiago ang canyang mğa mata, at idinugtong pa nğ guinoong babae:

— Tandaan mo Clarita; huwag cang mag-aasawa cailan man sa lalaking hindi tunay ang pagcalalaki; nanğanğanib cang icaw ay alimurahin pati nğ mğa aso.

Datapuwa't hindi sumagot ang dalaga, at nagsabi sa canyang mğa caibigang babae:

— Ihatid ninyo aco sa aking silid; hindi aco macalacad na mag-isa.

Tinulunğan nila siyang tumindig, at naliliguid ang canyang bayawang nğ mğa mabibilog na mğa bisig nğ canyang mğa caibigang babae, nacahilig ang canyang ulong cawanğis nğ marmol sa balicat nğ magandang si Victoria, násoc ang dalaga sa silid na canyang tulugan.

Iniligpit nğ mag-asawa nğ gabi ring iyon ang caniláng mğa casangcapan, siningil si capitang Tiago, na may ilang libo rin piso ang inabót, sa pagcagamot cay Maria Clara, at napatunğo sila sa Maynila, pagca umagang umaga nğ kinabukasan, na ang sinasacya'y ang carruaje ni capitang Tiago. Iniatang sa mahinhiing si Linares ang catungculang tagapanghiganti

XLVIII.
ANG HINDI MAGCURO

Magbabalic ang m͠ga maiitim na m͠ga golondrina.... (Becquer).

Ayon sa paunang balita ni Lucas, dumating si Ibarra kinabucasan. Ilinaan niyá ang canyáng unang pagdalaw sa magcacasambahay ni capitang Tiago, at ang sadya niya'y makipagkita cay Maria Clara at ibalitang siya'y ipinakipagcasundo na n͠g Arzobispo sa Religión: may dalá siyáng sulat sa cura, na doo'y ipinagtatagubilin siyá, na ang Arzobispo pa ang siyáng tumitic.

Hindi cacaunti ang ikinagalac sa ganitong bagay ni tía Isabel, na may pag-ibig sa binata at hindi niyá totoong minamagaling ang pag-aasawa n͠g canyáng pamangking babae cay Linares. Wala sa bahay si capitang Tiago.

— Pamasoc po cayó,— ang sabi n͠g tía sa pamamag-itan n͠g caniyáng haluang wicang castila;— Maria, napasauli-uli sa gracia n͠g Dios si don Crisóstomo; inalsán siyá n͠g "excomunión" n͠g Arzobispo.

N͠guni't hindi nagatulóy ang binata, naluoy sa canyáng m͠ga labi ang n͠giti at tumacas sa caniyáng alaala ang salita. Sa tabi n͠g durun͠gawan, naroon at nacatindíg si Linares sa tabi ni Maria, na pinagsasalitsalít ang m͠ga bulaclac at ang m͠ga dahon n͠g m͠ga gumagapang na halaman; nasasabog sa lapag ang m͠ga rosa at m͠ga sampaga. Nacahilig sa sillón si Maria Clara, namumutla, may iniisip, mapanglaw ang m͠ga mata at naglalaro sa isáng paypay na garing, na hindi totoong maputing catulad n͠g canyáng maliliit na m͠ga daliri.

Sa pagdating na iyón ni Ibarra'y namutla si Linares at namulá ang m͠ga pisn͠gi ni Maria Clara. Umacmáng buman͠gon, n͠guni't kinulang siyá n͠g lacás tumun͠gó at binayaang malaglág ang paypáy.

Isáng hindi maalamang siraing hindi pag-imic ang siyang naghari sa iláng sandali. Sa cawacasa'y nacalacad n͠g papasoc si Ibarra at nan͠gan͠gatal na nacapagsalita.

— Bago lámang acóng cararating, at nagmadali acóng pumarito upáng makita co icáw ... ¡Naratnan cong magaling ang calagayan mo cay sa aking acala!

Tila napipi mandín si Maria Clara; hindi nagsalita n͠g cataga man at nananatili sa pagca tun͠go.

Pinagmasdan ni Ibarra si Linares n͠g mula sa paa hangang sa úlo; tin͠ging tinumbasan namán n͠g boong pagmamataas n͠g mahihiing binata.

— Aba, namamasid cong waláng naghihintay n͠g aking pagdating,— ang muling sinabi n͠g madalang na pananalita;— Maria, ipatawad mo ang hindi co pagcapasabi sa iyo bago aco pumasoc dito; sa ibáng áraw ay maipaliliwanag co sa iyo ang tungcól sa aking guinawa ... tayo'y magkikita pa ... waláng sála.

Itóng m͠ga hulíng salita'y sinamahan niyá n͠g isáng tin͠gin cay Linares. Itinungháy sa caniya n͠g dalaga ang canyáng magagandang m͠ga matáng puspós cadalisayan at calungcutan, tagláy ang lálong matinding samo at mapanghalínang pakikiusap, na anó pa't si Ibarra'y huminto sa pagca patigagal.

— ¿Macaparirito ba acó búcas?

— Talastás mo nang sa ganáng aki'y laguing ikinatutuwa co ang iyóng pagparito,— ang bahagya ñg isinagót ñg dalaga.

Umalís doon si Ibarrang wari'y panatag ang loob, datapuwa'y, may taglay na unós sa úlo't caguinawán sa púso. Ang bagong namasid niya't naramdaman ay hindi mapaglirip; ¿anó caya iyón? ¿alinlangan? ¿lipas ñg pagsinta? ¿caliluhán?

— ¡Oh, sa cawacasa'y babae ñga!— ang canyáng ibinulong.

Hindi niyá nalalama'y nacarating siyá sa pinagtatayuan ñg paaralan. Malaki ñg totoo ang nayayari sa guinagawang iyón; nagpaparoo't parito sa magcabicabilang maraming nangagsisigawa si ñor Juan, at daladala niya ang canyang metro't ang canyang plomada. Pagcakita sa canyá'y dalidaling siyá'y sinalúbong.

— Don Crisóstomo,— anyá,— sa cawacasa'y dumatíng po cayó: hinihintay cayó naming lahat: tiñgnan po ninyó ang m̃ga pader: mayroon nang sampong metro at sampong centímetro ang táas; sa loob ñg dalawáng áraw ay magcacaroon na pantay tao wala acóng tinanggap cung hindi mulawin, dúñgon, ípil, láñgil; humiñgi acó ñg tíndalo, malatapáy, pino at narra, at ñg magamit sa m̃ga pintuan, palababahan at iba pa; ¿Ibig po ba ninyóng makita ang m̃ga yuñgib?

Siyá'y binati ñg m̃ga manggagawa ñg boong pagpipitagan.

— Narito po ang canal na pinañgahasan cong idagdág,— ani ñor Juan;— ang m̃ga canal pong itó sa ilálim ñg lupa'y patuñgo sa isáng pinacatipun na sa icatlompóng hakbáng. Magagamit pong pangpataba sa halamanan; wala po itó sa plano. Hindi po ba minamagaling ninyó ito?

— Tumbalíc, sinasangayunan co at aking pinupuri cayó sa ganitóng inyóng naisipan; cayó po'y tunay na arquitecto; ¿canino cayó nag-aral?

— Sa akin pong sarili,— isinagot ñg matanda ñg boong capacumbabaan.

— ¡Ah, bago co malimutan! talastasin ñg m̃ga maseselang (sacali't may natatacot makipagsalitaan sa akin) na hindi na acó excomulgado inanyayahan acó ñg Arsobispong sumalo sa canyá sa pagcain.

— ¡Abá, guinoo, hindi po namin pinapapansin ang m̃ga excomunión! Tayo pong lahát ay pawang excomulgado; si pare Dámaso man po'y excomulgado rin, gayón ma'y nananatili sa totoong catabaan.

— ¿Anó ang sabi ninyó?

— Tunay po; may isáng taón na pong hinampás ñg tungcód ang coadjutor, at ang coadjutor ay sacerdoteng gaya rin niyá, ¿sino po ang pumapansin sa m̃ga excomunion?

Natawanan ni Ibarra si Elías na nasa casamahan nğ mğa manggagawa; binati siyá nitóng gaya rin nğ iba, nğuni't sa isáng tinğin ay ipinaunawa sa canyáng may ibig na sabihin.

— Ñor Juan,— ani Ibarra;— ¿ibig po ba ninyóng dalhin dito sa akin ang talaan nğ mğa manggagawa?

Umalís si ñor Juan, at lumapit si Ibarra cay Elías, na mag-isáng bumubuhat nğ isáng malakíng bató at ilinululan sa isáng carretón.

— Sacali't mapagcacalooban po ninyó acó nğ pakikipagsalitaan sa loob nğ iláng oras, maglacádlacád cayó mamayáng hápon sa pampanğin nğ dagatan at lumulan cayó sa aking bangca, sa pagca't may sasabihin acó sa inyong lubháng mahahalagang bagay— ani Elías, at lumayo pagca tapos na makita niyá ang pagtanğô nğ binatà.

Dinalá ni ñor Juan ang talaan, nğuni't nawaláng cabuluhán ang pagbasa ni Ibarra nğ talaang iyón; doo'y wala ang panğalan ni Elías.

XLIX.
ANG TINGIG NG MGA PINAG-UUSIG

Túmutungtong si Ibarra sa bangca ni Elías bago lumubog ang araw. Tila mandin masama ang loob ng̃ binata.

— Ipatawad po ninyo, guinoo,— ani Elías, na may calungcutan pagcakita sa canya;— ipatawad po ninyong nacapang̃ahas acong cayo'y anyayahan upang tayo'y magcatagpo ng̃ayon; ibig co po cayong macausap ng̃ boong calayaan, at hinirang po ang ganitong sandali sa pag-ca't walang macariring̃ig sa atin dito: macababalik tayo sa loob ng̃ isang oras.

— Nagcacamali cayo caibigang Elías,— ang sagot ni Ibarra na nagpupumilit ng̃unit; kinakailang̃an cong ihatid ninyo aco sa bayang iyang natatanawan hanggang dito ang canyang campanario. Pinipilit aco ng̃ casaliwaang palad na gawin co ang bagay na ito.

— ¿Nang casaliwaang palad?

— Opo; acalain po ninyong sa aking pagparito'y aking nacasalubong ang alferez, nagpipilit na ialay sa akin ang canyang pakikialakbay; sa akin po namang sumasa inyo ang alaala at natatalastas cong cayo'y canyang nakikilala, caya't ng̃ siya'y mangyaring aking mailayo'y sinabi cong patung̃o aco sa bayang iyan at doon aco mananatiling maghapon, sa pagca't ibig acong hanapin ng̃ lalaking iyan bucas ng̃ hapon.

— Kinikilala co po sa inyong utang na loob ang inyong pagling̃ap sa akin, datapuwa't sinabi po sana ninyo sa canya ng̃ boong catiwasayan ng̃ loob na siya'y sumama,— ang isinagot ni Elías na walang tigatig.

— ¿Bakit? ¿at cayo po?

— Hindi po niya aco makikilala, sa pagca't sa miminsang pagcakita niya sa aki'y hindi macapag-iisip na pacatandaan niya ang aking anyo.

— ¡Sinasama aco!— ang buntong hining̃a ni Ibarra, na ang inaalaala'y si Maria Clara.— ¿Ano po ba ang ibig ninyong sabihin sa akin?

Lumingap si Elías sa canyang paliguid. Malayo na sila sa pampang; lumubog na ang araw, at sa pagca't sa panig na ito ng̃ sinucob ay bahagya na tumatagal ang pagtatakip-silim, nagpapasimula na ang paglaganap ng̃ dilim at namamanaag na ang sinag ng̃ buwang sa araw na iyo'y cabilugan.

— Guinoo,— ang muling sinabi ni Elías, taglay co po ang mithi ng̃ maraming sawing palad.

— ¿Ng̃ maraming sawing palad? Ano po ba ang cahulugan ng̃ inyong sinasabi.

Sinabi sa canya ni Elías, sa maicling saysay, ang canyang pakikipagsalitaan sa pinuno ng̃ mg̃a tulisan, ng̃uni't inilihim ang mg̃a pag-aalinlang̃an at ang mg̃a bala nito. Pinakinggan siyang magaling ni Ibarra, at ng̃ matapos na ni Elías ang canyang pagsasaysay, naghari ang isang mahabang hindi pag-imic ng̃ dalawa, hanggang si Ibarra ang naunang nagsalita:

XLIX.
ANG TINGIG NG̃ MG̃A PINAG-UUSIG

— ¿Sa makatuwid ay ang canilang nasa'y ...?
— Lubhang malaking pagbabagong utos tungcol sa mg̃a hucbó, sa mg̃a sacerdote, sa mg̃a hucom na tagahatol, hinihing̃i nila, sa macatuwid ang isang paglingap— ama ng̃ pamahalaan.
— ¿Pagbabagong sa paano?
— Sa halimbawa: magbigay ng̃ lalong malaking paggalang sa camahalan ng̃ bawa't tao, bigyan ng̃ lalong malaking capanatagan ang bawa't mamayan, bawasan ng̃ lacas ang hucbong may sandatana, bawasan ng̃ mg̃a capangyarihang ang hucbong itong totoong madaling magpacalabis sa paggamit ng̃ mg̃a capangyarihan iyan.
— Elías,— ang isinagot ng̃ binata,— hindi co po talos cung sino cayo, datapuwa't nahuhulaan cong cayo'y hindi isang taong caraniwan: ibang-iba po cayong umisip at gumawa cay sa mg̃a iba. Matataroc po ninyo ang aking isipan cung sabihin co sa inyong cung maraming capintasan sa casalucuyang calagayan ng̃ayon ng̃ mg̃a bagay, lalo ng̃ sasama cung magbago. Mapapagsasalita co ang aking mg̃a caibigan sa Madrid, "bayaran lamang sila," macapagsasalita aco sa Capitan General; ng̃uni't walang magagawang ano man ang mg̃a caibigan cong iyon; walang casucatang capangyarihan ang Capitan General na ito upang magawa ang gayong caraming pagbabago, at aco nama'y hindi gagawa ng̃ ano man upang macamtan ang ganitong mg̃a bagay, palibhasa'y tanto cong totoo, na cung catotohanan mang may malalaking mg̃a capintasang masasabi sa mg̃a capisanang iyan, sa mg̃a panahong ito'y sila'y kinacailang̃an, at sila ng̃a ang tinatawag na isang casam-áng ang cailang̃an.
Sa malaking pangguiguilalas ni Elías ay tumunghay at pinagmasdan si Ibarra na malaki ang pagtataca.
— ¿Cayo po ba nama'y naniniwala rin sa casam-áng cailang̃an?— ang tanong na nang̃ang̃atal ng̃ caunting tinig;— ¿naniniwala po ba cayong upang macagawa ng̃ magaling ay kinacailang̃ang gumawa ng̃ masama?
— Hindi; ang paniniwala co sa casam-áng ang cailang̃an ay túlad sa isáng mahigpit na cagamutang ating guinagamit pagca íbig nating mapagalíng ang isáng sakít. Tingnán ninyó; ang lupaing ito'y isáng catawáng may dinaramdam na isáng sakít na pinaglamnán na, at ng̃ mapagalíng ang catawáng iyá'y napipilitan ang pamahalaang gumamit ng̃ mg̃a paraang tunay ng̃a't masasabi ninyóng napacatitigas at napacababang̃is, datapuwa't pinakikinabang̃a't kinacailang̃an.
— Masama pong manggagamot, guinoo, yaóng waláng hinahanap cung di ang cung anó ang mg̃a dinaramdam at ng̃ marapa, na anó pa't hindi pinagsisicapang hanapin ang cadahilanan ó ang pinagmumul-án ng̃ sakít, at sacali't natatalastas man ay natatacot na bacahin. Ang táng̃ing cauculan ng̃ Guardia Civil ay ito: paglipol ng̃ mg̃a catampalasanang gawa sa pamamag-itan

ng̃ lacas at ng̃ laguím sa pagpapahirap sa may sála, cauculáng hindi nasusunduan at hindi natutupad cung di cung nagcacataón lamang. At hindi dápat limuting caya lamang nacapaghihipit sa bawa't táo ang samahan, ang capisanan bagá ng̃ mg̃a mamamayan, ay cung sacali't ibinibigáy na sa lahát ang lahát ng̃ mg̃a kinacailang̃ang gamit upang malubos ang cagaling̃an ng̃ caniláng mg̃a asal. Palibhasa'y walang capisanan ng̃ mg̃a mamamayan dito sa atin, sa pagca't hindi nagcacaisang loob ang bayan at ang pamahalaan, ang pamahalaang ito'y marapat na magpatawad sa mg̃a camalian, hindi lamang dahil sa siya ma'y nagcacailang̃an din ng̃ mg̃a pagpapatawad cung di naman sa pagca't ang taong canyang pinabayaa't hindi liníng̃ap ay hindi lubos nanagot sa casalanang canyang magawa, yamang hindi tumanggap ng̃ malaking caliwanagan ang canyang isip. Bucod sa rito, ayon sa inyong halimbawang bigay, ang guinagamít na gamót ay lubhang napacapangwasák, na anó pa't ang pinahihirapan lamang ay ang bahagui ng̃ catawang walang sakit, na pinapanghihina at sa ganito'y talagang inihahanda at ng̃ lalong madaling capitan ng̃ sakit. ¿Hindi po ba ang lalong magaling ay bigyang calacasan ang bahagui ng̃ catawang may sakít at bawasan ng̃ caunti ang cabang̃isan ng̃ gamot?

— Cung pahinain ang capangyarihan ng̃ Guardia Civil ay ilalagay namán napang̃anib ang capanatagan ng̃ mg̃a bayan.

— ¡Ang capanatagan ng̃ mg̃a bayan!— ang biglang sinabí ni Elías ng̃ boong capaitan. Hindî malaho't darating sa icalabinglimang taón mula ng̃ magca Guardia Civil ang mg̃a bayang ito, at tingnan po ninyo: hangga ng̃ayó'y mayroon pa tayong mg̃a tulisan, nariring̃ig pa nating nilolooban ang mg̃a bayan, nanghaharang pa sa mg̃a daan; patuloy ang mg̃a pang̃ang̃agaw at pagnanacaw, na hindi napagsisiyasat cung sinosino ang mg̃a gumagawa ng̃ gayon; nananatili ang mg̃a casam-ang gawa, ng̃uni't lumalaya ang tunay na masamang tao, datapuwa't hindi gayon ang tahimik na mamamayan. Ipagtanong po ninyo sa bawa't mabuting táong namamayan cung canyang minamagaling ang Guardia Civil cung ipinalalagay niyang ito'y iisang tangkilik ng̃ pamahalaan, at hindi isang caloob na pilit, isang pamahalaang calupitang ang mg̃a napapacalabis na mg̃a gawa'y nacapagpapahirap pa ng̃ higuit cay sa mg̃a catampalasanan ng̃ mg̃a masasasamang tao. Tunay na ng̃a't ang mg̃a catampalasanang ito'y lubhang malalaki, ng̃uni't bihibihira lamang, at sa lahat ng̃ mg̃a catampalasanang iya'y may capahintulitan ang sino mang macapagsanggalang; datapuwa't laban sa mg̃a capaslang̃ang gawa ng̃ mg̃a Guardia Civil ay hindi itinutulot cahi't ang pagtutol man lamang, at cung hindi man sacali totoong malalaki ng̃uni't ang capalit nama'y sa tuwi-tuwi na at may capahintulutan ang mg̃a pinuno. ¿Ano ang naguiguing bung̃a ng̃ Guardia Civil sa pamumuhay ng̃ ating mg̃a bayan? Pinatitiguil ang pakikipanayam ng̃ bayan sa capuwa bayan, sa pagca't natatacot ang lahat na sila'y mapahirapan sa mg̃a walang cabuluhang bagay; lalong tinitingnan ang mg̃a pagtupad sa dacong labas at hindi pinagcucuro ang sumasadacong loob ng̃ mg̃a bagay; unang pagpapakilala ng̃ casalatan sa caya; dahil sa nalimutan lamang ng̃ isang tao ang caniyang cédula personal ay guinagapos na't pinahihirapan, na hindi winawari cung ang taong iyo'y mahal at kinaaalang̃anan; inaacala ng̃ mg̃a puno na ang canilang pang̃ulong catungcula'y ang ibatas na sila'y pagpugayan ng̃ cusa ó sapilitan, cahit sa guitna ng̃ cadiliman ng̃ gabi, at sa bagay na ito'y tinutularan sila ng̃ canilang mg̃a sacop upang magpahirap at mang̃agaw sa mg̃a taga bukid, at sa gayong gawa'y hindi sila nawawalan ng̃ sangcalan, wala ang pagpipitagan sa cadakilaan ng̃ tahanang bahay; hindi pa nalalaong sinalacat ng̃ mg̃a guardia civil, na nang̃agdaan sa bintana, ang bahay ng̃ isang payapang mamamayan, na pinagcacautang̃an ng̃ salapi at ng̃ magandang loob ng̃ canilang puno; wala ang capanatagan ng̃ tao; pagca kinacailang̃an nilang linisin ang canilang cuartel ó ang bahay, sila'y lumalabas at canilang hinuhuli ang lahat ng̃ hindi lumalaban, upang pagawin sa boong maghapon; ¿ibig pa po ba ninyo? samantalang guinagawa ang mg̃a cafiestahang ito'y nagpatuloy na walang bagabag ang mg̃a larong bawal, ng̃uni't canilang pinatiguil ng̃ boong calupitan ang mg̃a pagsasayáng pahintulot ng̃ may capangyarihan; nakita ninyo cung anó ang inisip ng̃ bayan tungcol sa canila, anó pô ang nacuha sa paglulubag ng̃ canyang galit upang umasa sa tapat na hatol ng̃ mg̃a tao? ¡Ah, guinoó, cung ito po ang inyong tinatawag na pagpapanatili ng̃ cahusayan!....

— Sumasang-ayon acong mayroon ng̃ang mg̃a casamaan,— ang isinagot ni Ibarra, ng̃uni't tinatanggap nating ang mg̃a casamaang ito dahil sa mg̃a cagaling̃ang canilang taglay. Mangyayaring may mg̃a ipipintas sa Guardia Civil, datapuwa, maniwala po cayó, at nacahahadlang na dumami ang mg̃a masasamang tao, dahil sa pagcalaguim sa mg̃a pahirap na guinagawa.

— Ang sabihin pa ng̃a ninyo'y dahil sa pagcalaguim na ito'y nararagdagan ang dami,— ang itinutol ni Elías.— Nang hindi pa itinatatag ang Guardia Civil, ang lahat ng̃ mg̃a tulisán halos, liban na lamang sa iilan, nang̃agsisisama dahil sa gútom; nang̃agnanacaw at nang̃ang̃agaw upang sila'y huwag mamatay ng̃ gútom, ng̃uni't cung macaraan na ang pananalát, mulíng nawawala ang pang̃anib sa mg̃a daan; sucat na, upang sila'y mapalayo, ang mg̃a caawaawa, ng̃uni't matatapang na mg̃a cuadrillero, na walang dalá cung di mg̃a sandatang walang malalaking cahulugan, iyang mg̃a taong totoong pinaratang̃an ng̃ di sapala ng̃ mg̃a nagsisulat tungcol sa ating lupaín; iyang mg̃a taong walang ibang carapatán cung hindi ang mamatay at walang ibang tinatanggap na ganting pala cung di libak. Ng̃ayó'y may mg̃a tulisan, at mg̃a tulisán hanggáng sa boong buhay nilá. Isang munting camalian, isáng casalanang pinarusahan ng̃ boong calupitan, ang paglaban sa mg̃a pagpapacalabis ng̃ mg̃a may capangyarihan, ang tacot na cakilakilabot sa mg̃a pagpapahirap, ang lahat ng̃ ito'y siyang sa canila'y nagtatapon magpacailan man sa labas ng̃ pamamayan at siyang sa canila'y ninilit na pumatay ó mamatáy. Ang m̃ga calaguimlaguim na pahirap ng̃ Guardia Civil ang siyang sa canila'y humahadlang sa pagsisisi, at sapagca't malaki ang cahigtan ng̃ tulisán sa Guardia Civil, na canilang pinaglalaruan lamang, sa pakikihamoc at pagsasanggalang sa cabunducan, ang nangyayari'y culang tayo sa cáya upang malipol natin ang casamaang tayo rin ang nagtatag. Alalahanin po ninyo cung gaano ang nagawa ng̃ catalinuhan ng̃ capitan general na si De la Torre; ang patawad na ipinagcaloob niya sa m̃ga cahabaghabag na iyan ang siyang nagpatotoong tumitiboc pa sa m̃ga cabunducang iyon ang pusò ng̃ tao at walang hinihintay cung di ang capatawaran. Pinakikinabang̃an ang paglaguim, pagca alipin ang bayan, pagca walang m̃ga yung̃ib ang bundóc, pagca macapaglalagay ang nacapangyayari ng̃ isang bantay sa licuran ng̃ bawa't cahoy, at pagca sa catawan ng̃ alipin ay wala cung di sicmura at bituca; ng̃uni't pagca nararamdaman ng̃ wala ng̃ pagcasiyahan sa sama ng̃ loob na nakikihamoc upang siyá'y mabuhay, na ang bisig niya'y malacás, na tumitiboc ang canyang pusò at nag-aalab sa poot ang canyang cataohan, ¿mangyayari cayang mapugnaw ang sunog na canyang guinagatung̃an at ng̃ lalong magning̃as?

— Pinapag-alinlang̃an po ninyo aco, Elías, sa aking pagding̃ig sa inyong m̃ga sinasabi; maniniwala acong cayo'y sumasakatuiran cung di lamang may sarili acong m̃ga pananalig. Ng̃uni't lining̃in po ninyo ang isang nangyayari, huwag ninyong ikagagalit, sapagka't cayo'y hindi co ibinibilang, palibhasa'y ipinalalagay cong cayo'y tang̃i sa m̃ga iba;— ¡masdan ninyo cung sinosino ang humihing̃i ng̃ m̃ga pagbabagong iyan ng̃ m̃ga cautusán! ¡Halos ang lahat ay masasamâng m̃ga tao ó malapit ng̃ mang̃agsisamá!

— Masasamâng tao ó malapit ng̃ magsisamâ; ng̃uni't ¿anó ang dahil at sila'y m̃ga gayon? Dahil sa linigalig ang canilang catahimican, dahil sa sinugatan sila sa lalong canilang m̃ga pinacamamahal, at ng̃ sila'y huming̃ing tangkilik sa Justicia, lubos nilang napagkilalang wala silang maaasahan cung di ang canilang sariling lacás. Datapuwa't nagcacamali po cayo, guinoó, cung ang isip ninyo'y ang masasamang tao lamang ang siyang humihing̃i ng̃ tangkilik sa Justicia; pumaroon cayo sa bawa't bayan, sa baháy baháy; uliniguin po ninyo ang m̃ga buntong hining̃ang lihim ng̃ m̃ga magcacasambahay, at maniniwala cayong ang m̃ga casamaang linilipol ng̃ Guardia Civil ay casing lakí rin ó marahil ay maliit pa sa m̃ga casamaang sa tuwi na'y canyang guinagawa. Dahil po ba rito'y ¿ipalalagay nating pawang masasamang m̃ga tao ang lahat ng̃ m̃ga mamamayan? Cung gayo'y, ¿anó't sila'y ipagsasanggalang pa sa m̃ga ibá? ¿bakit hindi lipulin siláng lahat?

— Marahil dito'y may m̃ga ilang camalíang hindi co napagwawari ng̃ayón, marahil may camalian sa balac na sinisira pagdating sa paggawa, sapagca't sa

España, sa Ináng-Bayan, ang Guardia Civil ay gumawa at gumagawa ng̃ totoong malalaking mg̃a cagaling̃an.

— Naniniwala aco; marahil doo'y magaling ang pagcacatatag, hirang ang mg̃a taong gumaganap ng̃ tungculing iyan; baca caya naman talagáng kinacailang̃an ng̃ España ang Guardia Civil, datapuwa't hindi cailang̃an ng̃ Filipinas. Ang ating mg̃a caugalian, ang anyo ng̃ ating pamumuhay, na lagui ng̃ sinasambit pagca ibig na ipagcait sa atin ang anó mang ating catuwiran, ng̃uni't canilang lubos na linilimot pagca mayroong anó mang pas-aning ibig nilang iatang sa atin. At sabihin po ninyo sa akin, guinoó; ¿bakit hindi gumaya ang ibang mg̃a nación sa pagtatatag ng̃ Guardia Civil, gayong dahil sa caniláng calapitan sa España'y marahil dapat nilang ipalagay na sila'y higuit ang cahalagahan cay sa Filipinas? ¿Baca po caya dahil sa hindi totoong napacadalas ang mg̃a pagnanacaw at pang̃ang̃agaw sa ferrocarril, hindi totoong marami ang mg̃a panggugulong guinagawa ng̃ mg̃a taong bayan, hindi totoong marami ang pumapatay ng̃ tao at hindi maraming totoo sa mg̃a malalaking pang̃ulong bayan ang nananacsac ng̃ sundang?

Tumung̃ó si Ibarra na parang nag-iisip-isip, nagtindig pagcatapos at saca sumagót:

— Kinacailang̃ang pagdilidilihing magaling, caibigan, ang bagay na itó; cung makita co sa aking mg̃a pagsisiyasat na sumasacatuwirang tunay ang mg̃a daing na iyan, susulat aco sa aking mg̃a caibigan sa Madrid, yamang wala tayong mg̃a diputado (kinacatawan). Samantala'y maniwala po cayong nagcacailang̃an ang pamahalaan ng̃ isang hocbong magcaroon ng̃ lacás na walang taning na guhit upang macapagpagalang, at capangyarihan upang macapag-utos.

— Mabuti po iyan, guinoó, cung na sa casalucuyang nakikipagbaka ang pamahalaan sa lupaíng ito, ng̃uni't sa icagagaling ng̃ pamahalaa'y hindi dapat nating ipahalata sa bayang siya'y nasasalung̃at sa may capangyarihan. Datapuwa't sacali't gayon ng̃a, cung lalong minamagaling natin ang gumamit ng̃ lacás cay sa papangyarihin ang cusang alang-alang, dapat sana nating pacatingnang magaling muna cung caninong camay natin ibinibigay ang lacas na itong walang ano mang guhit ang abot, iyang capangyarihang walang pangpang̃in. Ang ganyang pagcalakilaking lacas sa camay ng̃ mg̃a tao, at mg̃a taong hang̃al, puspos ng̃ mg̃a hidwang hilig, na walang pinag-aralang cagaling̃an, ang catulad ay isang sandata sa mg̃a camay ng̃ isang ulol, na na sa guitna ng̃ caramihang taong walang anó mang pangsanggalang. Sumasang̃-ayon na aco at ibig cong maniwalang gaya ninyo, na nagcacailang̃an ang pamahalaan ng̃ cawaning iyan, datapuwa't hirang̃in sanang magaling ang cawaning iyan, hirang̃in ang lalong may mg̃a carapatan, at sa pagca't lalong minamagaling niya ang siya'y magbigay sa sarili ng̃ capangyarihan sa siya'y bigyáng cusa ng̃ bayan ng̃ capangyarihang iyan, ipakita man lamang sana niyang marunong siyáng magbigay ng̃ capangyarihan sa sarili.

Marubdob at masilacbó ang pananalita ni Elías; nagniningning ang canyang mg̃a mata, at tumataguinting ang canyang tinig. Sumunod ang isang dakilang sandali na hindi pag-imic ng̃ dalawa: tila nananatiling tahimic sa ibabaw ng̃ tubig ang bangcang hindi pinasusulong ng̃ sagwán; dakilang lumiliwanag ang buwan sa isáng lang̃it na zafir; may ilang ilaw na cumikináng sa dacong malayò sa pampang.

— At ¿anó pa ang canilang hinihing̃i?— ang tanong ni Ibarra.

— Pagbabagong utos tungcol sa mg̃a sacerdote,— ang sagót ni Elías, na ang tinig ay nanglulupaypay at malungcot;— humihing̃ing tangkilic ang mg̃a culang palad laban sa....

— ¿Laban sa mg̃a capisanan ng̃ mg̃a fraile?

— Laban sa mg̃a umaapí sa canilá, guinóo.

— ¿Nalimutan na bagá ng̃ Filipinas ang canyang cautang̃an sa mg̃a fraileng itó? nalimutan na bagá nila ang hindi maulatang utang na loob sa mg̃a nagligtás sa canilá sa camalian upang sa canila'y ibigay ang pananampalataya, ang mg̃a sa canila'y tumangkilic sa mg̃a calupitan ng̃ mg̃a pinunong bayan? ¡Narito ang casamâan ng̃ hindi pagtuturo ng̃ casaysayan ng̃ mg̃a nangyari sa bayan!

— Guinóo,— ang muling isinagót niyang may catigasan ang tinig;— isinumbát po ninyong ang baya'y hindi marunong cumilala ng̃ utang na loob, itulot ninyong acóng isá sa mg̃a bumubuô ng̃ bayang iya'y aking ipagsanggalang siya. Ang mg̃a cagaling̃ang guinagawa sa capuwa tao upang maguing carapatdapat na kilanling utang na loob, kinacailang̃ang gawin ng̃ walang anó mang imbot na capakinabang̃an. Huwag na nating bigyáng cahulugan ang catungculang cusang iniatang sa sarili, at ang totoong caraniwan ng̃ sabihing pagcacaawang-gawáng atas sa mg̃a cristiano; huwag na nating pansinin ang Historia (casaysayan ng̃ mg̃a nangyari), huwag na nating itanong cung anó ang guinawa ng̃ España sa bayang judio na nagbigay sa boong Europa ng̃ isang aclat, ng̃ isáng religión at ng̃ isang Dios; cung anó ang guinawa sa bayang árabe na sa canya'y nagbigay ng̃ cagandahang asal, mapagpaumanhin tungcol sa canyang religión at siyang sa canya'y pumucaw ng̃ pag-ibig sa dang̃al ng̃ canyang sariling nación, pag-ibig na dating nagugulaylay at halos wasac na sa boong panahóng siya'y nasacop ng̃ capangyarihan ng̃ mg̃a romano at ng̃ mg̃a godo. Sinasabi po ninyong sa ami'y ibinigay ang pananampalataya at cami'y iniligtás sa camalian; ¿tinatawag po ba ninyong pananampalataya iyang mg̃a gawang pakitang tao, tinatawag ba ninyong religión iyang pang̃ang̃alacal ng̃ mg̃a correa at mg̃a calmen, tinatawag ba ninyong catotohanan iyang mg̃a himalâ at mg̃a cathâng pinag-ugnay-ugnay na naririning̃ig namin sa araw araw? ¿Itó bagá ang cautusan ni Jesucristo? Cung sa ganito lamang ay hindi kinacailang̃ang papacò sa cruz ang isáng Dios, at gayon ding hindi cailang̃ang tayo'y pilitin sa walang hanggang pagkilalang utang na loob; malaon ng̃ dating may pinananaligang laban sa catotohanan at sa catuwiran, na ano pa't walang kinacailang̃an cung di bigyáng kináng ang pananalig na iya't pataasin ang halagá ng̃ mg̃a calacal. Marahil sabihin po ninyo sa aking cahi't ipalagay ng̃ malalaking totoo ang mg̃a capintasang magagawa sa ating religión, ng̃ayo'y lalong magaling, gayon man, sa religióng dating sinusunod natin; naniniwala aco't sumasang-ayon, datapuwa't malabis namang napacamahal, sapagca't dahil sa religióng iyang canilang dinala rito'y binitiwan natin ang ating casarinlan; dahil sa religióng iya'y ibinigay natin sa canyang mg̃a sacerdote ang ating lalong magagaling na mg̃a bayan, ang ating mg̃a bukirin at sampo ng̃ ating mg̃a iniimpoc na salapi sa pagbili ng̃ mg̃a sangcap sa pamimintacasi. Sila'y nagdalá rito sa atin ng̃ isang bagay na hanap buhay ng̃ taga ibang lupaín, pinagbabayaran nating magaling at yamang gayo'y walang cautang̃an ang isa't isa. Sacali't ang sasabihin ay ang canilang pagcacatangkilic sa atin laban sa mg̃a «encomendero», ang maisasagót co sa inyo'y caya tayo'y nahulog sa camay ng̃ mg̃a encomendero'y dahil din sa canila; datapuwa't hindi, aking kinikilalang isang tunay na pananampalataya at isang tunay na pagsintá sa Sangcataohan ang siyang pamatnugot sa mg̃a unang misionerong naglacbay sa mg̃a pasigang itó: kinikilala co ang cautang̃ang loob natin sa mg̃a mahal na pusòng iyon; aking nalalamang ng̃ panahóng iyo'y saganà sa España ng̃ bayani sa lahat ng̃ bagay, sa religión, sa política, sa natutungcol sa pamamayan at gayon din sa militar. Datapuwa't dahil bagang pawang mg̃a mababait at banal ang mg̃a nunò nila'y ¿ipagpapaubaya na natin ang mg̃a hidwang pagpapalampas ng̃ canilang isip ng̃ mg̃a inapó? Dahil po bagang guinawan tayo ng̃ malaking cagaling̃a'y maguiguing casalanan na natin ang sumansalang gawán nila tayo ng̃ isang casamaan? Hindi hinihing̃i ng̃ bayang alisin, ang hinihing̃i lamang ay gawin ang mg̃a pagbabagong utos na cahiling̃an ng̃ mg̃a bagong calagayan at ng̃ mg̃a bagong mg̃a pang̃ang̃ailang̃an ngayón.

— Sinisintá co ang ating kinamulatang lupang gaya rin ng̃ pagsintáng magagawa po ninyo, Elías; nawawatasan co ng̃ caunti ang inyong hang̃ad, naring̃ig cong magaling ang inyong sinabi, at gayon man, caibigan co, aking inaacalang pinapag-uulap ng̃ caunti ang ating isip ng̃ casilacbuhán ng̃ loob; dito'y hindi nakikita ang pang̃ang̃ailang̃an ng̃ mg̃a pagbabagong útos, na marahil magaling sa mg̃a ibang lupaín.

— ¿Diyata po't gayón, guinoó?— ang itinanóng ni Elías, na iniunat ang mg̃a camay sa panglulupaypay;— hindi po ninyo nakikita ang pang̃ang̃ailang̃an ng̃ mg̃a pagbabagong útos, cayo pa namang nagtamó ng̃ mg̃a casacunaan sa inyong mg̃a familia?...

— ¡Ah, linilimot co ang aking sariling mga cahirapan at ang tinitingnan co'y ang capanatagán ng Filipinas, ang mga cagalingan ng España!— ang masilacbong itinugón ni Ibarra. Upang manatili ang Filipinas ay kinacailangang huwag baguhin ang nakikita nating calagayan ng mga fraile ngayón, at sa pakikipag-isá sa España naroroon ang cagalingan ng ating bayan.

Natapos ng macapagsalita si Ibarra'y nakikinig pa si Elías; malungcót ang canyang pagmumukhà, nawala ang ningning ng canyang mga matá.

— Tunay ngang guinahis at pinasucò ng mga fraile ang lupaíng itó, ¿inaacalà po ba ninyong dahil sa mga fraile caya mangyayaring manatili ang Filipinas?

— Opo, dahil lamang sa canila, gayon ang pananalig ng lahat ng mga sumulat tungcol sa Filipinas.

— ¡Oh!— ang biglang naibigcás ni Elías, na biglang binitiwan ng boong panglulupaypay ang sagwán sa loob ng bangcâ;— hindi co acalaing napacaimbí ang inyong pagpapalagay sa pamahalaan at sa bayan. ¿Bakit hindi po pawalang halagahán na ninyo ang baya't ang pamahalàan? ¿Anó po ba ang wiwicain ninyo sa isang pamahalàang cayâ lamang nacapag-uutos ay hindi sa siya'y gumagamit ng dayà, isang pamahalàang hindi marunong magpapitagan dahil sa canyang sariling gawá? ¡Ipatawad po ninyo, guinoó, datapuwa't sa acalà co'y haling at cusang nagpapacamatay ang inyong pamahalaan, yamang canyang ikinatutuwang paniwalaan ng madlâ ang mga gayong bagay! Pinasasalamatan co po sa inyo ang cagandahan ng inyong loob, ¿saán po ibig ninyong ihatid co cayó ngayón?

— Huwag,— ang muling sinabi ni Ibarra;— mag-usap tayo, kinakailangang matalastas cung sino ang sumasacatwiran sa ganyang bagay na totoong mahalagá.

— Ipatawad po ninyo, guinoó,— ang sagót ni Elías na umiling;— hindi aco totoong magaling sa pananalita upang cayo'y aking mahícayat sa paniniwalà; tunay nga't aco'y nag-aral ng caunti, nguni't aco'y isang «indio», alapaap ang inyong loob tungcol sa aking pamumuhay, at cailan ma'y magcuculang tiwalà cayo sa aking mga sinabi. Ang mga nagsaysay ng caisipang laban sa mga sinabi co'y pawang mga castilà, at sa pagca't mga castilà, cahi't sila'y magsalitâ ng mga walang cabuluhán ó cahalingán, ang canilang sabihi'y pinapagtitibay ng canilang anyo, ng canilang dangal at catungculan at ng canilang pinanggalingáng lahi, caya't aking ticang hindi co na mulimu-ing tututulan magpacailan man. Bucod sa rito, sa aking pagcakitang cayó, na sumisintá sa lupàng inyong tinubuan, cayó na may amáng nagpapahingalay sa ilalim ng mga payapang daluyong na ito, cayó na talagáng hinamit, linait at pinag-usig, gayon ma'y tinataglay ninyo ang ganyang mga caisipán, baga man sa lahat ng inyong dinanas at sa inyong dunong, nagpapasimulâ na aco ng pag-aalinlangan sa aking sariling mga paniniwalà, at aking tinatanggap ang balac na mangyayaring nagcacamali ang bayan. Aking sasabihin doon sa mga culang palad na isinacamay ng mga tao ang canilang pag-asa, na ang pag-asang iya'y ilagay nilá sa Dios ó sa canilang mg̃a bisig. Muling napasasalamat po aco sa inyo at cayó'y mag-utos cung saán dapat ihatid co cayó.

— Tumatagos, Elías, hanggang sa aking pusò ang inyong masasaklap na mg̃a pananalità. ¿Ano po ang ibig ninyong gawin co? Hindi aco mag-aral sa casamahán ng̃ mg̃a anac ng̃ bayan, caya't marahil hindi co talos ang canilang mg̃a cailang̃an; sa boong camusmusan co'y doon aco natira sa colegio ng̃ mg̃a Jesuita lumaki aco sa Europa, ang mg̃a aclat lamang ang siyang ininumán ng̃ aking pag-iisip at ang aking nabasa lamang ay yaong náilathalà ng̃ mg̃a tao: nananatili sa guitnà ng̃ mg̃a dilim ang hindi sinasabi ng̃ mg̃a sumusulat ng̃ mg̃a aclat, ang mg̃a iya'y hindi co alam. Gayon ma'y iniibig cong gaya rin naman ng̃ inyong pag-ibig ang ating bayang tinubuan hindi lamang sapagca't catungculan ng̃ lahat na pacaibiguin ang lupaing canyang pinagcacautang̃an ng̃ canyang catauhan at marahil pagcacautang̃an naman ng̃ cahulihulihang pahing̃alayan; hindi lamang sa pagca't ganyan ang itinurò sa akin ng̃ aking ama, cung di naman sa pagca't ang aking ina'y «india», at sapagca't diyan nabubuhay ang lalong matitimyas na aking linasap na sumasaalaala co tuwing bucod sa rito'y siya'y aking sinisinta, sapagca't siya ang pinagcautang̃an at pagcacautang̃an ng̃ aking ligaya!

— ¡At sinisinta co siya sapagca't siya ang pinagcacautang̃an co ng̃ aking casaliwaang palad!— ang ibinulong ni Elías.

— Siyá ng̃â, caibigan co; nalalaman co pong nagpipighati cayo, cayo'y sawing palad, at ito ang siyang sa inyo'y nagpapamalas na madilim ang hináharap na panahón at siya namang nacapangyayari sa anyô ng̃ lacad ng̃ inyong pag-iisip; dahil dito'y hindi aco macasang-ayong lubos sa inyong mg̃a caraing̃an. Cung mangyari sanang masiyasat na magaling ang mg̃a cadahilanan, ang isáng bahagui, ng̃ sa inyo'y mg̃a nangyayari.

— Ibá ang mg̃a pinanggaling̃an ng̃ mg̃a sacunâng nangyari sa akin; cung matantô cong cahi't caunti'y pakikinabang̃an, sasaysayin co ang mg̃a nangyaring iyan, sa pagca't bucod sa hindi co inililihim ay marami na ang nacatatalastas.

— Baca cayâ sacali'y cung mapagtanto cô ang mg̃a bagay na iya'y magbagong isipan acó.

Nag isip-isip na sandali si Elías.

— Cung gayon, guinoó, sasabihin co sa inyo, sa maicling pananalitâ, ang aking dinaanang buhay.

L.
ANG MAG-ANAK NI ELIAS

«May anim na pung taón na ngayóng nananahan ang aking nunòng lalaki sa Maynila, at naglílingcod na «tenedor de libros» sa bahay ng isáng mangangalacal na castilà. Batang-batà ng panahóng iyon ang aking nunòng lalaki may asawa at may isáng anác na lalaki. Isáng gabi, hindi maalaman cung anó ang dahil, nagalab ang almacen, lumakit ang apóy sa boong bahay at sa ibáng maraming mga calapit. Hindi mabilang ang halagá ng mga natupoc at nawalà, hinanap ang may sála, at isinumbóng ng mangangalacal ang aking nunò. Nawaláng cabuluhán ang canyáng pagtutol, at palibhasa'y dukhâ at hindi macapagbayad sa mga balitàng abogado, siya'y hinatulang palùin sa hayág at ilibot sa mga daan sa Maynilà. Hindi pa nalalaong guinagawa pa ang parusang itóng pang-imbí, na tinatawag ng bayang cabayo y vaca, na macalilibong higuit sa camatayan ang casamâan. Ang aking nunò, na tinalicdan ng lahat, liban na lamang sa canyang batà pang asawa, ay iguinapos sa licod ng isáng cabayo, na sinusundan ng caramihang malulupit at pinalò sa bawa't pinagcacacurusan ng dalawáng daan, sa haráp ng mga taong canyang mga capatíd, at sa malapit sa maraming sambahan sa isáng Dios ng capayapàan. Nang mabusóg na ng culang palad, na magpacailan ma'y imbi na't walang capurihán, ang panghihiganti ng mga tao, sa pamamag-itan ng canyang dugô, ng mga pahirap na guinawâ sa canya at ng canyang mga pagsigáw, kinailangang cunin siya sa ibabaw ng cabayo, sapagca't hinimatáy, at maano na sanang namatáy na ngâ ng pátuluyan! Sa isá riyan sa mga pinacahayop na calupitán, siya'y pinawalán; nawaláng cabuluháng mamanhic sa baháy-baháy, bigyán ng gáwain ó ng limós ang asawa niyang ng panahóng iyo'y buntís, at ng canyang maalagaan ang asawang may sakít at ang cahabaghabag na anác. Sino ang magcacatiwala sa asawa ng isáng lalaking mánununog at inimbí. Napilitan ngâ ang babaing calacalin ang canyáng catawan!»

Nagtindíg si Ibarra sa pagcaupô.

«Oh, huwag cayóng mabahalà! ang pangangalacal sa catawan niya'y hindi na casiraang puri sa canya at hindi na rin casiraang puri sa canyáng asawa; napugnáw ng lahát ang capurihá't ang cahihiyan. Gumalíng ang lalaki sa canyáng mga súgat at naparito at nagtagong casama ang canyáng asawa't anác na lalaki sa mga cabunducan ng lalawigang itó. Nanganac dito ang babae ng isáng latánglatáng sanggol at puspos ng mga sakít, na nagcapalad na mamatáy. Nanahán pa sila ritong may iláng buwán, sacdál ng carukhâan, hiwaláy sa lahát ng tao, kinapopootan at pinangingilagan ng lahát. Nang hindi na matiis ng aking nunò ang gayóng lubháng carukhâan, at palibhasa'y hindi niyá taglay ang catapangan ng loob ng canyáng asawa, siyá'y nagpacamatáy, sa waláng casíng laking samâ ng canyáng loob ng makita niyang may sakit at waláng sumaclolo't mag-alaga. Nabulóc ang bangcáy sa matá ng anác na lalaking bahagyâ na lamang macapagalaga sa may sakít na ina, at ang casamâan ng amóy ang siyáng nagcánulo sa justicia. Sinisi ang aking nunong; babae't hinatúlang magdusa, dahil sa canyáng hindi pagbibigay alam; pinaghinalaa't pinaniwalaang siyá ang pumatáy sa canyáng asawa, sapagca't anó ang hindi gagawin ng asawa ng isáng imbí, na pagcatapos ay nagbilí ng canyáng catawan. Cung manumpa'y canilang sinasabing nanunumpâ ng hindi catotohanan, cung tumangis ay sinasabing siya'y nagsisinungaling, sinasabing nagwawalang galang cung tumatawag sa Dios. Gayón ma'y liningap din siyá, hinintáy munang siya'y macapanganac bago palùin: talos po ninyóng inilalaganap ng mga fraile ang capaniwalaang sa pamamag-itan ng palò lamang mangyayaring makipanayam sa mga «indio»; basahin ninyo ang sabi ni padre Gaspar San Agustin.»

«Sa ganitóng cahatulán sa isáng babae, canyáng susumpâin ang araw ng pagsilang sa maliwanag ng canyáng anác, bagay na bucód sa pagpapahaba ng pagpapahirap ay pagsira sa mga damdamin ng isáng iná. Sa casamâang palad maluwalhating nanganac ang babae, at sa casamâan ding palad ang sanggól na lalaki ay ipinanganac na matabâ. Nang macaraán ang dalawáng buwá'y guinanap ang parusang hatol ng boong catuwâan ng loob ng mga tao, na sa ganitóng paraa'y inaacalà nilang gumaganap ng caniláng catungculan. Sapagca't wala na siyáng catiwasayan sa mga gubat na itó'y tumacas siya't tinungo na canyáng dalá ang canyáng dalawáng anác na lalaki, ang caratig na lalawigan, at diyá'y nabuhay siláng tulad sa mga halimaw: nangapopoot at kinapopootan. Ang panganay sa dalawáng magcapatíd, na nacatatandà ng maligayang camusmusan niyá, sa guitnâ ng gayóng pagcálakilaking carukhâan, pagdaca'y nagtulisán, pagcacaroon ng lacás. Hindi nalao't ang pangalang mabangis ni *Bálat* ay cumalat sa magcabicabilang lalawigan, naging laguím ng mga bayan, sa pagca't sa canyáng panghihiganti'y nagsasabog ng dugô't tinutupoc ang bawa't maraanan. Ang pinacabatà na may catutubòng magaling na pusò'y sumangayon sa canyáng capalaran at caimbihán sa tabí ng canyáng ina; nangabubuhay silá sa inihahandóg ng cagubatan, nangagdadamit silá ng mga basahang sa canilá'y inihahaguis ng mga nangaglálacad; nawalâ na sa babaeng iyón ang canyáng sariling pangalan at siyá'y nakikilala lamang sa mga pamagát na *delingkente* (delincuente, nagcasala), *patutot* at *binugbog*; ang lalaking iyó'y nakikilala lamang sa tawag na *anác ng canyáng iná*, sapagca't sa catamisan ng canyáng asal ay hindi pinaniniwalaang siya'y anác ng manununog at sapagca't ang sino ma'y dapat mag-alinlangan sa cabutihan ng ugali ng mga *indio*. Sa cawacasa'y nahulog ang bantog na si Bálat sa capangyarihan ng justicia, na siyáng sa canyá'y huminĝi ng mahigpit na pagbibigay súlit ng canyáng mga guinawang casalanan, baga man hindi nabalino ang Justiciang iyáng magturo cay Bálat ng̃ cagaling̃an ng̃ isáng umagang hanapin ng̃ batang capatíd ang canyáng iná, na napasagubat upang mang̃uha ng̃ cábuti at hindi pa umuuwi, canyáng nakitang nacatimbuwang sa lupà, sa tabi ng̃ daan, sa lilim ng̃ isáng punò ng̃ búboy, nacatihayâ, tirik ang mg̃a matá, nacatitig, naninigas ang mg̃a daliring nacabaon sa lupa, at sa ibabaw nitó'y may nakikitang mg̃a bahid ng̃ dugô. Naisipan ng̃ binatàng tuming̃alà at sundán ng̃ matá ang tinititigan ng̃ bangcáy, at nakita niyang sa isáng sang̃á'y nacasabit ang isáng buslô at sa loob ng̃ buslô'y ang marugông ulo ng̃ canyang capatid!»

— ¡Dios co!— ang biglá̃ng sinabi ni Ibarra.

— «Ganyán din marahil ang biglá̃ng sinabi ng̃ aking amá,— ang ipinagpatuloy ni Elías ng̃ boong calamigán ng̃ loob.— Pinagputolputol ng̃ mg̃a tao ang manghaharang at inilibíng ang catawán, ng̃uni't ang mg̃a sangcáp ng̃ catawá'y canilang isinabog at ibinitin sa ibá't ibáng mg̃a bayan. Sacali't cayó po'y macapaglacbay isáng araw mula sa Kalamba hanggáng sa Santo Tomás, masusumpung̃an pa po ninyó ang cahoy ng̃ duhat na pinagbitinan at kinabulucán ng̃ isáng hità ng̃ aking amaín; sinumpâ ang cahoy na iyan ng̃ Naturaleza, caya't hindi lumalaki at hindi namumung̃a. Gayón din ang caniláng guinawa sa mg̃a ibáng sangcáp ng̃ catawan, ng̃uni't ang ulo, ang ulo na siyáng pinacamabuting sangcáp ng̃ tao, na siyáng lalong madalíng kilalanin cung cangino, ang ulong iya'y isinabit sa harapán ng̃ dampà ng̃ iná!»

Tumung̃ó si Ibarra.

— «Naglagalág ang binatang tulad sa isáng sinumpâ»,— ang ipinagpatuloy ni Elías,— naglagalág sa bayán-bayán, sa mg̃a bundóc at mg̃a caparang̃an, at ng̃ inaacalà na niyáng sa canya'y wala nang macacakilala, ay pumasoc siyáng manggagawà sa isáng mayamang tagá Tayabas. Ang canyáng casipagan, ang catamisan ng̃ canyáng asal ang nacahicayat na siya'y caguiliwan ng̃ lahat ng̃ hindi nacatatalós ng̃ unang pamumuhay niyá. Sa catiyagaan niyá sa paggawa at sa pagtitipid, nacatipon siyá ng̃ caunting puhunan, at sapagca't napagdaanan na niyá ang malakíng carukhaan at siya'y bata, nag-acalang magcamít namán ng̃ ligaya. Ang canyáng cagandahang lalaki, ang canyáng cabataan at ang canyáng pagca may cauntíng cáya ang siyáng nang̃acaakit na siyá'y ibiguin ng̃ isáng dalaga sa bayan, ng̃uni't hindi siyá macapang̃ahas na ipakiusap sa mg̃a magulang nitó na sa canya'y ipacasal, sa canyáng pang̃ang̃anib na baca mapagtuntón ang buhay niyá ng̃ una. Datapuwa't naraig silá ng̃ capangyarihan ng̃ sintá, caya't capuwa silá nagculang sa canicaniláng catungculan. Upáng mailigtás ng̃ lalaki ang capurihán ng̃ babae, pinang̃ahasán ang lahat, namanhic siyá sa mg̃a magulang upang sa canyá'y ipacasal ang canyáng caisáng dibdíb, dahil dito'y hinanap ang mg̃a casulatan ng̃ canyáng pagcatao, at ng̃ magcagayo'y napagsiyasat na lahát; palibhasa'y mayaman ang amá ng̃ dalaga, nasundûang pag-usiguin ng̃ mg̃a hucóm ang lalaki, na hindi nag-acala man lamang na magsanggalang, inamin ang lahát ng̃ sumbóng na laban sa canyá,

L.
ANG MAG-ANAK NI ELIAS

at siya'y nagdusa sa bilanggûan. Nangánac ang babae ng̃ isáng sanggól na lalaki at isáng sanggól na babae, na capuwa inalagaan ng̃ lihim, saca pinapaniwala ang mg̃a batàng itóng namatáy na ang canil

ampamá, bagay na hindi mahirap gawín, sapagca't canilán

g nakita ang pagcamatay ng̃ canilán

g iná, ng̃ panahóng silá'y musmós pa, bucod sa hindi nilá naiisip ang pag-uusisa ng̃ canilang pinanggalingan. Palibhasa'y mayaman ang aming nunòng lalaki, totoong maligaya ang aming camusmusán; ang capatíd cong babae't aco'y magcasama caming nag-aral, nag-iibigan camí niyang pag-iibigang mangyayari lamang sa magcapatíd na cambál na walang ibáng nakikilalang ibáng bagay na pag-ibig. Batang batà pa aco'y nag-aral na sa colegio ng̃ mg̃a jesuita, at nag-aral namán sa Concordia at doon itinirá ang aking capatíd na babae, sa hang̃ad na huwag caming lubháng magcahiwalay. Nang matapos ang aming caunting pag-aaral, sapagca't wala caming hinahang̃ad cung di magpasaca ng̃ lupa, umuwi camí sa aming bayan upang aming tanggapín ang aming mána sa aming nunòng lalaki. Malaonlaón ding nanatili camí sa pamumuhay sa caligayahan, ng̃uming̃iti sa amin ang panahóng hinaharáp, marami caming mg̃a alila, nag-áaning magalíng ang aming mg̃a halamanan at hindi na malalaó't mag-aasawa ang aking capatíd na babae sa isáng binatang canyáng pinacasisintá at siya'y tinutumbasan ng̃ gayón ding pag-ibig. Dahil sa pagcacaalit bagay sa salapi, at dahil namán sa ugali co ng̃ mg̃a panahóng iyóng may pagcamapagmataás, kinasusuklaman acó ng̃ isá cong camag-ánac na malayò, isinurot sa aking isáng araw ang totoóng malabò cong pagsilang sa maliwanag, ang imbí cong pinanggaling̃ang mg̃a magulang. Acala co'y yao'y pawang paratang lamang, caya't hining̃i cong bigyáng liwanag ang gayóng paglaít; muling nabucsán ang libing̃ang kinahihimlayan ng̃ gayóng caraming mg̃a cabulucán, at lumabas ang catotohanan upáng aco'y bigyáng cahihiyán. Nang lalong malubós ang casaliwaáng palad, malaon ng̃ panahóng camí'y may alilang isáng matandang lalaki, na pinagtitiisán ang lahat cong mg̃a cahaling̃ang pita at ayaw caming iwan cailan man, at nagcacasiyá na lamang tumang̃is at humibik sa guitna ng̃ mg̃a paglibac ng̃ ibáng mg̃a lingcod namin. Hindi co maalaman cung bakit napagsiyasat ng̃ aking camag-anac; datapuwa't ang nangyari'y tinawag ng̃ justicia ang matandang itó, at pinag-utusang sabihin ang catotohanan; ang matandang lalaki paláng aming alila'y siyáng aming amá, na áayaw humiwaláy sa canyáng sintáng mg̃a anác, at ang matandang iyó'y hindi mamacailáng aking pinahirapan. Napugnáw ang aming ligaya, tinalicdán co ang aming cayamanan, nawalan ng̃ pacacasalang casintahan ang capatíd cong babae, caming magcapatíd at ang aking amá'y iniwan namin ang bayan, upang pumaroon sa alin mang lupaín. Ang pagcaalam na siya'y nacatulong sa aming casaliwaang palad ang nacapagpaicli ng̃ buhay ng̃ matandang lalaki, na siyáng sa aki'y nagpaunawa ng̃ lahat ng̃ casakitsákit na mg̃a nangyari ng̃ mg̃a panahóng nagdaán. Nang̃ulila caming magcapatid.

- 345 -

«Tumañgis nğ di sapala ang capatíd co, nğuni't sa guitna nğ gayóng caraming mğa casaliwaang palad na bumugsô sa ibabaw namin, hindi niyá nalimutan ang canyáng sintá. Hindi dumaíng at hindi umimíc nğ canyáng nakita ang pagaasawa sa ibáng babae nğ canyáng dating catipanan, at aking nakitang untiunting nagkasakít ang aking kapatíd, na hindi co mangyaring mabigyáng alíw. Nawala siyá isáng araw; nawaláng cabuluhán ang sa canya'y aking paghanap sa lahát nğ panig, nawaláng cabuluhán ang aking pagtatanóng tungcol sa canyá, hanggáng sa nğ macaraan ang anim na buwa'y aking nabalitaang nğ mğa araw na iyón, nğ humupa ang paglaki nğ dagatan, ay nasumpuñgan sa pasigan nğ Calamba sa guitna nğ isáng palayan, ang bangcáy nğ isang dalaga, na nalunod ó pinatáy na cusa; ayon sa sabiha'y may isáng sundang na nacatarac sa canyáng dibdib. Ipinalathala sa mğa calapit bayan nğ mğa punò sa bayang iyón, ang gayóng nangyari; sino ma'y waláng humaráp upáng hiñgin ang bangcáy, at wala namáng nawáwalang sino mang dalaga. Ayon sa mğa tandáng sinabi sa akin, pagcatapos, sa pananamít, sa mğa hiyas, sa cagandahan nğ canyáng mukhâ at sa lubháng casaganaan nğ canyáng buhók, aking napagkilalang iyón ang aking cahabaghabag na capatíd na babae. Mula niyó'y naglálagalag acó sa mğa iba't ibáng lalawigan, manacanaca acóng pinararatañgan, nğuni't hindi co pinápansin ang mğa tao at ipinagpapatuloy co ang aking paglácad. Itó ang maclíng casaysayan nğ mğa nangyari sa akin, at ang casaysayan nğ mğa paghatol nğ mğa tao.»

Tumiguil nğ pananalita si Elías, at ipinatuloy ang pagsagwán.

— Naniniwaniwala acóng hindi po cayó nalilihis sa catuwiran— ang ibinulóng ni Crisóstomo, sa inyóng pananalitang dapat pagsicapan nğ justicia ang paggawa nğ magalíng sa pagtumbás sa magagandang gawa, at gayón din ang pagtuturo sa mğa nagcacasalang tao sa paggawa nğ masama. Ang nacahahadlang lamang ... ay itó'y hindi mangyayari, isáng hañgad na hindi mangyayaring masunduan; sa pagca't saang cucuha nğ lubháng maraming salapi, nğ lubháng maraming mğa bagong cawaní?

— ¿At anó ang capapacanan nğ mğa sacerdote, na ipinagtatalacan ang caniláng tungculing maglaganap nğ capayapaan at pag-ibig sa capuwa tao? ¿Diyata't lalong ikinararapat ang basain nğ tubig ang ulo nğ isáng sanggól, pacanin itó nğ asín, cay sa pucawin sa marilím na budhi nğ isáng masámang tao iyang maningning na ilaw na bigay nğ Dios sa bawa't tao upang hanapin ang canyáng cagalingan? ¿Diyata't lalong pag-ibig sa capuwa tao ang alacbayán ang isáng may salang bibitayin, cay sa siyá'y alalayan sa paglacad sa mataríc na landás na pagtalicód sa mğa pangit na caugalian at pagtuñgo sa magagandáng caasalán? ¿Hindi po ba nagcacagugugol sa pagbabayad sa mğa tictíc, sa mğa verdugo at sa mğa guardia civil? Itó po, bucod sa cahalayhalay, pinagcacagugulan din nğ salapi.

— Caibigan co, cayó ó acó man, cahi't ibiguin nati'y hindi natin masusunduan.

— Tunay ñga, sacali't tayo'y nag-iisa, wala tayong magágawa; ñguni't inyóng ariing sariling inyó ang catuwiran nğ bayan, makipanig po cayó sa bayan, pakinggán ninyó ang canyáng cahinğian, magbigáy ulirán cayó sa mğa ibá, ipakilala ninyó cung anó ang tinatawag na bayang kinaguisnan!

— Hindi mangyayari ang cahinğian nğ bayan; kinacailanğang maghintay.

— ¡Maghintay! ¡maghirap ang cahulugán nğ maghintay!

— Pagtatawanan acó cung aking hinğin.

— At cung cayó'y alacbayán nğ bayan?

— ¡Hindi mangyayari! hindi co magágawa cailán man ang patnugutan ang caramihang tao upang camtán sa sápilitan ang bagay na hindi inaacala nğ pámahalaang capanáhunan nğ ibigay, ¡hindi! At cung sa alín mang araw ay makita cong may sandata ang caramihing iyán, aanib acó sa pámahalaan at nğ silá'y aking bacahin, sa pagcá't hindi co ipalálagay na aking bayan ang mğa mangguguló. Hináhanğad co ang canyáng cagalinğan, caya nagtayô acó nğ isáng bahay-paaralan; hinahanap co ang canyáng cagalinğan sa pamamag-itan nğ pagpapaaral, sa mahinahong untiunting pagsulong nğ dunong, walang daan cung walang liwanag.

— ¡Nğuni't waláng calayaan namán cung waláng pakikihamoc!— ang sagót ni Elías.

— ¡Datapuwa't aayaw acó nğ calayaang iyán!

— Nğayó't cung walang calayaa'y walang liwanag,— ang muling itinutol nğ piloto nğ maalab na pananalita;— sinabi po ninyóng hindi malaki ang pagcakilala ninyó sa inyóng mğa cababayan; naniniwala acó. Hindi po ninyó nakikita ang paghahanda sa pagbabaca, hindi ninyó nakikita ang dilím sa dacong paliguid; nagpasimula ang paghahamoc sa pagmamatuwiran upang magcaroón nğ wacás sa paglalabánan sa lupa na maliligò nğ dugó; náririnğig co ang tinig nğ Dios, ¡sa aba nğ mag-acalang lumaban sa canya! ¡hindi iniucol sa canila ang pagsulat nğ Historia!

Nag-ibáng anyô si Elías; nacatindig, nacapugay, may anyóng hindi caraniwan ang mukha niyáng mabayaning liniliwanagan nğ buwán. Ipinagpág ang canyáng malagóng buhóc, at nagpatuloy nğ pananalita:

— ¿Hindi po ba ninyó nakikita't gumiguising na ang lahát? Tumagál nğ iláng daáng taón ang pagcacatulog, nğuni't pumutóc ang lintic isáng araw, at sa paninirà nğ lintic ay pumucaw nğ buhay; buhat niyó'y ibáng mğa hilig ang pinagpápagalan nğ mğa isip, ang mğa hilig na itó na nğayó'y nanğagcacahiwalay, manğagcacalakiplakip isáng araw na ang Dios ang siyáng mamamatnugot. Hindi nagculang ang Dios sa pagsaclólo sa mğa ibáng bayan;

hindi rin magcuculang ang saclolong iyan sa bayan natin; ang catuwiran niya'y siyang catuwiran ng̃ calayàan!

Isang dakilang catahimican ang siyáng sumunód sa ganitóng mg̃a salita. Samantala'y lumálapit ang bangcâ sa pasigan sa hindi naiinong pagsusulong ng̃ mg̃a alon. Si Elías ang naunang sumira ng̃ gayóng hindi pag-iimican.

— ¿Anó po ang sasabihin co sa mg̃a nag-utos dito sa akin?— ang tanóng, na nagbago ng̃ anyô ng̃ tinig.

— Sinabi co na po sa inyó; na dináramdam co ang caniláng calagayan, ng̃uni't silá'y mang̃aghintáy, sa pagca't hindi nagágamot ang mg̃a sakít ng̃ capuwa mg̃a sakít, at sa casaliwaan nating palad ay tayong lahat ay may casalanan.

Hindi na muling sumagót si Elías, tumungó, nagpatuloy ng̃ pagsagwán, at ng̃ dumating sa pampáng ay nagpaalam cay Ibarra ng̃ ganitóng sabi:

— Pinasasalamatan co po cayó, guinoó, sa inyóng pahihinuhod sa aking pakiusap; hinihing̃i co sa icagagaling ninyóng sa haharaping panahó'y aco'y inyóng limutin at huwag ninyóng kilalanin acó sa anó mang calagayang aco'y inyóng másumpong.

At pagcasabi nitó'y muling pinalacad ang bangcâ, at sinagwanáng ang tung̃o'y sa isáng gubat sa pasigan. Samantalang guinagawa ang mahabang pagtawid ay nanatili sa hindi pag-imic; tila mandin wala siyáng namamasdan cung di ang libolibong mg̃a diamante na kinucuha't ibinabalic ng̃ canyáng sagwán sa dagatan at doo'y talinghagang nang̃awáwala sa guitna ng̃ mg̃a bugháw na alon.

Sa cawacasa'y dumating; lumabás ang isáng tao sa casucalan at lumapit sa canyá.

— ¿Anó ang sasabihin co sa capitán?— ang tanóng.

— Sabihin mong gaganap si Elías ng̃ canyáng pang̃acò, sacali't hindi mamatáy muna,— ang isinagót ng̃ boong calungcutan.

— Cung gayó'y ¿cailán ca makikisama sa amin?

— Pag-inacala ng̃ inyóng capitáng dumating na ang panahón ng̃ pang̃anib.

— Cung gayó'y magaling, ¡paalam!

LI.
MGA PAGBABAGO

Malungcót at puspós nğ pangamba ang mahihiing si Linares; bagong catatanggáp niya nğ sulat ni doña Victorina, na ganitó ang sabi:

«Minamahal cong pinsan; ibig cong magcaroon nğ balita sa iyo sa loob nğ tatlóng araw, cung pinatáy ca na nğ alperes ó icaw ang pumatáy sa canyá ayaw acong lumampás ang isá man lamang araw na hindi tumátanggap pa ang hayop na iyán nğ ucol na parusa sacali't lumampás ang taning na iyán at hindi mo pa siyá hinahamon nğ patayan sasabihin co cay Don Santiago na cailán man ay hindi ca naguiguing secretario, ni hindi ca nacapagbibiro cay Canovas ni hindi ca nacacasama sa pagliliwaliw nğ general Arseño Martines sasabihin co cay Clarita na pawang casinungalingang lahát at hindi catá bibigyan cahi't isáng cuarta nğuni at cung hamunin mo siya ipinangangaco co sa iyo ang bawa't iyong maibigan caya nğa tingnan mo cung hamunin mo siyá at ipinagbibigay alam co sa iyo na hindi acó papayag nğ mğa pagtalilis at mğa dahidahilan.

Ang pinsan mong gumiguiliw sa iyo mula sa pusò,

Victorina de los Reyes de De Espadaña.

Sampaloc, lunes á las 7 nğ gabi.»

Mabigát ang bagay na iyón: kilalá ni Linares ang ugali ni doña Victorina at nalalaman niyá cung hanggang saan ang magágawa; cung pakiusapan siyá nğ nauucol sa catuwira'y tulad sa cung magsaysay nğ nauucol sa calinisan nğ puri't pakikipag capuwa-tao sa isáng carabinero nğ Hacienda, pagca talagang may pacay na macakita nğ contrabando sa lugar na tunay na wala; ang mamanhic ay waláng cabuluhán, magdaya'y lalo nğ masamá; wala na nğang sucat pagpapapaliiran cung hindi maghamón nğ away.

— Nğuni't ¿paano?— ang sinasabing nagpaparoo't paritong mag-isá;— cung salubungin acó nğ masasamang pananalita? ¿cung ang canyáng asawa ang aking maratnan? ¿sino caya ang macaiibig magpadrino sa akin? ¿ang cura? ¿si capitan Tiago? ¡Sinusumpa co ang oras nğ aking pagsunod sa canyang mğa hatol! ¡Daldál! ¿Sino ang pumipilit sa aking acó'y maghambóg, magsabi nğ mğa cabulastugán, magpakita nğ mğa cayabangan! anó ang sasabihin sa akin nğ guinoóng dalagang iyán ...? Dinaramdam co nğayón ang paguiguing secretario co nğ lahat nğ mğa ministro!

Sumásaganitóng malungcót na pakikipagsalitaan sa sarili ang mabait na si Linares nğ dumating si pari Salví. Ang catotohana'y lalo nğ payát at namumútla ang franciscano cay sa dati, nğuni't nagníningning sa canyáng mğa matá ang isáng tangíng liwanag at sumusungaw sa canyáng mğa labi ang isáng cacaibáng nğitî.

— ¿Guinoong Linares, lubós naman ang pag-iisá ninyó?— ang ibinati at saca tumungo sa salas, na sa mga nacasiwang na pintô nito'y tumatacas ang iláng tinig ng piano.

Nag-acala si Linares na ngumitî.

— ¿At si don Santiago?— ang idinugtóng ng cura.

Dumating si capitang Tiago sa sandali ring iyón, humalic ng camáy sa cura, kinuha niyá ang dalá nitóng sombrero at bastón ngumingiting mabaít na mabaít.

— ¡Pakinggán ninyó, pakinggan ninyó!— ang sabi ng curang papasóc sa salas, na sinúsundan ni Linares at ni capitan Tiago;— may dalá acóng magagalíng na balita na aking sasabihin sa lahát. Tumanggáp acó ng mga sulat na galing sa Maynilà, na pawang nagpapatibay ng sulat na dinalá sa akin cahapon ni guinoóng Ibarra ..., sa macatuwíd, don Santiago, ay wala na ang nacaháhadláng.

Si María Clara, na nacaupò sa piano sa guitnâ ng canyang dalawáng caibigang babae, umanyóng titindig, datapuwa't kinulang siyá ng lacás at muling naupô. Namutlâ si Linares at tinitigan si capitang Tiago na ibinabà ang mga matá.

— Untiunting totoóng kinalúlugdan co ang binatang iyan,— ang ipinagpatuloy ng cura; ng una'y masamà ang aking pagcápalagay sa canyá ..., may cauntíng cainitan ang ulo, nguni't lubháng marunong umayos ng canyáng mga pagcuculang, na anó pa't hindi mangyaring macapagtaním sa canyá ang sino man. Cung di nga lamang si padre Dámaso'y....

At tinudlà ng cura ng matuling pagsulyáp si María Clara, na nakikinig nguni't hindi inihihiwalay ang mga mata sa papel ng música, bagá man siya'y lihim na kinucurot ni Sinang, na sa gayóng paraa'y sinásaysay ang canyáng catuwâan; sumayaw sana siya cung silá'y nag-íisá.

— ¿Si padre Dámaso po?— ang tanóng ni Linares.

— Opo, si padre Dámaso, ang sinabi,— ang ipinagpatuloy ng cura, na hindi inihihiwalay ang tingín cay María Clara,— na palibhasa'y ... inaama sa binyág, hindi niyá maitutulot ... nguni't sa cawacasan, inaacala cong huminging tawad sa canyá si guinoong Ibarra, bagay na hindi co pinag aalinlanganang magcacahusay-husay na lahát.

Nagtindíg si María Clara, nagsabi ng isáng dahilán at pumasoc sa canyáng cuarto, na si Victoria ang casama.

— ¿At cung hindi siyá patawarin ni padre Dámaso?— ang marahang tanóng ni capitang Tiago.

Cung magcagayo'y ... si María Clara ang macacaalam ... si padre Dámaso ang canyáng amáng caluluwa: nguni't inaacala cong sila'y magcacáwatasan.

Nang sandalíng yaó'y napakinggán ang yabág ng mga paglacad at sumipot si Ibarra, na sinusundan ni tía Isabel; ibá't ibáng mga damdamin ang napucaw ng pagdating niyáng iyón. Bumati ng boong guiliw cay capitang Tiago, na hindi maalaman cung ngĩngitî ó iiyac, bumati cay Linares ng̃ isáng malaking pagyucód ng̃ ulo. Nagtindíg si fray Salví at iniabot sa canyá ang camáy ng̃ boong pagliyag, na anó pa't hindi napiguilan ni Ibarra ang isáng ting̃ing nagpápahalatâ ng̃ malakíng pagtatacá.

— Huwág po cayóng magtacá,— ani fray Salví;— ng̃ayón-ng̃ayón lamang ay pinupuri co cayó.

Napasalamat si Ibarra at lumapit cay Sinang.

— ¿Saán ca doroon sa boong maghapon?— ang itinanóng ni Sinang, sa canyang pananalitang musmós;— tumátanong cami sa aming sarili at aming sinasabi sa amin din: ¿Saán caya naparoon ang caluluwang iyáng tinubós sa Purgatorio? At bawa't isá sa ami'y nagsasabi ng̃ ibá't ibáng bagay.

— ¿At mangyayari bang maalaman cung anó ang sinasabi ninyó?

— Hindi, iya'y isáng lihim, ng̃uni't sasabihin co sa iyó cung tayo tayo lamang. Ng̃ayó'y sabihin mo sa akin cung saán ca doroon, upang maalaman co cung sino sa amin ang nacahulà.

— Hindi, iyá'y isá rin namang lihim, ng̃uni't sasabihin co sa iyo cung tayo tayo na lamang, sacali't itutulot ng̃ mg̃a guinoóng itó.

— ¡Mangyari bagá, mangyari bagá! ¡iyán palá lamang!— ani parì Salví.

Hinila ni Sinang si Crisóstomo sa isáng dulo ng̃ salas: natutuwâ siyáng mainam na canyáng mapagtátalos ang isáng lihim.

— Sabihin mo caibigan sa akin, ang tanóng ni Ibarra;— ¿nagagalit pa si María sa akin?

— Aywán co, ng̃uni't ang wica niyá'y magalíng pa raw na siyá'y iyóng limutin na, at bago umiiyac. Ibig ni capitang Tiagong siyá'y pacasal sa guinoóng iyón, at gayón din si parì Dámaso, ng̃uni't hindi siyá nagsasabi ng̃ oo ó aayaw. Ng̃ayóng umaga, ng̃ icaw ay ipinagtatanong namin, at sinasabi cong ¿baca nang̃ing̃ibig na sa ibá? sumagót siyá sa aking: ¡cahimanawari! at saca umiyác.

Nalúlungcot si Ibarra.

— Sabihin mo cay Maríang ibig co siyáng macausap na camí lamang dalawá.

— ¿Cayó lamang dalawá?— ang tanóng ni Sinang, na pinapagcunót ang mg̃a kilay at siyá'y tinitigan.

— Hindi naman lubós camíng dalawá lamang; ng̃uni't huwag sanang náhaharap iyón.

— May cahirapan; ng̃uni't huwag cang mabahalà, sasabihin co.

— ¿At cailan co malalaman ang casagutan?

— Bucas, pumaroon ca sa bahay ng̃ maaga. Aayaw si Maríang mag-isá cailan man, sinasamahan namin siyá; isáng gabi'y natutulog si Victoria sa canyáng siping, at sa isáng gabí namá'y acó; bucas ay sa akin tamà ang pagsama sa canyá. Ng̃uni't pakinggán mo, ¿at ang lihim? ¿Yayáo ca nang hindi mo pa sinasabi sa akin ang lalong pang̃ulo?

- 351 -

— ¡Siya ñga naman palá! doon acó doroon sa Los Baños, mamímili acó ñg niyóg, sa pagca't ibig cong magtayô ñg isáng gáwaan; ang iyong tatay ang aking mácacasama.

— ¿Walâ na ba cung di iyán lamang? ¡Nacú ang isáng lihim!— ang bigláng sinabi ni Sinang ñg malacás, na ang anyô'y ang sa narayaang magpapatubô; ang boong isip co'y....

— ¡Mag-ingat ca! ¡hindi co itinutulot sa iyóng iwatawat mo ang lihim na iyán!

— At hindi co naman ibig— ang isinagót ni Sinang na pinapañgulubot ang ilóng.— Cung isáng bagay man lamang na may caunting cahulugán, marahil masabi co pa sa aking mga caibigang babae; datapuwa't ¡pamimilí ñg mga niyóg! ¡mga niyóg! ¿sino ang macacaibig macaalam ñg tungcól sa niyóg?

At nagdalidali ñg mainam na pagyáo at paghanap sa canyáng mga caibigang babae.

Nagpaalam si Ibarra ñg macaraán ang iláng sandali, sa pagca't canyáng nakitang walang salang pápanglaw ang pagpupulong na iyón; maasim na matamis ang pagmumukhâ ni capitang Tiago, hindi umiimic si Linares at nagmámasid, ang curang nagpapacunuwaring nagágalac ay nagsasalitâ ñg mga cacaibáng bagay. Hindi na mulíng lumabás ang alin man sa mga dalaga.

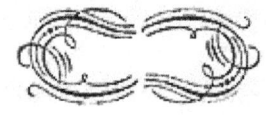

LII.
ANG SULAT NG MGA PATAY AT ANG MGA ANINO

Itinatagò ang buwan ng̃ madilím na lang̃it; wináwalis ng̃ malamig na hang̃ing palatandâan ng̃ pagdating ng̃ Diciembre ang iláng dahong tuyô at ang alabóc sa makipot na landas na patung̃ó sa libing̃an.

Nagsasalitaan ng̃ marahan ang tatlóng anino sa ilalim ng̃ pintuan.

— ¿Kinausap mo ba si Elías?— ang tanóng ng̃ isáng tinig.

— Hindî, nalalaman mo ng̃ siyá'y may ugaling cacaibá at maing̃at; ng̃uni't inaacalà cong siyá'y cacampí natin; iniligtás ni don Crisóstomo ang canyáng buhay.

— Caya acó pumayag,— anáng unang tinig;— ¡ipinagágamot ni don Crisóstomo ang aking asawa sa bahay ng̃ isáng médico sa Maynilà! Acó ang nacacaalam ng̃ convento upang makipagliwanag sa cura ng̃ aming pautang̃an.

— At camí naman ang nacacaalam ng̃ cuartel, at ng̃ masabi namin sa mg̃a civil na may mg̃a anác na lalaki ang aming amá.

— ¿Maguiguing ilán caya cayó?

— Limá, cainaman na ang limá. Maguiguing dalawampo raw cami,— anáng alilà ni don Crisóstomo.

— At ¿cung hindi lumabás cayóng magalíng?

— ¡Sttt!— anáng isá, at hindi na umimic na lahát.

Namamasid sa nag-aagaw ng̃ dilim at liwanag ang pagdating ng̃ isáng anino na marahang lumalacad na ang bacod ang siyáng tinútunton; manacánacang humíhintô na para mandíng lumíling̃on.

At may dahil ng̃a namán. Sa dacong hulihán, na may dalawampong hacbang ang puwang, may sumusunod na isá pang anino, lalong malakí at tila mandín lalò pang anino cay sa náuna: totoong napacarahan ang pagyapac sa lupà, at biglang nawawalâ, na anaki'y linalamon ng̃ lupa, cailán mang humíhinto't lumiling̃on ang náuuna.

— ¡Sinusundan acó!— ang ibinulóng ng̃ náuunang anino; ¿ang guardia civil caya? ¿nagsinung̃alíng caya ang sacristan mayor?

— Ang sabi'y dito raw magtátatagpô,— ang iniisip ng̃ icalawáng anino; marahil may masamáng inaacalà caya inililihim sa akin ng̃ dalawáng magcapatid.

Sa cawacasa'y dumating ang nang̃ung̃unang anino sa pintùan ng̃ libing̃an. Lumapit ang tatlóng aninong nang̃auna.

— ¿Silá po bagá?

— ¿Cayó po ba?

— ¡Tayo'y maghiwahiwalay, sa pagca't sinúsundan acó nilá! Tátanggapin ninyó bucas ang mg̃a sandata at pagcágabi gágawin. Ang hiyáw ay: «¡Mabuhay si don Crisóstomo!» ¡Lacad na cayó!

Nawalâ ang tatlóng anino sa licuran ng̃ mg̃a pader. Nagtagò ang bagong dating sa pag-itan ng̃ pintô at naghintáy na hindi umiimic.

— ¡Tingnan natin cung sino ang sumúsunod sa akin!— ang ibinulóng.

Dumating ang pang̃alawáng anino na nag-iing̃at ng̃ mainam at humintóng parang nagtiting̃inting̃in sa paliguid niyá.

— ¡Nahuli acó ng̃ pagdating!— ang marahang sinabi; ng̃uni't baca caya mang̃agbalic.

At sa pagcá't nagpasimulâ ng̃ pag ambóng nagbabalang tumagál, inisíp niyang sumilong sa ilalim ng̃ pintùan.

At alinsunod sa dapat mangyari'y nabuglàan niyá ang isáng anino.

— ¡Ah! ¿sino pô cayó?— ang itinanóng ng̃ bagong dating na ang tinig ay sa matapang na lalakl.

— At ¿sino pô ba naman cayô?— ang isinagót ng̃ isá ng̃ boong capanatagan.

Sandalíng hindi nang̃agsiimic; pinagpipilitan ng̃ isá't isáng makilala ang canyáng caharáp sa pamamag-itan ng̃ anyô ng̃ tinig at sa pagmumukháng naaaninagnagan.

— ¿Anô po ba ang hinihintay ninyó rito?— ang tanóng ng̃ may tinig na pagca lalaki.

— Na tumugtóg ang á las ocho upang aking macuha ang baraja ng̃ mg̃a patay, ibig cong manalo ng̃ayong gabí ng̃ salapi,— ang sagót ng̃ isá na ang tinig ay caraniwan; at cayó namân, ¿anó't cayó po'y naparito?

— Sa ... gayóng ding dahil.

— ¡Abá! ikinatutuwa co; sa ganyá'y hindi acó mag-iisá. May dalá acóng baraja; pagcaring̃ig co ng̃ unang tugtóg ay maglálagay acó sa canilá ng̃ *aldur*; sa icalawáng tugtóg ay maglálagay namán acó ng̃ *gallo*; ang mg̃a barajang gumagaláw ay iyán ang mg̃a baraja ng̃ mg̃a patáy, na kinacailang̃ang agawin sa pamamag-itan ng̃ pananagâ. ¿May dalá rin po ba cayóng baraja?

— ¡Wala!

— ¿At paano?

— Magaang; cung paano ang paglalagáy ninyó sa canilá ng̃ bangcâ; hinihintay cong silá namán ang maglálagay ng̃ bangcâ sa akin.

— ¿At cung hindi maglagáy ng̃ bangcâ ang mg̃a patáy?

— ¿Anó ang gagawin? Hindi pa ipinag-uutos na sapilitang magsúsugal ang mg̃a patáy....

Sandalíng hindi silá nag-imican.

— ¿Cayó po ba'y naparitong may sandata? ¿Paano ang inyóng gágawing pakikiaway sa mg̃a patáy?

— Sa pamamag-itan ng̃ aking mg̃a suntóc,— ang isinagót ng̃ pinacamalaki sa canilá.

— ¡Ah, diablo, ng̃ayón co naalaala! hindi tumátayâ ang mg̃a patáy pagca may higuít sa isá ang bilang ng̃ mg̃a buháy, at tayo'y dalawá.

— ¿Siyá ng̃a po ba? ng̃uni't áayaw acóng umalís.

— Acó ma'y gayón din, nang̃ang̃ailang̃an acó ng̃ salapi,— ang isinagót ng̃ pinacamaliit; ng̃uni't gawín natin ang isáng bagay: magsugál tayong dalawá, at ang matalo'y siyáng umalís.

— Halá ...— ang isinagót ng̃ isá na may cauntíng samâ ang loob.

Pumasoc silá't humanap sa gayóng nag-aagaw ng̃ dilim at liwanag ng̃ isáng lugar na lalong nauucol; hindi nalao't nacásumpong silá ng̃ isáng baunang bató at doon silá naupô. Kinuha ng̃ pinacapandác sa canyáng salacót ang baraja, at nagpaning̃as namán ang isá ng̃ fósforo.

Sa ilaw ay nagting̃inan ang isá't isa, datapuwa't ayon sa pag-aanyô ng̃ caníciláng mukha'y hindi nang̃agcacakilalanan. Ng̃uni't gayón man, sa pinacamataás at tinig macalalaki ay makikilala natin si Elías, at sa pinacamaliit ay si Lucas, dahil sa pílat niyá sa pisng̃í.

— ¡Alsahín po ninyó!— ang winica nitó, na hindi náliling̃at ng̃ pagmamasíd sa caharáp.

Itinabí ang iláng butóng nakita sa ibabaw ng̃ libing̃ang bató't saca nag-*andar* ng̃ isáng alás at isáng cabayo. Pinagsunodsunód ni Elías ang pagpapaning̃as ng̃ fósforo.

— ¡Sa cabayo!— anyá,— at ng̃ magcatanda'y nilagyán ng̃ isáng bung̃ô ng̃ tadyáng.

— ¡Juego!— aní Lucas,— at sa icaapat ó icalimang *carta* ay lumabás ang isáng alás.

— Natalo cayó,— ang idinugtóng;— ng̃ayó'y pabayaan po ninyóng acó'y mag-isáng humanap ng̃ pagcabúhay.

Umalís si Elías na hindi nagsabi ng̃ catagâ man lamang, at nawala sa guitna ng̃ cadilimán.

Nang macaraan ang ilang minuto'y tumugtóg ang á las ocho sa relós ng̃ simbahan, at ipinahayag ng̃ campana ang oras ng̃ mg̃a caluluwa; ng̃uni't hindi inanyayahan ni Lucas makipagsugál sa canyá ang sino man, hindi tinawagan ang mg̃a patáy, na gaya ng̃ iniaatas ng̃ pamahiin; ang guinawá'y nagpugay at bumulóng ng̃ ilang panalang̃in, nagcruz ng̃ boong cataimtimang tulad sa marahil guinágawa rin sa sandaling iyón ng̃ puno ng̃ Cofradía ng̃ Santísimo Rosario.

Nagpatuloy ang pag-ambón sa boong magdamág. Pagca á las nueve ng̃ gabi'y madilím na ang mg̃a daan at wala ng̃ taong lumalacad; ang mg̃a farol ng̃ lang̃is na dapat ibitin ng̃ bawa't namamayan sa tapat ng̃ canilang bahay, bahagya ng̃ nacaliliwanag sa pabilóg na isáng metro ang luwang: tila mandin inilagáy ang mg̃a ilaw na iyó't upang makita ang carilimán.

Naglálacad ng̃ paroo't parito sa magcabicabilang dulo ng̃ daang malapit sa simbahan ang dalawáng guardia civil.

— ¡Maguináw!— ang sabi ñg isá sa wicang tagalog na may puntóng bisayà; hindi tayo macahuli ñg isá man lamang sacristan, waláng gágawa ñg casiraan ñg culuñgán ñg manóc ñg alferez ... Nañgadalà dahil sa pagcápatay doon sa isá; nacayáyamot sa akin itó.

— At sa akin,— ang isinagót ñg isá;— sino ma'y waláng nagnanacaw; datapuwa't salamat sa Dios at ang sabiha'y na sa bayan daw si Elías. Ang sabi ñg alferez ay ang macahuli raw sa canyá'y máliligtas sa palò sa loob ñg tatlóng buwán.

— ¡Aa! Nasasaulo mo ba ang canyáng mña señas?— ang tanóng ñg bisaya.

— ¡Mangyari bagá! ang taás ay matangcád ayon sa alferez, catatagán ayon sa cay padre Dámaso; maiitím ang mña matá, catatagán ang ilóng, catatagán ang bibíg, waláng balbás, maitim ang buhóc....

— ¡Aa! ¿at ang mña tañging señas?

— Maitím ang barò, maitím ang salawal, mángañgahoy....

— ¡Aa! hindi macatatacas, tila nakikinikinita co na siyá.

— Hindi co siyá pagcacamal-an sa ibá, cahi't macatulad niyá.

At ipinagpatuloy ñg dalawáng sundalo ang caniláng pag-*ronda*.

Mulíng natatanawan na namán natin sa liwanag ñg mña farol ang dalawáng aninong nagcacasunod na lumalacad ñg boong pag-iiñgat. Isáng mabalasic na ¿*quién vive?* ang siyáng nagpahintô sa dalawá, at sumagót ang nauna ñg ¡*España!* na nañgañgatal ang tinig.

Kinaladcád siyá ñg mña sundalo at siyá'y dinalá sa farol upáng siyá'y kilalanin. Siyá'y si Lucas, ñguni't nañgag-aalinlañgan ang mña sundalo at nañgagtatanuñgan sa tiñginan.

— ¡Hindi sinasabi ñg alferez na may pilat!— anáng bisayà sa sabing marahan.— ¿Saán ca paroroon?

— Magdádala acó ñg pamisa upang gawín bucas.

— ¿Hindi mo ba nakikita si Elías?

— ¡Hindi co po siyá nakikilala, guinoó!— ang sagót ni Lucas.

— ¡Hindi co itinátanóng sa iyo cung siyá'y nakikilala mo, ¡tañga! cami ma'y hindi namin siyá nakikilala; itinátanóng co sa iyó cung siyá'y nakita mo!

— Hindi pô, guinoo.

— Pakinggán mong magalíng, sasabihin co sa iyó ang canyáng mña señas. Ang taás ay cung minsa'y matangcád, cung minsa'y catatagán; ang buhóc at ang mña matá'y maiitim; at ang lahát ñg mña ibá pa'y pawang mña catatagán,— anáng bisayà.— ¿Nakikilala mo na siyá ñgayón?

— ¡Hindi po, guinoó!— ang isinagót ni Lucas na natútulig.

— ¡Cung gayó'y ¡*sulong!* hayop, burro!— At ipinagtulacan siyá nilá.

— ¿Nalalaman mo ba cung bakin ang acala ñg alferez ay matangcád si Elías at ang acalà naman ñg cura'y catatagán lamang ang taás?— ang itinanóng na nag iisip-isip ñg tagalog sa bisayà.

— Hindi.

— Sa pagcá't nacabaón sa pusáw ang alférez ng̃ siyá'y mámatyagan, at ang cura namá'y nacatayô.

— ¡Siyá ng̃â!— ang bigláng sinabi ng̃ bisaya; mainam ang pag-iisip mo ... ¿bakit ca nagguardia civil?

— Hindi capagcaraca'y guardia civil acó; acó'y dating contrabandista,— ang isinagót ng̃ tagalog na nagpapahang̃a.

Ng̃uni't silá'y linibáng ng̃ isá pang anino: sinigawán nilá itó ng̃ ¿quién vive? at bago dinalá nilá sa ilaw. Ng̃ayó'y si Elías na ng̃â ang siyáng sa canilá'y humaharap.

— ¿Saán ca paroroon?

— Akin pong hinahabol, guinoó, ang isáng taong humampás at nagbalà sa aking capatíd na lalaki; ang taong iyó'y may pílat sa mukhá't nagng̃ang̃alang Elías ...

— ¿Há?— ang biglang sinabi ng̃ dalawá at nang̃agting̃inang nagsisipanghilacbót.

At pagdaca'y nang̃agtacbuhang ang tung̃o'y sa simbahang sasandali pa lamang na pinaroonan ni Lucas.

LIII.
Il Buon Di Si Conosce Da Mattina

Maagang cumalat sa bayan ang balitang may nakitang mga ilaw sa libingan ng̃ gabing nacaraán.

May sinasabi ang punò ng̃ V.O.T. (Venerable Orden Tercera) na mga candilang may ilaw at cung paano ang anyô at cung gaano ang caniláng mga lakí, datapuwa't ang hindi matucoy ay ang bilang, ng̃uni't may nabilang siyáng hanggáng dalawampô. Hindi dapat atimín ni hermana Sipa, na caanib sa Cofradía ng̃ Santísimo Rosario, na ang macapagyabáng lamang na nacakita ng̃ biyayà ng̃ Dios na itó'y ang isáng na sa hermandad (capatiran) na caaway; sinabi namán ni hermana Sipa, cahi't hindi malapit doon ang canyáng tinátahanan, na siyá'y nacáring̃ig ng̃ mga daíng at hibíc, at hanggáng sa tila mandín canyáng nakikilala ang tinig ng̃ tang̃ing mga tao, na ng̃ unang panahó'y canyáng naca ..., datapuwa't alang-alang sa pag-íbig sa capuwa taong atas sa binyaga'y hindi lamang canyáng pinatatawad, cung di namán canyáng ipinananalang̃in at inililihim ang caniláng mga pang̃alan, at dahil dito'y pagdaca'y pinapagtitibay na siyá'y santa. Hindi totoong matalas ang taing̃a, ang catotohanan, ni hermana Rufa, ng̃uni't hindi dapat tiisin niyáng naring̃ig ang bagay na iyón ni hermana Sipa't siyá'y hindi, at dahil dito'y nanaguinip siyá at sa canyá'y humarap ang maraming mga caluluwa, hindi lamang ng̃ mga taong patáy na, cung di namán ng̃ mga buhay; hiníhing̃i ng̃ mga caluluwang silá'y bahaguinan ng̃ mga indulgenciang canyáng maliwanag na itinátala't pinacaiing̃atan. Masasabi niyá ang mga pang̃alan sa mga familiang nang̃ang̃ailang̃an, at wala siyáng hiníhing̃i cung di isáng muntíng limós upáng isaclolo sa Papa, sa mga pang̃ang̃ailang̃an nitó.

Isáng batang ang hanap-buhay ay mag-alaga ng̃ mga hayop, na nang̃ahás magpatibay na wala siyáng nakita liban na lamang sa isáng ilaw at dalawáng táong nang̃acasalacot, nahirapang lubha upang macaligtás sa mga hampás at mga lait. Nawaláng cabuluháng siyá'y manumpâ, na canyáng casama ang canyáng mga calabaw at silá ang macapagsasabi;

— ¿Durunong ca pa sa mga celador at sa mga hermana, *paracmason,* hereje?— ang siyáng caniláng sinasabi sa canyá't siya'y iniirapan nilá.

Nanhíc ang cura sa púlpito at inulit ang sermón tungcól sa Purgatorio, at muli na namáng lumabas ang mga pipisohin sa canicaniláng kinatataguan.

Ng̃uni't pabayaan natin muna ang mga caluluwang nang̃aghihirap, at pakinggán natin ang salitaan ni don Pilipo at ng̃ matandáng Tasio, na may sakit at nag-íisa sa canyáng maliit na bahay. Malaon nang hindi bumabang̃on sa canyáng kinahihigaan ang filósofo ó ulól, at nararatay dahil sa isáng panghihinang madalî ang paglubhâ.

— Ayawán, sa catotohanan, cung marapat co cayóng handugan ng̃ masayáng batì dahil sa pagcátanggáp sa inyó ng̃ inyóng pagbibitiw ng̃ catungculan; ñg una, ñg hindi pakinggán ñg boong cawalánghiyaan ang palagáy ñg marami sa mga nañgagpupulong, sumasacatuwiran cayóng hiñgin ninyó ang pahintulot na macapagbitíw cayó ñg inyóng catungculan; ñguni't ñgayóng cayó'y nakikitalád sa guardia civíl ay hindi magalíng. Sa panahón ñg pagbabaca'y dapat cayóng manatili sa inyóng kinalalagyan.

— Tunay ñga, datapuwa't hindi, pagca nagililo ang general,— ang sagót ni don Filipo;— talastas na po ninyóng kinabucasa'y inalpasan ñg gobernadorcillo ang mga sundalong aking nahuli, at nagpacatangguítangguíng gumawa ñg cahi't anó pa man. Wala acóng magawa cung walang pahintulot ang aking punò.

— Wala ñga, cung cayó'y nag-íisa, datapuwa't malakí ang magágawa ninyó cung catulong ninyó ang mga ibá. Dapat sanang sinamantala ninyó ang ganitóng pangyayari upang cayó'y macapagbigáy ulirán sa ibáng mga bayan. Sa ibabaw ñg catawátawáng capangyarihan ñg gobernadorcillo'y naroon ang catuwiran ñg bayan; iyán sana ang pasimula ñg isáng magalíng na pagtuturò ay inyóng sinayang na di guinamit.

— ¿At anó bagá caya ang aking magágawa sa kinacatawán ñg mga malíng pananalig? Tingnan po ninyó't nariyan si guinoóng Ibarra, na napilitang makisang-ayon sa mga pananampalataya ñg caramihan, ¿inaacalà ba ninyóng siyá'y naniniwalà sa «excomunión»?

— Ibá ang inyóng calagayan cay sa canyá; ibig ni guinoóng Ibarrang magtaním, at upang magtaním ay kinacailañgang yumucód at tumalima sa cahiliñgan ñg catawán; ang catungculan po ninyó'y magpagpág, at upang magpagpág ay nañgañgailañgan ñg lacás at niñgas ñg loob. Bucod sa rito'y hindi dapat gawín ang pakikitalád laban sa gobernadorcillo; ang marapat sabihi'y: laban sa lumalabis sa paggamit ñg lacás, laban sa sumisira ñg catahimican ñg bayan, laban sa nagcuculang sa canyáng catungculan; at sa ganitó'y hindi ñga cayó mag-iisá, palibhasa'y ang bayan ñgayó'y hindi na gaya ñg nacaraáng dalawampóng taón.

— ¿Sa acala po caya ninyó?— ang tanóng ni don Filipo.

— ¿At hindi po ninyó nararamdaman?— ang isinagót ñg matandang ga humilig na sa kináhihigan;— ¡ah! palibhasa'y hindi pô ninyó nakita ang panahóng nagdaan, hindi ninyó mapagcucurocurò ang bunga ñg pagparito ñg mga tagá Europa, ñg mga bagong aclát at ñg pagpasá Europa ñg mga kinabataan. Pag-isip-isipin ninyó't pagsumagsumaguin: tunay ñga't nananatili pa ang Real at Pontificia Universidad ñg Santo Tomás, sampô ñg canyáng carunungduñgang claustro, at pinapagsasanay pa ang iláng mga nag-aaral sa pagtatatág ñg mga «distingo» (pagkilala ñg caibhán) at bigyán ñg panghulíng ningníng ang mga catalasan ñg pagmamatuwiran tungcól sa iglesia, ñguni't ¿saán pô ninyó makikita ñgayón yaóng mga kinabataang mawilihíng sásalicsic n͠g metafísica, panís n͠g m͠ga dunong, na sa capapahirap sa pag-iisip ay namamatay sa marayang m͠ga pagbabalacbalac sa isáng suloc n͠g m͠ga lalawigan, na hindi matapustapos unawain ang m͠ga saguisag n͠g «ente», hindi macuhang masunduan ang liwanag n͠g «esencía» (tining) at n͠g «existencia» (búhay) cataastaasang palaisipang nagpapalimot sa atin n͠g lalong kinacailan͠gang maalaman: n͠g nauucol sa ating cabuhayan at sariling calagayan? ¡Tingnán po ninyó ang cabataan n͠gayón! Sa puspós na casiglahan n͠g caniláng loob sa pagcákita sa lalong malayong tan-awin, silá'y nan͠gag-aaral n͠g Historia, Matemáticas, Geografía, Literatura, m͠ga dunong sa Física, m͠ga wicà n͠g ibá't ibáng lahi, m͠ga bagay na lahát na nang panahón nati'y ating diníring͠ig n͠g malakíng pan͠gin͠gilabot na parang m͠ga heregía; ang lalong mahiliguín sa calayaan n͠g isip n͠g panahón co'y pinapagtitibay na mababang-mababa ang m͠ga dunong na iyán sa m͠ga minana cay Aristóteles at sa m͠ga pátacaran n͠g «silogismo». Sa cawacasa'y napag-unawa n͠g taong siyá'y tao; pínabayaan ang pagsisiyasat sa calagayan n͠g canyáng Dios, ang pakikialam sa hindi matangnán, sa hindi nakita, at ang paglalagdá n͠g alituntunin sa m͠ga panaguinip n͠g canyáng panimdim; napagkilala n͠g taong ang canyáng minana'y ang malawac na daigdíg, na macacaya niyáng pagharian; na sa canyáng pagcapagál sa isáng gáwaing waláng cabuluhá't palalò, tumun͠gó't pinagmasídmasíd ang lahát nang sa canyá'y nacaliliguid. Pagmasdán pô ninyó n͠gayón cung paano ang pagsílang n͠g ating m͠ga poeta; binúbucsan sa ating unti unti n͠g m͠ga Musa n͠g Naturaleza ang caniláng iniin͠gatang m͠ga cayamanan at nagpápasimulâ n͠g pagn͠giti sa atin upáng tayo'y bigyáng siglá sa pagpapatulò n͠g pawis. Naghandóg na n͠g m͠ga unang bun͠ga ang m͠ga dunong na nagbúhat sa m͠ga pinagdanasan; culang na lamang n͠gayón ang lubós na pacabutihin n͠g panahón. Naaalínsunod ang m͠ga bagong abogado n͠gayón sa m͠ga bagong balangcás n͠g Filosofia n͠g Càtuwirán; nagpápasimulà na ang ilán sa canilá n͠g pagníngning sa guitna n͠g carilimáng nacaliliguid sa luclucan n͠g m͠ga tagapa-unawa n͠g cagalin͠gan, at nahihíwatigan na ang pagbabago n͠g lacad n͠g panahón. Paking͠gán po ninyó cung paanong manalitâ n͠gayón ang m͠ga cabataan, dalawing po ninyó ang m͠ga páaralang pinagtuturuan n͠g m͠ga dunong, at ibá n͠g m͠ga pan͠galan ang umaalin͠gáwn͠gaw sa m͠ga pader n͠g m͠ga claustro, diyán sa loob n͠g m͠ga pader na iyá'y wala tayong máriring͠g liban na lamang sa m͠ga n͠galan ni Santo Tomás, Suarez, Amat, Sánchez at m͠ga ibá pa, na pawang pinacasásamba n͠g panahóng co. Waláng cabuluháng magsisigáw buhat sa m͠ga púlpito ang m͠ga fraile laban sa tinatawag niláng pagsamâ n͠g m͠ga ugalì, tulad sa pagsigáw n͠g m͠ga magtitindá n͠g isdâ, laban sa cacuriputan n͠g m͠ga mamimili, na hindi nilá napagkikilalang ang calacal nilá'y bilasâ na't waláng cabuluhán! Waláng cabuluháng ilaganap n͠g m͠ga convento ang caniláng mahahabang galamáy at m͠ga ugat sa hangád na inisín sa m͠ga bayan ang bagong agos; pumapanaw na ang m͠ga diosdiosan; mangyayaring mapapamayat ng̃ mg̃a ugat ng̃ cahoy ang mg̃a halamang doo'y itinatanim, datapuwa't hindi mangyayaring macaamís ng̃ buhay sa ibáng nang̃abubuhay, na gaya na ng̃a ng̃ mg̃a ibong napaiilangláng sa calang̃itán. Masimbuyó ang pananalitâ ng̃ filósofo; nagníningning ang canyáng mg̃a matá.

— Datapuwa't maliit ang bagong sibol; cung mang̃agcáisa ang lahát, ang pagsúlong na totoong napacamahal ang ating pagbili'y mangyayaring caniláng mainís,— ang itinutol ni don Filipo na áayaw maniwala.

— Inisin siya, ¿nino? ¿ng̃ tao bagâ, iyáng pandác bang masasactín ang macaíinis sa Pagsulong, sa macapangyarihang anác ng̃ panahón at ng̃ casipagan? ¿Cailán bagá nagawâ niyá ang gayón? Lalò ng̃ itinulac siyá sa paglaganap ng̃ mg̃a nang̃agpupumilít na siyá'y piguílin sa pamamag-itan ng̃ mg̃a pinasasampalatayan, ng̃ bibitayán at ng̃ pinagsusunugang sigâ. E por si muove, (at gayón ma'y gumágalaw), ang sinasabi ni Galileo ng̃ pinipilit siyá ng̃ mg̃a dominicong canyáng sabihing ang lupa'y hindi gumagalaw; ang gayóng salitá'y iniuucol sa pagsulong ng̃ dunong ng̃ tao. Mapipilit ang iláng mg̃a calooban, mapápatay ang iláng mg̃a tao, ng̃uni't itó'y waláng cabuluhán: magpapatuloy ng̃ paglacad sa canyáng landás ang Pagsulong, at sa dugô ng̃ mg̃a mabulagtá'y bubucal ang mg̃a bago't malalacás na mg̃a suwi. Pagmasdán po ninyó ang mg̃a pamahayagan man, cahi't ibiguing magpacátiratira sa cahulihulihan, gayón ma'y humáhacbang ng̃ isá sa pagsulong ng̃ laban sa canyáng calooban; hindi macatacas sa pagtupad sa ganitóng atas ang mg̃a dominico man, caya't caniláng tinutularan ang mg̃a jesuita, na cánilang mg̃a caaway na cailán ma'y hindi macacasundô: gumágawâ silá ng̃ mg̃a casayahan sa caniláng mg̃a claustro, nang̃agtátayô ng̃ mg̃a maliliit na mg̃a teatro, nag-áanyô-anyô ng̃ mg̃a tulâ, sa pagcá't palibhasa'y hindi silá culang sa catalinuhan, bagá man ang boong isip nilá'y nang̃abubuhay pa silá sa icalabinglimáng siglo, napagkikilala niláng sumasacatuwiran ang mg̃a jesuita, at silá'y makikialam pa sa daratníng panahón ng̃ mg̃a batang bayang caniláng tinuruan.

— Ayon, sa sabi ninyó'y ¿caalacbáy ang mg̃a jesuita sa paglacad ng̃ Pagsulong?— ang tanóng na nagtátaca ni don Filipo;— cung gayo'y ¿bakit silá'y minamasamâ ng̃ mg̃a tagá Europa?

— Cayó po'y sasagutín co ng̃ catulad ng̃ mg̃a nag-aaral ng̃ tungcól sa Iglesia ng̃ una,— ang isinagót ng̃ filósofo, na mulíng nahigâ at pinapanag-uli ang canyáng pagmumukháng palabiro;— sa tatlóng paraán mangyayaring macaacbay sa Pagsulong: sa dacong unahán, sa dacong taguiliran at sa dacong hulihán; ang mg̃a nang̃ung̃una'y siyáng namamatnugot sa canyá; ang nang̃asa taguilira'y cusang napadadala na lamang, at ang nang̃ahuhuli'y pawang kinácaladcad, at sa mg̃a kinácaladcad na itó nasasama ang mg̃a jesuita. Ang ibig sana nilá'y silá ang macapamatnubay sa Pagsulong, ng̃uni't sa pagcá't nakikita niláng itó'y malacás at ibá ang mg̃a hilig, silá'y nakikisang-ayon, at lalong minamagalíng niláng silá'y makisunod cay sa silá'y tahaki't yapacan, ó mátira caya sa guitna ng̃ marilím na daán. Ñgayón po'y tingnán ninyó, tayo rito sa Filipinas ay may mg̃a tatlóng siglo, ang cauntian, ang ating pagcáhuli sa *carro* ng̃ Pagsulong: bahagya pa lamang nagpápasimula tayo ng̃ pag-alis sa «Edad Media» (476 hanggáng 1453); caya ñga ang mg̃a jesuita na nasa Europa'y larawan ng̃ pag-urong, cung pagmasdan dito'y larawan ng̃ Pagsulong; cautañgan ng̃ Filipinas sa canilá ang bagong umúusbóng na pagdunong, ang mg̃a dunong na catutubò ng̃ daigdíg (Ciencias Naturales), na siyáng cáluluwa ng̃ siglo XIX, na gaya namang cautañgán sa mg̃a dominico ang Escolasticismo (filosofía ng̃ Edad Media), na namatáy na cahi't anóng pagpipilit na gawín ni León XIII: waláng Papang macabuhay na mag-ulî sa binitay na ng̃ catutubong bait ... Datapuwa't ¿saán náparoon ang ating salitaan?— ang itinanóng na nagbago ng̃ anyô ng̃ pananalita;— ¡ah! ang pinag-uusapan nati'y ang casalucuyang calagayan ng̃ Filipinas ... Siyá ñga, ñgayó'y pumapasoc tayo sa panahón ng̃ pakikitunggalì, malî acó, cayó; nauucol na sa gabí caming nañgaunang ipinañganác, cami'y paalís na. Ang nagtutunggali ay ang nacaraang panahóng cumacapit at yumayacap na nagtútuñgayaw sa uugaugâ ng̃ malaking bahay na bató ng̃ mg̃a macapangyarihan, at saca ang panahóng sasapit, na náririñgig na buhat sa malayò ang canyáng awit ng̃ pagwawagui, sa mg̃a sinag ng̃ isáng namamanaag ng̃ liwaywáy, taglày ang Bagong Magandáng Balita na galing sa mg̃a ibáng lupaín ... ¿Sinosino caya ang mañgatitimbuang at mababaon sa pagcaguhò ng̃ náguiguibang bahay?

Tumiguil ng̃ pananalitâ ang matandáng lalaki, at ng̃ makita niyang siyá'y tinititigan ni don Filipong nagninilaynilay, ngumitî at mulíng nagsalitâ:

— Halos nahuhulaan co ang iniisip po ninyó.

— ¿Siyá ñga pô ba?

— Iniisip po ninyóng magaang na totoóng mangyaring acó'y nagcacamalì,— ang sinabing ñgumiñgitî ng̃ malungcót;— ñgayó'y may lagnát acó at hindi namán acó maipalalagay na hindi namamali cailán man: *homo sum et nihil humani a me alienum puto,* ani Terencio; ñguni't cung manacánaca'y itinutulot ang managuinip, ¿bakit bagá't hindi mananaguinip acó sa mg̃a hulíng sandalî ng̃ buhay? At bucód sa roo'y ¡pawang panaguinip lamang ang aking naguíng buhay! Sumasacatuwiran pô cayó; ¡panaguinip! waláng iniisip ang ating mg̃a kinabataan cung di ang mg̃a sintahan at layaw ng̃ catawan: lalong malaki ang panahóng caniláng ginugugol at ipinagcacapagod sa pagdayà at paglulugsô ng̃ isáng capurihán ng̃ isáng dalaga, cay sa pag-iisip-isip ng̃ icagagaling ng̃ canyáng lupang tinubuan; pinababayaan ng̃ mg̃a babae rito sa atin ang caniláng sariling mg̃a familia, dahil sa pag aalaga ng̃ bahay at familia ng̃ Dios; masisipag lamang ang mg̃a lalaki rito sa atin sa nauucol sa mg̃a vicio at silá'y mg̃a bayani lamang sa paggawâ ng̃ mg̃a cahiyahiyâ; námumulat ang camusmusan sa m̃ga cadilimán at sa m̃ga calumalumaang pinagcaratihang aayaw baguhin; pinalálampas ñg m̃ga cabataan ang lalong pinacamagalíng na panahón ñg caniláng buhay na waláng anó mang mithîin, at ang m̃ga may gulang na'y waláng guinágawang sucat mamuñga ñg cagaliñgan, waláng capacanán silá cung di magpasamâ sa m̃ga kinabataan sa pamamag-itan ñg caniláng masasamáng halimbawang ipinakikita ... Ikinagagalac cong acó'y mamatáy na ... *claudite jam rivos, pueri.*

— ¿Ibig pô ba ninyó ang anó mang gamót?— ang itinanóng ni don Filipo, upáng magbago ñg salitaang nacapagbigáy dilim sa mukhâ ñg may sakít.

— Hindî nagcacailañgan ñg m̃ga gamót ang m̃ga mamamatay; cayóng m̃ga mátitira ang nañgagcacailañgan. Sabihin pô ninyó cay don Crisóstomo na acó'y dalawin niyá bucas, may sasabihin acó sa canyáng totoong mahahalagá. Sa loob ñg iláng araw ay yayao na acó. ¡Sumásacadilimán ang Filipinas!

Pagcatapos ñg ilàng sandali pang pag-uusapa'y iniwan ni don Filipong namámanglaw at nag-iisip ang bahay ñg may sakít.

LIV.
QUIDQUID LATET, ADPAREBIT, NIL INULTUM REMANEBIT

Ipinagbibigay álam ñg campana ang oras ñg pagdarasal sa hapon; tumitiguil ang lahát pagcáriñgig ñg taguinting ñg pagtawag ñg religión, iniiwan ang canil'ng guinágawa't nañgagpupugay: inihíhintó ñg magsasacáng nanggagaling sa bukid ang canyáng pag-awit, pinatitiguil ang mahinahong lacad ñg calabáw na canyáng sinásakyan, at nagdarasal; nagcucruz ang mga babae sa guitnâ ñg daan at pinagágalaw na magalíng ang canilng mga labi't ñg sino ma'y huwag mag-alinlañgang sa canilng silá'y mapamintakasi; inihihintô ñg lalaki ang pag-ámac sa canyáng manóc at dinárasal ang *Angelus* upáng sang-ayunan siyá ñg capalaran; nañgagdárasal ñg malacás sa mga bahay ... nalúlugnaw, nawáwalâ ang lahát ñg iñgay na hindi ang sa *Abá Guinoong Maria.*

Gayón ma'y nagtutumulin sa paglacad sa daan ang curang nacasombrero, na anó pa't pinapagcacasala ang maraming mga matatandáng babae, ¡at lalo ñg nacapagcacasala! na ang tinutungo niyá'y ang bahay ñg alférez. Inacala ñg mga matatandáng babaeng panahón nang dapat niláng itíguil ang pagpapakibót ñg canilng mga labi upáng silá'y macahalic sa camáy ñg cura; datapuwa't hindî silá pinansín ni pari Salví; hindi siyá nagtamóng lugód ñgayóng ilagáy ang canyáng mabut-óng camáy sa ibabaw ñg ilóng ñg babaeng cristiana, upáng buhat diyá'y padaus-using maimis (ayon sa nahiwatigan ni doña Consolación) sa dibdíb ñg magandáng batang dalaga, na yumúyucod sa paghiñgî ñg bendición.

¡Marahil totoong mahalagáng bagay ñgâ ang nacaliligalig sa canyáng panimdím upáng malimutan ñg ganyán ang canyáng sariling cagaliñgan at ang cagaliñgan ñg Iglesia!

Totoong dalidali ñgang siyá'y nanhíc sa hagdanan at tumawag ñg boong pagdudumalî sa pintô ñg bahay ñg alférez, na humaráp na nacacunót ang mga kilay, na sinusundan ñg canyáng cabiac (ñg canyang asawa), na ñgumíñgiting parang tagá infierno.

— ¡Ah, padre cura! makikipagkita sana acó sa inyó ñgayón, ang cambíng na lalaki po ninyó'y....

— May sadyà acóng totoong mahalagá....

— Hindí co maitutulot na palagui ñg iwasac niyá ang bacod ... ¡papuputucan co siyá cung magbalic!

— ¡Iyá'y sacali't buháy pa cayó hanggáng bucas!— anáng cura na humihiñgal at patuñgo sa salas.

— ¿Anó? ¿inaacala po ba ninyóng mapapatay acó niyáng taotaohang pipitong buwan pa lamang ñg ipañganac? ¡Lúlusayin co siyá sa isáng sicad lamang!

Umudlót si pari Salvi at hindi kinucusa'y itinungó ang paningín sa paá ng alférez.

— ¿At sino po ba ang inyóng sinasabi?— ang itinanóng na nangángatal

— ¿Sino ang sasabihin co cung di iyáng nápacahalíng, na hinamon acóng camí raw ay magpatayan sa pamamag-itan ng revolver, na ang layo'y sandaang hacbáng?

— ¡Ah!— humingá ang cura, at saca idinugtóng:— Naparito acó't may sasabihin sa inyóng isáng bagay na totoóng madalian.

— ¡Huwág na pó cayóng magsabi sa akin ng ganyáng mga bagay! ¡Marahil iyá'y catulad ng sa dalawáng batà!

Cung di lamang naguíng langís ang pang-ilaw at hindi sana nápacarumí ang *globo*, nakita disín ng alférez ang pamumutlâ ng cura.

— ¡Ang ating pag-uusapan ngayó'y ang mahalagáng bagay na nauucol sa buhay ng calahatan!— ang mulíng sinabi ng cura ng marahan.

— ¡Mahalagáng bagay!— ang inulit ng alférez na namutlà; ¿magalíng po bang magpatamà ang binatang iyán?...

— Hindi siyá ang aking sinasabi.

— Cung gayó'y ¿sino?

Itinurò ng cura ang pintô, na sinarhán ng alférez alinsunod sa canyáng kinaugalian, sa pamamag-itan ng isáng sicad. Ipinalálagay ng alférez na waláng cabuluhán ang mga camay, at wala ngang mawáwalâ sa canyáng anó man cung maalis ang canyang dalawang camáy. Isáng tungayaw at isáng atungal ang siyáng naguíng casagutan buhat sa labás.

— ¡Hayop! ¡biniyác mo ang aking noó!— ang isinigáw ng asawa niyá.

— ¡Ngayó'y iluwal na pô ninyó!— ang sinabi sa cura ng boong capanatagán ng loob.

Tinitigan ng cura ang alférez ng malaon; pagcatapos ay tumanóng niyáng tinig na pahumál at nacayayamot na caugalian ng nangagsesermon:

— ¿Nakita pô ba ninyó cung paano ang aking pagparito, patacbó?

— ¡Redios! ¡ang boong isip co'y nagbubululós pô cayó!

— Cung gayó'y tingnán ninyó,— ang sinabi ng cura na hindi pinansín ang cagaspangan ng asal ng alférez;— pagca nagcuculang acó ng ganyán sa aking catungculan, maniwala cayó't may mabibigát na mga cadahilanan.

— ¿At anó pa pô?— ang itinanóng ng causap na itinátadyac ang paá sa tinútungtungan.

— ¡Huminahon cayó!

— Cung gayó'y ¿anó't cayó'y nagmámadali ng mainam sa pagparito?

Lumapit sa canyá ang cura't tumanong ng matalinghagà:

— ¿Walà ... pô ... ba ... cayóng ... nababalitaang ... anó ... man?

Pinakibít ng alférez ang canyáng mga balicat.

— ¿Pinagtitibay pô ba ninyóng wala cayóng natátalastas na anóng anó man?

— ¿Ibig pô ba ninyóng ipaunawa sa akin ang nauucol cay Elías na cagabí'y itinagò ñg inyóng sacristan mayor?— ang itinanóng.

— Hindi, hindi co sinasabi ñgayón ang mǧa cathacathàng iyan,— ang sagót nǧ curang nagpakita na nǧ pagcayamot;— ang ibig cong sabihin ñgayó'y ang isáng malakíng panǧanib.

— ¡P ...! ¡cung gayó'y magsalitâ cayó nǧ maliwanag!

— ¡Abá!— ang madalang na sinabi nǧ fraile na may anyóng pagpapawaláng halaga;— ñgayó'y muli pa ninyóng makikita ang cahalagahan naming mǧa fraile; catimbáng nǧ isáng regimiento ang catapustapusang uldóg; caya't ang cura'y ...

At ibinabâ ang tinig at sinabi nǧ matalinghagang pananalitâ:

— ¡Nacatuclas acó nǧ isáng malaking acalang pangguguló!

Lumucsó ang alférez at tinititigan ang fraile sa malakíng gulat.

— Isáng cakilakilabot at mabuting pagcacahandang munacalang tacsíl na pangguguló, na sasambulat nǧayón ding gabí.

— ¡Nǧayón ding gabi!— ang biglàng sinabi nǧ alférez, na dinaluhong ang cura; at tinacbó ang canyáng revolver at sable na nacasabit sa pader.

— ¿Sino ang aking daracpin?, ¿sino ang aking daracpin?— ang sigáw.

— ¡Huminahon po cayó, may panahón pa, salamat sa aking pagdadalidaling guinawa; hanggáng sa á las ocho....

— ¡Babarilín co siláng lahát!

— ¡Makiníg po cayó! Lumapit sa akin ñgayóng hapon ang isáng babae, na hindi co dapat sabihin ang panǧalan (sa pagcá't isang lihim nǧ confesió) at ipinahayag sa aking lahát. Sasalacayin nilá't cucunin ang cuartel, pagca á las ocho, na hindi magpapamalay, loloóban ang convento, dáracpin nilá ang falúa at pápatayin tayong lahát na mǧa castila.

Tulíg na tulíg ang alférez.

— Waláng sinabi sa akin ang babae cung di itó lamang,— ang idinugtóng nǧ cura.

— ¿Walâ nǧ ibáng sinabi? ¡cung gayó'y daracpin co siyá!

— Hindi co mapababayaan: ang hucuman nǧ panǧunǧumpisal ay siyáng luclucan nǧ Dios na mahabaguin.

— ¡Waláng Dios at waláng mahabaguing macapagliligtas! ¡huhulihin co ang babaeng iyán!

— Sinisirà po ninyó ang inyóng isip. Ang marapat pô ninyóng gawin ay humandá; lihim ninyóng papagsandatahin ang inyóng mǧa sundalo, at ilagáy ninyó silá sa magalíng na mapagbabacayan; padalhan pô ninyó acó nǧ apat na guardia sa convento, at ipaunawâ ninyó ang mangyayari sa mǧa taga falúa.

— ¡Walâ rito ang falúa! Hihinǧî acó nǧ saclolo sa ibáng mǧa sección!

— Huwág, sa pagca't cung gayó'y caniláng maiino, at hindi nila ipatutuloy ang caniláng bantâ. Ang lalong magalíng ay máhuli nating buháy silá at sacâ natin pasigawin, sa macatuwíd bagá'y cayó ang magpapasigaw sa canilá; hindi acó dapat makialám sa bagay na itó, sa pagcá't acó'y sacerdote. ¡Dilidilihin ninyó! sa mangyayaring itó'y macatutuclas cayó ng̃ mg̃a *cruz* at mg̃a *estrella;* ang tang̃ing hiníhing̃i co'y papagtibayin lamang na acó ang siyáng sa inyó'y nagsabi't ng̃ macapaghandà.

— ¡Papagtitibayin, padre, papagtitibayin, at hindi malayong sa inyó'y mapaputong ang isáng mitr!— ang sagót ng̃ alférez na nagágalac, at tinitingnan ang mg̃a mangás ng̃ canyáng suut na damít.

— Ipaasahan cong magpápadala cayó sa akin ng̃ apat na guardia na ibá ang pananamit, ¿eh?

Samantalang nangyayari ang mg̃a bagay na itó'y nagtátatacbo ang isáng tao sa daang patung̃ó sa bahay ni Crisóstomo at dalidaling pumapanhic sa hagdanan.

— ¿Nariyan ba ang guinoo?— ang tanóng ng̃ tinig ni Elías sa alilà.

— Na sa canyáng gabinete at may guinagawâ.

Sa nais ni Ibarrang malibáng ang canyáng pagcainíp sa paghihintay ng̃ oras na macapagpapaliwanagan cay María Clara'y gumagawa sa canyáng laboratorio.

— ¡Ah! cayó pô palá, ¿Elías?— ang bigláng sinabi;— cayó ang sumasaaking isip, nalimutan co cahapong itanóng sa inyó ang pang̃alan niyóng castilàng may bahay na kinatitirahan ng̃ inyóng nunòng lalaki.

— Hindi pô nauucol sa akin, guinoo....

— Pagmasdán po ninyó,— ang ipinagpatuloy ni Ibarra, na hindi nahihiwatigan ang pagcabalisa ng̃ binata, at inilapit sa ning̃as ang isáng caputol na cawayan; nacatuclas acó ng̃ isáng dakilang bagay; hindi nasusunog ang cawayang itó.

— Hindi pô ang cawayan ang dapat nating ling̃unín ng̃ayón; ang dapat ninyóng gawín ng̃ayó'y iligpit ang inyóng mg̃a papel at cayó'y tumacas sa loob ng̃ isáng minuto.

Pinagmasdán ni Ibarra si Elías na nagtatacá, at ng̃ makita sa canyáng pagmumukhâ ang anyóng hindi nag aaglahî, canyáng nábitiwan ang bagay na hawac.

— Sunuguin pô ninyó ang lahát na macapapahamac sa inyó at sa loob ng̃ isang oras ay lumagáy cayó sa isáng lugar na lalong panatag.

— At ¿bakit?

— Inyó pong sunuguin ang lahat ng̃ papel na inyóng sinulat ó ang isinulat sa inyó; ang lalong waláng cahuluga'y caniláng masasapantahang masamâ ...

— Ng̃uni't ¿bakit?

— ¿Bakit? sa pagcá't bago cong natuclasan ang isáng munacalang pangguguló na cayó ang ipinalálagay na may cagagawán at ng̃ cayó'y ipahamac.

— ¿Isáng munacalang pangguguló? at ¿sino ang may cagagawán?

— Hindi co nangyaring nasiyasat cung sino ang may cagagawán; bagong capakikipagsalitaan co lamang sa isá sa mg̃a culang palad na sa bagay na iyá'y pinagbayaran, na hindi co nangyaring naakit na huwag gumawa ng̃ gayón.

— At iyán, ¿hindi pô ba sinabi sa inyó cung sino ang sa canyá'y nagbayad?

— Sinabi pô, at pinapang̃aco acóng aking pacaing̃atan ang lihim, sinabi sa aking cayó raw pô.

— ¡Dios co!— ang biglang sinabi ni Ibarra, at siyá'y nagulomihanan.

— ¡Guinoo, huwág pô cayóng mag-alinlang̃an, huwag nating sayang̃in ang panahón, pagcá't marahil matuloy ng̃ayóng gabí rin ang munacalang pangguguló!

Tila mandin hindi siyá naniring̃ig ni Ibarrang nacadilat ng̃ mainam at naca capit sa ulo ang mg̃a camáy.

— Hindi mangyayaring mapahinto ang caniláng gagawin,— ang ipinagpatuloy. ni Elías,— wala ng̃ magagawa ng̃ acó'y dumatíng, hindi co kilalá ang canilang mg̃a pinuno ... ¡lumigtás po cayó, guinoo, magpacabuhay cayó, sa icagagaling ng̃ inyóng bayan!

— ¿Saán acó tatacas? ¡Hiníhintay aco ng̃ayóng gabi!— ang bigláng sinabi ni Ibarra na si María Clara ang iniisip.

— ¡Sa alin mang bayan, sa Maynila, sa bahay ng̃ sino mang punong may capangyarihan, ng̃uni't sa ibáng lugar, ng̃ hindi nilá masabing cayó ang namumunò sa pangguguló!

— ¿At cung acó rin ang magcanulo ng̃ munacalang pangguguló?

— ¡Cayó ang magcacanulo?— ang bigláng sinabi ni Elías, na siyá'y tinititigan at nilalayuan ng̃ pauróng; malalagay po cayóng tacsíl at duwag sa mg̃a matá ng̃ mg̃a mangguguló, at mahinà ang loob sa mg̃a matá ng̃ mg̃a ibá; wiwicaíng inumang̃an ninyó silá ng̃ isáng silo at ng̃ cayó'y magtamo ng̃ carapatán, mawiwicang ...

— Datapuwa't ¿anó ang dapat cong gawín?

— Sinabi co na sa inyó: pugnawín ang lahát ninyóng mg̃a papel na nauucol sa inyóng buhay, at tumacas at maghintáy ng̃ mg̃a mangyayari....

— ¿At si María Clara?— ang sigáw ng̃ binatà;— ¡hindi, mamatáy na muna acó!

Pinilípit ni Elías ang sariling camáy at nagsabi:

— ¡Cung gayó'y inyóng ilagan man lamang ang dagoc, maghandâ cayó sa pananagót cung cayó'y isumbóng na nilá!!!

Luming̃ap sa paliguid niyá si Ibarrang ang anyó'y natútulig.

— Cung gayó'y tulung̃an pô ninyó aco; diyán sa mg̃a carpetang iyá'y may mg̃a sulat acó ng̃ aking familia; piliin ninyó ang sa aking amá na siyáng macapapahamac sa akin marahil. Basahin po ninyó ang mg̃a firma.

At ang binata'y tulíg, hibáng, ay binubucsá't sinasarhan ang mg̃a cajón, nagliligpit ng̃ mg̃a papel, dalidaling binabasa ang mg̃a sulat, pinupunit ang mg̃a ibá, ang mg̃a ibá namá'y itinatagò, dumárampot ng̃ mg̃a aclát, binubucsan ang m̃ga dahon at ibá pa. Gayón din ang guinágawâ ni Elías, bagá man hindi totoóng natútulig, ñguni't gayón din ang pagdadalidali; datapuwa't humintô, nangdilat, pinapagbiling-bilíng ang papel na hawac at tumanóng na nangángatal ang tinig:

— ¿Nakikilala pô ba ñg inyóng familia si don Pedro Eibarramendia?

— ¡Mangyari pa bagá!— ang isinagót ni Ibarra, na nagbúbucas ñg isáng cajón at kinucuha roon ang isáng buntóng m̃ga papel; ¡siyá ang aking nunò sa tuhod!

— ¿Inyó po bang nunò sa tuhod si don Pedro Eibarramendia?— ang mulíng itinanóng ni Elías, na namúmutla't siráng sirâ ang mukhâ.

— Opô,— ang isinagót ni Ibarra, na nalílibang; pinaiclî namin ang apellido sa pagcá't napacahabà.

— ¿Siyá pô ba'y vascongado?— ang inulit ni Elías at lumapit sa canya.

— Vascongado, ñguni't ¿ano po ang nangyayari sa inyó?— ang itinanóng na nangguíguilalas.

Itinicom ni Elías ang canyang m̃ga daliri, idiniin sa canyáng noó at tinitigan si Crisóstomo, na umudlót ñg canyáng mabasa ang anyó ñg mukhâ ni Elías.

— ¡Nalalaman pô ba ninyó cung sino si don Pedro Eibarramendia?— ang itinanong na nangguiguitil.— ¡Si don Pedro Eibarramendia'y yaóng imbíng nagparatang sa aking nunòng lalaki at may cagagawan ñg lahát ñg m̃ga sacunáng nangyari sa amin!

Tiningnán siyá ni Crisóstomong nanglúlumo, datapuwa't ipinagpag ni Elías ang canyáng bisig, at sinabi sa canyá ñg isáng mapait na tinig na doo'y umaatuñgal ang nagbabagang galit.

— ¡Masdán ninyó acóng magaling, masdan ninyó acó cung acó'y naghirap, at cayó'y buháy, sumisinta cayo, cayó'y may cayamanan, bahay, kinaalang-alañganan! ¡nabubuhay cayó!... ¡cayó'y nabubuhay!

At hibáng na tinuñgo ang ilang m̃ga sandatang típon, ñguni't bahagyâ pa lamang nacahugot ñg dalawáng sundang ay cusang binitiwan, at tiningnang wari'y sirâ ang isip si Ibarra, na nananatiling hindi cumikilos.

— ¡Aba!— ¿anó ang aking gagawin?— ang ibinulóng, at saca tumacas at iniwan ang bahay na iyón.

LV.
ANG CAPAHAMACAN

Nañgaghahapunan doon sa comedor (cacanán) ni Capitan Tiago, si Linares at si tía Isabel; naríñgig mulá sa salas ang calampagan nğ mğa pinggán at nğ mğa cubierto. Sinabi ni María Clarang aayaw na siyáng cumain, at naupô sa piano na ang casama'y ang masayáng si Sinang, na bumúbulong sa canyáng mğa taiñga nğ mğa talinghagang salitâ, samantalang balisáng nagpaparoo't parito sa salas si pari Salvi.

Hindi sa dahiláng hindi nagdáramdam nğ gutom ang bagong galing sa sakit, hindî; cayâ gayó'y hinihintay ang pagdating nğ isang tao, at sinamantala ang sandaling hindi niyá macacaharap ang canyáng Argos (sa macatuwid baga'y ang hindi naglílicat nğ pagbabantay sa canyá saán man): ang oras nğ paghahapunan ni Linares.

— Makikita mo cung hindi matitira ang fantasmang iyán hanggáng sa á las ocho,— ang ibinulóng ni Sinang, na itinuturo ang cura; dapat *siyáng* pumarito pagca á las ocho. Gaya rin siyá ni Linares na umiibig.

Pinagmasdán ni María Clara nğ boong panghihilacbót ang canyáng catotong babae. Hindi nápagmasdan nitó ang gayóng bagay, caya't nagpatuloy ang catacottacot na masalingatà:

— ¡Ah! nalalaman co na cung bakit aayaw umalis cahi't pagpasariñgan co: ¡aayaw magcagugol sa pag-iilaw nğ convento! ¿nalaman mo na? Mulâ nğ magcasakít icaw, mulíng pinatáy ang dalawáng lámparang dating pinasísindihán ... Datapuwa't ¡tingnán mo cung anó ang guinagawang anyó sa mğa matá, at cung paano ang pagmumukhà!

Tinugtóg nğ sandalíng iyón nğ relós sa bahay ang á las ocho. Nañgatal ang cura at naupô sa isáng suloc.

— ¡Darating na!— ani Sinang at kinurót si María Clara;— ¿náriríñgig mo ba?

Tumugtóg ang campanà sa simbahan nğ á las ocho at tumindig ang lahát upáng mañgagdasál; namunò si pari Salvi nğ mahina't nañgáñgatal na tinig; datapuwa't palibhasa'y may canícanyang iniisip ang bawa't isá, sino ma'y waláng pumansín nğ bagay na iyón.

Bahagyá pa lamang natatapos ang dasál ay dumatíng si Ibarra. May taglày na luksâ ang binatà, hindi lamang sa pananamít, cung di naman sa mukhá, caya pagcakita sa canyá ni María Clara'y tumindig at humacbáng nğ isá upáng siyá'y tanuñgin cung napapaano, ñguni't sa sandali ring iyó'y nariñgíg ang isáng pútucan nğ mğa baríl. Tumiguil si Ibarra, umiinog ang canyáng mğa matá, siyá'y naumíd. Nagtagò sa licód nğ isáng haligui ang cura. Bago na namáng mğa putucan, bagong mğa ugong ang náririñgig sa dacong convento, na sinusundan nğ mğa hiyawan at tacbuhan. Nañgagsipasoc nğ panacbó si capitan Tiago, si tía Isabel at si Linares at nañgagsisigawan nğ ¡tulisán!

LV.
ANG CAPAHAMACAN

¡tulisán! Casunod nilá si Andeng na iniwawasiwas ang isáng duruan at tumacbó't naparoon sa tabí ng̃ canyáng capatíd sa suso.

Nanicluhód si tía Isabel at umiiyac at dinárasal ang *kyrie eleyson;* dalá ni capitán Tiagong namúmutlá't nang̃áng̃atal sa isáng tenedor ang atáy ng̃ isáng inahíng manóc at inihahaying tumatang̃is sa Virgen sa Antipolo; punongpunô ang bibig ni Linares at nacasandata ng̃ isáng cuchara; nang̃agyacap si Sinang at si María Clara; ang tang̃ing hindi nananatili sa hindi pagkilos ay si Crisóstomo, na hindi maisaysáy ang canyáng pamumutlá.

Nagpapatuloy ang sigawá't ang mg̃a hampasan, nang̃agsásara ng̃ mg̃a bintanà ng̃ boong ing̃ay, nariring̃ig ang tunóg ng̃ mg̃a pito, manacanaca'y isáng putóc ng̃ baríl.

— *¡Christe eleyson!* Santiago, ¡nagáganap na ang hulà ... sarhán mo ang mg̃a bintana!— ang hibíc ni tía Isabel.

— ¡Limampóng bombang malalakí at dalawáng misa de gracia!— ang tugón namán ni capitán Tiago;— *¡Ora pro nobis!*

Untiunting nananag-uli ang cakilakilabot na catahimican ... Náring̃ig ang tinig ng̃ alférez na sumísigaw at tumatacbo:

— ¡Padre cura! ¡Padre Salvi! ¡Hali cayó!

— *¡Miserere!* ¡Humihing̃i ng̃ confesión ang alférez!— ang sigáw ni tía Isabel.

— ¿May sugat ba ang alférez?— ang sa cawacasa'y itinanóng ni Linares; ¡ah! At ng̃ayó'y canyáng nahiwatigang hindi pa palá nang̃úng̃uyá ang na sa canyáng bibig.

— ¡Padre cura, halí cayó! ¡Walâ nang sucat icatacot!— ang ipinatuloy na sigáw ng̃ alférez.

Sa cawacasa'y minagalíng ni fray Salving namúmutlâ, na lumabás sa canyáng pinagtataguan at manaog sa hagdanan.

— ¡Pinatáy ng̃ mg̃a tulisán ang alférez! ¡María, Sinang, pasá cuarto cayó, trangcahán ninyóng magalíng ang pintô! *¡Kyrie eleyson!*

Napasa hagdanan namán si Ibarra, bagá man sinasabi sa canyá ni tía Isabel:

— ¡Huwág cang lumabás at hindi ca nacapang̃ung̃umpisal, huwág cang lumabás!

Ang mabait na matandang babaeng itó'y caibigang matalic ng̃ una ng̃ canyáng iná.

Datapuwa't nilisan ni Ibarra ang bahay; sa pakiramdám niyá'y umiinog na lahát sa canyáng paliguid, na nawáwalâ ang canyáng tinutungtung̃an. Humahaguing ang canyáng taing̃a, bumibigát ang canyáng mg̃a bintî at cacaibá cung ilacad; naghahalihaliling nagdaraan sa canyang paning̃ín ang mg̃a alon ng̃ dugô, liwanag at carilimán.

Bagá man totoóng maliwanag ang sicat ng̃ buwán sa lang̃it, natitisod ang binatà sa mg̃a bató't mg̃a cahoy na na sa daang mapanglaw at waláng cataotao.

- 371 -

Sa malapit sa cuartel ay nacakita siyá nğ mğa sundalong nacalagáy sa dulo nğ fusil ang bayoneta, na nañgagsasalitaan nğ masimbuyó, caya't nacaraan siyá na hindi napansín.

Naririnğig sa tribunal ang mğa dagoc, mğa sigáw, mğa daíng, mğa tunğayaw; nanğinğibabaw at nagtatagumpay sa lahát ang tinig nğ alférez.

— ¡Sa panğáw! ¡Lagyán nğ *esposas* ang mğa camay! ¡Dalawáng putóc agád sa cumilos! ¡Sargento, magtatág cayó nğ bantáy! ¡Waláng magpapasial nğayón, cahi't Dios! ¡Huwág cayóng matutulog, capitán!

Nagtumulin nğ pagpatunğo sa canyáng bahay si Ibarra; hinihintay siyá nğ canyáng mğa alila na malakí ang balisa.

— ¡Siyahan ninyó ang lalong pinacamagalíng na cabayo at cayó'y matulog!— ang sa canilá'y sinabi.

Pumasoc sa canyáng gabinete, at nag-acalang magdalidaling ihandá ang isáng maleta. Binucsán ang isáng cajang bacal, kinuha ang canyáng mğa hiyas, kinuha ang lahát nğ salaping doroon at ípinasoc sa isáng supot. Kinuha ang canyáng mğa hiyas, kinuha sa pagcasabit ang isáng larawan ni María Clara, at pagcatapos na macapagsandata nğ isáng sundang at dalawáng revolver ay tinunğo ang isáng armario na kinálalagyan nğ canyáng mğa casangcapan.

Nang sandaling iyó'y tatlóng calabóg na malalacás ang tumunóg sa pintô.

— ¿Sino iyán?— ang itinanóng ni Ibarra nğ tinig na malungcót.

— ¡Bucsán ninyó sa nğalan nğ harì, bucsan ninyò agád ó iguiguibà namin ang pintô!— ang sagót sa wicàng castilà nğ isáng tinig na mahigpit ang paguutos.

Tuminğin sa bintana si Ibarra; nagningning ang canyáng mğa matá at ikinasá ang canyáng revolver; datapuwa't nagbagong isipan, binitiwan ang mğa sandata at siyá rin ang nagbucás nğ nanğagdaratinğan na ang mğa utusán.

Pagdaca'y hinuli siyá nğ tatlóng guardia.

— ¡Parakip po cayó sa nğalan nğ Hari!— anáng sargento.

— ¿Bakit?

— Doon na sasabihin sa inyó, bawal sa amin ang sabihin.

Nagdilidiling sandali ang binatà, at sa pagcá't aayaw siyá marahil na makita ang canyáng mğa paghahandâ sa pagtacas, dinampót ang sombrero't nagsalitâ:

— ¡Sumasailalim po acó nğ inyóng capangyarihan! Inaacala cong sa sandalíng oras lamang.

— Cung nanğanğaco cayóng hindi tatacas, hindi po namin cayó gagapusin; ipinagcacaloob po sa inyó nğ alférez ang biyayang itó; nğuni't cung cayó'y tumacas....

Sumama si Ibarra, at iniwan ang canyáng mğa alilang nanğalálaguim.

Samatala'y ¿anó na ang nangyari cay Elías?

Nang canyáng lisanin ang bahay ni Crisóstomo, wari'y sirá ang isip na tumátacbong hindi nalalaman ang pinatunğuhan. Tinahac ang mğa capatagan, dumating sa isáng gubat na totoong malakí ang pagcaguiyaguis; tinatacasan ang cabayanan, tinatacasan ang liwanag, nacaliligalig sa canya ang buwan, pumasoc siyá sa talinghagáng lilim ng̃ mg̃a cahoy. Nang naroroon na'y cung minsa'y tumitiguil, cung minsa'y lumalacad sa mg̃a di kilalang landás, cumacapit sa punò ng̃ malalaking cahoy, nababayakid sa mg̃a dawag, tumátanaw sa dacong bayan, na sa dacong paanan niyá'y naliligo sa liwanag ng̃ buwan, nacalatag sa capatagan, nacahilig sa mg̃a pampang̃in ng̃ dagat. Nang̃agliliparan ang mg̃a ibong nang̃apupucaw sa caniláng pagtulog; nang̃agpapalipatlipat sa sa isá't isáng sang̃á, nang̃aghuhunihan ng̃ matataos na tinig at tinititigan siyá ng̃ mabibilog na mg̃a matá ng̃ nang̃aglalakihang mg̃a panikî, mg̃a kuwago at mg̃a sábucot. Hindi silá tinitingnan at hindi man lamang silá náriring̃ig ni Elias. Ang acalà niyá siyá'y sinúsundan ng̃ mg̃a napupuot na anino ng̃ canyáng mg̃a magulang na nang̃amatay na; nakikita sa bawa't sang̃á ang calaguímlaguím na buslóng kinálalagyan ng̃ naliligò ng̃ dugóng ulo ni Bálat, ayon sa pagcasabi sa canyá ng̃ canyáng amá; warì natatalisod niyá mandín sa punò ng̃ bawa't cahoy ang matandáng babaeng patáy; tila mandin nakikinikinita niyá sa dilim na papawidpawid ang bung̃ô at mg̃a butó ng̃ nunò niyáng lalaking imbi... at ang mg̃a butóng itó ng̃ matandáng babae at saca ang ulong iyó'y sinisigawan siyá: ¡duwág!, ¡duwág!

Linisan ni Elías ang bundóc, tumacas at lumusong sa dacong dagat, sa pasigang nilacad niyá ng̃ boong balisa; ng̃uni't doon sa malayò, sa guitná ng̃ tubig, doon sa ipinaiilanglang mandin ng̃ liwanag ng̃ buwan ang isáng ulap, anaki'y nakita niyáng napaimbulog at pumapawidpawid ang isáng anino, ang anino ng̃ canyàng capatíd na babaeng basá ng̃ dugô ang dibdib, lugáy ang buhók at inilílipad ng̃ hang̃in.

Nanicluhód sa buhang̃in si Elías.

— ¡Patí ba namán icaw!— ang ibinulóng na iniunat ang mg̃a bisig.

Datapuwâ, nacatitig sa ulap ay dahandahang tumindíg, sumulong at tumubóg sa tubig, na wari mandin siyá'y may sinúsundan. Lumalacad siyá sa malaláy na palusóng na iyóng gawá ng̃ wawà; malayò na siyá sa tabi, dumarating na sa canyáng bayawáng ang tubig ay siyá'y sumusulong din, sumusulong na tila niwawaláng diwà ng̃ isáng mapanhalinang espiritu. Dumárating na sa canyáng dibdib ang tubig ...; ng̃uni't umaling̃awng̃aw ang putucan ng̃ mg̃a baril, nawalá ang aninong malicmatà at ang binatà'y nataohan. Salamat sa catahimican ng̃ gabí at sa lalong malakíng capaikpicán ng̃ mahinhing hang̃in ay dumarating na magaling at malinaw na malinaw hanggáng sa canyá ang ugong ng̃ mg̃a putucan. Humintô siyá, nagdilidili, nahiwatigan niyáng siyá palá'y sumasatubig; payapà ang dagatan at natatanaw pa niyá ang mg̃a ilaw sa dampâ ng̃ mg̃a mang̃ing̃isdâ.

Nagbalic siyá sa pampáng at napatung̃o sa bayan, ¿anó ang dahil? Siyá ma'y hindi niyá nalalaman.

Tila mandin walang tao ang bayan; saráng lahát ang m̃ga bahay, sampóng m̃ga hayop, ang m̃ga ásong caraniwang tumatahol cung gabí, pawang nañgagtagò sa tacot. Nacararagdag n̄g lungcot at pag-iisá ang anyóng pilac na liwanag n̄g buwan.

Sa pañgañganib niyáng bacâ canyáng macasalubong ang m̃ga guardia civil, siya'y nagpasuotsuot sa m̃ga halamanan at m̃ga pananím, at anaki'y canyáng naaninagnagan ang dalawáng may anyóng tao; datapuwa't canyáng ipinatuloy ang lacad, at, pagcalucsó niyá sa m̃ga bacod at sa m̃ga pader, dumating siyáng pagál na pagál sa hirap na canyáng m̃ga pinagdaanan, sa isáng dulo n̄g bayan, at tinuñgo niyá ang bahay ni Crisóstomo. Na sa pintuan ang m̃ga alila't caniláng pinag-uusapan at caniláng dináramdam ang pagcacapiit sa caniláng pañginoon.

Nang matantô na ni Elías ang nangyari siyá'y lumayô, lumiguíd siyá sa bahay, nilucsó ang pader na bacod, inakyat ang bintanà at pumasoc sa gabinete, at nakita niyáng nagniniñgas pa ang iniwang candila ni Ibarra.

Nakita ni Elías ang m̃ga papel at ang m̃ga libró at ang m̃ga suputang kinasisidlan n̄g salapî at m̃ga hiyas. Pinag ugnáy-ugnáy sa canyáng dilidili ang doo'y nangyari, at n̄g mapagmasdan niyá ang gayóng caraming m̃ga papel na macapapahamac, inacala niyáng iligpít, ihaguís sa bintanà at ibaón.

Sumuñgaw siyá sa halamanan, at sa liwanag n̄g buwá'y canyáng natanawan ang dalawáng guardia civil, na may casamang isáng «auxiliante» (isáng utusán bagá n̄g justicia): nagkikintaban ang m̃ga bayoneta at ang m̃ga capacete.

Nang magcagayo'y minagalíng niyáng gawín agad ang isáng munacalà: ibinuntón sa guitnâ n̄g gabinete ang m̃ga damít at ang m̃ga papel, ibinuhos sa ibabaw ang isáng lámpara n̄g petróleo at sacâ sinindihán. Ibinigkís na nagdudumalî sa bayawáng ang m̃ga sandata, nakita ang larawan ni María Clara, nag-alinlañgan ... itinagò sa isá sa m̃ga suputan, dinalá ang m̃ga suputang itó at tumalón sa bintanà.

Panahón na n̄gà; iguiníguibâ na n̄g m̃ga guardia civil ang pintuan.

— ¡Pabayaan ninyó camíng pumanhic upáng aming cunin ang m̃ga papel n̄g inyóng pañginoon!— anáng directorcillo.

— ¿May dalá ba cayóng pahintulot? Cung wala'y hindi cayó macapapanhic,— ang sabi n̄g isáng matandáng lalaki.

N̄guni't pinatabi siyá n̄g m̃ga guardia civil sa cacuculata, pumanhíc silá sa hagdán ...; datapuwa't isáng macapal na asó ang siyáng pumúpunô sa bahay, at pagcálalaking m̃ga dilà n̄g apóy ang siyáng nañgagsilabás sa salas at dinidilàan ang m̃ga pintó't bintanà.

— ¡Sunog! ¡Sunog! ¡Apóy!— ang ipinagsigawan n̄g lahát.

Humandulong ang lahát upáng mailigtás n̄g bawa't isá ang macacaya, n̄guni't dumating ang apóy sa maliit na laboratorio at pumutóc ang m̃ga naroroong bagay na madadalíng mag-alab. Napilitang umurong ang m̃ga guardia civil, hinaharañgan silá ñg sunog, na umuuñgal at niwáwalis ang bawa't maraanan. Nawaláng cabuluháng cumuha ñg tubig sa balón; sumísigaw ang lahát, ang lahát ay nagpapaguibíc, datapuwa't silá'y nálalayô sa lahát. Narating na ñg apóy ang mga ibáng cabahayán at napaiilanglang sa lañgit, casabay ang pagpaimbulóg ñg malalakíng nagpapainog-inog na asó. Nalilipos na ñg apóy ang boong bahay, lumálacás ang hañging nasasalab; mulâ sa malayo'y nañgagsisirating ang iláng mga tagá bukid, nguni't dumárating silá roo't upáng mapanood lamang nilá ang cagulatgulat na sigâ, ang wacás ñg matandáng bahay, na pinagpitagang mahabang panahón ñg apóy, tubig at hañgin.

LVI.
ANG SABIHANAN AT ANG INAACALA

Sa cawacasa'y pinapag-umaga rin ñg Dios sa bayang tiguíb ñg pagcagulantang.

Walâ pang lumalacad na mǧa tao sa mǧa daang kinálalagyan ñg cuartel at ñg «tribunal»; hindi nagpapakilala ang mǧa bahay na may mǧa tumatao, gayón may maiñgay na binucsán ang dahong cahoy ñg isáng bintanà at sumungaw ang ulo ñg isáng musmós, na nagpapaínog-inog sa magcabicabila ... ¡plas! nagpapaunawà ang lagapác na iyón ñg bigláng pagdapò ñg isáng balát na tuyô sa sariwang balát ñg tao; ñgumiwî ang bibíg ñg batáng lalaki, pumikit, nawalâ at mulíng sinarhán ang bintanà.

Nacapagbigáy halimbawà na; may nacáriñgig marahil ñg pagbubucás at pagsasaráng iyón, sa pagcá't marahang binucsán ang sa ibáng bintanà at maiñgat na sumungaw ang ulo ñg isáng matandáng babae, culubót at walâ ñg ñgipin: siyá ñgâ ang si hermana Puté na nag-ingáy ñg di sapalà samantalang nagsésermon si parì Dámaso. Ang mǧa musmós at ang mǧa matatandáng babae ang siyáng tunay na larawan ñg pagcamalabis na pagmimithíng macaalam ñg mǧa nangyayari sa ibabaw ñg lupà; ang mǧa batà'y sa malakíng pagnanais na macaalam, at ang mǧa matatandáng babae'y sa paghahañgád na mag-alaala sa mǧa nacaraang panahón.

Marahil waláng macapañgabás na bumigáy ñg palò ñg isáng sinelas, sa pagca't nananatili, tumátanaw sa malayong pinapañgúñgunot ang mǧa kilay, nagmumog, lumurâ ñg malacás at nagcruz pagcatapos. Binucsán ding may tacot ang isáng maliit na bintanà ñg bahay na catapát, at doo'y sumuñgaw namán si hermana Rufa, ang aayaw magdayà't aayaw namáng siyá'y dayâin. Nagtiñginang saglít, ang dalawá, nagñgitìan, naghudyatan at mulíng nañgagcruz.

— ¡Jesús! nacacawañgis ñg isáng misa de gracia, ñg isáng castillo!— aní hermana Rufa.

— Mula ñg looban ang bayan ni Bálat ay hindi pa acó nacacakita ñg isáng gabing catulad ñg sa cagabí,— ang isinagót ni hermana Puté.

— ¿Gaano caraming putóc!— ang sabihanan ay ang pulutóng daw ni matandáng Pablo.

— ¿Mǧa tulisan? ¡hindi mangyayari! Ang sabihana'y mǧa cuadrillero raw na nacalaban ñg mǧa guardia civil. Cayâ napipiit si don Filipo.

— ¡Sanctus Deus! may mǧa labing apat daw ang cauntian ñg mǧa patáy.

Untiunting pinagbubucsán ang ibáng mǧa bintanà at nañgagsiduñgaw ang ibá't ibáng mǧa mukhà, nañgagbatîan at caniláng pinag-usapan ang mǧa nangyayari.

LVI.
ANG SABIHANAN AT ANG INAACALA

Sa sicat ng̃ araw, na ang anyó'y niningning na magalíng, natatanawan ng̃ may calabuan sa malayo ang pagpaparoo't parito ng̃ mg̃a sundalo, na tulad sa nag-áabo-abóng mg̃a anino.

— ¡Naroon ang isá pang patáy!— anáng isá buhat sa isáng bintanà.
— ¿Isá? dalawá ang nakikita co.
— At acó'y ..., ng̃uni't sa cawacasan, ¿anó, hindi ninyó nalalaman cung anó ang nangyari?— ang tanóng ng̃ isáng lalaking may pagmumukhâng palabirô.
— ¡Ahá! ang mg̃a cuadrillero.
— ¡Hindi pô; iyá'y isáng pag-aalsá sa cuartel!
— ¿Anó bang pag-aalsá? ¡Ang cura't ang alférez ang nang̃aglabanán!
— Alin man diyá'y hindi totoó— ang sabi ng̃ nagtanóng;— iyá'y ang mg̃a insíc na nagsipag-alsá.

At mulíng sinarhán ang canyáng bintanà.
— ¡Ang mg̃a insíc!— ang inulit ng̃ lahát ng̃ malakíng pagtatacá.
— ¡Cayâ palá walâ isá mang nakikita sa canilá!
— Nang̃amatáy na lahát, marahil.
— Inaacala co na ng̃ang may masamâ siláng gágawing anó man. Cahapon ...
— Iyá'y nakikinikinita co na, cagabí....
— ¡Sayang!— aní hermana Rufa; na mamatáy siláng lahát ng̃ayón pa namáng malapit na ang pascó, na capanahunan ng̃ caniláng pagreregalo ... Maanong hinintáy man lamang nilá ang bagong taón....

Sumásaya ng̃ untiuntì ang mg̃a daan: ang mg̃a áso, mg̃a manóc, mg̃a baboy at mg̃a calapati ang nang̃áunang nag-acalang mang̃agsigalà, sumunod ang iláng marurung̃is na mg̃a batang capit-capit at nang̃agsisilapit sa cuartel na may tagláy na tacot; pagcatapos ay iláng matatandáng babae, na nacasalumbabà ng̃ panyô, may tang̃ang malalaking cuintas, at cunuwa'y nang̃agdarasal upang silá'y paraanin ng̃ mg̃a sundalo. Nang mapagkilalang macalalacad na hindi tátanggap ng̃ isáng putóc ng̃ baril, ng̃ magcágayo'y nagpasimulâ ng̃ paglabás ang mg̃a lalaki, na nang̃agwáwalang anó man cunwari; ng̃ pasimula'y pinapagcacasiya nilá ang caniláng paglalacadlacad sa tapat ng̃ caniláng bahay, na caniláng hináhagpos ang manóc; ng̃ malao'y tinicmán niláng pahabahabain ang caniláng naaabot, na manacánacá siláng tumitiguil, at sa kinágagayo'y nacarating silá hanggáng sa haráp ng̃ «tribunal».

Nacahambál ng̃ mainam ang pagdating ng̃ dalawáng cuadrillero, na may daláng isáng angarilla na kinalululanan ng̃ isáng may anyóng tao, at isáng guardia civil ang siyáng sa canilá'y sumúsunod. Napagtalastás na silá'y galing sa convento; sa anyó ng̃ mg̃a paang nang̃acalawít ay pinagbalacbalac ng̃ isá cung sino caya iyon; sa daco roo'y may nagsabing iyón ngâ; sa lalong daco roo'y ang patáy ay dumami at nangyari ang talinghagà ng̃ Santísima Trinidad;

- 377 -

pagcatapos ay mulíng nasnaw ang himalâ nğ mğa tinapay at nğ mğa isdâ, at naguíng tatlompó't waló na.

Nang may á las siete y media, nğ dumating ang ibáng mğa guardia civil, na galing sa mğa caratig na bayan, ang balitang cumacalat ay maliwanag na't nasasabi ang mğa nangyari.

— Cagagaling co pa sa tribunal, na kinakitaan cong nanğapipiit si don Filipo at si don Crisóstomo,— ang sabi nğ isáng lalaki cay hermana Putê; kinausap co ang isá sa mğa nagbabantay na cuadrillero. Ang nangyari'y isinaysáy na lahát cagabí ni Bruno, na anác niyóng namatáy sa cápapalò. Talastás na po ninyóng ipacácasal ni capitang Tiago ang canyáng anác na babae sa binatang castilà; sa sakit nğ loob ni don Crisóstomo'y nag-acalang manghigantí at binantá niyáng patayín ang lahát nğ mğa castilà, patí ang cura; linusob nilá cagabí ang cuartel at ang convento, at sa cagalinğang palad, at sa awà nğ Dios, ay na sa sa bahay ni capitang Tiago ang cura. Nanğacatacas daw ang marami. Sinunog nğ mğa guardia civil ang bahay ni don Crisóstomo, at cung hindî sana siyá nahuli na muna, siyá ma'y sinunog din.

— ¿Sinunog nilá ang canyáng bahay?

— Nanğabibilanggô ang lahát nğ mğa alilà. ¡Pagmasdan ninyó't hanggáng dito'y natatanawan pa ang asó!— anáng nagbabalità;— sinasabi nğ mğa nanggagaling doon ang mğa bagay na totoong cahapishapis.

Minasdán nğ lahát ang lugar na itinurò: isáng manipís na asó ang marahang napaiimbulog pa sa langít. Nanğaglilininglining ang lahát sa nangyaring iyón, na may nahahabag at may sumisisi namán.

— ¡Cahabaghabag na binatà!— ang mariing sinabi nğ isáng matandáng lalaking asawa ni hermana Putê.

— ¡Siyá nğâ!— ang isinagót sa canyá nğ canyáng asawa;— nğuni't alalahanin mong cahapo'y hindi nagpamisa nğ patungcól sa cáluluwa nğ canyáng amá, na waláng salang siyáng lalong nagcacailanğan nğ higuí't cay sa ibá.

— Nğuni't babae, ¿walà cang caawawà?...

— ¿Awà sa mğa excomulgado? Isáng casalanan ang maawà sa mğa caaway nğ Dios,— ang sabi nğ mğa cura. ¿Natatandaan ba ninyó? ¡Siyá'y naglálacad sa Campo Santo na parang yaó'y isáng culunğan lamang nğ mğa hayop!

— ¿Hindi bagá nagcacawanğis ang culunğán nğ mğa hayop at ang Campo Santo?— ang isinagót nğ matandáng lalaki;— ang pinagcacáibhan lamang ay ang tanğing pumapasoc sa Campo Santo'y yaóng mğa hayop na nauucol sa isáng pulutóng....

— ¡Siyá ca na nğa!— ang isinigáw sa canyá ni hermana Putê;— ipagsásanggalang mo pa ang taong nakikita nating maliwanag na maliwanag na pinarurusahan nğ Dios. Makikita mo't icáw namá'y huhulihin din. ¡Umalalay ca sa isáng bahay na nalulugsó!

Hindi na umimic ang lalaki sa gayóng panğanğatuwiran.

— ¡Halá!— ang ipinagpatuloy ng̃ matandáng babae; pagcatapos na masuntóc niyá si parì Dámaso'y walá na ng̃a siyáng nalalabing gawin cung di patayín namán si parì Salví.

— Ng̃uni't hindi maicacailáng siya'y mabait ng̃ panahóng siya'y musmós pa.

— Tunay ng̃à, siyá'y dating mabait,— ang muling itinutol ng̃ matandáng babae; ng̃uni't siyá'y na pa sa España; ang lahát ng̃ napa sa sa España, ang sabi ng̃ mg̃a cura, ay naguiguing mg̃a hereje.

— ¡Ohoy!— ang isinagót namán ng̃ lalaki na nacasilip ng̃ sucat niyáng icaganti;— ¿hindi ba pawang tagá España ang lahát ng̃ mg̃a cura, at ang arzobispo, ang papa at ang Virgen? ¡Abá! ¿cung gayó'y pawang mg̃a hereje namán palá? ¡aba!

Nagcapalad si hermana Putê, na mámasdang tumatacbo ang isáng alilang babae, na balisáng balisá at namúmutlá, at siyáng pumutol ng̃ pagtatalo.

— ¡May isáng nagbigtí sa halamanan ng̃ capit-bahay!— ang sabing humihing̃al.

— ¡Isáng nagbigtí!— ang bigláng pinagsabihanan ng̃ lahát na puspós ng̃ agám-ágam.

Nang̃agcruz ang mg̃a babae; sino ma'y waláng nacakilos sa kinálalagyan.

— Siyá ng̃á po,— ang ipinagpatuloy ng̃ alilang babaeng nang̃áng̃atal;— cucuha sana acó ng̃ pataní ... tumanáw acó sa halamanan ng̃ capit-bahay upáng maalaman co cung siyá'y naroroon ..., ang nakita co'y isáng lalaking úugoy-ugoy; ang boong isip co'y si Teo, ang alilang siyáng lagui ng̃ nagbibigay sa akin ..., lumapit acó upáng ... cumuha ng̃ patanì, at ang nakita co'y hindi siyá cung hindi ibá, isáng patáy; tumacbó acó, tumacbó acó at ...

— Tingnán natin siyá,— ang wicá ng̃ matandáng lalaki, at sacâ tumindig;— iturò mo sa amin.

— ¡Huwag cang pumaroon!— ang isinigaw sa canya ng̃ canyáng asawa at tinangnán siyá sa barò;— ¡mapapahamac icáw!— ¿siyá'y nagbigti? ¡lalong masamá sa canyá!

— Pabayaan mong tingnán co siyá, babae;— pasa tribunal ca Juan, at ipagbigay alam mo; bacâ sacali hindi pa patáy.

At siyá'y na pa sa halamanan, na sinúsundan ng̃ alilang babae, na nagtatagò sa canyáng licuran; nang̃agsisunod din ang mg̃a babae at gayón din si hermana Putê, na pawang nang̃apúpuspos ng̃ tacot at ng̃ nais na macapanood.

— Naroon pô, guinoo,— anáng alilang babae na humintô at itinuturò ng̃ dalirì.

Tumiguil ang capisanang iyón sa lalong pinacamalayò, at pinabayaang magpatuloy na mag-isá ang matandáng lalaki.

Isáng catawán ng̃ tao, na nacabitin sa isáng sang̃á ng̃ puno ng̃ santól, ang marahang umúugoy sa hihip ng̃ mahinhíng amihan. Pinagmasdán siyáng sandalî ng̃ matandâ; nakita niyá ang mg̃a paang nanínigas, ang mg̃a bisig, ang may dumíng damít, ang ulong nacalung̃ayng̃áy.

— Hindi dapat natin siyáng galawín hanggáng sa dumatíng ang justicia,— ang sinabing malacás;— matigás na; malaon nang siyá'y patáy.

Unti-unting lumapit ang mg̃a babae.

— Iyán ang capit-bahay nating tumítira sa bahay na iyón, na may dalawáng linggó na ng̃ayóng dumatíng dito; tingnán ninyó ang pilat niya sa mukhà.

— ¡Avemaria!— ang sinabi pagdaca ng̃ mg̃a babae.

— ¿Ipagdárasal ba natin ang canyáng cáluluwa?— ang itinanóng ng̃ isáng dalaga, caracaracang matapos na niyáng mapagmasdán at masiyasat ang patáy na iyón.

— ¡Halíng, hereje!— ang ipinang̃usap sa canyá ni hermana Puté,— hindi mo ba nalalaman ang sinabi ni parì Dámaso? isáng pagtucsó sa Dios ang ipagdasál ang isáng nápacasamâ; ang nagpapacamatay ay napapacasamáng waláng sala, cayâ ng̃â siyá'y hindi inililibing sa lupàng «sagrado».

— Inaacalà co na ng̃ang masamâ ang cahihinatnan ng̃ taong iyán; cailán ma'y hindi co nangyaring masiyasat cung anó ang canyáng ikinabubuhay.

— Macaalawang nakita co siyáng nakikipag-usap sa sacristan mayor,— ang ipinahiwatig ng̃ isáng dalaga.

— ¡Marahil ay hindi sa dahiláng siyá'y magcucumpisal ó magpapamisa cayâ.

Nang̃agsiparoon ang mg̃a capit-bahay, at macapal na mg̃a tao ang siyáng lumiguid sa bangcáy, na nananatili sa pagpapaugóy-ugóy. Nang̃agsiratíng, nang may calahating horas na, ang isáng alguacil, ang directorcillo at dalawáng cuadrillero; ipinanaog ng̃ mg̃a itó ang bangcáy at canilang inilagáy sa ibabaw ng̃ isang *angarilla*.

— Nagdadalidali ang tao sa pagcamatáy,— ang sinabi ng̃ directorcillong tumatawa, samantalang kinucuha ang plumang nacasing̃it sa licód ng̃ canyáng taing̃a!

Guinawâ ang canyáng mg̃a mararayà at panghulíng mg̃a tanóng, pinapagsaysáy ang alilang babae, na pinagpipilitan niyáng hulihin sa silò, na cung minsa'y canyáng iniirapan, cung minsa'y canyáng pinagbabalàan, at cung minsa'y pinararatang̃an ng̃ mg̃a salitáng hindi sinasabi, hanggáng sa magpasimulâ ng̃ pag-iyác ang alilang iyón, dahil sa ang isip niyá'y siyá ay mapipiit sa bilangguan, at ang naguíng catapusá'y sinabi na tulóy niyáng hindi siyá nagháhanap ng̃ patanì, cung hindi ..., at canyáng sinásacsi si Teo.

Samantala'y minámasdan ang bangcáy at ang lubid ng̃ isáng tagá bukid, na nacasalacót ng̃ malapad at may isáng malakíng tapal sa liig.

Hindî higuit cay sa ibáng bahagui ng̃ catawán ang pang̃ing̃itím ng̃ mukhâ ng̃ bangcáy; may nakikitang dalawáng galos at dalawáng maliliit na pasâ sa dacong itaas ng̃ talì; mapuputî at waláng dugô ang mg̃a hilahis ng̃ lubid. Inusisang magalíng ng̃ mapagsiyasat na tagá bukid, ang barò at salawal ng̃ bangcáy, at canyáng nahiwatigang punóng punô ng̃ alabóc, at hindi pa nalalaong napunit sa ibá't ibáng mg̃a lugar; ng̃uni't ang lalong canyáng náino'y ang mg̃a bung̃a ng̃ tinglóy ó *amorseco* na nacarikít sa cuello ng̃ barò.

— ¿Anó ang iyóng tinítingnan?— ang itinanóng sa canyá ng̃ directorcillo.

— Tinítingnan co po cung siyá'y mangyayaring makilala co,— ang pautál na sinabi, na anyóng magpupugáy, sa macatuwid bagá'y lalong itinung̃ó ang salacót.

— ¿Ñguni't hindî mo ba naring̃ig na iyán ang nagng̃ang̃alang Lucas? ¿Nacacatulog ca ba?

Nang̃agtawanan ang lahát. Nagsalitâ ng̃ iláng pautál-utál na sabi ang tagá bukid na nápahiyâ, at yumaong nacatung̃ó at mahinà ang lacad.

— ¡Oy! ¿saán cayó paparoon?— ang isinigáw sa canyá ng̃ matandáng lalaki;— ¡hindi riyán ang daan ng̃ paglabás; diyán ang patung̃ó sa bahay ng̃ patáy!

— ¡Nacacatulog pa ang lalaki!— anáng directorcillo ng̃ palibác,— kinacailang̃ang busan siyá ng̃ tubig sa ibabaw.

Muling nang̃agtawanan ang mg̃a naroroon.

Iniwan ng̃ tagá bukid ang lugar na iyóng kinahiyâan niyá, at napatung̃o sa simbahan. Itinanóng ang sacristán mayor pagdatíng sa sacristía.

— ¡Natutulog pa!— ang sa canyá'y caniláng isinagót ng̃ magaspang na anyô;— ¿hindî mo ba nalalamang nilooban cagabí ang convento?

— Híhintayin cong siyá'y maguising.

Minasdán siyá ng̃ mg̃a sacristán niyáng anyóng magaspáng na talagáng asal na ng̃ mg̃a taong bihasang silá'y alimurahin.

Natutulog ang bulág ang isáng mata sa isáng mahabang silla, na na sa isáng suloc na hindi ináabot ng̃ liwanag. Nacalagáy ang salamín sa matá sa ibabaw ng̃ noo, sa guitnâ ng̃ mahahabang naglawit na buhóc, waláng nacatátakip sa payát at nang̃ang̃alirang na dibdib, na tumataas at bumábabâ sa canyáng paghing̃á.

Naupô sa malapit ang tagá bukid, at handáng maghintay ng̃ boong catiyagaan, ng̃uni't may nahulog sa canyáng cuarta, hinanap niyá sa pamamag-itan at tulong ng̃ isang candilà, sa ilalim ng̃ sillón ng̃ sacristán mayor. Námasid din ng̃ tagá bukid na may mg̃a bung̃a rin ng̃ tinglóy (amorseco) ang salawál at ang mg̃a manggás ng̃ baró ng̃ natutulog, na sa cawacasa'y náguising, kinusót ang tang̃ing matáng canyáng nagagamit, at may galit na pinagwicâan ang taong iyón.

— ¡Ibig co pó sanang magpamisa ng̃ isa, guinoo!— ang sabi, na ang anyó'y humíhing̃ing tawad.

— Natapos na ang lahát ng̃ mg̃a misa,— ang sinabi ng̃ bulag ang isáng matá, ng̃ magcagayon, na pinatimyás ng̃ cauntî ang canyáng tinig; bucas, cung ibig mo ... ¿sa mg̃a cáluluwa sa Purgatorio ba?

— Hindi pô,— ang sagót n͠g tagá bukid, at sacá ibinigay ang piso sa sacristán.

At tinitigan ang canyáng iisaisang matá, at idinagdág:

— Patungcól pô sa isáng taong hindi malalao't mamámatay.

At linisan ang sacristía.

— ¡Mahuhuli co sana siyá cagabí!— ang sinabing nagbúbuntong hinin͠ga, samantalang inaalis ang tapal at iniuunat ang catawán, upáng manag-uli ang pagmumukhà at taas ni Elías.

LVII.
¡Vae Victis![261]

Napahamac ang aking tuwâ.

Nagpaparoo't parito ang m̃ga guardia civil, na nacalálaguim ang anyô sa harap ñg tribunal, at pinagbabalàan ñg culata ang canilang baril ang pañgahás na m̃ga musmós, na tumítiyad ó nañgagpapasanan upang canilang mátanawan cung anó cayâ ang nañgaroroon sa dacong loob ñg *rejas*.

Hindî na nápapanood sa salas yaóng masayáng anyô ñg panahóng pinag-tatalunan ang palatuntunan ñg fiesta; ñgayó'y malungcót at hindi nacapagbíbigay panatag. Ang m̃ga naroroong m̃ga guardia civil at m̃ga cuadrillero'y bahagyâ ñg nagsasalitàan, at sacali't magsalitàan ñg ila'y sa tinig na marahan. Nañgagsisisulat sa papel, sa ibabaw ñg mesa, ang directorcillo, dalawang escribiente at iláng m̃ga sundalo; nagpaparoo't parito ang alférez sa magcabicabilang panig, at canyáng manacânacáng tinítingnan ñg anyóng mabalasic ang pintuan; na anó pa't hindî hihiguit sa canyáng pagmamalaki si Temistocles sa m̃ga Larô sa Olimpo, pagcatapos ñg pagbabaca sa Salamina. Naghihicab sa isáng suloc si doña Consolación, na anó pa't ipinakikita ang canyáng maitim na loob ñg bibig at m̃ga ñgiping pakilwagkilwag; ang paniñgin niya'y tumititig ñg malamig at nacapanganganib sa napúpuspos ñg m̃ga nacapintáng cahalayhalay na m̃ga larawang na sa sa pintuan ñg bilangguan. Naipakiusap ñg babaeng itó sa canyáng asawa, na lumambót ang loob sa canyáng pagtatagumpáy, na ipaubaya sa canyáng mapanood ang m̃ga pagtanóng na gágawin, at marahil ay ang m̃ga pagpapahirap na kinauugaliang gamitin. Naaamoy ñg halimaw ang bangcáy, canyáng inaasam-asám na, at canyáng ikinayáyamot ang calaunan ñg pagpapahirap.

Laguim na totoó ang gobernadorcillo; ang canyáng sillón, yaóng dakilang sillóng nacalagáy sa ilalim ñg larawan ñg mahál na harì, waláng gumagamit, at wari'y natutungcol sa ibáng tao.

Dumatíng ang curang namúmutla't cunót ang noó, ñg malapit ñg tumugtóg ang á las nueve.

— ¡Hindi pô namán nagpahintáy cayóng totoó!— ang sinabi sa canyá ñg alférez.

— Ibig co pang huwag ñg makiharáp,— ang isinagót ni parì Salví ñg mahinang pananalitâ, na hindi na pinansín ang anyóng masacláp na sabi ñg alférez;— acóy totoong malaguimin.

— Sa pagcá't sino ma'y waláng naparirito upáng huwág bayâang waláng nañgañgasiwà, inaacalà cong ang inyóng pakikialam ay ... Nalalaman na pó ninyóng aalis silá ñgayóng hapon.

— ¿Ang binatang si Ibarra at ang teniente mayor?...

Itinuro ñg alférez ang bilangguan.

— Waló ang náriyan,— anyá;— namatáy si Bruno caninang hating gabí, nǧuni't nacatitic na ang canyáng mǧa saysáy.

Bumati ang cura cay doña Consolación, na ang isinagót ay isáng hicáb at isáng ¡aah! at naupô sa sillóng na sa ilalim nǧ larawan nǧ mahál na harì.

— Macapagpapasimulà na tayo!— ang mulíng sinabi.

— Cunin ninyó ang dalawáng nanǧasasapanǧáw!— ang ipinag-utos nǧ alférez, na pinagpilitang ang tinig niyá'y mag-anyóng cagulágulatang, at humaráp sa cura at idinugtóng na nagbago nǧ tinig:

— ¡Nanǧasúsuot sa panǧáw na may patláng na dalawáng butas!

Ipaliliwanag namin sa mǧa hindî nacacaalam cung anó ang cagamitáng itó sa pagpapahirap, na ang panǧáw ay isá sa mǧa lalong waláng cabuluhán. Humiguít cumulang sa isáng dangcál ang lalayò nǧ mǧa butas na pinagsusuutan nǧ mǧa paa nǧ mǧa pinipiit; cung patlanǧan nǧ dalawáng butas, may cahirapan nǧ cauntî lamang ang calagayan nǧ napipiit, na anó pa't nagdáramdam na tanǧing bagabag sa mǧa bucong-bucong at nacabucacà ang dalawáng paa, na nagcaca-layô nǧ may mahiguit na isáng vara: hindi nǧâ nacamámatay agad-agád, ayon sa mapagcucurong magaang nǧ sino man.

Ang tagatanod bilangguang may casunod na apat na sundalo'y inalis ang talasoc at binucsán ang pintô. Nanǧagsilabás ang isáng amoy na labis nǧ bahò at isáng hanǧing malapot at malamig sa macapál na dilim na iyón, casabáy nǧ pagcáringǧig nǧ iláng himutóc at pagtanǧis. Nagsindi nǧ fósforo ang isáng sundalo, datapuwa't namatáy ang ninǧas sa hanǧing iyóng nápacabigat at bulóc na bulóc, caya't nanǧapilitang hintayín niláng macapagbagong hanǧin.

Sa malamlám na liwanag nǧ isáng ilaw ay caniláng naaninagnagan ang iláng may mǧa mukháng tao: mga taong nacayacap sa caniláng mǧa tuhod at sa pag-itan nǧ dalawáng tuhod niláng itó'y ikinúcublí ang caniláng ulo, mǧa nacataób, nanǧacatindíg, nanǧacaharáp sa pader, at ibá pa. Náringǧig ang isáng pucpóc at pagcalairit, na caacbay nǧ mǧa tunǧayaw; binúbucsan ang panǧáw.

Nacayucód si doña Consolación, nacaunat ang mǧa casucasuan nǧ liig, luwâ ang mǧa matá at nacatitig sa nacasiwang na pintô.

Lumabás ang isáng anyóng nacapag-aalap-ap na naguiguitnâ sa dalawáng sundalo; yaó'y si Társilo na capatíd ni Bruno. May mǧa «esposas» ang mǧa camáy; ipinamámasid nǧ canyáng mǧa wasác wasác na mǧa damít ang canyáng batibot na mǧa casucasuan. Tinitigan niyáng waláng pacundanǧan ang asawa nǧ alférez.

Sa licuran ni Társilo'y sumipót ang isáng anyóng cahabaghabág, na tumátaghoy at umiiyac na anaki'y musmós; piláy cung lumacad at may dunǧis na dugô ang salawál.

— Iyá'y isáng mapangdayà,— ang inihiwatig nǧ alférez sa cura; nagbantáng tumacas, nǧuni't nasugatan siyá sa hità. Ang dalawáng itó ang tanǧing mǧa buháy sa canilá.

— ¿Anó ang pañgalan mo?— ang itinanóng ñg alférez cay Társilo.

— Társilo Alasigan.

— ¿Anó ang ipinañgacò sa inyó ni don Crisóstomo upáng looban ninyó ang cuartel?

— Cailán ma'y hindi nakikipag-usap sa amin si don Crisóstomo.

— ¡Huwág mong itangguí! Cayâ binantà ninyóng camí ay subukin.

— Nagcacamali pô cayó; pinatáy pô ninyó sa capapalò ang aming amá, siyá'y ipinanghihiganti namin, at walâ ñg ibá. Hanapin pô ninyó ang inyóng dalawáng casama.

Nagtátaca ang alférez na tiningnán ang sargento.

— Nañgaroon silá sa bañgin, doon silá itinapon namin cahapon, doon silá mabúbuloc. Ñgayó'y patayin na ninyó acó, wala na cayóng malalamang anó pa man.

Tumahimic at nangguilalás ang lahát.

— Sabihin mo sa amin cung sino sino ang iyóng m̃ga ibáng cainalám,— ang ibinantâ ñg alférez na iniwawasiwas ang isáng yantóc.

Sumuñgaw sa m̃ga labì ñg may sala ang isáng ñgiti ñg pagpapawaláng halagá.

Nakipag-usap ñg sandali sa cura ang alférez, na marahan ang caniláng salitaan; at sacá humaráp sa m̃ga sundalo.

— ¡Ihatid ninyó siyá sa kinalalagyan ñg m̃ga bangcáy!— ang iniutos.

Sa isáng suloc ñg patio, sa ibabaw ñg isáng carretóng lumà, ay nacabuntón ang limáng bangcáy, na halos natátacpan ñg capirasong gulanít na baníg na punô ñg carumaldumal na m̃ga dumí. Nagpaparoo't parito sa magcabicabilang dulo ang isáng sundalo, na mayá't mayá'y lumúlurâ.

— ¿Nakikilala mo ba sila?— ang tanóng ñg alférez na itinataás ang banig.

Hindi sumagót si Társilo; nakita niyá ang bangcáy ñg asawa ñg ulól na babae na casama ñg m̃ga iba; ang bangcáy ñg canyáng capatíd na tadtád ñg sugat ang catawán, sa cásasacsac ñg bayoneta, at ang cay Lucas na may lubid pa sa liig. Lumungcót ang canyáng paniñgin at tila mandín nagpumiglás sa canyáng dibdib ang isáng buntóng hiniñgá.

— ¿Nakikilala mo silá?— ang mulíng sa canyá'y itinanóng nilá.

Nanatili sa pagca pipí si Társilo.

Isáng haguinít ang siyáng umaliñgawñgáw sa hañgin at pumalò ang yantóc sa canyáng licód. Nañginíg, nañgurong ang canyáng m̃ga casucasuan. Inulit-ulit ang pagpalò ñg yantóc, ñguni't nanatili si Társilo sa pagwawaláng bahalà.

— ¡Hagupitín siyá ñg palò hanggáng sa pisanan ó magsalitâ!— ang sigáw ñg alférez na nagñgiñgitñgit.

— ¡Magsabi ca na!— ang sinabi sa canyá ñg directorcillo;— sa papaano ma'y pápatayin ca rin lamang.

Mulíng inihatid siyá sa salas na kinalalagyan ng̃ isáng napipiit, na tumatawag sa mg̃a santo, nang̃ang̃aligkig ang mg̃a ng̃ipin at ang mg̃a paa'y cusang nahuhubog.

— ¿Nakikilala mo ba iyán?— ang tanóng ni parì Salvi.

— ¡Ng̃ayón co lamang siyá nakita!— ang sagót ni Társilo, na minámasdan ang isá ng̃ may halong habág.

Binigyán siyá ng̃ isáng suntóc at isáng sicad ng̃ alférez.

— ¡Inyóng igapos siyá sa bangcó!

Hindi na inalís sa canyá ang mg̃a «esposas» na nadúdumhan ng̃ dugô, at siyá'y itinali sa isáng bangcóng cahoy. Luming̃ap ang caawaawà sa canyáng paliguid, na anaki'y may hinahanap siyáng anó man, at ng̃ canyáng nakita si doña Consolación, siyá'y humalakhác ng̃ patuyâ. Sa pagtatacá ng̃ mg̃a nanonood ay sinundán nilá ang tinítingnan ng̃ nagagapos, at ang caniláng nakita'y ang guinoong babae, na nang̃ang̃atlabì ng̃ cauntî.

— ¡Hindi pa acó nacacakita ng̃ ganyáng capang̃ít na babae!— ang biglang sinabi ng̃ malacás ni Társilo, sa guitná ng̃ hindî pag-imíc nino man;— ibig co pang humigâ sa ibabaw ng̃ isáng bangcò, na gaya ng̃ calagayan co ng̃ayón, cay sa humigâ acó sa siping niyá na gaya ng̃ alférez.

Namutlâ ang Musa.

— Papatayin pô ninyó acó sa palò, guinoong alférez,— ang ipinagpatúloy;— ng̃ayóng gabi ipanghíhiganti aco ng̃ inyóng asawa pagyacap niyá sa inyó.

— ¡Lagyán ninyó ng̃ pang-al ang bibig!— ang sigáw ng̃ alférez na nahíhibang at nang̃áng̃atal sa galit.

Tila mandin waláng ibáng hináhang̃ag si Társilo cung di ang siyá'y magcapang-al, sa pagca't pagcatapos na siyá'y malagyan ng̃ pang-al na iyón, nagsaysáy ang canyáng mg̃a matá ng̃ isáng kisláp ng̃ catuwáan.

Sa isáng hudyát ng̃ alférez, pinasimulan ng̃ isáng guardiang may hawac na isáng yantóc, ang canyáng cahapishapis na catungculan, Nang̃urong ang boong catawán ni Társilo; isáng ung̃ol na sacál at mahabà ang siyáng náring̃ig, bagá man napapasalan ang canyáng bibig ng̃ damit; tumung̃ó: napípigtâ ang canyáng damít ng̃ dugô.

Tumindig ng̃ boong hirap si parì Salvi, na namúmutlà't sirâ ang paning̃ín, humudyát ng̃ camáy, at linisan ang salas na nang̃áng̃alog ang mg̃a tuhod. Nakita niyá sa daan ang isáng dalagang nacasandál sa pader, matuwíd ang catawán, hindi cumikilos, nakíkinig na lubós, tinítingnan ang álang-álang, nacaunat ang mg̃a nang̃áng̃ayumcom na mg̃a camáy sa lumang muog. Binibilang manding hindi humíhing̃a ang mg̃a hampás na macalabóg, waláng taguintíng at yaóng cahambál-hambál na daing. Siyá ang capatíd na babae ni Társilo.

LVII.
¡VAE VICTIS![261]

Samantala'y ipinagpapatuloy sa salas ang cagagawang iyón; ang culang palad, sa hindi na macayang bathing hirap, ay napipi at hinintáy na mangapagál ang canyáng mga verdugo. Sa cawacasa'y inilawít ang mga bisig ng sundalong humihingal; ang alférez, na namúmutlâ sa galit at sa pangguiguilalás, humudyát ng isá upang calaguín ang pinahihirapan.

Nang magcágayo'y nagtindíg si doña Consolación at bumulóng ng ilán sa canyáng asawa. Tumangô itó, sa pagpapakilalang canyáng naunawà.

— ¡Dalhín siyá sa bal-on!— anyá.

Natatalastas ng mga filipino cung anó ang cahulugán ng salitáng itó; isinasatagalog nilá sa sabing *timbain*. Hindi namin maalaman cung sino cayâ ang nacaisip ng ganitóng gawâ. Ang Catotohanang umaahon sa isáng bal-on, marahil ay isáng pagbibigáy cahulugáng nápacamatindíng libác.

Sa guitnâ ng patio ng tribunal ay naroroon ang caayaayang pader na na caliliguid sa isáng bal-on; ang pader na yaó'y batóng buháy na magaspáng ang pagcacágawâ. Isáng casangcapang tulad sa pinggáng cawayan (timbalete) ang siyáng doo'y gamit sa pagcuha ng tubig na malapot, marumí at mabahò. Mga papantingin, mga dumi at ibá pang masasamáng tubig ang doo'y natitipon, sa pagcá't ang bal-ong yaó'y tulad naman sa bilangguan; doon inihuhulog ang lahat ng pinawawalang halagá ó ipinalalagay na wala nang cabuluhán; casangcapang doo'y mahulog, magpacabutibuti, wala ng halagá. Gayón ma'y hindi tinatabunan cailán man: manacánacang pinahihirapan ang mga bilanggóng hucayi't palaliman ang bal-ong iyón, hindi dahil sa balac na muha ng capakinabangán sa parusang iyón, cung dî dahil sa mga cahirapang nangyayari sa gawáng iyón: ang bilanggóng doo'y lumusong ay nacacacuha ng lagnát na ang caraniwa'y ikinamámatay.

Pinanonood ni Társilo, na nacatitig, ang mga paghahandâ ng mga sundalo; siyá'y namúmutlâ ng mainam at nangángatal ang canyáng mga labì ó bumúbulong ng isáng dalangin. Warì'y nawalâ ang pagmamataas niyá sa canyáng di maulatang hirap, ó cung hindi ma'y hindi na totoong masimbuyó. Macailang inilungayngáy ang nacalindíg na liig, tumitig sa lupà, sang-ayong magdalità.

Dinalá siyá nilá sa pader na nacaliliguid sa bal-on, na sinúsundan ni doña Consolacióng nacangitî. Isáng sulyáp, na may tagláy na panaghilì, ang itinapon ng sawíng palad, sa nagcacapatong-patong na mga bangcáy, at isáng buntóng hiningá ang tumacas sa canyáng dibdib.

— ¡Magsabi ca na!— ang mulíng sinabi sa canyá ng directorcillo,— sa papaano ma'y bibitayin ca; mamatáy ca man lamang na hindi totoong naghirap ng malakí.

— Aalis ca rito upáng mamatáy,— ang sinabi sa canyá ng isáng cuadrillero.

Inalisán nilá siyá ng pang-al, at ibinitit siyáng ang tali ay sa mga paa. Dapat siyáng ihugos ng patiwaric at manatiling malaón laón sa ilalim ng tubig,

- 387 -

catulad ng̃ guinágawâ sa timbâ, na ang caibhán lamang ay lalong pinalalaon ang tao.

Umalis ang alférez upáng humanap ng̃ relós at ng̃ bilang̃in ang mg̃a minuto. Samantala'y nacabitin si Társilo, ipinapawid ng̃ hang̃in ang canyáng mahabang buhóc, nacapikit ng̃ cauntî.

— Cung cayó'y mg̃a cristiano, cung may pusò cayó,— ang ipinamanhic ng̃ paanás,— ihugos ninyó acó ng̃ matulin, ó ihugos ninyó sa isáng paraang sumalpóc ang aking ulo sa bató at ng̃ acó'y mamatáy na. Gagantihin cayó ng̃ Dios sa magandáng gawáng ito ... marahil sa ibáng araw ay mangyari sa inyó ang kináhínatnan co.

Nagbalíc ang alférez at pinang̃uluhan ang paghuhugos na tang̃an ang relós.

— ¡Marahan, marahan!— ang sigáw ni doña Consolacióng sinusundan ng̃ matá ang cahabaghabág;— ¡mag-ing̃at cayó!

Marahang bumábabà ang timbalete; humihilahis si Társilo sa mg̃a batóng nang̃acaumbóc at sa mg̃a mababahong damóng sumisibol sa mg̃a guiswác. Pagca tapos ay hindi na cumilos ang timbalete; binibilang ng̃ alférez ang mg̃a segundo.

— ¡Itaás!— ang matinding utos, ng̃ macaraan na ang calahating minuto.

Ang ing̃ay na mataguintíng at nagcacasaliwsaliw ng̃ mg̃a patac ng̃ tubig na nahuhulog sa ibabaw ng̃ tubig ang siyáng nagbalità ng̃ pagbabalíc ng̃ may sala sa caliwanagan. Ng̃ayón, palibhasa'y lalong mabig-at ang pabató, siyá'y nanhíc ng̃ mabilis. Nanglálaglag ng̃ malaking ing̃ay ang mg̃a batóng natitingcab sa mg̃a tabí ng̃ balón.

Natátacpan ang canyáng noo't ang canyáng buhóc ng̃ carumaldumal na pusalì, puspos ng̃ mg̃a sugat at mg̃a galos ang canyáng mukhâ, ang catawa'y basâ at tumutulò, ng̃ siyá'y sumipót sa mg̃a matá ng̃ caramihang hindi umíimic; pinapang̃áng̃aligkig siyá sa guináw ng̃ hang̃in.

— ¿Ibig mo bang magsaysáy?— ang sa canyá'y caniláng itinanóng.

— ¡Huwág mong pabayaan ang capatid cong babae!— ang ibinulóng ng̃ caawaawà, na tinititigan ng̃ pagsamò ang isáng cuadrillero.

Mulíng cumalairit ang pinggáng cawayan, at mulíng nawalá ang pinahihirapan. Nahihiwatigan ni doña Consolacióng hindî gumágalaw ang tubig. Bumilang ng̃ isáng minuto ang alférez.

Nang mulíng ipanhic si Társilo'y nacawing̃î at nang̃ing̃itim ang mukhâ. Tinitigan niyá ang mg̃a naroroon at nanatiling nacadilat ang mg̃a matáng nang̃a múmula sa dugô.

— ¿Magsasabi ca ba?— ang mulíng itinanóng ng̃ alférez na ang tinig ay nanglúlupaypay.

Umilíng si Társilo, at muli na namang inihugos siyá. Untiunting nasásarhan ang mg̃a pilic-matá niyá, ang balingtatáo ng̃ canyáng mg̃a matá'y nananatili sa pagtitig sa lang̃it na pinapawiran ng̃ mapuputíng alapaap; ibinabalì ang liig upáng macapanatili sa panonood ñg liwanag ñg araw, ñguni't pagdaca'y napilitang lumubog sa tubig, at tinacpán ñg carumaldumal na tabing na iyón ang canyáng minámasdang daigdíg.

Nagdaan ang isáng minuto; namasid ñg tumítinğing Musa ang malalaking bulubóc ñg tubig na napaiibabaw.

— ¡Nauuhaw!— ang sabing tumatawa.

At mulíng tumining ang tubig.

Isáng minuto't calahati ang itinagál ñgayón, bago humudyát ang alférez.

Hindi na nacawinği ang mukhá ni Társilo; nasisilip sa nacasiwang na pañgisáp ang puti ñg matá, lumálabas sa bibig ang tubig na pusaling may cahalong cumacayat na dugô; humihihip ang hanğing malamíg, ñguni't hindi na nañgangángaligkig ang canyáng catawán.

Nañgagtinğinan ang lahát na waláng imíc, nañgamumutlâ at pawang nanğa alaguím. Humudyat ang alférez upáng alisin sa pagcabitin si Társilo at lumayóng naglilininglining; macailang idiniit ni doña Consolación sa nacalilís na mğa paa ñg bangcáy ang baga ñg canyáng tabacô, ñguni't hindi cumatál ang catawán at namatáy ang apóy.

— ¡Nag-inís siyá sa sarili!— ang ibinulóng ñg isáng cuadrillero;— masdán ninyó't binaligtád ang canyáng dilà, na anaki pinacsâ niyáng lunukín.

Pinagmámasdang nañgángatal at nagpápawis niyóng isáng bilanggô ang mğa guinagawâng iyón; lumilinğap na ang camukhá'y ulól sa lahát ñg panig.

Ipinag-utos ñg alférez sa directorcillong tanunğín ang bilanggóng iyón.

— ¡Guinoo, guinoo!— ang hibic;— ¡akin pong sasabihin ang lahat ninyóng maibigang sabihin co!

— ¡Cung gayo'y mabuti! tingnán natin; ¿anó ang pañgalan mo?

— ¡Andóng, pô!

— ¿Bernardo ... Leonardo ... Ricardo ... Eduardo ... Gerardo ... ó anó?

— ¡Andóng, pô!— ang inulit ñg culáng culáng ang isip.

— Ilagáy ninyóng Bernardo ó anó man,— ang inihatol ñg alférez.

— ¿Apellido?

Tiningnán siyá ñg taong iyóng nagugulat.

— ¿Anó ang pañgalan mong dagdág sa ñgalang Andóng?

— ¡Ah, guinoo! ¡Andóng Culáng-culáng po!

Hindi napiguil ang tawa ñg nañgakikinig; patí ang alférez ay tumiguil ñg pagpaparoo't parito.

— ¿Anó ang hanap-buhay mo?

— Mánunubà pô ñg niyóg, at alila pô ñg aking biyanáng babae.

— ¿Sino ang nag-utos sa inyóng looban ninyó ang cuartel?

— ¡Walâ pô!

— ¿Anóng walâ? Huwág cang magsinunğaling at titimbaín ca! ¿sino ang nag-utos sa inyó? ¡Sabihin mo ang catotohanan!

— ¡Ang catotohanan pô!

— ¿Sino?

— ¡Sino pô!

— Itinatanong co sa iyó cung sino ang nag-utos sa inyóng cayó'y mañgagalsá.

— ¿Alin pô bang alsá?

— Iyón, cung cayá ca doroon cagabí sa patio ñg cuartel.

— ¡Ah, guinoo!— ang bigláng sinabi ni Andóng na nagdádalang cahihiyan.

— ¿Sino ñga ang may casalanan ñg bagay na iyán?

— ¡Ang akin pong biyanáng babae!

Tawanan at pangguiguilalás ang sumunód sa mga salitáng itó. Humintô ñg paglacad ang alférez at tiningnán ñg mga matáng hindi galít ang caawaawà, na sa pagcaisip na magaling ang kinalabasan ñg canyáng mga sinabi, nagpatuloy ñg pananalitáng masayá ang anyô.

— ¡Siyá ñgà pô; hindi pô acó pinacacain ñg aking biyanáng babae cung di iyóng mga bulóc at walà ñg cabuluhán; cagabí, ñg acó'y umuwi rito'y sumakít ang aking tiyán, nakita cong na sa malapit ang patio ñg cuartel, at aking sinabi sa sarili;— Ñgayó'y gabí, hindi ca makikita nino man.— Pumasoc acó ... at ñg tumitindig na acó'y umaliñgawñgáw ang maraming putucan: itinatali co pô ang aking salawal....

Isang hampás ñg yantóc ang pumutol ñg canyáng pananalitâ.

— ¡Sa bilangguan!— ang iniutos ñg alférez;— ¡ihatíd siyá ñgayóng hapon sa cabecera!

LVIII.
ANG SINUMPA

Hindî nalao't cumalat sa bayan ang balitàng ilalacad ang m̃ga bilanggô; nacalaguím muna ang pagcarin̄gig n̄g gayóng balità, at sacá sumunód ang m̃ga iyacan at panambitanan.

Nan̄agtatacbuhang warì'y m̃ga ulól ang m̃ga casambaháy n̄g m̃ga bilanggô; nan̄agsísiparoon sa convento, mulâ sa convento'y napapasa cuartel at mulà sa cuartel ay napasasa tribunal, at sa pagcá't hindi silá macásumpong n̄g aliw saan man, caniláng pinúpunô ang alang-alang n̄g m̃ga sigáw at panambitan. Nagculóng ang cura sa pagcá't may sakít, dinagdagán n̄g alférez ang dami n̄g m̃ga sundalong na bábantay sa canyá, at sinasalubong n̄g culata n̄g m̃ga sundalong iyón ang m̃ga babaeng nan̄agmamacaamò; ang gobernadorcillo, taong waláng cabuluhán, anaki'y lalo pang haling at waláng cabuluhán mandín cay sa dati. Sa tapát n̄g bilanggua'y nan̄agtatacbuhang pacabicabilà ang m̃ga babaeng may lacás pa; ang m̃ga walâ na namá'y nan̄agsisiupò sa lupà't tinatawag ang m̃ga pan̄galan n̄g m̃ga taong caniláng iniirog.

Manin̄gas ang araw, n̄guni't sino man sa m̃ga cahabaghabag na iyó'y hindi nacaiisip umuwî. Si Doray, ang masayá't lumiligayang asawa ni don Filipo'y nagpapacabicabilang puspós n̄g capighatían, kilic ang canyáng musmós na anác na lalaki: cápuwâ silá umiiyac.

— Umuwî na pô cayó,— ang sa canyá'y sinasabi; malalagnat ang inyóng anác.

— ¿Bakit pa mabubuhay cung walà rin lamang isáng amáng sa canyá'y magtuturò?— ang isinasagót n̄g nalulunos na babae.

— ¡Walâ pong casalanan ang inyóng asawa; marahil siyá'y macabalíc din!

— ¡Siyá n̄gá, cung patáy na cami!

Tumatan̄gis si capitana Tinay, at tinatawag ang canyáng anác na si Antonio; tinítingnan n̄g matapang na si capitana María ang maliit na rejas, sa pagcá't sa dacong loob niyó'y naroroon ang canyáng dalawáng cambál, na siyáng tan̄ging m̃ga anác niyá.

Naroroon ang biyanán n̄g mánunubà n̄g niyóg; hindi siyá tumatan̄gis: nagpaparoo't parito, na cumúcumpas na lilis ang m̃ga manggás at pinagsasabihan n̄g malacás ang nan̄ároroon:

— ¿May nakita na ba cayóng cawan̄gis nitó? ¿Hulihin ang aking si Andóng, paputucan siyá, isuot sa pan̄gáw at ilalacad sa cabecera, dahil lamang sa ... dahil lamang sa may bagong salawál? ¡Humíhin̄gî ang ganitóng gawa n̄g ucol na gantí! ¡Napacalabis namán ang m̃ga guardia civil! ¡Isinusumpá cong pagca nakita co uling sino man sa canilá'y humahanap n̄g cublíng lugar sa aking hálamanan, gaya n̄g madalás na totoong guinágawa nilá, aalsán co silá n̄g ipinamamayan, aalsán co silá ng ipinamamayan! ¡ó cung hindi acó namán ang caniláng alsán!!!

Nguni't iilan tao ang pumápansin sa maca Mahomang biyanán.

— Si don Crisóstomo ang may casalanan ng lahát ng itó,— ang buntóng hininga ng isáng babae.

Naroroon di't nagpapacabicabila, na cahalò ng marami, ang maestro sa escuelahan; hindi na pinapagcúcuscos ang mga palad ng camáy ni ñor Juan; hindi na dinadaladala niyá ang canyáng *plomada* at ang canyáng *metro:* itím ang pananamit ng lalaki, sa pagcá't nacáringig siyá ng masasamáng balità, at palibhasa'y nananatili siyá sa canyáng asal na ipalagáy ang dárating na panahóng parang nangyari na, ipinaglúlucsà na niyá ang pagcamatáy ni Ibarra.

Tumiguil, pagca á las dos ng hapon, sa tapát ng tribunal, ang isáng carretóng waláng anó mang pandóng, na hinihila ng dalawáng vacang capón.

Liniguid ng caramihan ang carretón, na ibig niláng alsín sa pagcasingcaw at ipagwasacan.

Huwág cayóng gumawâ ng gayón,— ani capitana María;— ¿ibig ba ninyóng silá'y maglacád?

Itó ang pumiguil sa mga casambaháy ng mga bilanggó. Lumabás ang dalawampóng sundalo at caniláng liniguid ang sasakyán. Lumabás ang mga bilanggô.

Ang unauna'y si don Filipo, na gapós; bumating nacangitî sa canyáng asawa; tumangis ng masacláp si Doray at nahirapan ang dalawáng guardia upáng humadláng sa canyá at ng huwág mayacap ang canyáng asawa. Sumipót na umiiyac na parang musmós si Antoniong anác ni capitana Tinay, bagay na siyang lalong nacáragdag ng mga pagsigáw ng canyáng familia. Humagulhól si Andóng pagcakita sa canyáng biyanáng babae, na siyáng may cagagawán ng canyáng pagcapahamac. Baliti rin si Albinong nagseminarista, at gayón din ang dalawáng cambál na anác ni capitana Maria. Masasamà ang loob at hindi umiimic ang tatlóng binatàng itó. Ang hulíng lumabàs ay si Ibarra, na waláng talì, nguni't napapag-itanan ng nagháhatid na dalawáng guardia civil. Namúmutlâ ang binatà; humanap siyá ng isáng mukháng catoto.

— ¡Iyàn ang may casalanan!— ang ipinagsigawan ng maraming tinig;— ¡iyán ang may casalanan ay siyáng waláng talì!

— ¡Walang anó mang guinagawâ ang aking manugang ay siyang naca- "esposas"!

Liningón ni Ibarra ang mga guardia:

— ¡Gapusin ninyó acó, nguni't gapusin ninyóng mabuti acó, abo't sico!— ang canyáng sinabi.

— ¡Walang tinatanggáp caming utos na ganyán ang aming gawín!

— ¡Gapusin ninyó acó!

Sumunod ang mga sundalo.

Sumipót ang alférez na nañgañgabayo, at batbát n͠g m͠ga sandata patí n͠g m͠ga n͠gipin; may sumúsunod sa canyáng sampô ó labinglimáng sundalo pa.

Bawa't isáng bilanggó'y may canicanyáng casambahay na nanghihinaing upáng cahabagan, na dahil sa canyá'y tumatan͠gis at nagpapalayaw n͠g lalong matitimyas na tagurî. Si Ibarra lamang ang tan͠ging doo'y walâ sino man; nan͠gagsialís doon patí si ñor Juan at ang maestro sa escuelahan.

— ¿Anó pô ba ang guinawâ sa inyó n͠g aking asawa't n͠g aking anác?— ang sa canyá'y sinasabi ni Doray na tumatan͠gis; ¡tingnán pô ninyó ang caawaawà cong anác! ¡inalsan ninyó siyá n͠g amá!

Ang pighatî n͠g m͠ga casambahay ay naguíng galit sa binatà, na pinagbibintan͠gang siyáng may cagagawán n͠g caguluhan. Ipinag utos n͠g alférez ang pagya-o.

— ¡Icáw ay isáng duwág!— ang sigáw n͠g biyanán ni Andóng. Samantalang nakikihamok ang m͠ga ibá dahil sa iyó, icaw nama'y tumatagò, ¡duwág!

— ¡Sumpaín ca nawâ!— ang sabi sa canyá n͠g isáng matandáng lalaki na sa canyá'y sumúsunod;— ¡pusóng ang guintóng tinipon n͠g iyóng magugulang at n͠g siràin ang aming capayapàan! ¡Pusóng!, ¡pusóng!

— ¡Bitayin ca nawâ, hereje!— ang sigáw sa canyá n͠g isáng camag-anac na babae ni Albino, at sa hindi na macapiguil ay nuha n͠g isáng bató at sa canyá'y ipinucól.

Sinundán ang uliráng iyón, at sa ibabaw n͠g sawíng palad na binatà'y umulán ang alabóc at m͠ga bató.

Tiniis ni Ibarra n͠g waláng imíc, waláng poot at waláng daíng ang tapát na panghihingantí n͠g gayóng caraming m͠ga púsòng nan͠gasugatan. Yaón ang paalam, ang *adios* na sa canyá'y dulot n͠g canyáng bayang kinálalagyan n͠g lahát n͠g canyáng m͠ga sinísinta. Tumun͠gó, marahil canyáng dinidilidili ang isáng taong pinalò sa m͠ga lansan͠gan sa Maynilà, ang isáng matandáng babaeng nahandusay na patáy pagcakita sa ulo n͠g canyáng anác na lalaki; marahil dumaraan sa canyáng m͠ga matá ang nangyari sa buhay ni Elías.

Minagaling n͠g alférez na palayuin ang caramihang tao, n͠guni't hindi humintô ang pangbabató at ang m͠ga paglait. Isá lamang iná ang hindi ipinanghíhiganti sa canyá ang canyáng m͠ga pighatî: itó'y si capitana María. Hindi cumikilos, nacahibic ang m͠ga labì, punô ang m͠ga matá n͠g m͠ga luhàng umaagos na waláng in͠gay, canyáng pinanonood ang pagpanaw n͠g canyáng dalawáng anác na lalaki; sa panonood sa canyáng hindî pagkilos at sa canyáng pipíng dalamhatì, nawáwalâ ang pagcatalinhagà ni Niobe.

Malayò na ang pulutóng.

Sa m͠ga taong nacasun͠gaw sa bihibihirang bintanàng nacabucás, ang lalong nagpakita n͠g habag sa binatà'y yaóng m͠ga hindi nababahalà at waláng adhicâ cung di manood lamang. Nañgagtagò ang canyáng mḡa caibigan, patí si capitang Basilio'y nagbawal sa canyáng anác na si Sinang, na huwág umiyác.

Nakita ni Ibarra ang umaaso pang bahay niyáng natupoc, ang bahay nḡ canyáng mḡa magugulang, ang bahay na sa canyá'y pinañganacán, ang kinabubuhayan nḡ lalong matatamís na alaala nḡ canyáng camusmusán at nḡ canyáng cabinatàan; ang mḡa luhàng malaong canyáng pinipiguilpiguil ay bumalong sa canyáng mḡa matá, lumuñgayñgay at tumañgis, na hindi magcaroon nḡ alíw na mailihim ang canyáng pag-iyac, palibhasa'y nacagapos, ó macapucaw man lamang ang canyáng pighatî nḡ habag sa cañgino man. Nḡayó'y walâ siyáng bayan, bahay, casintahan, mḡa catoto, at mahihintay na maligayang panahóng dárating.

Mulà sa isáng mataás na lugar ay pinanonood ang malungcót na pulutóng na iyón nḡ isáng tao. Siyá'y isáng matandáng lalaki, namúmutlà, payat na payát ang mukhà, nacabalot sa isáng cumot na lana, at nanúnungcod nḡ boong pagál. Siyá ang matandáng filósofo Tasio, na nang mabalitàan ang nangyari ay nagbantáng iwan ang canyáng hihigán at dumaló, ñguni't hindi itinulot nḡ canyáng lacás na macarating siyá hanggáng sa tribunal. Sinundán nḡ matá nḡ matandà ang carretón hanggáng sa itó'y nawalâ sa malayò: nanatiling sumandalî sa pag-iisip-isip na nacatuñgó, nagtindig pagcatapos at nag inatâ nḡ boong hirap na tinuñgo ang canyáng bahay, na nagpápahiñga maya't mayâ.

Nasumpuñgan siyáng patáy, kinabucasan, nḡ mḡa nag-aalagà nḡ mḡa hayop, sa paanan nḡ pagpasoc sa canyáng tahanang nag-íisa.

LIX.
ANG KINAGUISNANG BAYAN AT ANG MGA PAG-AARI

Lihim na ibinalità ng̃ telégrafo ang nangyaring iyón sa Maynilà at ng̃ macaraan ang tatlompó't anim na horas ay nang̃agsasaysay na ng̃ bagay na iyón ng̃ malakíng talinghagà at hindi cacauntîng mg̃a pagbabalà, ang mg̃a pamahayagan, na dinagdagán, pinagbuti at binawasan ng̃ fiscal. Samantala'y mg̃a balitàng tang̃ing mulâ sa mg̃a convento ang nang̃aunang tumacbóng salinsalin sa mg̃a bibíg, sa lihim, na nagbíbigay ng̃ malakíng tacot sa bawa't macaalam. Ang nangyaring iyóng sa libolibong pagcacabalità'y nagcaiba ng̃ lubhâ, pinaniniwalâan ng̃ humiguit cumulang na cadalian, alinsunod sa cung nagpapapuri ó nacasásalansang sa mg̃a hidwáng hílig at anyô ng̃ caisipán ng̃ bawa't isá.

Bagá man hindi nasisirà ang catahimican ng̃ bayan, sa paimbabáw man lamang, ng̃uni't naliligalig ang capayapaan ng̃ bahay, tulad sa nangyayari sa isang lawà: bagá man nakikitang patag at waláng anó mang alon ang dacong ibabaw, ng̃uni't sa ilalim ay gumágamáw, nang̃agtatacbuhan at nang̃agháhabulan ang mg̃a piping isdâ. Nang̃agpasimuláng nang̃agpainog-inog, wang̃is sa mg̃a paró-paró, ang mg̃a cruz, mg̃a condecoración, mg̃a galón, mg̃a catungculan, mg̃a carang̃alan, capangyarihan, calakhán, matataas na camahalan at ibá pa, sa isáng impapawid na guintóng salapî sa mg̃a matá ng̃ isáng bahagui ng̃ mg̃a mámamayan. Sa isáng bahagui namán ng̃ mg̃a mámamayang iyá'y napailangláng sa abót ng̃ paning̃in ang isáng alapaap na madilím, at nang̃ing̃ibabaw sa culay abó-abóng pinacapang-ilalim, ang maiitim na parang anino ng̃ mg̃a rejas, mg̃a tanicalâ, at pati ng̃ calaguimlaguim na bibitayán. Warì'y náriring̃ig sa hang̃in ang mg̃a tanóng, ang mg̃a batô, ang mg̃a sigáw na pinápacnit ng̃ mg̃a pahirap; nagagamagam ang Marianas at ang Bagumbayang cápuwâ nang̃ababalot ng̃ isáng parang maduming pigtâ ng̃ dugóng culubóng: na sa culabô ang mg̃a mang̃ing̃isdâ at ang mg̃a isdâ. Ang nangyaring iyó'y iniláladlad ni Capalaran sa guiniguní ng̃ mg̃a tagá Maynilàng tulad sa mg̃a tang̃ing paypáy na galing sa China: napipintahan ng̃ itim ang isáng mukhâ; ang isá namá'y puspós ng̃ dorado, matitingcád na mg̃a culay, mg̃a ibon at mg̃a bulaclac.

Naghaharì sa mg̃a convento ang malakíng ligalig. Isinísingcaw ang mg̃a carruaje, nang̃agdádalawan ang mg̃a provincial, may lihim na mg̃a pulong. Nang̃agsisiharap silá sa mg̃a palacio upáng caniláng ihandóg ang caniláng tulong sa *Gobierno na na sa calakilakihang pang̃anib*. Muling napagsalitaanan ang mg̃a cometa, ang mg̃a pasaring, ang mg̃a matutulis na pananalità, at ibá pa.

— ¡Isáng *Te Deum*, isáng *Te Deum!*— ang sinasabi ñg isáng fraile sa isáng convento;— ¡at ñgayó'y sino ma'y huwag magcuculang sa pagpasacoro! ¡Hindi cacaunting cagaliñgan ang guinawâ ñg Dios, na ipakita cung gaano ang cahalagahan natin, ñgayón pa namán sa mñá panahóng itóng totoong nápacasasamâ!

— Dahil sa ganitóng muntíng turò, marahil ay kinácagat ang canyàng mña labì ñg generalillong Buisit,— ang sagót namán ñg isá.

— ¿Anó cayâ ang nangyari sa canyá cung hindi ang mña Capisanan ñg mña fraile?

— At ñg lalong umínam ang ating pagdiriwang, ipagbigay álam sa uldóg na tagapagluto at sa procurador ... ¡Gaudeamus (cainan) sa tatlóng araw!

— ¡Amen!, ¡Amen! ¡Mabuhay si Salvi¡ ¡Mabuhay!

Ibá namán ang salitaan sa isáng convento.

— ¿Nakita na ninyó? Iyá'y isáng nag-aral sa mña jesuita; ¡lumálabas sa Ateneo ang mña filibustero!— ang sabi ñg isáng fraile.

— At ang mña caaway ñg mña fraile.

— Sinabi co na: ipinapahamac ñg mña jesuita ang lupaíng itó, pinahahalay ang ugali ñg cabatàan; datapuwa't pinababayaan, sila't dahil sa gumuguhit sa papel ñg iláng mña waláng cawawaang cahig manóc cung lumilindol....

— ¡At ang Dios ang nacacaalam cung papaano ang mña pagcacagawâ!

— Siyá ñgâ, ¿datapuwa't mañgahas cayóng sumalansang sa canila? ¡Pagca nañgñginíg at gumágalaw ang lahat! ¿sino ang macasusulat ñg mña cahig-manóc! ¡Walâ, si parì Secchi!....

At nañgagnñgiñgitîan ñg malakíng pagpapawaláng halagá.

— ¿Nñuni't ang mña sigwá? at ¿ang mña bagyó?— ang tanóng ñg isá ñg matindíng paglibác;— ¿hindi ba cadakidakilàan iyán?

— ¡Sino mang mañgiñgisda'y nahuhulàan ang mña bagay na iyán!

— Pagcâ ang namiminuno'y isang halíng ... ¡sabihin mo sa akin cung anó ang anyô ñg iyong ulo, at sasabihin co sa iyó cung anó ang iyong panicad! Nñuni't makikita rin ninyó cung nañgagtatangkilican ang mañgagcacaibigan: halos hiníhiñgî ñg mña pamahayagang bigyán ñg isáng mitra (ñg catungculang pagca arzobispo ú obispo) si parì Salvi.

— ¡At cacamtan ñgâ niyá! ¡Masusunduan niyá ang catungculang iyán!

— ¿Sa acalà mo cayà?

— ¡At hindi bagá! Nñayó'y ibinibigay ang catungculang iyán cahi't sa waláng cabuluháng bagay. Nacakikilala acó ñg isáng sa lalong waláng cabuluha'y nagcamit ñg mitra: sumulat ñg isáng waláng cawawaang aclát, ipinakilalang waláng caya ang mña *indio* cung hindi sa mña gawain ñg camáy ... ¡psh! ¡matatandâ ñg pangcaraniwan!

— ¡Tunay ng̃â! ¡Nacasisirà sa religión ang ganyáng caraming mg̃a paglihís sa catuwiran!— ang biglǎng sabi namán ng̃ isá;— cung may mg̃a matá sana ang mitra at caniláng makita ang mg̃a bao ng̃ ulong sa canilá'y pagpuputungan....

— ¡Cung ang mg̃a mitra sana'y pawang mg̃a likhâ ng̃ Naturaleza,— ang dagdág namán ng̃ isá, na ang tinig ay lumalabas sa ilóng.— *Natura abhorret vacuum ...*

— Cayâ ng̃â cumacapit sa canilá; ¡ang pagcawaláng lamán ang sa canilá'y humahalina!— ang sagót ng̃ isa.

Ang mg̃a itó at iba páng mg̃a bagay ang mg̃a sábihan sa mg̃a convento, at ipinatátawad na namin sa mg̃a bumabasa ang pagsasaysáy ng̃ mg̃a ibáng mg̃a upasalà na may mg̃a culay político, metafísico at mahahangháng. Ating ihatid ang bumabasa sa bahay ng̃ isáng waláng anó mang catungculan, at sapagcá't cácauntî ang cakilala natin sa Maynilà'y doon tayo pumaroon sa bahay ni capitang Tinong, ang lalaking mapag-anyaya, na ating nakitang pinipilit anyayahan si Ibarra upáng papurihan siya ng̃ isáng dalaw.

Sa mayama't maluang na salón ng̃ canyáng bahay sa Tundó ay naroon si capitang Tinong, nacaupo sa isáng malapad na sillón, na hináhagpos ang noo't ang batoc, na may anyóng lubháng nahahapis, samantalang umíiyac at pinagwiwicaan siyá ng̃ canyáng asawang si capitana Tinchang, sa haráp ng̃ canyáng dalawáng anác na babae, na nagsisipakiníg mulâ sa isáng suloc na hindi nang̃agsisiimic, nang̃atútulig at nang̃abábagbag ang loob.

— ¡Ay, Virgen sa Antipolo!— ang sigáw ng̃ babae.— ¡Ay, Virgen del Rosario at de la Correa! ¡ay!, ¡ay! ¡Nuestra Señora de Novaliches!

— ¡Nanay!— ang sa canyá'y sinabi ng̃ bunso sa canyáng mg̃a anác na babae.

— ¡Sinasabi co na sa iyó!— ang ipinatuloy ng̃ babae, na pagsisi ang anyô;— ¡sinasabi co na sa iyó! ¡ay Virgen del Cármen, ay!

— ¡Ng̃uni't hindi ca namán nagsasabi sa akin ng̃ anó man!— ang ipinang̃ahás isagót ni capitang Tinong na napapaiyac;— baligtád, sinasabi mo sa aking mabuti ang aking guinágawâ sa pagmamalimít co sa bahay na iyón at manatili sa pakikipag-ibigan cay capitang Tiago, sa pagcá't ... sa pagcá't mayaman ... at sinabi mo sa aking....

— ¿Anó? ¿anó ang sinabi co sa iyó? ¡Hindi co sinasabi sa iyo iyán, walâ acóng sinasabing anó man sa iyó! ¡Ay! ¡cung pinakinggán mo sana acó!

— ¡Ng̃ayo'y acó ang bibigyan mong casalanan!— ang itinutol ng̃ masacláp na tinig, at sacâ tumampál ng̃ malacás sa camáy ng̃ sillón;— ¿hindi mo ba sinabi sa aking magaling ang aking guinawâ na siyá'y aking inanyayahang cumain dito sa atin, sa pagcá't palibhasa'y mayaman ... sinasabi mong hindi dapat tayong makipagcaibigan cung di sa mayayaman lamang? ¡Abá!

— Tunay ng̃ang sinabi co iyán sa iyó, sa pagcá't ... sa pagcá't walâ ng̃ magágawâ; walâ cang guinágawâ cung hindi purihin siyá; *don Ibarra* dito, *don Ibarra* doon, *don Ibarra* sa lahát ng̃ panig, ¡abaá! Datapuwa't hindi co inihatol

sa iyong makipagkita ca sa canyá ó makipagsalitaan ca sa canyá sa
pagcacapisang iyon; hindi mo maicacailà itó sa akin.

— ¿Nalalaman co bang paparoon siyá roon?

— ¡Abá! ¡dapat mong maalaman!

— ¿Paano? ¿siyá'y hindi co man lamang nakikilala pa niyon?

— ¡Aba! ¡dapat mo siyáng makilala!

— Ñguni't Tinchang, ¡paano'y niyón co lamang siyá nakita, at niyón co
lamang namán náriñgig na siya'y pinag-uusapan!

— ¡Aba! ¡dapat sanang nakita mo siyá ñg una, náriñgig ang usapan tungcól
sa canyá, sa pagcá't lalaki icaw, may salawal ca at bumabasa ca ñg *Diario de
Manila!*— ang di mabilíng na sagót ñg asawa, casabáy ñg pagpapahatid sa canyá
ñg cakilakilabot na irap.

Waláng maalamang itutol si capitan Tinong.

Hindi pa nasiyahan si capitana Tinchang sa canyáng pagwawaguíng itó'y
pinacsáng siyá'y papangguipuspusín, caya't sa canyá'y lumapit na nacasuntoc.

— ¿Cayâ ba nagpagál acó ñg mahabang panahón at nagtipíd ñg hindi
cawasà, at ñg dahil sa iyóng cahaliñga'y ipahamac mo ang bunga ñg aking mga
pagod?— ang ipinagwica sa canyá,— Ñgayó'y paririto silá't ñg icaw ay dalhín
sa tapunán, huhubaran camí ñg ating pag-aarì, gaya ñg nangyari sa asawa ni ...
¡Oh, cung lalaki lamang acó! ¡cung lalaki lamang acó!

At ñg makita niyáng tumútuñgo ang canyáng asawa, mulíng nagpasimulâ
ñg pagtañguyñgóy, ñguni't laguì ring inuulit:

— ¡Ay, cung lalaki lamang acó! ¡cung lalaki lamang acó!

— At cung naguing lalaki icaw,— ang itinanóng sa cawacasan ñg lalaking
nadadalimumot na,— ¿anó sana ang gagawin mo?

— ¿Anó? ¡abá!, ¡abá!, ¡abá! ¡ñgayón di'y háharap aco sa Capítan General,
upáng acó'y humandóg sa pakikihamoc laban sa mga nanghihimagsic, ñgayón
din!

— Ñguni't ¿hindi mo ba nababasa ang sinasabi ñg *Diario?* ¡Basahin mo!
«Nasugpô ñg boong higpít, lacás at catigasán ang caliluháng imbî at
casamâsamaan, at hindi malalao't daramdamin ñg mga suwail na caaway ñg
Ináng Bayan at ñg caniláng mga cainalám, ang boong bigát at cabañgisán ñg
mga cautusan» ... ¿nakita mo na? wala ñg himagsican.

— Hindi cailañgan, dapat cang humaráp na gaya ñg guinawa ñg madla ñg
taóng 72, at nañgacaligtás ñga namán.

— ¡Siya ñga! humaráp din si parì Burg....

Datapuwa't hindi natapos ang salita; tinacbó siya ñg babae at tinacpán ang
canyáng bibíg.

— ¡Halá! ¡sabihin mo ang pañgalang iyán at ñg bucas di'y bitayin ca sa
Bagumbayan ¿Hindi mo ba nalalamang sucat na ang saysayin ang
pañgalang iyan upang parusahan ca, na hindi cailangan ang gumawa pa
ñg *causa?* ¡Halá! ¡sabihin mo!

Cahi't ibiguin man ni capitan Tinong sundin ang utos ng̃ canyáng asawa'y hindi rin mangyayari; natatacpan ang canyang bibig ng̃ dalawáng camáy ng̃ canyáng asawa, at iniipit ang canyang maliit na ulo laban sa licuran ng̃ sillón, at marahil namatay sa pagcainis ang abáng lalaki cung hindi namag-itan ang isáng bagong dumatíng na tao.

Itó'y ang caniláng pinsang si Primitivo, na nasasaulo ang Amat, isáng lalaking may mg̃a apat na pong taón ang gulang, malinis ang pananamit, titiyanin at may catabaan.

— ¿Quid video?— ang bigláng sinabi;— ¿anó ang nangyayari? ¿Quare?[262]

— ¡Ay, pinsan!-anáng babae na umiiyac at tumatacbong patung̃o sa canyá;— ipinatawag cata, sa pagcá't hindi co maalaman cung anó ang mangyayari sa aming mg̃a babae ... ¿anó ba ang hatol mo sa amin? ¡Magsalita ca, icaw na nag-aral ng̃ latin at mg̃a argumento (pakikipagmatuwiran)!..

— Ng̃uni't bago magsalita acó, ¿Quid quaeritis? Nihil est in intellectu quod prius non fuerit in sensu; nihil volitum quin praecognitum,[263]

At marahang naupô. Anaki mandín ang mg̃a sinabing wicang latin ay may bisàng nacapagbibigay capanatagán, capuwa tumiguil ng̃ pagtang̃is ang mag-asawa, at nang̃agsilapit sa canyá at hinihintay sa canyáng mg̃a labì ang aral, na gaya namán ng̃ guinágawa ng̃ mg̃a griego ng̃ una cung hinihintay ang pangligtas na salita ng̃ «oráculo» na macapagliligtas sa canilá sa manglulusob na mg̃a tagá Persia.

— ¿Bakit cayó umiiyac? ¿Ubinam gentium sumus?[264]

— Nalalaman mo na ang balità tungcol sa panghihimagsic.

— ¿Alzamentum Ibarræ ab alferesio Guardiæ civilis destructum? ¿Et nunc? ¿At anó? ¿May utang ba sa inyó si don Crisóstomo?

— Wala, ng̃uni't talastasin mong inanyayahan siyá ni Tinong na cumain dito, bumati sa canyá sa tuláy ng̃ España ... ¡sa liwanag ng̃ araw! ¡Wiwicain niláng si don Crisóstomo'y canyáng caibigan!

— ¿Caibigan?— ang bigláng sinabing námamangha ang latino, at saca tumindíg, ¡amice, amicus Plato sed magis amica veritas![265] ¡Sabihin mo sa akin cung sino ang casacasama mo at sasabihin co sa iyo cung sino icaw! ¡Malum negotium et est timendum rerum istarum horrendissimum resultatum![266]

Namutla ng̃ catacottacot si capitang Tinong ng̃ canyang marinig ang gayóng caraming salitáng ang catapusá'y um; ang tunog na itó'y ipinalálagay niyáng masama ang cahulugan. Pinapagdaóp ng̃ canyáng asawa ang dalawáng camáy sa pagsamò, at nagsabi:

— Pinsan, huwag mo camíng causapin ng̃ayon ng̃ latín; talastás mo nang hindi cami mg̃a filósofong gaya mo; causapin mo camí ng̃ tagalog ó castilà, datapuwa't hatulan mo camí ng̃ dapat naming gawín.

— Sayang na hindi cayó marunong ng̃ latín, pinsan; ang mg̃a catotohanan sa latín ay casinung̃aling̃an sa tagalog, sa halimbawà: *contra principia negantem fustibus est argüendum,*[267] sa latín ay isáng catotohanang tulad sa Daóng ni Noé; minsa'y guinamit co sa gawa ang bagay na iyán, ang pinangyarihan ay acó ang nabugbóg. Dahil dito, cahinahinayang na hindi cayó marunong ng̃ latín; sa latín ay mahuhusay na lahát.

— Camí ay maraming nalalaman namáng *oremus, parcenobis* at *Agnus Dei Catolis,* ng̃uni't ng̃ayó'y hindi tayo magcacáwatasan. ¡Bigyán mo ng̃a ng̃ isáng *argumento* si Tinong at ng̃ huwág siyáng bitayin!

— ¡Masama ang guinawa mo, totoong cásamasamaan ang guinawa mo, pinsan, sa iyong guinawáng pakikipagcaibigan sa binatang iyan!— ang mulíng sinabi ng̃ latino.— Nagbabayad ang mg̃a waláng casalanan sa gawâ ng̃ mg̃a macasalanan; halos ihahatol co sa iyong gawin mo na ang iyong *testamento* (casulatang pinaglálagdaan ng̃ mg̃a hulíng kalooban ng̃ isáng tao).... *¡Vae illis! Ubi est fumus ibi est ignis! Similis simili gaudet; alqui Ibarra ahorcatur, ergo ahorcaberis!....*[268]

At nagpapailing-iling na masamâ ang loob.

— ¡Saturnino, anó ang nangyayari sa iyo!— ang sigáw ni capitana Tinchang, na puspós ng̃ tacot;— ¡ay, Dios co! ¡Namatáy! ¡Isáng manggagamót! ¡Tinong, Tinonggoy!

Dumaló ang dalawáng anác na babae at nagpasimula ang tatló ng̃ pananambitan.

— ¡Itó'y isang panghihimatáy lámang, pinsan, isáng panghihimatáy! Lalo pa sanang icatutuwâ co cung ... cung ...; datapuwa't sa cawaláng palad ay walà cung di isáng panghihimatay lamang. *Non timeo mortem in catre sed super espaldonem Bagumbayanis.*[269] ¡Magdalá cayó rito ng̃ tubig.

— ¡Huwág cang mamatáy!— ang panambitan ng̃ babae;— ¡huwág cang mamatáy, sa pagcá't paririto silá't huhulihin icaw! ¡Ay, cung icaw ay mamatáy at saca pumarito ang mg̃a sundalo, ¡ay! ¡ay!

Winiligán ng̃ pinsan ng̃ tubig ang mukha ni capitang Tinong, at pinag-saulian itó ng̃ pag-iisip.

— ¡Halá, huwág cayóng umiyác! *Inveni remedium,* nasumpung̃an co na ang gamót. Ilipat natin siyá sa canyáng hihigán; ¡hala! ¡tapang̃an ninyó ang inyóng loob! nárito acó at ang lahát ng̃ carunung̃an ng̃ mg̃a tao sa una.... Magpatawag cayó ng̃ isáng doctor;— at ng̃ayón din, pinsan cong babae, pumaroon ca sa capitán general at dalhán mo siyá ng̃ isáng handóg, isáng tanicalang guinto, isáng singsíng.... *Dadivae quebrantant peñas;* (dumudurog ng̃ bató ang handóg); sabihin mong iyá'y handóg dahil sa pascó. Sarhán ninyó ang mg̃a bintanà, ang mg̃a pintô, at sino mang magtanóng sa aking pinsan, sabihin ninyóng may sakít na mabigát. Samantala'y susunuguin co ang lahát ng̃ mg̃a súlat, mg̃a papel at mg̃a libró at ng̃ huwag siláng macakita ng̃ anó man, gaya ng̃ guinawâ ni don

LIX.
ANG KINAGUISNANG BAYAN AT ANG MGA PAG-AARI

Crisóstomo. *Scripti testes sunt! Quod medicamenta, non sanant, ferrum sanat, quod ferrum non sanat, ignis sanat* [270].

— ¡Oo, tanggapin mo, pinsan; sunuguin mong lahát!-ani capitana Tinchang;— nárito ang mga susì, nárito ang mga sulat ni capitang Tiago, ¡sunuguin mong lahát! Huwag ca sanang mag-iiwan ng anó mang pamahayagang galing sa Europa, sa pagcá't totoong nacapagbibigay panganib. Nárito itong mga The Times na aking iniingata't ng mapagbalutan ng mga sabón at ng mga damít. Nárito ang mga libro.

— Pumaroon ca na sa capitán general, pinsan,— aní Primitivo;— pabayaan mo acóng mag-isá. *In extremis extrema.* Bigyán mo acó ng capangyarihan ng isáng tagapamatnugot na romano, at makikita mo cung paano ang pagliligtás na gagawín co sa bay ... sa aking pinsáng lalaki bagá.

At nagpasimula ng sunódsunod na pag-uutos, ng paghalo ng mga estante, ng pagpupunit ng mga papel, mga libró, mga sulat at iba pa. Hindi nalao't nag-álab sa *cocina* ang isáng sigâ; caniláng sinibác ng palacól ang mga lumang escopeta; itinapon nilá sa cumón ang mga cálawanging revolver; ang alilang babaeng ibig sanang iligpít ang cañón ng isáng revolver at ng magamit na hihip ay kinagalitan:

— *¿Conservare etiam sperasti, perfida?* ¡Sa apóy!

At ipinatuloy ang canyáng pagsúnog.

At nacakita ng isáng líbróng ang balát ay pergamino (balát ng vaca) ay binasa niyá ang pangalan:

«Mga revolución ng mga globo sa langit» (mga ganáp na pag-inog ng mga planeta sa caniláng talagáng tinatacbuhan), na sinulat ni Copérnico; ¡pfui! *¡ite maledicti, in ignem calanis!*— ang bigláng sinabi at saca inihaguis sa ningas. ¡Mga revolución at saca si Copérnico pa! ¡Patong patong na casalanan! Cung di dumatíng acó sa capanahunan ... «Ang calayaan ng Filipinas»; ¡Tatata! ¡pagca mga libro! ¡Sa apóy!

At sinunog ang mga líbróng waláng caanoano mang casamaan, na sinulat ng mga taong waláng malay. Hindi man lamang nacaligtas ang nagngangalang «Capitang Juan», na napacawalang sala. May catuwiran si pinsáng Primitivo: nagbabayad ang mga waláng casalanan sa mga sála ng mga macasalanan.

Nang macaraan ang ápat ó limáng oras ay pinagsasalitaanan ang casalucuyang mga nangyayari sa isáng púlong ng mga nagmámataas, sa loob ng Maynilà. Silá'y caramihang matatandáng babae at mga dalagang matatandáng nacaca-ibig mag-asawa, mga asawa ó mga anác na babae ng mga cawaní ng pamahalaan, nangacasuot ng báta, nangagpápaypay at nangaghíhicab. Capanayám ng mga lalaki, na cawangis din namán ng mga babaeng sa caniláng pagmumukha'y nahihiwatigan kung anó ang caniláng pinag-aralan at ang caniláng pinagbuhatan, ang isáng guinoong may catandáan

- 401 -

na, maliit at pingcáw, na pinagpipitaganan ng̃ mg̃a naroroon, at siyá namá'y nagpapakita sa canyáng mg̃a caharap ng̃ isáng pagpapawaláng halagá sa canyáng hindi pag-imic.

— Ang catotohanan ay dating totoong nasususot acó sa mg̃a fraile at sa mg̃a guardia civil, dahil sa cagaspang̃án ng̃ caniláng mg̃a asal,— ang sabi ng̃ isáng matabáng guinoong babae; ng̃unit ng̃ayóng nakikita co ang sa canila'y pinakikinabang at ang caniláng mg̃a paglilingcod, hálos aking icagágalac na pacasál sa alín man sa canilá. Macabayan acó.

— ¡Gayón din ang sabi co!— ang idinagdág ng̃ isáng babaeng payát;— ¡sáyang at ng̃ayo'y walâ rito ang náunang gobernador; cung siyá ang náririto'y lilinising parang «patena» ang bayang itó!

— ¡At malilipol ang mg̃a lahì ng̃ mg̃a filibusterillo!

— Hindi ba ang sábiha'y marami pa ang mg̃a pulóng kinacailang̃ang padalhán ng̃ mg̃a mámamayan doon. ¡Bakit hindi itápon doon ang ganyán caraming mayayabang na mg̃a indio! Cung acó ang capitán general....

— Mg̃a guinoong babae,— anáng pingcáw;— nalalaman ng̃ capitán general cung anó ang canyáng catungculan; ayon sa aking nárin̄gig ay totoong galit na galit siyá; sa pagcá't canyáng pinuspós ng̃ mg̃a biyaya ang Ibarrang iyán.

— ¡Pinuspos ng̃ mg̃a biyaya!— ang inulit ng̃ payát na babae, na nagpápaypay ng̃ malaki ang poot;— ¡tingnán na ng̃a lamang ninyó ang pagca hindi marunong cumilala ng̃ útang na loob nitong mg̃a indio! ¿Mangyayari bagáng silá'y ipalagáy na mg̃a tao sa pagpapanayám? ¡Jesús!

— At ¿nalalaman ba ninyó ang aking nárin̄gig?— ang tanóng ng̃ isáng militar.

— ¡Tingnán natin!— ¿Anó iyón?— ¿Anó ang sinasabi nilá?

— Pinagtitibay ng̃ mg̃a taong mapaniniwalaan,— anáng militar sa guitná ng̃ lalong malakíng hindi pag-imic ng̃ madlâ;— na ang lahát ng̃ mg̃a cain̄gayang iyón sa pagtatayô ng̃ isáng páaralan ay walâ cung di pawang catacata lámang.

— ¡Jesús! ¿nakita na ninyó?— ang bigláng sinabi ng̃ mg̃a babae, na nang̃ag sisipaniwalà na sa catacata.

— Isáng sangcalan lámang ang páaralan; ang bantà niyá'y magtayô ng̃ isáng cutà, at ng̃ buhat doo'y macapang̃anlóng cung silá'y lusubin na namin....

— ¡Jesús! ¡pagcálakilaking cataksilan! Ang isáng indio ng̃a lámang ang tanging macapagtátaglay ng̃ ganyáng pagcaimbiimbíng mg̃a isipan,— ang bigláng sinabi ng̃ babaeng matabâ. Cung acó ang capitán general, nakita sana nilá ... nakita sana nilá....

— ¡Gayón din ang sabi co!— ang bigláng sinabi namán ng̃ babaeng payát na ang pingcáw ang kinacausap. Dáracpin co ang lahát ng̃ abogadillo, cleriguillo, mángang̃alacal, hindi co na pagagawán pa ng̃ *causa* at silá'y aking itatapon ó ipadádalá sa ibáng lupaín. ¡Bawa't masamâ'y bunutin patí ng̃ ugát!

— ¡Abá, sabihana'y castilà ang magugulang ng̃ filibusterillong iyán!— ang pahiwatig ng̃ pingcáw na hindi tumiting̃in cang̃ino man.

— ¡Ah, gayón palá!— ang sinabing mariin ng̃ hindi masiyahang babaeng matabâ;— ¡cailán ma'y ang mg̃a halûan ang dugô! ¡sino mang indio'y hindi nacawawatas ng̃ panghihimagsic! ¡Mag-alagà ca ng̃a namán ng̃ mg̃a uwác! ¡mag-alagà ca ng̃a namán ng̃ mg̃a uwác!...

— ¿Nalalaman ba ninyó ang naring̃ig cong salitaan?— ang itinanóng ng̃ isáng babaeng halûan ang dugô (mestiza), na sa gayóng paraa'y pinutol ang salitaan.— Ang asawa raw ni capitáng Tinong ... ¿naaalaala ba ninyó? iyong may-ari ng̃ bahay na ating pinagsayawan at hinapunan niyóng fiesta sa Tundó....

— ¿Iyón bang may dalawáng anác na babae? ¿at anó?

— ¡Abá, ang babaeng iyó'y bagong caháhandog ng̃ayóng hapon sa capitán general ng̃ isáng singsíng na isáng libong piso ang halagá!

Luming̃ón ang pingcáw.

— ¿Siyá ng̃a ba? ¿at bakit?— ang tanóng na numíningning ang mg̃a matá.

— Ang sabi raw ng̃ babae, iyón daw ay bigáy niyáng papascó....

— ¡Isáng buwán pa muna ang lálampas bago dumating ang pascó!

— Marahil nang̃ang̃anib na bacá lagpacán siya ng̃ sigwá ...— ang pahiwatig ng̃ babaeng matabâ.

— At caya siyá'y cumúcubli,— ang idinugtóng ng̃ babaeng payát.

— Ang pagsasanggaláng cahi't hindi pinúpucol nino man ay pagpapakilalang tunay na may casalanan.

— Iyán ng̃a ang sumasaisip co; tinamaan ninyó ang sugat.

— Kinacailang̃ang tingnáng magalíng iyán,— ang hiwatig ng̃ pingcáw;— nang̃ang̃anib acóng baca riyá'y may nacáculong na pusà.

— ¡Nacáculong na pusà! iyán ng̃a! iyán ng̃a sana ang sasabihin co!— ang inulit ng̃ babaeng payát.

— At acó,— ang sinabi namán ng̃ isáng babae, na umagaw ng̃ pananalita sa payát;— ang asawa ni capitang Tinong ay napacaramot ... hanggá ng̃ayo'y hindi pa tayo pinadádalhan ng̃ anó mang hangdóg, gayóng tayo'y napaparoon na sa canyáng bahay. Tingnán ninyó, pagcá ang isáng maramot at macamcam ay nagbibitiw ng̃ isang handóg na isáng libong piso'y ...

— ¿Ng̃uni't totoó ba iyán?— ang tanóng ng̃ pingcáw.

— ¡At napacatotoo! ¡at napacatunay! sinabi sa aking pinsáng babae ng̃ nang̃ing̃ibig sa canyá, na ayudante ng̃ capitán general. At hálos ibig cong acalaing ang singsíng na iyón ang suot ng̃ pang̃anay ng̃ araw ng̃ cafiestahan. ¡Siya'y lagui ng̃ batbát ng̃ mg̃a brillante!

— ¡Siyá'y isáng tindahang lumalacad!

— Isáng paraan din namáng magalíng upáng macapagbilí, na gaya rin nğ alin man sa ibáng mğa paraan. Nang huwag nğ bumilí pa nğ isáng tautaohan ó bumayad pa nğ isang tindahan....

Linisan nğ pingcáw ang pulong na iyon sa pamamag-itan nğ isáng dahilán.

At nğ macaraan ang dalawáng oras, nğ nanğatutulog na ang lahát, tumangáp ang iláng namamayan sa Tundo nğ isáng anyaya sa pamamag-itan nğ mğa sundalo ... Hindî mapabayáan nğ Punong may capangyarihang ang mğa tanğing táong mğa mahal at may mğa pag-aari ay matulog sa caniláng báhay, na hindi magalíng ang pagcacainğat at bahagya na ang lamig: ang pagtulog sa Fuerza nğ Santiago at iba pang mğa bahay nğ gobierno'y lálong tiwasáy at nagsasaulì nğ lacas. Casama sa mğa táong itóng pinacamamahal ang caawa-awang si capitang Tinong.

LX.
MAG-AASAWA SI MARIA CLARA

Natútuwâ ng̃ mainam si capitán Tiago. Sa boong panahóng itóng catacot-tacot ay walâ sino mang nakialam sa canyá: hindi siyá ibinilanggô, hindi pinahirapan siyá sa pagcáculong na sino ma'y hindi macausap, mg̃a pagtanóng, mg̃a máquina eléctrica, mg̃a waláng licat na pagbasâ ng̃ tubig mulâ sa talampacan hanggáng tuhod sa mg̃a tahanang na sa ilalim ng̃ lupà, at ibá pang mg̃a catampalasanang totoong kilalá ng̃ mg̃a tang̃ing guinoong tumatawag sa caniláng sarili ng̃ «civilizado». Ang canyáng mg̃a caibigan, sa macatuwíd bagá'y ang canyáng naguíng mg̃a caibigan (sa pagcá't tinalicdán na ng̃a ng̃ lalaki ang canyáng mg̃a caibigang filipino, mulâ sa sandaling silá'y maguíng mg̃a hinalain sa gobierno), nang̃agbalíc na namán sa canícaniláng bahay, pagcatapos ng̃ iláng araw ng̃ caniláng pagliliwalíw sa mg̃a bahay ng̃ gobierno. Ang capitán general din ang siyáng sa canilá'y nagpalayas sa mg̃a tahanang canyáng pinamamahalaan, palibhasa'y ipinalagáy niyáng hindi silá carapatdapat na manatili roon, bagay na lubháng ipinagdamdám ng̃ pingcaw, na ibig sanang ipagsayá ang malapit ng̃ dumating na pascó sa casamahan ng̃ gayóng mayayaman at masagana.

Umuwi sa canyáng bahay si capitáng Tinong na may sakít, putlain at namámagâ,— hindi nacagalíng sa canyá ang pagliliwalíw,— at lubháng nagbago, na anó pa't hindi nagsásalitâ ng̃ catagâ man lamang, hindi bumabatì sa canyáng mg̃a casambaháy, na tumatang̃is, nagtátawa, nagsásalitâ at nang̃ahahalíng sa galác ng̃ loob. Hindi na umaalis sa canyáng bahay ang cahabaghabag na tao, at ng̃ huwág lumagáy sa pang̃anib na macabatì na iság filibustero. Cahi't ang pinsán mang si Primitivo, bagá man taglày niyá ang boong carunung̃an ng̃ mg̃a tao sa una, ay hindi macuhang siyá'y mapaimíc.

— *Crede, prime,*— ang sabi sa canyá;— pinisíl sana nilá ang liig mo cung hindi co sinunog ang lahát mong mg̃a papel; datapuwa't cung nasunog co sana ang boong bahay, hindi man lamang sana hinipo cahi't ang buhóc mo. Pero *quod eventum, eventum; Gracias agamus Domino Deo quia non in Marianis Insulis es, camoles seminando*[271].

Hindi cailâ cay capitán Tiago ang mg̃a nangyaring catulad ng̃ pinagdanasan ni capitán Tinong. Nagcacanlalabis sa lalaki ang pagkilalang utang na loob, bagá man hindi niyá maturól cung sino caya ang pinagcacautang̃an niyá ng̃ gayóng tang̃ing mg̃a pagtatangkilic. Ipinalálagay ni tía Isabel na ang bagay na iyó'y himalâ ng̃ Virgen sa Antipolo, ng̃ Virgen del Rosario, ó cung hindi ma'y ng̃ Virgen del Cármen, at ang lalong cáliitang canyáng mahihinala'y himalâ ng̃ Nuestra Señora de la Correa: ayon sa canyá'y hindi sasala sa alin man sa canilá ang gumawâ ng̃ himalâ. Hindi itinátanggui ni capitán Tiago ang cababalaghán, ng̃uni't idinúrugtong:

— Pinaniniwalaan co, Isabel, datapuwa't marahil ay hindi guinawáng mag-isa ñg Virgen sa Antipolo; marahil siyá'y tinuluñgan ñg aking mãa caibigan, ñg aking mamanuñgin, ni guinoong Linares, na nalalaman mo nang binibirò pati ni guinoong Antonio Cánovas, iyón bagáng nacalagáy ang larawan sa «Ilustración», iyóng aayaw papaguingdapating ipakita sa mãa tao cung di ang cabiyác lamang ñg canyáng mukhâ.

At hindi mapiguil ñg mabait na tao ang isáng ñgitî ñg canyáng pagcatuwâ, cailán ma't canyáng máriñgig ang isáng mahalagáng balità tungcól sa mãa nangyari. At tunay ñga namáng dapat icatuwâ. Pinagbubulungbuluñganang mabibitay si Ibarra; sa pagcá't bagá man maraming totoo ang mãa caculañgang pangpatibay upáng siyá'y maparusahan, nitóng huli'y may sumipót na nagpapatotoo sa sumbóng na laban sa canyá; na may mãa pahám na nagsaysáy na maáari ñgang cutà ang escuélahan, ayon sa anyó ñg pagcacágawâ, bagá man may cauntíng caculañgán, bagay na siyá na ñga lamang maáasahan sa hañgál na mãa indio. Ang mãa aliñgawñgáw na itó ang siyáng sa canyá'y nacapapanatag at nacapagpapañgitî sa canyá.

Cung paano ang pagcacaiba ñg mãa bálac ni capitáng Tiago at ñg canyáng pinsáng babae, nañgagcacahatì namán ang mãa caibigan ñg familia sa dalawáng bahagui; nananalig ang isáng bahaguing yaó'y gawâ ñg himalâ, at ang isáng bahagui namá'y inaacalang gawâ yaón ñg pámahalaan, bagá man ang naniniwalà ñg ganito'y siyáng lalong cácauntì. Nagcacabahabahagui namán ang mãa nagpapalagay na yaó'y himalâ: nakikita ñg sacristan mayor sa Binundóc, ñg babaeng maglalacò ñg candilà at ñg puno ñg isáng cofradía, ang camáy ñg Dios na pinagagalaw ñg Virgen del Rosario; sinasabi namán ñg insíc na magcacandilà na siyáng nagbibili ñg candilà cay capitán Tiago cung siyá'y napasasa Antipolo, casabay ang pagpapaypáy at pag-ugóy ñg mãa hità:

— ¡No siya osti gongóng; Miligen li Antipolo esi! Esi pueli mas con tolo; no siya osti gongóng.[272]

Pinacámamahal ni capitang Tiago ang insíc na iyón, na nagpapánggap na manghuhulà, manggagamot, at ibá pa. Minsa'y sa pagtiñgin sa palad ñg camáy ñg canyáng nasirang asawang na sa icaanim na buwan ang cabuntisán ay humulà ñg ganitó:

— ¡Si eso no hómele y no pactaylo, mujé juete-juete![273]

At sumilang sa maliwanag si María Clara upáng maganap ang hulà ñg hindi binyagan.

Si capitan Tiago'y maiñgat at matatacutin, caya't hindi agad-agad macapagpasiyá na gaya ñg guinawa ni Paris na taga Troya, hindi niyá matañgi ñg gayón gayón lamang ang isá sa dalawáng Virgen, sa tacot niyáng bacá magalit ang isá sa canilá, bagay na macapágbibigay ñg malaking capahamacán.— «¡Mag ingat!»— ang sabi niyá sa canyáng sarili;— «¡baca pa ipahamac natin!»

LX.

Na sa ganitóng pag aalinlañgan siyá, nğ dumating ang pangcát na cacampi nğ gobierno; si doña Victorina, si Don Tiburcio at si Linares.

Nagsalitâ si doña Victorina sa nğalán nğ tatlong lalaki, bucód sa nauucol sa canyáng sarili; binangguit niyá ang mğa pagdalaw ni Linares sa capitan general, at inulit-ulit ang cabutihang magcaroon nğ isang camag anac na mataás na tao.

— ¡Ná!— ang iwinacas,— como izimos: el que a buena zombra ze acobija buen palo ze le arrima.[274]

— ¡Tum ... tum ... tumbalic, babae!— ang isinala nğ doctor.

May tatlóng araw nğ guinágagad ni doña Victorina ang mğa andaluz, sa pamamag-itan nğ pag-aalis n-g "d" at sa paghahalili nğ "z", at ang hangad niyáng ito'y waláng macapag-alis sa canyáng ulo; mamagalinğin pa niyang canyáng ipabugnós ang canyáng postizong buhóc na kinulót.

— ¡Zi!— ang idinugtóng, na ang tinutucoy ay si Ibarra:— eze lo tenfa muy merezio; yo ya lo ije cuando le vi la primera vez; ezte un filibuztero ¿ique te ijo a ti, primo, el general? ¿Que le haz icho, que noticias le izte é Ibarra?[275]

At nğ makita niyáng nalalaon nğ pagsagót ang pinsan, nagpatuloy nğ pananalita na si capitang Tiago ang kinacausap:

— Créame uzté, zi le conenan a muelte, como ez e ezperar, zera por mi primo.[276]

— ¡Guinoong babae! ¡guinoong babae!— ang itinutol ni Linares. Datapuwa't hindi niyá itó binigyang panahón.

— ¡Ay, qué iplomático te haz güerto! Zabemoz qwe ere;i el conzejero del General, que no puede vivir zin ti ... ¡Ah, Clarita! ¡qué placer é verte![277]

Humaráp si Maria Clarang namúmutlâ pa, bagá man nananag-uli na ang dating cagalinğan nğ catawang pinapanghina nğ sakit. Napupuluputan ang mahabang buhóc nğ sutlang cintas na may culay bughaw. Kiming bumati, nğumitî nğ mapanglaw, at lumapit cay doña Victorina upang gawin ang paghahalicang caugalîan sa mğa babae.

Pagcatapos nğ caugalîang cumustahan, nagpatuloy nğ pananalitâ ang nagpápanggap na andaluza:

— Venimoz á visitaroz; ¡oz haveiz zalbao graciaz á vuestraz relacionez![278] na canyáng tinítinğnan nğ macabulugan si Linares.

— ¡Tinangkilic nğ Dios ang aking amá!— ang marahang isinagót nğ dalaga.

— Zi, Clarita, pero el tiempo é los milagroz ya ha pazeo: rozotroz loz ezpañolez ecimoz: ezconfía é la Virgen y échate á corré.[279]

— ¡Tum ... tum ... tumbalíc!

Si capitán Tiago na hanggang sa sandalíng yaó'y hindi nacacaguiit sa pananalitá'y nanğahás tumanóng, at bago pinakinggáng magalíng ang sagót:

— Cung gayó'y inaacalà po ba ninyó, doña Victorina, na ang Virgen ...?

— Venimoz precizamente á hablar con uzté é la Virgen,[280]— ang matilinghagang sagót ni doña Victorina, na itinuturo si María Clara;— tenemoz que hablar é negocioz.[281]

Napagkilala ng̃ dalagang dapat niyáng lisanin ang nang̃agsasalitaan, caya't humanap siyá ng̃ dahilán at lumayo roon, na nang̃ang̃abay sa mg̃a casangcapan.

Napacaimbî at napacalisyà ang salitaan at usapan sa pagpupulong na itó caya't minamagaling pa namin ang huwág ng̃ saysayin. Sucat ng̃ sabihing ng̃ silá'y magpaalaman ay pawang nang̃atutuwang lahát, at sinabi pagcatapos ni capitan Tiago ang ganitó cay tía Isabel:

— Ipasabi mo sa fonda, na bucas ay mag-aalay tayo ng̃ piguing. Untiunting ihandà mo si María Clara na ating ipacacasal na hindi malalaon.

Tiningnan siya ni tía Isabel na nagugulat.

— ¡Makikita mo rin! ¡Pagca naguíng manugang na natin si guinoong Linares, magmamanhic-manaog tayo sa lahat ng̃ mg̃a palacio; pananaghilîan tayo, mang̃amamatay ang lahat sa capanahilian!

At sa gayón ng̃a'y kinabucasan ng̃ gabi'y mulî na namáng punô ng̃ tao ang bahay ni capitan Tiago, at ang caibhán lamang ng̃ayo'y pawang mg̃a castila't insíc lamang ang canyáng mg̃a inanyayahan; tungcól sa magandáng cabiyác ng̃ cataoha'y ipinakikiharap doon ng̃ mg̃a babaeng castilàng tubò sa España at sa Filipinas.

Náririyan ang pinacamarami sa ating mg̃a cakilala; si parì Sibyla, si parì Salvi, na casama ng̃ iláng mg̃a franciscano't mg̃a dominico; ang matandáng teniente ng̃ guardia civil na si guinoong Guevara, na lalo ng̃ mapangláw ang mukhâ cay sa dati; ang alférez na sinásaysay na macalibo na ang canyáng dinanas na pakikibaca, na minámasdan ang lahát ng̃ boong pagpapalalò, palibhasa'y sa acalà niyá'y siyá'y isáng don Juan de Austria sa catapang̃an; ng̃ayó'y teniente siyá't may gradong comandante; si De Espadaña, na canyáng minámasdan itó ng̃ boong gálang at tacot at iniiwasan ang canyáng titig, at si doña Victorina na nagng̃ing̃itng̃it. Hindi pa dumarating si Linares, sa pagcá't palibhasa'y mahalagáng guinoo, dapat na siyá'y magpáhuli sa pagdating cay sa mg̃a ibá: may mg̃a taong nápacatung̃ag, na ang acala'y cung magpáhuli ng̃ isáng oras sa lahát ng̃ bagay, naguiguing malalaking tao na.

Si María Clara ang siyáng tinútudlà ng̃ mg̃a upasalà: sinalubong silá ng̃ dalaga ng̃ alinsunod sa ugaling pakikipagmahalan, na hindi nalilisan ang canyáng anyóng malungcót.

— ¡Psh!— anáng isáng dalaga;— may cauntíng capalaluan....

— Magandagandá rin namán,— ang sagót namán ng̃ isáng dalaga rin;— datapuwa't ang lalaking iyá'y pumili sana ng̃ ibáng dalaga na hindi totoong mukháng tang̃á.

— Ang salapî, caibigan; ipinagbíbili ng̃ makisig na binatà ang canyáng sariling catawán.

Sa cabiláng dáco'y itó namán ang salitaan:

— ¡Pacacasal ng̃ayóng ang unang nang̃ibig sa canyá'y malapit ng̃ bitayin!

— Tinatawag cong maing̃at ang ganyán; pagdaca'y handâ na ang cahalili.

— ¡Abá, cung mabao!...

Náriring̃ig marahil ang gayóng mg̃a salitaan ng̃ dalagang si María Clara, na nacaupô sa isáng silla at naghuhusay ng̃ isáng bandejang mg̃a bulaclác, sa pagcá't námamasid na nang̃áng̃atal ang canyáng mg̃a camáy, minsang mamutlá't mang̃atlabing macáilan.

Malacás ang salitaan sa pulutóng ng̃ mg̃a lalaki, at, ayon sa caraniwa'y pinag uusapan nilá ang ucol sa hulíng mg̃a nangyari. Nang̃ag salitaang lahát patí ni don Tiburcio, liban na lamang cay parì Sibyla, na nananatili sa pagpapawaláng halagáng hindi pag-imíc.

— ¿Náring̃ig cong lilisanin daw po ninyó, pari Salví, ang bayan?— ang tanóng ng̃ bagong teniente, na dahil sa canyáng pagcataas sa catungcula'y ng̃ayó'y naguíng mairuguín.

— Walâ na acóng sucat gawín sa bayang iyán; sa Maynilà na títira acó magpacailan man ... ¿at cayó pô?

— Lilisanin co rin ang bayan,— ang isinagót na casabay ang pagtindíg;— kinacailang̃an acó ng̃ gobierno, upáng aking linisin ang mg̃a lalawigan sa mg̃a filibustero, na ang casama co'y isáng pulutóng ng̃ mg̃a sundalo.

Dagling tiningnán siyá ni parì Salví mulâ sa mg̃a paá hanggáng sa ulo, at sacâ siyá tinalicuráng lubós.

— ¿Tunay na bang nalalaman cung anó ang cahihinatnan ng̃ pang̃ulo ng̃ mg̃a tulisan, ng̃ filibusterillo?— ang tanóng ng̃ isáng cawaní ng̃ pámahalaan.

— ¿Si Crisóstomo Ibarra ba ang sinasabi ninyó?— ang tanóng ng̃ isá.— Ang lalong mahihintay at siyá namáng sumasacatuwiran ay siyá'y bitaying gaya ng̃ mg̃a binitay niyóng 72.

— ¡Siyá'y itatapon!— ang sinabing mapang̃láw ng̃ matandáng teniente.

— ¡Itatapon! ¡Itatapon lamang siyá! ¡Ng̃uni't marahil ay mananatili sa tapunán magpacailán man!— ang bigláng sinabing sabaysabáy ng̃ ilán.

— Cung ang binatàng iyán,— ang patuloy na sinabi ng̃ teniente Guevara, ng̃ malacás at anyóng may galit;— ay natutong mag-íng̃at; cung siyá'y natutong huwag tumiwalang totoo sa mg̃a tang̃ing taong canyáng casulatán; cung hindi sana napacadunong ang ating mg̃a fiscal na magbigáy kahulugán ng̃ napacalabis namán sa nasusulat, pinasiyahán sanang waláng anó mang casalanan ang binatàng iyán.

Ang pagpapatibay na itó ng̃ matandáng teniente at ang anyô ng̃ canyáng tínig ay nagbigáy ng̃ malakíng pangguiguilalás sa mg̃a nakíkinig, na waláng nasabing anó man. Tuming̃ín sa ibáng daco si parì Salví, marahil ng̃ huwag niyáng makita ang titig na mapangláw n͠g matandâ. Nalaglág sa m͠ga camáy ni María Clara ang m͠ga bulaclác at hindi nacakilos. Si pari Sibylang marunong sa hindi pag-imic, tila mandín siyáng tan͠ging marunong namáng tumanóng.

— ¿May sinasabi pô ba cayóng m͠ga sulat, guinoong Guevara?

— Sinasabi co ang sinalitâ sa akin n͠g *defensor* (tagapagtanggól), na gumanáp n͠g canyáng catungculan n͠g boong casipaga't pagmamalasakit. Liban na lamang sa iláng m͠ga talatang may culabóng pananalitâ, na isinulat n͠g binatàng itó sa isáng babae, bago siyá yumaong ang tun͠go'y sa Europa, m͠ga talatang kinakitaan n͠g fiscal n͠g isáng balac at isáng balà laban sa Gobierno, na canyáng kinilalang siyá n͠gâ ang may sulat, waláng násumpun͠gan anó mang bagay na mapanghawacan upáng siyá'y mabigyáng casalanan.

— ¿At ang *declaración* (sinaysáy) n͠g tulisán bago siyá mamatáy?

— Nasunduan n͠g defensor na mawal-ang halagá, sa pagcá't ayon din sa tulisáng iyón, silá'y hindi nakipag-usap cailán man sa binatà, cung di sa isáng nagn͠͠gangalang Lucas lamang, na canyáng caaway, ayon sa napatotohanan, at nagpacamatáy, marahil sa sigáw n͠g sariling budhî. Napatotohanang pawang taksíl na gagád lamang ang m͠ga letra n͠g casulatang nacuha sa bangcay niyá, sa pagcá't ang letra'y catulad n͠g dating letra ni guinoong Ibarra n͠g panahóng may pitóng taón na n͠gayón ang nacararaan, datapuwa't hindi catulad n͠g letra niyá n͠gayón, bagay na nagpapasapantahang ang gumamit na huwaran ay itóng sulat na guinamit upáng siyá'y isumbóng. Hindi lamang itó, sinasabi n͠g defensor, na cung di raw kinilalang siyá ang may titic n͠g sulat na iyón, malaki sanang cagalin͠gan ang sa canyá'y nagawa, datapuwa't pagcakita niya sa sulat na iyó'y namutlâ siyá, nasirà ang loob at pinagtibay ang lahat n͠g doo'y natititic.

— Ang sabi pô ninyó,— ang tanóng n͠g isáng franciscano;— ay nauucol ang sulat na iyón sa isáng babaeng canyáng pinagpadalhan, ¿anó at dumating sa camáy n͠g fiscal?

Hindi sumagót ang teniente; tinitigang sandalî si pari Salvi, at sacâ lumayô, na pinipilipit na nan͠gán͠gatal ang matulis na dulo n͠g canyáng balbás na úbanin, samantalang pinag-uusapan n͠g m͠ga ibá ang m͠ga bagay na iyón.

— ¡Diyá'y nakikita ang camáy n͠g Dios!— anáng isá;— kinasusutan siyá patí n͠g m͠ga babae.

— Ipinasunog ang canyáng bahay, sa acalà niyáng sa gayó'y macalíligtas siyá, datapuwa't hindi niyá naisip ang nacalin͠gid, sa macatuwíd baga'y ang canyáng caagulo, ang canyáng *babae*,— ang idinugtóng n͠g isáng tumatawa.— ¡Talagá n͠g Dios! ¡Santiago, ipagtanggól mo ang España!

Samantala'y humintô ang matandáng militar, sa isá sa canyáng pagpaparoo't parito, at lumapit cay María Clara, na nakikinig n͠g salitaan, hindi cumikilos sa canyáng kinauupuan; sa m͠ga paanan niyá'y naroroon ang m͠ga bulaclác.

— Cayó po'y isáng dalagang totoong matalinò,— ang marahang sinabi sa canyá ng̃ teniente,— magalíng pô ang inyóng guinawâ ng̃ inyóng pagcacábigay ng̃ sulat ... sa ganyáng paraa'y macaaasa cayóng dalawá sa isáng mapanatag na hinaharap.

Nakíta ng̃ dalagang lumálayô ang teniente na ang mg̃a matá'y anyóng na hahalíng at kinacagat ang mg̃a labì. Sa cagaling̃ang palad ay nagdaan si tía Isabel. Nagcaroon si María Clara ng̃ casucatang lacás upáng siyá'y tangnán sa damít.

— ¡Tia!— ang ibinulóng.

— ¿Anó ang nangyayari sa iyó?— ang itinanóng ni tía Isabel, na gulát, ng̃ canyáng mámasdan ang mukhà ng̃ dalaga.

— ¡Ihatid pô ninyó acó sa aking cuarto!— ang ipinakiusap, at sacà bumitin sa camáy ng̃ matandà upáng macatindig.

— ¿May sakít ca, anác co? ¿Tila nawalán icaw ng̃ mg̃a butó? ¿anó ang nangyayari sa iyó?

— Isáng hilo ... ang dami ng̃ tao sa salas ... ang dami ng̃ ilaw ... kinacailang̃an cong magpahing̃a. Sabihin pô ninyó sa tatay na matutulog acó.

— ¡Nanglálamig ca! ¿ibig mo ba ang chá?

Umilíng si María Clara, sinarhán ng̃ susi ang pintô ng̃ canyáng tulugán, at salàt na sa lacás ay nagpatihulóg sa sahíg, sa paanán ng̃ isáng larawan at sacâ humagulhól:

— ¡Iná! ¡iná! ¡aking iná!

Pumapasoc ang liwanag ng̃ buwán sa bintanà at sa pintuang canugnóg ng̃ bataláng bató.

Nagpapatuloy ang música ng̃ pagtugtóg ng̃ masasayang vals; dumarating hanggáng sa tulugán ang mg̃a tawanan at ang aling̃awng̃áw ng̃ mg̃a salitaan; macailang tumugtóg sa canyáng pintuan ang canyáng amá, si tía Isabel, si doña Victorina at patí si Linares, datapuwa't hindi cumilos si María Clara: malacás na hing̃al ang tumatacas sa canyáng dibdib.

Nagdaan ang mg̃a horas: natapos ang mg̃a catuwaan sa mesa, náriring̃ig ang sayáw, naupós ang candilà at namatáy, datapuwa't nanatili ang dalaga hindi pagkilos sa tablang sahig, na liniliwanagan ng̃ buwán, sa paanán ng̃ larawan ng̃ Iná ni Jesús.

Untiunting nanag-uli ang báhay sa catahimican, nang̃amatáy ang mg̃a ílaw, mulíng tumawag si tía Isabel sa pintuan.

— ¡Abá, nacatulog!— anáng tía ng̃ sabing malacás; palibhasa'y bata't waláng anó mang pinanínimdim, tumutulog na parang patáy.

Nang lubhâ ng̃ tahimic ang lahát; nagtindig si María Clara ng̃ marahan at luming̃ap sa canyáng paligid: námasid ang bataláng bató, na maliliit na mg̃a bálag, na napapaliguan ng̃ mapanglàw na liwanag ng̃ buwán.

— ¡Isáng mapanatag na hináharap! ¡Tumutulog na parang patáy!— ang sinabi n͠g marahan at sacâ tinun͠go ang bataláng bató.

Nagugupiling ang ciudad, waláng naririn͠gig na manacanacâ cung dî ang ugong n͠g isang cocheng nagdaraan sa tuláy na cahoy sa ibabaw n͠g ilog, na ilinarawan n͠g payapang tubig nitó ang sinag n͠g buwan.

Tumin͠gala ang dalaga sa lan͠git na ang calinisa'y wan͠gis sa zafir; marahang hinubád ang canyáng m͠ga sinsing, m͠ga hicáw, m͠ga aguja at peineta, inilagáy niyá ang lahat n͠g itó sa palababahan n͠g batalán at tiningnan ang ílog.

Humintô ang isáng bancáng tiguíb n͠g damó sa paanán n͠g ahunáng nalalagay sa bawa't bahay na na sa pampan͠gin n͠g ilog. Isá sa dalawáng lalaking nacasacáy sa bangcáng iyón ay pumanhic sa hagdanang bató, linundág ang pader, at n͠g macaraan ang sandali'y nárin͠gig ang canyáng m͠ga paglacad na pumápanhic sa hagdanan n͠g batalán.

Nakita siyá ni María Clarang tumiguil pagcakita sa canyá, n͠guni't sumandal lamang, sa pagcá't untiunting lumapit at tumiguil n͠g tatlong hacbáng na lámang ang layó sa dalaga. Umudlót si María Clara.

— ¡Crisóstomo!— ang sinabing marahang puspós n͠g tácot.

— ¡Oo, acó'y si Crisóstomo!— ang isinagót n͠g binatà n͠g boong capanglawan.— Kinuha acó sa bilangguang pinag absan͠gán sa akin n͠g aking m͠ga caibigan, ni Elías, isáng caaway, isáng táong may catuwirang acó'y pagtamnan n͠g galit.

Sumunod sa m͠ga salitáng itó ang isáng mapangláw na hindi pag-imic; tumun͠gó si María Clara at inilawít ang dalawáng camáy.

Nagpatuloy n͠g pananalitâ si Ibarra:

— ¡Isinumpà co sa piling n͠g bangcáy n͠g aking ináng icaw ay aking paliligayahin, cahi't anó man ang aking cáratnan! Mangyayaring magcúlang icaw sa iyóng isinumpâ, siyá'y hindi mo iná; n͠guni't acó, palibhasa'y acó ay anác niyá, pinacadadakilà co ang pag-aalaala sa canyá, at cahi't nagdaan acó sa libolibong pan͠ganib, naparito acó't upáng tuparín ang aking isinumpâ, at itinulot n͠g pagca-cátaong icaw rin ang aking macausap. María, hindi na tayo magkikitang mulî; batà ca at bacâ sacali'y sisihin ca n͠g iyóng sariling budhî ... naparito acó upáng sa iyó'y sabihin, bago acó pumanaw, na pinatatawad catá. ¡N͠gayon, cahimana-wari'y lumigaya ca, at paalam!

Binantâ ni Ibarrang lumayô, datapuwa't piniguil siyá n͠g dalaga.

— Crisóstomo!— anya;— sinugò ca n͠g Dios at n͠g acó'y iligtas sa waláng cahulilip na capighatian ... ¡pakinggán mo acó at sacâ mo acó hatulan!

Matimyás na bumitíw sa canyá si Ibarra.

— Hindi acó naparito't n͠g hin͠gan catang sulit n͠g guinawâ mo ...; naparito acó't n͠g bigyan catang capayapaan.

— ¡Aayaw acó n͠g capayapaang iniháhandog mo sa akin; acó ang magbibigay sa akin din n͠g capayapaan! Pinawáwal-an mo acóng halagá, at ang pagpapawaláng halagá mo'y siyáng sampong sa camatayan co'y magbibigay capaitan!

Namalas ni Ibarra ang masilacbóng samà ng̃ loob at pagpipighati ng̃ abáng babae, at tinanóng niyá itó cung anó ang hináhang̃ad.

— ¡Na icaw ay maniwalang sinintá co icaw cailán man!

Ng̃umiti ng̃ boong saclap si Crisóstomo.

— ¡Ah! ¡nagcuculang tiwalà ca sa akin, nagcuculang tiwalà, ca sa iyong catoto sa camusmusán, na cailán ma'y hindi ikinaila sa iyó ang isa man lamang na caisipán!— ang bigláng sinabi ng̃ dalaga na nagpipighati.— ¡Aking natátaroc ang iniisip mo! Pagcâ napagtanto mo ang aking buhay, ang malungcot na buhay na ipinatanto sa akin ng̃ panahóng acó'y may sakit, maháhabag ca sa akin at hindi mo ng̃ing̃itian ng̃ ganyán ang aking dalamhatì. ¿Bakit bagá't hindi mo pa binayaang acó'y mamatáy sa mg̃a camáy ng̃ hangál na gumágamot sa akin? ¡Icaw sana't acó'y liligaya!

Nagpahing̃ang sumandali si María Clara't sacâ nagpatuloy ng̃ pananalitâ:

— ¡Inibig mo, nagculang tiwalà ca sa akin, patawarin nawâ acó ng̃ aking Iná! Sa isá sa mg̃a calaguimlaguim na gabì ng̃ aking masacláp na pagcacasakit, ipinahayag sa akin ng̃ isáng táo ang pang̃alan ng̃ aking tunay na amá, at ipinagbawal sa aking icáw ay aking sintahin ... liban na lámang cung ang akin ding amá ang magpatawad sa iyó sa paglabág na sa canyá'y iyóng guinawâ!

Umudlót si Ibarra at nagugulumihanang tinitigan ang dalaga.

— Oo,— ang ipinagpatuloy ni María Clara; sinabi sa akin ng̃ táong iyóng hindî maitutulot ang ating pag-iisang catawán, sa pagcá't ibabawal sa canyá ng̃ canyang sariling budhî, at mapipilitang canyang ihayág, cahi't magcaroon ng̃ malakíng casiráan ng̃ puri, sa pagca't ang aking amá'y si....

At saca ibinulóng sa taing̃a ng̃ binata ang isáng pang̃alang sa cahinaan ng̃ pagsasasalita'y si Ibarra lámang ang nacáring̃ig.

— ¿Anó ang aking magagawâ? ¿Dapat co bang yurakin dahil sa aking pagsinta ang pag-aalaala co sa aking iná, ang capurihán ng̃ aking amáamahan at ang dang̃al ng̃ aking tunay na amá? ¿Magagawâ co bá itó na hindî icáw ang unaunang magpapawaláng halagá sa akin?

— ¿Ng̃uni't ang catibayan, nagcaroon ca ba ng̃ catibayan? ¡Nang̃ang̃ailang̃an icáw ng̃ catibayan!— ang bigláng sinabi ni Crisóstomo, na parang sinásacal.

Dinucot ng̃ dalaga sa canyáng dibdíb ang dalawáng papel.

— Nárito ang dalawáng súlat nang aking ina, dalawáng súlat na itinitic sa guitnà ng̃ mataós na sigáw ng̃ sariling budhî ng̃ panahóng tagláy pa niyá acó sa canyáng tiyán. Tanggapín mo't iyong basahin, at iyong makikita cung paano ang canyáng pagsumpa sa akin at paghahang̃ád na acó'y mamatay ..., ang aking camatayang hindi nasunduan, bagá man pinagpilitan ng̃ aking amá, sa pamamag-itan ng̃ mg̃a gamót! Nalimutan ang mg̃a súlat na itó nang aking amá, sa bahay na canyáng tinahanan, nacuha ñg táong iyón at iningatan, at caya lamang ibinigay sa akin ay nang palitan co ñg iyóng súlat ..., dî umano'y ñg siya raw ay macaasang hindî acó pacácasal sa iyó cung waláng capahintulutan ang aking amá. Búhat ñg daladalahin co sa aking catawán ang dalawáng súlat na iyáng naguíng capalít ñg súlat mo, nacacáramdam acó ñg lamíg sa aking pusò. Aking ipinahamac icáw ipinahamac co ang aking sinta.... ¿anó ang hindî gágawin ñg isáng anác na babae sa icagagaling ñg isáng ináng patay na at ñg dalawáng amáng capuwa buháy? ¿Akin bang masasapantahà man lámang cung saan gagamitin ang iyong súlat?

Nanglúlumo si Ibarra. Nagpatuloy si María Clara:

— ¿Anó pa ang nálalabi sa akin? ¿masasabi co ba sa iyo cung sino ang aking amá, masasabi co ba sa iyong humiñgi ca sa canyá ñg tawad, sa iyó pa namáng anác ñg pinapaghirap niyá ñg hindi cawasa? ¿masasabi co ba sa aking amá na icaw ay patawarin, masasabi co ba canyáng acó'y canyáng anác, acó pa namáng pinacahañgadhañgád niyá ang aking camatayan? ¡Walâ na ñgang nálalabi sa akin cung hindi ang pagtitiis, iñgatan co sa sarili ang lihim at mamatáy sa pagpipighati!... Ñgayón, caibigan co, ñgayóng nalalaman mo na ang buhay ñg iyong abang si María, ¿mangyayari pa bang maidulot mo pa sa canya iyáng pagpapawaláng halagáng ñgiti?

— ¡María, icaw ay isáng santa!

— Lumiligaya acó, sa pagca't, acó'y iyong pinaniniwalaan....

— Gayón man,— ang idinugtóng ñg binatà, na nagbago ñg anyô ñg tinig,— nabalitaan cong mag-aasawa ca raw....

— Oo,— at humagulhól ang dalaga;— hinihiñgi sa akin ñg aking amá ang pagpapacahirap na itó ... bagá man hindi niyá catungcula'y sininta niyá acó't canyáng pinacain, tinutumbasan co ang utang na loob na itó, sa pagbibigay capanatagan sa canyá, sa pamamag-itan nitóng bagong pakikimag-anac na itó, ñgunit....

— ¿Ñguni't....

— Hindi co lilimutin ang pagtatapat na aking isinumpâ sa iyó.

— ¿Anó ang inaacala mong gawín?— ang idinugtóng ni Ibarra, at pinagsisicapang basahin sa canyáng mga matá ang canyáng balac.

— ¡Madilím ang hináharap na panahón at na sa cadiliman ang Palad! Hindi co nalalaman ang aking gagawin; ñguni't talastasin mong minsan lamang cung acó'y umibig, at cung walang pag-ibig ay hindi acó cacamtan nino man. At icaw, ¿anó ang casasapitan mo?

— Ang calagayan co'y isáng bilanggong tanan ... tumatacas acó. Hindî malalao't malalaman ang aking pagcatacas, María....

Tinangnán ni María Clara ñg dalawáng camáy ang ulo ñg binatà, hinagcáng muli't muli ang mga labì, niyacap niyá siyá, at sacâ biglang linayuan pagcatapos.

— ¡Tumacas ca! ¡tumacas ca!— anya;— ¡tumacas ca, paalam!

Tinitigan siyá ni Ibarra n͠g m͠ga matáng nagníningning; n͠guni't sa isáng hudyát n͠g dalaga'y lumayo ang binatang tila langͦó, hahapayhapay....

Mulíng linucsó ang pader at sumacay sa bangca. Tinatanaw siyá sa paglayô ni María Clarang nacadun͠gaw sa palababahan n͠g batalán.

Nagpugay si Elías at niyucuran siyá n͠g boong galang.

LXI.
ANG PANGHUHULI SA DAGATAN

— Pakinggán pô ninyó ang aking gágawing aking inisip,— ani Elías na nag ninilaynilay, samantalang pinatutunguhan nilá ang San Gabriel. Itatagò co cayó ngayón sa bahay ng isá cong caibigan sa Mandaluyong; dádalhin co sa inyó ang lahát ninyóng salapî, na aking iniligtás at itinagò co sa paanán ng balitì, sa matalinghagang pinaglibingan sa inyóng núnong lalaki; at umalís cayó rito sa Filipinas.

— ¿At ng pasaibang lupain acó?— ang isinalabat ni Ibarra.

— Upáng manatili cayó sa capayapaan sa natitira pa ninyóng búhay. May mga caibigan cayó sa España, cayó'y mayaman, macapagpapa*indulto* cayó. Sa papaano mang paraan, ang ibang lupai'y isáng bayang sa ati'y lalong magalíng cay sa sarili.

Hindi sumagót si Crisóstomo; naglininglining na hindi umiimic.

Dumarating silá ng sandalíng iyón sa ilog Pasig, at nagpasimulâ ang bangcâ ng pagsalunga sa agos. Nagpápatacbo ang isang nagcacabayo sa ibabaw ng tuláy ng España at may náriringig na isáng mahaba't matinding tunóg ng pito.

— Elías,— ang muling sinabi ni Ibarra; nanggaling ang inyóng casawîang pálad sa aking familia, iniligtas ninyóng macaalawa ang aking búhay, at hindi lamang may malaking utang na loob acó sa inyó, cung di namán cautangán co rin sa inyó ang pagsasauli ng inyóng cayamanan, at yayamang gayó'y sumama cayó sa akin at magsama tayong parang magcapatid. Dito'y sawi rin cayóng capalaran.

Umiling ng boong capanglawan si Elias, at sumagót:

— ¡Hindi mangyayari! Tunay nga't hindi acó mangyayaring sumintá't magtamó ng ligaya sa lupang aking kinamulatan, nguni't mangyayaring acó'y magkahirap at mamatáy sa lupaíng iyán at marahil ay dahil sa canyá; handóg dín cahi't cacaunti! ¡Ibig cong ang capahamacan ng akíng baya'y siyáng aking maguíng capahamacán, at sa pagcát hindi pinapagcacaisa tayo ng isáng mahal na caisipan, sa pagcá't hindi tumítiboc ang ating mga pusò sa íisang pangalan, nais cong mapakisama acó sa aking mga cababayan sa casawiang palad ng lahát, mapakisama man lamang acó sa pagtangis sa pagdaralita naming lahát, na inisín ng íisang casamáng palad ang lahat naming mga pusò!

— ¿Cung gayó'y bakit inihahatol ninyó sa aking acó'y manaw?

— Sa pagcá't sa ibáng panig ay mangyayaring cayó'y lumigaya at acó'y hindi, sa pagcá't hindi cayó handa sa pagcacahirap, at sa pagcá't casususutan ninyó ang inyóng bayan, cung dahil sa canyá'y masawing palad cayó isáng araw; at wala ng totoong casamasamaang palad na gaya ng masusot sa canyáng bayang kinamulatan.

– ¡Hindi matuwíd ang inyóng palagáy sa akin!– ang bigláng sinabi ni Ibarra sa masaclap na tutol;– nalilimutan ninyóng carárating co pa lamang dito'y pagdaca'y hinanap co ang canyang icagagaling.

– Huwág pô cayóng manghinuha, guinoo, hindi co cayó sinísisi; ¡maano na ngang cayó'y siyáng uliranín ng lahat! Datapuwa't aayaw acóng humingi sa inyó ng mga hindi mangyayari, at huwag po cayóng magagalit cung sabihin co sa inyóng cayó'y dinaraya ng inyóng pusò. Dating iniibig pô ninyó ang kinamulatan ninyóng bayan, sa pagcá't ganyán ang sa inyó'y itinurò ng inyóng amá; dating iniibig pô ninyó ang kinamulatan ninyóng bayan, palibhasa'y sa canyá naroroon ang inyóng sinta, cayamanan, cabataan, sa pagcá't nguminḡiti sa inyó ang lahát hindi pa gumagawa sa inyó ng lihís sa catuwiran ang kinamulatan ninyóng bayan; dating iniibig ninyó ang kinamulatan ninyóng bayan, cawangis ng ating pag-ibig sa lahát ng bagay na nagbibigay sa atin ng caligayahan. Datapuwa't ang araw na cayó'y maghirap, magutom, pag-usiguin, ipagcanulo at ipagbilí ng inyó ring mga cababayan, sa araw na iya'y inyóng susumapain ang inyóng sariling catawan, ang inyóng kinamulatang bayan at ang lahat.

– Nacasasakit sa akin ang inyong mga salita,– aní Ibarra na naghíhinanakit.

Tumungó si Elias, nagdilidili at muling nagsalita:

– Ibig cong iligtás cayó sa carayaan, guinoo, at ilihís co sa inyó ang isáng malungcót na pagsasapit sa panahóng hináharap. Inyó pong alalahanin ang pakikipag-usap co sa inyó sa bangca ring itó at liwanag nitó ring buwang itó, na may isáng buwan na ngayón, humiguit cumulang; sumasaligaya cayó niyón. Hindi macarating hanggang sa inyó ang pamanhíc ng mga culang-palad; pinawaláng halagá ninyó ang caniláng mga daíng, sa pagcá't daing ng mga masasamáng tao, lalong pinakinggán ninyó ang caniláng mga caaway at, cahi't acó'y nangatuwira't cayo'y aking pinamanhica'y cumampí rin cayó sa panig ng mga umáapi sa canilá, at niyaó'y sumasainyóng mga camáy ang acó'y sumamáng tao ó ang acó'y papatáy upáng aking maganáp ang isáng mahál na pangacò. Hindi itinulot ng Dios, sa pagcá't namatáy ang matandáng punò ng mga tulisán ... ¡Nacaraan ang isáng buwán at ngayó'y ibá na ang inyóng caisipán!

– Sumasacatuwiran po cayó, Elías, nguni't ang tao'y isáng hayop na sumusunod sa casalucuyang mga nangyayari: niyó'y nabubulagan acó, masama ang aking loob, ¿ayawán co ba? Ngayó'y inaclás ng capahamacán ang aking piríng; tinuruan acó ng aking pag-iisá at paghihirap sa bilangguan; nakikita co ngayón ang cakilakilabot na *cáncer* na cumíkitib sa mga namamayan dito ngayón, na cumacapit sa canyáng mga lamán at nagcacailangan ng isáng makirót at ganáp na paglipol. ¡Binucsán nilá ang aking mga matá, ipinamalas sa akin ang bulóc na sugat at caniláng pinipilit na acó'y maguing masamáng tao! At yamang caniláng inibig, magpifilibuster acó, ñguni't tunay na filibustero; tatawaguin co ang lahát ñg culang pálad, ang lahát ñg nacaráramdam ñg tibóc ñg pusò sa loob ñg canyáng dibdib, yaóng mga taong sa inyó'y nañgagpasugò sa akin ... hindi acó maguiguing masamáng tao, cailán ma'y hindi masamáng tao ang nakikibaca dahil sa canyáng kinaguisnang bayan, tumbalíc. Sa loob ñg tatlóng daang taó'y silá'y hinahalina natin, hinihiñgan natín silá ñg pagsintá, minímithî nating tawaguin siláng capatíd, ¿anó ang caniláng isinaságot? Tayo'y sinasagot ñg lait at paglibác, at ikinacait sa atin patí ñg ating calagayang pagca tao na gaya rin ñg ibá. ¡Waláng Dios, waláng pagasa, waláng habág sa capuwa tao; wala ñga cung di ang catuwiran ñg lacás!

Nagñgañgalit si Ibarra; nañgangatal ang canyáng boong catawán.

Dumaan silá sa tapát ñg palacio ñg General, at caniláng námasid na tíla nañgagsísigalaw at nañgagcácagulo ang mga bantáy na sundalo.

— ¿Canilá na yatang nasiyasat ang pagcacatanan?— ang ibinulóng ni Elías— Humigâ po cayó, guinoo, at cayó'y tatabunan co ñg damó, sa pagcá't daraan tayo sa tabi ñg Polvorista'y baca máino ñg bantay na sundalo cung bakit dalawá tayo.

Ang bangcâ ay isá riyán sa maninipis at makikipot na sasakyáng hindi lumalacad cung di dumúdulas sa ibabaw ñg tubig.

Alinsunod ñga sa inacalà na ni Elías, siyá'y pinahintô ñg bantáy na sundalo at tinanóng cung saan siyá galing.

— Nagdalá po acó ñg damó sa Maynilà, sa mga oidor at sa m'ga cura,— ang isinagót, na canyáng guinagád ang anyô ñg pananalitâ ñg mga tagá Pandacan.

Lumabás ang isáng sargento't inalám cung anó ang nangyayari.

— ¡Sulong!— ang sinabi sa canya nitó; ipinauunawà co sa iyó na huwag cang magpápasacay sa iyong bangcâ cañgino man; bagong catatacas ñg isáng bilanggò. Cung siyá'y mahuli mo at maibigay mo sa aki'y bibigyan catá ñg isáng magaling na pabuyà.

— Opó, guinoo; ¿anó po ba ang mga icakikilala co sa canyá?

— Siyá'y nacalevita at nagwiwicang castilà; halá, ¡icaw ang bahalà!

Lumayô ang bangcâ. Lumiñgón si Elias at canyáng nakita ang anyô ñg bantáy na sundalong nacatindig sa tabi ñg pampáng.

— Masasayang sa atin ang iláng minutong panahón,— ang sabing marahan;— dapat pumasoc tayo sa ilog Beata at ñg cunuwari'y taga Peñafrancia acó. Makikita po ninyó ang ilog na inawit ni Francisco Baltazar.

Natutulog ang bayan sa liwanag ñg buwán. Nagtindíg si Crisóstomo't upáng canyáng takhán ang catahimican ñg mga linaláng na tulad sa líbiñgan. Makipot ang ilog at ang canyáng mga pampañgi'y capatagang natátamnan ñg damó.

Itinapon sa pampáng ni Elias ang canyáng dala, tinangnán ang isáng mahabang tikín at cumuha sa ilalim n͠g damó n͠g m͠ga bayóng na waláng lamán. Nagpatuloy sila n͠g pamamangca.

— Cayó po ang may arì n͠g inyóng calooban, guinoo, at n͠g inyóng hinaharap na panahón,— ang sinabi niyá cay Crisóstomo, na nananatili sa hindi pagimíc.— N͠guni't cung itutulot po ninyó sa akin ang isáng pagpapahiwatig, sasabihin co sa inyó: Tingnán po ninyóng magalíng ang inyóng gágawin, inyóng papag-aalabin ang pagbabaca, palibhasa'y cayó'y may salapî at catalinuhan at macacakita agád cayó n͠g maraming m͠ga kagawad, at sa cawaláng palad ay maraming masasamâ ang loob. Datapuwa, sa pagbabacang itóng inyóng gagawin, ang lalong man͠gahihirapa'y ang m͠ga waláng icapagtátanggol at ang m͠ga waláng malay. Ang m͠ga damdamin ding may isáng buwán na n͠gayóng sa aki'y umudyóc na sa inyó'y makiusap, upáng hin͠gin ang m͠ga pagbabagong útos, ang m͠ga damdamin ding iyan ang siyáng umaakit n͠gayón sa aking sa inyó'y magsabi na maglininglining muna cayó. Hindi pô nag-iisip ang m͠ga tagaritong humiwaláy sa Iná n͠g ating kináguisnang lupà; waláng hiníhin͠gì cung di caunting calayaan, caunting pagbibigay catuwiran at caunting guiliw. Tutulun͠gan cayó n͠g m͠ga may galit, n͠g m͠ga masasamáng tao, n͠g m͠ga walà n͠g pagcasiyahan sa samâ n͠g loob, datapuwa't hindi makikialam ang bayan. Magcacamali po cayó, cung dahil sa nakita ninyóng ang lahát ay madilím ay mag-acalà po cayóng walâ n͠g pagcasiyahan sa samâ n͠g loob ang bayan. Nagdaralitâ n͠gâ ang bayan, tunay n͠gâ, datapuwa't umaasa pa, nananalig pa, at cayâ lamang siyá titindig ay cung maubos na ang canyang pagtitiís, sa macatuwíd bagá'y cung cailán ibiguin n͠g m͠ga namamahalang maubos ang pagtitiis na iyán, bagay na may calayuan pa. Acó man ay hindi marahil sumama sa inyó, hindi acó gagamit cailán man n͠g m͠ga huling panggamót na iyán, samantalang nakikita cong may pag-asa pa ang m͠ga tao.

— ¡Cung magcagayo'y gagawin cong hindi cayó casama!— ang mulíng sinabi ni Crisóstomong talagáng handâ na.

— ¿Iyán pô ba ang matibay na panucalà ninyó?

— ¡Ang matibay at tan͠gì, sacsí co ang pan͠galan n͠g aking amá! Hindi co maaaring ipaagaw n͠g pagayón na lamang ang aking capayapaa't ligaya, acó na waláng ibáng hinan͠gád cung di ang cagalin͠gan, acó na ang lahát ay aking iguinalang at tiniis dahil sa pagsinta sa isáng religióng magdarayà at mapagpaimbabaw, dahil sa pagsintá sa isáng bayang aking tinubuan. ¿Anó ang caniláng itinumbás sa akin? Ang acó'y ibaón sa isang imbíng bilangguan at sìraín ang magandáng caasalan n͠g aking talagáng maguiguing esposa. ¡Hindi! ¡cung hindi acó manghiganti'y maguiguing isáng casamasamàang gawâ, maguiguing pagpapalacás n͠g caniláng loob upáng silá'y gumawâ n͠g bago't bagong m͠ga paglabág sa catuwiran! ¡Hindi, cung di co gawín ang gayó'y maguiguing isáng caruwagan, cahinâan n͠g loob, humibíc at tuman͠gis gayóng may dugó't may buhay, gayóng inilangcáp nilá sa paglait at paghamít ang paglulugsô ng̃ capurihán! ¡Tatawaguin co ang bayang mangmáng na iyán, ipakikilala co sa canyá ang imbí niyang calagayan; na huwág siyáng umisip sa mg̃a capatíd; walâ ng̃â cung hindi mg̃a lobo na nang̃aglálamunan, at sasabihin co sa caniláng laban sa caapiháng itó'y tumítindig at tumututol ang waláng hanggáng carapatán ng̃ tao upang tuclasín sa lacás ang canyáng calayaan!

— ¡Ang bayang waláng malay ang siyáng maghihirap!

— ¡Lalong magalíng! ¿Maipakikihatid po ba ninyó acó hanggáng sa cabunducan?

— ¡Hanggáng sa malagay cayó sa capanatagán!— ang sagót ni Elías.

Mulíng silá'y lumabás sa Pasig. Manacanacang nagsasalitaan silá ng̃ mg̃a waláng cabuluhán.

— ¡Santa Ana!— ang ibinulóng ni Ibarra,— ¿napagkikilala po ba ninyó ang bahay na itó?

Casalucuyang dumaraan silá sa tapát ng̃ bahay na líwaliwan sa labás ng̃ bayan ng̃ mg̃a jesuita.

— ¡Diya'y aking tinamó ang mahabang panahóng maligaya't masayá!— ang buntong-hining̃á ni Elías.— Napaririyan camí buwán buwán ... ng̃ panáhóng iyó'y wang̃is acó sa mg̃a ibá: may cayamanan, may familia, nananag-inip at nakikiníkinita ang isáng magandáng panahóng sásapit. Nakikita co ng̃ mg̃a panahóng iyón ang aking capatíd na babae na na sa isáng colegiong calapít; hinahandugan acó ng̃ mg̃a bordadong gawâ ng̃ canyáng mg̃a camáy ... sinasamahan siyá ng̃ isáng caibigang babae, na isáng magandáng dalaga. Nagdaang lahát na parang isáng panaguinip.

Nanatili silá sa hindi pag-imíc hanggáng sa dumating sa Malapad-na-bató. Ang nacapamangcâ cung gabi sa Pasig, minsan man lamang, sa isá riyán sa mg̃a caayaayang gabíng handóg ng̃ Filipinas, pagca nagsasabog ang buwan, mulâ sa dalisay na bugháw, ng̃ malungcót na pagpapaalaala; pagca itinatagò ng̃ dilím ang caimbihán ng̃ mg̃a tao at kinúcublihan ng̃ catahimican ang abáng aling̃awng̃aw ng̃ caniláng tinig; pagca ang Naturaleza ang tang̃ing nagsasalità, ang mg̃a gayón ang macauunawà ng̃ pinagdidilidili ng̃ dalawáng binatà.

Nagtútucâ ang carabinero sa Malapad-na-bató, at ng̃ makitang waláng lamán ang bangcâ, at waláng anó mang idinudulot na sucat niyáng másamsam, ayon sa dating caugaliang pinaglamnán na ng̃ calahatlahatang mg̃a carabinero at ng̃ mg̃a carabinerong nang̃aroroon, pinabayaan siláng macaraan agád.

Hindi rin naman nagsasapantaha ng̃ anó man ang guardia civil sa Pasig, caya't hindi silá binagabag.

Nagpasimulâ ng̃ paguumaga ng̃ silá'y dumating sa dagatang noo'y maamo't payapang tulad sa isáng calakilakihang salamín. Cumuculimlím ang buwán at nagcuculay rosa ang Casilang̃anan. Naaninagnagan nilá sa malayò ang isáng bagay na culay nag-aaboabó, na untiunting lumalapit.

— Dito ang tungo ng falúa,— ang ibinulóng ni Elías;— humigâ po cayó at cayó'y tátacpan co nitóng mga bayóng.

Lalong lumiliwanag at nakikita ng magalíng ang anyô ng sasakyán.

— Lumalagay silá sa pag-itan ng pampáng at natin,— ang ipinahiwatig ni Elías na nababalisa.

At untiunting binago ang tungo ng canyáng bangcâ, na anó pa't sumasagwang patungo sa Binangunan. Nahiwatigan niyá ng malakíng pangingilabot na nagbabago namán ng tumpá ang falúa, samantalang sinisigawan siya ng isáng tinig.

Humintô si Elías at nag-isíp-ísip. Malayò pa ang tabí at silá'y marárating ng bala ng mga fusíl ng falúa. Inacalang magbalíc sa Pasig; lalong matúlin ang canyáng bangcâ cay sa falúa. Nguni ¡laking casamáng palad! nakita niyáng nanggagaling sa Pasig ang isáng bangcâ at námamasdang cumíkinang ang mga capacete at mga bayoneta ng mga guardia civil.

— Húli na tayo,— ang ibinulóng na namúmutlâ.

Pinagmasdán niyá ang canyáng malalakíng bísig, guinamit ang tanging pasiyáng nálalabi at nagpasimulâ ng pagsagwán ng boong lacás niyá, na ang tumpá'y sa dacong pulô ng Talim. Samantala'y sumusungaw ang araw.

Dumúdulas sa túbig ang bangcâ ng totoong matúlin; nakita ni Elías, sa ibabaw ng falúa, na pumípihit, ang ilang taong nacatindíg, na siyá'y kinácawayan.

— ¿Marúnong po ba cayóng magpalacad ng isáng bangcà?— ang tanóng cay Ibarra.

— Marunong pô, ¿bakit?

— Sa pagcá't mapapahamac tayo cung hindi acó tátalon sa túbig at ng silá'y aking iligáw. Hahabulin nilá acó, acó'y mabuting lumangóy at sumisid ... silá'y ilálayô co sa inyó, at pagcacágayo'y magpipilit cayóng lumigtás.

— ¡Huwag, matira po cayó at ipagbili natin ng mahál ang ating buhay sa canilá!

— Waláng cabuluhán, walâ tayong sandata; papatayin tayong tulad sa maliliit na ibon, ng caniĺng mga fusil.

Náringig ng sandaling iyón, ang isáng *chis* sa tubig, cawangis ng pagpatac sa tubig ng isáng bagay na maínit, na casunód agád-agád ng isáng putóc.

— ¿Nakita na ninyó?— aní Elías, at inilagay sa bangcâ ang sagwán.— Magkikita tayo sa gabíng sinusundan ng Pascó sa pinaglibingan sa inyóng nunong lalaki. ¡Lumigtás po cayó!

— ¿At cayó pô?

— Iniligtás acó ng Dios sa lalong mahihigpít na mga panganib.

Naghubád si Elías; pinunit ng isáng bála ang canyáng tangang barò at náringig ang dalawáng putóc. Hindi siyá nagulumihanan, kinamayán ng mahigpít si Ibarra, na nananatilí sa pagcahigà sa bangcâ; tumindíg at lumucsó sa tubig na itinúlac muna n͠g paá ang muntíng sasakyán.

Náring͠ ang iláng sigáw, at hindi nalaon at sa malayô-layô n͠g cauntî ay sumipót ang úlo n͠g binatà, na parang ibig na humin͠gá, at sacâ mulíng lumubóg sa tubig.

— ¡Ayún, ayún siyá!— ang sigawan n͠g iláng tinig at mulíng humáguing ang m͠ga bála.

Hinabol siyá n͠g falúa at n͠g bangcâ; isáng bahagyang guhit n͠g bulà ang siyáng pinagcacakitaan n͠g canyáng dinaraanan, na anó pa't nalalao'y lalong nálalayô sa bangcâ na lulutanglutang na anaki'y waláng tao. Cailan ma't sumusun͠gaw sa tubig ang lumálan͠goy at n͠g humin͠gá, pagdaca'y pinagbabarilanan siyá n͠g m͠ga guardia civil at n͠g m͠ga faluero.

Tumátagal ang paghahabulan; malayò na ang bangcà ni Ibarra, lumalapit namán sa tabí ang lumálan͠goy, at ang layò na lamang ay may m͠ga limampóng dipá. Pagód na ang m͠ga gumagaod, datapuwa't si Elías ay gayón din, sa pagcá't madalás isipót ang ulo, at sa ibá't ibang daco sumísipot, na wari'y inilíligaw mandín ang m͠ga umuusig sa canyá. Hindi na itinuturò n͠g tacsíl na bulà n͠g tubig ang dinaraanan n͠g maninisid. Minsan pang nakita nilá siyá sa dacong ang layò sa tabí ay sampóng dipá, binaril siyá nilá ...; nagdaan pagcatapos ang m͠ga minuto; walâ n͠g sumipót uli sa ibabaw n͠g payapa at waláng taong tubig sa dagátan.

Nang macaraan ang calahating oras, sinasapantahà n͠g isáng manggagaod na canyáng námasdan sa tubig, sa malapít sa guílid, ang m͠ga bacás n͠g dugô, n͠guni't umíiling ang canyáng m͠ga casama, sa isáng anyóng hindi mapagwarì cung sumasang-ayon silá ó hindi.

LXII.
PAGPAPALIWANAG NI PARI DAMASO

Naguíng waláng cabuluháng mátimbon sa ibabaw ng̃ isáng mesa ang mg̃a mahahalagáng handóg sa pagcacasál; cahi't ang mg̃a brillante na nasa caniláng mg̃a *estuche* na terciopelong azul, ang mg̃a bordado mang pinyá, ang mg̃a pieza man ng̃ sutlâ ay hindi nacaaakit sa mg̃a paning̃ín ni María Clara. Tinítingnan ng̃ dalaga, na hindi nakikita at hindi binabasa ang pamahayagang nagbabalità ng̃ pagcamatáy ni Ibarra, na nalunod sa dagátan.

Caguinsagunsa'y naramdaman niyáng dumarapo sa ibabaw ng̃ canyáng mg̃a matá ang dalawáng camay, tinátang̃nan siyá at isáng masayáng tínig, ang cay parì Dámaso, ang sa canya'y nagsásalitâ:

— ¿Síno acó? ¿síno acó?

Lumucsó si María Clara sa canyáng upuan at pinagmasdán siyáng may malakíng tácot.

— Tang̃aria, ¿natácot ca ba, há? Hindi mo acó hinihintay, ¿anó? Talastasín mong naparito acóng galing sa mg̃a lalawigan upang humaráp sa iyóng casál.

At lumapit na tagláy ang isáng ng̃itì ng̃ ligaya, at inilahad cay María Clara ang camáy at ng̃ hagcán. Lumapit si María Clarang nang̃ang̃atal at ilinapit ng̃ boong paggalang ang camáy na iyón sa canyáng mg̃a labì.

— ¿Anó ang nangyayari sa iyo, María?— ang tanóng ng̃ franciscano, na nawalan ng̃ masayáng ng̃itî at napuspós ng̃ balísa;— malamíg ang camáy mo, namumutlâ ca ... ¿may sakit ca ba, bunso co?

At hinila ni parì Dámaso si María Clara sa canyáng candung̃ang tagláy ang isáng pagliyag na hindi nasasapantaha nino mang canyáng macacaya, tinangnán ang dalawáng camáy ng̃ dalaga, at siyá'y tinanóng sa pamamag-itan ng̃ titig.

— Walâ ca na bang catiwalà sa iyóng ináama?— ang itinanóng na ang anyó'y naghíhinananakit mandín;— halá umupô ca rito't saysayin mo sa akin ang mg̃a maliliit na bagay na isinásamà ng̃ iyong loob, gaya ng̃ dating guinagawa mo sa akin ng̃ panahóng icaw ay musmós pa, pagca nacacaibig cang gumawa ng̃ mg̃a muñecang pagkit. Nalalaman mo ng̃ magpacailan man ay minámahal catá ... cailán ma'y hindi catá kinagalitan....

Nawalâ ang magaspáng at bugál-bugál na tinig ni parì Dámaso at ang humalili ay mairog na anyô ng̃ pananalitâ. Nagpasimula si María Clara ng̃ pag-iyác.

— ¿Tumatang̃is ca ba, anác co? ¿bakit ca ba umíiyac? ¿Nakipagcagalit ca ba cay Linares?

Nagtakip ng̃ mg̃a taing̃a si María Clara.

— ¡Huwág sana ninyó siyáng bangguitín ... ng̃ayón!— ang sigáw ng̃ dalaga.

Tiningnán siyá ni parì Dámasong puspós ng̃ pagtatacá.

— ¿Aayaw ca bang ipagcatiwalà sa akin ang iyong mg̃a lihim? ¿Hindi ba laguing pinagsicapang cong bigyáng catuparan ang bawa't iyong maibigan?

Itining̃ala ng̃ dalaga sa canyá ang mg̃a matáng punô ng̃ mg̃a luhà, sandaling siyá'y tinitigan, at muling tumang̃is ng̃ malakíng capaitan.

— ¡Huwág cang tumang̃is ng̃ ganyán, anác co, sa pagcá't nagbíbigay sákit sa akin ang iyong mg̃a luhà! ¡Saysayín mo sa akin ang iyóng mg̃a ipinagpipighatî; makikita mo cung tunay na minamahal ca ng̃ iyóng ináama!

Marahang lumapit sa canyá si María Clara, lumuhód sa canyáng paanán, itining̃alâ sa canyá ang mukháng napapaliguan ng̃ luhà, at saca sinabi sa canyá ng̃ tinig na bahagyâ ng̃ mawatasan:

— ¿Iniibig po ba ninyó acó?

— ¡Musmós!

— ¡Cung gayó'y ... ampunin ninyó ang aking amá at huwág po ninyó acóng ipacasál!

At saca sinabi ng̃ dalaga ang hulíng pagkikita nilá ni Ibarra, ng̃uni't iniling̃id niyá ang lihim ng̃ canyáng paguiguing tao.

Bahagyâ nang macapaniwalà si parì Dámaso sa canyáng náriring̃ig.

— ¡Samantalang siyá'y buháy,— ang ipinatuloy ng̃ dalaga,— inacalà cong lumaban, naghíhintay acó, acó'y umaasa! Ibig cong mabúhay upang macáring̃ig acó ng̃ mg̃a balitang tungcól sa canyá ... ¡datapuwa't ng̃ayóng siyá'y pinatáy, walâ na ng̃ang cadahilanan upáng mabuhay acó't magcasákit!

Sinabi niyá ang mg̃a salitáng itó ng̃ madálang, mahinà ang tinig, banayad, waláng luhà.

— Ng̃uni't tangá, ¿hindi ba macalilibong magaling si Linares cay ...?

— ¡Nang buháy pa siyá'y macapag-aasawa acó ... inaacalà cong magtanan pagcatapos ... waláng hináhang̃ad ang aking amá cung di ang pakikicamag-ánac! Ng̃ayóng patáy na siyá, sino ma'y hindi macatatawag sa aking esposa ... Nang buháy pa siyá'y mangyayaring acó'y magpacasamâ, málalabi sa akin ang sayá ng̃ loob sa pagcaalam na siyá'y buháy pa at marahil maaalaala acó; ng̃ayóng siyá'y patáy na ... ang convento ó ang libing̃an.

Palibhasa'y totoong matindí ang pananalita ng̃ dalaga, nawala cay parì Dámaso ang masayáng anyô at naggunamgunam.

— ¿Lubhâ bang malakí ang pag-ibíg mo sa canyá?— ang itinanóng ng̃ pautál.

Hindi umimic si María Clara. Inilung̃ayng̃ay ni parì Dámaso sa canyáng dibdib ang canyáng ulo at hindi umimic.

— ¡Anác co!— ang biglang sinabi ng̃ tinig na sira;— patawarin mo acó, na hindi co sinasadya'y aking ipinahamac ang iyong caligayahan. Ang mangyayari sa iyo sa hinaharap ang aking iniisip, minimithî co ang iyong caligayahan. ¿Paano ang aking pagpapahintulot na pacasál icaw sa isáng tagá rito, upang icaw ay aking mapanood ná esposang cahabaghabág at ináng culang palad? Hindi co maialís sa iyóng ulo ang iyóng pagsintá, caya't humadláng acó ng̃ boo cong lacás, guinawa co ang lahát ñg lihís sa catuwiran, dahil sa iyó, sa iyo lamang dahil. Cung icaw ay naguing asawa niyá, tatañgis ca pagcatapos, dahil sa calagayang pagca inianác dito ñg asawa mo, na laguing nabibiñgit sa lahát ñg pag-api't pagpapahirap na waláng calasag sa pagsasanggaláng; cung maguíng iná ca na'y tatañgisan mo ang casawiang palad ñg iyong mga anác; cung silá'y papag-aralin mo't ñg dumúnong, inihahandà mo sa canilá ang masacláp na mararating; maguiguing caaway silá ñg religión, at cung magcágayo'y makikita mo silá sa pagcabitay ó sa pagcapatapon; cung pabayaan mo namáng mangmáng, makikita mo namáng silá'y tinatampalasan at sumasacaimbihán! ¡Hindi co ñga mangyaring maitulot! Dahil dito'y inihahanap catá ñg isáng asawang macapaghahandóg sa iyó ñg pagca ináng maligaya ñg mga anác na macapag-uutos at hindi mapag-uutusan, na macapagpaparusa't hindi magdaralità.... Nalalaman cong mabait ñga ang yong catoto buhat sa camusmusán, minámahal co siyá't gayón din ang canyáng amá, datapuwa't pinagtamnán co silá ñg gálit, mula ñg makita cong silá ang maguiguing dahil ñg iyong casawaliang palad, sa pagcá't catá'y minamahal, catá'y pinacasisintá, catá'y iniibig na cawañgis ñg pag-ibig sa isáng anác; waláng umiirog sa akin cung di icaw na ñga lamang; napanood co ang iyóng pag-lakí; hindi nacararaan ang isáng oras na hindi catá inaalaala; napapanaguinip co icaw; icaw ang tanging catuwaan co....

At tumañgis si parì Dámasong tulad sa isáng musmós.

— ¡Cung gayón, cung acó'y inyóng minámahal, huwag po sanang ipahamac ninyó acó magpacailán man; patáy na siyá, ibig cong mag-monja!

Itinuon ñg matandâ ang noo sa canyáng camáy.

— ¡Mag-monja, mag-monja!— ang inulit ulit.— Hindi mo nalalaman, anác co, ang pamumuhay, ang talinghagang nagcúcubli sa loob ñg mga pader ñg convento, hindi mo nalalaman! Macalilibong iniibig cong mapanood cong icaw ay nagcacasákit sa mundo, cay sa makita co icaw na nacuculong sa convento. Sa mundo'y máririñgig ang iyong mga daíng, doo'y wala cung di ang mga pader ... ¡Icaw ay magandá, totoong magandá, hindi ca sumilang sa maliwanag upang icaw ay másoc sa pag-momonja, upang maguing esposa ca ni Cristo! Maniwalà ca sa akin, anác co, kinacatcat na lahát ñg panahón; macalilimot ca cung malaon, iibig ca, iibig ca sa asawa mo ... cay Linares.

— ¡O ang convento ó ... ang camatayan!— ang inulit ni María Clara.

— ¡Ang convento, ang convento ó ang camatayan!— ang mariing sabi ni parì Dámaso.— María, matanda na acó, hindi na mangyayaring tumagál pa ang aking pagcacaliñga sa iyo't sa iyóng capanatagan.... Humirang ca ñg ibang bagay, humanap ca ñg ibáng sisintahin, ibáng binatà, cahi't na sino, datapuwa't huwag lamang ang convento.

— ¡Ang convento ó ang camatayan!

— ¡Dios co, Dios co!— ang isinigaw nğ sacerdote, na tinacpan nğ mğa camáy ang ulo;— pinarurusahan mo acó, anóng gagawin! datapuwa't calinğain mo ang aking anác na babae!...

At lininğón ang dalaga:

— ¿Ibig mong maguing monja? maguiguing monja ca; aayaw acong mamatáy icaw.

Hinawacan ni Maria Clara ang canyang dalawáng camay, pinisíl, hinagcán at lumuhod.

— ¡Ináama co, ináama co!— ang inulit-ulit.

Umalis pagcatapos si parì Damasong mapangláw, nacatunğó at nagbúbuntong hininğá.

— ¡Dios, Dios, tunay nğang nabubuhay ca, yamang acó'y iyóng pinarurusahan! ¡nğuni't manghiganti ca sa akin at huwag mong pahirapan ang waláng casalanan, iligtás mo ang aking anác!

LXIII.
ANG GABING SINUSUNDAN NG PASCO NG PANGANGANAC

Sa itaas, sa balisbís ng̃ isáng bundóc, sa tabí ng̃ isáng agúsan, natatago sa guitnâ ng̃ mg̃a cahoy ang isáng dampâ na nacalagay sa ibabaw ng̃ mg̃a licolicong punò ng̃ mg̃a cahoy. Sa ibabaw ng̃ canyáng bubóng na cúgon ay gumagapang na saganà sa calaguan ang calabaza, na humihitic ng̃ mg̃a bung̃a at ng̃ mg̃a bulaclác; napapamutihan ang abáng tahanang iyón ng̃ mg̃a sung̃ay ng̃ usa't ng̃ mg̃a bung̃ô ng̃ baboy-ramó, na may mg̃a pang̃il ang ibá. Diyán tumatahan ang isáng mag-ánac na tagalog, na ang pang̃ang̃aso't pagpuputól ng̃ cahoy na panggatong ang guinágawa.

Sa lilim ng̃ isáng cahoy, ang nunong lalaki'y gumágawa ng̃ mg̃a walis na tinting, samantalang naglálagay ang isáng dalaga sa isáng bacol ng̃ mg̃a itlóg ng̃ inahíng manóc, mg̃a dayap at mg̃a gulay. Dalawáng batà, isáng lalaki't isáng babae'y magcasamang naglálaro. May isá pang batàng lalaking putlain, mukháng namámanglaw, malalaki ang mg̃a matá at malalim cung tuming̃ín, at siyá'y nacaupô sa ibabaw ng̃ isáng nacahigáng punò ng̃ cahoy. Mapagkikilala natin sa canyáng namamayat na mukha ang anác na lalaki ni Sisa, si Basilio, na capatíd ni Crispín.

— Paggalíng ng̃ paá mo,— ang sabi sa canyá ng̃ batang babae;— maglálaro tayo ng̃ pico-picong-tagúan, acó ang inainahan.

— Saasama ca sa amin sa pag-akyát sa taluctóc ng̃ bundóc,— ang dagdág ng̃ batàng lalaki;— iinom ca ng̃ dugó ng̃ usáng pinigaan ng̃ catas ng̃ dayap at icaw ay tatabâ, at cung mataba ca na'y tuturuan catá ng̃ paglucso sa magcabicabilang malalaking bató, na na sa ibabaw ng̃ agúsan.

Ng̃uming̃itî ng̃ mapang̃láw si Basilio, tinítingnan ang súgat ng̃ canyáng paá at pagcatapos ay ibinabaling ang paning̃in sa araw na mainam na totoo ang sicat.

— Ipagbili mo ang mg̃a walís na itó,— anáng nunong lalaki sa dalaga;— at ibilí mo ng̃ anó man ang mg̃a capatid mo, sa pagcá't Pascó ng̃ayón.

— ¡Mg̃a reventador, ibig co ng̃ mg̃a reventador!— ang sigáw ng̃ batàng lalaki.

— ¡At ibig co namán ang isáng ulong mailagáy co sa aking manica!— ang sigáw namán ng̃ batàng babae, at tinangnán sa tápis ang canyáng capatid.

— At icaw, ¿anó namán ang ibig mo?— ang tanóng ng̃ nunò cay Basilio.

Tumindíg itóng nahihirapan at lumapit sa matandáng lalaki.

— Guinoo,— ang sinabi niyá;— ¿nagcasakít po palá acóng mahiguít na isáng buwán?

— Buhat ng̃ masumpong ca naming hindi nacacaalam-tao't punô ng̃ mg̃a sugat ay dalawang buwan na sa itaás ang nacararaan; ang isip nami'y mamámatay icaw....

— ¡Gantihín nawa cayó ng̃ Dios; camí po'y totoong mahihirap!— ang mulíng sinabi ni Basilio; datapuwa't yayamang Pascó ng̃ayón, ibig cong pa sa bayan upáng aking tingnán ang aking iná't capatid na maliit. Marahil hinahanap nilá acó.

— Ng̃uni't anác co, hindi ca pa magalíng at malayo ang bayan mo; hindi ca darating doon sa hating gabí.

— ¡Hindi po cailang̃an, guinoo! Marahil po'y totoong namamanglaw ang aking iná't capatíd na maliit; sa taón taó'y nagsasamasama camí sa fiestang itó ... ng̃ taóng nagdaa'y isáng isda ang aming kinaing tatló ... ang iná co marahil ay iyác ng̃ iyác ng̃ paghánap sa akin.

— ¡Hindi ca darating na buháy sa bayan, batà! Sa gabíng itó'y may inahíng manóc tayo at tapa ng̃ baboy-ramó. Hahanapin ca ng̃ aking mg̃a anác na lalaki cung umuwi siláng galing sa parang....

— Marami po cayóng mg̃a anác, at ang aking iná'y wala cung di camíng dalawá lamang; ¡marahil ipinalalagay na acóng patáy! ¡Ibig co pô siyang bigyán sa gabíng itó ng̃ galác, ng̃ isáng aguinaldo ... isáng anác!

Naramdamán ng̃ matandáng lalaking nangguiguilid ang canyáng luhà, ipinatong sa ulo ng̃ batàng lalaki ang canyáng camáy at sinabi sa canyáng nababagbag ang pusò:

— ¡Tila ca matandáng tao! Halá, paroon ca na, hanapin mo ang iyong nanay, ibigay mo sa canyá ang aguinaldo ... ng̃ Dios, gaya ng̃ sabi mo; cung nalaman co lamang ang pang̃alan ng̃ iyong bayan, sana'y naparoon acó ng̃ icaw ay may sakit. Lácad na, anác co, at samahan ca nawa ng̃ Dios at ng̃ poong si Jesús. Sasamahan ca ng̃ apó cong si Lucía hanggáng sa bayang malapit dito.

— ¿Bakit, aalis ca ba?— ang tanóng sa canyá ng̃ batàng lalaki.— Diyán sa ibabá'y may mg̃a sundalo, maraming mg̃a tulisán. ¿Aayaw ca bang makita ang aking mg̃a reventador? ¡Pum! ¡purumpum!

— ¿Aayaw ca ba ng̃ pico-picong taguan?— ang tanóng namán ng̃ batàng babae;— ¿nacapagtago ca na ba? ¿Hindi ba totoong nacatutuwa ang habulin at magtago?

Ng̃umitî si Basilio; dinampót ang canyáng tungcód at nagsalitáng nang̃lálaglag ang mg̃a luhà sa mg̃a matá:

— Bábalic acó agad,— anyá;— dadalhín co rito ang maliit cong capatíd, makikita ninyó siyá at cayó'y makikipaglarô sa canyá; siyá'y casíng lakí mo.

— ¿Pipilaypilay rin ba cung lumacad?— ang tanóng ng̃ batàng babae;— cung gayó'y siyá ang ating gagawing iná-inahan sa pico-pico.

— Huwag mo camíng calilimutan,— ang sabi sa canyá ng̃ matandáng lalaki;— dalhín mo itong tapa ng̃ baboy-ramó at ibigay mo sa iyong nanay.

Sinamahan siyá ng̃ mg̃a batá hanggáng sa tulay na cawayang nacalagáy sa ibabaw ng̃ agúsang maingay ang lagaslás.

Pinacapit siyá ni Lucía sa canyáng mg̃a bisig at nawalâ silá sa mg̃a paning̃ín ng̃ mg̃a batà.

Malicsíng lumacad si Basilio, bagá man may tali ang canyáng binti.

....

Humahaguinit ang hang̃ing sa labás at nang̃áng̃aligkig sa guináw ang mg̃a tagá San Diego.

Niyó'y gabíng sinúsundan ng̃ Pascó ng̃ Pang̃ang̃anác, ng̃uni't gayón ma'y malungcót ang bayan. Waláng nacasabit sa mg̃a bintanang isáng farol man lamang na papel, waláng anó mang caing̃ayan sa mg̃a bahay na nagbabalità ng̃ casayahang gaya ng̃ mg̃a nacaraang taón.

Sa «entresuelo» ng̃ bahay ni capitang Basilio'y nagsasalitaan sa tabí ng̃ isáng rejas, ito't si don Filipo (pinapagcaibigan silá ng̃ pagcapahamac ni don Filipo), samantalang sa cabiláng rejas namá'y tumátanaw sa daan si Sinang, ang canyáng pinsang si Victoria at ang magandáng si Iday.

Nagpápasimula ng̃ pagsicat ang buwáng patunáw sa naaabot ng̃ paning̃in at pinapagcuculay guintô ang mg̃a alapaap, mg̃a cahoy at mg̃a bahay, at tulóy nang̃agbibigay ng̃ mahahaba't wari'y mg̃a fantasmang mg̃a anino.

— ¡Hindi cácauntî ang inyóng capalarang lumabás, na alinsunod sa pasyá ng̃ hucóm ay walang casalanan, sa mg̃a panahóng itó!— ang sabi ni capitang Basilio cay don Filipo;— tunay ng̃a't sinunog nilá ang inyóng mg̃a libro, ng̃uni't lalong malakí ang nang̃awalâ sa mg̃a ibá.

Lumapit sa rejas ang isáng babae at tuming̃ín sa dacong loob. Nagníningning ang canyáng mg̃a matá, namamayat ang canyáng mukhâ, lugáy at gusót ang canyáng mg̃a buhóc, binibigyan siya ng̃ buwán ng̃ cacaibáng anyô.

— ¡Si Sisa!— ang biglâng sinabi ni don Filipo, at saca siyá humaráp cay capitang Basilio, samantalang lumálayô ang ulól na babae.

— ¿Hindi po ba na sa sa bahay siyá ng̃ médico?— ang itinanóng;— ¿gumaling na po ba?

Ng̃umitî ng̃ masacláp si capitang Basilio.

Natacot ang médicong siyá'y isumbóng na caibigan ni don Crisóstomo, at ang guinawa'y pinaalís si Sisa sa canyáng bahay. Ng̃ayó'y muling nagpapacabicabila na namáng ulól na gaya ng̃ dati, umaawit, hindi gumagawâ ng̃ masamâ cang̃ino man at natitira sa gubat....

— ¿Anó anó pa po ang mg̃a nangyari sa bayan mulâ ng̃ umalis camí rito? Nalalaman cong tayo'y may curang bago at bagong alférez....

— ¡Catacotacot na mg̃a panahón, umúudlot ang cataohan!— ang ibinulóng ni capitang Basilio, na ang nacaraan ang iniisip.— Tingnán po ninyó, kinabucasan ng̃ inyóng pag-alís ay nasumpung̃ang patáy ang sacristang mayor, nacabitin sa palupo ng̃ canyáng bahay. Dinamdám na totoo ni parì Salví ang canyáng pagcamatáy at sinamsam na lahát ang canyáng mg̃a papel.— ¡Ah, namatáy rin ang filósofo Tasio, at ibinaón siya sa libing̃an ng̃ mg̃a insíc.

— ¡Cahabaghabag namán si don Anastasio!— ang ibinuntóng hiningá ni don Filipo,— ¿at ang canyang m̃ga libro?

— Sinunog na lahát ñg m̃ga madasalin, sa pagcá't sa ganyá'y inaacalà niláng silá'y mararapat sa Dios. Walâ acong nailigtas cahi't ang libro man lamang ni Ciceron ... waláng guinawáng anó man ang gobernadorcillo upang sansalain ang gayóng gawâ.

Capuwà hindi umimíc ang dalawá.

Naririn̄gig ñg sandalíng iyón ang awit na cahapishapis at mapangláw ñg ulól na babae.

— ¿Nalalaman mo ba cung cailán ang casál ni María Clara,— ang tanóng ni Iday cay Sinang.

— Hindi,— ang isinagót nitó;— tumanggap acó ñg isáng sulat ni María Clara, nguni't aayaw cong bucsán sa tacot na aking maalaman. ¡Caawaawa si Crisóstomo!

Ang balità'y cung di cay Linares, si capitang Tiago'y nabitay sana, ¿anó ang cahihinatnán ni María Clara?— ang pahiwatig ni Victoria.

Nagdaan ang isáng batàng lalaking pipilaypilay; tumatacbóng ang tungo'y sa plaza na pinanggagalin̄gan ñg awit ni Sisa. Siya'y si Basilio. Nasumpun̄gan ñg batà ang canyáng bahay, na waláng tao at guibà; pagcatapos ñg maraming pagtatanóng, ang canyáng nausisa lamang ay ang canyáng iná'y ulól at nagpapagalagala sa bayan; walâ siyang cabalibalità cay Crispin.

Kinain ni Basilio ang luhà, linunod ang canyáng pighatî, hindi na nagpahin̄ga't hinanap ang canyáng iná. Dumatíng sa bayan, ipinagtanóng ang canyáng iná, at dumatíng ang awit sa canyáng m̃ga tain̄ga. Piniguilan ñg culang palad ang pangan̄gatál ñg canyáng m̃ga bintî at nag-acalang tumacbó't ñg payacap sa canyáng iná.

Linisan ñg ulól na babae ang plaza't tinun̄go ang tapát ñg bahay ñg bagong alférez. N̄gayo'y gaya rin ñg unang may isáng bantay na sundalo sa pintuan, at isáng ulo ñg babae ang siyáng nanun̄gaw sa bintanà, n̄guni't hindi na ang Medusa, n̄gayó'y isáng batà ang gulang; hindi pawang sawíng palad ang bawa't alférez.

Nagpasimulâ ñg pag-awit si Sisa sa tapat ñg bahay, na tinititigan ang buwang nagduruyan sa isáng lan̄git na azul at napapag-itanan ñg m̃ga alapaap na culay guintô. Nakikita siyá ni Basilio'y hindi macapan̄gahas lumapit, at marahil hinihintay niyáng umalis doon; lumalacad sa magcabilacabila, n̄guni't pinan̄gin̄gilagan ang paglapit sa cuartel.

Pinakikinggang magalíng ñg babaeng batà pang na sa sa bintanà ang awit ñg ulól na babae, at ipinag-utos sa bantáy na sundalong papanhikin ang ulól na iyón sa cuartel.

Pagcakita ni Sisang lumalapit ang sundalo at ñg marin̄gig ang tinig nito, sa malaking tacot ay nagpacatacbótacbó, at ang Dios ang nacacaalam cung paano ang pagtacbó ñg isáng ulól. Sinundán siyá ni Basilio, at sa pan̄gan̄ganib na bacá hindi na niya makita'y tumacbó at nalimutan tulóy ang sakít ng̃ canyáng mg̃a paá.

— ¡Tingnán na ng̃a lamang ninyó cung paano ang paghabol ng̃ batàng iyán sa ulól na babae!— ang sigáw na nagagalit ng̃ isáng alilang babae, na na sa daan.

At ng̃ makita niyáng ipinagpapatuloy ang paghagad sa ulól na babae, dumampót ng̃ isáng bató't inihaguis sa batà, at sinabi:

— ¡Ayán ang iyó! ¡pagcasayangsayang at natatalì ang áso!

Naramdamán ni Basilio ang isáng pucól sa canyáng ulo, ng̃uni't nagtuloy ng̃ pagtacbó at hindi inalumana. Tinátahulan siyá ng̃ mg̃a áso, sumisigaw ang mg̃a gansâ, binúbucsan ang mg̃a ibáng bintanà at may sumusung̃aw na isáng mapagusisa, at sinásarhan namán ang ibáng bintana, sa pang̃ang̃anib na bacâ iyo'y cawang̃is din ng̃ gabi ng̃ mg̃a caguluhan.

Dumatíng silá sa labás ng̃ bayan. Nagpasimulà si Sisa ng̃ paghinà ng̃ pagtacbó; malakíng totoó ang calayuan niyá sa humahabol sa canyá.

— ¡Nanay, acó pô!— ang isinigáw sa canyá ng̃ siyá'y mátanawan.

Bahagyâ lamang náring̃ig ng̃ ulól na babae ang tinig ay nagpasimulâ na namán ng̃ pagtácas.

— ¡Nanay, acó pô!— ang isinigáw ng̃ bata na waláng pagcasiyahan sa pighatî.

Hindi nacácaring̃ig ang ulól na babae, sinúsundan siyá ng̃ anác na humihing̃al. Naraanan na nilá ang mg̃a pananím at malapit na silá sa gubat.

Nakita ni Basiliong pumasoc sa gubat na iyón ang canyáng iná at siyá'y pumasoc namán. Ang mg̃a damó, ang maliliit na cahoy, ang matiníc na mg̃a yantóc at ang mg̃a ugát na umuutláw sa lupá ay nang̃agsisihadláng sa tacbó ng̃ dalawá. Sinúsundan ng̃ anác ang naaaninagnagán niyáng catawán ng̃ canyáng iná, na manacanacang liniliwanagan ng̃ mg̃a sínag ng̃ buwang pumapasoc sa mg̃a pag-itan ng̃ mg̃a sangá. Yaón ang talinghagang gubat ng̃ familia ni Ibarra.

Macailang natisod at nárapâ ang batà, ng̃uni't tumítindig, hindi nagdaramdam sakít; ang boong caluluwa niyá'y pumatung̃o sa canyáng mg̃a matá, na sumúsunod sa anyô ng̃ irog niyáng iná.

Caniláng dinaanan ang ílat na bumubulong ng̃ matimyás; ang mg̃a tiníc ng̃ cawayang nang̃ahulog sa putic ng̃ pampáng ay tumitimo sa mg̃a paá niyáng hubád: hindi humihintô si Basilio upáng bunutin ang mg̃a tiníc na iyón.

Nakita niyá ng̃ boong pagtatacá na tinutung̃o ng̃ canyáng iná ang malagóng parang at pumasoc sa pintóng cahoy na pangsará sa pinaglibing̃an ng̃ matandáng castilà sa paanán ng̃ balitì.

Binantâ ni Basiliong siyá'y pumasoc namán, ng̃uni't nasunduan niyáng nacasará ang pintô. Ipinagsasanggalang ang pintóng iyón ng̃ ulól na babae, ng̃ canyáng m̃ga payát na bísig at gusamót na ulo, na anó pa't pinapananatili n̄g canyáng boong lacás sa pagcásara.

— ¡Nanay, acó pô, acó pô, acó'y si Basilio, ang inyóng anác!— ang sigáw n̄g batang hapô na, at nagpacálugmoc.

Datapuwa't hindi nagluluwag ang ulól na babae; isinisicad ang canyáng m̃ga paá sa lupà at ipinaglalabang mainam ang pintô.

Sinuntóc ni Basilio ang pintô, inihahampas doon ang ulong napapaliguan n̄g dugô, umiyác, n̄guni't waláng cabuluháng lahát. Nagtindíg n̄g boong hírap, pinagmasdán ang pader at iniisip niyáng canyáng hagdanán, n̄guni't walâ siyáng nasumpun̄gang magawang hagdán. Nilibot niyá, n̄g magcágayon, at nakita niyá ang isáng sañgá n̄g malungcót na cahoy na humahalang sa isá namang sañgá rin n̄g ibang cahoy. Nag-ukyabít siyá: gumágawâ n̄g cababalaghán ang canyáng pagsintáng-anác, nagpalipatlipat siyá sa m̃ga sañgá hanggang sa dumating sa balitì, at napanood pa niyáng itinutuon ang ulo n̄g canyáng iná sa pintô.

Nárin̄gig ni Sisa ang in̄gay na guinágawâ ni Basilio sa m̃ga sañgá, lumin̄gón at nag-acalang tumacas, n̄guni't nagpatihulog sa cahoy ang anác, niyácap niyá ang canyáng iná at pinuspós n̄g halíc, at hinimatáy pagcatapos.

Námasdan ni Sisa ang noóng napapaliguan n̄g dugô; yumucód sa canyá, ang m̃ga matá n̄g babae'y tila mandín tatacas sa kinálalagyan, pinagmasdan siyá sa mukhâ at ang m̃ga namúmutlang pagmumukháng iyó'y siyáng pumagpág n̄g bait na gumugupiling sa canyáng m̃ga utac n̄g ulo, may sumipót na tulad sa isáng kisláp sa canyáng pag-iisip, nakilala ang canyáng anác at, nagpacabigáybigáy n̄g isáng sigáw, at pagcatapos ay nahandusay sa hinimatáy na batàng canyáng niyayacap at hináhagcan.

Nanatiling hindi cumikilos ang iná at ang anác....

Nang pagsauláng-tao si Basilio'y nakita niyang hindi nacacaalam tao ang canyáng iná. Tinawag niyá ang canyáng iná, canyáng ipinan̄galan ang lalong matitimyás na palayaw, at n̄g mamasid niyáng hindi naguiguising at hindi man lamang humihin̄ga'y nagtindig, tinun̄go ang agos at cumuha n̄g cauntíng túbig na canyáng inilagáy sa binalisungsóng na dahon n̄g saguing, at canyáng winiligán n̄g tubig na iyon ang namumutláng mukhà n̄g canyáng iná. N̄guni't hindi cumilos n̄g camunti man lamang ang ulól na babae, nananatili sa pagcapikit.

Pinagmasdán siyá ni Basiliong nagugulat; idinaiti ang canyáng tain̄ga sa pusò n̄g babae; n̄guni't ang payát at lantá n̄g dibdib ay malamig at hindi tumitiboc: inilagáy niyá ang canyáng m̃ga labì sa m̃ga labì n̄g canyáng iná ay walâ siyáng naramdamang camunti man lamang na paghin̄gá. Niyacap n̄g culang palad ang bangcáy at tuman̄gis n̄g boong capaitan.

ANG GABING SINUSUNDAN NG̃ PASCO NG̃ PANG̃ANG̃ANAC

Lumiliwanag ang buwan sa lang̃it ng̃ boong cadakilaan, nagbubuntong hining̃á ang mahinhíng amihan sa paghihip at humuhuni ang mg̃a cagaycáy sa ilalim ng̃ mg̃a damó.

Ang gabíng pawang caliwanagan at catuwaan sa lubháng maraming mg̃a musmós, na sa mainit na sinapupunan ng̃ mg̃a casambahay ipinagdiriwang ang fiestang lalong may mg̃a matatamis na nagugunitá; ang fiestang nagpapaalaala ng̃ unang titig ng̃ pagsintá na ipinadalá ng̃ lang̃it sa lupà; sa gabíng iyáng ang lahát ng̃ magcacasambahay na mg̃a binyaga'y cumacain, umiinom, sumasayaw, umaawit, tumatawa, naglálarò, sumisinta, nang̃aghahalican ... sa gabíng iyán, na sa mg̃a lupaíng malalamíg ay nagtátaca ang camusmusan sa warí'y himaláng cahoy na pino, na humihitic ng̃ mg̃a ilaw, mg̃a manica, mg̃a matamis at makikintáb na palarang papel, na pinanonood ng̃ nang̃asisilaw na mabibilog na mg̃a matáng kinaaninuhan ng̃ pagca waláng malay, ang gabíng iyá'y waláng idinudulot cay Basilio cung di isáng pang̃ung̃ulila. ¿Sino ang nacacaalam? Marahil sa bahay ng̃ malungcuting si parì Salví ay nang̃aglalarô rin ang mg̃a batà, marahil ay caniláng inaawit:

Ang Gabing-Magandá'y dumating,
Gabing-Magandá'y aalis din...

Ang batà'y tumang̃is at humibíc ng̃ di anó lamang, at ng̃ tuming̃alâ siyá'y canyáng nakita sa canyáng haráp ang isáng tao na pinagmamasdan siyáng waláng imíc. Tinanóng siyá ng̃ hindi kilalang lalaking iyón ng̃ marahan:

— ¡Icaw ba ang anác!

Tumang̃ô ang batà.

— ¿Anó ang inaacalà mong gawín?

— ¡Ilibíng!

— ¿Sa libing̃an?

— Walà acóng salapî, at bucód sa roó'y hindi ipahihintulot ng̃ cura.

— ¿At paano?

— Cung tulung̃an sana ninyó acó....

— Mahinang mahina acó,— ang sagót ng̃ hindi kilalá, na untiuntíng nagpacahandusay sa lupà, na nininiin ng̃ dalawáng camáy; may sugat acó, dalawáng araw ng̃ hindi acó cumacain at hindi acó natutulog ... ¿Walâ bang ibáng napaparito ng̃ayóng gabí?

Nanatili ang taong iyón sa pagdidilidili at pinagmamasid ang mahalagáng pagmumukhâ ng̃ batàng lalaki.

— ¡Pakingg̃án mo!— ang ipinagpatuloy na ang tinig ay lalong mahina; marahil ay patáy na rin acó bago sumicat ang araw ... Sa may mg̃a dalawampóng hacbáng buhat dito, sa cabiláng ibayo ng̃ batis na itó, may nacatimbóng maraming cahoy na panggatong; dalhín mo rito, pagpatungpatung̃in mo, ilagáy mo sa ibabaw ang aming mg̃a bangcáy, tacpán mo ng̃ cahoy rin at sacâ mo susuhan ng̃ apóy, ng̃ maraming apóy, hanggáng sa cami'y maguing abó....

Nakikinig si Basilio.

— Pagcatapos, cung sacali't walâ sino mang dumatíng ... huhucay ca rito, macacasumpong ca ng̃ maraming guintô ... at ang lahát na iyá'y iyo. ¡Mag-aral ca!

Nalalao'y lalong hindi mawatasan ang tinig ng̃ hindi kilaláng tao.

— Hayo't humanap ca ng̃ cahoy ... ibig cong tulung̃an catá.

Yumao si Basilio, humaráp sa Silang̃anan ang hindi kilalá at bumulóng na wari'y nagdárasal:

— ¡Mamamatay acóng hindi co nakikitang numingníng ang liwaywáy sa lupàng aking tinubuan!... ¡cayóng mang̃acacakita ng̃ liwaywáy na iyan, batiin ninyó siyá ... huwag ninyóng limutin ang mg̃a nahandusay sa boong magdamág!

Itinaás ang mg̃a matá sa lang̃it, gumaláw ang canyáng mg̃a labíng anaki'y bumúbulong ng̃ isáng dalang̃in, tumung̃ó pagcatapos at untiuntíng nahandusay sa lupà....

Nang macaraan ang dalawang oras, si hermana Rufa'y na sa sa batalán ng̃ caniláng bahay at guinagawa ang paghihilamos na caugalian pagcacaumaga, upang pumaroon sa misa. Tinátanawan ng̃ mapamintacasing babae ang calapít na gubat at canyáng nakitang may pumapaimbulog na nalululong macapál na úsoc; nagcunót ang mg̃a kilay at, punô ng̃ banál na galit, ay nagsalitâ:

— ¿Sino cayà ang hereje na sa araw ng̃ fiesta'y nagcacaing̃in? Cayà dumarating ang maraming mg̃a capahamacán. ¡Tingnán mong pa sa Purgatorio ca, at makikita mo cung cucunin catá roon, hamac na tao!

PANGWACAS NA BAHAGUI

Sa pagcá't buhay pa ang marami sa m̃ga taong sinaysay namin ang caniláng m̃ga guinawâ sa casulatang itó, at sa pagca namán nañgawalâ na sa ating m̃ga matá ang m̃ga ibá sa m̃ga taong iyón, hindi ñgâ mangyayaring malagyán namin ñg tunay na pangwacás na bahagui ang aclát na itó. Sa icagagaling ñg tao'y papatayin namin ñg boong galac ang lahát ñg m̃ga taong sinaysáy namin dito, na aming sisimulan cay parì Salví at wáwacasan namin cay doña Victorina, datapuwa't hindi mangyayari ... ¡m̃ga buháy silá! yamang hindi camí cung di ang lupaíng itó rin lamang ang siyáng sa canilá'y magpapacain....

Mulà ñg pumasoc sa convento si María Clara'y iniwan ni parì Dámaso ang bayang dating canyáng kinalalagyan at sa Maynilà na siya tumitira, na gaya rin namán ni parì Salví, na samantalang naghíhintay ñg catungculang pagca Obispo ó Arzobispo'y manacánacang nagsesermon sa simbahan ñg Santa Clara, at sa convento nitó, ñg Santa Clara sa macatuwid, siyá'y gumaganap ñg isáng mataas na catungculan. Hindi pa maraming buwan ang nacararaan ay tumanggáp si parì Dámaso ñg utos ñg cagalanggalang na parì Provincial upáng ganapín ang pagcucura sa isáng malayong lalawigan. Ayon sa sábiha'y nápacalaki ang canyáng tinamóng samâ ñg loob sa bagay na iyón, caya ñga't kinabucasa'y násumpuñgang patáy siya sa canyáng tinutulugan. Ang sabi ñg ibá'y namatáy sa *apoplegia*, anáng ibá'y sa bañguñgot, ñguni't pinaram ñg médico ang pag-aalinlañgan, sinaysáy niyáng biglâ raw namatáy.

Alin man sa m̃ga bumabasa sa ami'y hindi makikilala ñgayón cung caniláng makita si capitang Tiago. Iláng linggó pa muna bago magmonja si María Clara'y nangyari sa canyá ang isáng malakíng panglulupaypay ñg calooban, na anó pa't nagpasimulâ siyá ñg pamamayat at naguing totoong malungcutin, mapaglininglining at culang tíwalà, tulad sa canyáng naguing caibigang si capitang Tinong. Nang másara na ang m̃ga pintuan ñg convento ñg Santa Clara'y caracaracang ipinag-utos sa canyáng nahahapis ñg di anó lamang na pinsang si tía Isabel, na tipunin at cunin ang lahat ñg bagay na naguing pag-aarì ñg canyáng anác at ñg canyáng nasirang asawa, at siyá'y pumaroon sa Malabón ó sa San Diego, sa pagcá't sa haharaping panahó'y ibig niyáng mamahay na mag-isá. Nagsákit ñg catacottacot sa liampó at sa pagsasabong, at nagpasimulâ ñg paghitít ñg opio. Hindi na na pa sa sa Antipulo at hindi na rin nagpapamisâ; ikinatutuwang totoo ñg canyáng matandáng babaeng capañgagáw, na si doña Patrocinio, ang canyáng pagdiriwang, sa pamamag-itan ñg paghilíc samantalang siyá'y nakikinig ñg m̃ga sermón. Cung manacânaca'y maglacádlacád cayó, cung dacong hapon, sa únang daan ng Santo Cristo, makikita ninyóng nacaupô sa tindahan ñg isáng insíc ang isáng maliit na tao, nanínilaw, payát, hucót, malalalim ang m̃ga mata at anyóng nag-áantoc, culay marumi ang m̃ga labi at ang m̃ga cucó at tumítiñgin sa tao ng wari'y hindi nakikita. Pagdatíng ng̃ gabí'y makikita ninyó siyáng tumindíg ng̃ boong hirap, at nanúnungcod na pinatutung̃uhan ang isáng makipot na daan, pumapasoc sa isáng maliit na bahay na marumí at sa ibabaw ng̃ pintô nitó'y nababasa ang malalakíng letrang mapupula: FUMADERO PÚBLICO DE ANFION. Itó'y yaóng totoong cabalitaang si capitang Tiago, na ng̃ayó'y lubós ng̃ nacalimutan ng̃ lahát, na anó pa't patí ng̃ sacristán mayor ay hindi na siyá naaalaala.

Idinagdag ni doña Victorina sa canyáng mg̃a culót na buhóc na postizo at sa canyáng pag-aandaandalusahan, pakikiwang̃is bagá sa mg̃a tagá Andalucía sa pagsasalitâ, ang bagong caugaliang siyá ang nang̃ang̃asiwà sa pagpapalacad ng̃ mg̃a cabayo ng̃ coche, at pinipilit niyáng si don Tiburcio'y huwag cumílos. Sa pagcá't maraming nangyayaring capahamacan dahil sa cahinaan na ng̃ canyáng mg̃a matá, ng̃ayó'y gumagamit siyá ng̃ «quevedo» (salamin sa mg̃a matáng isinisipit sa ilóng ang pinacatangcáy) na nagbibigay sa canyá ng̃ anyóng naguing cabalitaan. Hindi na muling natawag ang doctor upang gumamót cang̃ino man, napapanood siyá ng̃ mg̃a alilang waláng ng̃ipin sa maraming araw ng̃ isáng linggó, bagay, na alinsunod sa talastás na ng̃ mg̃a bumabasa'y masamáng tandâ.

Ang tang̃ing tagapagtanggól ng̃ culang palad na itó, na si Linares, ay malaon ng̃ nagpapaping̃alay sa Pacò, sa pagcá't pinatáy siyá ng̃ pag-iilaguín at ng̃ masasamáng guinágawâ sa canyá ng̃ canyáng hipag.

Napasa España ang nagdiwang na alférez, na ang catungcula'y teniente na may gradong comandante, at iniwan ang canyáng mairog na asawa sa canyáng barong franela, na hindi mapagsiyasat cung anó na ang culay. Nang makita ng̃ cahabaghabag na Ariadna ang pagcápabayà sa canyá, namintacasi ring gaya ng anác na babae ni Minos cay Baco at sa pakikipacatoto sa tabaco, na anó pa't nang̃ing̃inom at humihitít ng̃ boong alab ng̃ loob, na hindi na lamang ang mg̃a nagdádalaga ang sa canyá'y natatacot, cung di namán ang mg̃a matatandang babae't ang mg̃a batà.

Marahil mg̃a buhay pa ang ating mg̃a cakilala sa San Diego, sacali't hindi silá nang̃amatáy sa pagputóc ng̃ vapor «Lipa» na nagpaparoo't parito sa lalawigan. Sa pagcá't sino ma'y waláng nang̃asiwà upang maalaman cung sinosino ang mg̃a caawâawang namatáy sa gayóng capahamacán; at cung canicanino ang mg̃a hìta at mg̃a camáy na sumabog sa pulô ng̃ Convalecencia at sa mg̃a pampáng ng̃ ilog, lubós na hindi nalalaman namin cung napasama ó hindi sa nang̃amatáy na iyón ang alin man sa mg̃a cakilala ng̃ mg̃a mambabasa sa amin. Natutuwà na camí at gayon din ang mg̃a pámahayagan ng̃ panahóng iyón, sa pagcacalám na ang iisaisang fraileng nacasacáy sa vapor ay nacaligtás, at walâ na camíng hinihing̃ing ibá pa. Ang pang̃ulo sa amin ay ang buhay ng̃ banál na mg̃a sacerdote, na papanatilihin nawà ng̃ Dios ang caniláng paghaharì sa Filipinas sa icagagaling ng̃ aming m̃ga caluluwa.[282]

Tungcól cay María Clara'y walà ng̃ naguíng balitang anó pa man, liban na lamang sa anaki'y siyá'y iniing̃atan ng̃ libing̃an sa canyáng sinapupunan. Ipinagtanóng naming macailan siyá sa iláng taong may malalaking capangyarihan sa santo convento ng̃ Santa Clara, ng̃uni't sino ma'y waláng nag-ibig magsabi sa amin ng̃ isá man lamang salità, cahi't ang m̃ga masalitang madasaling tumátanggap ng̃ bantóg na fritada ng̃ atáy ng̃ inahíng manóc, at ng̃ salsa na lalò pang cabalitaang tinatawag na «salsa ng̃ m̃ga monja», na guinágawâ ng̃ matalinong taga-paglutong babae ng̃ m̃ga Virgen ng̃ Pang̃inoóng Dios.

Gayón man:

Isáng gabí ng̃ Septiembreng umaatung̃al ang bagyó at hináhampas ng̃ canyáng calakilakihang m̃ga pacpác ang m̃ga bahay sa Maynilà; dumáragundong ang m̃ga culóg sa tuwing sandalî, waláng humpáy halos ang pagtatangláw ng̃ m̃ga lintíc at kidlát sa m̃ga iniwáwasac ng̃ buhawi at naglulubog sa m̃ga namamayan sa caguiclág̃uicláng tacot. Napapanood sa liwanag ng̃ kidlát ó ng̃ lintíc na nagpapakilwágkilwág, na tulad sa áhas, ang paglipád ng̃ isáng panig ng̃ bubung̃an ó ng̃ isáng bintana na dalá ng̃ hang̃in, ang pagcáguibâ ng̃ bahay na cakilakilabot ang lagapacan: waláng isáng coche at waláng isáng taong lumalacad sa m̃ga daan. Pagca náriring̃ig sa malayò ang paós na ugong ng̃ culóg na inuulit ng̃ macasangdaan ng̃ aling̃awng̃aw, cung magcágayo'y nariring̃ig ang pagbubuntóng-hininga ng̃ hang̃ing umiipoipo sa ulán, na siyáng gumágawâ ng̃ ulit-ulit na *tric-trac* sa m̃ga nacasarang dahon ng̃ bintanang capís.

Dalawang guardia ang sumisilong sa isáng bagong guinagawang bahay sa malapit sa convento: isáng sundalo't isáng *distinguido*.

— ¿Anó ang atang guinágawâ rito?— ang sabi ng̃ sundalo;— sino ma'y waláng lumalacad sa daan ... dapat tayong pumaroon sa isáng bahay; tumatahan ang babae co sa daang Arzobispo.

— Malayolayô rin buhat dito hanggáng doon at mababasâ tayo,— ang sagót ng̃ *distinguido*.

— ¿Anó ba ang cabuluhan noon, huwág lamang patayín tayo ng̃ lintíc?

— ¡Bah! huwág cang mag-alaala; dapat magcaroon ang m̃ga monja ng̃ isáng «pararayo» upang silá'y máligtas.

— ¿Siyá ng̃a ba?— anáng sundalo,— ng̃uni't anóng cabuluhan ng̃ pararayo'y ng̃itng̃it ng̃ dilím ang gabí?

At tuming̃alâ upang macakita sa cadiliman: ng̃ sandaling iyó'y cumináng ang isáng kidlát na inulit at pagdaca'y sinundán ng̃ malacas at calaguimlaguim na culóg.

— ¡Nacú! ¡Susmariosep!— ang biglâng sinabi ñg sundalo, na nagcucruz at tulóy hinihila ang canyáng casama;— ¡umalís tayo rito!

— ¿Anó ang nangyayari sa iyó?

— ¡Tayo na, umalís tayo rito!— ang inúlit ñg sundalo na nagtataguctucan ang ñgipin sa tacot.

— ¿Anó ang nakita mo?

— ¡Isáng fantasma!— ang ibinulóng na nañgáñgatal ang boong catawán.

— ¿Isáng fantasma?

— ¡Sa ibabaw ñg bubuñgan ... marahil siyá ang monja na naglíligpit ñg mga bága sa boong gabi!

Tumiñgalâ ang *distinguido* at ibig niyáng makita.

— ¡Jesús!— ang biglâng sinabi at siyá nama'y nagcruz.

Siyá ñgâ namán, sa makináng na ilaw ñg kidlát ay canyáng nakita ang isáng anyóng taong nacatindíg, halos sa palupo ñg bahay, nacataas sa lañgit ang mukhà't ang mga kamáy, na para manding humíhiñgî sa canyá ñg awa. ¡Mga lintíc at culóg ang itinútugón ñg lañgit!

Nang macatapos ang ugong ñg culóg ay náriñgig ang isáng mapangláw na daíng.

— ¡Hindi gawâ ñg hañgin ang daing na iyán, iyá'y sa fantasma!— ang ibinulóng ñg sundalo, na siyáng canyáng pinacatugón sa guinawang sa canyá'y pagpindót ñg canyáng casama.

— ¡Ay! ¡ay!— ang naglulumampas na daíng sa hañgin at nañgiñgibabaw sa iñgay ñg ulán: hindi matacpán ñg mga haguinít ñg hañgin ang matamís at cahabaghabag na tinig na iyóng puspós ñg capighatîan.

Mulíng cumináng ang isáng kidlát na nacasisilaw ang tindí.

— ¡Hindi, hindi fantasma!— ang biglâng sinabi ñg *distinguido*;— mulí pang nakita co siyá; casinggandá ñg Virgen ... ¡Umalís na tayo rito't magbigáy álam tayo!

Hindi na hinintay ñg sundalong ulitin pa ang pagyacag sa canyá't nañgagsialís ang dalawá.

¿Sino cayâ ang humihibic sa calaguitnaan ñg gabí, na hindi inaalintana ang malacás na hañgin, ang ulán at bagyó? ¿sino cayâ ang matatacuting virgeng esposa ni Jesucristo, na nakikilaban sa nañgagñgañgalit na bagyó, tubig, lintíc at culóg at hinirang pa namán ang cagulatgulat na gabí at ang may calayaang lañgit, upang itaghóy mulâ sa isáng mapañganib na cataasan ang canyáng mga daing sa Dios? ¿Linisan cayâ ñg Dios ang canyáng templo at aayaw ñg dingguín ang mga hibíc sa canyá? ¿Bacâ cayâ hindi macalampás sa bubuñgán ñg convento ang mga mithî ñg cáluluwa at ñg macapailánglang hanggáng sa trono ñg lubháng Mahabaguin?

Humihip ñg boong galit ang bagyó halos sa magdamág; hindi sumicat ang isá man lamang bituin sa boong gabí; nagpatuloy ang waláng pagcasiyahan sa hirap na mga ¡ay! na nacacahalo ng̃ mga buntóng hining̃á ng̃ hang̃ing malacás, datapwa't nasunduan niyáng bing̃í ang Naturaleza't ang mga tao; nagpuyát palibhasa ang Dios ay hindi siyá náriring̃ig.

Kinabucasan, ng̃ mapaspás na sa lang̃it ang maiitim na mga alapaap ay muling sumicat ang araw sa guitnâ ng̃ nadalisay na himpapawíd, humintô sa pintuan ng̃ convento ng̃ Santa Clara ang isáng coche at doo'y nanaog ang isáng lalaki, na napakilalang siyá'y kinacatawan ng̃ may capangyarihan at hining̃ing siyá'y pakipag-usapin sa abadesa at sa lahát ng̃ mga monja.

Ang sabi'y may humaráp na isáng monjang basáng basá at punít-punít ang suot na hábito, tumatang̃is at isinumbóng ang cakilakilabot na mga cagagawan at hining̃ing siyá'y tangkilikin ng̃ tao laban sa mga catampalasanan ng̃ pagbabanalbanalan. Ang sábihan din namá'y totoong cagandagandahan ang monjang iyon, na may mga matáng ang cagandaha't catamisa'y walâ pang nakikitang macacawang̃is.

Hindi siya inampón ng̃ kinacatawan ng̃ may capangyarihan, nakipagsalitaan itó sa abadesa at iniwan ang monjang iyón at hindi pinakinggán ang canyáng mga samò at mga luhà. Napanood ng̃ monjang sinarhan ang pintô pagcalabás ng̃ tao, na gaya marahil ng̃ panonood, ng̃ hinatulang magdusa, ng̃ pagsasará sa canyá ng̃ pintuan ng̃ lang̃it, sacasacali't dumating ang araw na maguiguing casíng bang̃ís at mawawalán ng̃ damdamin ang lang̃it na gaya ng̃ mga tao. Ulól daw ang monjang iyón ang sabi ng̃ abadesa.

Hindi marahil nalalaman ng̃ taong iyóng sa Maynilà'y may isáng hospicio na pinag-aalagaan sa mga nasisira ang isip; ó bacà cayà namán ipinalálagay niyáng ang convento ng̃ mga monja'y isáng ampunan ng̃ mga ulól na babae, bagá man hinahacang may catatagáng camangmang̃an ang taong iyóng upáng macapagpasiya cung sirà ó hindi ang pag-iisip ng̃ isáng tao.

Sinasabi rin namáng baligtád ang ipinasiya ng̃ general J. ng̃ canyáng mabalitaan ang nangyaring iyón; tinangcâ niyáng tangkilikin ang ulól na babae caya't hining̃î niyá itó.

Ng̃unit ng̃ayó'y waláng humaráp na sino mang dalagang cagandagandahang waláng umampón, at hindi itinulot ng̃ abadesang dalawin at tingnán ang convento, at sa ganitó'y tumutol siyá sa pang̃alan ng̃ Religión at ng̃ mga Santong Cautusán sa Convento.

Hindi na muling napagsalitaanan pa ang nangyaring iyón, at gayón din ang tungcól sa cahabaghabag na si María Clara.

WACAS ÑG PAGSASAYSAY.

MGA TALABABA

[1]*A mi pátria*, ang sabi sa "original" na wicang castilà. Ang sabing "pátria" ay waláng catumbas sa wícà natin cung dî: ang tinubuang lupà, ang tinubuan bayan, ang kinaguisnang bayan, ang kinamulatang bayan, at iba pa. Ñguni't ang sinasabing bayan ò lupà rito'y saclaw ang boong Sangcapuluang Filipinas, hindî ang lupang Naic ó bayang Malabon ó lalawigang Tayabas, cung di ang capisanan ñg lahat ñg bayan, ñg lahat ñg lalawigan sa boong Sangcapuluang ito, casama ang mga bundóc, gubat, ilog, dagat at iba pa.— P.H.P.

[2]"Casaysayan ñg ano mang nangyayari." Ipinañguñgusap na "istoria"; sa pagka't sa wicang castila'y hindî isinasama ang h sa pagbasa— P.H.P.

[3]Ang cáncer ay masamáng "bùcol" ó bagâ, na hindî maisatagalog na "bagâ" ó búcol, sa pagca't ibang iba sa mga sakit na itó. Caraniwang napagagaling ang "bagâ" ó búcol, datapowa't ang "cáncer" ay hindî. Bawa't dapuan ñg "cáncer" ay namamatay. Wala pang lunas na natatagpuan ang mga pantás na manggagamot upang mapagalíng ang "cáncer", na cung pamagatá'y "carcinoma." May nagsasabing napagagaling ang "carcinoma" sa pamamag-itan ñg paglaplàp sa búcol, cung panahóng bagong litáw, na walang ano mang itítira, datapuwa't palibhasa'y hindî nararamdaman ñg may sakít ñg carcinoma na siya'y mayroon nito, cung dî cung malubha na, iyan ang cadahilana't walâ ñg magawâ ang mga cirujano. Ang caraniwang dinadapuan ñg cáncer, carcinoma, ay ang mga taong bayan at hindi ang taga bukid; at lalong madalas sa babae cay sa lalakí. Sa suso ó sa bahay-bata madalás dumápò cung sa babae. Ang sakít na "cancer" ay tinatawag na "Noli me tangere," na ang cahuluga'y "Howag acong salañgín nino man;" sapagca't cung laplapin at hindi macuhang maalís na lahat at may matirang cahi't gagahanip man lamang ay nananag-ulî at lalong lumalacas ang paglaganap, tulad sa inuulbusang halaman, damó ó cahoy na lalong lumálacas ang paglagô, at pagcacagayo'y lalong nadadalî ang pagcamatay ñg may sakit.— P.H.P.

[4]Tinatawag na civilización ang caliwanagan ñg isip dahîl sa pag-aaral ñg mga bago't bagong dunong. Nagpasimula ang tinatawag na "civilización moderna," ó bagong civilización, ñg icalabinglimang siglo, at nacatulong na totoo na bagay na ito ang pagcátuclas ñg limbagan.— P.H.P.

[5]*Colado*, ang taong hindi inaanyayaha'y cusang dumádalo sa isang piguíng. Maraming di ano lamang sa mañga bayanbayan, at lalonglalo na dito sa Maynilà, ang mañga taong di nating calahì, na hindî man inaanyayahan ay nagdudumalíng dumaló sa manga piguíng nang manga filipino, na canilang tinatawag *na indio*, at ang manga taong yaong di natin calahì ang siyang tinatawag ni RIZAL na manga *colado* sa piguíng.— P.H.P.

[6]Ang catutubong mahusay at dî nagbabagong calacarán ñg mga linikhâ ñg Dios— P.H.P.

[7]Nang panahóng sulatin ni RIZAL ang NOLI ME TANGERE ay hindi pa umaagos dito sa Maynila ang tubig na inumíng nanggagaling sa ilog San Mateo at Marikina. Talastas nang madla, na ang guinugol sa pagpapaagos na ito ay ang ipinamanang salapi, upang iucol sa ganitong bagay, ni D. Francisco Carriedo, castilang naguíng magistrado sa Real Audiencia nang una. ¡Salamat sa isáng castílà, sa isáng hindî nating caláhì ay nagcaroon ang Maynílà ñg tubig na totoong kinacailañgan sa pamumuhay! Maraming mayayamang filipinong bago mamatay ay nagpapamana ñg maraming salapî at mahahalagáng cayamanan sa mga fraile ó sa mga monja, datapowa't hindî nañgababalinong magpamana ñg anó mang iguiguinhawa ó magagamit sa pamumuhay ñg caniláng mga cababayan. Walâ rin acóng nalalamang nagawáng handóg sa mga filipino ang mga fraile na macacatulad ñg pamana ñg dakilang si Carriedo; gayóng dahil sa mga filipino cayâ yumaman at naguíng macapangyarihan ang mga fraileng iyan.— ¡Culang palad na Filipinas!— Nang di pa umaagos ang tubig na inumíng sinabi na ay sa ilog Pasig ó sa manga ibáng nacaliliguid sa Maynílà umiiguib nang inumín at ibá pang cagamitan sa bahay, sacali't ang bahay walang *algibe* ó tipunán ñg tubig sa ulán.— P.H.P.

[8]Ang namamatnugot sa paggawâ ñg anó man edificio. Tinatawag na edificio ang bahay, palacio, simbahan, camalig at iba pa.— P.H.P.

[9]Ang ladrillong parang pinggan ang pagcacayarì.— P.H.P.

[10]Ang "maceta" ay wicang castilà na ang cahuluga'y ang lalagyán ñg lupà na pinagtatamnan ñg mga halamang guinágawang pangpamuti, sa macatuwid ay malî ang tawag na "macetas" sa halaman.— P.H.P.

[11]Patuñgán ñg mga "maceta" ó pátirican ñg haligue ó ano mang bagay.— P.H.P.

[12]Ang capisanan ñg guinagamit sa pagcaing cuchara, cuchillo, tenedor at iba pa.— P.H.P.

[13]Ang sabing "caida" ay wìcang castilà, na ang cahuluga'y ang pagcahulog, pagcálagpac, pagcárapâ pagcatimbuang, ó ang kinahuhulugan ó ang laláy ñg ano mang bagay; datapuwa't dito sa Filipinas, ayawan cung anong dahil, tinatawag na "caida" ñg mga castilà at ñg mga lahing castila ang macapanhíc ñg báhay.— P.H.P.

[14]Ang panig ñg bahay na pinaglálagyán ñg mesang cacanán.— P.H.P.

[15]Mulíng pañgañganac. Ang panahong nagpasimulâ nang calaghatian nang Siglo XV, na napucaw sa mañga taong tubò sa dacong calunuran ñg Sandaigdigan ang masilacbong pagsisiyasat nang mga maririkit na guinagáwâ sa una nang mga griego at nang mga latino— P.H.P.

[16]Bataláng bató, na ang caraniwa'y baldosa ang tungtuñgan.— P.H.P.

[17]Sa convento ñg Antipolo ay may isang cuadrong catulad nitó.— J.R.

[18]Isáng pabilóg na parang culuong na ang caraniwa'y pinagagapañgan ñg mga halaman.— P.H.P.

[19]Ang ilawang sañgasañga na ibinibiting may mña pamuting mña cristal na nagkikislapan.— P.H.P.

[20]Isáng papatuñgang cahoy, na catulad nñ papag na mababà ang anyô.— P.H.P.

[21]Cahoy na caraniwang tawaguin nñ tagalog na "Palo-China." Ang cahoy na ito'y caraniwan sa Europa at América. Sumisibol din sa Benguet, dito sa Filipinas, dahil sa malamíg ang siñgaw roon.— P.H.P.

[22]Natuclasán ang paggawâ nñ "piano" nñ siglo XIII at siyang naguing cahalili nñ "clavicordio" at nñ "espineta." Alinsunod sa anyô at lakí ay tinatawag na piano de mesa, piano de cola, piano de media cola, piano vertical, piano diagonal at iba pa. Ang piano de cola'y nacahigang parang mesa, na sa isáng dulo'y malapad at sa cabiláng dulo'y makitid at isá sa mña lalong mahál ang halagá.— P.H.P.

[23]Tinatawag na larawang "al óleo," (retrato al óleo) ang larawang ipinípinta sa pamamag-itan nñ mña culay ó pinturang tinunaw sa lañgis.— P.H.P.

[24]Sambahan nñ mña judío.— P.H.P.

[25]Caraniwang tinatawag na Nuestra Señora ang anó mang larawan ni Guinoong Santa María, na halos may dî mabilang na pamagát: Nuestra Señora del Carmen, cung may mña escapulario sa camay; Nuestra Señora del Rosario, cung may tañgang cuintás; Nuestra Señora de la Correa, cung nacabigkís nñ balát, Nuestra Señora de Turumba, Nuestra Señora de Salambaw at iba pang lubháng napacarami.— P.H.P.

[26]"Hindî carapatdapat" ang cahulugán nñ sabing "indigno," salitang caraniwang sabihin nñ mña nacacastiláan.— P.H.P.

[27]Tinatawag na cadete ang nag-aaral sa isáng colegiong doo'y itinutúrò ang mña bagaybagay na nauucol maalaman nñ isáng militar.

[28]Taga ibáng lúpà, sa macatuwid ay hindî taga Filipinas ang cahulugán nñ sabing "extranjero." Gayon ma'y dî caraniwang tawaguing "extranjero" ang insíc, ang castílà, ang turco, ang japonés, ang bombay, ang colombo at ibá pa; sila'y tinatawag ditong insíc, castílá, "turkiano," japón, bombay, colombo. Tinatawag lamang "extranjero" ang inglés, alemán, francés, suizo at ibá pa, sa pagca't iniuucol lamang ang sabing "extranjero" sa mña mañgañgalacal na may malalaking puhunan.— P.H.P.

[29]Ang bubóng na tablá nñ mña sasacyán.

[30]Tinatawag na "paisano" nñ mña sundalo ang hindî militar.— P.H.P.

[31]Caraniwang tinatawag na "biscuit" ang biscochong na sa mña maliliit na latang nanggagaling sa Inglaterra. Tinatawag dito sa ating "biscocho" ang mña malulutóng na tinapay, gaya nñ tinatawag na "biscocho y caña" at "biscocho y dulce," at ang tunay na biscocho'y tinatawag na "sopas" nñ mña dî nacaaalám nñ wicang castílà. Ñgayo'y gumágawâ na rito sa atin ng masasaráp na biscochong hindî saból sa mña nanggagaling sa Inglaterra,

ang *La Perla* ni G.J.E. Monroy, ang *La Fortuna* ni G. Claro Ong at ibá pa. Carapatdapat papurihan ang mg̃a cababayang itóng naglíligtas sa Filipinas na bomobowís sa mg̃a taga ibáng lupaín sa pagbilí ng̃ mg̃a bagay na dito'y nagágawâ.– P.H.P.

[32]Marang̃al na general ni Cárlos V at ni Felipe II. Siya ang nagtagumpáy sa panghihimagsic ng̃ Paises Bajos at nacalupig sa Fort.– P.H.P.

[33]Ang talaán ng̃ mg̃a oficial at mg̃a púnò sa mg̃a hucbó.

[34]Ang may catungculang umusig sa masasamang tao at mang̃asiwà sa capanatagán ng̃ mg̃a bayanbayan. Ng̃ panahón ng̃ Gobierno ng̃ España'y may dalawang bagay na Guardia Civil dito sa Filipinas: "Guardia Civil" ang pang̃alan ng̃ mg̃a na sa bayanbayan ng̃ mg̃a lalawigan, at "Guardia Civil Veterana" ang na sa ciudad ng̃ Maynílà.– Pawang mg̃a filipino ang mg̃a sundalo ng̃ Guardia Civil at ng̃ Guardia Civil Veterana, at mg̃a castílà ang mg̃a oficial at ang mg̃a púnò. Manacánacáng nagcacaroon ng̃ alferez at tenienteng mg̃a filipino. Ang nahalili ng̃ayon sa Guardia Civil ay ang Policía Insular, na tinatawag ding Policía Constabularia, at sa Guardia Civil Veterana ay ang Policía Metropolitana na pawang americano at ang Policía Municipal na pawang filipino. Bucod sa Guardia Civil at Veterana'y may mg̃a Cuadrillero pa na pawang filipino ang mg̃a sundalo at pinunò, na ang caraniwa'y fusil na walang cabuluhán at talibóng ang mg̃a sandata. Ng̃ mg̃a hulíng taón ng̃ Gobierno ng̃ castila'y nagcaroon sa Maynílà ng̃ mg̃a tinatawag na "Guardia Municipal," na ang dalang sandata'y revolver at sable. Sa macatuwíd ang mg̃a namamahalà ng̃ catahimican ng̃ mg̃a namamayan, ng̃ mg̃a hulíng panahón ng̃ mg̃a castilà, dito sa Maynílà'y ang Guardia Civil Veterana, ang Guardia Municipal at ang Cuadrillero, at sa mg̃a lalawiga'y ang Guardia Civil at ang Cuadrillero, bucód sa Policía Secreta na itinatag dito sa Maynílà, hindî co matandaan cung ng̃ taóng 1894 ó 1895.– P.H.P.

[35]Ang nagtuturò sa paaralan.– P.H.P.

[36]Colegio ó paaralang mg̃a fraileng dominico ang may-arì at silá rin ang nang̃agtuturò.

[37]Tinatawag na "dialéctico" ang gumagamit ng̃ dialéctica. Ang "dialéctica'y" ang carunung̃ang ucol sa pag iisip-ísip at ang mg̃a pinanununtunang landás sa bagay na itó.– P.H.P.

[38]Si Santo Domingo de Guzman ang nagtatag ng̃ capisanan ng̃ mg̃a fraileng dominico cayá sila'y tinatawag na mg̃a anác ni Guzman.– P.H.P.

[39]Ang nananatili sa pakikipanayam sa sangcataohan; ang hindî sacerdote.

[40]Ang nagpápalagay ng̃ mg̃a paláisipang dapat sagutin at tutulan sa pang̃ang̃atowiran ng̃ catalo.

[41]Ito'y ang balitang si G. Benedicto de Luna, marunong na abogadong filipino.

[42]Ang pagtatang̃î at pagbubucod ng̃ pinagmamatuwirang anó man.

[43]Ang mg̃a inanác ó iniapó ng̃ mg̃a unang senador sa Roma.

[44]Mg̃a fraile.

[45]Si Enrique Heine ay bantóg na poeta at crítico alemán. Sumulat sa wicang alemán. Ipinang̃anác ng̃ 1796 at namatáy ng̃ 1856.

[46]Ang mg̃a dios sa pinagtapunan.

[47]Ang Tyrol ay isáng magandáng panig ng̃ Suiza at Baviera at isá sa mg̃a lalawigan ng̃ Austria-Hungría. May siyam na raang libong tao ang namamayan doon.

[48]Tinatawag na equinoccio ang pagcacaisá ng̃ hábà ng̃ araw at ng̃ gabí. Nagcacaequinoccio pagpapasimulâ ng̃ signo Aries at pagpapasimulâ namán ng̃ signo Libra. May equinoccio ng̃ tag-araw, mulâ sa 20 hanggang 21 ng̃ Marzo, at may equinoccio ng̃ tag-ulan, mulâ sa 22 hanggang 23 ng̃ Septiembre.

[49]Halos talós ng̃ lahát ng̃ fipinong ang cahulugán ng̃ "morisqueta" ay canin; ng̃uni't ang walâ marahil nacacaalám niyan ay cung saang wicà nanggaling; sa pagca't ang sabing morisqueta'y hindî wicang castilà, hindî tagalog, hindî latín, hindî insíc at iba pa. ¿Ang mg̃a fraile cayâ ang nagtatag ng̃ salitang iyan?

[50]Sinabi co na sa sa isá sa mg̃a paunawà sa BUHAY NI RIZAL na sa pasimulâ ng̃ librong itó na ang sabing "indio" ay wicang castilà na ang cahuluga'y túbò ó inianác sa India. Ang Filipinas ay mg̃a pulóng na sa panig ng̃ libutáng tinatawag na "Oceanía," at ang India ay na sa panig ng̃ libutáng tinatawag na Asia. Ang tawag na indio ng̃ mg̃a fraile, ng̃ mg̃a castilà at ng̃ mg̃a lahing putî sa mg̃a túbò sa Filipinas ay isáng pag-alimura at pagcutyâ sa mg̃a lahing caymanggui. Caacbáy ng̃ sabing indio ang cahulugang tamád, waláng damdamin, hang̃al, dugong mabábà, cutad na ísip, ugaling pang̃it, waláng cahihiyan at iba pang lalong mg̃a casamasamâan. Sacsí nitóng mg̃a sabi co ang mg̃a sinulat ng̃ mg̃a fraile't castilà tungcol sa Filipinas. Ng̃uni't ang lalong nacatátawa'y ang mg̃a táong túbò rin dito sa Filipinas, na dahil sa maputî ang caniláng balát ay tumatawag sa capowâ tagritong caymangui ng̃ indio ... ¡Mg̃a dukhang damdamin!– P.H.P.

[51]Ito'y lubós na catotohanan. Ang sumusulat nito'y nacapang̃umpisal ng̃ panahóng cabataan pa sa isáng fraileng palibhasa'y bahagyâ ng̃ macawatas ng̃ wicang tagalog, ipinipilit na ang casalanang ikinucumpisal ay sabihin ng̃ nang̃ung̃umpisal sa mg̃a salitáng cahalayhalay at magagaang na sa Diccionariong wicang castilà at wicang tagalog na sinulat ng̃ caniláng capowà fraile.– P.H.P.

[52]Ang mg̃a sinising̃íl sa binyag, casal, tawag, libíng, campana, ciriales at iba pa.

[53]Ang caraniwang tinatawag na "manong" ó "manang", galing sa salitang "hermano" "hermana". May dalawang bagay na manong, ang manong na franciscano ó franciscana at manong na dominico ó dominicana.

[54]Dating estancado ang tabaco dito sa Filipinas. Ang Gobierno ng̃ España ay siyang namímilì ng̃ tabacong dahon sa mg̃a magsasacá sa mg̃a bayang may pahintulot na magtaním ng̃ tabaco, ang Gobierno ang nagpapadalá dito sa Maynílà siya ang nagpapagawa ng̃ tabaco at cigarrillo at siya rin ang nagbibilí. Sino ma'y walang nacabibilí ng̃ tabacong dahon cung dî ang Gobierno at sino ma'y walang nacapagbibilí ng̃ tabacong dahon, ng̃ tabacong yarì at ng̃ cigarrillo cung dî ang Gobierno. Sa mg̃a bayang may pahintulot na magtaním ng̃ tabaco'y may mg̃a cagawad ang Gobierno, na siyang nang̃ang̃atawa't ng̃ gumalíng ang taním na tabaco at mag-ani ng̃ marami. Ang Gobiernong mamimili ay siya ring nagháhalaga ng̃ tabacong dahong canyang biníbili. Ng̃ taóng 1883 ay inalís dito sa Filipinas ng̃ Gobierno ng̃ España ang estanco ng̃ tabaco at binigyang calayaan ang lahat na macapagtaním at macapagbilí ng̃ tabacong dahon, tabacong yarì ó cigarrillo, at ang inihalili sa estanco ay iba't ibang bagay na pagpapabowis sa mg̃a tagarito.– P.H.P.

[55]Alac na Jerez, na nanggagaling sa uvas na inaani sa bayang Jerez de la Frontera, na sacop ng̃ lalawigang Cadiz, caharian ng̃ España. Ang bayang iyo'y mayaman, nasa tabí ng̃ ilog Guadalete at may 62,009 ang nananahang tao.– P.H.P.

[56]Tinatawag na Evangelio ang mg̃a sinulat ni San Mateo, San Lucas, San Marcos at San Juan. Ang mg̃a sinulat ng̃ apat na Santong itó, na dî iba cung dî ang casaysayan ng̃ mg̃a ipinang̃aral at buhay ni Jesucristo, ang siyang pinagpapatuunan ng̃ mg̃a utos at palatuntunan ng̃ Iglesia Católica Apostólica Romana, ng̃ Iglesia Cismática sa Rusia at sa Grecia, ng̃ Iglesia Protestante at ng̃ Iglesia Filipina Independiente.– P.H.P.

[57]Ang cahulugan ng̃ sabing indolente ay ang táong hindî napupucaw ang loob sa mg̃a bagay na sa iba'y nacasakit. Ang walang malasakit sa ano man, ang mabagal, ang tamád.

[58]"Bailujan," galing sa sabing "baile," sayáw. Ang baile ay wicang castilà. Ang "bailuhan" ay hindî guinagamit ng̃ mg̃a fraile at ng̃ mg̃a castilà dito sa Filipinas cung dî ang sabing "baile" pagca ang sayawan ay sa bahay ng̃ capowà castílà, at "bailujan" pagca ang sayawan ay sa bahay ng̃ mg̃a filipino. Sa maiclíng sabi, ang cahulugan ng̃ "bailujan" ay sayáw na carapatdapat cutyaín, catawátawá, waláng cahusayan.

[59]Ang "loto" ay isáng cahoy sa Africa. Anang mg̃a poeta, ang taga ibang lupaíng macacain daw ng̃ bung̃a ng̃ "loto" ay nacalilimot sa canyang kinamulatang bayan.

[60]Sa macatuwid baga'y sucat na ang magcaroon ng̃ caunting pag-iisip.

[61]Caugalian sa mg̃a castilang hindî "usted" (cayó pô) na guinagamit sa caraniwan, cung dî "Vuestra Reverencia" ó "Vuesarevencia" (sa

NOLI ME TÁNGERE

cagalanggalang pô ninyo) ang siyang ibinibigay na galang sa mg̃a fraile sa pakikipag-usap sa canila.

[62]Ipinan̄gun̄gusap n̄g "ereje," sa pagca't sa wicang castila'y hindi isinasama ang h sa pagbasa. Tinatawag na "hereje" ang cristianong sumásalansang ó hindi sumasampalataya sa mg̃a pinasasampalatayanan n̄g Iglesia Católica Apostólica Romana.— P.H.P.

[63]Ang kinácatawan n̄g Dios.

[64]Maliit na general; sa macatuwíd baga'y waláng halagang general.

[65]Maliit na general Capansanan.

[66]"Su excelencia" sa wicang castila, paunlác na tawag sa Capitan General at sa iba pa n̄g mg̃a castila.— P.H.P.

[67]Pan̄galawa n̄g Real Patrono. Tinatawag na Real Patrono n̄g Iglesia Católica Romana ang Harî sa España. Haring tagatangkilic ang cahulugan sa wicang tagalog— P.H.P.

[68]Hindî acó nasísilong cahi't siya'y pan̄galawá man n̄g harì— ang ibig sabihin ni Pári Dámaso.— P.H.P.

[69]Mulà sa taóng 1717 hangang 1719 ay naguíng Gobernador General sa Filipinas si Don Fernando Bustamante. Sa pagca't canyáng napagunáwà ang malaking mg̃a pagnanacaw sa pamamanihalà n̄g salapî n̄g Harì, minagáling niya ang magtatag n̄g mg̃a bágong utos sa pamamahalà n̄g salapî n̄g calahatán. Pinasimulán niyáng kinulóng sa bilangguan ang mg̃a taong pinaghihinaláan; sila'y canyáng pinag-usig sa haráp n̄g mg̃a tribunal. Galít na galít cay Bustamante ang mg̃a may matataas na catungculan sa ganito'y nan̄gagsipan̄ganib na mapahamac, at sa gayóng cahigpita'y hindî nan̄gabihasa cailán man. Sa pagcá't nabalitàan ni Bustamante ang panucalang manghimagsic laban sa canyáng capangyariha't pamamahálà, at tinatangkílic n̄g mg̃a fraile sa caniláng mg̃a simbahan ang lalong mg̃a kilaláng mahihigpít niyáng mg̃a caaway, naglathalà siyá n̄g pagtawag sa lahát n̄g mg̃a lalaking may mahiguít na labíng apat na taón upang man̄gagsipanig sa hucbòng magsasanggaláng sa capangyarihan n̄g Harì. Dinin̄gíg n̄g bayan ang pag tawag na iyón, at nátatag ang isang hucbó n̄g mg̃a cusang pumasoc sa pagsusundalo. Nan̄gagsifirma ang Arzobispo at iláng mg̃a abogado sa isáng casulatang doo'y itinututol na waláng capangyarihan at waláng catowiran daw si Bustamante na ipag-utos ang pagpapapilangô sa notariong si Osejo, na tumacbò at nagtagò sa simbahang Catedral: dahil dito'y ipinag-utos n̄g Gobernador General na dacpín at ibilanggô ang arzobispo at gayon din ang mg̃a abogadong cainalám sa gayong panucalang catacsilan.— Pinanggalin̄gan ang mg̃a pagpapapilanggong itó n̄g iba't ibang mg̃a caguluhan, at sa tacot n̄g mg̃a fraileng bacâ síla namán ang pag-usiguin, minagalíng nilá ang silá ang mamatnugot sa mg̃a lumálabag sa capangyarihan n̄g Gobernador.— Lumabás sa mg̃a simbahan ang mg̃a nagtatagò roon, nagdalá n̄g mg̃a sandata, at n̄g macasanib na sa canilá ang iláng mg̃a tagarito, lumacad silá't ang tinun̄go'y ang

palacio n͡g Gobernador, na n͡g panahóng iyó'y na sa taguilirang ilaya n͡g tinatawag n͡gayóng Plaza ni William McKinley. Nan͡gun͡guna sa paglacad ang m͡ga fraile na may m͡ga hawac na Santo Cristo sa caniláng m͡ga camáy. Nang maalaman ni Bustamante ang gayóng panghihimagsic, ipinag-utos sa canyáng m͡ga guardiang barilín ang m͡ga nanghihimagsic na iyón; datapuwa't hindî sumunód sa canyáng utos ang m͡ga sundalo, at n͡g dumating ang m͡ga nanghihimagsic sa tapát n͡g palacio, isinucô nilá ang caniláng m͡ga sandata sa haráp n͡g pagca damít sacerdote n͡g m͡ga fraileng nán͡gagtaás ang m͡ga camay na may hawac na m͡ga Santo Cristo at m͡ga larawan n͡g Santo. Pinabayaan din n͡g m͡ga sundalong alabardero na silá'y macapasoc. Lumabás ang cahabaghabag na si Bustamanteng may sandatang hawac, at sinalubong sa hagdanan ang m͡ga nanghihimagsic. Hinandulong siyá n͡g m͡ga nanghihimagsic at sa sandali lamang ay may sugat na siyáng malubha. Dumaló sa canyá ang canyang anác na lalaki, at itó nama'y agád binaril at nasugatan n͡g bála. Kinaladcad n͡g m͡ga nanghihimagsic ang canilang Gobernador na naghihin͡galó hanggang sa isáng bilangguang na sa silong n͡g Audiencia, at doon siya namatáy n͡g magtatakip silim n͡g hapon n͡g araw ring iyong ica 11 n͡g Octubre n͡g 1719; ipinagcaít sa canyá ang lahát n͡g saclolo at hindi siyá binigyán n͡g isá mang lamang vasong tubig. Kinaladcád namán ang anác n͡g Gobernador General sa talian n͡g m͡ga cabayo sa palacio, at doon siya namatáy n͡g hapon ding iyón, at ipinagcáit sa canyáng macaguibíc ang sino man manggagamot at itinangguí sa canyá ang lahat n͡g bagay na saclolo. Ang m͡ga nanghimagsic na pinamunuan n͡g m͡ga fraileng pumupuri at nagpapaunlac sa m͡ga pumatáy sa Gobernador at sa canyáng anác ay nan͡gagsitun͡go sa cúta n͡g Santiago at doo'y kinuha at pinawalán ang arzobispo, na pagdaca'y siyá, ang nagatang sa sarili n͡g catungculang pagca Gobernador General sa Sangcapuluang itó. Hindi nagcamít parusa cailan man ang m͡ga cakilakilabot na katampalasanang ito.— Sinipi sa "Censo de las Islas Filipinas" n͡g 1903, tomo I, página 342— P.H.P.

[70]"Su Majestad el Rey" sa wicang castilà. Masasabing: "ang Macapangyarihan Harì."

[71]Sa matuwid bagá'y hindi niya pinahahalagahan ang taong sinasabi n͡g Teniente.

[72]Aayaw kilalanin n͡g m͡ga fraile si Alfonso XII, na n͡g panahong sinasabi sa "Noli me tangere" ay síyang hari sa España, cung di si Cárlos de Borbón na naghahan͡gad na siyáng maghari sa m͡ga castilà. Dahil sa paghahan͡gád na ito'y silasila ring m͡ga castilà ang nan͡gagsipagbaca, at maraming dugò ang nabuhos. Ang unang nacabaca n͡g reina Cristina at n͡g reina Isabel II ay si Cárlos de Borbón, capatid ni Fernando VII; isinalin niyá pagcatapos ang tinatawag niyang catuwiran sa Corona n͡g España sa canyáng anác na si Cárlos Luis, na nagpamagat n͡g Conde de Montemolin at haring Cárlos VI, na siyang

muling nagsabog ng̃ caligaligan, dugô at mg̃a capahamacan sa España, sa isang maning̃as na pagbabaca at ng̃ siyá'y matalo'y omowi sa Trieste at doon namatáy ng̃ 1861.

Humalili cay Cárlos Luis ang canyang capatíd na si Juan Borbón, ng̃uni't walà itóng nagawáng may cahulugán.

Ang anác ni Juang nagng̃ang̃alang Cárlos at nagpamagát ng̃ haring Cárlos VII ang siyang nagpatuloy ng̃ pagbabaca, sa udyóc at tulong ng̃ mg̃a fraile at macafraile. Pinasimulán ang icatlong pagbabaca sa Españang mg̃a capowa castila rin ang nagpatayan, ng̃ 8 ng̃ Abril ng̃ 1872. Ng̃ panahong iyó'y maraming totoong salapi ang ipinadaláng galing sa Filipinas na handóg ng̃ mg̃a fraile cay Cárlos, datapuwa't wala ring kinahinatnan ang pagpupumilit nitó, ng̃ mg̃a fraile at ng̃ mg̃a macafraile, cung dî magsabog ng̃ dugong calahi at papaghirapin ng̃ di ano lamang ang España. Natapos ang pagbabaca roon ng̃ 27 ng̃ Febrero ng̃ 1876, araw na ibinalic ni Cárlos sa Francia. Ang pinacamabuti sa mg̃a general nito'y si Zumalacárregui at si Cabrera. Cumilala at sumuco si Cabrera sa haring Alfonso XII ng̃ taóng 1895. Cung pamagatán si Don Cárlos ng̃ mg̃a castila'y "Cárlos Chapa."

Marahil ibiguin ng̃ mg̃a bumabasang maalaman cung ano ang dahil ng̃ pagbabacang ito, na nagpasimula ng̃ 2 ng̃ Octubre ng̃ 1833 at nagtapós ng̃ 27 ng̃ Febrero 1876, at aking sasabihin sa maicling salitâ:

Bago pa lamang nacacawalâ ang España sa capangyarihan ng̃ mg̃a francés, ay nagpasimulâ na ang panúcalà ng̃ mg̃a fraile at ng̃ mg̃a macafraileng papanumbalikin doon ang pagtatatag ulî ng̃ "absolutismo"; sa macatuwid baga'y ang capangyarihan ng̃ haring magawâ ang bawa't maibigan, at manumbalic ang "tribunal ng̃ Inquisición." Hindi pumayag si Fernando VII sa gayóng balac, at sa gayó'y kinagalitan siya at minagaling ng̃ mg̃a fraileng sa canyá'y mahalili ang canyáng capatid na si Cárlos María Isidro de Borbón, na nang̃acong cung siya ang maguiguing harì ay gagawin niya bawa't ibiguin ng̃ Papa at ng̃ mg̃a fraile. Bago namatáy si Fernando ay gumawa itó ng̃ testamentong isinasalin niya ang canyáng corona sa canyáng anác na babaeng si Isabel. Ng̃ mamatay si Fernando VII ng̃ 29 Septiembre ng̃ 1833 ay nahahanda na upang bacahin ang hahaliling reinang si Isabel II, na sa pagca't musmós pa noon, ang namamahalà ng̃ caharia'y si reina Cristinang nabao cay Fernando VII, at ng̃ icatlóng araw ng̃ pagcamatay nitó'y pinasimulaan na ng̃â ang panggugulô sa España ni Cárlos, na tinutulung̃an ng̃ papa, ng̃ mg̃a fraile, ng̃ lahat ng̃ mg̃a párì at ng̃ canilang mg̃a cacampi.

Ng̃ayóng mg̃a panahóng itó'y mahinang mahinà na ang carlismo sa España, at sila sila'y nagsisirâan. May nang̃agpapang̃alang "integrista" na siyang nang̃ag-iibig ng̃ "absolutismo" at ng̃ "inquisición," at "mestizo" ang itinatawag nila sa sumasang ayon sa calagayang dalá ng̃ panahón at ayaw sa "inquisición" at sa "absolutismo." Ng̃ayo'y macucurò na cung bakit aayaw kilalanin ng̃ mg̃a fraileng hárì nila si Alfonso XII at si Alfonso XIII man; ñguni't ang sawicain ñga ñg mga castilà'y "á la fuerza ahorcan" (sapilitan ang pagbitay). Aayaw man sila'y sapilitang nilálagoc ang apdóng handóg ñg catuwiran at ñg catotohanan.— P.H.P.

[73]Sa canyáng calagayan ó sa canyáng sarili.

[74]Sa galit ay nabiglaanan.

[75]Sa bibíg lamang.

[76]Mulâ sa púsò, taimtim sa púsò.

[77]Na sa pag-iisip.

[78]Sa isáng pagcacataón, hindi sinasadya.

[79]Sa pagcacataon at sa ganáng akin.

[80]Ang páring catulong ñg cura. Ñg panahón ñg Gobierno ñg España, halos ang lahat ñg paring filipino ay pawang coadjutor lamang ang naaabot na catungculan; bihirang bihirà ang naguiguing cura, at ang caraniwa'y mga fraile ang naguiguiug cura; caya't ang lahát ñg mga cura halos sa sangcapuluang ito'y pawang mga fraile. Aliping mistulà ang pagpapalagay ñg mga curang fraile sa mga coadjutor na filipino. Salamat sa revolucióng guinawa ñg Katipunang tatag ni Gat Andrés Bonifacio'y nahañgò ang mga paring filipino sa gayóng caalipinan; datapuwa't hanggá ñgayò'y walá isá man lamang sa mga paring filipinong nacacagunitang magpaunlác cay Gat Andrés Bonifacio. Cahimanawarì sila'y mañgáguising sa panahóng hináharap. ¡Wala ñg carimarimarim na púsong gaya ñg di marunong tumumbás sa utang na loob!!!

[81]Ang sumusulat ñg mga inilalathala sa mga periódico ó pámahayagan.

[82]Ang may almacen ó tindahan. Tinatawag ding almacenero ang catiwala sa pag-iiñgat ñg mga camalig na ligpitan ñg anó man, ó ang isáng catungculan sa Gobiernong ganito ang pañgalan.— P.H.P.

[83]Caugalìan ñg mga taong may pinag-aralang cung pumapanhic silá sa bahay ñg isang hindî cakilala, ang siya'y iharap sa maybahay ñg isáng cakilala nitó at sabihing:— "May capurihan po acóng ipakikilala sa inyó si guinoong Fulano."— P.H.P.

[84]Ang monje Bernardo Schwart, alemân, na siyáng nacátuclas ñg paggawâ ñg pólvora ñg siglo XIV.— P.H.P.

[85]Caraniwan sa catagalugan tawaguing "among" ang parì, marahil sa turò rin ñg fraile. Ang sabing "among" ay galing sa "amo," na ang cahuluga'y "pañginoon," at ang tumatawag ñg "amo" ay "alipin." ¿Bakit hindi sila nagpatawag ñg "ama" na siyáng cahulugan sa wicang tagalog ñg sabing "padre?" ¿Bakit itinutulot ñg mga sacerdote na silá'y tawaguin "amo?"

[86]Wicang haluang castilà't tagalog, na cung tawagui'y "wicang tinulá". Nagpapatumpictumpic bago'y ibig,— May mga filipinong hindî nañgiñgiming magsalitang sila'y hindî nacacawatas ñg wicang tagalog, na hindî silá marunong ñg wicang tagalog; datapawa't hindî rin naman marunong magsalitâ ñg tunay

na wicang castilà; waláng nalalaman cung dî ang wicang tindá: ¡cahabaghabag na m̃ga tao!

[87]Ang pagtuturò ñg isáng carunuñgan; sa halimbawà: si Fulano'y nagtuturò ñg catedra ñg "Derecho" na gaya rin cung sabihing si Fulano'y nagtuturò ñg dunong ñg "Derecho."

[88]Magbigay ang sandata sa haráp ñg carunuñgang; sa macatuwid baga'y dapat gumalang ang m̃ga militar sa m̃ga táong pantás.

[89]Magbigáy ang sandata sa harap ñg m̃ga fraile; dapat gumalang ang m̃ga militar sa m̃ga fraile.

[90]Wicang castilà ang sabing "mundo" at maraming cahulugán: ang cabooan ñg lahat ñg m̃ga kinapal.— Ang lupà.— Ang cabooan ñg lahát ñg tao.— Baúl na malakí.— Tungcol sa pamumuhay. Isá sa m̃ga caaway ng caluluwa. Dito'y ang cahulugan ay isáng tañging bahágui ñg sangcataohan, sa macatuwid baga'y ang m̃ga tao sa piguíng na iyón.— P.H.P

[91]Si Lucio Licino Lúcalo, cónsul romano, na bantog dahil sa totoong magalíng na pagcain sa canyang mesa.

[92]Ang cahulugán dito'y isang malaking tasang malucóng na pinaglálagyan ñg pagcain— Cahulugan din ñg wicang "fuente"; Bucál ñg tubig na nanggagaling sa lúpà.— Isáng "aparato" upang doo'y lumabas ang tubig na nanggagaling sa m̃ga "tubo" at ñg magamit sa bahay, sa daan ó sa halamanan.— Mulâ ñg isang bagay.— Ang sugat na talagang guinágawâ sa brazo, sa bintî at iba pa.— Kinacailañgang sa pagsasalità ñg "fuente" ay magpalabas ñg hañgin sa bibig, sa pagca't cung hindi ay masasabing "puente" na ang cahuluga'y tuláy. Ito'y isá sa m̃ga cadahilanan cayâ ayaw acóng makisunod sa bagong palacad na isulat ñg P cahi't ang pinanggaliñga'y F, gaya sa halimbáwà ñg Filipinas, Fernando, Faustino na may m̃ga sumusulat ñgayon ñg Pilipnas, Pernando, Paustino. Gayon ma'y iguinagalang co at hindi co pinipintasan ang sa ibang caisipan at palacad na sinusunod.— Upang maipañgusap ang "efe" ay idinadaiti ang labi sa m̃ga ñgiping itaas sacâ magpalabás ñg hañgin sa pagsasalitâ ñg letra.— P.H.P.

[93]Pinupuri cata. Pasimulâ ñg isáng dasál sa Dios na wicang latíng sinasabi ñg m̃ga pári at iba pang católico bago cumain.

[94]Tinatawag ñg m̃ga castilang "Península" ang España.— "Peñinsula" ang sabi ni Doña Victorina, sa pagca't siya'y isá riyan si m̃ga babaeng tagálog na nagcacasticastilaan ay bago'y hindî man lamang marunong mañgusap ng wicang castilà. Ang tunay na cahulugan ñg Península ay ang lupang halos naliliguid ñg tubig magcabicabilà.— P.H.P.

[95]Tulad sa tinatawag nating wicang "castilàng tinda." Halohalong salitang inglés, insic, portugués at malayo; gaya namán ñg nangyayari na rito sa Filipinas tungcol sa pananalitâ ñg inglés na halohalò ñg inglés, castila't tagalog.— P.H.P.

[96]Guillermo Shakespeare, dakilang poetang inglés at isa sa mga pangulong dramático sa sangcataohan. Ipinanganac sa Strafford ng 1564 at namatay ng 1616. Ang mga pangulong sinulat niya'y ang "Macbet," "Romeo at Julieta," "Hamlet," "Otelo," "Ang Mercader sa Venecia," "Ang panaguinip ng isáng gabíng tag-araw" at iba pa.— P.H.P.

[97]Ang caharian ng China.

[98]Pangalawáng libro ng Pentatesco ni Moisés.— Ang paglalacbay sa ibang lupain ng mga túbò sa isáng nación ó báyan, na siyáng cahulugán dito.

[99]Ang balbás na sumisibol sa babà, na pinapag aanyong pera— Ang pera ay ang caraniwang tawaguing "peras." "Pera" pagcâ íisa; "peras" pagcâ dalawá ó marami, ito'y cung sa wícang castilàs sa pagcá't sa wícà natin ay hindî nagbabago ang tawag cung íisa ó marami man. Ipinaliliwanag co itó sa pagca't marami sa mga tagalog na sa dî caalaman ay tinatawag na "pera" ó "pira" ang isáng céntimo, sa pagtulad sa mga castilàng tinatawag na "perra chica" ang caniláng cuartang ang halaga'y isáng céntimo natin ó "perra grande" pagcâ halagang dalawang céntimo. Asong babae ang cahulugan ng sabing "perra," at ganito ang itinawag ng castilà sa canilang cuarta, dahil doo'y may napapanood na isáng leóng ang camukha'y aso.— P.H.P.

[100]Catutubong hiyas ng espíritu ng tao na siyang tagaacay sa paggawâ niyá ng anó man. Pagcakilalang tunay ng casamaang dapat nating pangilagan at ng cagalingang dapat nating gawín— P.H.P.

[101]Nang panahóng nacapangyayari ang Gobierno ng España sa Filipinas, hindî ipinahihintulot na ang mga castilang lalaki't babae'y gumawâ ng anó mang may cabígatán, gaya bagá ng mag-araro, mag-asaról, mag-pahila ng carretón, magpas-an, ang lalaki, at ang babae namá'y hindi namimilí ng pagcain sa mga pamilihan, hindi naglulutò, hindi naglalácad ng maláyò; inaacala ng mga castilang isáng casiraan ng caniláng puri cung mapanood ng mga filipinong sila'y gumagawa ng mabigat, at nakikigaya namán sa canilá ang mga lahing castilà. Naguíng casabihán tulóy sa catagalugan, dahil sa bagay na itó ang "para ca namáng castila," "para ca namáng señora," sa mga lalaki't babaeng tagalog na aayaw magtrabajo ng mabigát.— P.H.P.

[102]Ng panahóng sinasabi ni "Rizal" na nangyari ang sinasaysay sa librong itó, ang tawag sa bahay-bayan (Casa municipal) ay tribunal at ang tawag sa Presidente Municipal ay Gobernadorcillo (maliit na Gobernador) panglibác na pangalan. Ang Gobernadorcillo'y tagapamahalà ng bayan, hucóm sa mga mumuntíng bagay na usapín, tagausig sa masasamáng tao, taga paningíl as mga cabeza de barangay, nacaaalam ng correo at ibá pa.— P.H.P.

[103]Waláng anó mang calabisán. Lubhà ngang catotohanan ang sinasabing itó ni RIZAL na sucat na ang alalahanín cung bakit hinatulang mapresidio ang iláng maririlag na guinoong filipino, ng 1872 dahil sa sinapantahang sila'y mga cainalám sa mga nangyari sa arsenal ng Tanguay ng

- 451 -

taóng iyón. Ang isá sa lalong mg̃a calaguímlaguím na sumbóng na guinawâ laban cay Don Antonio Maria Regidor ay ang pagcacuha sa isáng "aparador" ng̃ canyáng bahay, na "punong-punô ng̃ alaboc," ng̃ dalawampong "ejamplar" ng̃ librong *La Cuestión Colonial* na sinulat ni Labra. Basahin ang folletong "Caraiñgang ipinadalá sa mahál na Hari ni Don Antonio María Regidor, na sinulat ni Don Manuel Silvela: Madrid 1872. Pinagdusahan sa Marianas ni Don Antonio María Regidor ang gayong cakilakilabot na "casalanan."

Ang isá pang nagdusa sa presidio dahil sa mg̃a gayón ding casalanan ay si Don Máximo Paterno, na ipinagsanggalang ng̃ hindî malilimot na si Don Germán Gamazo sa ganitóng pananalitâ: "Gayon ma'y hindî piniit ó pinag-usig sa haráp ng̃ mg̃a tribunal si Don Máximo Paterno, sa mg̃a sandaling malapit na una ó hulí sa panghihimagsíc (sa Tang̃uay). Panatag at umaasa sa canyáng sariling pagcawalang malay-sala, nang̃asiwang hayág, sa canyáng mg̃a hanap buhay, mulâ ng̃ ica 21 ng̃ Enero, nangyari ang panghihimagsic, hangang sa ica 20 ng̃ Febrero na siya'y dinakíp sa canyáng bahay at inihatid sa cutà ng̃ Santiago. Pinag-usig siyá sa harap ng̃ mg̃a Tribunal na hindî nacapágligtas sa canyá ang canyáng ganitóng pag-asa at capayapaan ng̃ loob, na nagpapakilalang maliwanag na hindi siyá sinasalaguimsiman ng̃ cahi't muntíng panimdín, palibhasa'y talastás, niyang siyá'y walang sala; at ang lalong cahapishapis ay siya'y hinatulang magdusa. Ang siyá'y nasamsamán ng̃ isáng bilang ng̃ "El Eco Filipino" (pamahayagang nagsásanggaláng sa Madrid ng̃ mg̃a catuwiran ng̃ mg̃a páring clérigo); ang siya'y umambág ng̃ caunting salapî sa pagtatatag ng̃ (pamahayagang) "El Correo de Ultramar" ... ang siyáng mg̃a tang̃ing cadahilanan mandin ng̃ hatol na siyá'y magdusa. (Basahin ang folleto: "Caraiñgang ipinadalá sa Consejo Supremo de la Guerra ni Don Máximo Paterno na sinulat ni Don Germán Gamazo:" Madrid, 1873.)

Sa "El Correo de Ultramar ay nang̃agsisulat ang mg̃a pantás at macabayang castilang sina D. Ramón Mesonero Romanos, D. Mariano Urrabieta, D. Juan Miguel de Arrambide, D. José González de Tejada, Pedro Antonio de Alarcón, D. José Selgas, Baldomero Mendez, D. V. Guimera, D. José Ferrer de Coute, D. J. M. Bello, D. Luis Mariano de Larra at iba. ¿Naglalathalà bagá, ang "El Correo de Ultramar" ng̃ ano mang laban sa mg̃a castilà? Ito'y catulad cung tanung̃íng: ¿sumulat baga si Rizal, si Marcelo Hilario del Pilar, si Mabíni, si López Jaena ng̃ ano mang laban sa catagalugan? Gayón ma'y pinag-uusig ng̃ mg̃a fraile bawa't bumabasa ng̃ "El Correo Ultramar" dahil sa ang pamahayagang iyo'y hindi catoto ng̃ cadilimán ng̃ isip na dito'y pinipilit laganap ng̃ mg̃a "cahalili ng̃ Dios."

Ang isá pang napapresidio ay ang sacerdoteng si Don Agustín Mendoza, na naramay rin sa nangyari sa Tang̃uay. ¿Mg̃a cadahilanan? Dingguín ninyó ang canyáng abogadong si Don Rafael Maria de Labra: "ang lahat ng̃ mg̃a sumbong ng̃ Fiscal laban sa nagsasaysay ng̃ayón ay maioowi sa dalawá lamang:

ang una'y ang paglalaganap ng̃ isáng lihim na pamahayagang ang pamagát ay "El Globo," na sino may waláng nacapaghará̃p ng̃ cahi't isá man lamang na "ejemplar," at ang icalawa'y ang pagpapanucálà ng̃ mg̃a lihim na pagpupulong, bagay na waláng nagbabalitâng policía ó sino mang táo ng̃ cahi't bahagya man lamang. Basahin ang folleto: "Caraing̃ang ipinadalá sa Poder Ejecutivo ni D. Agustin Mendoza, na sinulat ni Don Rafael María de Labra: Madrid, 1878.

Sa isáng salita: "antiespañol" (laban sa castilà) "filibustero" at iba pa ang lahát ng̃ filipinong sa canyáng lupain ay may taglá̃y ng̃ mg̃a caisipang nauucol sa mg̃a calayaan; ng̃uni't lalonglalò na cung ang mg̃a caisipáng iya'y sumasacanyáng bahay sa pamamag-itan ng̃ mg̃a libro ó ng̃ mg̃a pahayagan, cailan ma't dumating ang isang capanahunan, dapat samantalahín ang capanahunang itó upang mapapresidio ang gayóng filipino."

Ang ibáng nang̃atitic sa itaas ay sinipi co sa "Vida y Escritosa ng̃ Dr. Rizal," sinulat ni G. Wenceslao E. Retana. Salamat sa casipagan at catalinuhan ng̃ guinoong itó'y maraming catotohanang hindî kilala ang ng̃ayo'y lumilitaw at numiningning.— P.H.P.

[104]Ang pagtiguil ó pagcapásalà ng̃ anomang bagay na mg̃a "humor" sa alin mang bahagui ng̃ catawan.

[105]Sirâ ang isip.

[106]Ng̃ panahóng iyo'y naititipon sa alcalde ang mg̃a catungculang pagca hucóm, gobernador civil administrador ng̃ Hacienda, Subdelegado ng̃ Fondos Locales, administrador ng̃ Correos at iba pa.— P.H.P.

[107]Ang dalawang salamíng na sa mg̃a tila bumbóng na tansô ó bacal, na cung doon sumílip ang sinó man ay nacacakita ng̃ mg̃a na sa malayò.— P.H.P.

[108]Espiritung nananahan sa alang alang.

[109]Alín man sa mg̃a diosang nananahán sa tubig, sa mg̃a gubat at sa iba pa.

[110]Isáng semidios ó pang̃alawang dios na ang calahati'y tao't calahati'y cambíng.

[111]Dios na lumilikha ng̃ lahát ng̃ bagay, anáng mg̃a gentil.

[112]Ang dalagang bukid.

[113]Elefante. Hindî malayong ng̃ caunaunaha'y nagcaroon ng̃ elefante dito sa Filipinas, caya sa wicà natin ay may sadyáng tawag, gadya; samantalang napagkikilalang dito'y talagáng dating waláng cabayo, cayâ sa wicà natin ay waláng sariling pang̃alan ang hayop na itó na di gaya ng̃ áso, baboy, manóc at iba pa.

[114]Isáng larawang cahoy, bató, tansô ó kacal.

[115]Guintô pa panahóng iyón ang salapi sa Filipinas.

[116]Ang may pag aaring bahay ó lúpà.

[117]Ang may malalakíng lúpà.

[118]Ang waláng catungculang bìgay ng̃ Gobierno.

[119]Ang arte n͠g paggawâ n͠g larawan sa pamamag-itan n͠g m͠ga casangcapang guinagamit sa bagay na itó. Natuclasán ang "fotografía" ni Niepce n͠g 1814 at pinagbuti ni Daguerre n͠g 1839. Nagcamít si Mr. Talbot n͠g 1841 n͠g "privilegio" n͠g ucol sa fotografía sa papel sensible.

[120]Ang haring nacagagawâ at nacapag-uutos n͠g bawa't maibigan, sa macatowid ay waláng nacaháhadlang na sino man sa canyáng calooban.

[121]Tinatawag na haring "constitucional" ang hindî nacapag-uutos n͠g bawa't maibigan cung dî ang ipinakikilala n͠g Bayang canyáng calooban sa pamamag-itan n͠g canyáng m͠ga kinácatawáng bumubuô n͠g Asemblea ó Congreso, Senado at Consejo n͠g m͠ga Ministro.

[122]Si Luis Catorce ay haring "absoluto" sa Francia; ipinan͠ganác n͠g taóng 1643 at namatáy n͠g 1715. Siyá'y iguinalang at minahál n͠g m͠ga francés.

[123]Si Luis Diez y Seis ay haring "Constitucional," sa macatowid ay haring hindî siyá ang nacapangyayari cung di ang guinágawâ niyá't ipinag-uutos ay ang ipinagágawá't ipinag-uutos n͠g m͠ga kinacatawán n͠g m͠ga táong bayan; nagharì sa Francia mula n͠g 1774 hanggang 1798. Pinugutan siyá n͠g úlo, sampô n͠g canyáng asawang si María Antonieta n͠g m͠ga revolucionario.

[124]Si Felipe Segundo ay anác n͠g haring Carlos Quinto, at haring "absoluto" sa España. Guinágawà ni Felipe Segundo bawa't maibigan; sa calooban niyá'y waláng nacasasansalà. Halos dî mabilang ang ipinapatay at pinahirapan n͠g haring itó sa pamamag-itan n͠g Inquisición at iba pa. Sa m͠ga guinawâ ni Felipe Segundo nagpasimulâ ang pagguhô n͠g halos di maulatang capangyarihan n͠g España at n͠g halos dî macayang isiping calakhán n͠g nasasacop n͠g cahariang ito. Gayon ma'y maraming m͠ga castilà at lalonglalò na ang m͠ga fraile na umiibig n͠g di cawasà sa haring "absolutong" ito.— P.H.P.

[125]Si Amadeo "Primero" ay haring "constitucional" sa España buhat sa 1870 hanggang sa 1873. Ang haring ito'y mabait, matalino at bayani. Lubós na umiibig sa canyáng pinaghaharîan; n͠guni't hindî siyá iniibig, at n͠g mahalatâ niyá itó'y nagbitáw siyá n͠g canyáng tungcol, at ang pagbibitaw niyáng ito'y siyáng naguíng dahil n͠g pagtatag n͠g República n͠g España (11 n͠g Febrero n͠g 1873).— P.H.P.

[126]Ang bawa't isá sa m͠ga dios n͠g bahay.

[127]Ang palatuntunan n͠g m͠ga sumasampalataya sa maraming Dios. Sa m͠ga táong gaya ni Capitán Tiago'y maiuucol lamang itóng tulâ ni Lucrecio: "Primus in orbe deus fecit timor;" ang tacot ang siyáng pinanggalin͠gan n͠g m͠ga dios.— P.H.P.

[128]Palatuntunang walang kinikilala cung dî isáng Dios lamang.— P.H.P.

[129]Si Jesús, si María at si Joséf.

[130]Libin͠gan n͠g m͠ga taga Egipto.

[131]Sombrerong may tatlong dúlo.

[132]Isá sa m͠ga anyò (orden) n͠g arquitectura.

[133]Loobin nawa n͠g Dios na matuloy ang hulang itó sa sumulat n͠g maliit na libro at sa ating lahat na sa canyá'y naniniwalâ– J.R.

[134]Pitóng wicâ; datapowa't hindi sinasabi n͠g catagalugang "pitóng wicâ" cung di "Siete Palabras."

Hindi nagcacaisa ang m͠ga Evangelista tungcol sa m͠ga sinabi ni Jesús n͠g siya'y napapacò na sa Cruz:

I. Sinasabi ni San Mateo sa cap. 27, versículo 46 n͠g canyáng Evangelio at ni San Marcos sa capítulo 15, versículo 34 n͠g canyáng Evangelio, na itó raw lamang ang sinaysay ni Jesús, n͠g malapit na ang hora n͠g "nona"– ani San Mateo– n͠g hora n͠g "nona"– ani San Marcos: *Dios co, ¿bakit aco'y pinabayaan mo?*

II. Sinasabi namán ni San Lúcas sa m͠ga versículong 34, 43 at 47, n͠g capítulo 23 n͠g canyáng Evangelio, na itó raw ang m͠ga sinaysay ni Jesús n͠g napapacò na siyá sa Cruz;

1. *Amá, patawarin mo silá; hindi nalalaman ang caniláng guinagawa.*

2. *Ang catotohana'y sinasabi co sa iyo, n͠gayo'y cacasamahin catâ sa Paraiso,* na bilang casagutan niyá sa isá sa dalawang magnanacaw (na hindî sinasabi sa m͠ga Evangelio cung anó ang m͠ga pan͠galan) na nacapacong gaya rin niya, na sa canyá'y nagsalitâ n͠g ganitó: "Alalahanin mo acó cung icaw ay na sa iyong caharian na."

3. *Amá co, sa m͠ga camáy mo'y ipinagtatagubilin co ang aking calolowa.*

III. At sinabi ni San Juan sa capítulo 19, m͠ga versículo 26, 27, 28 at 30 n͠g canyáng Evangelio, na itó raw m͠ga wicang itó ang sinabi ni Jesús sa canyáng pagca-paco sa Cruz.

1. "At sa pagca't nakita ni Jesús ang iná at ang alagád na canyáng sinisintang naroroon, sinabi sa canyáng iná: *Babae, nariyan ang iyóng anác.*

2. Sinabi pagcatapos sa alagad: *Nariyan ang iyong ina.*

3. *Nauuhaw acó.*

4. *Natapos na.*

Pinagsamasama n͠g Iglesia Católica Apostólica Romana ang m͠ga sinabing iyán at siyáng n͠ginan͠galanang *"Siete Palabras."*– P.H.P.

[135]Ang Sacerdote sa Roma na n͠g una'y humuhulà n͠g m͠ga mangyayari sa panahong darating, sa pamamag-itan n͠g pagmamasid n͠g paglipad at paghuni n͠g m͠ga ibon.

[136]Ang candilang malaki at mahaba.

[137]Ang taga Iberia.– Ang Iberia'y ang magcanugnóg na lupang kinalalagyan n͠g España at Portugal.

[138]Mapapalad ang m͠ga may espiritung dukhá

[139]Lumiligaya ang nacacacaya sa buhay.

[140]*Lumualhati sa Dios sa caitaasan at capayaapaan sa m͠ga taong may mabuting calooban.*– Alinsunod cay Don Lázaro Bardón, catedratico sa Universidad Central sa Madrid, España, ay ganito raw sa wicang castilà ang tunay na

cahulugan: *Gloria á Dios en las alturas; en la tierra, paz; entre los hombres; buena voluntad*– Luwalhati sa Dios sa caitaasan; sa lúpa'y capayapaan; sa m̃ga táo'y mabuting calooban.

[141]Carunuñgang ucol sa Dios at ang sa canyá'y m̃ga pinagcacakilanlan.

[142]Ilalagay ñg Papa sa Roma sa bilang ñg m̃ga santo at santa.

[143]Caranuñgang nagpapaunawà ñg m̃ga anyô at paraang dapat gawín upang masunduan ang m̃ga pagcakilalang magaling ñg m̃ga nangyayari.

[144]Felix Torres Amat, obispo sa Astorga. Siyá'y ang isá sa m̃ga naghulog sa wicang castilà ñg Biblia.– Ang filosofiang sinulat ni Amat.

[145]Ang m̃ga mundong waláng tiguil ñg mabilís na pagtacbó ñg araw. Cung masdán natin dito sa lupa'y m̃ga bituing malamlám ang ningning. Ang m̃ga panğulong planeta, alinsunod sa canilang láyò sa araw ay ang m̃ga sumusunod: Mercurio, Venus, ang Lupang ating tinatahanan, Marte, Júpiter, Saturno at Neptuno. Bucód sa ritó'y marami pang m̃ga planetang hindi makita cung dî sa pamamag-itan ñg "telescopio."

[146]Itinatag ang beaterio at Colegio ñg Santa Catalina ni Fr. Juan de Santo Domingo, provincial ñg m̃ga fraileng dominico ñg taong 1696 at pinasimulán ñg araw ñg cafiestahan ni Santa Ana ñg taóng 1696 din. Ang dahil ñg pagtatayo ñg beaterio at colegiong itó'y ñg may cáligpitan ang m̃ga babaeng ibig manatili sa pagcadalaga hanggang nabubuhay. Ang palatuntunan nilá'y ang palatuntunan din ñg Tercer Orden ni Santo Domingo, at nanunumpang tulad sa m̃ga fraile, na magpapacalinis ñg catawa't calolowa, magpapacarukhâ at magmamasunurin. Pinapagtibay ang pagcacatayò ñg ligpitang itó ñg m̃ga babae ñg Real Despacho na may fechang 17 ñg Febrero ñg 1716 na siyang nagbigay wacás sa m̃ga iniharáp na tutol na huwag ipatuloy ang pagtatatag ng beaterio at colegiong iyán. Inilagáy niláng pintacasi si Santa Catalina de Sena. Ipinag-utos na labinglimang monja de coro lamang ang mátitira roon, bilang paunlác sa labinglimang misterio ñg Rosario. Ipinagcaloob ñg Real Cédula ñg 1732 na macapaglagay ñg isáng simbahan at macagamit ñg isáng campana, at tuloy ipinag-utos na huwag piliting mamalagui ang m̃ga monja sa lubós na pagligpit; cung di sa nauucol lamang sa magalíng na pamamanihala ñg beaterio at colegio.

Ang palatuntunang sinusunod doon ay di macararaan ang sino mang monja sa pintuang na sa loob ñg convento, na isáng matandang monja ang taga-bantáy; nğuni't sino mang tao'y macapapasoc doon, cailan man at may tanğing pahintulot ang provincial ñg m̃ga dominico. Nğ huwag ñg manaog ang m̃ga babaeng na sa beaterio at colegio ñg Santa Catalina ay nanğaglagay ang m̃ga paring dominico ñg tuláy na nakikita sa itaas ñg daang San Juan de Letrán, sa loob ñg Maynila at ñg doon magdaan ang m̃ga babaeng iyón ñg pagpasa simbahan ñg San Juan de Letrang cacabit naman ñg Colegio ñg m̃ga lalaking San Juan de Letran din ang pañgalan, at ang namamahala't nagtuturò'y pawang mga fraileng dominico. Sa gayong paraa'y maguinhawa nga namán ang pagsimba at pananalangin ng mga monja sa simbahan ng San Juan de Letrán.

Bagá man ng una'y ligpitan ang Santa Catalina ng mga babaeng castilang ibig tumalicod sa mga layaw at casayahan sa mundo, hindi nalao't minagaling ng mga fraileng dominico, na mangasiwâ ang ilán sa mga monja sa pagtuturò sa mga dalagang ibig pumasoc at mag-aral sa Santa Catalina. Ang itinuturò doo'y pag-basa, pagsulat, doctrina cristiana, mga gawáng ucol sa babae. Nangag-aaral din namán ng pagpapacabanál. Dinagdagan ng mga dominico ng 1865 ang dami ng mga "hermana" at ng lalong mapalaganap ang caniláng mga pagtuturò. Hindî itinutulot sa mga pumapasoc sa Colegio ng Santa Catalina ang macaaalis cung di rin lamang may totoong malaki't di maiwasang dahilán.

Ang namamahalà sa beaterio'y ang provincial ng dominico at isáng "priora" na siyá, ring "madre superiora" sa colegio, at may isáng directorang nacaaalam ng mga pagtuturò.— P.H.P.

[147]Hiyas na pinacasingsíng sa camau-o.

[148]Libritong ganito ang pangalan.— "Pangligtas sa sacunà."

[149]Isáng halamang ang caraniwang bulaclac ay puláng-pulá.

[150]Mahinhin ó mahinang hangin.

[151]Ipinangungusap ng "ada".— Isáng hiwagang babaeng may cahimahimalang mga capangyarihan, anáng mga di binyagan.

[152]Unawaing hindî tinatawag ni Rizal na Inang Bayan, cung dî Inang España, dalawang pangalang totoong nangagcacaiba.

[153]Isáng malaki't mataas na cahoy, matibay at macúnat. Ang tawag sa bunga ng cahoy na ito'y "hayuco".— Aya, ang pagbasa.

[154]Cahoy na masangá, may mga ngipin-ngipín ang mga dahon. "Bellota" ang tawag sa bunga ng cahoy na itó.

[155]Ibong mainam humuni. Sa Europa'y marami ng ibong itó.

[156]Tubig na tumítigas na halos parang bató dahil sa totoong calamigàn.

[157]Alamo: cahoy na tumataas ng mainam: may tatlóng bagay na álamo: ang álamong putî na ang mga daho'y verde ang isang mukhâ at ang cabiláng mukha'y putîan— Ang álamong itím, na verde ang magcabicabilà ng dahon.— At ang "amo altemblón" na ang mga daho'y waláng tiguil ng paggaláw.

[158]Isá sa magagandáng diosa.

[159]Casaysayan ng mga kinikilalang mga Dios ng mga dî binyagan.

[160]Ang namamaguitnâ sa pagbilí, pagbibili, ang nakikialam sa mga almoneda at iba pa.

[161]Ang nagpapaupa ng pagdadalá ng ano mang bagay na mabigat.

[162]Ang bahay na nagpapacain sa sino mang nagbabayad sa may ari, at ang papatuloy sa bawa't magbayad.

[163]Wicang francés na ang cahuluga'y "fonda:" cacanán at tuluyan. Cung ipangusap ay "restorán."

[164]Estátua ó larawang cáhoy, bató, tansô ó bacal na inilalagay na pinacahaligui ng anó man.

[165]Tuláy ng España.

[166]Isáng carruajeng ganitó cung tawaguin.

[167]Tinatawag ng catagalugang "carretela" ang isáng sasacyáng anyóng carretong marami ang lulan, nguni't mahirap sa sumásacay; dalawá ang gulong at isáng cabayo ang humihila.— Ang tinatawag na carretela ng mga castilà ay isáng mainam na carruajeng apat ang gulóng at dalawang cabayo ang humihila.

[168]Tinatawag na Sabána [hindî Sábana, cumot] ang daang macalampás ng Jardin Botánico, hangang sa mga unang báhay ng Ermita, na tinatawag na daang Real.

[169]Tinatawag ng mga castilàng guindilla ang mga policía municipal sa sa España.— Ang sili ó ang bunga ng tinatawag na "guindillo de India."

[170]Ang lupang iniuucol sa pagtatanim ng sarisaring cahoy at mga halaman upang doo'y mapag-aralan ang mga carunungang nauucol sa bagay na ito.

[171]Tila mandín naguguniguni na ni Rizal na sa pinagpatayaang iyón sa paring canyáng sinasabi, na sa acalà co'y waláng ibá cung dî si Pari Burgos, doon din siya pápatayin.

[172]Ang tanging ibong pinaniniwalaan ng mga tao sa unang mulíng nabubuhay, pagcatapos na masunog, sa ibabaw ng canyáng mga abó.

[173]Ang alín may sa dalawáng panig na malapit sa Ecuador ó calaguitnaan ng lupa, tinatawag ang isáng panig na "trópico de Cancer" sa hemisfercio boreal, at "trópico de Capriconio" de "hemisfercio austral".

[174]Sásacyang waláng gulóng na siyáng guinagamit pagca hielo ang dinaraanan; cahawig ng canggâ ó ng paragos natin.

[175]"Quos vult perdere Jupiter domentat prius", casabihang wicang lating cung tatagalugui'y: Ang mga ibig ipahamac ni Jupiter ay pinasisimulaáng sirain muna ang ísip.— P.H.P.

[176]Ang cometa'y tulad sa bituing manacanacang napapanood natin sa langit. Ang Cometa'y ma'y buntot na makinang na cung minsa'y isá at cung minsa'y marami. Palibhasa'y ang galaw na painóg ng cometa'y hiwaláy na hiwaláy sa caraniwang liniliguiran ng mga planeta, caya hindî nalalao't ang pagkakita natin sa canya. Isáng casinungalingang ilinalaganap ng mga hangal na ang pagsicat ng cometa'y nagbabalita ng mga sacunang mangyayari.— Tinatawag ding "cometa" ng mga castilà ang sarangolang papel na pinalílipad ng mga bátà.

[177]Ang masasama at magagaspang na cagagawán ng mga fraile.

[178]Wala caming nasumpong na alin mang bayang ganito ang pangalan, nguni't marami ang nacacatulad ng calagayan ng bayang ito.— J. R.

[179]Pangalan ni Venus; sa Siria; ni Céres, sa Fenicia, at ni Juno sa Cartago.

[180]Anác na babae ni Júpiter at ni Latona, capatíd na babae ni Apolo at diosa sa pangangaso.

[181]Caunaunahang ciudad ng Tonia, sa Asia Menor, balità dahil sa carikitdikitang templo ni Diana, na sinunog ni Eróstrato. Ipinalagay ang templong iyo'y isá sa pitóng mga caguilaguilalás na edificiong itinayo sa daigdig.

[182]Malalaking ibong totoong mahábà ang mga paa.

[183]Flora.

[184]Machiavelo: balitang escritor, político at literato italiano, na naguíng ministro sa Florencio, inihahatol ni Machiavelo sa canyáng sinulat na librong "El principe" ang pagdarayà sa mga pakikipanayam sa tagâ ibáng nación tungcol sa politica.— P.H.P.

[185]Capisanan ng mga táong nagcacaisang loob sa pagsasanggalang ng isáng caisipan.

[186]Alagaan ng mga cabayo.

[187]Capatíd ni Remo at siyáng nagtayô ng Roma ng taóng 733 bago ipanganác si Cristo.

[188]Palacio ng papa sa Roma, na na sa bundóc Vaticano.

[189]Palacio ng hárì sa Roma na na sa Quirinal, isa sa pitóng bundóc sa Roma.

[190]V.O.T. "abreviatura" ng Venerable Orden Tercera; Cagalang-galang na icatlong hanáy ng Capisanan ó icatlong pulutóng ng Capisanan.

[191]Pangguitlá sa táo. Mga cabulaanang larawang likhâ ng panimdím ng mga matatacutín.

[192]Dakilang panahóng nagpasimulâ ng pagwawasác sa caharìan ng Roma, sa Calunuran, ng mga "bárbaro", taóng 476, at ang wacás ay sa pagcacuha ng mga turco sa Constantinopla, ng taóng 1453, ó sa pagcatuclás ng América ng 1492. Ang pangyayari ng feudalismo ang siyáng caraniwan ng panahóng iyón.— P.H.P.

[193]Babaeng ayon sa mga hangál ay catiyáp ng diablo. Nawawangis sa asuwang na pinaniniwalaan ng mga tagalog na mangmang.— P.H.P.

[194]Dahil sa nawawangking totoo ang pinaniniwalaang "asuwang" ng mga tagalog sa pinaniniwalaang "bruja" ng mga europeo'y inaacala cong ang nagdalá rito ng ganyáng malíng sapantahà'y ang mga fraile ó ang mga castilang mangmang, na gaya rîn ng maraming mga pamahîing dî dating kilala ng mga tagalog cung dî ng maparito na lamang ang mga taga España— P.H.P

[195]Lucio Dominico Nerón, malupít na emperador sa Roma; ipinapatáy niyá ang canyáng ináng si Agripina at si Britânico, hinatulang mamatáy ang tagapag-alagà sa canyáng si Burro, ang canyáng maestrong si Séneca, si

Lucano at ibá pang mg̃a caguinoohan; pinag-usig ang mg̃a cristiano at sinunog ang Roma. Ipinang̃anác ng̃ taong 37 at namatáy ng̃ taóng 68.

[196]Ang nag-aaral ó ang sumusunod sa filosofía ó marunong ng̃ filosofía, na isáng carunung̃ang nauucol sa cahulugán, calagayan, pinagmumulaan at naguiguing bung̃a ng̃ mg̃a bagay bagay.

[197]Ang pang̃ing̃ilin sa anó man, lalong-lálò ang mahigpít na pagpipiguil na huwág gumawâ ng̃ anó mang bagay na masamâ, na siyang ibig ng̃ Dios na ating sundìn, ayon sa profeta Isaias LVIII. 3-7.— Tungcól sa ayuno ng̃ catawán, ang pagkabawal bagá ng̃ pagcaing anó man, minsan lamang na ipinag-utos na sapilitang súsundin ng̃ mg̃a israelita sa araw ng̃ pagsisisi, ayon sa Levítico XVI. 29, 31, na doo'y ang salitáng: "papagpipighatiin ninyó ang inyóng cálolowa," caraniwang ang inaaring cahulugán ay mag-ayuno; sa pagca't ang ayuno sa mg̃a judio'y tunay ng̃ang isáng araw ng̃ pagpipighatî at pagpapacabábà. Walâ na acóng ibá pang nakita tungcól sa ayuno sa mg̃a cautusáng lagdâ ni Moisés. Ipinag-uutos ang iláng araw na pag-aayuno ng̃ panahóng nabibihag ang mg̃a judío sa Babilonia, ayon sa sabi ni Zacarías VII. 1-7; VIII. 19, bagá man hindî sinasabi roon ang mg̃a pinagcadahilanan ng̃ gayóng tadhanà. Gayón man, manacânacáng ipinag-utos na mang̃ag-ayuno ang lahát dahil sa mg̃a tang̃ing nangyayari, datapuwa't hindî tadhanang iparati ang pag-aayuno, cung dî sa panahóng lamang na iyón; gaya na ng̃a ng̃ magcatipon ang mg̃a taga Atispa ay nang̃ag-ayunong lahát ayon sa sulat ni Samuel VII. 6.— Nag-utos din si Josaphat na mag-ayuno ang lahát ng̃ mg̃a judío, dahil sa pakikibaca sa mg̃a Moabita at Ammonita, ayon sa 2.a Crónica XX. 3.— Gayón ding mg̃a pag-aayuno ang guinawâ ng̃ iba't ibáng mg̃a cautusán ng̃ mg̃a judío, at sa pagca't ang Cristianismo'y religióng ucol sa lahát ng̃ mg̃a bayan, hindî na ng̃a ipinag-utos sa mg̃a Cristianong sapilitan ang pag-aayuno, ayon sa makikita natin sa mg̃a Santong Evangelio. Ang pag-aayuno'y cusà ng̃ calooban at dapat ganapíng hindî sa pagpaparang̃alan, at gagawing tandâ ng̃ taimtím na pagsisisi sa mg̃a casalanan, ayon cay San Mateo, VI. 16.

[198]Pangpintá sa mukhâ at ng̃ pumulá.

[199]Pagsasanay sa paggamit ng̃ sandata at ng̃ mg̃a kilos ng̃ pagcasundalo.

[200]Ang mg̃a canta't mg̃a tugtog na magcasaliw; at ang ibig sabihin dito'y may tacapan at may paluan.

[201]"Pedál", tapacán sa piano, at ang ibig sabihi'y may sicarán pa.

[202]Sa wicà natin ay waláng tunay na catumbás ang sabing "escándalo" na ang isá sa mg̃a cahuluga'y ang pagtatalong nacapagcacasala ó nacababagabag sa iba.

[203]Sawicaíng ang cahuluga'y capanig ng̃ may mg̃a caisipang tulad sa adhicain ng̃ mg̃a fraile.

[204]Ang cacampi ni Cárlos na ibig maghári sa España.

[205]Curang malìit ó curacuráhan.

[206]Lángaw na patáy. Mapagpataypatayan samantalang nag-iísip ng̃ mg̃a catampalasanang gawâ.

[207]Ang caraniwang tawaguing "pozuelo" ó tasang lalagyán ng̃ chocolate.

[208]Isang casabihang catumbás ng̃ ¡abá! ¡nacú! ¡diaske! at iba pang nagpapakilala ng̃ towâ, gálit, pagtatacá.

[209]Malapot sa wicang castila'y "espeso", caya chocolate ¿eh? ang sinasabi ng̃ cura pagca chocolateng malapot ang ibig.— Malabnaw sa wicang castila'y "aguado", caya't chocolate ¿ah? ang sabi pagca ang ibig ay malabnaw.

[210]Caraniwang tawaguin ng̃ mg̃a tagalog ang fiesta ng̃ lahat ng̃ mg̃a santo, na "Todos los Santos", baga man ito'y wicang castila.

[211]Ang sumusulat ng̃ mg̃a libro ng̃ mg̃a casaysayan ng̃ mg̃a nangyari ng̃ panahong nacaraan na.

[212]Dating caharian ng̃ mg̃a itím na tao sa Guinea, at colonia francesa mulâ ng̃ 1892.

[213]Tinatawag ding Calvario, na ang cahuluga'y timbunan ó lalagyán ng̃ mg̃a bung̃ô. Ang Calvario ó Gólgota'y na sa ibabâ ng̃ Jerusalem at caugalîan ng̃ mg̃a judíong doon patayín ang mg̃a tulisán at magnanácaw. Diyán ng̃a ipinácò sa Cruz si Jesús, ang Dakilang Banál na hinatulang mamatay roong tulad sa isáng imbíng magnanácaw. Sa bundoc din ng̃ Gólgota naroon ang halamanan ni José de Arimathea na pinaglibing̃an sa bangcay ng̃ Mananacop. S. Mateo XXVII. 33: Marcos XV. 22; Lúcas XXIII. 32; Juan XIX 17, 41.— Sinasapantáhà ng̃ ibáng iyón din ang bundóc "Moriah", na pinagdalhán ni Abraham sa canyáng anác na si Isaac upang patayín, sa pagtalima sa utos ng̃ Dios. Génesis XXII. 2.— P.H.P.

[214]Ang guang na sadyáng inilálagay sa mg̃a pader ng̃ mg̃a libing̃an, at doon inilílibing ang mg̃a bangcáy na may cabaong, sa pamamaguitan ng̃ mahál na bayad sa párì ó cura ng̃ bayan.— May mg̃a bayang tagalog na tinatawag na "bútas" ang "nicho."

[215]Isáng cruz na catulad ng̃ guinagamit ng̃ una sa Bizancio pa ng̃ayo'y Constantinopla.

[216]Parrarayo, pangpatiguil ó pangpahintô ng̃ lintíc. Isáng casangcapan ó aparato na cung ilagay sa taluctóc ng̃ isáng edificio ay nacacatawag ng̃ electricidad ó ng̃ lintíc at inihahatid itó sa pamamag-itan ng̃ isáng cáwad sa isáng lugar na hindî macasásakit canino man. Natuclasán ang paggawâ ng̃ "parrarayo" ni Benjamin Franklin ng̃ taóng 1732. Ang caraniwang táas ng̃ parrarayo'y ánim hanggáng labíng dalawáng metro, at natatangkilic na dî pinúputucan ng̃ lintíc ang paliguidliguid ng̃ kinátatayuan na ang sucat ng̃ sacláw ay ang lambál ó ibayo ng̃ sucat ng̃ taás. Si Benjamin Franklin ay pantás na diplomático, físico at economista, na gumamit ng̃ boóng cáya upang magtamó ng̃ casarinlán ang canyáng Inang Báyang Estados Unidos ng̃ América. Ipinang̃anác siyá sa Boston ng̃ 1706, at namatáy ng̃ 1790.— P.H.P.

[217]Caraniwang tinatawag ng̃ catagalugan "tumbá", marahil sa túro ng̃ mg̃a fraile. Pinagpapatongpatong na mg̃a mesa ó balangcás na anó man, tinatacpan ng̃ damit na maitím at doon guinágawâ ang mg̃a ceremoniang ucol sa mg̃a patáy.

[218]Ang mg̃a cahirapang tinitiis ng̃ mg̃a banál na cálolowa sa Purgatorio.

[219]Ang samaháng ang palatuntuna'y ang pagsisicap na camtán ang mg̃a calayâan.

[220]Sa pagkikibit ng̃ balicat ay ipinakikilalang hindî niyá dinaramdam ó hindî niyá sinasakit ng̃ loób ó sa canya'y waláng halagang sabi ó balitang náriring̃ig.

[221]Sa capangyarihan.

[222]Sa casalucuyan, sa horas ding iyón.

[223]Ang cahulugán ng̃ pang̃alang Zoroastro'y: "ang lalong magalíng sa mg̃a anác ng̃ mg̃a táo.— Si Zoroastro'y pantás na filósofo na bumago ng̃ religión persa.— P. H. P.

[224]Ang librong kinapapalamnan ng̃ mg̃a aral ni Zoroastro. Tinatawag ding "Zindavesta" ang librong ito.— P. H. P.

[225]Hindî malilimutang filósofo griego na ipinang̃anác sa Egina ng̃ taóng 429 ng̃ dî pa ipinang̃ang̃anac si Jesucristo.— Ang mg̃a pang̃ulong librong sinulat niyá'y "Ang República" at ang "Salitaan ng̃ dalawá". Ang pang̃alan niyá'y Aristocles, ng̃uni't pinang̃alanan siyá Sócrates ng̃ Platón, dahil sa calaparan ng̃ noó. Siyá'y naguíng discípulo ni Sócrates at naguíng maestro ni Aristóteles.— P. H. P.

[226]Bantog na escritor at naturalista latino. Ipinang̃anác ng̃ taóng 23 at namatáy ng̃ taóng 79.

[227]Patriarca sa Constantinopla. Namatáy ng̃ taóng 271.

[228]Hindî malilimutang poeta na cumathâ ng̃ "Eneida", na doo'y sinásaysay ang pinagdaanang búhay ng̃ troyaneng si Eneas. Siyá rin ang cumathâ ng̃ "Las Eglogas" at ng̃ "Las Geórgicas."

[229]Bantóg na papang nagpatanghál at nagpakináng na lubhâ sa Pontificado.

[230]Balitang poeta sa Italia ng̃ Edad Media. Ipinang̃anác sa Florencia ng̃ 8 ng̃ Mayo ng̃ 1265 at namatay ng̃ 14 ng̃ Septiembre ng̃ 1321. Ang pang̃alan niyáng tunay ay DURANTE at ang DANTE ay palayaw. Ipinalimbag niyá ang mg̃a librong Vida Nueva, Canzones, El Infierno, El Banquete, De Vulgari Eloquio, El Purgatorio, De Monarchia Mundi, La Divina Comedia at iba pa. Ganitó ang saysáy niyá sa canyáng sinulat na librong "De Monarchia Mundi:" Hindî sa mg̃a cónsul ang mg̃a namamayan at hindî sa harì ang nación, cung dî pabaligtad: sa mg̃a namamayan ang mg̃a cónsul at sa nación ang harì. Hindî itinatag ang mg̃a ciudad at ng̃ pag-uculan ng̃ mg̃a cautusán; itinatag ang mg̃a cautusán at ng̃ iucol sa mg̃a ciudad. Cayâ ng̃a't ang mg̃a tumatalima sa mg̃a

cautusán ay hindî pinapagsama sa isáng báyan upang maguing tagapaglingcód sa naglálagdâ ng̃ mg̃a cautusán: cung dî ang naglalagdâ ng̃ mg̃a cautusán ang siyáng tagapaglingod sa báyan, at iba pa." Hindî minamagalíng ni Dante na ang papa'y magcaroon ng̃ capangyarihan sa búhay at pamumuhay ng̃ catawan, at dahil sa panucalà niyang canyáng itóng isinaysay sa canyáng mg̃a casulatan, siya'y pinag-usig ng̃ mg̃a papa, mg̃a cardenal at ng̃ lahát ng̃ mg̃a cacampí sa ang hang̃ad na ang papa'y magcaroon ng̃ capangyarihang hárì. Labingdalawang taón ng̃ patáy siyá'y ipinag-utos pa ng̃ cardenal del Poggetto na cunin sa baunan ang canyáng bung̃ô at mg̃a butó, sunuguin at itapon, sa pagca't excomulgado raw siyá, bagay na hindî natuloy, salamat sa paghadlang ng̃ maraming mg̃a mamamayan. Siya'y poeta, filósofo, soldado, músico, filólogo, publicista, político, mabaít na táong bayan, nagtayô ng̃ isáng arte, siyá ang masasabing humusay at nagtatag ng̃ wicang italiano, naguing punò ng̃ canyáng ciudad republicana, nápatapong madalás dahil sa pagtatanggol ng̃ catuwiran ng̃ bayan, at sa kinatapuna'y halos nagpalimos ng̃ kinacain, teólogo, masicap na apóstol ng̃ caisipáng di dapat magharì ang papa, hinatulang sunuguing buháy ng̃ isáng tribunal revolucionario, at pinag-usig ng̃ boong calupitán ng̃ tribunal ng̃ Inquisicióng nagparatang na siyá'y hereje, bago'y banal na binyagan; ng̃uni't sa cawacasa'y inilagay ang canyáng larawan sa Vaticano, sa casamahán ng̃ mg̃a Doctor ng̃ Iglesia Católica, at ang mg̃a butó niyá'y iniing̃atan ng̃ boong galang sa catedral ni Santa María del Fìore; mg̃a cagagawang nagpapakilalang maliwanag na ang mg̃a papa'y nagcacamali ring gaya ng̃ lahát ng̃ tao at hindî catotohanang ang mg̃a papa'y "infalible", hindî nagcacamali. Itó ng̃â sa maiclíng salitâ ang carilagdilagang buhay ni Dante, na ilinagdà co rito't ng̃ mapanghinularan.– P.H.P.

[231]Ministro ng̃ religión ni Brahma.

[232]Ang mg̃a sumusampalataya sa religión ni Budha.

[233]Barquero ni Aqueronte sa ílog ng̃ infierno. Si Carón ó Caronte ang tunay na larawan ni Camatayan sa cabang̃isang walang habág canino man, sa bata't matanda, sa maganda't pang̃it, sa lalaki't babae– P. H. P.

[234]Ang isá sa mg̃a pintuan ng̃ infierno.

[235]Ang mg̃a táong ang pakikipabaca ang guinágawáng hanap-búhay.

[236]Poeta ng̃ mg̃a unang "celta".

[237]Hindî lamang tinatawag na máng̃ang̃aso (cazador) ng̃ mg̃a castilà ang nanghuhuli ng̃ usá, baboy-ramó at iba pang hayop sa pamamag-itan ng̃ mg̃a aso, cung dî ang nanghuhuli ó pumapatay ng̃ sinabi ng̃ mg̃a hayop sa pamamag-itan ng̃ mg̃a sandata, ng̃ mg̃a silò ó ng̃ mg̃a patibóng.

[238]Ang mg̃a caugaliang guinagawa ng̃ bawa't religión sa canilang panapalang̃in at pagpupuri sa Dios; at sa iba pang mg̃a bagay.

[239]Templo at ciudadela ng̃ Roma, na na sa ibabaw ng̃ isang bundóc at doon pinuputung̃an ng̃ corona ang mg̃a nang̃agtatagumpay sa pakikibaca.

Dating casiping ng̃ Capitolio ang tinatawag na "Roca Tarpeya", malaking bato, na doo'y pinatátayo ang mg̃a may casalanan at bago itinutulac sa bang̃ín at ng̃ doo'y mamatay. Nanggaling ang pamagát na Tarpeya sa pang̃alang ganito rin ng̃ isáng dalagang taga Roma, na nagbilí sa mg̃a sabino ng̃ ciudadela ng̃ Roma, at pagcatapos ay ang mg̃a sabino rin ang pumatáy sa canyá, carapatdapat na ganting pálà sa lahát ng̃ gaya niyáng tacsíl.

[240]Doctor ng̃ Iglesia Católica, na namatáy ng̃ taóng 217.

[241]Isá sa mg̃a lalong bantog na párì ng̃ Iglesia Católica, na taga pagpaunawà ng̃ mg̃a Santong Casulatan. Ipinang̃anác ng̃ 185 at namatáy ng̃ 243.

[242]Obispo sa Lyon at masigasig na caaway ng̃ mg̃a "gnóstico", hanggáng sa sumulat ng̃ isáng librong pinamagatán niyá ng̃ "Tratado de las herejías."

[243]Ng̃ayo'y cacasamahin catá sa Paraiso.— S. Lúcas XXIII, 43.

[244]Concilio ecuménico na guinawa sa ciudad ng̃ Trento, sacop ng̃ Austria, ng̃ 1545 hanggang sa 1563.

[245]Protestante, ang cahuluga'y "tumututol". Tinatawag na protestante ang mg̃a sumasang-ayon sa pagtutol na guinawâ ni Lutero sa "dieta" sa Spira ng̃ taóng 1529. Si Martín Lutero ay dating fraileng agustino. Siyá'y tubo sa Eisleben, Sajonia, at ipinang̃anác ng̃ taóng 1483 at namatay ng̃ 1546.

[246]Ang sacerdote ng̃ Iglesia Griega na hindî cumikilala sa capangyarihan ng̃ Papa.

[247]Librong dakilang kinálalagyan ng̃ Luma at Bagong Testamento.

[248]Pang̃alang bigay sa mg̃a príncipe sarraceno na cahalili ni Mahoma.

[249]Pangalawang pinsan ni Mahoma; isá sa lalong mababang̃is na tagapaglaganap ng̃ secta ni Mahoma.

[250]Pagbilang na guinágawâ sa ano mang bagay.

[251]Isá sa tatlóng mg̃a Furia Gorgona caaway ni Minerva. Pinugutan ng̃ ulo si Medusa ni Perseo. Ang mg̃a pang̃alan ng̃ tatlóng Furia ay Medusa, Euriale at Estenio: ang táong matitigan ng̃ alín man sa tatlóng itó'y hindî macakilos at napípipi. Si Minerva ang diosa ng̃ carunung̃an at pagbabaca. Si Perseo ay anác ni Dánae at hárì sa Argos; iniligtás niyá sa infierno ang canyáng sinísintang si Andrómeda.

[252]Tinatawag na "mg̃a elemento" ng̃ una ang lúpà, ang tubig, ang hang̃in at ang apóy.

[253]Marahil ang ibig bangguitin ni Dr. José Rizal dito'y ang librong "PAGSUSULATAN NI URBANA'T NI FELIZA" (Urbanidad) na sinulat ni Guinoong Modesto de Castro, presbítero, taga Binyáng, Laguna, at naguing cura párroco sa bayan ng̃ Naic, Cavite. Ang libróng yao'y isáng carikitdikitang patnubay sa magandang pakikipagcapwa-tao at sa mainam na caasalan, bucód sa magalíng na ulirán sa mabuting pananalita't pagsulat ng̃ wícang tagalog.— P.H.P.

[254]Isáng ibong; minamagaling dahil sa carikitan ng̃ canyáng mg̃a balahibo at sa cadaliang matutong ulitin ang mg̃a salitáng sa canya'y itúrò.— Tinatawag na *papagayo* ang nagsasalitá ng̃ mg̃a bágay na hindî nauunawà— P.H.P.

[255]Ganito ang narinig cong salitaan ng̃ isang curang fraile at ng̃ isáng tagalog na mangmang baga, ma't mayaman.— *Tagalog.* Bakit po bá hindi isinasawicang tagalog ang pagmimisa at iba pang panalang̃in, gayóng talastas na ninyong hindi namin nalalaman ang wicang latin?— *Cura.* Sa pagcá't cung wicang tagalog ay kinakailang̃ang sabihing macaitlo upang maunawa ng̃ Dios ang ating hinihing̃i sa canyá, cung wicang castila'y macalawa, at cung wicang latin ay minsan lámang; itó ang dahil at sa *Misterio* at sa *Trisagio'y* na sa wicang latin ang mahalagáng pananalang̃in.

Ng̃ayón naliliwanagan na ng̃ ilaw ng̃ catotohanan ang pag-iisíp ng̃ halos ng̃ lahat ng̃ tagalog, ang gayong pananalità ng̃ curang walang mithî cung di mamahay tayo sa cabulagán ay magtátamo agad ng̃ matindíng pagpapawalang halagá. Cung ganap na catotohanán ang Dios puspós ng̃ carunung̃an waláng hanggán— sa pagca't cung di gayo'y hindi siyá Dios dapat náting sampalatayanang túnay na talós niyá ang lahát ng̃ wicà at sa anó mang wica sabihin ang pagtáwag sa canya'y caracaraca'y nauunawà niyá; hindi lámang itô; di pa natin binúbuca ang ating bibíg ay talastás na niyá ang íbig nating hing̃ín. Ang masamâ ang casamasamaan, sa pagca't isáng pagaacsayá ng̃ panahón ay ang magsasalitâ ng̃ di alám cung anó ang sinasabi, tulad sa ibong *papagayo ó loro.*— P. H. P.

[256]Tinatawag ng̃ mg̃a castilang "otoño" ang panahóng sumusunod sa "verano" ó tag-araw at tinatawag nilang "primavera" ang panahóng sumusunod sa "invierno" ó tagguináw.

[257]Maningning batóng azúl ang culay.

[258]Hindî dapat calimutan ng̃ bumabasang ang sermóng ito'y sa wicang castilà na aking isinatagalog, bagay na ipinaalaala co, upang maisaysay kung bakit hindî utál ang pananagalog, at gayón din ang cadahilanan cung bakit natacot ang isáng taong iyón. Sa sermóng wicang castilà ni Párì Dámaso'y ganitó ang canyáng sabi: ..."sí, hermanos mios, patente, patente á todos, patente".— Maraming cahulagan ang sabing *patente.* Ang ilan sa mg̃a cahulugang iya'y ito: nahahayag, na kikita, waláng takip. Tinatawag namang patente ng̃ panahón ng̃ Gobierno ng̃ mg̃a castilà, ang catibayang ibinibigay ng̃ Administracion ng̃ Hacienda publica sa mg̃a taong gumaganap ng̃ pagbabayad ng̃ buwis sa Gobierno dahil sa canyáng calacal. Pinarurusahan ng̃ mabigát na *multa* ang nang̃ang̃alacal na waláng *patente,* sa macatwid ay hindî nagbabayad ng̃ buwis sa calacal na canyáng hanap-buhay, caya totoong nagulat ang taong dito'y sinasaysay, sa pagca't ang boong acala niya'y ang sinasabing *patente* ay ang nauucol niyáng pagbayaran.— P. H. P.

[259]May nangyari sa Calamba na gayon ding bagay.

NOLI ME TÁNGERE

[260]Sa "original" na wicang castila'y sinasabing "casáronse" (napacasal silá) ó "cazáronse" (naghulihan sa pamamag-itan ng̃ pang̃ang̃aso), laro ng̃ salitang hindi magawa sa wica natin.

[261]¡Vae Victis! wicang lating ang cahulugáng sa wicang tagalog ay ¡Sa aba ng̃ mg̃a nagágahis! Mg̃a salita ni Breno sa mg̃a romano, na sa tuwi na'y inuulit hanggáng sa mg̃a panahóng itó, bagá man ng̃ayo'y naghahari ang cagandahang asal. Ng̃ayó'y gaya rin ng̃ una, na ang sa lalong malalacás ang siyá lamang mg̃a catuwirang nagwáwagui.– P.H.P.

[262]¿Anó ang aking nakikita? ¿bakit?

[263]¿Anó ang itinatanong ninyó? ¿Waláng ano mang linalaman ng̃ pag iisip na hindi muna nagdaan sa pakiramdam. Hindi ninanais ang hindi nakikilala.

[264]¿Sinong mg̃a tao ang ating capanayam?

[265]Caibigan, aking caibigan si Platon, ng̃uni't lalong caibigan co ang catotohanan.

[266]Masama ang nangyyayari at nang̃ang̃anib acóng baca magcaroon ng̃ cakilakilabot na wacás.

[267]Sa pamamag-itan ng̃ hampás, ang pakikipagmatuwiran sa tumátanggui ng̃ pagkilala ng̃ mg̃a catuwiran.

[268]¡Sa aba nilá! cung saan may úsoc ay may apóy. Bawa't isá'y humahanap ng̃ cawáng̃is; caya ng̃a, cung bibitayin si Ibarra, siyá namá'y bibitayin din ...

[269]Hindi co kinatatacutan ang pagcamatáy sa catre; ng̃uni't kinatatacutan co ang pagcamatáy sa bundóc-bunducan sa Bagumbayan.

[270]Ang nacasulat ay naguiguing sacsi. Ang hindi mapagaling ng̃ mg̃a gamót ay napagagaling ng̃ bácal; ang hindi mapagaling ng̃ bácal ay napagagaling ng̃ apóy.

[271]Ang nangyari ay nangyari na. Pasalamat tayo sa Dios at wala ca ng̃ayón sa capuluang Marianas upáng magtaním ng̃ camote.

[272]¡Huwag po sana cayóng halíng; iyá'y ang Virgen sa Antipolo! Iyáng ang nacapangyayari sa lahát; huwag po sana cayóng halíng!

[273]¡Cung iya'y hindi lalaki at hindi siyá mamatáy, iya'y babaeng totoong mainam na mainam!

[274]¡Wala! gaya ng̃ sabi namin: ang sumucob sa magaling na lilim ay mabuting pamalo ang sa canyá'y inilálapit.

[275]¡Siyá ng̃a! Sa canya'y totoong nararapat; sinabi co na sa una cong pagcakita pa sa canyá: ito'y isang filibustero. ¿Ano ang sinabi sa iyo, pinsan, ng̃ general? ¿Ano naman ang sinabi mo sa canyá anó ang balitang sinabi mo sa canya tungkól cay Ibarra?

[276]Maniwala po cayó na pagca siya'y hinatulan ng̃ parusang patayín, na gaya ng̃ maáasahan, ay dahil sa aking pinsan.

- 466 -

[277]¡Ay, pagcabutibuti mong pumaraan sa matalinong pakikipagsalitaan! Nalalaman naming icaw ang tanungan ng capitan general, na hindi mapanatag cung hindi ca makita!... ¡Ah, Clarita!; pagcalakilaking tuwa ang makita co icáw!

[278]Naparito cami't ng upáng cayó'y aming dalawin; ¡cayó'y nacaligtas, salamat sa inyóng mga caibigan!

[279]Siya nga, Clarita, nguni't nacaraan na ang panahón ng mga himala; sinasabi naming mga castila: Magculang tiwala ca sa Virgen at cumarimot ca.

[280]Naparito nga po cami't ang sadya pa naman namin ay pakiusapan cayó tungcól sa *Virgen.*

[281]Magsasalitaan tayo tungcól sa pamumuhay.

[282]2 ng Enero ng 1883. *(Paunawa ni Dr. José Rizal.)*

HISTORICAL CONTEXT

During the period this book was originally written, the world was a very different place. The events of the time produced an impact on the authorship, style, and content of this work. For you, the reader, to better appreciate and connect with this book, it is important to have some context on world events during this timeframe. To this end, we have included a short introduction and an events calendar for the 19th century for your reference.

Introduction

"Noli Me Tángere" was written during the Philippine literary period known as the Propaganda Movement (1872-1892), which marked a significant turning point in the country's quest for freedom and independence. Dr. José Rizal, the author of the novel, was a prominent figure in this movement, using literature and art to advocate for political and social reforms in the Philippines under Spanish colonial rule.

Born on June 19, 1861, in Calamba, Laguna, Rizal grew up witnessing the injustices and abuses perpetrated by the Spanish colonial government and the Catholic Church. He was sent to Europe to study medicine, where he was exposed to the liberal ideas of the Enlightenment and the nationalist movements of the time. Influenced by these experiences, Rizal became an active propagandist, seeking to raise awareness about the plight of his compatriots and to inspire change.

" Noli Me Tángere " was published in 1887 in Berlin, Germany, while Rizal was still living in Europe. The novel was a direct response to the widespread corruption and abuses that characterized the Spanish colonial period in the Philippines. During this time, the colonial government was dominated by the friarocracy – a powerful group of Spanish friars who controlled both religious and political affairs in the country. These friars wielded immense influence over the lives of Filipinos, often exploiting their power to oppress and exploit the local population.

Rizal's novel exposed these abuses and criticized the Spanish colonial government's hypocritical use of religion as a means to maintain control. The novel's characters, like the idealistic Crisostomo Ibarra and the tragic Maria Clara, portrayed the complex social dynamics of the time, reflecting the struggles of ordinary Filipinos in the face of colonial oppression.

The novel was a daring critique of the Spanish colonial system and had a profound impact on Filipino society. It inspired a new generation of Filipino nationalists, who would later play a pivotal role in the Philippine Revolution (1896-1898) against Spanish rule. Rizal himself became a symbol of resistance and was ultimately executed by the Spanish colonial authorities on December 30, 1896, for his alleged involvement in the revolution.

The historical context of " Noli Me Tángere" highlights the immense courage and sacrifice of José Rizal and other Filipino nationalists who sought to challenge and reform the oppressive Spanish colonial system. Their legacy continues to inspire and inform the Philippine nation's ongoing pursuit of freedom, justice, and equality.

19th Century Timeline

1805: Napoleon was crowned in Milan. He intended to launch an attack on the United Kingdom. A French armada sails north to the Spanish port of Cadiz. From Cadiz, Napoleon dispatched French and Spanish ships to attack the British. Napoleon's invasion plan is thwarted when the British defeat him at the Battle of Trafalgar.

1807: The Basi Revolt, also known as the Ambaristo Revolt, was a revolt undertaken from September 16 to 28.

1813: Napoleon's invasion of Russia hampered Russia's ability to assist its Orthodox Christian Serbs in their revolt against Ottoman rule. As the Empire advanced on insurgent Serb territory, Albanian forces pillaged Serb towns.

1814: Paris. Napoleon was exiled to the island of Elba. The victors and France signed another Treaty of Paris this time. The Congress of Vienna brings together the Napoleonic victors to build a stable Europe.

On April 10, 1815: Mount Tamobra in the Indonesian Archipelago began a week of eruptions. Its detritus in the stratosphere reduces sunlight. There are no sunny days in September in the Northern Hemisphere. Crops fail and cattle die across the majority of the Northern Hemisphere as a result of the famine.

In 1816: the purchasing power of workers' income (real wages) begins a four-decade decline in France.

In 1820: a group of revolutionaries in England decided to assassinate government cabinet officials in order to spark a large insurgency. Cato Street Conspiracy One of them was a police officer. Others exploited the plot to delegitimize legislative reform. The conspirators were found guilty and five of them were hanged, then beheaded, the last decapitations in England.

1821: Michael Faraday, the son of a blacksmith, defied aristocratic expectations to become a physicist at Britain's Royal Institution. His work in electromagnetism lays the groundwork for electric motors and contributes to modern physics' "field theory," which includes the formula $E = MC2$.

Brazil has a prince from Portugal's royal dynasty in 1822. He abolished censorship, relaxed import restrictions on literature, and required law classes at the universities of So Paulo and Olinda. When Portugal challenges his rule, he declares, "Independence or death!" At the age of 24, Pedro I was crowned Emperor of Brazil.

1823: Austria, Russia, and Prussia dispatched French troops to Spain in to crush the liberal movement and restore Ferdinand VII's authority. Ferdinand went on a vengeance killing spree against his supporters.

1823: On the night of June 1st, Andrés Novales a Filipino captain in the Spanish Army along with a certain sub-lieutenant Ruiz and other subordinates in the King's Regiment, went out to start a revolt. Along with 800 Indigenous natives in which his sergeants recruited, they seized the royal palace and other important government buildings in Intramuros.

1824: In Britain, the Royal Society for the Prevention of Cruelty to Animals was founded in a London coffee shop. They were known then as the SPCA - Society for the Prevention of Cruelty to Animals. Royal patronage followed in 1837 and Queen Victoria gave permission to add the royal R in 1840, making them the RSPCA known worldwide today.

1830: With China's rapid population growth came increased unemployment and scarcity of land, resulting in peasant rebellion. China continues to lead in industrial production (in absolute terms, not per capita), but its share has shrunk from 32.8 to 29.8 percent. India's contribution has decreased from 24.5 to 17.6 percent since 1750. Britain, with a population that is a fraction of that of China or India, increased its contribution from 1.9 percent to 4.3 percent. The United States has 2.4 percent.

1831: Charles Darwin's begins his journey aboard the HMS Beagle.

The Whigs briefly seize power in 1832. They were largely liberal aristocracy. They aimed to enhance British politics while appeasing workers without caving in to all of their demands. The Great Reform Act of 1831 became law.

1837: After the famine, insurgency, and fire devastated one-fourth of Osaka before the uprising is suppressed. A US ship arrived in Edo (now Tokyo) to re-ship shipwrecked Japanese sailors, businessmen, and missionaries. An attack ship is pushed away.

Cells were disputed in 1838 by scientists. Cell theory is on its way to becoming recognized as the fundamental unit of life.

1840: Justus Liebig covered agriculture and physiology in his book Chemistry in Its Application to Agriculture and Physiology. This will change agriculture and pave the way for subsequent industrialization advancements.

1855: Most of Edo is destroyed by an earthquake, a tsunami, and a fire (Tokyo).

185:6 Manchu government agents search a Chinese-owned ship registered in Hong Kong and docked in Guangzhou (Canton) for a known pirate. They dispatched a ship expedition seeking punishment, accompanied by the French seeking vengeance for the Manchu murder of a French missionary.

Dissatisfaction with China's adherence to post-Opium War agreements. The Second Opium War starts.

1857: Gustave Flaubert's Madame Bovary has been partially published in France. It's about an adulterous woman who raises a ruckus. Flaubert must sue to have his entire work published.

1857: The British Empire assumes control of India from the East India Company starting the Indian Rebellion of 1857

1863: The Civil War in the United States cut off Russia's principal cotton supplier. Russia has extended its military presence in Central Asia, where the population is sparse, tribal, impoverished, and Muslim.

1864: The Taiping Rebellion's commander, Hong Xiuchuan, declared that God will save Tianjin (southeast of Beijing). He is killed by government soldiers when they arrive. The monarchy reclaims most of China. The Taiping uprising is almost gone.

1869: Tokugawa era forces defeated in Hokkaido. Military officers began associating Emperor Meiji with Shinto doctrine. Shinto shrines were common on Buddhist temple grounds, and violence and image destruction were used to rescue Shinto from Buddhist rule. Temple lands were taken.

1870-1871: Franco-Prussian War. This conflict marked the rise of a unified German state under Prussian leadership and contributed to the decline of the French Empire.

1872: Gomburza Execution. Three Filipino priests, Mariano Gomez, Jose Burgos, and Jacinto Zamora were executed by the Spanish colonial government. This event sparked the Propaganda Movement and inspired Filipino nationalists, including Jose Rizal.

1877-1882: Jose Rizal's studies in Europe. Rizal pursued higher education in Europe, where he was exposed to liberal ideas and nationalist movements that influenced his future works.

1881: Assassination of Tsar Alexander II of Russia. Alexander II's assassination led to a crackdown on liberal reforms in Russia and a return to more repressive policies.

1882: Rizal joins the Propaganda Movement. Rizal became part of the Propaganda Movement, a group of Filipino intellectuals advocating for political and social reforms in the Philippines.

1884-1885: Berlin Conference. European powers gathered to establish guidelines for the colonization of Africa, marking the beginning of the "Scramble for Africa."

1887: Publication of "Noli Me Tangere". Rizal's groundbreaking novel was published in Berlin, Germany, and unveiled the abuses and injustices suffered by Filipinos during the Spanish colonial period.

1891: Publication of "El Filibusterismo". Rizal's second novel, a sequel to "Noli Me Tangere," continued to expose the corruption and abuses of the Spanish colonial government and the Catholic Church.

1892: Rizal's arrest and exile to Dapitan. Rizal was arrested and exiled to Dapitan, a remote town in the Philippines, due to his subversive activities and the perceived threat posed by his writings.

1894: Sino-Japanese War. A conflict between China and Japan over Korea, which resulted in Japanese victory and marked Japan's rise as a regional power in East Asia.

1896: Philippine Revolution. Led by Andres Bonifacio and the Katipunan, the Philippine Revolution was launched, seeking independence from Spanish rule.

1896: Rizal's execution. On December 30, 1896, Rizal was executed by the Spanish colonial government for alleged involvement in the revolution. His death further fueled the fight for Philippine independence.

1898: The Spanish-American War (April 21 - August 13) began in the aftermath of the internal explosion of USS Maine in Havana Harbor in Cuba, leading to United States intervention in the Cuban War of Independence.

1898: The Battle of Manila Bay (Filipino: Labanan sa Look ng Maynila;), also known as the Battle of Cavite, took place on 1 May

1898: The Philippine Declaration of Independence (Filipino: Pagpapahayag ng Kasarinlan ng Pilipinas) was proclaimed by Filipino revolutionary forces general Emilio Aguinaldo on June 12, in Cavite el Viejo Philippines.

1898: The Battle of Manila (Filipino: Labanan sa Maynila; Spanish: Batalla de Manila), sometimes called the Mock Battle of Manila, was a land engagement which took place in Manila on August 13, at the end of the Spanish-American War, four months after the decisive victory by Commodore Dewey's Asiatic Squadron at the Battle of Manila Bay.

1898: The Malolos Congress (also known as the Revolutionary Congress) formally known as the National Assembly, was the legislative body of the Revolutionary Government of the Philippines. Members were chosen in the elections held from June 23 to September 10.

1898: Treaty of Paris. Following the Spanish-American War, the Treaty of Paris was signed, ceding the Philippines to the United States and ending the Spanish colonial period.

1899: The Philippine-American War, known alternatively as the Philippine Insurrection, Filipino-American War, or Tagalog Insurgency was fought between the First Philippine Republic and the United States from February 4, 1899, until July 2, 1902.

This concludes the historical context. Thank you for your interest in our publications. Please don't forget to leave a review if you enjoyed this book.

.

Made in the USA
Monee, IL
18 August 2025

23636765R00281